INSIGHT PUBLICA®

INSIGHT PUBLICA®

Nadakkave, Kozhikode, Kerala
Tel:0495-4020666
www.insightpublica.com
e-mail: insightpublica@gmail.com

Kayamkulam KochunniyumMuppathu Kadhakalum
Aithihyamala
(Malayalam)
Kottarathil Sankunni

First Insight Edition : January 2017
This Edition: March 2020

ISBN 978-93-85899-71-3

Published by
Insightinpublica Publishers Pvt. Ltd.
Printed at Repro India Limited, India

₹ 330/-

കായംകുളം കൊച്ചുണ്ണിയും മുപ്പത് കഥകളും

ഐതിഹ്യമാല

കൊട്ടാരത്തിൽ ശങ്കുണ്ണി

INSIGHT PUBLICA ®

കൊല്ലവർഷം 1030 മീനം 23-ാംനു (1855 മാർച്ച് 23) കോട്ടയത്ത് വാസുദേവനുണ്ണിയുടെ രണ്ടാമത്തെ പുത്രനായി ജനിച്ചു. യഥാർത്ഥപേര് വാസുദേവൻ. അച്ഛന്റെപേരും ഇതുതന്നെയായിരുന്നതിനാൽ ആദ്യം തങ്കു എന്നും പിന്നീട് തങ്കു മാറി 'ശങ്കു' എന്നും വിളിപ്പേരുവന്നു. ജാതിപ്പേരായ ഉണ്ണി ചേർത്ത് പില്ക്കാലത്ത് ശങ്കുണ്ണി എന്ന പ്രസിദ്ധനായി. കുഞ്ഞിക്കുട്ടൻ തമ്പുരാന്റെ നിർബന്ധത്തിനു വഴങ്ങിയാണ് 36-ാമത്തെ വയസ്സിൽ (1891) സുഭദ്രാഹരണം മണിപ്രവാളം എഴുതിയത്. പിന്നീട് കേശവദാസചരിതം രചിച്ചതും തമ്പുരാന്റെ നിർബന്ധത്താലായിരുന്നു. 1881 മുതൽ പന്ത്രണ്ടു വർഷത്തോളം ശങ്കുണ്ണി വിദേശീയരായ ബ്രിട്ടീഷ് ഉദ്യോഗസ്ഥരേയും മറ്റും മലയാളം പഠിപ്പിക്കുവാൻ തുടങ്ങി. 1893-ൽ മാർ ദിവാന്നാസ്യോസ് സെമിനാരി ഹൈസ്കൂളിലെ ആദ്യ മലയാളം മുൻഷിയായി.

അതിനിടെ അദ്ദേഹം തന്റെ വിവിധങ്ങളായ സാഹിതീസപര്യയ്ക്കു തുടക്കംകുറിച്ചു. കൊടുങ്ങല്ലൂർ കുഞ്ഞിക്കുട്ടൻ തമ്പുരാൻ, കവി കേരളവർമ്മ വലിയ കോയിത്തമ്പുരാൻ തുടങ്ങിയ പ്രമുഖരുമായി അക്കാലത്ത് ഏറെ ഇടപഴകി. ആയിടെ കണ്ടത്തിൽ വറുഗീസ് മാപ്പിള കോട്ടയത്തു തുടങ്ങിവെച്ച മലയാള മനോരമയിലും (1888) ഭാഷാപോഷിണിസഭയിലും (1892) സഹകരിച്ചു.

1898 മുതൽ ഐതിഹ്യമാലയുടെ രചന തുടങ്ങി. വറുഗീസ് മാപ്പിളയുടെ പ്രേരണമൂലം മനോരമയിലും ഭാഷാപോഷിണിയിലും ഖണ്ഡശഃ പ്രസിദ്ധീകരിക്കാനായിട്ടായിരുന്നു ഐതിഹ്യമാല തുടങ്ങിവെച്ചതെങ്കിലും പിന്നീട് ഏതാണ്ട് ശങ്കുണ്ണിയുടെ മരണംവരെ രചന തുടർന്നുപോന്ന ഒരു പുസ്തകപരമ്പരയായി ഐതിഹ്യമാല മാറി. തിരുവിതാംകൂർ, കൊച്ചി, ബ്രിട്ടീഷ് മലബാർ എന്നീ രാജസദസ്സുകളിൽനിന്നും എണ്ണമറ്റ സ്ഥാനങ്ങളും സമ്മാനങ്ങളും അദ്ദേഹത്തെ തേടിയെത്തി. ഇക്കൂട്ടത്തിൽ 1904-ൽ കൊച്ചി രാജാവ് സമ്മാനിച്ച 'കവിതിലകം' എന്ന സ്ഥാനവും സ്വർണ്ണമെഡലും എടുത്തുപറയേണ്ടതാണ്.

മണിപ്രവാള കൃതികൾ, നാടകങ്ങൾ, പരിഭാഷകൾ, കല്പിതകഥകൾ, ആട്ടക്കഥകൾ, കിളിപ്പാട്ട്, കൈകൊട്ടിപ്പാട്ട്, തുള്ളല്പാട്ട്, വഞ്ചിപ്പാട്ട്, ഗദ്യപ്രബന്ധങ്ങൾ എന്നീ വിഭാഗങ്ങളിലായി അറുപതു കൃതികൾ രചിച്ചിട്ടുണ്ട്.

കൊട്ടാരത്തിൽ ശങ്കുണ്ണി

ഉള്ളടക്കം

കായംകുളം കൊച്ചുണ്ണി

കായംകുളം കൊച്ചുണ്ണിയെക്കുറിച്ചു കേട്ടിട്ടില്ലാത്തവരായി തിരുവിതാംകൂറിലെന്നല്ല, കേരളത്തിൽത്തന്നെ അധികംപേരുണ്ടായിരിക്കുമെന്നു തോന്നുന്നില്ല. എന്നാൽ കൊച്ചുണ്ണി ഒരു വലിയ കള്ളനും അക്രമിയുമാണെന്നാണ് മിക്കവരുടെയും ബോധം. വാസ്തവത്തിൽ അയാൾ ഒരു സത്യവാനും മര്യാദക്കാരനുംകൂടിയായിരുന്നു. പരസ്പര വിരുദ്ധങ്ങളായ ഈ ഗുണങ്ങൾ എല്ലാം കൂടി ഒരാളിലുണ്ടായിരിക്കുന്നതെങ്ങനെയാണെന്നു ചിലർ വിചാരിച്ചേക്കാം. അത് ഏതു പ്രകാരമെന്നു പിന്നാലെ വരുന്ന സംഗതികൾകൊണ്ടു ബോധ്യപ്പെടുമെന്നു മാത്രമേ ഇപ്പോൾ പറയുന്നുള്ളൂ.

കൊച്ചുണ്ണി ജനിച്ചത് 993-ാം ആണ്ടു കർക്കിടമാസത്തിൽ അമാവാസിയിൽ അർദ്ധരാത്രിസമയം തിരുവിതാംകൂറിൽ കാർത്തികപ്പള്ളിത്താലൂക്കിൽ ച്ചേർന്ന കീരിക്കാട്ടു പ്രവൃത്തിയിൽ കൊറ്റുകുളങ്ങരയ്ക്കു സമീപമുണ്ടായിരുന്ന സ്വഗൃഹത്തിലാണ്. കൊച്ചുണ്ണിയുടെ പിതാവും വലിയ അക്രമിയും കള്ളനുമായിരുന്നു. അയാളുടെ പ്രധാന ഉപജീവനമാർഗം മോഷണംതന്നെയായിരുന്നു. അന്നന്നു മോഷ്ടിച്ചു കിട്ടുന്നതുകൊണ്ട് അഹോവൃത്തി കഴിച്ചുവന്നുവെന്നല്ലാതെ അയാൾക്കു സമ്പാദ്യമൊന്നുമുണ്ടായിരുന്നില്ല. ഒരു രാത്രിയിൽ ഒന്നും മോഷ്ടിക്കാൻ തരപ്പെട്ടില്ലെങ്കിൽ പിറ്റേദിവസം അയാളും അയാളുടെ കുടുംബത്തിലുള്ളവരും പട്ടിണിതന്നെ. അയാളുടെ സ്ഥിതി അത്രമാത്രം മോശമായിരുന്നു. അതിനാൽ തന്റെ പുത്രനായ കൊച്ചുണ്ണിയെ യഥാകാലം വിദ്യാഭ്യാസം ചെയ്യിക്കുന്നതിനും മറ്റും അയാൾക്കു കഴിഞ്ഞില്ല.

കൊച്ചുണ്ണി ഏകദേശം പത്തു വയസ്സുവരെ വളരെ കഷ്ടപ്പെട്ട് ഒരു വിധം സ്വഗൃഹത്തിൽത്തന്നെ താമസിച്ചു. അതിന്റെ ശേഷം അവൻ വിശപ്പ് സഹിക്കാൻ പാടില്ലാതെയായിട്ട് വീട്ടിൽനിന്നു പുറപ്പെട്ട് അടുത്ത പ്രദേശമായ ഏവൂർ എന്ന സ്ഥലത്തു ചെന്നുചേർന്നു. അവൻ അവിടെ ക്ഷേത്രത്തിനു സമീപത്തുണ്ടായിരുന്ന ഒരു പരദേശബ്രാഹ്മണന്റെ മഠത്തിൽച്ചെന്ന് ആ ബ്രാഹ്മണന്റെ അടുക്കൽ താനൊരു മുഹമ്മദീയ ബാലനാണെന്നും ദാരിദ്ര്യദുഃഖം നിമിത്തം ഇറങ്ങിപ്പുറപ്പെട്ടതാണെന്നും മറ്റും പറഞ്ഞുകേൾപ്പിക്കയും തനിക്കു വിശപ്പു ദുസ്സഹമായിത്തീർന്നിരിക്കുന്നതിനാൽ വല്ലതും തരണമെന്ന് അപേക്ഷിക്കുകയും ചെയ്തു. ദയാലുവായ ആ ബ്രാഹ്മണൻ കൊച്ചുണ്ണിയുടെ ദീനവചനങ്ങളെ കേട്ടും പാരവശ്യം കണ്ടും മനസ്സലിയുകയാൽ വാർത്തകഞ്ഞിയിൽ കുറെ വറ്റും ഉപ്പും ഇട്ട് അവനു വയറു നിറയുന്നതുവരെ കൊടുത്തു. ആ വാർത്ത കഞ്ഞി നമ്മുടെ കൊച്ചുണ്ണിക്ക് അപ്പോൾ പഞ്ചാമൃതത്തെക്കാൾ

മാധുര്യമുള്ളതായിത്തോന്നിയെന്നു പറയണമെന്നില്ലല്ലോ.

കഞ്ഞികുടികഴിഞ്ഞതിന്റെശേഷം ആ ബ്രാഹ്മണൻ കൊച്ചുണ്ണിയോട്, 'ആഹാരത്തിന്നുള്ള വക കിട്ടിയാൽ നിനക്ക് ഇവിടെയെങ്ങും താമസിക്കാമോ?' എന്നു ചോദിച്ചു. കൊച്ചുണ്ണി സന്തോഷത്തോടുകൂടി അങ്ങനെയാകാമെന്നു സമ്മതിച്ചു. ഉടനെ ആ ബ്രാഹ്മണൻ അവിടെ ക്ഷേത്രത്തിന്റെ കിഴക്കേ നടയിൽ 'വലിയവീട്ടിൽപ്പീടിക' എന്നു പ്രസിദ്ധമായിട്ടുണ്ടായിരുന്ന പീടികയിൽ കൊണ്ടുചെന്ന്'' ഇവനൊരു പാവപ്പെട്ട മേത്തക്കൊച്ചനാണ്. ഇവന് ആഹാരത്തിനു വല്ലതും കൊടുത്താൽ ഇവിടെ താമസിച്ചുകൊള്ളും' എന്നു പറഞ്ഞ് അവനെ ഏല്പിച്ചു. പീടികക്കാർ അങ്ങനെ സമ്മതിച്ച് അവനെ അവിടെ താമസിപ്പിക്കുകയും ചെയ്തു.

കൊച്ചുണ്ണിക്ക് ആദ്യം അവിടെ നിശ്ചയിച്ച വേല സാമാനങ്ങളെടുത്തു കൊടുക്കുകയായിരുന്നു. അത് അവൻ വളരെ ജാഗ്രതയോടും ശരിയായും ചെയ്യുകയാൽ മുതലാളിക്കു വളരെ സന്തോഷം തോന്നുകയും കൊച്ചുണ്ണിക്ക് ഭക്ഷണം, വസ്ത്രധാരണം മുതലായവയ്ക്കു യാതൊരു ബുദ്ധിമുട്ടും കൂടാതെ ശരിയായി കൊടുത്തു വരി ചിപ്പം കെട്ടുക മുതലായ ചില ജോലികൾകൂടി കൊച്ചുണ്ണിയെ ചുമതലപ്പെടുത്തി. കാലക്രമേണ സാമാനങ്ങൾ അളന്നും തൂക്കിയും കൊടുക്കുക, വാങ്ങുക മുതലായി പീടികയിലുള്ള സകല ജോലികൾക്കും ചുമതലക്കാരൻ കൊച്ചുണ്ണിയായിത്തീർന്നു. കൊച്ചുണ്ണിക്കു സകലപ്രവൃത്തികൾക്കും പ്രത്യേകമൊരു വാസനയും സ്വച്ഛതയും അതിയായ ജാഗ്രതയുമുണ്ടായിരുന്നതിനാൽ മുതലാളിക്ക് അവനിലുള്ള സന്തോഷവും വിശ്വാസവും അളവില്ലാതെ വർദ്ധിക്കുകയും ചെയ്തു.

അങ്ങനെയിരിക്കുമ്പോൾ ഒരിക്കൽ മുതലാളി കച്ചവടസാമാനങ്ങൾ വാങ്ങിക്കൊണ്ടുവരാനായി ആലപ്പുഴക്കു പോയി. കൊച്ചുണ്ണിയെയും കൊണ്ടുപോയിരുന്നു. അവിടെച്ചെന്നു സാമാനങ്ങളെല്ലാം വഞ്ചിയിലാക്കി ഇങ്ങോട്ടു പുറപ്പെട്ടു. മദ്ധ്യേമാർഗം അതികലശലായി ഒരു കോളും പിശറും തുടങ്ങി. ഓളം വലിയ മലപോലെ ഉയർന്ന് ഇളകിമറിഞ്ഞുതുടങ്ങി. വഞ്ചിയിൽ വെള്ളം അടിച്ചുകേറിത്തുടങ്ങി. വഞ്ചി മുങ്ങുമെന്നു തീർച്ചയാക്കി വഞ്ചിക്കാരൻ 'അയ്യോ! ഞാൻ വിചാരിച്ചാൽ നിവൃത്തിയില്ല. കഴുക്കോൽ കുത്തീട്ടു വഞ്ചി നേരെ നില്ക്കുന്നില്ല. ഇതാ ഓളപ്പാത്തിയിലായിരിക്കുന്നു. ദൈവം തന്നെ രക്ഷിക്കട്ടെ' എന്നും മറ്റും പറഞ്ഞു നിലവിളികൂട്ടിത്തുടങ്ങി. 'സാമാനങ്ങൾ പോകുന്നതുപോകട്ടെ. നമ്മുടെ ജീവനും പോകുമല്ലോ' എന്നു പറഞ്ഞു മുതലാളിയും നിലവിളിച്ചുതുടങ്ങി. അപ്പോൾ കൊച്ചുണ്ണി 'നിങ്ങൾ വ്യസനിക്കാതെയും കലശൽകൂട്ടാതെയുമിരിക്കാമെങ്കിൽ വഞ്ചി ഞാൻ കരയ്ക്കടുപ്പിക്കാം. ചുമ്മായിരിക്കണം, നമുക്കു പടച്ചവനുണ്ട്' എന്നു പറഞ്ഞു ധൈര്യസമേതം വഞ്ചിയുടെ അമരത്തു ചെന്നു കഴുക്കോലെടുത്ത് ഊന്നിത്തുടങ്ങി. യാതൊരാപത്തും അപകടവും കൂടാതെ അവൻ വഞ്ചി കടവിലടുപ്പിക്കുകയും ചെയ്തു. കൊച്ചുണ്ണി ഇതിനുമുമ്പു കഴുക്കോൽ കുത്തി പരിചയമുണ്ടായിരുന്നില്ല. അവനു സകല വേലകൾക്കും പ്രകൃത്യാതന്നെ ഒരു വശതയുണ്ടായിരുന്നു. ഈ സംഗതി നടന്നതിന്റെ ശേഷം സാമാനങ്ങൾ കൊണ്ടുവരുന്നതിന് ആലപ്പുഴയ്ക്കും കൊച്ചിക്കും പോകുമ്പോൾ മുതലാളിയുടെ വഞ്ചിക്കാരനായിരുന്നതും കൊച്ചുണ്ണിതന്നെയായിരുന്നു. ഇങ്ങനെ കുറച്ചു

കഴിഞ്ഞപ്പോൾ കൊച്ചുണ്ണിക്കു നിത്യവൃത്തിക്കു മാത്രം കൊടുത്താൽ പോരെന്നു തോന്നുകയാൽ മുതലാളി ചെലവുകഴിച്ചു പ്രതിമാസം ഒരു ചെറിയ സംഖ്യ അവനു ശമ്പളമായിട്ടും കൊടുത്തു തുടങ്ങി. ശമ്പളം വാങ്ങിയാൽ അവൻ വീട്ടിൽ കൊണ്ടുപോയി അവന്റെ മാതാപിതാക്കന്മാരുടെ കയ്യിൽ കൊടുക്കുകയല്ലാതെ സ്വകാര്യമായി സമ്പാദിച്ചിരുന്നില്ല.

ഇങ്ങനെയിരുന്ന കാലത്ത് ഒരു തങ്ങൾ കായംകുളത്തു വന്നു താമസിച്ചു ചില മുഹമ്മദീയരെ ആയുധാഭ്യാസവും കായികാഭ്യാസവും മറ്റും പരിശീലിപ്പിക്കുന്നതായി കൊച്ചുണ്ണി കേട്ടു. എന്നാൽ തനിക്കും ചിലതൊക്കെ പഠിക്കണമെന്നു നിശ്ചയിച്ച് കൊച്ചുണ്ണി ഒരു ദിവസം വൈകുന്നേരം പീടികയിലെ ജോലികളെല്ലാം കഴിഞ്ഞതിന്റെ ശേഷം കായംകുളത്തു ചെന്നു തങ്ങളെ കണ്ടു തന്നെക്കൂടി വല്ലതുമൊക്കെ പഠിപ്പിച്ചാൽ കൊള്ളാമെന്നു പറഞ്ഞു. അതു കേട്ടു തങ്ങൾ, 'നിന്നെ ഒന്നും പഠിപ്പിക്കാൻ പാടില്ല. ഒന്നും പഠിപ്പിക്കാഞ്ഞിട്ടുതന്നെ നിന്റെ പിതാവു വലിയ അക്രമിയായിരിക്കുന്നു. കാലസ്ഥിതികൊണ്ട് നീ അവനെക്കാൾ അക്രമിയായിത്തീരാനാണ് എളുപ്പം. നിന്നെ അഭ്യാസങ്ങൾകൂടി ശീലിപ്പിച്ചാൽ നീ ലോകം മുടിക്കും. അതിനു കാരണഭൂതനാകാൻ എനിക്കു മനസ്സില്ല. എന്റെ ശിഷ്യൻമാർ പരോപദ്രവികളായിത്തീരുന്നത് എനിക്കും സങ്കടമാണ്. അതിനായിട്ടല്ല ഞാൻ എന്റെ ശിഷ്യരെ അഭ്യസിപ്പിക്കുന്നത്. ശത്രുക്കളിൽനിന്നുണ്ടാകുന്ന ആപത്തുകൾ തങ്ങൾക്കു പറ്റാതെ തടുത്തുകൊള്ളുന്നതിനായിട്ടു മാത്രമാണ് പഠിപ്പിക്കുന്നത്. അതിനാൽ നിന്നെ ഞാൻ അഭ്യസിപ്പിക്കുകയില്ല' എന്നു പറഞ്ഞു. അതു കേട്ട് ഏറ്റവും കുണ്ഠിതത്തോടുകൂടി കൊച്ചുണ്ണി മടങ്ങി വന്നു. എങ്കിലും അവൻ ഇച്ഛാഭംഗത്തോടുകൂടി ആ ഉദ്യമം വേണ്ടെന്നുവച്ചില്ല. രാത്രി കാലങ്ങളിലായിരുന്നു തങ്ങൾ തന്റെ ശിഷ്യരെ അഭ്യസിപ്പിച്ചിരുന്നത്. അതു കൊച്ചുണ്ണിക്കു നല്ല തരമായിത്തീർന്നു. അവൻ പീടികയിലെ ജോലികളെല്ലാം കഴിഞ്ഞ് അത്താഴവുംകഴിച്ച് പതിവായി ആരുമറിയാതെ കായംകുളത്തു ചെന്നു തങ്ങളുടെ കളരിക്കു സമീപം ഒരു സ്ഥലത്തിരുന്ന് അഭ്യാസങ്ങളെല്ലാം കണ്ടു പഠിക്കയും നേരം വെളുക്കുന്നതിനുമുമ്പ് പീടികയിലെത്തുകയും ചെയ്തുംകൊണ്ടിരുന്നു. അതിബുദ്ധിശാലിയായ അവൻ അങ്ങനെ മിക്ക വിദ്യകളും ആരും പഠിപ്പിക്കാതെ കണ്ടുതന്നെ വശമാക്കി.

അങ്ങനെയിരിക്കുമ്പോൾ ഒരു ദിവസം കൊച്ചുണ്ണി ഒളിച്ചിരുന്ന് അഭ്യാസങ്ങൾ കണ്ടു പഠിക്കുന്നത് ഒരാൾ കണ്ടെത്തുകയും വിവരം ഉപായത്തിൽ തങ്ങളെ ധരിപ്പിക്കുകയും ചെയ്തു. ഉടൻ തങ്ങൾ ശിഷ്യൻമാരിൽ ചിലരെ വിട്ടു കൊച്ചുണ്ണിയെ വിളിപ്പിച്ചു കളരിയിൽ വരുത്തി. തങ്ങളുടെ ശിഷ്യൻമാർ വന്നു വിളിച്ചിട്ട് ഒട്ടും മടിക്കാതെ കൊച്ചുണ്ണി കളരിയിൽ ചെന്നു. തങ്ങൾ അവനോട് 'നീ എന്തെല്ലാം പഠിച്ചു?' എന്നു ചോദിച്ചു. 'ഇവിടെ പഠിച്ചതെല്ലാം ഞാനും പഠിച്ചു' എന്നു കൊച്ചുണ്ണി മറുപടി പറഞ്ഞു. അതുകേട്ടു തങ്ങൾ അവനെ ഒന്നു പരീക്ഷിച്ചു. അപ്പോൾ തങ്ങളുടെ സ്വന്തം ശിഷ്യരെക്കാൾ അഭ്യാസ വിഷയത്തിൽ കൊച്ചുണ്ണി യോഗ്യനായിത്തീർന്നിരിക്കുന്നതായിക്കണ്ടു. ഇതിങ്കൽ തങ്ങൾക്ക് അസൂയയല്ല, വളരെ സന്തോഷമാണ് തോന്നിയത്.

ഇത്രയും ബുദ്ധിമാനായിരിക്കുന്ന ഇവനെ ശരിയായി അഭ്യസിപ്പിക്കുകത ന്നെ വേണം എന്നു നിശ്ചയിച്ച് തങ്ങൾ, പതിവായി കളരിയിൽ വന്ന് അഭ്യസിച്ചുകൊള്ളുന്നതിനു കൊച്ചുണ്ണിക്ക് അനുവാദം കൊടുത്തു. പിറ്റേദി വസംമുതൽ പതിവായി കൊച്ചുണ്ണി രാത്രിതോറും കളരിയിൽ ഹാജരായി അഭ്യസിച്ചുതുടങ്ങുകയും ചെയ്തു. അവൻ തങ്ങളുടെ അടുക്കൽനിന്ന് അക്കാലത്തു നടപ്പുണ്ടായിരുന്ന വെട്ട്, തട മുതലായ ആയുധാഭ്യാസങ്ങളും ഓട്ടം, ചാട്ടം, മറിച്ചിൽ, തിരിച്ചിൽ മുതലായ കായികാഭ്യാസങ്ങളുമെല്ലാം ശീലമാക്കി. ആകപ്പാടെ കുറച്ചു ദിവസത്തെ അഭ്യാസംകൊണ്ടു കൊച്ചുണ്ണി ഒരൊന്നാന്തരം അഭ്യാസിയായിത്തീർന്നു എന്നു പറഞ്ഞാൽ മതിയല്ലോ. കൊച്ചുണ്ണിയുടെ അനിതരസാധാരണമായ ബുദ്ധിസാമർഥ്യംകൊണ്ട് തങ്ങൾക്കു വളരെ സന്തോഷം തോന്നി. ആ തങ്ങൾക്ക് ഈ വക അഭ്യാസങ്ങൾ മാത്രമല്ല ശീല മുണ്ടായിരുന്നത്. അയാൾ കൺകെട്ട്, ആൾമാറാട്ടം മുതലായ ജാലവിദ്യകളും ഗ്രഹിച്ചിട്ടുണ്ടായിരുന്നു. പക്ഷേ, അതൊന്നും അധികം പ്രയോഗിക്കുകയും ശിഷ്യരെ പഠിപ്പിക്കുകയും പതിവില്ലായിരുന്നു. കൊച്ചുണ്ണിയുടെ പേരിൽ അത്യധികമായി സന്തോഷവും വാത്സല്യവും തോന്നുകയാൽ തങ്ങൾ ആ വക വിദ്യകളും കൊച്ചുണ്ണിക്കു ഗൂഢമായി ഉപദേശിച്ചുകൊടുത്തു. ഇവയെല്ലാം ഗ്രഹിച്ചതിന്റെശേഷം കൊച്ചുണ്ണി യഥാശക്തി ഗുരുദക്ഷിണയും കൊടുത്തു. പീടികയിലെ കണക്കെഴുത്തുകാരുടേയും മറ്റും സഹായവും സഹവാസവും മുതലാളിയുടെ ആനുകൂല്യവും നിമിത്തം കൊച്ചുണ്ണി ഒരു വിധം തമിഴും മലയാളവും എഴുതാനും വായിക്കാനും ശീലമാക്കുകയും ചെയ്തു.

അങ്ങനെയിരിക്കുമ്പോൾ ഒരു ദിവസം വൈകുന്നേരം സന്ധ്യയ്ക്കു മുമ്പായി ഏവൂർ ക്ഷേത്രത്തിലെ ശാന്തിക്കാരൻ മൂന്നു തുലാം ശർക്കരയ്ക്ക് അത്യാവ ശ്യമാകയാൽ പണവും പാത്രവും കൊടുത്ത് ഒരാളെ പീടികയിൽ അയച്ചു. പീടികയിലുണ്ടായിരുന്ന ശർക്കര മുഴുവനും അവസാനിച്ചിരുന്നു. എങ്കിലും മുതലാളിയുടെ വീട്ടിൽ ശർക്കര ധാരാളം ശേഖരിച്ചിട്ടുണ്ടായിരുന്നു. വീട് പീടികയുടെ സമീപത്തു തന്നെ ആയിരുന്നു. അതിനാൽ വീട്ടിൽച്ചെന്നു കുറെ ശർക്കര എടുത്തുകൊണ്ടുവരുവാനായി മുതലാളി കൊച്ചുണ്ണിയെ വീട്ടിലേക്ക് അയച്ചു. കൊച്ചുണ്ണി വീട്ടിൽചെന്ന സമയം അവിടെയുള്ളവരെല്ലാം പടിപ്പുര അടച്ചു സാക്ഷയിട്ടു കളിക്കാൻ പോയിരിക്കുകയായിരുന്നു. വീട്ടിനു ചുറ്റും വലിയ മതിൽക്കെട്ടുമുണ്ടായിരുന്നു. കൊച്ചുണ്ണി രണ്ടുമൂന്നു വിളിച്ചിട്ടും ആരും മിണ്ടായ്കയാൽ അവൻ പാത്രവുംകൊണ്ടു പുറകുമറിഞ്ഞു മതിൽക്കെട്ടിനക ത്തു കടക്കുകയും വീട്ടിന്റെ ഇറയത്തു ചാറയിൽ നിറച്ചിട്ടിരുന്നതിൽനിന്ന് ആവശ്യപ്പെട്ട ശർക്കര പാത്രത്തിലാക്കി തലയിൽവെച്ചുകൊണ്ടു മുമ്പു മറിഞ്ഞു മതിൽക്കെട്ടിനു പുറത്തിറങ്ങുകയും പീടികയിൽ ചെന്നു മൂന്നുതുലാം ശർക്കര തൂക്കിക്കൊടുക്കുകയും ശേഷമുണ്ടായിരുന്നതു പീടികയിലെ ചാറയിലാക്കി അടച്ചു വെക്കുകയും ചെയ്തു. പിറ്റേദിവസം ആരോ പറഞ്ഞ് കൊച്ചുണ്ണി കാണിച്ച ഈ വിദ്യയും അവൻ കായംകുളത്തുപോയി അഭ്യാസങ്ങൾ പഠിച്ചുവെന്നുള്ള വിവരവും മുതലാളി അറിഞ്ഞു. അതുവരെ കൊച്ചുണ്ണി രാത്രികാലങ്ങളിൽ കായംകുളത്തുപോയി അഭ്യസിച്ച സംഗതി മുതലാളി അറിഞ്ഞിരുന്നില്ല. ഈ സംഗതികളെല്ലാം മനസ്സിലാക്കിയതിന്റെശേഷം മുതലാളി കൊച്ചു ണ്ണിയെ അടുക്കൽ വിളിച്ചു വീട്ടിൽനിന്നു ശർക്കര എടുത്തുകൊണ്ടു വന്നത് ഏതുപ്രകാരമായിരുന്നു എന്നും തങ്ങളുടെ അടുക്കൽ പോയി അഭ്യാസങ്ങൾ

പഠിക്കുകയുണ്ടായോ എന്നും മറ്റും ചോദിച്ചു. കൊച്ചുണ്ണി ഒന്നും മറച്ചുവയ്ക്കാതെ എല്ലാം സത്യമായി, ഉണ്ടായതുപോലെ സമ്മതിച്ചു പറഞ്ഞു. ഉടനെ മുതലാളി, നീ എനിക്ക് വളരെ സഹായങ്ങൾ ചെയ്തിട്ടുണ്ട്. അതൊന്നും ഞാൻ ഒരു കാലത്തും മറക്കുകയില്ല. നിന്റെപേരിൽ എനിക്കു വളരെ സന്തോഷവും വിശ്വാസവുമുണ്ട്. എങ്കിലും നീ ഇവിടെ താമസിക്കണമെന്നു തോന്നുന്നില്ല. ഞാൻ ഇങ്ങനെ പറയുന്നതു കൊണ്ട് നിനക്കു മനസ്താപവും എന്റെ പേരിൽ വിരോധവുമുണ്ടാകരുത്. എന്നും നീ എന്റെ ബന്ധുവായിത്തന്നെ ഇരിക്കണം. ഞാൻ ആവശ്യപ്പെടുന്ന സഹായങ്ങൾ എന്നും എനിക്കു നീ ചെയ്തു തരികയും വേണം. എന്നാൽ കഴിയുന്ന സഹായങ്ങൾ ഞാൻ നിനക്കും എന്നും ചെയ്തു തരുന്നതാണ് എന്നു പറഞ്ഞ് അന്നുവരെ കണക്കുതീർത്ത് അവനു കൊടുപ്പാനുണ്ടായിരുന്ന ശമ്പളവും ആയിരംപണം സമ്മാനമായിട്ടും കൊടുത്ത് അവന്റെ വീട്ടിലേക്കയച്ചു. അങ്ങനെ കൊച്ചുണ്ണി വലിയവീട്ടിൽ പീടികയിൽ നിന്നു പിരിഞ്ഞുപോകയും ചെയ്തു. അന്നു കൊച്ചുണ്ണിക്ക് ഇരുപതുവയസ്സു പ്രായമായിരുന്നു. അതിനാൽ അവൻ പീടികയിൽ ജോലിയായി താമസിച്ചു തുടങ്ങിയിട്ട് ഏകദേശം പത്തു കൊല്ലത്തോളമായിരുന്നുവെന്നു വിശേഷിച്ചു പറയണമെന്നില്ലല്ലോ.

കൊച്ചുണ്ണി സ്വഗൃഹത്തിൽ താമസമാക്കിയതിന്റെശേഷം അധികം താമസിയാതെ കല്യാണം കഴിച്ച് ഭാര്യയെ തന്റെ വീട്ടിൽ കൊണ്ടുവന്നു. ആയിടയ്ക്കുതന്നെ അവന്റെ മാതാപിതാക്കൻമാർ കാലഗതിയെ പ്രാപിച്ചു പോയി. ഭാര്യയ്ക്കു വളരെ ചെറുപ്പമായിരിക്കകൊണ്ടു കൊച്ചുണ്ണി തന്റെ ഭാര്യയുടെ മാതാവിനെക്കൂടി സ്വഗൃഹത്തിൽ കൊണ്ടുവന്നു പാർപ്പിച്ചു.

കൊച്ചുണ്ണിക്കു പിതൃസമ്പാദ്യമായിട്ടോ സ്വന്തസമ്പാദ്യമായിട്ടോ യാതൊരു മുതലുമില്ലാത്തതിനാൽ പിന്നെയും കാലക്ഷേപത്തിനു വളരെ ഞെരുക്കം തന്നെയായിരുന്നു. അതിനാലവൻ തന്റെ സതീർഥ്യരായ ചില മുഹമ്മദീയരെക്കൂടെ കൂട്ടുപിടിച്ചുകൊണ്ട് ചില അക്രമപ്രവർത്തികൾ തുടങ്ങി. അന്യരാജ്യങ്ങളിൽ ചെന്നു സഹായവിലക്കു വ്യാജചരക്കുകൾ വാങ്ങി ഇവിടെ (കായംകുളത്തു) കൊണ്ടുവന്നു വിറ്റു ലാഭമെടുക്കുകയാണ് കൊച്ചുണ്ണിയുടെ അക്രമപ്രവർത്തികളിൽ ആദ്യം പ്രധാനമായിട്ടുള്ളത്. പിന്നീട് ചിലരുടെ ഭവനങ്ങൾ ഭേദിച്ച് അകത്തുകടന്നു സർവവും കൊള്ളയിടുക, വഴിപോക്കരുടെ കൈവശമുള്ളതെല്ലാം പിടിച്ചുപറിക്കുക മുതലായവയും തുടങ്ങി. എന്നാൽ പാവപ്പെട്ടവരെയും മര്യാദക്കാരെയും ധർമ്മിഷ്ഠന്മാരെയും മറ്റും കൊച്ചുണ്ണി ഒരിക്കലും ഉപദ്രവിക്കാറില്ലായിരുന്നു. വലിയ ധനവാന്മാരും പച്ചവെള്ളം പോലും ആർക്കും കൊടുക്കാത്തവരുമായ ദുഷ്ടന്മാരുടെ ഭവനങ്ങളിൽ മാത്രമേ അവൻ കയറി കൊള്ളയിടാറുള്ളൂ. കൊച്ചുണ്ണിക്ക് ഒരിക്കൽ എന്തെങ്കിലും കൊടുത്താൽ പിന്നെ അവരെ അവൻ ഒരിക്കലും ഉപദ്രവിക്കാറില്ല. അവന് ഉപജീവനത്തിനു നിവൃത്തിയില്ലാതാകുമ്പോൾ വലിയ ധനവാൻമാരായിട്ടുള്ളവരുടെ അടുക്കൽ ചെന്നു തനിക്കു ഇത്ര രൂപവേണം, അല്ലെങ്കിൽ ഇത്ര പറ നെല്ലുവേണമെന്നു പറയും. ഉടനെ കൊടുത്തയച്ചാൽ പിന്നെ യാതൊരു ഉപദ്രവവുമില്ല. ഒരു സമയം മടക്കിക്കൊടുക്കുന്നതിനും അവനു വിരോധമില്ല. വാങ്ങിയ സംഖ്യയും പലിശയും കുറച്ചുകൂടെ വേണമെങ്കിൽ അതും അവൻ കൊടുത്തേക്കും. ചോദിച്ചിട്ടു കൊടുത്തില്ലെങ്കിൽ ആ കൊടുക്കാത്തവരുടെ സർവസ്വവും നാലു ദിവസത്തിനകം കൊച്ചുണ്ണി

കൊള്ളയടിച്ചുകൊണ്ടുപോകുമെന്നുള്ളതു നിശ്ചയമായിരുന്നു. കൊച്ചുണ്ണി ഇങ്ങനെ കൊള്ളചെയ്തെടുക്കുന്ന മുതലുകളെല്ലാം അവനും കൂട്ടുകാരുംകൂടി അനുഭവിക്കുക മാത്രമല്ല ചെയ്തിട്ടുള്ളത്. അവന്റെ വീതത്തിന്നു കിട്ടുന്നതു കൊണ്ട് അവൻ ധാരാളമായി ധർമ്മവും ചെയ്തിരുന്നു. കൊച്ചുണ്ണി ഈവക മുതലുകൾ സമ്പാദിക്കാറില്ല. അന്നന്നത്തേടം സുഖമായി കഴിഞ്ഞുകൂടണമെന്നു മാത്രമേ അവനു വിചാരമുണ്ടായിരുന്നുള്ളൂ.

സ്വദേശികളായ പാവപ്പെട്ടവരെ അവൻ ധാരാളമായി സഹായിച്ചുകൊണ്ടിരുന്നു. കൊച്ചുണ്ണിയുടെ കൂട്ടുകാരെല്ലാം ആദ്യം കേവലം നിർധനൻമാരായിരുന്നു. അവന്റെ സഹകരണം നിമിത്തം അവരെല്ലാം ക്രമേണ വലിയ ധനികന്മാരായിത്തീർന്നു. കൊച്ചുണ്ണിക്കു മാത്രം അധികം സമ്പാദ്യമൊന്നുമുണ്ടായിരുന്നില്ല. അവന്റെ ആശ്രിതന്മാരും സ്വദേശികളുമായിരുന്ന അനേകം പാവപ്പെട്ടവരും കൊച്ചുണ്ണിയുടെ സഹായം നിമിത്തം സമ്പന്നന്മാരായിതീർന്നിട്ടുണ്ട്. ഇന്ന ജാതിക്കാരെ അല്ലെങ്കിൽ ഇന്ന മതക്കാരെ മാത്രമേ സഹായിക്കയുള്ളൂ എന്നുള്ള നിർബന്ധം കൊച്ചുണ്ണിക്കുണ്ടായിരുന്നില്ല. ബ്രാഹ്മണനായാലും ശൂദ്രനായാലും സ്വജാതിയായാലും ക്രിസ്ത്യാനിയായാലും, അവനെ ആശ്രയിച്ചാൽ തന്നാൽ കഴിയുന്ന സഹായം അവൻ ചെയ്തുകൊടുത്തിരുന്നു. ആകപ്പാടെ നോക്കിയാൽ കൊച്ചുണ്ണിമൂലം അക്കാലത്തു സമ്പന്നന്മാരായിതീർന്നിട്ടുള്ള ദരിദ്രർക്കും നിർധനന്മാരായിത്തീർന്നിട്ടുള്ള ധനികർക്കും സംഖ്യയില്ല.

സ്ത്രീവിഷയമായിട്ടുള്ള ദുർനടപ്പും കൊച്ചുണ്ണിക്കു സാമാന്യത്തിലധികമുണ്ടായിരുന്നു. കൊച്ചുണ്ണി നിമിത്തം പല ജാതിയിലുമുള്ള കുലടകൾക്കും വളരെ സമ്പാദ്യമുണ്ടായിട്ടുണ്ട്. ഒരു ശൂദ്രസ്ത്രീയെ അവൻ ഏകദേശം ഭാര്യയായിതന്നെ വച്ചിരുന്നു. അത് എങ്ങനെയോ അവന്റെ ഭാര്യയുടെ തള്ള അറിഞ്ഞു വശമാവുകയും ഭാര്യയോടു പറയുകയും വീട്ടിൽ വളരെ ശണ്ഠകളും വഴക്കുമൊക്കെ ഉണ്ടാക്കിത്തീർക്കുകയും ചെയ്തു. എങ്കിലും കൊച്ചുണ്ണിക്ക് ആ ശൂദ്രസ്ത്രീയെ ഉപേക്ഷിക്കുന്നതിനു മനസ്സുവന്നില്ല. ഒരു ദിവസം ആ വൃദ്ധ (ഭാര്യയുടെ തള്ള) കൊച്ചുണ്ണിയോടു നേരിട്ടുതന്നെ ആ ശൂദ്രസ്ത്രീയുമായുള്ള സംസർഗ്ഗം മതിയാക്കണമെന്നു പറഞ്ഞു. അതു കൊച്ചുണ്ണിക്ക് ഒട്ടും രസമായില്ല. അതിനെക്കുറിച്ച് അവർ തമ്മിൽ വളരെ വാഗ്വാദമുണ്ടായി. വഴക്കുമുറുകി വന്നപ്പോൾ കൊച്ചുണ്ണിക്കു ദേഷ്യം വരികയും അവൻ ഒരു കുറുവടികൊണ്ട് വൃദ്ധയുടെ തലയ്ക്ക് ഒരടി കൊടുക്കുകയും വൃദ്ധ പെട്ടെന്നു മറിഞ്ഞു വീണു മരിച്ചു. ഈ കഥ ആരെയുമറിയിക്കാതെ കൊച്ചുണ്ണി അന്നുരാത്രിയിൽതന്നെ ആ വൃദ്ധയുടെ മൃതശരീരം ഒരു പായിൽ പൊതിഞ്ഞുകെട്ടി വലിയ കല്ലുവെച്ചു കായങ്കുളം കായലിൽ താഴ്ത്തിക്കളഞ്ഞു. എങ്കിലും ഒന്നുരണ്ടു ദിവസം കഴിഞ്ഞപ്പോൾ എങ്ങനെയോ സംഗതി പുറത്തൊക്കെ കുറേശ്ശേ സംസാരമായി. അങ്ങനെ അങ്ങു പറഞ്ഞ് ഇങ്ങു പറഞ്ഞ് വർത്തമാനം കാർത്തികപള്ളി തഹസീൽദാരുടെ ചെവിയിലുമെത്തി. ഉടനെ തഹശീൽദാർ (അക്കാലത്തു മജിസ്ട്രേട്ടെന്നു പറയാറില്ല) കൊച്ചുണ്ണിയെ പിടിച്ചേല്പിക്കുന്നതിനു പോലീസുകാർക്കു ഉത്തരവുകൊടുത്തു. എങ്കിലും അവനെ പിടിക്കുന്നതിന് അത്രയെളുപ്പത്തിൽ ആർക്കും കഴിഞ്ഞില്ല. കൊച്ചുണ്ണി വലിയ അഭ്യാസിയായിരുന്നതിനാൽ ഒരു പത്തുപന്ത്രണ്ടുപേരു വിചാരിച്ചാലും മറ്റും അവനെ പിടിക്കാൻ കഴിയുകയില്ല. സദാ അവന്റെ കയ്യിൽ കഠാരിയുടെ ആകൃതിയിൽ ഒരായുധമുണ്ടായിരിക്കും.

അവന്റെ കൂടെ വലിയ അഭ്യാസികളും അക്രമികളുമായ പല കൂട്ടുകാരും എപ്പോഴുമുണ്ടായിരിക്കും. അവനെ പിടിക്കാൻ ആർക്കും ധൈര്യമുണ്ടായില്ല. ഈ സംഗതി നടന്നതിന്റെ ശേഷം പോലീസുകാരുടെ അന്വേഷണം തുടങ്ങിയപ്പോൾ മുതൽ കൊച്ചുണ്ണി ഒളിച്ചും വളരെ കരുതലോടുകൂടിയുമാണ് നടന്നിരുന്നത്. അതിനാൽ അവനെ നേരെ കാണുന്നതിനുതന്നെ അത്ര എളുപ്പമല്ലായിരുന്നു. ഒരുസമയം കണ്ടാൽത്തന്നെയും പ്രാണഭയം നിമിത്തം അവനെ ആരും പിടിക്കയുമില്ലല്ലോ. കൊച്ചുണ്ണി ഒളിച്ചുനടക്കുകയായിരുന്നു എങ്കിലും സ്വദേശം വിട്ട് എങ്ങും പോയില്ല. കാർത്തികപ്പള്ളി, കരുനാഗപ്പള്ളി, മാവേലിക്കര ഈ മൂന്നു താലൂക്കുകളിലായിട്ട് അവൻ കഴിച്ചുകൂട്ടി. പിടിച്ചുപറി, മോഷണം മുതലായവ അക്കാലത്തും അവൻ യഥാപൂർവം നടത്തിക്കൊണ്ടുതന്നെ ഇരുന്നു.

കൊച്ചുണ്ണിയുടെ അക്രമങ്ങൾ ദിവസംപ്രതി വർദ്ധിക്കുകയും കായംകുളം കൊച്ചുണ്ണി എന്നുള്ള പ്രസിദ്ധി രാജ്യമൊട്ടുക്കു പരക്കുകയും, അപ്പോഴേക്കും അവനെ ഏതുവിധവും പിടിക്കണമെന്നുള്ള നിഷ്കർഷ ഗവൺമേണ്ടിന്നു കൂടി വരികയും ചെയ്തു. ഒടുക്കം 1025-ാംആണ്ട് ദിവാൻജി കാർത്തികപ്പള്ളിത്തഹസീൽദാരുടെ പേർക്കു നേരിട്ട് ഒരുത്തരവയച്ചു. അതിൽ ഒരു വാരത്തിനകം കൊച്ചുണ്ണിയെ പിടി ക്കാത്തപക്ഷം തഹശീൽദാരെ ഉദ്യോഗത്തിൽനിന്നും സ്ഥിരമായി മാറ്റുന്നതാണെന്നു തീർച്ചയായി പ്രസ്താവിച്ചിരുന്നു. ഈ ഉത്തരവു കണ്ടപ്പോൾ തഹശീൽദാർക്ക് വളരെ വിചാരവും വ്യസനവുമുണ്ടാക്കിയെന്നുള്ളതു പറയേണ്ടതില്ലല്ലോ. ബുദ്ധിമാനായ തഹശീൽദാർ കൊച്ചുണ്ണിയുടെ ഗൂഢസഞ്ചാരം ഏതെല്ലാം ദിക്കുകളിലാണെന്നും മറ്റും രഹസ്യമായി നടത്തിയ അന്വേഷണത്തിൽ അവനു മേല്പറഞ്ഞ ശൂദ്രസ്ത്രീയുമായി അടുപ്പമുണ്ടെന്നും മിക്ക ദിവസവും രാത്രി കാലങ്ങളിൽ അവൻ അവളുടെ വീട്ടിൽ വരുമെന്നും വേറെ ഒരു ശൂദ്രനും അവളുമായി സംസർഗ്ഗമുണ്ടെന്നും അയാൾക്ക് ആത്തരത്തിൽ കൊച്ചുണ്ണിയോടു രസമില്ലെന്നും മനസ്സിലായി. തഹസീൽദാർ ആ ശൂദ്രൻ മുഖാന്തരം ആരുമറിയാതെ ആ സ്ത്രീയെ വരുത്തി. അവളോട് 'നിന്നെ എന്റെ ഭാര്യയായി സ്വീകരിക്കണമെന്നു ഞാൻ വിചാരിക്കുന്നു. നീ അതു സമ്മതിക്കുന്നപക്ഷം അധികം താമസിയാതെ സംബന്ധം നടത്തണമെന്നാണ് ഞാൻ വിചാരിക്കുന്നത്. പക്ഷേ അങ്ങനെയായാൽ കൊച്ചുണ്ണിയുമായുള്ള അടുപ്പം വേണ്ടെന്നു വെക്കേണ്ടതായി വരും. അതും മുൻകൂട്ടി പറഞ്ഞേക്കാം' എന്നു പറഞ്ഞു. ഇതുകേട്ട് ആ പുംശ്ചലി ഒരു മേത്തനുമായുള്ള അടുപ്പത്തേക്കാൾ നല്ലത് ഒരു തഹസീൽദാരുടെ ഭാര്യയായിരിക്കുന്നതാണല്ലോ എന്നു വിചാരിച്ചു. 'അവിടുത്തെ ഇഷ്ടംപോലെയൊക്കെ ചെയ്യുന്നത് എനിക്കു സമ്മതമാണ്. അതിനുവേണ്ടി ഞാനെന്തെല്ലാം വേണമെങ്കിലും ചെയ്യാം' എന്നു പറഞ്ഞു. 'എന്നാൽ ഇന്നു രാത്രിയിൽ അവൻ വരുമ്പോൾ നീ ഈ മരുന്നിട്ടു കുറേ പാൽ കാച്ചി അവനു കൊടുക്കണം' എന്നു പറഞ്ഞു തഹശീൽദാർ ഒരു മരുന്നു അവളുടെ കൈയ്യിൽ കൊടുത്തു. അടുത്ത ദിവസം തന്നെ സംബന്ധം നടത്തിക്കളയാമെന്നും അതിലേക്കു വേണ്ടുന്നതൊക്കെ വട്ടംകൂട്ടുന്നതിനു തൽക്കാലം ഇതിരിക്കട്ടെ എന്നു പറഞ്ഞു തഹശീൽദാർ അമ്പതു രൂപയും കൊടുത്തു. അവൾ അതെല്ലാം വാങ്ങി സന്തോഷത്തോടുകൂടി വിട്ടിലേക്കു

വന്ന വഴിതന്നെ ആരുമറിയാതെ പോവുകയും ചെയ്തു.

ഏകദേശം പാതിരായായപ്പോൾ കൊച്ചുണ്ണി ഏകാകിയായി ആ ശൂദ്രസ്ത്രീയുടെ വീട്ടിലെത്തി. അവൻ കയ്യും തേച്ചുകഴുകി ശയന ഗൃഹത്തിൽ പ്രവേശിച്ചയുടനെ അവൾ തഹശീൽദാർ പറഞ്ഞിരുന്നതു പോലെ മരുന്നിട്ടു കാച്ചിപാൽ കൊണ്ടു ചെന്നു കൊടുത്തു. കൊച്ചുണ്ണിക്കു മുമ്പേതന്നെ അവൾ പാൽ കാച്ചികൊടുക്കുക പതിവുണ്ടായിരുന്നതിനാൽ അവൻ യാതൊരു സംശയവും കൂടാതെ പാലെടുത്തു കുടിക്കുകയും മാത്രനേരം കഴിഞ്ഞപ്പോൾ ബോധരഹിതനായി വിഴുകയും ചെയ്തു. അപ്പോഴേക്കും തഹസീൽദാർ മുൻകൂട്ടി ചട്ടംകെട്ടിയിരുന്നതുപോലെ ചില സഹായികളോടുകൂടി പോലീസുകാർ അവിടെ എത്തുകയും കൊച്ചുണ്ണിയെ ബന്ധിച്ചു കാർത്തികപ്പള്ളി ഠാണാവിലേക്ക് എടുത്തുകൊണ്ടുപോവുകയും ചെയ്തു. ആ സമയം കൊച്ചുണ്ണിക്കു തീരെ ബോധമില്ലായിരുന്നു. അവൻ ശവംപോലെ കിടക്കുകയായിരുന്നു. പോലീസുകാർ കൊച്ചുണ്ണിയെ ഠാണാവിലാക്കി കൈയ്ക്കും കാലിനും വിലങ്ങുവെയ്ക്കുകയും അപ്പോൾതന്നെ വിവരം തഹശീൽദാരുടെ അടുക്കൽ അറിയിക്കുകയും ചെയ്തു.

കൊച്ചുണ്ണിയെ ഭാര്യയുടെ തള്ളയെ അപായപ്പെടുത്തിയത് 1015-ാം ആണ്ട് ആയിരുന്നു. അക്കാലംമുതൽ പത്തുകൊല്ലം അവൻ ഒളിച്ചുനടക്കുകയായിരുന്നു. അതിനിടയ്ക്ക് അവനെ പിടിക്കുന്നതിന് ആരു വിചാരിച്ചിട്ടും കഴിഞ്ഞില്ല. ഒടുക്കം 25-ാം ആണ്ട് അവനെ പിടിച്ചതു മേല്പറഞ്ഞപ്രകാരം ചതിച്ചാണ്. കൊച്ചുണ്ണി സ്വബോധത്തോടുകൂടിയിരിക്കുകയാണെങ്കിൽ അന്നും അവനെ ആരും പിടിക്കുകയില്ലായിരുന്നു. കുലടകളെ വിശ്വസിച്ചാലുണ്ടാകുന്ന ഫലമിങ്ങനെയാണെന്ന് എല്ലാരും അറിഞ്ഞിരിക്കേണ്ടതാണ്.

തഹശീൽദാർ ആ രാത്രിയിൽതന്നെ കൊച്ചുണ്ണിയെ പിടിച്ചു കാർത്തികപ്പള്ളി ഠാണാവിലാക്കിയിരുന്നു എന്നുള്ള വിവരത്തിന് അടിയന്തിരത്തിൽ ഹജൂർക്ക് എഴുതിയയച്ചു. അവനെ ഉടനെ ഠാണാപ്പാറാവുവഴി വേണ്ടുന്ന കരുതലോടും ബന്തവസ്സോടുംകൂടി തിരുവനന്തപുരത്തേക്കയയ്ക്കാൻ അടിയന്തിരത്തിൽത്തന്നെ ഉത്തരവുവരികയും ചെയ്തു.

കൊച്ചുണ്ണിക്ക് അവനെ പിടിച്ചു ഠാണാവിലാക്കിയതിന്റെ പിറ്റേ ദിവസം നേരം വെളുത്തപ്പോഴേക്കും ബോധം വീണു. അപ്പോഴാണ് താൻ ബന്ധനത്തിലകപ്പെട്ടിരിക്കുകയാണെന്ന് അവനറിഞ്ഞത്. ഇത് ആ കുലടയുടെ വിശ്വാസവഞ്ചനയാൽ പറ്റിയതാണെന്ന് അവൻ അപ്പോൾതന്നെ മനസ്സുകൊണ്ടാലോചിച്ചു നിശ്ചയിക്കുകയും ചെയ്തു. അന്നു രാത്രിയാകുന്നതുവരെ അവൻ ഠാണാവിൽത്തന്നെ കിടന്നു. ഏകദേശം പത്തു നാഴിക രാത്രിയായപ്പോൾ വിലങ്ങുകളും പൊട്ടിച്ചു കൊച്ചുണ്ണി ഠാണാവിൽനിന്നു വെളിയിൽ ചാടി ഓടിക്കളഞ്ഞു. അവന്റെ കൈയ്യിൽ സദാ ഉണ്ടായിരിക്കാറുള്ള ആയുധം ആ ശൂദ്രസ്ത്രീയുടെ വീട്ടിലുണ്ടെങ്കിൽ എടുക്കാമെന്നു വിചാരിച്ച് അവൻ നേരെ അങ്ങോട്ടുതന്നെ നടന്നു. അവിടെ ചെന്നപ്പോൾ അവളും അവളുടെ ഇഷ്ടനായ ശൂദ്രയുവാവും കൂടി അത്താഴം കഴിഞ്ഞു സ്വൈരസല്ലാപവും

ചെയ്തുകൊണ്ടിരിക്കുകയായിരുന്നു. പുരയുടെ വാതിൽ ചാരിയിരുന്നെങ്കിലും സാക്ഷയിട്ടിട്ടുണ്ടായിരുന്നില്ല. അകത്തു വിളക്കുമുണ്ടായിരുന്നു. കൊച്ചുണ്ണി ഒട്ടും സംശയിക്കാതെ വാതിൽ തുറന്ന് അകത്തേക്കു കടന്നു. ആ സമയം കൊച്ചുണ്ണി അവിടെച്ചെല്ലുമെന്ന് അവൾ ലേശം പോലും വിചാരിച്ചിരുന്നില്ല. ഒരിക്കലും തിരിച്ചു വരാനിടയാകാതെ അവനെ തൂക്കിക്കൊല്ലുകയോ നാടുകടത്തുകയോ ചെയ്യുമെന്നായിരുന്നു അവരുടെ വിശ്വാസം. അങ്ങനെ ഇരിക്കെ പെട്ടെന്നു കൊച്ചുണ്ണിയെ കണ്ടപ്പോൾ അവരുടെ മനസ്സിലുണ്ടായ വികാരങ്ങൾ ഏതെല്ലാം പ്രകാരമായിരിക്കുമെന്നു വായനക്കാർ അവരുടെ മനോധർമംപോലെ ഊഹിച്ചുകൊള്ളുകയല്ലാതെ പറഞ്ഞറിയിക്കുന്ന കാര്യം പ്രയാസംതന്നെ. കൊച്ചുണ്ണിയെ കണ്ട മാത്രയിൽ രണ്ടുപേരും പെട്ടന്നെണീറ്റ് ഒരു സംഭ്രമത്തോടും വിറയലോടുംകൂടി മറയുടെ ഒരരികിലേക്കു മാറിനിന്നു. കൊച്ചുണ്ണി മുറിക്കകത്തു കടന്നിട്ട് ആദ്യം കണ്ട കട്ടിലിന്റെ താഴെ കിടന്നിരുന്നതായ സ്വന്തം ആയുധം പെട്ടെന്നു കയ്യിലെടുത്തു, കൊച്ചുണ്ണി ആയുധമെടുത്ത് ഒന്നു വീശുകയും ആ പുംശ്ചലിയുടെയും അവളുടെ ഇഷ്ടനായ ശൂദ്രന്റേയും തല താഴെ വീഴുകയും ഒരുമിച്ചുകഴിഞ്ഞു. കൊച്ചുണ്ണി അപ്പോൾ പുറത്തിറങ്ങിപ്പോവുകയും ചെയ്തു.

അവൻ പോയവഴിക്കുതന്നെ ഒരു കുളത്തിൽ ഇറങ്ങി കുളിയുംകഴിച്ചു സ്വഗൃഹത്തിലെത്തി. അപ്പോൾ അവന്റെ ഭാര്യ ഭർത്താവിനെ പോലീസുകാർ പിടിച്ചുകൊണ്ടുപോയി ഠാണാവിലാക്കിയെന്നുകേട്ടു വിഷാദിച്ച് അന്നു ജലപാനംപോലും കഴിക്കാതെ കിടക്കുകയായിരുന്നു. കൊച്ചുണ്ണി പുറത്തുചെന്നു വാതിലിൽ മുട്ടി പതുക്കെ വിളിച്ചു. വിളിച്ചതെല്ലാം അവൾ കേട്ടു എങ്കിലും അത് ഇന്നാളാണെന്നു നിശ്ചയം വരായ്കയാൽ അവൾ വാതിൽ തുറന്നില്ല. പിന്നെ കൊച്ചുണ്ണി സ്വല്പം ഉറക്കെ വിളിക്കുകയും 'സംശയിക്കേണ്ട ഞാൻ തന്നെയാണ്. വാതിൽ തുറക്ക്" എന്നു സ്പഷ്ടമായി പറയുകയും ചെയ്യുകയാൽ അവൾക്ക് ആൾ ഇന്നാളാണെന്നു മനസ്സിലാവുകയും വിളക്കുകൊളുത്തിക്കൊണ്ടുവന്നു വാതിൽ തുറക്കുകയും ചെയ്തു. പിന്നെ അവൾ വേഗം അരിവെച്ചു. രണ്ടുപേരും അത്താഴമുണ്ടു. കൊച്ചുണ്ണിക്കു പറ്റിയ അബദ്ധം അവനും ഭാര്യയ്ക്കുണ്ടായ വിഷാദവും മറ്റും അവളും പരസ്പരം പറഞ്ഞു. പുംശ്ചലിമാരുടെ ദുഷ്ടതയെക്കുറിച്ചും തന്റെ ഭാര്യയുടെ മനോഗുണത്തെയും സ്നേഹത്തേയും കുറിച്ചും കൊച്ചുണ്ണിക്ക് അന്നു കണ്ടുംകേട്ടും അനുഭവിച്ചും നല്ലപോലെ അറിയാനിടയായി. അന്നുമുതൽ അവൻ അന്യസ്ത്രീസംസർഗ്ഗമെന്നുള്ള ദുഷ്പ്രവർത്തി വേണ്ടെന്നു വയ്ക്കുകയും ചെയ്തു. പിന്നെ എന്നും കൊച്ചുണ്ണി ഏകപത്നീവ്രതത്തോടുകൂടിത്തന്നെയാണ് ഇരുന്നിട്ടുള്ളത്.

കൊച്ചുണ്ണി തടവുചാടിപ്പോയതിന്റെ പിറ്റേദിവസം കാർത്തികപ്പള്ളി താലൂക്കിൽ മുഴുവനും അടുത്ത പ്രദേശങ്ങളിലും ഒരു വലിയ ഭൂകമ്പം തന്നെയായിരുന്നു. നേരം വെളുത്തപ്പോൾ കൊച്ചുണ്ണിയെ കാണായ്കയാൽ ഠാണാമുതല്പേരും ശിപായിമാരുമെല്ലാം അണ്ടികളഞ്ഞ അണ്ണാനെപ്പോലെ വിഷണ്ണന്മാരായി തീർന്നു. ഉടനെ വിവരം തഹശീൽദാരെ അറിയിച്ചു. തഹശീൽദാർ കോപംകൊണ്ടും വ്യസനംകൊണ്ടും പരവശനായിത്തീർന്നു. അപ്പോഴേക്കും കീരിക്കാട്ട് ഒരു സ്ത്രീയെയും ഒരു പുരുഷനെയും വെട്ടിക്കൊന്നിരിക്കുന്നു

എന്നുള്ള വർത്തമാനവും തഹശീൽദാർ കേട്ടു. അദ്ദേഹം ആകപ്പാടെ പരിഭ്രമിച്ചുവശായി. എന്താണ വേണ്ടത്, എങ്ങോട്ടാണ് പോകേണ്ടത് എന്നിങ്ങനെയുള്ള വിചാരംകൊണ്ടു സംഭ്രാന്തചിത്തനായ തഹശീൽദാർ കൊച്ചുണ്ണിയെ അന്വേഷിച്ചു പിടിക്കുന്നതിനായി പോലീസുകാരെ വീണ്ടും നിയോഗിച്ചു. പോലീസുകാർ വളരെ ആളുകളെ സഹായത്തിനുകൂട്ടിക്കൊണ്ടു നാലുവഴിക്കും ഓട്ടവും അന്വേഷണവും തുടങ്ങി. തഹശീൽദാരും ഗുമസ്തനും ചില ശേവുകക്കാരും ഒട്ടുവളരെ ആളുകളുമായി കീരിക്കാട്ടേക്കും പോയി. സ്ഥലത്തു ചെന്നു ശവങ്ങൾ കണ്ടു യാദാസ്തുമെഴുതുകയും അവ മറവുചെയ്യുന്നതിനുവേണ്ട ഏർപ്പാടുകൾ ചെയ്യുകയും ചെയ്തു. മരിച്ചത് കൊച്ചുണ്ണിയെ പിടിക്കാൻ സഹായിച്ചവരാണെന്ന് അറിഞ്ഞപ്പോൾത്തന്നെ അവരെ കൊന്നതു കൊച്ചുണ്ണിതന്നെയാണെന്നും തഹശീൽദാർ തിർച്ചപ്പെടുത്തി. ചിലരുടെ അഭിപ്രായം കൊച്ചുണ്ണിയല്ല ഈ കൃത്യം നടത്തിയതെന്നും അവന്റെ കൂട്ടുകാരായിരിക്കണമെന്നുമായിരുന്നു. അപ്രകാരംതന്നെ കൊച്ചുണ്ണി തടവുചാടിയത് അവന്റെ സാമർത്ഥ്യംകൊണ്ടുമാത്രമായിരിക്കയില്ലെന്നും അവൻ റാണാക്കാരെ സ്വാധീനപ്പെടുത്തി അവരുടെ അറിവോടുകൂടി യായിരിക്കണമെന്നും ചിലർ അഭിപ്രായപ്പെട്ടു. ഇങ്ങനെ ഓരോരുത്തർ ഓരോന്നു പറഞ്ഞുതുടങ്ങി എന്നല്ലാതെ ഒന്നിനും മതിയായ ലക്ഷ്യമൊന്നുമില്ല. സകലദിക്കിലും സകല ജനങ്ങളുടെ ഇടയിലും കൊച്ചുണ്ണിയെന്നും തടവുചാടിയെന്നും ഇരട്ടക്കൊലപാതകമെന്നും മറ്റുമുള്ള സംസാരമല്ലാതെ കേൾപ്പാനില്ല. അങ്ങനെ രണ്ടുമൂന്നു ദിവസം കഴിഞ്ഞപ്പോൾ എല്ലാമൊട്ടു ശമിച്ചുതുടങ്ങി. പോലീസുകാരും മറ്റും കഴിയുന്ന അന്വേഷണമെല്ലാം നടത്തീട്ടും കൊച്ചുണ്ണിയുടെ പൊടിപോലും കാൺമാൻ കഴിഞ്ഞില്ല. അതിനിടയ്ക്ക് അവൻ നാട്ടുവിട്ടു പൊയ്ക്കളഞ്ഞു എന്നും ഒരു സംസാരം ചിലർ പറഞ്ഞുതുടങ്ങി. പക്ഷേ, കൊച്ചുണ്ണിയും കൂട്ടുകാരുംകൂടി ദിവസം പ്രതി ഓരോ അക്രമങ്ങളും കൊള്ളകളും വീണ്ടും നടത്തിക്കൊണ്ടിരുന്നതിനാൽ അവൻ എങ്ങും പോയിട്ടില്ലെന്നുതന്നെയായിരുന്നു മിക്കവരുടെയും വിശ്വാസം. വാസ്തവം അങ്ങനെതന്നെയായിരുന്നു.

കൊച്ചുണ്ണിയുടെ അക്രമങ്ങളും കൊള്ളകളും വീണ്ടും നാൾക്കുനാൾ വർദ്ധിച്ചു വരികയാൽ അവനെ പിടിച്ചേല്പിക്കുന്നതിന് മേലാവിൽനിന്ന് ഉത്തരവുകൾ ദിവസംപ്രതി വന്നുകൊണ്ടിരുന്നു. പോലീസുകാരുടെ അന്വേഷണവും മുറയ്ക്കു നടന്നുകൊണ്ടുതന്നെയിരുന്നു. എന്തെല്ലാമായിട്ടും അവനെ പിടികൂടാൻ കഴിഞ്ഞില്ല. അവന്റെയും കൂട്ടുകാരുടെയും ഉപദ്രവങ്ങൾകൊണ്ടു യാത്രക്കാർക്കു കരവഴിക്കും വള്ളംവഴിക്കും സഞ്ചരിക്കാൻ നിവൃത്തിയില്ലാതെയായിത്തീർന്നു. കൊച്ചുണ്ണിയും കൂട്ടുകാരും എപ്പോൾ എവിടെ ഉണ്ടായിരിക്കുമെന്ന് ആർക്കും നിശ്ചയമില്ല. ചില ദിവസങ്ങളിൽ ചില ഓടിവള്ളങ്ങളിൽ കയറി അവർ കായലിൽ സഞ്ചരിക്കുകയായിരിക്കും. അത് എന്നെല്ലാമെന്നും എപ്പോളെല്ലാമെന്നും ആർക്കും നിശ്ചയിക്കാൻ പാടില്ലായിരുന്നു. എന്നാൽ മിക്കപ്പോഴും അവരുടെ ഉപദ്രവം രാത്രികാലങ്ങളിലായിരുന്നു.

കൊച്ചുണ്ണിക്കു കൂട്ടുകാർ പലരുമുണ്ടായിരുന്നു. എന്നാൽ അവരിൽ പ്രധാനന്മാർ കോപ്പാറപ്പറമ്പിൽ മമ്മത്, കടുവാച്ചേരി വാവ, കോട്ടപ്പുറത്തു ബാപ്പുകുഞ്ഞ്, പക്കോലത്തു നൂറാമ്മത്, വലിയകുളങ്ങര കുഞ്ഞുമരയ്ക്കാർ, വാര്യവീട്ടുവടക്കേടത്തു കൊച്ചുപിള്ള എന്നിവരായിരുന്നു. ഇവരെല്ലാം

വലിയ അഭ്യാസികളും അക്രമികളും ശക്തന്മാരുമായിരുന്നു. എന്നാൽ കോപ്പാറപ്പറമ്പിൽ മമ്മത് സാധുക്കളെയും ഉപദ്രവിക്കുന്നവനും എന്തും ചെയ്യാൻ മടിയില്ലാത്തവനുമായിരുന്നു. സാധുപീഡനം കൊച്ചുണ്ണിക്കു വലിയ വിരോധമായിരുന്നു. അതിനാൽ മമ്മതിനെ അവർ ഇടക്കാലത്ത് ഉപേക്ഷിച്ചുകളഞ്ഞു. കൊച്ചുണ്ണി പലദിവസങ്ങളിൽ സ്വഗൃഹത്തിൽ പോകാറുണ്ടെന്നു മുമ്പ് പറഞ്ഞിട്ടുണ്ടല്ലോ. അതിനാൽ ആ ഒളിച്ചു നടന്ന കാലത്തിനിടക്കു മൂന്നുപുത്രൻമാരും ഒരു പുത്രിയും ജനിച്ചു എന്നുള്ളതും വ്യക്തമായിരിക്കുന്നു.

ഇങ്ങനെ കൊച്ചുണ്ണി 1015-ാംആണ്ടുവരെയും അതിന്റെ ശേഷം 1033-ാംആണ്ടുവരെയും ആകെ 18 വർഷം പിടികിട്ടേണ്ടും പുള്ളിയായി ഒളിച്ചുനടന്നും അക്രമപ്രവർത്തികൾകൊണ്ടുതന്നെ ഉപജീവനം കഴിച്ചും കാലക്ഷേപം ചെയ്തുവന്നു. 1033-ാംആണ്ടു മകരമാസത്തിൽ സർ ടി. മാധവരായരവർകൾ തിരുവിതാംകൂർ ദിവാനായി നിയമിക്കപ്പെട്ടു. അതോടുകൂടി കൊച്ചുണ്ണിക്കു ഗ്രഹപ്പിഴയും ആരംഭിച്ചു. മാധവരായർ ദിവാൻജിയായതിന്റെശേഷം രാജ്യക്ഷേമത്തിനായി അനേകം പരിഷ്കാരങ്ങൾ ചെയ്യണമെന്നു നിശ്ചയിച്ച കൂട്ടത്തിൽ പ്രധാനമായ ഒരു കാര്യം കൊച്ചുണ്ണി മുതലായവരുടെ അക്രമവും തന്നിമിത്തം ജനങ്ങൾക്കുള്ള ഉപദ്രവവും നിറുത്തണമെന്നുള്ളതായിരുന്നു. അദ്ദേഹം അതിനു വേണ്ടുന്ന ശ്രമങ്ങളും ചട്ടംകെട്ടുകളും മുറയ്ക്കു തുടങ്ങി. ചങ്ങനാശ്ശേരിയിൽച്ചേർന്ന വാഴപ്പള്ളിയിൽ പാപ്പാടിയിൽ കുഞ്ഞുപണിക്കർ കാർത്തികപ്പള്ളിയിൽ തഹശീൽദാരായി നിയമിക്കപ്പെടുകയും ആ തഹശിൽദാരുടെ പേർക്കു ദിവാൻജി കൊച്ചുണ്ണിയെ പിടിച്ചയയ്ക്കുന്നതിനു പ്രത്യേകം ഉത്തരവയച്ചു ചട്ടംകെട്ടുകയും ചെയ്തു. കുഞ്ഞുപണിക്കർ തഹശീൽദാർ നല്ല സമർഥനും ബുദ്ധിമാനും കാര്യശേഷിയുമുള്ളവനുമായിരുന്നു. എങ്കിലും അദ്ദേഹം പലവിധ ശ്രമങ്ങൾ ചെയ്തിട്ടും കൊച്ചുണ്ണിയെ പിടികിട്ടിയില്ല. ഒടുക്കം അദ്ദേഹം അവന്റെ കൂട്ടുകാരിൽ ചിലരെ സ്വാധീനപ്പെടുത്താതെ ഈ കാര്യം ഒരിക്കലും സാധിക്കയില്ലെന്നു തീർച്ചപ്പെടുത്തി. പിന്നെ അതിനായി ചില അന്വേഷണങ്ങളും ശ്രമങ്ങളും തുടങ്ങി. ആ അന്വേഷണത്തിൽ കോപ്പാറപ്പറമ്പിൽ മമ്മത് എന്നവനെ കൊച്ചുണ്ണി ഉപേക്ഷിച്ചുകളയുകയാൽ അവന് കൊച്ചുണ്ണിയോടു നല്ല രസമില്ലാതെ ഇരിക്കുകയാണെന്ന് അറിവു കിട്ടി; ഉടനെ മമ്മതിന് ഒരാളെ അയച്ച് അവനെ ഉപായത്തിൽ തഹസീൽദാർ തന്റെ അടുക്കൽ വരുത്തുകയും അവനെ സമ്മാനാദികൾ കൊണ്ടു സ്വാധീനപ്പെടുത്തുകയും അവൻ മുഖാന്തരം കൊച്ചുണ്ണിയുടെ മറ്റുള്ള കൂട്ടാകാരെക്കൂടി വശീകരിക്കുകയും കൊച്ചുണ്ണിയെ അകപ്പെടുത്താനുള്ള കൗശലങ്ങളെല്ലാം പറഞ്ഞു നിശ്ചയിക്കുകയും ചെയ്തു.

ഒരു ദിവസം വൈകുന്നേരം കൊച്ചുണ്ണിയുടെ ഇഷ്ടനും പ്രധാനകൂട്ടുകാരിൽ ഒരാളുമായ വാര്യത്തു വടക്കേടത്തു കൊച്ചുപിള്ള എന്നയാൾ അയാളുടെ ഭാര്യാഗൃഹമായ അമ്പിയൽ വീട്ടിൽ കൊച്ചുണ്ണിയെ വിളിച്ചുകൊണ്ടുപോയി ചില ലഹരിയുള്ള പദാർത്ഥങ്ങളും മറ്റു കൊടുത്ത് അവനെ ബോധരഹിതനാക്കിത്തീർത്തു. കൊച്ചുണ്ണി തലപൊക്കാൻ പാടില്ലാതെ മയങ്ങി ഒരു കട്ടിലിൽ കിടപ്പായി. ആ സമയം മമ്മത്, നൂറമ്മത്, ബാപ്പകുഞ്ഞ്, കുഞ്ഞുമരയ്ക്കാർ, വാവാ, കൊച്ചുപിള്ള മുതലായവരും കൂടി വലിയ കയറുകളിട്ടു കൊച്ചുണ്ണിയെ കട്ടിലിലോടുകൂടി വരിഞ്ഞുകെട്ടി. കെട്ടു മുറുകിതുടങ്ങിയപ്പോൾ കൊച്ചുണ്ണി കണ്ണു തുറന്നു നോക്കുകയും, കൊച്ചുപിള്ളകുഞ്ഞേ! നീയാണോ

എന്നെ ചതിച്ചത്? അപ്പന്റെ മുഖത്തു ചിരവടിക്കുന്ന മാതിരി നിനക്കുണ്ടെന്നു ഞാൻവിചാരിച്ചിരുന്നില്ല. എന്നെ ചതിച്ചവർക്കും എന്റെ അനുഭവം വരരുതാത്തതല്ല. എന്തുചെയ്യാം! എനിക്കു തല പൊങ്ങുന്നില്ല. എന്നു പറയുകയും ആ കിടന്നകിടപ്പിൽ അവന്റെ കൈയ്യിലിരുന്ന 'കത്താൾ' എന്ന ആയുധംകൊണ്ട് ചിലരെയൊക്കെ വെട്ടുകയും കുത്തുകയും വലിയ മുറിവുകളേല്പിക്കുകയും ചെയ്തു. അപ്പോഴെക്കും കൈ പൊക്കാൻ പാടില്ലാത്തവിധം കെട്ടു മുറുകുകയും കൊച്ചുപിള്ള മുതല്പേർ ആയുധം തട്ടിയെടുത്തു മാറ്റുകയും ചെയ്തു. പിന്നെ പോലീസുകാരും അവരുടെ കൂടെയുണ്ടായിരുന്നവരും മറ്റുംകൂടി കൊച്ചുണ്ണിയെ കട്ടിലോടുകൂടിയെടുത്തു കാർത്തികപ്പള്ളിയിൽ ഠാണാവിൽ കൊണ്ടുപോയി ആക്കി. പിറ്റേദിവസം രാവിലെ തഹശീൽദാരദ്ദേഹം ഠാണാവിൽ ചെന്നു കൊച്ചുണ്ണിക്കു വിലങ്ങു വയ്പിക്കുകയും അനേകം കുന്തക്കാർ, വാളൂരിപ്പിടിച്ച പോലീസുകാർ മുതലായി അനേകമാളുകളെക്കൂട്ടി അവനെ ഠാണാപ്പാറാവുവഴി തിരുവനന്തപുരത്തേക്ക് അയയ്ക്കുകയും ചെയ്തു. കൊച്ചുണ്ണിയെ തിരുവനന്തപുരത്ത് കൊണ്ടു ചെന്നിരിക്കുന്നതായി അറിഞ്ഞയുടനെ ദിവാൻജി അവനെ കച്ചേരിയിൽ വരുത്തിക്കാണുകയും പന്തിരു ഠാണാവിലാക്കി പ്രത്യേകം സൂക്ഷിക്കുന്നതിന് ഉത്തരവുകൊടുക്കുകയും അവന്റെ പേരിലുണ്ടായിരുന്ന കേസ്സുകളെല്ലാം മുറയ്ക്കു വിസ്തരിച്ചു വിധി കല്പിക്കുന്നതിനു വേണ്ടുന്ന ഏർപ്പാടുകളെല്ലാം ചെയ്യുകയും ചെയ്തു.

കൊച്ചുണ്ണിയെ പിടിച്ചു ബന്ധനത്തിലാക്കുന്നതിനു സഹായിക്കുകയും ശ്രമിക്കുകയും ചെയ്തവരിൽ പ്രധാനൻമാർ കൊച്ചുപിള്ള, കൊച്ചുകുഞ്ഞ്, മമ്മത്, എന്നിവരായിരുന്നു. അവരിൽ കീരിക്കാട്ടു പ്രവൃത്തിയിൽ കണക്കു തകഴിയിൽക്കാരൻ കൊച്ചുകുഞ്ഞുപിള്ളക്കു കൃഷ്ണപുരം പാർവത്യവും കൊച്ചുപിള്ളയ്ക്കു പത്തിയൂർ പാർവത്യവും മമ്മതിന് ഇടവാ മുതല്പേരുവേലയും തഹശീൽദാരദ്ദേഹം ശുപാർശ ചെയ്തു കൊടുപ്പിച്ചു. എങ്കിലും അവരും കൊച്ചുണ്ണിയുടെ കൂട്ടുകാരും അവനെ ബന്ധിക്കാൻ കൂടിയവരുമായ കടുവാച്ചേരി വാവ, കോട്ടപ്പുറത്തു ബാപ്പുകുഞ്ഞ്, ചക്കോലത്തു നൂറുമ്മത്, വലിയകുളങ്ങര കുഞ്ഞുമരക്കാർ എന്നിവരും താമസിയാതെ ഓരോ കേസ്സുകളിലകപ്പെട്ടു. 14 വർഷംവീതം കഠിനതടവിനു വിധിക്കപ്പെട്ട് പന്തിരുഠാണാവിൽ കൊച്ചുണ്ണിയുടെ അടുക്കൽതന്നെ ചെന്നുചേർന്നു. അവരെ കണ്ടപ്പോൾ സന്തോഷത്തോടുകൂടി കൊച്ചുണ്ണി 'എന്താ കൂട്ടരെ! ഞാൻപറഞ്ഞതുപോലെ പറ്റി, ഇല്ലേ' എന്നു ചോദിച്ചു. അപ്പോൾ അവർക്കെല്ലാം എത്ര മാത്രം പശ്ചാത്താപമുണ്ടായി എന്നു പറയാൻ പ്രയാസം. കൊച്ചുണ്ണി തന്റെ പേരിലുള്ള കേസ്സുകൾ വിസ്തരിച്ചുതീരുന്നതിനുമുമ്പ് ഠാണാവിൽ കിടന്നുതന്നെ 1034-ാം ആണ്ടു കന്നിമാസത്തിൽ തന്റെ 41-ാം വയസ്സിൽ ചരമഗതിയെ പ്രാപിക്കുകയും ചെയ്തു. കൊച്ചുണ്ണിയെ പിടികൂടി തിരുവനന്തപുരത്തേക്കയച്ചത് 33 ാംആണ്ടു മിഥുനമാസത്തിലായിരുന്നു. അവന് ആകെ 91 ദിവസം മാത്രമേ തടവിൽ കിടന്നു കഷ്ടപ്പെടേണ്ടിവന്നുള്ളൂ.

കൊച്ചുണ്ണി കാഴ്ചയിൽ നല്ല സുന്ദരനും ആജാനുബാഹുവും വെളുത്തു ചുവന്ന നിറത്തോടു കൂടിയ കോമളനുമായിരുന്നു. അവന്റെ വിരിഞ്ഞ നെഞ്ചും ഒതുങ്ങിയ അരയും വട്ടമുഖവും നീണ്ടകണ്ണുകളും വളഞ്ഞിരുണ്ട പുരികങ്ങളും എന്നുവേണ്ട, സകല അവയവങ്ങളും അത്യന്തം മനോഹരങ്ങളായിരുന്നു. അവന്റെ സംഭാഷണം വളരെ ശാന്തവും മധുരവുമായിരുന്നു. കൊച്ചുണ്ണി ആകെ

രണ്ടു സ്ത്രീകളെയും ഒരു പുരുഷനെയുമല്ലാതെ കൊന്നിട്ടില്ല. അവന്റെ കൂട്ടുകാരായിരുന്ന മമ്മതു മുതലായവരുടെ അക്രമങ്ങൾ വിചാരിച്ചാൽ കൊച്ചുണ്ണി വളരെ മര്യാദക്കാരനായിരുന്നു എന്നു തന്നെ പറയാം.

കൊച്ചുണ്ണിക്കു മൂന്നു പുത്രന്മാരും ഒരു പുത്രിയുമാണുണ്ടായിരുന്നതെന്നു മുമ്പു പറഞ്ഞിട്ടുണ്ടല്ലോ. അവരിൽ പ്രഥമപുത്രൻ ഒരു ശിക്ഷയിലകപ്പെട്ടു ജയിലിൽക്കിടന്നു തന്നെ മരിച്ചു. രണ്ടാമത്തെ പുത്രനും ഒരു ശിക്ഷയിലകപ്പെട്ടു ജയിലിലാക്കപ്പെട്ടുവെങ്കിലും അവൻ തടവു ചാടി പൊയ്ക്കളഞ്ഞു. അവനിപ്പോൾ ഉണ്ടോ ഇല്ലയോ, ഉണ്ടെങ്കിൽ തന്നെ എവിടെയാണ് എന്നൊന്നും രൂപമില്ല. മൂന്നാമത്തെപുത്രൻ ഇപ്പോൾ കച്ചവടംചെയ്ത് ഓച്ചിറയും, പുത്രി എരുവയിൽ ഭർത്തൃഗൃഹത്തിലും താമസിച്ചുവരുന്നു. ഇത്രയുമൊക്കെയാണ് കായംകുളം കൊച്ചുണ്ണിയുടെ ജീവിതകഥാസംക്ഷേപം. ഇനി കൊച്ചുണ്ണിയുടെ ഓരോ അക്രമ പ്രവൃത്തികളും അത്ഭുതകർമങ്ങളും പിന്നാലെ വിവരിക്കാം.

കൊച്ചുണ്ണി ആൾമാറാട്ടം, കൺകെട്ട് മുതലായ ജാലവിദ്യകളും അഭ്യസിച്ചിട്ടുണ്ടെന്ന് മുമ്പു പറഞ്ഞിട്ടുണ്ടല്ലോ. എന്നാൽ അവൻ അവയൊന്നും സാധാരണ ഉപയോഗിക്കാറില്ല. നിവൃത്തിയില്ലാതെവരുന്ന അവസരങ്ങളിലേ അവ പ്രയോഗിക്കാവൂ എന്നാണ് അവന്റെ ഗുരുനാഥനായ തങ്ങൾ അവനോടു പറഞ്ഞിരുന്നത്. എങ്കിലും കൊച്ചുണ്ണി ഒരു വിദ്യ ഒരിക്കലൊന്നു പ്രയോഗിച്ചു നോക്കി. കൊച്ചുണ്ണിയുടെ സ്വദേശമായ കീരിക്കാട്ട് ഏറ്റവും ധനവാനായ ഒരു നായരുണ്ടായിരുന്നു. കുടുബകാര്യങ്ങളെല്ലാം അന്വേഷിച്ചു നടത്തിയിരുന്നത് അയാൾ തന്നെയായിരുന്നുവെങ്കിലും അയാളുടെ സ്ഥിരതാമസം ഭാര്യാഗൃഹത്തിലായിരുന്നു. അയാൾ ഭാര്യയ്ക്കു പുതുതായി ഒരു വീടു പണിയിച്ചുകൊടുത്തു. അത് അകമേ നിരയും പുറമേ ഭിത്തിയുമായി വളരെ ഉറപ്പോടും ബലത്തോടുംകൂടിയാണ് പണിയിച്ചത്. ആ പുരപണി നടന്നുകൊണ്ടിരുന്നപ്പോൾ അയാളുടെ ഒരു സ്നേഹിതൻ പുരപണി കാണാനയിട്ട് അവിടെ ചെന്നു. പണികളെല്ലാം നോക്കിയിട്ട് ആ മനുഷ്യൻ, പുരയ്ക്കു ഭിത്തിയോ നിരയോ ഏതെങ്കിലും ഒന്നു പോരേ? രണ്ടുംകൂടി ഇതെന്തിനാണ്? എന്നു ചോദിച്ചു. അപ്പോൾ നായർ 'പണ്ടൊക്കെ അതുമതിയായിരുന്നു. ഇതു കൊച്ചുണ്ണിയുടെ കാലമായതുകൊണ്ട് അതു പോരാ. ഭിത്തിയോ നിരയോ ഒന്നു മാത്രമായിരുന്നാൽ അവൻ കുത്തിപ്പൊളിച്ച് അകത്തു കടക്കും രണ്ടുംകൂടി പൊളിച്ച് അകത്തുകടക്കാൻ അത്രയെളുപ്പമല്ലല്ലോ' എന്നു പറഞ്ഞു. 'അതു ശരിതന്നെ' എന്നു മറ്റേയാൾ സമ്മതിക്കുകയും ചെയ്തു. ഇങ്ങനെ ഇവർ തമ്മിൽ പറഞ്ഞ ഈ വർത്തമാനം എങ്ങനെയോ കൊച്ചുണ്ണി അറിഞ്ഞു. എങ്കിലും തൽക്കാലം അവനൊന്നിനും പോയില്ല.

പുരപണിയും വാസ്തുബലിയും ഗൃഹപ്രവേശവുമെല്ലാം കഴിഞ്ഞു ഭാര്യാപുത്രാദികളോടുകൂടി നായർ പുത്തൻപുരയിൽ താമസവുമായി. നായർ നല്ല കാര്യസ്ഥനും കണിശക്കാരനുമായിരുന്നു. പൊന്നു പണയം കിട്ടാതെ അയാൾ ആർക്കും ഒരു കൊച്ചു കാശുപോലും കടം കൊടുക്കുക പതിവില്ല. പലരും പണയം വെച്ച് അയാളോടു പണം വാങ്ങാറുണ്ടായിരുന്നു. ഒരിക്കൽ അവിടെ അടുക്കൽത്തന്നെയുള്ള ഒരാൾക്ക് ഒരായിരം രൂപയ്ക്ക് ഒരത്യാവശ്യം നേരിടുകയാൽ ഏകദേശം രണ്ടായിരം രൂപ വിലയ്ക്കുള്ള പൊൻപണ്ടങ്ങൾ ഇയാളുടെ അടുക്കൽ പണയംവെച്ചു രൂപ വാങ്ങി കൊണ്ടുപോയി. ആ വിവരവും എങ്ങനെയോ കൊച്ചുണ്ണി അറിഞ്ഞു.

അങ്ങനെയിരിക്കുമ്പോൾ കൊച്ചുണ്ണിക്കും ചെലവിനൊന്നുമില്ലാതെ ഒരിക്കൽ വലിയ ഞെരുക്കമായിത്തീർന്നു. ഏതെങ്കിലും ഈ നായരുടെ അടുക്കലല്ലോയി ചോദിക്കാം എന്നു വിചാരിച്ച് അവൻ അയാളുടെ അടുക്കൽചെന്ന്, എനിക്ക് ഒരു നൂറു ഉറുപ്പികയ്ക്ക് ഒരത്യാവശ്യം നേരിട്ടിരിക്കുന്നു. ഇവിടെയുണ്ടെങ്കിൽ കിട്ടിയാൽക്കൊള്ളാം എന്നു പറഞ്ഞു.

നായർ: അത്യാവശ്യം, ചെലവിനൊന്നുമില്ല, അതുതന്നെ അല്ലേ? ആട്ടേ, ഉറുപ്പിക ഞാൻതരാം. എന്നാലതു കൊച്ചുണ്ണിയെ പേടിച്ചിട്ടാണെന്നു വിചാരിക്കരുത്. കൊച്ചുണ്ണിയുടെ അക്രമമൊന്നും ഇവിടെ പറ്റുകയില്ല. അതു കരുതിത്തന്നെയാണ് ഞാൻ പുര പണിയിച്ചിരിക്കുന്നത്.

കൊച്ചുണ്ണി: അതു ഞാൻ പുരപ്പണിക്കാലത്തുതന്നെ അറിഞ്ഞു. ഭയപ്പെടുത്തി പണം വാങ്ങുക എനിക്കു പതിവില്ല. മര്യാദക്കു ചോദിക്കും കിട്ടിയെങ്കിൽ വാങ്ങും ഇല്ലെങ്കിൽ പിന്നെ വേറെ വഴിനോക്കും. അങ്ങനെയാണ് പതിവ്.

നായർ: ശരിതന്നെ. അതെനിക്കറിയാം. എങ്കിലും വെറുതേ ഇവിടെ വന്ന് വിഡ്ഢിത്തം കളിക്കേണ്ട എന്നു വിചാരിച്ചു പറഞ്ഞു എന്നേയുള്ളൂ.

ഇങ്ങനെ പറഞ്ഞ് നായർ നൂറു ഉറുപ്പികയും എണ്ണിക്കൊടുത്തു. കൊച്ചുണ്ണി വാങ്ങിക്കൊണ്ടുപോവുകയും ചെയ്തു. നായർ പണം കൊടുത്തതുകൊണ്ട് കൊച്ചുണ്ണിക്കു വലിയ സംശയമായിത്തീർന്നു. 'ഇനി ഇയാളെ ഉപദ്രവിക്കുന്നതു കഷ്ടവും നമ്മുടെ പതിവിനു വിപരീതവുമാണ്. എങ്കിലും ഇയാളുടെ ഊറ്റത്തിനു ഇയ്യാളെ ഒന്നു പറ്റിക്കാതെയിരിക്കുന്നതു ശരിയല്ല. ആട്ടെ, തരം വരും. അപ്പോൾ നോക്കാം' എന്നിങ്ങനെ വിചാരിച്ചു കൊച്ചുണ്ണി ആ നായരെ കളിപ്പിക്കുന്നതിനു തരംനോക്കിക്കൊണ്ടിരുന്നു.

അഞ്ചാറു മാസം കഴിഞ്ഞപ്പോൾ ഒരു ദിവസം സന്ധ്യാസമയത്ത് നായർ എണ്ണതേച്ചു കുളിക്കാനായിട്ടു വീട്ടിൽനിന്ന് ഇറങ്ങിപ്പോയി. അയാളുടെ ഭാര്യ അടുക്കളയിലേക്കും പോയി. മാത്ര കഴിഞ്ഞപ്പോൾ ഭർത്താവു മുറ്റത്തു വന്നു നിന്നു വിളിക്കുന്നതായി ആ സ്ത്രീക്കു തോന്നി. അവർ പുറത്തേക്കു വന്നപ്പോൾ അവർക്കു തോന്നിയതുപോലെ തന്നെ കാണുകയും ചെയ്യുകയാൽ 'കുളിക്കാൻ പോയിട്ട് കുളിക്കാതെ പോന്നതെന്താണ്?' എന്നു ചോദിച്ചു. മുറ്റത്തുനിന്നയാൾ, 'ഇന്നാൾ നമ്മുടെ കൃഷ്ണപിള്ള ചില പണ്ടങ്ങൾ ഇവിടെ പണയംവെച്ച് ആയിരം ഉറുപ്പിക വാങ്ങിക്കൊണ്ടുപോയില്ലേ? അതു പലിശയോടുകൂടി കൊണ്ടുവന്നിരിക്കുന്നു. ആ പണയമെടുത്തുകൊടുക്കണം. എന്റെ കൈയ്യിൻമേലൊക്കെ എണ്ണയാണല്ലോ, അതുകൊണ്ട് താക്കോലെടുത്തു പെട്ടിതുറന്ന് ആ പണ്ടങ്ങൾ എടുത്ത് ഇങ്ങോട്ടു തരികയും, ഈ പണം പെട്ടിയിൽവെച്ചു പൂട്ടി താക്കോൽ പതിവുള്ള സ്ഥലത്തുതന്നെ വെച്ചേക്കുകയും വേണം' എന്നു പറഞ്ഞ് ഒരു വലിയ ജാളിക ഇറയത്തു വെച്ചു. ആ സ്ത്രീ അയാൾ പറഞ്ഞതുപോലെ ഒക്കെ ചെയ്തു. അയാൾ പണ്ടങ്ങളുമെടുത്തു പുറത്തേക്കിറങ്ങിപ്പോയി. സ്ത്രീ വീണ്ടും അടുക്കളയിലേക്കും പോയി.

അതിന്റെ ശേഷം പത്തുപതിനഞ്ചുദിവസം കഴിഞ്ഞപ്പോൾ പണയംവെച്ചു പണംവാങ്ങിക്കൊണ്ടുപോയ കൃഷ്ണപിള്ള പണവും പലിശയും കൊണ്ടുവന്നു. ആ ധനികനായ നായർ മുതലും പലിശയുമെല്ലാം കണക്കുപറഞ്ഞ് എണ്ണിവാങ്ങിയതിന്റെ ശേഷം പണയപ്പണ്ടങ്ങളെടുത്തു കൊടുക്കാനായി താക്കോലെടുത്തു പെട്ടിതുറന്നു. അപ്പോൾ അതിൽ ഒരു വലിയ 'ജാളിക' ഇരിക്കുന്നതായി കണ്ടു. അയാൾ വളരെ അത്ഭുതപ്പെട്ടു. താനറിയാതെ ഈ

'ജാളിക' പൂട്ടിവെച്ചിരുന്ന പെട്ടിയിൽ വന്നതെങ്ങനെയെന്നു സംശയിച്ച് അയാൾ ഭാര്യയെ വിളിച്ചു ചോദിച്ചു.

ഭാര്യ: അല്ലേ! അതു നിങ്ങൾ തന്നെ കൊണ്ടുവന്നു തന്നു് എന്നെക്കൊണ്ടു പെട്ടിയിൽ വെയ്പിച്ചതല്ലേ? എന്താ ഈയിടെ ഇത്രവലിയ മറവി?

നായർ: ഞാനിങ്ങനെ ഒരു ജാളിക കൊണ്ടുവന്നു തന്നുവോ? അത്ഭുതം തന്നെ. ഇതെന്നായിരുന്നു?

ഭാര്യ: ഇന്നേക്കു പത്തോ പതിനഞ്ചോ ദിവസമായിരിക്കും. അതിലധികമായിട്ടില്ല. ഇന്നാളൊരുദിവസം സന്ധ്യയ്ക്ക് എണ്ണതേച്ചു കൊണ്ടു കുളിക്കാൻ പോയില്ലേ? അന്നാണ്.

നായർ: അന്നെന്നല്ല, ഒരിക്കലും ഇങ്ങനെ ഒരു ജാളിക ഞാൻ നിന്റെ കയ്യിൽകൊണ്ടുവന്നു തരികയുണ്ടായില്ല.

ഭാര്യ: ഇങ്ങനെ പറഞ്ഞാൽ വിഷമമാണ്. കുളിക്കാനായി ഇറങ്ങിപ്പോയിട്ടു മാത്ര കഴിഞ്ഞപ്പോൾ നിങ്ങൾ തിരിയെ വന്നു മുറ്റത്തു നിന്നുകൊണ്ട് എന്നെ വിളിക്കുകയും ഞാൻ പുറത്തേക്കു വന്നപ്പോൾ കൃഷ്ണപിള്ള പണവും പലിശയും കൊണ്ടുവന്നിരിക്കുന്നുവെന്നും നിങ്ങളുടെ കയ്യിന്മേലൊക്കെ എണ്ണയുള്ളതുകൊണ്ടു ഞാൻ താക്കോലെടുത്തു പെട്ടിതുറന്നു പണയപ്പണ്ടങ്ങളെല്ലാമെടുത്തു തരികയും ഈ ജാളികയെടുത്തു പെട്ടിയിൽ വെച്ചുപൂട്ടി താക്കോൽ പതിവുസ്ഥലത്തു വെയ്ക്കുകയും ചെയ്യണമെന്ന് നിങ്ങളെന്നോടു പറയുകയും ജാളിക ഇറയത്തു വെച്ചുതരികയും ചെയ്തത് ഈ ദിവസത്തിനിടയ്ക്കു നിങ്ങൾ മറന്നു പോയോ? എന്നാൽ അത്ഭുതം തന്നെ.

നായർ: ഭ്രാന്തു പറയുന്ന നിന്നോട് എന്തു പറയുന്നു? ആട്ടേ, എന്നിട്ടു നീയാ പണ്ടങ്ങളൊക്കെ എന്തു ചെയ്തു?

ഭാര്യ: ഞാനെടുത്തു നിങ്ങളുടെ കയ്യിൽ കൊണ്ടുവന്നു തന്നു.

നായർ: അയ്യോ! ഇങ്ങനെ ഭോഷ്ക്ക് പറയരുത്. പെണ്ണുങ്ങൾ ധാരാളം പൊളി പറയുന്നവരാണ്. എന്നാൽ ഇങ്ങനെ ആരും പറഞ്ഞുകേട്ടിട്ടില്ല. നീയും ഇതിനുമുമ്പ് എന്നോടിങ്ങനെ പറഞ്ഞിട്ടില്ല. ഇപ്പോൾ നിന്റെ ബുദ്ധിക്ക് എന്തോ സ്വല്പം സ്വല്പമല്ല, വളരെ വല്ലായ്മ സംഭവിച്ചിട്ടുണ്ട്. അതാണിങ്ങനെ പറയുന്നത്.

ഭാര്യ: എന്റെ ബുദ്ധിക്ക് ഒരു വല്ലായ്മയും വന്നിട്ടില്ല. വാസ്തവം പറഞ്ഞാൽ പറയുന്നോരുടെ ബുദ്ധിക്കുതന്നെയാണ് ഇപ്പോൾ ഏതാണ്ട് വല്ലായ്മ പറ്റിയിരിക്കുന്നത്.

ഇങ്ങനെ ഇവർ തമ്മിൽ ഏതാനും വാഗ്വാദം കഴിഞ്ഞതിന്റെ ശേഷം നായർ ജാളികയഴിച്ചു കുടഞ്ഞിട്ടു. ഹാ! കഷ്ടം! അതിലുണ്ടായിരുന്നതു മുഴവനും കരിങ്കൽച്ചില്ലി. അയ്യോ! എന്നൊരു നിലവിളിയോടുകൂടി നായർ മൂർച്ഛിച്ചുനിലത്തു പതിച്ചു. നായരുടെ പാരവശ്യം കണ്ടു ഭാര്യയും ബോധം കെട്ടുവീണു. നായരെ കൃഷ്ണപിള്ളയും ഭാര്യയെ സമീപത്തു നിന്നിരുന്ന ദാസിയും താങ്ങിപ്പിടിച്ചു രണ്ടുപേരുടേയും മുഖത്തു കുറേശ്ശേ വെള്ളംതളിച്ചിട്ടു വിശറിയെടുത്തു വീശിത്തുടങ്ങി. മാത്രനേരം കഴിഞ്ഞപ്പോൾ നായർ കണ്ണുതുറന്ന് എണീറ്റിരുന്നു. അയാൾ ധൈര്യത്തെ അവലംബിച്ചുകൊണ്ട് 'ആട്ടെ കൃഷ്ണപിള്ളേ! പറ്റിയതൊക്കെ പറ്റി. പോയതൊക്കെ പോകട്ടേ. ഇനി നമ്മുടെ ഏർപ്പാടു തീർക്കാനെന്താണ് വേണ്ടതെന്നു പറയൂ' എന്നു പറഞ്ഞു.

കൃഷ്ണപിള്ള: ഞാനെന്തു പറയുന്നു? എല്ലാം നിങ്ങൾതന്നെ നിശ്ചയിച്ചാൽ മതി.
നായർ: നിങ്ങളുടെ പണ്ടങ്ങൾ കൈമോശം വന്നുപോയി. ഇനി നിങ്ങൾക്കു പകരം പണ്ടങ്ങൾ പണിയിച്ചു തരികയോ വില തരികയോ ചെയ്യാം. അതല്ലാതെ നിവൃത്തിയില്ലല്ലോ. അതിലേതാണു വേണ്ടതെന്നു പറയൂ.
കൃഷ്ണപിള്ള: എനിക്കു പണ്ടമാണെങ്കിൽ എന്റെ പണ്ടങ്ങൾതന്നെ കിട്ടണം. അല്ലെങ്കിൽ വില മതി. പകരം പണിയിച്ചു തരണമെന്നില്ല.
നായർ: ആട്ടെ വില എന്തുവരും?
കൃഷ്ണപിള്ള: അതു നമ്മൾ അന്നുതന്നെ തീർച്ചപ്പെടുത്തീട്ടുണ്ടല്ലോ. രണ്ടായിരം രൂപ വിലയ്ക്കുണ്ടെന്നു നിങ്ങൾ തന്നെയല്ലേ അന്നു സമ്മതിച്ചു പറഞ്ഞത്. എനിക്ക് അതു കിട്ടിയാൽ മതി. ഞാൻ മര്യാദക്കേടൊന്നും പറയുകയില്ല.
നായർ: ശരി. രണ്ടായിരം രൂപ തന്നേക്കാം. എന്നാൽ തൽക്കാലം മുഴുവനും തരുന്നതിന് ഇവിടെ പണം ഇല്ലാതെയിരിക്കുന്നു. നിങ്ങൾ കൊണ്ടുവന്നു തന്നതിൽ നിന്ന് ആയിരം രൂപ രൊക്കം തന്നേക്കാം. ആയിരം രൂപയ്ക്കു തൽക്കാലം ഞാനൊരു പ്രമാണം എഴുതിത്തരാം.
കൃഷ്ണപിള്ള: ധാരാളം മതി. പ്രമാണം തന്നെ വേണമെന്നില്ല. നിങ്ങൾ തന്നേക്കാമെന്നു വാക്കു പറഞ്ഞാലും മതി.
നായർ: അതു പോരാ. മനുഷ്യാവസ്ഥയ്ക്കു പ്രമാണമുണ്ടായിരിക്കേണ്ടത് അത്യാവശ്യമാണ്. പണമേർപ്പാടാണെങ്കിൽ ലൗകികവും ദാക്ഷിണ്യവും ആവശ്യമില്ല. എന്നു പറഞ്ഞ് നായർ ആയിരം രൂപ റൊക്കം എണ്ണിക്കൊടുക്കുകയും ഒരോലയെടുത്തുവാർന്നു മുറിച്ചു ആയിരം രൂപയ്ക്ക് ഒരു പ്രമാണമെഴുതികൊടുക്കുകയും ചെയ്തിട്ടു 'കൃഷ്ണപിള്ളേ! ഈ ആയിരം രൂപ മുപ്പതു ദിവസത്തിനകം തന്നു ഞാനീ പ്രമാണം മടക്കി വാങ്ങിക്കൊള്ളാം. എന്നാൽ നിങ്ങൾ ഈ സംഗതി ആരോടും പറഞ്ഞു പോകരുത്. പണം പോകുന്നതിലല്ലാ, വല്ലവരുമൊക്കെ പരിഹസിക്കുന്നതു കേൾക്കുന്ന കാര്യമാണ് സങ്കടം'എന്നു പറഞ്ഞു.
കൃഷ്ണപിള്ള: ഞാൻപറഞ്ഞിട്ട് ഈ സംഗതി പുറത്തുപോവുകയില്ല. നിശ്ചയം തന്നെ എന്നു പറഞ്ഞു കൃഷ്ണപിള്ള പണവും പ്രമാണവുമെടുത്ത് പുറത്തിറങ്ങിപ്പോയി.

ഇത്രയും കഴിഞ്ഞപ്പോഴേക്കും നായരുടെ ഭാര്യയ്ക്കും ബോധം വീണു. അവരും എണീറ്റു പൂമുഖത്തു നായരുടെ അടുക്കൽ വന്നു. വിഷാദിച്ചു വിചാരമഗ്നനായി ഒന്നും മിണ്ടാതെയിരുന്നിരുന്ന നായരെ കണ്ടിട്ടു ഭാര്യ വ്യസനിച്ചുകൊണ്ട് ഓരോന്നും പറഞ്ഞുതുടങ്ങി. ആസമയം നമ്മുടെ കൊച്ചുണ്ണി അവിടെക്കേറിച്ചെന്ന് ഈ ഭാര്യാഭർത്താക്കൻമാരെ കണ്ടിട്ട് 'ഇന്നെന്താ രണ്ടുപേരും ഒരുത്സാഹമില്ലാതെ വലിയ വിചാരത്തിൽ മുഴുകിയവരെപ്പോലെയായിരിക്കുന്നത്' എന്നു ചോദിച്ചു. ഉടനെ ഭാര്യ അവിടെയുണ്ടായിരുന്ന സംഗതികളെല്ലാം കൊച്ചുണ്ണിയെ പറഞ്ഞു കേൾപ്പിച്ചു. അതു നായർക്ക് ഒട്ടും രസിച്ചില്ല. സംഗതി ആരെയും അറിയിക്കാതെ കഴിക്കണമെന്നായിരുന്നുവല്ലോ അയാളുടെ വിചാരം. അതു ഭാര്യ മനസ്സിലാക്കിയില്ല. പറഞ്ഞുതുടങ്ങിയപ്പോൾ നായർ രണ്ടുമൂന്നു പ്രാവശ്യം ചില ആംഗ്യങ്ങൾകൊണ്ടു വിലക്കി. അതൊന്നും ആ സ്ത്രീ കണ്ടുമില്ല. വർത്തമാനങ്ങളൊക്കെ കേട്ടുകഴിഞ്ഞപ്പോൾ കൊച്ചുണ്ണി നായരുടെ നേരെ നോക്കിയിട്ട് 'അയ്യോ കഷ്ടം! ഇതു വലിയ കുറച്ചിലായിപ്പോയി. പുര എങ്ങനെ പണിയിച്ചാലും കൊണ്ടുപോകുന്നവൻ

കൊണ്ടുപോകതന്നെ ചെയ്യുമെന്ന് ഇനിയെങ്കിലും മനസ്സിലാക്കിയാൽ കൊള്ളാം. കൊച്ചുണ്ണിക്കു വല്ലതും വേണമെങ്കിൽ പുര കുത്തിപ്പൊളിച്ച് അകത്തു കടന്നിട്ടു വേണമെന്നില്ല. കൊച്ചുണ്ണി പുറത്തു നിന്നാലും വേണമെങ്കിൽ അകത്തുള്ളതു പുറത്തു വരും. ഇതാ കൃഷ്ണപിള്ളയുടെ പണ്ടങ്ങൾ. എല്ലാം ഇല്ലേ എന്നു നോക്കിക്കൊള്ളണം. കൊണ്ടുചെന്നു കൊടുത്ത് ഉടനെ നിങ്ങളുടെ രൂപയും പ്രമാണവും മടക്കിവാങ്ങിക്കൊണ്ടുപോരണം. എനിക്കിതിലൊന്നും വേണ്ട. ഇനിയെങ്കിലും നിങ്ങൾ പറഞ്ഞിട്ടുള്ളതു പോലെ ഊറ്റം പറയാതിരുന്നാൽ മതി' എന്നു പറഞ്ഞു പണ്ടങ്ങളെല്ലാം നായരുടെ മുമ്പിൽ വച്ചിട്ടു കൊച്ചുണ്ണി ഇറങ്ങിപ്പോവുകയും ചെയ്തു. പണ്ടങ്ങൾ കിട്ടിയതുകൊണ്ടു നായർക്കു വളരെ സന്തോഷമുണ്ടായി. എങ്കിലും അയാളുടെ മുഖം ആ സമയം പുളിശ്ശേരി കുടിച്ചതുപോലെ ഇരുന്നു എന്നുള്ളതു പറയണമെന്നില്ലല്ലോ. ഭാര്യയുടെ മനസ്സിൽ അത്ഭുതമോ ലജ്ജയോ അധികമുണ്ടായതെന്നു തീർച്ച പറവാൻ പ്രയാസം. കൊച്ചുണ്ണി ആൾമാറാട്ട വിദ്യയിലും അദ്വിതീയനായിരുന്നുവെന്നുള്ളത് ഈ കഥകൊണ്ടു സ്പഷ്ടമാകുന്നുണ്ടല്ലോ. ഈ സംഗതി പ്രസിദ്ധമായപ്പോൾ നാട്ടുകാരുടെയിടയിൽ കൊച്ചുണ്ണിയെക്കുറിച്ചുണ്ടായിരുന്ന ഭയവും ബഹുമാനവും ശതഗുണീഭവിച്ചു.

ഇനി കൊച്ചുണ്ണിയുടെ തൽക്കാലോചിത കർത്തവ്യജ്ഞാനത്തിനു ദൃഷ്ടാന്തമായിട്ട് ഒരു സംഗതി പറയാം.

ഒരിക്കൽ കൊച്ചുണ്ണി ചെലവിനൊന്നുമില്ലാതെ ബുദ്ധിമുട്ടുകയാൽ കായംകുളത്തു ധനവാനായ ഒരു നായരുടെ അടുക്കൽ ചെന്നു നൂറു പറ നെല്ലുകിട്ടിയാൽ കൊള്ളാമെന്നു പറഞ്ഞു. നായർ 'പണം കൊണ്ടു വന്നിട്ടുണ്ടോ' എന്നു ചോദിച്ചു. 'പണം തൽക്കാലം കൈവശമില്ല' എന്നു കൊച്ചുണ്ണി മറുപടി പറഞ്ഞു.

നായർ: ഇവിടെ നെല്ലുള്ളതു വിൽക്കാനാണ് ഇട്ടിരിക്കുന്നത്. വെറുതെ വല്ലവർക്കും വാരിക്കൊടുക്കാനല്ല. പണമോ അതില്ലെങ്കിൽ പണയമോ കൊണ്ടുവന്നാൽ നെല്ലുതരാം. അല്ലാതെ നിവൃത്തിയില്ല.

കൊച്ചുണ്ണി: തീർച്ചതന്നെയോ?

നായർ: തീർച്ചതന്നെ! യാതൊരു സംശയവുമില്ല.

ഇതുകേട്ടു കൊച്ചുണ്ണി ഇറങ്ങിപ്പോയി. നാലഞ്ചുദിവസം കഴിഞ്ഞതിനുശേഷം കൊച്ചുണ്ണി ഒരു ദിവസം രാത്രിയിൽ തന്റെ കൂട്ടുകാരിൽ ചിലരോടുകൂടി നായരുടെ വീട്ടിലെത്തി. നായർക്കു രണ്ടു സഹോദരിമാരുണ്ടായിരുന്നവരെ രണ്ടുപേർ സംബന്ധംചെയ്തു കൊണ്ടുപോയിരുന്നതിനാൽ അയാൾ ഭാര്യയെയും മക്കളെയുംകൂടി വീട്ടിൽ കൊണ്ടുവന്നു താമസിപ്പിച്ചിരിക്കുകയായിരുന്നു. അത് ഉഷ്ണകാലം വളരെ കലശലായിട്ടുള്ള മേടമാസക്കാലമായിരുന്നതിനാൽ രാത്രികാലങ്ങളിൽ നായരും ഭാര്യയും പുറത്തു പൂമുഖത്താണ് പതിവായി കിടന്നുവന്നിരുന്നത്. കൊച്ചുണ്ണിക്കു നെല്ലു കൊടുക്കാതെയിരുന്നതിനാൽ അവൻ മുഷിഞ്ഞാണ് പോയിരിക്കുന്നതെന്നും അവൻ എന്നെങ്കിലും കൊള്ളയ്ക്കു വരാതിരിക്കയില്ലെന്നുമുള്ള വിചാരം നായർക്കു നല്ലപോലെയുണ്ടായിരുന്നതിനാൽ അത്താഴം കഴിഞ്ഞാൽ ഭാര്യയുടെയും കുട്ടികളുടെയും ആഭരണങ്ങളെല്ലാം അഴിച്ചുവാങ്ങി അറയ്ക്കകത്തു പെട്ടിയിൽവച്ചു പൂട്ടുകയും അപ്രകാരംതന്നെ പുരയുടെ സകല വാതിലും അടച്ചു പൂട്ടുകയും ചെയ്തിട്ടാണ് അയാൾ കിടന്നുറങ്ങുക പതിവ്. പടിപ്പുരച്ചാവടിയിലും മാടത്തിലും മറ്റുമായി അയാൾ അഞ്ചെട്ടുപേരെ കാവൽ കിടത്തുകയും

പതിവായിരുന്നു. കൊച്ചുണ്ണിയും കൂട്ടരും അവിടെ ചെന്നതായ രാത്രിയിലും അയാൾ അങ്ങനെയെല്ലാം ചെയ്തിരുന്നു.

കൊച്ചുണ്ണി കൊള്ളയ്ക്കായി എവിടെച്ചെന്നാലും പുരയ്ക്കകത്തു കടക്കുക പതിവില്ല. കൂട്ടുകാരെ അകത്തു കടത്തീട്ടു പുറത്തു നില്ക്കുകയാണ് പതിവ്. ആ പതിവിൻപ്രകാരമാണ് ഇവിടെയും ചെയ്തത്. പുരയുടെ പുറകുവശത്തുള്ള ഭിത്തി കുത്തിപ്പൊളിച്ച് കൂട്ടുകാർ അകത്തു കടന്നു കള്ളത്താക്കോലിട്ട് അറ തുറന്ന് പൊൻപണ്ടങ്ങളും പവനും രൂപയും ചക്രവുമെല്ലാം എടുത്തുതുടങ്ങി. കൊച്ചുണ്ണി ആയുധപാണികളായിട്ടു പുറത്തു നില്ക്കുകയും ചെയ്തു. അകത്തു കടന്നവർ ഓരോന്നു തപ്പിയെടുത്തു നടന്നപ്പോൾ അടുക്കിവച്ചിരുന്ന ഓട്ടുപാത്രങ്ങളിൻമേൽ അവരിലൊരാളുടെ കാൽമുട്ടുകയാൽ എല്ലാംകൂടി ഉരുണ്ടുവീണു വലിയ ശബ്ദമുണ്ടായി. അതുകേട്ടു നായരുണർന്നു. അപ്പോഴേക്കും കാവൽക്കാരുമെല്ലാം അവിടെ ഓടിയെത്തി. ഉടനെ വിളക്കും ചൂട്ടുകളുമെല്ലാം കൊളുത്തി. അപ്പോൾ കൊച്ചുണ്ണി സ്വല്പം ദൂരെ മാറിനിന്നു. നായർ താക്കോലെടുത്തു പുര തുറന്നു. പുര തുറക്കുന്നതു കേട്ടു നായരുടെ ഭാര്യയുണർന്നു. എല്ലാവരുംകൂടി പുരയ്ക്കകത്തേക്കു കടന്നു. കാര്യം പറ്റി, കൂട്ടുകാരെ പിടികൂടുമെന്നുതന്നെ കൊച്ചുണ്ണി തീർച്ചപ്പെടുത്തി. പുര തുറക്കുന്ന ശബ്ദം കേട്ട് കൂട്ടുകാർ പുരയുടെ ഒരു മൂലയിൽ പതുങ്ങിയൊതുങ്ങിയിരുന്നതിനാൽ നായർക്കും മറ്റും പെട്ടെന്നവരെ കണ്ടുപിടിക്കാൻ കഴിഞ്ഞില്ല. എല്ലാവരും പുരയ്ക്കകത്തായി എന്നറിഞ്ഞപ്പോൾ കൊച്ചുണ്ണി പെട്ടെന്നോടിച്ചെന്ന് പൂമുഖത്തു കിടന്നുറങ്ങിയിരുന്ന രണ്ടു കുട്ടികളെയെടുത്ത് ആ പുരയിടത്തോടടുത്ത് കിഴക്കുവശത്തുണ്ടായിരുന്ന വയലിലേക്കെറിഞ്ഞു. കുട്ടികൾ അവിടെകിടന്നു നിലവിളിക്കുട്ടി. നായരും ഭാര്യയും അതുകേട്ട് 'അയ്യോ! കുഞ്ഞുങ്ങൾ' എന്നു പറഞ്ഞു നിലവിളിച്ചുകൊണ്ടു പാടത്തേക്കോടി. വിളക്കുമായി ഭൃത്യൻമാരും പിന്നാലെ എത്തി. സർവസ്വവും പോയാലും കുട്ടികളുടെ ജീവൻ കിട്ടിയാൽ മതിയെന്നുള്ള വിചാരമേ അവർക്കപ്പോഴുണ്ടായിരുന്നുള്ളൂ. ആ തരത്തിനു കൊച്ചുണ്ണി കൂട്ടുകാരെ വിളിച്ചുകൊണ്ടു പമ്പകടന്നു. കുട്ടികളെ എടുത്തുകൊണ്ടു വന്നു നോക്കിയപ്പോൾ അവർക്കു വലിയ തരക്കേടൊന്നും പറ്റിയിരുന്നില്ല. പിന്നെ എല്ലാവരും കൂടി പുരയ്ക്കകമെല്ലാം പരിശോധന കഴിച്ചു. കള്ളൻമാരെ അവിടെയെങ്ങും കണ്ടില്ല. മുതൽകാര്യങ്ങൾ തിട്ടം വരുത്തി നോക്കിയപ്പോൾ പണ്ടങ്ങളും പണവുമുൾപ്പെടെ പന്തീരായിരം രൂപയുടെ വക കൊണ്ടുപോയിട്ടുണ്ടെന്നറിഞ്ഞു. കൊച്ചുണ്ണി അപ്പോൾ ആ വിദ്യ പ്രയോഗിച്ചില്ലെങ്കിൽ കൂട്ടുകാരെല്ലാം അകപ്പെട്ടുപോകുമായിരുന്നുവെന്നുള്ളതു തീർച്ചയാണല്ലോ.

1027-ാംആണ്ടു മുറജപക്കാലത്തു തിരുനാവായ വാദ്ധ്യാൻനമ്പൂതിരി അവർകൾക്ക് അദ്ദേഹത്തിന്റെ അച്ഛന്റെ ശ്രാദ്ധമൂട്ടുന്നതിനു സ്വഗൃഹത്തിൽ പോകേണ്ടതായി വരികയാൽ വിവരം മഹാരാജാവുതിരുമനസ്സിലെ സന്നിധിയിൽ അറിയിച്ചുകൊണ്ടു തിരുവനന്തപുരത്തുനിന്നു പുറപ്പെട്ടു. ഒരു ദിവസം അത്താഴം കഴിഞ്ഞു ബോട്ടുകയറി ജലമാർഗമായിട്ടാണ് അദ്ദേഹം തിരുവനന്തപുരത്തുനിന്നു പുറപ്പെട്ടത്. പിറ്റേദിവസം രാവിലെ വർക്കല എത്തി കുളിയും തേവാരവും ഊണും കഴിച്ച് ഉടനെ പുറപ്പെട്ടു. വൈകുന്നേരം കൊല്ലത്തെത്തി. കൊല്ലത്തുനിന്ന് അത്താഴം കഴിഞ്ഞു പുറപ്പെടാൻ ഭാവിച്ചപ്പോൾ ബോട്ടുകാർ 'ഇനി ഇന്നു പോകാൻ നിവൃത്തിയില്ല. കായംകുളം കായലിൽകൂടി വേണം പോകാൻ. അവിടം രാത്രി സമയം സഞ്ചരിക്കാൻ കൊള്ളാവുന്ന സ്ഥലമല്ല.

കായംകുളം കൊച്ചുണ്ണിയും കൂട്ടുകാരും രാത്രികാലങ്ങളിൽ ആ കായലിൽ ഉണ്ടായിരിക്കുന്നതു പതിവാണ്. അവരുടെ കയ്യിലകപ്പെടുന്നവരുടെ പ്രാണനും പണവും അപഹരിക്കാതെ അവർ വിട്ടയയ്ക്കുക പതിവില്ല. അതിനാൽ രാവിലെ പുറപ്പെടുകയാണ് നല്ലത്' എന്നു പറഞ്ഞു. അതു കേട്ടു വാദ്ധ്യാൻനമ്പൂതിരി 'കൊച്ചുണ്ണിയും ഒരു മനുഷ്യൻതന്നെയാണല്ലോ. അവൻ ഉപദ്രവിക്കാതെയിരിക്കാൻ എന്തെങ്കിലും നിവൃത്തിയുണ്ടാകും ഇപ്പോൾ തന്നെ പുറപ്പെടാതെയിരിക്കാൻ എന്തെങ്കിലും നിവൃത്തിയില്ല. നാളെ രാവിലെ അമ്പലപ്പുഴ എത്തണം' എന്നു പറഞ്ഞു. 'എന്നാൽ കല്പനപോലെ. തിരുമനസ്സിലെ ജിവനേക്കാൾ വലിയതല്ല അടിയങ്ങളുടെ ജീവൻ. ആപത്തു വല്ലതുമുണ്ടായെങ്കിൽ അടിയങ്ങളുടെ പേരിൽ തിരുവുള്ളക്കേടുണ്ടാകരുത് എന്നേ ഉള്ളൂ. എന്നാൽ നിങ്ങളെന്താ അതു മുൻകൂട്ടി പറയാത്തത്? എന്നു കല്പിച്ചു ചോദിക്കാൻ ഇടയാകരുതെന്നു വിചാരിച്ചാണ് അടിയങ്ങൾ ഉള്ള പരമാർത്ഥം അറിയിച്ചത്' എന്നു പറഞ്ഞു ബോട്ടുകാരെല്ലാം തയ്യാറായി. ഉടനെ വാദ്ധ്യാൻ നമ്പൂതിരി അവർകൾ ബോട്ടിൽ കയറുകയും ബോട്ടുകാർ ബോട്ടു നീക്കുകയും ചെയ്തു. നേരം വെളുക്കാൻ ഏകദേശം പത്തു നാഴിക ഉള്ളപ്പോൾ ബോട്ടു കായംകുളംകായലിന്റെ മധ്യത്തിലെത്തി. അപ്പോൾ കുറച്ചുദൂരെനിന്നു വളരെ ഗൗരവത്തോടും ഗാംഭീര്യത്തോടും 'ബോട്ടുകാരാര്? ബോട്ടവിടെ നിലക്കട്ടെ' എന്ന് ആരോ വിളിച്ചു പറയുന്നതായി കേട്ടു. ഉടനെ വാദ്ധ്യാൻനമ്പൂതിരി ബോട്ടു നിറുത്താൻ പറയുകയും ബോട്ടുകാർ ബോട്ടു നിറുത്തുകയും 'അയ്യോ തിരുമേനി! കാര്യം തെറ്റി. നാമെല്ലാമകപ്പെട്ടു' എന്നു പറയുകയും ചെയ്തു. വാദ്ധ്യാൻ നമ്പൂതിരി അവർകൾ ചങ്ങലവട്ട (ഒരു മാതിരി വിളക്ക്) എടുത്തു മുമ്പിൽവച്ച് (അതു കെടുത്തീട്ടില്ലായിരുന്നു) ബോട്ടിന്റെ വാതിലുകളെല്ലാം തുറന്നിട്ട് യാതൊരു കൂസലും കൂടാതെ അവിടെയിരുന്നു. ബോട്ടുകാരും വാദ്ധ്യാൻനമ്പൂതിരി അവർകളുടെ പരിവാരങ്ങളുമെല്ലാം പ്രാണ ഭീതിയോടുകൂടി കിടുകിടാ വിറച്ചുകൊണ്ടു ശ്വാസം പോലും നേരെ വിടാതെ നിലയുമായി. മാത്രയ്ക്കിടയിൽ എട്ടു തണ്ടുവെച്ചതായ ഒരോടിവള്ളം ബോട്ടിന്റെ ഒരു വശത്തായി വന്നടുത്തു. ഉടനെ വാദ്ധ്യാൻനമ്പൂതിരി. 'വഞ്ചിയിലാരാണ്? കൊച്ചുണ്ണിയല്ലേ? ബോട്ടിലേക്കു കടക്കാം' എന്നു പറഞ്ഞു ഇതുകേട്ടപ്പോൾ കൊച്ചുണ്ണിക്ക് അല്പമൊരു ശങ്ക ജനിച്ചു. 'ഇത്ര ധൈര്യത്തോടുകൂടി ഇപ്രകാരം പറയുന്ന ഈ ഗംഭീരമാനസൻ ആരായിരിക്കും? ആരെങ്കിലുമാകട്ടെ. ഈ വാക്കുകേട്ട് ഭയപ്പെട്ട് ഒന്നു പരീക്ഷിച്ചു നോക്കാതെ പിൻമാറിപോകുന്നതു ഭീരുത്വവും ഭോഷത്വവുമാണല്ലോ' എന്നു വിചാരിച്ച്, 'ഞാൻകൊച്ചുണ്ണിതന്നെ, കായംകുളം കൊച്ചുണ്ണി' എന്നു പറഞ്ഞുകൊണ്ട് ബോട്ടിലേക്കു കയറി. ഉടനെ വാദ്ധ്യാൻ നമ്പൂതിരി 'അവിടെയിരിക്കാം. കായംകുളം കൊച്ചുണ്ണിയെന്നു കേട്ടുതുടങ്ങീട്ടു വളരെക്കാലമായി. ഒന്നു കണ്ടാൽ കൊള്ളാമെന്ന് ആഗ്രഹിച്ചു തുടങ്ങീട്ടു വളരെ നാളായി. ഇപ്പോൾ മാത്രമേ അതു സാധിച്ചുള്ളൂ. ഭാഗ്യം തന്നെ. വളരെ സന്തോഷമായി. ഈ സമയത്ത് ഇതിലേ പോയാൽ കൊച്ചുണ്ണിയെ കാണാൻ തരമാകുമെന്നു ബോട്ടുകാർ പറഞ്ഞു. അതാണ് ഈ അസമയത്തുതന്നെ പുറപ്പെട്ടത്. ഞാൻ തിരുനാവായ വാദ്ധ്യാനാണ്. മുറജപം സംബന്ധിച്ചു തിരുവനന്തപുരത്തു പോയിരുന്നു. മറ്റന്നാൾ അച്ഛന്റെ ശ്രാദ്ധമാണ്. അതിനു വടക്കുള്ള ഇല്ലത്തെത്താൻ സമയമില്ലാത്തതുകൊണ്ടു കോട്ടയത്തിനു സമീപം കുടമാളൂർ എന്ന ദേശത്തു നമുക്കുള്ള ഇല്ലത്തു ചെന്നു

ശ്രാദ്ധം കഴിച്ച് പോരാമെന്നു വിചാരിച്ച് പുറപ്പെട്ടിരിക്കുകയാണ്. ശ്രാദ്ധം കഴിഞ്ഞാൽ അന്നുതന്നെ ഇങ്ങോട്ടുമുണ്ടാകും. ലക്ഷദ്ദീപത്തിനുമുമ്പായി ഇനിയും തിരുവനന്തപുരത്തെത്തണം. ഉടനെ മടങ്ങിവരണമല്ലോ എന്നു വിചാരിച്ച് സാമാനങ്ങൾ അധികമൊന്നും കൊണ്ടുപോന്നില്ല. പണവും ചുരുക്കമാണ്. എങ്കിലും കുറച്ചുകാണും. ഉള്ളതൊക്കെ എടുക്കാം. ഇതാ പെട്ടിയുടെ താക്കോൽ' എന്നു പറഞ്ഞു താക്കോൽ കൊച്ചുണ്ണിയുടെ മുമ്പിലേക്ക് വച്ചു. കൊച്ചുണ്ണി വളരെ വിനയത്തോടുകൂടി താണുതൊഴുതുകൊണ്ട് 'അടിയൻ ഇപ്രകാരമുള്ള മഹാബ്രാഹ്മണരുടെ അടുക്കൽ ഇരിക്കാൻ തക്ക യോഗ്യതയുള്ളവനല്ല. ഇങ്ങനെയുള്ളവരെ ഉപദ്രവിക്കുകയോ അവരുടെ മുതൽ അപഹരിക്കുകയോ ചെയ്യാറുമില്ല. യാതൊരുത്തർക്കും മനസ്സറിഞ്ഞു യാതൊന്നും കൊടുക്കാത്ത ധനവാൻമാരായ ദുഷ്ടൻമാരെ മാത്രമെ അടിയൻ ഉപദ്രവിക്കാറുള്ളൂ. ഇപ്പോൾ അടിയൻ ആളറിയാതെ അടുത്തു വരികയും ബോട്ടിൽക്കയറുകയും എഴുന്നള്ളത്തിനു ഇത്രയും താമസം വരുത്തുകയും ചെയ്തുപോയതിനെക്കുറിച്ച് തിരുവുള്ളക്കേടുണ്ടാകരുതെന്നും ഈ തെറ്റിനെ കൃപാപൂർവ്വം ക്ഷമിക്കണമെന്നും അപേക്ഷിക്കുന്നു. ഇതിനെക്കുറിച്ച് അടിയന് അപാരമായ പശ്ചാത്താപമുണ്ട്. എങ്കിലും കഴിഞ്ഞകാര്യത്തെപ്പറ്റി ഇനി അധികം വിചാരിക്കുകയും പറയുകയും ചെയ്തതുകൊണ്ടുപ്രയോജനമൊന്നുമില്ലല്ലോ. അതിനാൽ അടിയനു വിട കൊള്ളാൻ കല്പിച്ചനുവാദം തരണമെന്ന് അപേക്ഷിക്കുന്നു. ഈവിധം ഇവിടെ വെച്ചെങ്കിലും തൃപ്പാദം കണ്ടു വന്ദിക്കാനിടയായതു വലിയ ഭാഗ്യം തന്നെ' എന്നു പറഞ്ഞു വീണ്ടും വന്ദിച്ചു. അപ്പോൾ വാദ്ധ്യാൻനമ്പൂതിരി 'ഒന്നും വേണമെന്നില്ലെങ്കിൽ പോകാം, എങ്കിലും അധികം താമസിക്കാൻ തരമില്ല. ഇനിയും താമസിയാതെ തമ്മിൽ കാണാൻ ഈശ്വരൻ സംഗതി വരുത്തട്ടെ. കൊച്ചുണ്ണിയെ ഞാൻഇപ്പോൾ ആദ്യമായി കാണുകയാണല്ലോ ഉണ്ടായത്. അതിനാൽ ഒന്നും തരാതെയയയ്ക്കുന്നതു ലൗകികത്തിനു പോരാത്തതാണ്. അതുകൊണ്ട് ഇപ്പോൾ ഇതിരിക്കട്ടെ' എന്നു പറഞ്ഞു നാലു പാവുമുണ്ടെടുത്തു കൊച്ചുണ്ണിയുടെ കയ്യിൽകൊടുത്തു. കൊച്ചുണ്ണി സവിനയം അതു തൊഴുതു വാങ്ങീട്ട് അടിയന്റെ കൂട്ടുകാരിൽ ചിലർ വേറെ തോണികളിൽ കയറി ഈ കായലിൽതന്നെ സഞ്ചരിക്കുന്നുണ്ട്. ഇവിടെനിന്നും വടക്കോട്ടു ചെല്ലുമ്പോൾ ഒരുസമയം അവരിൽ വല്ലവരും വന്നു പിടികൂടിയേക്കും. അവർ അത്ര വകതിരിവുള്ളവരല്ലാത്തതിനാൽ പക്ഷേ, വല്ല ഉപദ്രവവും ചെയ്തുവെന്നുവരാം. അങ്ങനെ വരാതിരിക്കാനും അടിയനെക്കുറിച്ചുള്ള ഓർമ എന്നും തിരുമനസ്സിലുണ്ടായിരിക്കാനുമായി ഇതു തൃക്കയ്യിൽ കിടക്കട്ടെ. ഇതു കാണിച്ചു വിവരം പറഞ്ഞാൽ അടിയന്റെ കൂട്ടുകാരെല്ലാം ഒരു ഉപദ്രവവും ചെയ്യാതെ മടങ്ങിപ്പൊയ്ക്കൊള്ളും എന്നു പറഞ്ഞ് കൊച്ചുണ്ണി തന്റെ കൈവിരലിൽ കിടന്നിരുന്ന ഒരു മോതിരം ഊരിയെടുത്തു വാദ്ധ്യാൻനമ്പൂതിരിയുടെ കയ്യിൽകൊടുത്തു. രത്നഖചിതമായ ആ മോതിരത്തിന് ആയിരംരൂപയിൽ കുറയാതെ വില കാണുമെന്നാണ് കേട്ടിട്ടുള്ളത്.

ഇങ്ങനെ കൊച്ചുണ്ണിയും വാദ്ധ്യാൻനമ്പൂതിരിയും തമ്മിൽ സസന്തോഷം പിരിയുകയും ബോട്ടു വിട്ടു കുറച്ചു വടക്കോട്ടു ചെന്നപ്പോൾ രണ്ടുമൂന്നു സ്ഥലത്തു വെച്ചു കൊച്ചുണ്ണിയുടെ കൂട്ടുകാരായ ചില തോണിക്കാർ അടുത്തുചെല്ലുകയും

ബോട്ടിൽകയറി അക്രമങ്ങൾക്കായിട്ടു ഭാവിക്കുകയും ചെയ്തുവെങ്കിലും വാദ്ധ്യാൻനമ്പൂതിരി കൊച്ചുണ്ണി കൊടുത്ത മോതിരം കാണിച്ച വിവരം പറയുകയാൽ യാതൊരുപദ്രവവും ചെയ്യാതെ എല്ലാവരും മടങ്ങിപ്പോവുകയും വാദ്ധ്യാൻനമ്പൂതിരി ആപത്തൊന്നുംകൂടാതെ കുടമാളൂരെത്തുകയും ചെയ്തു. ആ മോതിരമുണ്ടായിരുന്നതുകൊണ്ടും വാദ്ധ്യാൻനമ്പൂതിരിക്കു തെക്കൻ യാത്രയിൽ അതില്പിന്നെ യാതൊരിക്കലും കൊച്ചുണ്ണി മുതല്പേരിൽനിന്നു യാതൊരുപദ്രവവും ഉണ്ടായിട്ടില്ലെന്നും അദ്ദേഷം അത് ആജീവനാന്തം സബഹുമാനം തന്റെ കൈവിരലിൽ ധരിച്ചിരുന്നുവെന്നും ആ മോതിരം ഇപ്പോഴും വാദ്ധ്യാൻ മനക്കലെ ഈടുവെപ്പിലിരുപ്പുണ്ടെന്നുമാണ് കേൾവി. ഈ കഥകൊണ്ടു കൊച്ചുണ്ണിയുടെ സ്വഭാവഗുണം സ്പഷ്ടമാകുന്നുണ്ടല്ലോ.

കൊച്ചുണ്ണിയും അവന്റെ കൂട്ടുകാരും വലിയ അഭ്യാസികളായിരുന്നു വെന്നു മുമ്പു പറഞ്ഞിട്ടുണ്ടല്ലോ. അങ്ങനെയിരുന്ന അവരെല്ലാം അഭ്യാസികളായ ഒരു മൂസ്സാമ്പൂരിയോടു തോറ്റുപോയി എന്നുള്ള അത്ഭുത സംഗതിയാണ് ഇനി പ്രസ്താവിക്കാൻ ഭാവിക്കുന്നത്. വാദ്ധ്യാൻനമ്പൂതിരി അവർകൾ വീണ്ടും തിരുവനന്തപുരത്ത് എത്തിയതിന്റെശേഷം ഒരു ദിവസം നമ്പൂതിരിമാരുടെ സദസ്സിൽവെച്ച് 'കായംകുളം കൊച്ചുണ്ണിയെപ്പോലെ കാഴ്ചയിലും കാര്യത്തിലും യോഗ്യനായിട്ടുള്ള ഒരു മുഹമ്മദീയനെ ഞാൻകണ്ടിട്ടില്ല. കണ്ടാൽ നല്ല സുമുഖൻ, സംഭാഷണം അതിമധുരം, ഒരൊന്നാന്തരം അഭ്യാസി. മര്യാദ കൊണ്ടല്ലാതെ ബലംകൊണ്ടോ അഭ്യാസംകൊണ്ടോ അവനെ ജയിക്കാൻ ആരു വിചാരിച്ചാലും സാധിക്കുകയില്ല' എന്നും മറ്റും പ്രസ്താവിക്കയുണ്ടായി. ഇതുകേട്ടു കോഴിക്കോട്ടുകാരനും ഏറ്റവും വയോവൃദ്ധനുമായ ഒരു നമ്പൂതിരി 'എന്നാൽ കൊച്ചുണ്ണിയെ ഒന്നു കാണണമല്ലോ. മടക്കം കായംകുളം വഴി ക്കുതന്നെ ആയിക്കളയാം' എന്നു പറയുകയും മുറജപം കഴിഞ്ഞ് അദ്ദേഹം അങ്ങനെതന്നെ പുറപ്പെടുകയും ചെയ്തു.

ഒരു ദിവസം സന്ധ്യക്കു മുമ്പായി മൂസാമ്പൂരി തോണിക്കു കരുനാഗപ്പ ള്ളിയിൽ പടനായർകുളങ്ങര എന്ന സ്ഥലത്തു വന്നിറങ്ങി. അവിടെ കുളിച്ചു സന്ധ്യാവന്ദനാദികളും അത്താഴവും കഴിച്ച് അപ്പോൾതന്നെ അവിടെനിന്നു കരവഴിക്ക് വടക്കോട്ടു പുറപ്പെട്ടു. രാത്രി ഏകദേശം പത്തുപതിനൊന്നു മണി യായപ്പോൾ അദ്ദേഹം പുത്തൻതെരുവ് എന്ന സ്ഥലത്തെത്തി. അപ്പോൾ ഏകാകിയായിപ്പോകുന്ന അദ്ദേഹത്തെ മദ്ധ്യേമാർഗ്ഗം ചില കച്ചവടക്കാർ കണ്ടു. 'ഹേ! അങ്ങ് ഈ അസമയത്ത് എങ്ങോട്ടാണ് പോകുന്നത്?' എന്നു ചോദിച്ചു. 'ഞാൻകുറച്ചു വടക്കോളം പോവുകയാണ്'' എന്നു മൂസ്സാനമ്പൂതിരി മറുപടി പറഞ്ഞു.

കച്ചവടക്കാർ: 'അങ്ങു തനിച്ച് ഈ സമയത്തു പോകരുത്. പോയാൽ ആപത്തുണ്ടാകും. ഇവിടെനിന്നു കുറച്ചു വടക്കോട്ട് ചെല്ലുമ്പോൾ വൗവക്കാട് എന്ന സ്ഥലമായി. രാത്രികാലങ്ങളിൽ അവിടെ കായംകുളം കൊച്ചുണ്ണി മുതലായവരുടെ സഞ്ചാരമുണ്ടായിരിക്കുന്നതു സാധാരണ മാണ്. അവരിലാരെങ്കിലും കണ്ടാൽ അങ്ങയുടെ കൈവശമുള്ളതെല്ലാം പിടിച്ചുപറിക്കുമെന്നു മാത്രമല്ല ഒരു സമയം ബ്രഹ്മഹത്യ ചെയ്യുന്നതിനും

അവർ മടിക്കുന്നവരല്ല. അതിനാൽ ഇവിടെയെങ്ങാനും താമസിച്ച നാളെ രാവിലെ പോയാൽ മതി. കായംകുളം കൊച്ചുണ്ണിയെക്കുറിച്ച് അങ്ങും കേട്ടിരിക്കുമല്ലോ.'

മൂസ്സാമ്പൂരി: 'കേട്ടിട്ടുണ്ട്. എങ്കിലും അവനെക്കുറിച്ച ഭയമില്ല. എനിക്കു പട്ടികളെക്കുറിച്ച മാത്രമേ ഭയമുള്ളൂ. അതിനാൽ നിങ്ങൾ ഒരു വടി തരാമെങ്കിൽ വലിയ ഉപകാരമായിരിക്കും.'

കച്ചവടക്കാർ: 'ഈ പാതിരാത്രിയ്ക്കു വടിയുണ്ടാക്കാൻ ഞങ്ങളെവിടെപ്പോകും? അതൊന്നും വേണ്ട ഇന്നത്തെ ഇവിടെ താമസിച്ചിട്ടു പോവുകയാണ് നല്ലത്. പിന്നെ മനസ്സുപോലെ.'

മൂസ്സാമ്പൂരി: (ഒരു കച്ചവടക്കാരന്റെ കയ്യിൽ ഒരു വെള്ളിക്കോലിരിക്കുന്നത് കണ്ടിട്ട്) 'വടിയില്ലെങ്കിൽ തൽക്കാലാവശ്യത്തിലേക്കായി ആ വെള്ളിക്കോൽ ഇങ്ങോട്ടു തന്നാലും മതി.'

വെള്ളിക്കോലു കൊടുക്കുന്ന കാര്യത്തിൽ കച്ചവടക്കാരൻ സ്വല്പം ചില തർക്കങ്ങളെല്ലാം പറഞ്ഞുവെങ്കിലും ആ വൃദ്ധബ്രാഹ്മണന്റെ നിർബന്ധം നിമിത്തം ഒടുക്കം അയാളതു കൊടുത്തു. മൂസ്സാമ്പൂരി വെള്ളിക്കോലുമായി പിന്നെയും നേരെ വടക്കോട്ടു നടന്നു. ഏകദേശം ഒരു നാഴിക വടക്കോട്ടുനടന്നപ്പോൾ വവ്വക്കാട് എന്ന സ്ഥലത്തെത്തി. ഈ സ്ഥലം കരുനാഗപ്പള്ളിക്കും കായംകുളത്തിന്നും മദ്ധ്യേ ഉള്ളതും കൊച്ചുണ്ണി മുതലായവരുടെ സങ്കേതവും ഏറ്റവും വിജനമായിട്ടുള്ളതുമാണ്. മൂസ്സാമ്പൂരി അവിടെ വന്നപ്പോൾ നല്ല ത്രിശാലമുട്ടൻമാരായിട്ടുള്ള നാലുപേർ ആ വഴിയിൽ ഇരിക്കുന്നുണ്ടായിരുന്നു. എങ്കിലും അദ്ദേഹം യാതൊരു കൂസലും കൂടാതെ അവരുടെ അടുക്കൽക്കൂടി കടന്നു വടക്കോട്ടു നടന്നു. അവിടെ ഇരുന്നിരുന്നത് മമ്മത് മുതലായവരായിരുന്നു. ഒരു കൂസലും കൂടാതെ നമ്പൂതിരി കടന്നു പോയതുകണ്ടിട്ട് മമ്മത് 'ഹേ! ആ കടന്നുപോയതാരാണ്? ഇവിടെ വരണം ചോദിക്കട്ടെ' എന്നു പറഞ്ഞു.

മൂസ്സാമ്പൂരി: 'അങ്ങോട്ടുവരാൻ എനിക്കു മനസ്സില്ല. ആവശ്യവുമില്ല. എന്നെക്കണ്ടിട്ടു വല്ലതുമാവശ്യമുണ്ടെങ്കിൽ ഇങ്ങോട്ടു വരണം. ഞാൻ ഇവിടെയിരുന്നു മുറുക്കാൻ ഭാവിക്കുകയാണ്.'

മമ്മത്: 'ഹാ! ഇയാൾ കുറെ കേമനാണല്ലോ. അത്ര ധിക്കാരിയെങ്കിൽ ഇയാളെ വിട്ടയയ്ക്കാൻ പാടില്ല. ഈ സമയത്ത് ഒരു കൂസൽ കൂടാതെ ഇതിലേ കടന്നു പൊയ്ക്കളയാമെന്നു വിചാരിച്ചതുതന്നെ ഇയ്യാളുടെ അഹമ്മകൊണ്ടല്ലേ? അതൊന്നു തീർത്തുവിടണം.'

മൂസ്സാമ്പൂരി: അതു നിങ്ങൾ വിചാരിച്ചാൽ സാധിക്കുമെന്നു തോന്നിന്നില്ല. ഇതു ധർമരാജ്യമാണ്. ഇവിടെ അസമയം നോക്കാനൊന്നുമില്ല. രാത്രിയിലും പകലും ഒരുപോലെ സഞ്ചരിക്കാം. വഴിയിൽവെച്ച് ആരെങ്കിലും വിളിച്ചാൽ അവരുടെയൊക്കെ അടുക്കൽ ചെന്നുകൊള്ളാമെന്നു മഹാരാജാവിന്റെ കല്പനയുമില്ല. എന്നെ ആരും വിട്ടയച്ചിട്ടുവേണ്ട എനിക്കുപോകാൻ. എന്നെ ഇപ്പൊ ആരും പിടിച്ചുബന്ധിച്ചിട്ടും മറ്റുമില്ലല്ലോ. എന്നെ അങ്ങനെയാരും ചെയ്യുകയുമില്ല. ഞാൻ ഒരുത്തമബ്രാഹ്മണനാണ്. മുറജപം കഴിഞ്ഞു ദക്ഷിണയും വാങ്ങി വരുകയാണ്. എന്റെ ഭാണ്ഡത്തിൽ കുറച്ചു പണവുമുണ്ട്. ഇതു തട്ടിയെടുത്തുകളയാമെന്നുണ്ടെങ്കിൽ വരുവിൻ.'

നമ്പൂതിരിയുടെ ഈ ധിക്കാരവാക്കുകൾ കേട്ടപ്പോൾ മമ്മതിനും കൂട്ടർക്കും

വളരെ അത്ഭുതം തോന്നുകയും കോപം ദുസ്സഹമായിത്തീരുകയും ചെയ്തു. അവർ നാലുപേരും എണീറ്റ് കുറുവടി മുതലായ ആയുധങ്ങളുമായി മൂസ്സാമ്പൂരിയുടെ അടുക്കലേക്കു ചെന്നു. അവർ അടുത്തുവരുന്നതുകണ്ട് മൂസ്സാമ്പൂരി വെള്ളിക്കോലു കയ്യിലെടുത്തുകൊണ്ട് എണീറ്റുനിന്നു. അവർ അടുത്തു ചെന്നപ്പോൾ മൂസ്സാമ്പൂരി നല്ല സ്ഥാനം നോക്കി വെള്ളിക്കോൽകൊണ്ട് നാലുപേർക്കും ഓരോ കൊട്ടുകൊടുത്തു. ആ കൊട്ടുകൊണ്ട മാത്രയിൽ മമ്മതും കൂട്ടരും നിശ്ചേഷ്ടരായി നിലത്തു പതിച്ചു. മുറുക്കു കഴിഞ്ഞു ഭാണ്ഡവും കെട്ടിയെടുത്തു മൂസ്സാമ്പൂരി വടക്കോട്ടുതന്നെ നടന്നു തുടങ്ങി.

അങ്ങനെ കുറച്ചു വടക്കോട്ടുചെന്നപ്പോൾ ആജാനുബാഹുവും അതിസുന്ദരനുമായ ഒരാൾ വഴിയിൽ നില്ക്കുന്നതു കണ്ടു എങ്കിലും നമ്പൂരി കൂസൽ കൂടാതെ ആ മനുഷ്യന്റെ അടുക്കൽക്കൂടി കടന്നുപോയി. കൊച്ചുണ്ണിയുടെ ആകൃതിയെക്കുറിച്ചു മൂസ്സാമ്പൂരി മുൻപേതന്നെ കേട്ടിരുന്നതിനാൽ വഴിയിൽ നിന്നിരുന്ന ആ മനുഷ്യൻ കൊച്ചുണ്ണിയാണെന്ന് അദ്ദേഹം കണ്ടപ്പോൾതന്നെ മനസ്സിലാക്കി. അവൻ എന്താണ് ഭാവമെന്നറിയട്ടെ എന്നു വിചാരിച്ചുകൊണ്ടാണ് അദ്ദേഹം കടന്നുപോയത്.

കൊച്ചുണ്ണി: ഹേ! എവിടെപ്പോകുന്നു? അവിടെ നില്ക്കണം.
മൂസ്സാമ്പൂരി: നില്ക്കാൻ മനസ്സില്ലെങ്കിലോ?
കൊച്ചുണ്ണി: എന്നാൽ പിടിച്ചുനിർത്തും.
മൂസ്സാമ്പൂരി: 'അതുവ്വോ? എന്നാൽ കാണട്ടെ'

എന്നു പറഞ്ഞ് അദ്ദേഹം നടന്നുതുടങ്ങി. ആ വൃദ്ധബ്രാഹ്മണനെ ഉപദ്രവിക്കണമെന്നോ അദ്ദേഹത്തിന്റെ കയ്യിൽനിന്നു വല്ലതും അപഹരിക്കണമെന്നോ വിചാരിച്ചിട്ടല്ല കൊച്ചുണ്ണി അദ്ദേഹത്തോട് നില്ക്കാൻ പറഞ്ഞത് എങ്കിലും അദ്ദേഹത്തിന്റെ ധിക്കാരം കണ്ടപ്പോൾ ഇയ്യാളെ ഒരു നല്ലപാഠം പഠിപ്പിച്ചുതന്നെ വിടണം എന്നവൻ നിശ്ചയിച്ചു. കൊച്ചുണ്ണി പിന്നാലെ ഓടിച്ചെന്നു നമ്പൂതിരിയുടെ ഭാണ്ഡത്തിനു കടന്നുപിടിച്ചു. നമ്പൂതിരി തിരിഞ്ഞുനിന്നു വെള്ളിക്കോലുകൊണ്ട് കൊച്ചുണ്ണിയെ ഒന്നടിച്ചു. ആ അടി തന്റെ ദേഹത്തിൽ കൊള്ളാതെ കൊച്ചുണ്ണി വെള്ളിക്കോലിന്റെ തലയ്ക്കു കടന്നുപിടിച്ചു. നമ്പൂതിരി വെള്ളിക്കോലിന്റെ മറ്റേ തലയ്ക്കു പിടിച്ചുകൊണ്ട് ആ നിന്ന നിലയിൽ വലത്തുട് ഒന്നു തിരിഞ്ഞു. അതോടുകൂടി വെള്ളിക്കോലിൻമേൽ കൊച്ചുണ്ണി പിടിച്ചവിടി വല്ലാതെ മുറുകുകയും, ആ പിടി അവനു വിടാൻ വയ്യാതെയായിതീരുകയും ചെയ്തു. നമ്പൂരി അതൊന്നുമറിയാത്ത ഭാവത്തിൽ വെള്ളിക്കോലിന്റെ മറ്റേത്തല കക്ഷത്തിൽവെച്ചുകൊണ്ടു നടന്നുതുടങ്ങി. ചില കുരുടൻമാർ വഴികാട്ടികളുടെ വടിയുടെ അറ്റത്തുപിടിച്ചുകൊണ്ടു നടക്കുന്നതുപോലെ വെള്ളിക്കോലിന്റെ അറ്റത്തു പിടിച്ചുകൊണ്ട് കൊച്ചുണ്ണിയും നമ്പൂരിയുടെ പിന്നാലെ നടന്നു. അങ്ങനെ കുറച്ചുകഴിഞ്ഞപ്പോൾ കൊച്ചുണ്ണിയുടെ ഞരമ്പുകളെല്ലാം പിടച്ചുതുടങ്ങി. സന്ധിബന്ധങ്ങളെല്ലാം മുറിഞ്ഞുപോയതുപോലെ അവനു തോന്നി. കൊച്ചുണ്ണിയുടെ സർവാംഗവും കുളിച്ചതുപോലെ വിയർത്തു. ദേഹം കിടുകിടാ വിറച്ചുതുടങ്ങി. അവനു നടക്കാൻ വയ്യാതെയായി. വീണുപോകുമെന്നു തോന്നിത്തുടങ്ങി. ആകപ്പാടെ കൊച്ചുണ്ണി ഏറ്റവും പരവശനും വിഷണ്ണനുമായിത്തീർന്നു. അവൻ പഠിച്ച പണികളെല്ലാം നോക്കീട്ടും വെള്ളിക്കോലിന്മേൽനിന്നു പിടിവിടാൻ കഴിഞ്ഞില്ല. അവന്റെ വിരലുകൾ നിവരാത്തവിധം അക്കയ്യ് ആകപ്പാടെ സ്തംഭിച്ചുപോയി. ഒരു

നിവൃത്തിയുമില്ലെന്നായപ്പോൾ കൊച്ചുണ്ണി പാരവശ്യത്തോടു കൂടി, 'പൊന്നു തിരുമേനീ! അടിയനെ രക്ഷിക്കണേ! ദയയുണ്ടായി അടിയനെ വിട്ടയയ്ക്കണേ' എന്നു പറഞ്ഞു.

മൂസ്സാമ്പൂരി: നീ ആരാണ്? എനിക്കു മനസ്സിലായില്ലല്ലോ നിനക്കു പോകരുതോ?

കൊച്ചുണ്ണി: അടിയൻ കായംകുളത്തുകാരൻ ഒരു മുഹമ്മദീയനാണ്. അടിയന്റെ പേരു കൊച്ചുണ്ണി എന്നാണ്. അടിയൻ ആളറിയാതെ തിരുമേനിയുടെ ഭാണ്ഡത്തിന്മേലും ഈ വെള്ളിക്കോലിന്മേലും കടന്നു പിടിച്ചുപോയി. അടിയന്റെ ഈ അവിവേകത്തെ അവിടുന്നു കൃപാപൂർവ്വം ക്ഷമിച്ച് അടിയനെ വിട്ടയയ്ക്കണം.

മൂസ്സാമ്പൂരി: ഓഹോ! നീയാണോ സാക്ഷാൽ കായംകുളം കൊച്ചുണ്ണി? നീ വലിയ അഭ്യാസിയാണെന്നു കെട്ടിട്ടുണ്ടല്ലോ?ഇപ്പോൾ നിന്റെ അഭ്യാസമൊക്കെ എവിടെപ്പോയി?

കൊച്ചുണ്ണി: പൊന്നുതിരുമേനീ! അടിയന് വേദന സഹിക്കാൻ വയ്യാതെയായിരിക്കുന്നു. ഇനിയും അവിടേക്കു ദയയുണ്ടാകാത്തപക്ഷം അടിയന്റെ ജീവനിപ്പോൾ പോകും.

മൂസ്സാമ്പൂരി: ആട്ടെ, ഇനി മേലാൽ മലയാളബ്രാഹ്മണരെ ഉപദ്രവിക്കുകയും അവരുടെ മുതൽ അപഹരിക്കുകയും ചെയ്കയില്ലെന്നു സത്യം ചെയ്താൽ നിന്നെ ഇപ്പോൾ വിട്ടേക്കാം.

കൊച്ചുണ്ണി: സത്തുക്കളായ ബ്രാഹ്മണരെ അടിയൻ ഉപദ്രവിക്കാറില്ല. ഇനി ഒരിക്കലും ഉപദ്രവിക്കയില്ല. പടച്ചവനാണേ സത്യം.

കൊച്ചുണ്ണിയുടെ ദീനവാക്കുകൾ കേൾക്കുകയും പാരവശ്യം കാണുകയും ചെയ്തു മനസ്സലിയുകയാൽ മൂസ്സാമ്പൂരി മുമ്പു തിരിഞ്ഞതിനെതിരായി ഇടത്തോട്ട് ഒന്നു തിരിഞ്ഞു. ഉടനെ കൊച്ചുണ്ണി വെള്ളിക്കോലിന്മേലെ പിടിവിടുകയും അവന്റെ പാരവശ്യമെല്ലാം തീർന്നു യഥാപൂർവ്വം അവൻ സ്വസ്ഥനായി ഭവിക്കുകയും ചെയ്തു. കൊച്ചുണ്ണി ജനിച്ചതില്പിന്നെ അവനിങ്ങനെ ഒരകപ്പാടു പറ്റീട്ടില്ല. അവൻ വളരെ ലജ്ജയോടും ബഹുമാനത്തോടും കൂടി മൂസ്സാമ്പൂരിയെ താണു തൊഴുതുകൊണ്ട് 'ഇനി അടിയനു പോകാനനുവാദമുണ്ടാകണം' എന്നു പറഞ്ഞു.

മൂസ്സാമ്പൂരി: 'നിന്റെ കൂട്ടുകാരാണെന്നു തോന്നുന്നു, നാം തമ്മിൽ കാണുന്നതിനു കുറച്ചുമുമ്പേ എന്നെ ഉപദ്രവിക്കാനായി വന്നു. അവരെ ഒക്കെ ഓരോ കൊട്ടു കൊട്ടി ഞാൻ വഴിയിലിട്ടിട്ടുണ്ട്. നേരത്തോടു നേരം കഴിയുന്നതിനുമുമ്പു മറുവശംകൊട്ടി അവരെ എണീപ്പിച്ചു വിടാത്തപക്ഷം പിന്നെ അവർ ഒരിക്കലും എണീക്കയില്ല. എന്നാൽ ഇനി അതിനായി പുറകോട്ടുപോകുന്ന കാര്യം പ്രയാസവുമാണ് അതിനാൽ നീ തന്നെ അവരെ മറുപുറം കൊട്ടി എണീപ്പിച്ചു വിടണം. ഞാൻ ഈ വെള്ളിക്കോലു പുത്തൻ തെരുവിലുള്ള ഒരു കച്ചവടക്കാരനോടു മേടിച്ചതാണ്. ഇതു നീ തന്നെ ഇതിന്റെ ഉടമസ്ഥനു കൊടുക്കുകയും വേണം'

എന്നുപറഞ്ഞുമറുവശംകൊട്ടുക എന്നവിദ്യ കൊച്ചുണ്ണിക്ക് ഉപദേശിച്ചുകൊടുത്ത്

വെള്ളിക്കോലും കൊടുത്തയച്ചിട്ടു മൂസ്സാമ്പൂരി വടക്കോട്ടു പോവുകയും ചെയ്തു. മൂസ്സാമ്പൂരിയോടു തോറ്റുവെങ്കിൽ മറുപുറം കൊട്ടുക എന്നൊരു വിദ്യകൂടി ഗ്രഹിക്കാനിടയായതുകൊണ്ടു കൊച്ചുണ്ണിക്ക് ഈ സംഗതിയിൽ സന്താപത്തിലധികം സന്തോഷമാണുണ്ടായത്. അവൻ മടങ്ങിപ്പോയി വഴിയിൽ മൂർച്ഛിച്ചു കിടന്നിരുന്ന മമ്മത് മുതലായവരെ മറുപുറം കൊട്ടി എണീപ്പിച്ചു വിടുകയും വെള്ളിക്കോൽ അതിന്റെ ഉടമസ്ഥനെ ഏല്പിക്കുകയും ചെയ്തു. അതില്പിന്നെ കൊച്ചുണ്ണി ഒരിക്കലും മലയാളബ്രാഹ്മണരെ ഉപദ്രവിച്ചിട്ടില്ലെന്നു മാത്രമല്ല അവരെക്കുറിച്ച് അവനു വളരെ ഭക്തിയുമുണ്ടായിരുന്നു.

ഒരിക്കൽ പരദേശത്തുനിന്ന് ഒരു ബ്രാഹ്മണൻ ഏവൂർ അദ്ദേഹത്തിന്റെ അമ്മാവന്റെ മഠത്തിൽ വരാനായി പുറപ്പെട്ടു. ഒരുദിവസം സന്ധ്യയായപ്പോൾ അദ്ദേഹം ഓച്ചിറ എന്ന സ്ഥലത്തു വന്നുചേർന്നു. അദ്ദേഹത്തിന്റെ കൈവശം പത്തഞ്ഞൂറു രൂപാ വിലയ്ക്കുള്ള ചില ആഭരണങ്ങളും കുറെ പണവുമുണ്ടായിരുന്നു. അവ അന്നു രാത്രി അദ്ദേഹത്തിന്റെ അമ്മാവന്റെ മഠത്തിൽ നിശ്ചയിച്ചിരുന്ന ഒരു വിവാഹാടിയന്തിരത്തിൽ ഉപയോഗിക്കാനുള്ളവയായിരുന്നു. അവ അവിടെ കൊണ്ടുചെന്നില്ലെങ്കിൽ അന്നു വിവാഹം നടക്കുകയില്ലെന്നുള്ളതു തീർച്ചയുമായിരുന്നു. കായംകുളം കൊച്ചുണ്ണി മുതലായവരെക്കുറിച്ച് അദ്ദേഹം ധാരാളം കേട്ടറിഞ്ഞിട്ടുമുണ്ടായിരുന്നു. അതിനാൽ രാത്രി സമയം പണ്ടങ്ങളും പണവുംകൊണ്ട് കായംകുളം കടന്ന് ഏവൂർക്ക് പോകാൻ അദ്ദേഹത്തിനു വളരെ ഭയമുണ്ടായിരുന്നു. വഴിക്കു കൊച്ചുണ്ണിയോ കൂട്ടരോ കണ്ടാൽ യാതൊന്നും കൊടുത്തയയ്ക്കുകയില്ലെന്ന് അദ്ദേഹത്തിനു നല്ല നിശ്ചയമുണ്ടായിരുന്നു. പോകാതെയിരിക്കാൻ നിവൃത്തിയുമില്ല. ആകപ്പാടെ ബ്രാഹ്മണൻ കുഴങ്ങിവശായി. ഏവൂരു മുതലായ സ്ഥലങ്ങളിൽ അദ്ദേഹത്തിനു പരിചയക്കാർ ധാരാളമുണ്ടായിരുന്നു. അവരിൽ വല്ലവരെയും വഴിക്കു കണ്ടെങ്കിൽ ഒരുമിച്ചു പോകാമല്ലോ. എന്തായാലും പോകുകതന്നെ എന്നു നിശ്ചയിച്ച് അദ്ദേഹം പണ്ടങ്ങളെല്ലാം ഭാണ്ഡത്തിൽ വച്ചു മുറുക്കിക്കെട്ടി തോളത്തിട്ടുകൊണ്ടു നേരെ വടക്കോട്ടു നടന്നു തുടങ്ങി. കുറച്ചു വടക്കോട്ടു ചെന്നപ്പോൾ വഴിയിൽ ഒരാൾ നില്ക്കുന്നതു കണ്ടു. അപ്പോൾ നേരം മയങ്ങിത്തുടങ്ങി, അത്രയേയുള്ളൂ. വലിയ ഇരുട്ടായികഴിഞ്ഞില്ല. ബ്രാഹ്മണൻ ആ മനുഷ്യനോട് ഒന്നും മിണ്ടാതെ അയാളുടെ അടുക്കൽക്കൂടി കടന്നുപോയി. അദ്ദേഹം വളരെ ബദ്ധപ്പെട്ട് നടക്കുകയായിരുന്നു. അപ്പോൾ ആ മനുഷ്യൻ, 'ഹേ സ്വാമി! അങ്ങ് എവിടെപ്പോവുകയാണ്? അവിടെ നില്ക്കണം. ഒരു കാര്യം പറയട്ടെ'എന്നു പറഞ്ഞുകൊണ്ട് അടുത്തുചെന്നു.

ബ്രാഹ്മണൻ: ഞാൻ ഏവൂരോളം പോകയാണ്. എനിക്ക് പോകാൻ ധൃതിയായിരിക്കുന്നു. ഒരത്യാവശ്യമായിട്ട് പോകുകയാണ്. സംസാരിച്ചു നില്ക്കാൻ നിവൃത്തിയില്ല.

മറ്റേയാൾ: അങ്ങ് ഇപ്പോൾ പോകുന്നതു ശരിയല്ല. ഇന്ന് ഇവിടെങ്ങാനും കേറികിടന്നു നാളെ രാവിലെ പോയാൽ മതി.

ബ്രാഹ്മണൻ: അതിനു നിവൃത്തിയില്ല. എനിക്ക് ഇന്നുതന്നെ പോകേണ്ടിയിരിക്കുന്നു. അത്യാവശ്യമാണ്.

മറ്റേയാൾ: കായംകുളം കൊച്ചുണ്ണിയെക്കുറിച്ച് അങ്ങ് കേട്ടിട്ടില്ലായിരിക്കും അല്ലേ? അങ്ങയുടെ ഭാണ്ഡത്തിലെന്താണ്?

ബ്രാഹ്മണൻ: ഭാണ്ഡത്തിൽ സാരമായിട്ടൊന്നുമില്ല രണ്ടുമൂന്നു മുണ്ടുകൾ

മാത്രമേയുള്ളൂ.

മറ്റേയാൾ: അതല്ല, ഭാണ്ഡത്തിനു കുറെ ഭാരമുള്ളതുപോലെ തോന്നുന്നുവല്ലോ. ഏതായാലും ഈ സമയത്ത് അങ്ങ് തനിച്ചു പോകുന്നതു ശരിയല്ല.

ബ്രാഹ്മണൻ: അതു ശരിതന്നെ. എന്തുചെയ്യും? എനിക്കും ഈ വിചാരമില്ലായ്കയില്ല. കൊച്ചുണ്ണിയെക്കുറിച്ച് ഞാൻ നല്ലപോലെ കേട്ടിട്ടുണ്ട്. എന്റെ മനസ്സിൽ ഭയവും ധാരാളമുണ്ട്. എങ്കിലും പോകാതെയിരിക്കാൻ നിവൃത്തിയില്ല. കൂട്ടുകാരാരുമില്ലാഞ്ഞിട്ടാണ് ഞാൻ തനിച്ചു പോകുന്നത്. ആപത്തിനൊന്നുമിടയാകാതെ എന്നെ ഏവൂർ കൊണ്ടു ചെന്നുവിടാൻ ഈ ദിക്കിൽ വല്ലവരെയും കിട്ടിയെങ്കിൽ അവർക്ക് എന്തുവേണമെങ്കിലും കൊടുക്കാമെന്നുണ്ട്.

മറ്റേയാൾ: അങ്ങേക്ക് ഏവൂരെവിടെയാണ് പോകേണ്ടത്?

ബ്രാഹ്മണൻ: ക്ഷേത്രത്തിന്റെ കിഴക്കേനടയിലൊരു മഠത്തിൽ.

മറ്റേയാൾ: ആ മഠത്തിലൊരു മൂത്തണ്ണാവിയുണ്ടല്ലോ. അദ്ദേഹം അങ്ങയുടെ ആരാണ്?

ബ്രാഷമണൻ: എന്റെ അമ്മാവനാണ്. അദ്ദേഹത്തെ നിങ്ങൾ അറിയുമോ?

മറ്റേയാൾ: അറിയും. അദ്ദേഹം ഒരു നല്ല മനുഷ്യനാണ്. എന്റെ പേരിൽ അദ്ദേഹത്തിനു വളരെ വാത്സല്യമുണ്ട്.

ബ്രാഹ്മണൻ: എന്നാൽ നിങ്ങൾക്ക് എന്റെ പേരിലും വാത്സല്യം തോന്നേണ്ടതാണല്ലോ എനിക്ക് ഇവിടെയെങ്ങും പരിചയമില്ല. നിങ്ങൾക്ക് ഈ ദിക്കിൽ പരിചയമുണ്ടെങ്കിൽ എന്റെ കൂടെ ഒരാളെ ചട്ടംകെട്ടി അയച്ചുതന്നാൽ വലിയ ഉപകാരമായിരിക്കും കൂടെപ്പോരുന്ന ആൾക്ക് ഞാൻ വല്ലതും കൊടുക്കുകയും ചെയ്യാം.

മറ്റേയാൾ: എന്തുകൊടുക്കാം?

ബ്രാഹ്മണൻ: നാലു ചക്രം കൊടുക്കാം.

മറ്റേയാൾ: നാലുചക്രമോ? അതിന് ഇവിടങ്ങളിലാരുമുണ്ടാവുകയില്ല. ഇതാ ഇപ്പോൾതന്നെ നല്ലയിരുട്ടായിരിക്കുന്നു. ഈ സമയത്ത് അഞ്ചാറു നാഴിക അങ്ങയുടെ കൂടെപ്പോരുന്നയാൾക്കു നാലു ചക്രമോ? നല്ലശിക്ഷയായി! സഹായത്തിനാരും കൂടാതെ അങ്ങു തനിച്ചുപോയാൽ അങ്ങയുടെ ഭാണ്ഡവും പ്രാണനും പോകും. അതു വിചാരിക്കാത്തതെന്താണ്? അഞ്ചു രൂപ തരാമെങ്കിൽ ഞാൻ തന്നെ പോരാം. വേറെ ആരെയും അന്വേഷിക്കേണ്ട.

ഇങ്ങനെ അവൻ തമ്മിൽ പറഞ്ഞുകൊണ്ട് നിന്നതിനിടയ്ക്ക് നേരം സന്ധ്യകഴിഞ്ഞു നല്ല ഇരുട്ടുമായി. ആകപ്പാടെ അലോചിച്ച് ഒടുക്കം മൂന്നു രൂപ കൊടുക്കാമെന്നു ബ്രാഹ്മണൻ പറയുകയും മറ്റേയാൾ അത് ഒരു വിധം സമ്മതിക്കുകയും ചെയ്തു. പിന്നെ രണ്ടുപേരും കൂടി നടന്നു തുടങ്ങി. വഴിക്കു ബ്രാഹ്മണൻ കൊച്ചുണ്ണിയെ വളരെ ശകാരിക്കുകയും ശപിക്കുകയുമൊക്കെ ചെയ്തു. മറ്റേയാൾ എല്ലാം മൂളിക്കേട്ടു ശരിവച്ചു. അങ്ങനെ രണ്ടുപേരും കൂടി ഏവൂർ ക്ഷേത്രത്തിന്റെ കിഴക്കേനടയിൽ മേല്പറഞ്ഞ ബ്രാഹ്മണന്റെ പടിക്കലെത്തി. അപ്പോൾ ആ കൂട്ടുകാരൻ, ഇനി പേടിക്കാനൊന്നുമില്ലല്ലോ. ഇതാണല്ലോ മഠം. എനിക്കു തരാമെന്നു പറഞ്ഞതു തന്നേക്കണം. എനിക്കു പോകാൻ ധൃതിയായി' എന്നു പറഞ്ഞു.

ബ്രാഹ്മണൻ: അകത്തേക്കു വരാമല്ലോ. രൂപ ഭാണ്ഡത്തിലാണ്.

ഭാണ്ഡമഴിച്ചെടുക്കണം. മഠത്തിന്റെ ഇറയത്തു ചെന്നിരുന്ന് ഭാണ്ഡമഴിച്ചെടുത്തു തരാം.

മറ്റേയാൾ: ഞാനകത്തേക്കു വരുന്നില്ല. ഇവിടെ നില്ക്കാം അങ്ങു പോയി ഭാണ്ഡമഴിച്ചെടുത്തു കൊണ്ടുവന്നു തന്നാൽ മതി.

'എന്നാലങ്ങനെയാകട്ടെ' എന്നു പറഞ്ഞു ബ്രാഹ്മണൻ അകത്തേക്കു പോയി. മഠത്തിന്റെ മുറ്റത്തു ചെന്നിരുന്ന് അമ്മാമനെ വിളിച്ചു. മൂത്തണ്ണാവി ഉടനെ ഒരു വിളക്കുംകൊണ്ടു വാതിൽ തുറന്നു പുറത്തു വന്നു.

മൂത്തണ്ണാവി: നിന്നെക്കാണാഞ്ഞു ഞാൻ വളരെ വ്യസനിച്ചിരിക്കുകയായിരുന്നു. നേരം സന്ധ്യ കഴിയുന്നതുവരെ നോക്കിക്കൊണ്ടിരുന്നു. സന്ധ്യകഴിഞ്ഞിട്ടും കാണാഞ്ഞപ്പോൾ കൊച്ചുണ്ണിയുടെ കയ്യിൽ അകപ്പെട്ടുപോയി എന്നുതന്നെ തീർച്ചയാക്കി. നേരം വെളുത്തിട്ട് അന്വേഷിക്കാമെന്നു വിചാരിച്ചിരിക്കുകയായിരുന്നു. ഈശ്വരകാരുണ്യം കൊണ്ട് ആപത്തൊന്നുമുണ്ടായില്ലല്ലോ.

ബ്രാഹ്മണൻ: ഇല്ല, കായംകുളത്തിനു സമീപത്തായപ്പോഴേക്കും നേരം സന്ധ്യമയങ്ങിത്തുടങ്ങി. പിന്നെ അവിടെനിന്ന് ഒരു കൂട്ടുകാരനെക്കൂടി വിളിച്ചുകൊണ്ടാണ് ഞാൻ പോന്നത്. അവന് മൂന്നു രൂപ കൊടുക്കാമെന്നാണ് പടഞ്ഞിട്ടുള്ളത്. അതു കൊടുക്കണം. അവൻ പടിക്കൽ നില്ക്കുന്നു.

മൂത്തണ്ണാവി: 'അതിനായിട്ടു ഭാണ്ഡമഴിക്കണമെന്നില്ല, അവനു രൂപ ഞാൻ കൊടുത്തുകൊള്ളാം. നീ വഴി നടന്നു ക്ഷീണിച്ചല്ലേ വന്നിരിക്കുന്നത്. വേഗം കുളിച്ച് അത്താഴം കഴിക്കാൻ നോക്കു. ഭാണ്ഡം അവിടെയിരിക്കട്ടെ ഞാനെടുത്തു അകത്തുവെച്ചുകൊള്ളാം.'

എന്നു പറഞ്ഞു മൂത്തണ്ണാവി തന്റെ ഭാഗിനേയനെ കുളിക്കാനയയ്ക്കുകയും ഭാണ്ഡമെടുത്ത് അകത്തു കൊണ്ടുപോയി വെയ്ക്കുകയും ചെയ്തിട്ട് മൂന്നു രൂപയെടുത്ത് വിളക്കുമായി പടിക്കുപുറത്തുചെന്നു. അപ്പോൾ മറ്റേ ബ്രാഹ്മണന്റെ കൂടെ വന്നയാൾ അവിടെത്തന്നെ നില്ക്കുന്നുണ്ടായിരുന്നു. ആ മനുഷ്യൻ മൂത്തണ്ണാവിയെകണ്ടയുടനെ കാൽക്കൽ വീണു നമസ്കരിച്ചു. ഇതെന്തൊരു വിദ്യയാണെന്നറിയാതെ മൂത്തണ്ണാവി ആ മനുഷ്യന്റെ മുഖത്തു വിളക്കടുപ്പിച്ചുപിടിച്ചു സൂക്ഷിച്ചു നോക്കി.

മൂത്തണ്ണാവി: ഓഹോ! കൊച്ചുണ്ണിയല്ലേ ഇത്! നീയാണോ കൊച്ചു സ്വാമിയെ ഇവിടെ കൊണ്ടുവന്നു വിട്ടത്?

കൊച്ചുണ്ണി: അതേ.

മൂത്തണ്ണാവി: വളരെ സന്തോഷമായി. നീ ഈചെയ്ത ഉപകാരത്തിനു മൂന്നല്ല. മുന്നൂറു രൂപ തന്നാലും മതിയാവുകയില്ല. നീ കാണാനിടയാകാതെ അവൻ ആ മമ്മതിന്റെ കയ്യിലോ മറ്റോ അകപ്പെട്ടിരുന്നുവെങ്കിൽ അവന്റെ കഥ കഴിഞ്ഞുപോകുമായിരുന്നല്ലോ. അതിനൊന്നും ഇടയാകാഞ്ഞതു ഭാഗ്യംതന്നെ. ഇതാ മൂന്നു രൂപ. ഇതു മതിയോ? പോരെങ്കിൽ എത്ര വേണമെങ്കിലും തരാം.

കൊച്ചുണ്ണി: എനിക്കൊന്നും വേണ്ട, ഞാനൊന്നും മേടിക്കാൻ വിചാരിച്ചിരുന്നുമില്ല. അദ്ദേഹം ഇവിടെ വരികയാണെന്നും സ്വാമിയുടെ അനന്തരവനാണെന്നും പറഞ്ഞതു വാസ്തവം തന്നെയോ, അദ്ദേഹം ഒരാൾക്കെന്തെങ്കിലും കൊടുക്കാമെന്നുപറഞ്ഞാൽ കൊടുക്കുന്നയാളോ, ഒടുക്കം കാര്യം കഴിയുമ്പോൾ കളിപ്പിക്കുന്ന മനുഷ്യനോ എന്നും മറ്റുമറിയാനായിമാത്രം

ഞാനിവിടെ നിന്നതാണ്. അല്ലാതെ ഒന്നും വേണമെന്നു വിചാരിച്ചല്ല. എനിക്കു വേണമെങ്കിൽ ആ ഭാണ്ഡം മുഴുവനും മേടിക്കാമായിരുന്നല്ലോ. എനിക്കിതിന് ഒരു ചില്ലികാശുപോലും വേണ്ട. സ്വാമി അന്നുതന്ന ആ വാർത്തകഞ്ഞിയുടെ സ്വാദു ഞാനിന്നും മറന്നിട്ടില്ല. ഞാൻ ചത്താലും അതു മറക്കുകയില്ല. എനിക്ക് സ്വാമിയുടെ അനുഗ്രഹം മാത്രം മതി.

എന്നു പറഞ്ഞ് പോവുകയും ചെയ്തു. ആ മൂന്നു രൂപയും അയാൾ മേടിച്ചില്ല. ആ മനുഷ്യൻ നമ്മുടെ കൊച്ചുണ്ണിയായിരുന്നുവെന്നു വിശേഷിച്ചു പറയണമെന്നില്ലല്ലോ. കൊച്ചുണ്ണി ഒരു കൃതജ്ഞതയുള്ള ആളായിരുന്നുവെന്നുള്ളതിന് ഈ കഥ ഒരുന്നാന്തരം ദൃഷ്ടാന്തവുമാണല്ലോ.

ഇനി കൊച്ചുണ്ണിയുടെ സത്യസന്ധതയ്ക്കു ദൃഷ്ടാന്തമായി ഒരു സംഗതി പറയാം.

കൊച്ചുണ്ണിയുടെ കാലത്തു കാർത്തികപ്പള്ളിത്തെരുവിനു സമീപം സിറിയൻ ക്രിസ്ത്യൻ സമൂഹത്തിലുൾപ്പെട്ട ഒരു മാപ്പിള താമസിച്ചിരുന്നു. അയാൾ കാലക്ഷേപത്തിന് ഒരു ഗതിയും ഇല്ലാത്തവനായിരുന്നു. വല്ലവരോടുമൊക്കെ വില പിന്നീടുകൊടുക്കാമെന്നു പറഞ്ഞു നാളികേരം വാങ്ങി വെട്ടി കൊപ്രയാക്കി, ആലപ്പുഴ കൊണ്ടുചെന്ന് വിറ്റു കൊടുത്തു തീർത്തിട്ടു കിട്ടുന്ന ലാഭംകൊണ്ടാണ് അയാൾ അഹോവൃത്തി കഴിച്ചു വന്നത്. അയാൾ ദേഹണ്ഡിച്ചു കൊടുത്തിട്ടു കഴിയേണ്ടവരായി അയാളുടെ ഭാര്യയും നാലഞ്ചുകുട്ടികളും അയാളുടെ തള്ളയുമായിരുന്നതിനാൽ അയാൾക്കു കടമായി നാളികേരം കൊടുക്കുന്നതിനു സമീപസ്ഥർക്കു മടിയുണ്ടായിരുന്നില്ല.

അങ്ങനെയിരിക്കുമ്പോൾ അയാൾ നാലഞ്ചുപേരോട് ആയിരവും അഞ്ഞൂറും വീതം നാളികേരം കടമായി ളുക്കിക്കൊടുത്തു പണവും വാങ്ങിക്കൊണ്ടു മടങ്ങിപ്പോന്നു. കൊപ്ര കയറ്റിക്കൊണ്ടുപോയത് തൃക്കുന്നപ്പുഴനിന്ന് ഒരാളോട് കൂലിക്കുവാങ്ങിയ വഞ്ചിയിലായിരുന്നു. അതിനാൽ അയാൾ തൃക്കുന്നപ്പുഴ വന്നു വഞ്ചി ഉടമസ്ഥനെ ഏല്പിച്ചിട്ട് അവിടെനിന്നു കരയ്ക്കു കാർത്തികപ്പള്ളിക്കു പുറപ്പെട്ടു. അപ്പോൾ നേരം ഏകദേശം ഇരുട്ടായിരുന്നു. തൃക്കുന്നപ്പുഴനിന്നും കാർത്തികപ്പള്ളിക്ക് രണ്ടുനാഴികയിലധികം ദൂരമില്ലായിരുന്നതുകൊണ്ടും ആ ദിക്കിലൊക്കെ അയാൾക്ക് നല്ല പോലെ പരിചയമുണ്ടായിരുന്നതിനാലും കൊച്ചുണ്ണി മുതലായവരുടെ സഞ്ചാരം ദേശത്തു സാധാരണമല്ലാതെയിരുന്നതിനാലും വല്ലതുമാപത്തുണ്ടായേക്കുമെന്നുള്ള വിചാരം അയാൾക്ക് അധികമുണ്ടായിരുന്നില്ല. എങ്കിലും കൊച്ചുണ്ണിയും കൂട്ടുകാരും ചിലപ്പോൾ അവിടങ്ങളിലും സഞ്ചരിക്കാറുണ്ടായിരുന്നതുകൊണ്ട് കുറച്ചൊരു ഭയം ഇല്ലാതിരുന്നുമില്ല. ഏങ്കിലും ആ സാധുമനുഷ്യൻ കൊപ്ര വിറ്റു കിട്ടിയ ഇരുന്നൂറ്റിച്ചില്വാനം രൂപയും മടിയിൽ വെച്ചുകൊണ്ട് തനിച്ചാണ് പുറപ്പെട്ടതെന്നു പറഞ്ഞാൽ കഴിഞ്ഞല്ലോ.

മാപ്പിള ഏകദേശം പകുതി വഴിയായപ്പോൾ,കൊച്ചുണ്ണി വഴിയിൽ നില്ക്കുന്നുണ്ടായിരുന്നു. രാത്രിയായിരുന്നതിനാൽ ദൂരെവെച്ചു കാണുന്നതിനും ആളറിയുന്നതിനും കഴിഞ്ഞില്ല. അല്ലെങ്കിൽ ആ മാപ്പിള ദൂരെവെച്ചുതന്നെ വഴിമാറിപ്പോകുമായിരുന്നു. ഗ്രഹപ്പിഴയുടെ ശക്തികൊണ്ടോ എന്തോ അതിനൊന്നുമിടയായില്ല. അവർ പരസ്പരം പരിചിതന്മാരായിരുന്നതിനാലും നിലാവിന്റെ വെളിച്ചം കുറേശ്ശെഉണ്ടായിരുന്നതു കൊണ്ടും

അടുത്തുകൂടിയപ്പോൾ രണ്ടുപേരും തമ്മിൽത്തമ്മിലാളറിഞ്ഞു. അപ്പോൾ ആ മാപ്പിളയ്ക്കുണ്ടായ ഭയവും വ്യസനവും എത്രമാത്രമെന്നു പറയാൻ പ്രയാസം.

കൊച്ചുണ്ണി: താനിപ്പോൾ എവിടെപ്പോയിവരുന്നു?

മാപ്പിള: ഞാൻ ആലപ്പുഴയോളം പോയി വരികയാണ്.

കൊച്ചുണ്ണി: കൊപ്ര കൊടുക്കാനാണോ?

മാപ്പിള: അതെ.

കൊച്ചുണ്ണി: എന്നാൽ തന്റെ കയ്യിൽ പണം കാണുമല്ലോ. എത്ര രൂപയുണ്ട്? മടിശ്ശീല കാണട്ടെ.

ഇതുകേട്ട് മാപ്പിള ഒന്നും മിണ്ടാതെ വിഷണ്ണനായി നിന്നു.

കൊച്ചുണ്ണി: ഒട്ടും മടിക്കേണ്ട തന്നേക്കു, അതാണു നല്ലത്. അല്ലെങ്കിൽ അറിയാമല്ലോ. കൊച്ചുണ്ണിയുടെ സ്വഭാവം താൻ മനസ്സിലാക്കിയിട്ടുള്ളതല്ലേ?

മാപ്പിള വേഗം മടിശ്ശീലയെടുത്തു കൊച്ചുണ്ണിയുടെ കയ്യിൽ കൊടുത്തിട്ട് ഇരുനൂറ്റിയമ്പതുണ്ട് എന്നു പറഞ്ഞു. 'എത്രയെങ്കിലുമാകട്ടെ' എന്നു പറഞ്ഞ് കൊച്ചുണ്ണി മടിശ്ശീലയുംകൊണ്ട് പോവുകയും ചെയ്തു.

കഷ്ടം! സാധുവായ ആ മാപ്പിളയുടെ പിന്നത്തെ സ്ഥിതി എന്തു പറയുന്നു. പണമോ പോയി, ഉപജീവനവും മുട്ടിയല്ലോ. നാളികേരം കടം വാങ്ങിയവർക്കു കൊടുക്കാനുള്ളതു കൊടുക്കാതെയിരുന്നാൽ പിന്നെയയാളെ വിശ്വസിച്ചു വല്ലവരും വല്ലതും കൊടുക്കുമോ? കടം കിട്ടാതെയായാൽ ഉപജീവനത്തിനു വേറെ മാർഗ്ഗവുമില്ലല്ലോ. ഇതെല്ലാം വിചാരിച്ചു മാപ്പിള ജീവച്ഛവമായിട്ടു നടന്ന് ഒരുവിധം അയാളുടെ വീട്ടിലെത്തി. വിവരമെല്ലാം ഭാര്യയോടു പറഞ്ഞു. രണ്ടുപേരും കൂടി വളരെ നേരമിരുന്നു പലതും പറഞ്ഞു വിഷാദിച്ചു. ഒടുക്കം അയാളുടെ ഭാര്യ, പണം പോയതുപോട്ടെ, നിങ്ങളുടെ ജീവൻ പോയില്ലല്ലോ. അതുതന്നെ ഭാഗ്യം. നമുക്കൊരുതുണ്ടു പുരയിടമുള്ളതു നാളെത്തന്നെ ആർക്കെങ്കിലും പണയമെഴുതി പണം വാങ്ങി കടംവാങ്ങിയേടത്തു കൊടുക്കാനുള്ളതു കൊടുത്തു തീർക്കണം. അല്ലെങ്കിൽ നേരില്ലാത്തവനെന്നു പേരുകിട്ടുമെന്നു മാത്രമല്ല, നമ്മുടെ ഉപജീവനവും മുട്ടുമല്ലോ. പണയമെഴുതി വാങ്ങുന്ന കടം ദൈവകൃപകൊണ്ട് ഒരുകാലത്ത് തീർക്കാൻ സംഗതിയുണ്ടെങ്കിൽ തീർക്കാം. വല്ലവിധവും പലിശ കൊടുത്തുകൊണ്ടിരുന്നാൽ നേരുകേടു കൂടാതെ കഴിക്കാമല്ലോ. ഏതെങ്കിലും അത്താഴം കഴിച്ചു നമുക്കു കിടക്കാം. നേരം വളരെയധികമായി എന്നു പറഞ്ഞു. വ്യസനംകൊണ്ട് മാപ്പിളയ്ക്ക് അത്താഴം വേണമെന്നു തോന്നിയില്ല. ഭാര്യയുടെ നിർബന്ധം നിമിത്തം അയാൾ അത്താഴം കഴിച്ചുവെന്നു വരുത്തി പോയികിടക്കുകയും ചെയ്തു. വിചാരം നിമിത്തം അയാൾക്കു നേരെ ഉറക്കവും വന്നില്ല. ഓരോ മനോരാജ്യവും വിചാരിച്ചുതന്നെ ഒരുവിധം നേരം വെളുപ്പിച്ചുവെന്നേ പറയാനുള്ളൂ. പിറ്റേദിവസംതന്നെ മാപ്പിള തന്റെ പുരയിടം പണയമെഴുതി ആവശ്യമുള്ള പണം വാങ്ങി കടമെല്ലാം വീട്ടി. വിണ്ടും നാളികേരം കടമായിത്തന്നെ വാങ്ങി കൊപ്രാവെട്ടും ആരംഭിച്ചു.

അങ്ങനെ പത്തു പതിനഞ്ചു ദിവസം കഴിഞ്ഞ് ഒരു ദിവസം സന്ധ്യാസമയം മാപ്പിള വീട്ടിന്റെ ഇറയത്തു ചില മനോരാജ്യങ്ങൾ വിചാരിച്ചുകൊണ്ടിരിക്കുമ്പോൾ ആരോ ഒരാൾ പടി കയറി വരുന്നതുകണ്ടു. നേരം ഇരുട്ടിത്തുടങ്ങിയതിനാൽ അതാരാണെന്ന് ആദ്യം അയാൾക്ക് മനസ്സിലായില്ല. ആ മനുഷ്യൻ അടുത്തു ചെന്നപ്പോൾ കൊച്ചുണ്ണിയാണെന്നു മനസ്സിലായി.

മാപ്പിള മനസ്സറിയാതെ 'അയ്യോ!' എന്നൊരു നിലവിളിയോടുകൂടി പരിഭ്രമിച്ചു പെട്ടെന്നെണീറ്റു.

കൊച്ചുണ്ണി: 'ഹേ! ഒട്ടും പരിഭ്രമിക്കേണ്ട. ഞാൻതന്നെ ഉപദ്രവിക്കാനായിട്ടു വന്നതല്ല. തന്നോട് ഇന്നാളൊരു ദിവസം വാങ്ങിയ പണം തരാനായിട്ടാണ് ഞാൻ വന്നിരിക്കുന്നത്. പാവപ്പെട്ടവനായ തന്റെ പണം അപഹരിക്കണമെന്നു ഞാൻ വിചാരിക്കുന്നില്ല. അന്നെനിക്കു കുറച്ചു പണത്തിന് ആവശ്യമുണ്ടായിരുന്നു. വേറെ മാർഗമൊന്നുമുണ്ടാകാഞ്ഞതിനാൽ തന്നോട് വാങ്ങിക്കൊണ്ടു പോയതാണ്. ഇന്നലെ എനിക്കു കുറച്ചു പണം കിട്ടി. ഇനി തന്റെ പണം തരാതെയിരിക്കുന്നതു ശരിയല്ലല്ലോ, എന്നു വിചാരിച്ചു കൊണ്ടുവന്നതാണ്. ഇതാ തന്റെ മടിശ്ശീലയും പണവും. അതിൽ സ്വല്പം കൂടുതലുണ്ടായിരിക്കും. അതു താനന്നു ചെയ്ത ഉപകാരത്തിനു പ്രതിഫലമായിരിക്കട്ടെ'

എന്നു പറഞ്ഞു മടിശ്ശീല മാപ്പിളയുടെ മുൻപിൽ വെച്ചിട്ടു കൊച്ചുണ്ണി അപ്പോൾത്തന്നെ ഇറങ്ങിപ്പോവുകയും ചെയ്തു. മാപ്പിള മടിശ്ശീലയെടുത്തഴിച്ച് എണ്ണിനോക്കിയപ്പോൾ അഞ്ഞൂറു രൂപയുണ്ടായിരുന്നു. അപ്പോൾ മാപ്പിളയ്ക്കുണ്ടായ സന്തോഷം, കൊച്ചുണ്ണി പണംവാങ്ങിക്കൊണ്ടു പോയപ്പോഴുണ്ടായ സന്താപത്തിലിരട്ടിയിലധികമായിരുന്നു. പിന്നെ അയാൾ ആ അഞ്ഞുറു രൂപയും കൂടി നാളികേരം വാങ്ങി കൊപ്ര വെട്ടികച്ചവടം ചെയ്തു. അങ്ങനെ ഒരു കൊല്ലം കഴിഞ്ഞപ്പോൾ പുരയിടത്തിൻമേൽ സ്ഥാപിച്ചും അല്ലാതെയുമുണ്ടായിരുന്ന സകല കടങ്ങളും തീർന്ന് ആയിരത്തിച്ചില്വാനംരൂപ മാപ്പിളയ്ക്കു സ്വന്തമായിട്ടുതന്നെ കൈവശമുണ്ടായി. പിന്നെ അയാൾ അതുകൊണ്ടു മുറയ്ക്കു കൊപ്രകച്ചവടം ചെയ്തുകൊണ്ടിരുന്നു. എന്തിനു വളരെപ്പറയുന്നു, കുറച്ചുകാലം കൊണ്ട് ആ മാപ്പിള കാലക്ഷേപത്തിന് ഒട്ടും ഞെരുക്കമില്ലാത്ത ഒരു നിലയിലായി. ഇതിന്റെ കാരണഭൂതൻ സത്യസന്ധനായ കൊച്ചുണ്ണിയാണെന്നു വിശേഷിച്ചു പറയണമെന്നില്ലല്ലോ. ഇങ്ങനെ അനേകമഗതികൾ കൊച്ചുണ്ണിയുടെ സഹായംകൊണ്ടു സമ്പന്നന്മാരായിത്തീർന്നിട്ടുണ്ട്. കൊച്ചുണ്ണി നിമിത്തം ദാരിദ്ര്യം തീർന്നവരായ പല കുടുംബക്കാർ കായംകുളം, കാർത്തികപ്പള്ളി, കീരിക്കാട്, മുതുകുളം മുതലായ സ്ഥലങ്ങളിൽ ഇപ്പോഴും നല്ല സ്ഥിതിയിൽത്തന്നെ ഇരിക്കുന്നുമുണ്ട്. അവർക്ക് കൊച്ചുണ്ണിയെക്കുറിച്ചുള്ള നന്ദി, ഇന്നും അവരുടെ മനസ്സിൽനിന്നു മാഞ്ഞുപോയിട്ടുമില്ല.

●

കൈപ്പുഴ രാജ്ഞിയും പുളിങ്കുന്നുദേശവും

വടക്കുംകൂർ രാജവംശത്തിലെ ഒരു ശാഖക്കാർ ഒരു കാലത്തു ഏറ്റുമാനൂർ താലൂക്കിൽ ചേർന്ന കൈപ്പുഴ എന്ന സ്ഥലത്തു താമസിച്ചിരുന്നു. അവരെ അക്കാലത്തു സാധാരണമായി 'കൈപ്പുഴ തമ്പുരാക്കന്മാർ' എന്നാണു പറഞ്ഞുവന്നിരുന്നത്. അവിടെ നിന്നു ഒരു തമ്പുരാട്ടിയെ ഒരമ്പലപ്പുഴ(ചെമ്പകശ്ശേരി)ത്തമ്പുരാൻ സംബന്ധം ചെയ്തു കൊണ്ടുപോയിരുന്നു. അമ്പലപ്പുഴ തമ്പുരാക്കന്മാർ ബ്രാഹ്മണരായിരുന്നുവല്ലോ. മലയാള ബ്രാഹ്മണരിൽ മൂത്തയാൾ മാത്രം സ്വജാതിയിൽ വിവാഹം ചെയ്യുകയും മറ്റുള്ളവരെല്ലാം ബ്രാഹ്മണരിൽ താണ ജാതിക്കാരുടെ സ്ത്രീകളെ സംബന്ധം ചെയ്യുകയാണല്ലോ പതിവ്. ഒരു കാലത്തു അമ്പലപ്പുഴ ജ്യേഷ്ഠാനുജന്മാരായിട്ടു രണ്ടു തമ്പുരാക്കന്മാരുണ്ടായിരുന്നു. അവരിൽ രണ്ടാമനാണു കൈപ്പുഴ രാജ്ഞിയെ സംബന്ധം ചെയ്തു കൊണ്ടുപോയത്. എങ്കിലും കുറച്ചു കാലം കഴിഞ്ഞപ്പോൾ അദ്ദേഹത്തിനു മൂപ്പും രാജ്യാധിപത്യവും വർദ്ധിച്ചു. അക്കാലത്തു ആ തമ്പുരാൻ സ്വരാജ്യത്തിൽ 'പുളിങ്കുന്നു' എന്ന ദേശം തന്റെ പ്രിയതമയായ രാജ്ഞിക്കു ഇഷ്ടദാനമായി കൊടുത്തു. അവിടെ ഒരു ഭവനമുണ്ടാക്കി കൊടുത്ത് ആ രാജ്ഞിയേയും സന്താനങ്ങളേയും പാർപ്പിച്ചു. ആ തമ്പുരാന്റെ കാലം കഴിഞ്ഞിട്ടും ആ തമ്പുരാട്ടിയും മക്കളും അവിടെ തന്നെ താമസിച്ചിരുന്നു. ആ ദേശത്തെ നികുതി പിരിക്കാനുള്ള അധികാരം അവിടേയ്ക്കുണ്ടായിരുന്നതു കൂടാതെ അവിടുത്തെ ഭർത്താവായിരുന്ന തമ്പുരാൻ അവിടേയ്ക്കു ധാരാളം പണം കൊടുക്കുകയും ചെയ്തിരുന്നു. അതിനാൽ അവിടെ വേണ്ടതിനൊന്നും ഒരു ബുദ്ധിമുട്ടും ഉണ്ടായിരുന്നില്ല. കുട്ടിപ്പട്ടന്മാർ, ഭൃത്യന്മാർ, പരിചാരികമാർ, കാര്യസ്ഥന്മാർ മുതലായവരും ധാരാളമുണ്ടായിരുന്നു. ശമ്പളം കൊടുക്കാൻ വേണ്ടുന്ന മുതലുണ്ടെന്നു കണ്ടാൽ സേവിക്കാനാളുകൾ ധാരാളമുണ്ടാകുമല്ലോ. അതിനാൽ രാജ്ഞി യഥാപൂർവം വേണ്ടുന്ന പദവികളോടുകൂടിയാണു അവിടെ താമസ്സിച്ചിരുന്നത്.

ഇങ്ങിനെയിരിക്കുന്ന കാലത്താണു തിരുവതാംകൂർ മഹാരാജാവ് അമ്പലപ്പുഴ രാജാവുമായി യുദ്ധം ആരംഭിച്ചത്. ആ യുദ്ധത്തിൽ അമ്പലപ്പുഴ രാജാവ് പരാജിതനായിത്തീരുമെന്നു ഏകദേശം തീർച്ചയായപ്പോഴേക്കും, തിരുവതാംകൂർ മഹാരാജാവിന്റെ സൈന്യം പുളിങ്കുന്നിലേക്കുകൂടിക്കടന്നു. വല്ല ഉപദ്രവവുമുണ്ടാക്കിയേക്കുമോ എന്നു വിചാരിച്ചു രാജ്ഞിയ്ക്കു പരിഭ്രമവും, ഭയവുമുണ്ടായി. 'ഏതായാലും ഇനി ഇവിടുത്തെ താമസം അത്ര ശുഭമായി

വരുകയില്ല. കഴിയുന്ന വേഗത്തിൽ കൈപ്പുഴയ്ക്കു പോകണം' എന്നു രാജ്ഞി തീർച്ചപ്പെടുത്തുകയും ആ വിവരം കാര്യസ്ഥന്മാരെ ധരിപ്പിച്ചു വേണ്ടുന്നതെല്ലാം തയ്യാറാക്കുവാൻ ചട്ടം കെട്ടുകയും ചെയ്തു. അക്കാലത്തു പുളിങ്കുന്നിൽ വലിയ ധനവാന്മാരായ നായന്മാർ മുന്നൂറില്പരം വീട്ടുകാരുണ്ടായിരുന്നു. ഈ നായന്മാരല്ലാതെ സാമാന്യം പോലെ ആ ദിക്കിലാരുമുണ്ടായിരുന്നില്ലെന്നു തന്നെ പറയാം. നസ്രാണിമാപ്പിളമാർ നാലോ അഞ്ചോ കുടുംബക്കാരുണ്ടായിരുന്നുവെങ്കിലും അവരെല്ലാം അന്നന്നു കൂലിവേല ചെയ്തു അഹോവൃത്തി കഴിക്കുന്ന അഗതികളായിരുന്നു. രാജ്ഞിക്കു രാജ്യാധിപത്യം കൂടിയുണ്ടായിരുന്നതിനാൽ അവിടെയുള്ള സകലജനങ്ങളും രാജ്ഞിയുടെ ആജ്ഞയിലുൾപ്പെട്ടാണു അവിടെ താമസിച്ചിരുന്നത്. രാജ്ഞിയുടെ ഭർത്താവായ രാജാവ് തീപ്പെട്ടുപോയതിന്റെ ശേഷവും ആ രാജപത്നിയെക്കുറിച്ചുള്ള ഭക്തിയും ബഹുമാനവും ആർക്കും കുറഞ്ഞിരുന്നില്ല. എങ്കിലും രാജ്ഞി യാത്ര നിശ്ചയിച്ചിരിക്കുന്നുവെന്നു കേട്ടപ്പോൾ, അക്കാലംവരെ അവർക്കു വേണ്ടി പ്രാണത്യാഗം ചെയ്വാൻ പോലും തയ്യാറായിരുന്ന ആ നായന്മാരുടെ ഭാവം മാറി. തങ്ങളുടെ രക്ഷാധികാരിണിയായിരുന്ന രാജ്ഞി ദേശംവിട്ടു പോകുന്നു എന്നു കേട്ടാൽ ഒന്നു ചെന്നു കാണണമെന്നോ തങ്ങളാൽ കഴിയുന്ന സഹായങ്ങൾ ചെയ്തുകൊടുക്കണമെന്നോ തോന്നുന്നതു സ്വാഭാവികമാണല്ലോ. എന്നാൽ ആ ദിക്കിലുള്ള നായന്മാർക്കു ആ വക ലൗകിക വിചാരമൊന്നുമുണ്ടായില്ല. അവിടെ കൂടെത്താമസിച്ചിരുന്ന ഭൃത്യന്മാർ പോയി രണ്ടു വഞ്ചികൾ കൊണ്ടുവന്നു അവിടെയുണ്ടായിരുന്ന ഭരണി, പാത്രങ്ങൾ മുതലായ സാമാനങ്ങളെല്ലാം ഒരു വഞ്ചിയിലാക്കി. ഉടനെ പണ്ടങ്ങളും പണമായിട്ടുണ്ടായിരുന്നതെല്ലാം എടുത്തും കൊണ്ടു തന്റെ സന്താനങ്ങളോടു കൂടി രാജ്ഞി മറ്റേ വഞ്ചിയിലും ചെന്നു കയറി. അപ്പോഴേക്കും ഭൃത്യന്മാരും എവിടെയൊ പൊയ്ക്കളഞ്ഞു, പരിചാരക ന്മാർ, കുട്ടിപ്പട്ടന്മാർ മുതലായവരും ഭൃത്യന്മാർ പോയ പുറകെ പോയി. കിംബഹുനാ? രാജ്ഞിയും അവിടുത്തെ സന്താനങ്ങളും മാത്രം അവിടെ ശേഷിച്ചു. സഹായത്തിനുള്ള ആളുകളും വഞ്ചിക്കാരുമെല്ലാം വരുമെന്നു വിചാരിച്ചു അവർ വളരെ നേരം ആ വഞ്ചിയിൽ നോക്കിക്കൊണ്ടിരുന്നു. ആരെയും കണ്ടില്ല. നേരം വൈകിത്തുടങ്ങുകയും ചെയ്തു. അപ്പോൾ രാജ്ഞിയ്ക്കു ഭയവും വ്യസനവും വർദ്ധിച്ചുതുടങ്ങി. 'ഈശ്വരാ! ഇവരെല്ലാം കൂടി എന്നെ ചതിക്കുകയായിരിക്കുമോ'? എന്നു പറഞ്ഞു ആ രാജ്ഞി കുറേശ്ശേ കരഞ്ഞുതുടങ്ങി. അമ്മയുടെ മുഖഭാവം മാറിക്കണ്ടപ്പോൾ മക്കളെല്ലാം കൂട്ടത്തോടെ കരഞ്ഞു തുടങ്ങി. നാലു വയസ്സു മുതൽ പത്തു വയസ്സുവരെ പ്രായമായ മൂന്നാലു കുട്ടികളല്ലാതെ പ്രായം തികഞ്ഞവരായി ആ രാജ്ഞിയുടെ മക്കളിലാരുമുണ്ടായിരുന്നില്ല. രാജ്ഞി ഒരുവിധം തന്റെ വ്യസനത്തെ ഉള്ളിലൊതുക്കുകയും കുട്ടികളെ സമാധാനപ്പെടുത്തുകയും ചെയ്തിട്ട് തന്റെ മൂത്ത പുത്രനെ അവിടെ സമീപത്തുണ്ടായിരുന്ന നായർഗൃഹങ്ങളിലെല്ലാം പറഞ്ഞയച്ചു അവരെയൊക്കെ വിളിപ്പിച്ചു. അവരിൽ സ്ത്രീകളാകട്ടെ പുരുഷന്മാരാകട്ടെ യതൊരുത്തരും വന്നില്ല. എന്നുമാത്രമല്ല,ആ രാജകുമാരൻ ചെന്നു വിളിച്ചിട്ട് അവരാരും മിണ്ടിയതു പോലുമില്ല. പിന്നെ രാജ്ഞി ആ കുമാരനെത്തന്നെ ചില മാപ്പിളവീടുകളിൽ പറഞ്ഞയച്ചു. അവിടെയൊക്കെ ചെന്നു നോക്കിയിട്ടു ആരെയും കണ്ടതു പോലുമില്ല. ആ വിവരവും കുമാരൻ മടങ്ങിവന്നു പറഞ്ഞു. അപ്പോൾ രാജ്ഞി താൻ നിസ്സഹായയായിത്തീർന്നുവെന്നു തീർച്ചയാക്കി.

രാവിലെ ഊണുകഴിച്ച വഞ്ചിയിൽ കയറിയ കുട്ടികളെല്ലാം വിശപ്പു കൊണ്ടു ക്ഷീണിച്ചു കരഞ്ഞു തുടങ്ങിയിരിക്കുന്നു. സൂര്യൻ അസ്തമിക്കാറായിരിക്കുന്നു. 'ഇനി എന്തൊരു ഗതിയാണീശ്വരാ!' ആകപ്പാടെ ആപത്തിലായല്ലോ എന്നു പറഞ്ഞു രാജ്ഞി വീണ്ടും കരഞ്ഞു തുടങ്ങി. അതു കണ്ടപ്പോൾ കുട്ടികളുടെ കരച്ചിൽ ഒന്നു കൂടി വർദ്ധിച്ചു.

ഇങ്ങിനെ അവരെല്ലാവരും കൂടി കരഞ്ഞുകൊണ്ടിരുന്നപ്പോൾ സ്വല്പം ദൂരെ കൂടി നാലു മാപ്പിളമാർ കടന്നു പോകുന്നതു കണ്ടിട്ട് രാജ്ഞി തന്റെ പുത്രനെക്കൊണ്ട് അവരെ വിളിപ്പിച്ചു. അവർ അടുത്തു വന്നപ്പോൾ രാജ്ഞിയെ കാണുകയും താണു തൊഴുതുകൊണ്ട് 'ഇപ്പോൾ ഇവിടെയിങ്ങനെയെഴുന്നള്ളിയിരിക്കുന്നതെന്താണ്' എന്നു ചോദിച്ചു. രാജ്ഞി സംഗതികളെല്ലാം പറഞ്ഞു അവരെ ധരിപ്പിച്ചതിന്റെ ശേഷം 'ഏതുവിധവും നിങ്ങൾ കഴിയുന്നതും വേഗത്തിൽ എന്നെയും എന്റെ കുട്ടികളെയും കൈപ്പുഴ കൊണ്ടുചെന്നാക്കണം. അതിനു നിങ്ങൾക്കു എന്തു വേണമെങ്കിലും തരാം' എന്നു പറഞ്ഞു. അതു കേട്ടു മാപ്പിളമാർ :'ഒന്നും കല്പിച്ചു തന്നില്ലെങ്കിലും അവിടേയ്ക്കു വേണ്ടി എന്തും ചെയ്യാൻ അടിയങ്ങൾ തയ്യാറാണ്. വിശേഷിച്ചും ഈ സ്ഥിതിയിൽ അടിയങ്ങളാൽ കഴിയുന്നതു ചെയ്തില്ലങ്കിൽ പിന്നെ മനുഷ്യരായി ജീവിക്കുന്നതെന്തിനാണ്? അവിടുത്തെ ചോറാണു അടിയങ്ങൾ ഇതുവരെ തിന്നിട്ടുള്ളത്. അതു ചത്താലും മറക്കുകയില്ല. എന്നാൽ കല്പിച്ചു ഒരര നാഴിക ഒന്നു ക്ഷമിക്കണം. അടിയങ്ങൾ നേരം വെളുത്തപ്പോൾ കൂലിവേലയ്ക്കു വിടകൊണ്ടതാണ്. ഇന്നു കരിക്കാടി ആഹരിച്ചിട്ടില്ല. അതിനാൽ ക്ഷണത്തിൽ കുറച്ചു കരിക്കാടിവെള്ളം മൊന്തികൊണ്ടു വിടകൊള്ളാം. കല്പിച്ച കാര്യം അടിയങ്ങൾ ഏറ്റിരിക്കുന്നു. അതിനു യാതൊരു വ്യത്യാസവും വരുത്തുകയില്ല'. എന്നു പറഞ്ഞു പോയി. ഉടനെ അവർ നാലു പേരും ആഹാരവും കഴിച്ചു വന്നു വഞ്ചികളിൽ ഈരണ്ടു പേർ കയറി. വഞ്ചി നീക്കാറായപ്പോൾ ശുദ്ധഹൃദയയായ ആ രാജ്ഞി വ്യസനാക്രാന്തയായി കരഞ്ഞുകൊണ്ട് 'എന്റീശ്വരാ! ഈ ദിക്കിലുള്ള നായന്മാരെല്ലാം നശിച്ചു പോണേ. മാപ്പിളമാരെല്ലാം സകല ശ്രേയസ്സുകളോടു കൂടിവർദ്ധിച്ചു വരികയും ചെയ്യണേ' എന്നു പറഞ്ഞിട്ടു ആപത്തൊന്നും കൂടാതെ തന്റെ പൂർവ്വഗൃഹത്തിൽ ചെന്നെത്താനായി ഈശ്വരനെ പ്രാർഥിച്ചു.

യാതൊരാപത്തിനും ഇടയാകാതെ പിറ്റേദിവസം അതിരാവിലെ വഞ്ചികൾ കൈപ്പുഴക്കടവിലടുത്തു. രാജ്ഞിയും മക്കളും കരയ്ക്കിറങ്ങി; രാജമന്ദിരത്തിലേക്കുപോയി. തലേദിവസം ഭക്ഷണം കഴിക്കാതെയിരുന്നതിനാൽ അവർക്കു വളരെ ക്ഷീണമുണ്ടായിരുന്നു. അതിനാൽ ഉടനെ അവർ കുറച്ചു ഭക്ഷണം കഴിച്ചു. അപ്പോഴേയ്ക്കും വഞ്ചിക്കാരായ മാപ്പിളമാരും കൈപ്പുഴ ഉണ്ടായിരുന്ന ഭൃത്യന്മാരും കൂടി സാമാനങ്ങളെല്ലാം ചുമന്നു കോയിക്കലാക്കി. രാജ്ഞി ആ മാപ്പിളമാർക്കു കേമമായി ഭക്ഷണം കൊടുപ്പിക്കുകയും അവർ വിചാരിച്ചിരുന്നതിൽ വളരെ അധികം പണവും സമ്മാനങ്ങളും കൊടുത്തു സന്തോഷിപ്പിച്ചയക്കുകയും ചെയ്തു.

രാജ്ഞി പുളിങ്കുന്നിൽനിന്നു പോയിട്ടു അധികം താമസിയാതെ തന്നെ തിരുവതാംകൂർ മഹാരാജാവ് അമ്പലപ്പുഴ രാജ്യവും അതോടു കൂടി പുളിങ്കുന്നും പിടിച്ചടക്കി സ്വരാജ്യത്തോടുചേർത്തു. ആ രാജ്ഞിയുടെ ശാപവും അനുഗ്രഹവും നിമിത്തം കാലക്രമേണ പുളിങ്കുന്നിലുണ്ടായിരുന്ന നായർകുടുംബങ്ങളെ

ല്ലാം നശിക്കുകയും മാപ്പിളമാരെല്ലാം വർദ്ധിക്കുകയും ചെയ്തു. ഇപ്പോൾ പുളിങ്കുന്നെന്ന സ്ഥലത്തു നാലോ അഞ്ചോ നായർ കുടുംബങ്ങൾ മാത്രമേയുള്ളൂ. ആ കുടുംബക്കാരെല്ലാം നിത്യവൃത്തിക്കു പോലും വകയില്ലാതെ അഗതികളുമാണ്. അവിടെയിപ്പോൾ നസ്രാണി മാപ്പിളമാരുടെ വീടുകൾ മുന്നൂറിലധികമുണ്ട്. ആ വീട്ടുകാരിൽ മിക്കവരും വലിയ ധനവാന്മാരുമാണ്. പുളിങ്കുന്നിലുള്ള നായന്മാരുടെ അധഃപതനത്തിനും ആപത്തുകൾക്കും കാരണം കൈപ്പുഴ രാജ്ഞിയുടെ ശാപമാണെന്നു അടുത്ത കാലത്തു പാഴൂർ കണിയാരുടെ പ്രശ്നവിധിയുണ്ടായിട്ടുണ്ട്.

●

ആഴ്‌വാഞ്ചേരി തമ്പ്രാക്കളും മംഗലത്തു ശങ്കരനും

ആഴ്‌വാഞ്ചേരി തമ്പ്രാക്കളുടെ ഇല്ലത്തിനു സമീപം മംഗലത്ത് എന്നൊരു നായർ ഭവനമുണ്ടായിരുന്നു. ആ വീട്ടിൽ ശങ്കരൻ എന്നൊരു നായരുണ്ടായിരുന്നു. അയാളുടെ ജോലി ആഴ്‌വാഞ്ചേരിമനയ്ക്കലെ കന്നുകാലികളെ മേയ്ക്കുകയായിരുന്നു. ആ ജോലിക്കു ശങ്കരനെ നിയമിച്ച കാലത്തു മനയ്ക്കൽ അസംഖ്യം കന്നുകാലികളുമുണ്ടായിരുന്നു. ദിവസംതോറും രാവിലെ ശങ്കരൻ മനയ്ക്കൽചെന്നു കന്നുകാലികളെ എല്ലാമഴിച്ചുവിട്ടു കൊണ്ടുപോയി തീറ്റി നേരം വൈകുമ്പോൾ മനയ്ക്കൽ കൊണ്ടുചെന്നു തൊഴുത്തുകളിലാക്കിക്കെട്ടും. അങ്ങനെയാണു പതിവ്. അയാൾ കന്നുകാലികളെ അഴിച്ചുവിട്ടുകൊണ്ടുപോകുമ്പോൾ അവ പലവഴിയായി പോയിത്തുടങ്ങും. വിളിച്ചാലും പറഞ്ഞാലുമൊന്നും അവ അനുസരിക്കുകയുമില്ല. ആകപ്പാടെ നൂറുനൂറ്റമ്പതെണ്ണമുണ്ട്. അവയെ എല്ലാം മേയ്ക്കാൻ അയാളൊരുത്തൻ മാത്രമേയുള്ളൂ. അയാൾ പറഞ്ഞിട്ടു കേൾക്കാതെയിരുന്നാൽ ഒരു വടികൊണ്ട് ഒരു പശുവിന് ഒന്നടിച്ചു. അടികൊണ്ടയുടനെ പശു അവിടെ വീണു ചത്തു. ശങ്കരൻ പശുവിനെ അടികൊണ്ട സ്ഥാനം നോക്കി മനസ്സിലാക്കി. പിന്നെ പശുവായാലും കാളയായാലും അയാൾ പറഞ്ഞിട്ടു കേട്ടില്ലെങ്കിൽ അയാൾ ആ സ്ഥാനം നോക്കി ഒരടി കൊടുക്കും. അടി കൊണ്ടാലുടനെ ആ മൃഗം വീണു ചാകുകയും ചെയ്യും. അങ്ങനെ പതിവായി. അങ്ങനെ കുറച്ചുകാലം കഴിഞ്ഞപ്പോഴേക്കും കന്നുകാലികൾ മിക്കതും ചത്തൊടുങ്ങി. ശങ്കരനു ബുദ്ധിമുട്ടും വളരെ കുറഞ്ഞു.

അങ്ങനെയിരിക്കുമ്പോൾ ഒരു ദിവസം തമ്പ്രാക്കൾ തന്റെ കന്നുകാലികളെല്ലാം നന്നായിരിക്കുന്നുവോ എന്നു നോക്കാനായിച്ചെന്നു തൊഴുത്തുകളിൽ നോക്കിയപ്പോൾ അവ മിക്കവാറും ശൂന്യങ്ങളായിരിക്കുന്നതായി കണ്ടു. ഒരു തൊഴുത്തിൽ മാത്രം ഒന്നോ രണ്ടോ പശുക്കളുണ്ടായിരുന്നു. അവയും പട്ടിണി കിടന്നു ക്ഷീണിച്ച് ഏകദേശം ചാകാറായിരുന്നു. ഉടനെ തമ്പ്രാക്കൾ ശങ്കരനെ വിളിച്ച് 'നമ്മുടെ കന്നുകാലികളൊക്കെ എവിടെ' എന്നു ചോദിച്ചു.

ശങ്കരൻ: അതങ്ങനെയിരിക്കും. ആരായാലെന്താ? കന്നുകാലികളായാലും വകതിരിവു വേണം. പറഞ്ഞാൽ കേൾക്കാഞ്ഞാലങ്ങനെയിരിക്കും. അടിയനോട്ടു കളിച്ചാലങ്ങനെയാണ് തമ്പുരാനേ!

തമ്പ്രാക്കൾ: നീയെന്താണു പറയുന്നത് ശങ്കരാ! എനിക്കൊന്നും മനസ്സിലാകുന്നില്ല. നമ്മുടെ കന്നുകാലികളൊക്കെയെവിടെ?

ശങ്കരൻ: അവയൊക്കെ അസത്തുക്കളും അധികപ്രസംഗികളുമായിരുന്നു, തമ്പുരാനേ! പറഞ്ഞാൽ കേൾക്കുന്നതായി അതിലൊന്നുമുണ്ടായിരുന്നില്ല.

തമ്പ്രാക്കൾ: അതൊക്കെയിരിക്കട്ടെ, അവ എവിടെ?

ശങ്കരൻ: എല്ലാം ചത്തു.

തമ്പ്രാക്കൾ: അയ്യോ! അതെങ്ങനെ?

ശങ്കരൻ: പറഞ്ഞാൽ പറഞ്ഞതുപോലെ കേട്ടു നില്ക്കാഞ്ഞിട്ട് അടിയൻ ഓരോ വീക്കു കൊടുത്തു. എല്ലാം മറിഞ്ഞുവീണു ചാവുകയും ചെയ്തു. അവയെല്ലാം അസത്തുക്കളായിരുന്നു തമ്പുരാനേ! അങ്ങനെയുള്ളവ നമുക്കു വേണ്ട. തെക്കോട്ടു പോകാൻ പറഞ്ഞാൽ വടക്കോട്ടു പോകും. അങ്ങനെയുള്ളവ നമുക്കെന്തിനാണ്?

തമ്പ്രാക്കൾ: അയ്യോ! മഹാപാപീ! നീ ചതിച്ചല്ലോ. മുതൽ പോയതോ പോയി. അതു വല്ലതുമാകട്ടെ, നീ മഹാപാപമെല്ലാം കെട്ടി വച്ചല്ലോ. ഇതിന്റെ ഒരംശം നമ്മുടെ തറവാട്ടേക്കുമിരിക്കുമല്ലോ. നീയിനി എത്രകാലം നരകമനുഭവിച്ചാൽ ഈ പാപമെല്ലാം തീരും? ഇതു വലിയ കഠിനമായിപ്പോയി.

ശങ്കരൻ: അയ്യോ! അടിയനതൊന്നും വിചാരിച്ചില്ല. അടിയനതൊന്നും അറിയാനും വയ്യ! പാപമെന്നു പറഞ്ഞാലെന്താണ് തമ്പുരാനേ! അവിടുന്നു പാപമെന്നും നരകമെന്നുമൊക്കെ അരുളിച്ചെയ്യുന്നതിന്റെ സാരം അടിയനു മനസ്സിലാകുന്നില്ല.

ശങ്കരൻ കേവലം മൃഗപ്രായനായിരുന്നുവെന്നുള്ളതു പറയണമെന്നില്ലല്ലോ. അയാൾ പാപമെന്നും പുണ്യമെന്നും നരകമെന്നും സ്വർഗമെന്നുമുള്ളതൊന്നും കേട്ടിട്ടു തന്നെ ഉണ്ടായിരുന്നില്ല. അയാൾ ഒടുവിൽ പറഞ്ഞതു കേട്ടിട്ടു തമ്പ്രാക്കൾ പാപപുണ്യങ്ങളെയും നരകസ്വർഗങ്ങളെയും മറ്റും പറ്റി വിസ്തരിച്ചു പറഞ്ഞു കേൾപ്പിച്ചു. ഓരോരോ നരകങ്ങളെയും നരകാനുഭവങ്ങളുടെ കഷ്ടതകളെയും പറ്റി തമ്പ്രാക്കൾ വിവരിച്ചു പറഞ്ഞുകേട്ടപ്പോൾ ഭയവും വ്യസനവും സഹിക്കാൻ പാടില്ലാതായിട്ടു ശങ്കരൻ കരഞ്ഞുതുടങ്ങി. അയാൾ കേവലം മൂഢനായിരുന്നുവെങ്കിലും അയാൾക്കു തമ്പ്രാക്കളെക്കുറിച്ചു വളരെ ഭക്തിയും അവിടുത്തെ വാക്കിൽ ദൃഢമായ വിശ്വാസവുമുണ്ടായിരുന്നു. അതിനാൽ അയാൽ വ്യസനിച്ചു കരഞ്ഞു തൊഴുതുകൊണ്ട്, 'അടിയന്റെ അറിവില്ലായ്കകൊണ്ട് ഇങ്ങനെ ചെയ്തുപോയി. ഇനി ഈ മഹാപാപം തീരാൻ വല്ല വഴിയുമുണ്ടോ? അടിയനെന്തു ചെയ്താൽ ഈ മഹാപാപം തീരും? അതുകൂടി അവിടുന്നരുളിച്ചെയ്യണം.'

തമ്പ്രാക്കൾ: ഈ മഹാപാപം തീരാൻ ഗംഗാസ്നാനമല്ലാതെ മറ്റൊരു മാർഗവുമില്ല.

ശങ്കരൻ : അതു ചെയ്താൽ തീരുമോ?

തമ്പ്രാക്കൾ: അതു സംശയിക്കാനുണ്ടോ? കാശിയില്പോയി ഗംഗാസ്നാനവും വിശ്വനാഥദർശനവും കഴിച്ചാൽ തീരാത്ത പാപമില്ല.

ശങ്കരൻ: എന്നാൽ അടിയൻ ഇപ്പോൾത്തന്നെ യാത്രയാവുകയാണ്. ഇനി ഈ പാപം തീർത്തിട്ടല്ലാതെ മറ്റൊരു കാര്യമില്ല.

ഇപ്രകാരം പറഞ്ഞു തമ്പ്രാക്കളെ ഭക്തിപൂർവം വന്ദിച്ചുകൊണ്ടു ശങ്കരൻ നായർ കാശിക്കു യാത്രയായി.

അങ്ങനെയിരിക്കുന്ന കാലത്ത് ഒരു ദിവസം കാശിവിശ്വനാഥനോട് അവിടുത്തെ വാമോത്സംഗേ വസിക്കുന്ന ദേവി ശ്രീപാർവതി 'അല്ലയോ

ഭഗവാനേ! ഗംഗാസ്നാനം ചെയ്യുന്നവരെല്ലാം പാപവിമുക്തരായി മോക്ഷത്തെ പ്രാപിക്കുമെന്നാണല്ലോ പറയുന്നത്. എന്നാലസംഖ്യമാളുകൾ ഇവിടെ വന്നു ഗംഗാസ്നാനം കഴിച്ചു പോകുന്നുണ്ട്. ഇവർക്കൊക്കെ മോക്ഷം ലഭിക്കുമോ?

ഭഗവാൻ: യൈ, ഒന്നുമില്ല. ഭക്തിയും വിശ്വാസവുമാണ് പ്രധാനം. അവയുണ്ടെങ്കിലല്ലാതെ മോക്ഷപ്രാപ്തി ഉണ്ടാവുകയില്ല. അവയുള്ളവർ ഇക്കാലത്തു ചുരുക്കമാണ്. അവയില്ലാതെ ഗംഗാസ്നാനം ചെയ്തതു കൊണ്ട് യാതൊരു ഫലവുമില്ല. ഇതു വേണമെങ്കിൽ നാളെ ഞാൻ ബോദ്ധ്യപ്പെടുത്തിത്തരാം.

ഈ സംഭാഷണം നടന്നതിന്റെ പിറ്റേദിവസം രാവിലെ നമ്മുടെ ശങ്കരൻനായർ കാശിയിലെത്തി. അപ്പോൾ അസംഖ്യമാളുകൾ അവിടെ സ്നാനാദികൾ ചെയ്യുന്നുണ്ടായിരുന്നു. ആ കൂട്ടത്തിൽ ശങ്കരനും സ്നാനമാരംഭിച്ചു. ആ സമയം ഭഗവാൻ വിശ്വനാഥൻ ഒരു വൃദ്ധബ്രാഹ്മണന്റെയും ശ്രീപാർവതി വൃദ്ധയായ ഒരു ബ്രാഹ്മണസ്ത്രീയുടെയും വേഷംധരിച്ചു ഗംഗാതീരത്തിങ്കൽ വന്നെത്തി. ആ വൃദ്ധബ്രാഹ്മണൻ വിറച്ചുവിറച്ചു ചെന്നു നദിയിലേക്കിറങ്ങാനായി ഭാവിച്ച സമയം കാൽതെറ്റി വെള്ളത്തിൽ വീണു. അവിടെക്കിടന്നു മുങ്ങുകയും പൊങ്ങുകയും വെള്ളം കുടിക്കുകയും ചെയ്തു മരിക്കാൻ ഭാവിച്ചു. അപ്പോൾ ബ്രാഹ്മണസ്ത്രീ 'അയ്യോ! എന്റെ ഭർത്താവ് കുടിച്ചു ചാവാൻ ഭാവിക്കുന്നേ! അദ്ദേഹത്തിനു നീന്താനറിഞ്ഞു കൂടാ. ആരെങ്കിലും അദ്ദേഹത്തെ പിടിച്ചു കയറ്റി രക്ഷിക്കണേ!' എന്നു പറഞ്ഞുകൊണ്ടു വിളിച്ചു നിലവിളിച്ചു. അതു കേട്ടു സ്നാനം കഴിച്ചു കൊണ്ടു നിന്ന ജനങ്ങളെല്ലാം ഓടിയെത്തി. ആ കൂട്ടത്തിൽ നമ്മുടെ ശങ്കരനുമുണ്ടായിരുന്നു. എല്ലാവരുമടുത്തു ചെന്നപ്പോൾ ബ്രാഹ്മണസ്ത്രീ 'പാപം തീരാത്തവരാരും എന്റെ ഭർത്താവിനെ തൊടരുതേ, പാപമുള്ളവർ തൊട്ടാലപ്പോൾ അദ്ദേഹം മരിച്ചുപോകും' എന്നു പറഞ്ഞു. ഇതു കേട്ട് 'പാപം തീർന്നോ ഇല്ലയോ എന്നെങ്ങനെ നിശ്ചയിക്കാം. നാം നിമിത്തം ഒരു ബ്രാഹ്മണൻ മരിച്ചു എന്നു വരുന്നതു കഷ്ടമാണല്ലോ. അതുകൊണ്ട് അതു വേണ്ടാ'എന്നു വിചാരിച്ചു എല്ലാവരും പിന്മാറി. അപ്പോൾ നമ്മുടെ ശങ്കരൻ 'ഗംഗാസ്നാനം ചെയ്താൽ സകലപാപവും തീരുമെന്നാണല്ലോ എന്റെ തമ്പുരാൻ അരുളിച്ചെയ്തത്. എനിക്കിനി പാപമെവിടെയാണ്? എന്റെ സകലപാപങ്ങളും തീർന്നിരിക്കുന്നു' എന്നു പറഞ്ഞുകൊണ്ട് ആ ബ്രാഹ്മണനെ പിടിച്ചുകയറ്റി. ഭഗവാനും ഭഗവതിയും അവിടെനിന്നു പോയതിന്റെ ശേഷം 'ഇന്ന് അവിടെ സ്നാനം കഴിച്ചിട്ടുള്ളവരിൽ എന്നെപ്പിടിച്ചു കയറ്റിയ ആ ഒരുവനു മാത്രം മോക്ഷമുണ്ട്. അവന്റെ വിശ്വാസം കണ്ടില്ലേ?' എന്നു ഭഗവാൻ അരുളിച്ചെയ്യുകയും ദേവി സമ്മതിക്കുകയും ചെയ്തു.

പൂർണ്ണവിശ്വാസത്തോടും ഭക്തിയോടുംകൂടി ഗംഗാസ്നാനം ചെയ്യുകയും വിശ്വനാഥനെ ദർശിക്കുകയും വിശേഷിച്ചും ലോകൈകനാഥനായിരിക്കുന്ന ഭഗവാന്റെ കരസ്പർശനത്തിന് ഭാഗ്യം സിദ്ധിക്കുകയും ചെയ്ത ശങ്കരനു മോക്ഷം കിട്ടുമോ എന്നുള്ളതു സംശയിക്കാനില്ലല്ലോ. അയാൾ കാശിയിൽവച്ചുതന്നെ അചിരേണ ഭഗവൽസായൂജ്യത്തെ പ്രാപിച്ചു.

ശങ്കരൻ കാശിക്കു പോയതിന്റെ ശേഷം കുറച്ചുകാലം കഴിഞ്ഞപ്പോൾ ആഴ്വാഞ്ചേരി മനയ്ക്കൽ സന്താനാദ്യൈശ്വര്യങ്ങൾ കുറഞ്ഞു തുടങ്ങുകയാൽ തമ്പ്രാക്കൾ അതിന്റെ കാരണമറിയുന്നതിനായി പാഴൂർ പടിപ്പുരയിൽ ആളയച്ചു പ്രശ്നം വെപ്പിച്ചുനോക്കിക്കുകയും പശുഹിംസ ചെയ്തതു ശങ്കരനാണെങ്കിലും തമ്പ്രാക്കൾകൂടി അന്വേഷിച്ചിരുന്നുവെങ്കിൽ അതിനിടയാവുകയി

ല്ലായിരുന്നുവെന്നും അങ്ങനെ ചെയ്യാതിരുന്നതിനാൽ ആ മഹാപാപത്തിന്റെ ഒരംശം തമ്പ്രാക്കളുടെ കുടുംബത്തെക്കൂടി ബാധിച്ചിട്ടുണ്ടെന്നും അതു നിമിത്ത മാണ് ആണ്ടുതോറും ഏഴരമുറി പറമ്പുകളിൽ നിറച്ചു പയർ വിതപ്പിക്കുകയും അതു പൂവും കായുമാകുന്ന സമയം വേലിയെടുത്തു കന്നുകാലികളെ കയറ്റി തീറ്റുകയും ചെയ്യണമെന്നും അങ്ങനെ ചെയ്തുകൊണ്ടാൽ ദോഷങ്ങൾ നീങ്ങി ശുഭം ഫലമെന്നു കണിയാർ വിധിക്കുകയും ചെയ്തു. ആ വിധിപ്രകാരം മൂന്നു കൊല്ലം ചെയ്തപ്പോഴേക്കും മനയ്ക്കൽ സന്താനവും സമ്പത്തും എന്നു വേണ്ട, സകലൈശ്വര്യങ്ങളും പൂർവ്വാധികം വർദ്ധിക്കുകയാൽ ഈ പുണ്യകർമം എന്നും നടത്തണമെന്നു നിശ്ചയിച്ചു തമ്പ്രാക്കൾ അതിനുവേണ്ടുന്ന ഏർപ്പാ ടുകളൊക്കെ ചെയ്തു. അത് അവിടെ ഇപ്പോഴും നടന്നുവരുന്നുണ്ടെന്നാണ് കേൾവി. എന്നു മാത്രമല്ല, പശുക്കളെ വളർത്തുന്നത് എങ്ങനെയായാലും ഒടുക്കം ദോഷകരമായേ പരിണമിക്കുകയുള്ളൂ എന്നും, 'അതിനാൽ മേലാൽ നമ്മുടെ ഇല്ലത്ത് ആ ഏർപ്പാടേ വേണ്ട എന്നും തമ്പ്രാക്കൾ തീർച്ചപ്പെടുത്തി. അക്കാലംമുതൽ ആഴ്വാഞ്ചേരി മനയ്ക്കൽ പശുക്കളെ വളർത്തുക പതിവില്ല. ഇങ്ങനെ ഓരോ കാരണങ്ങളാൽ പകാരാദികളായ പത്തു കൂട്ടം ആ മനയ്ക്ക ലില്ലാതെയായിത്തീർന്നു. അതിനെപ്പറ്റി കേട്ടിട്ടുള്ള ഒരു ശ്ലോകം താഴെ എഴുതുന്നു.

'പായും, പരമ്പു, പശു, പാത്രി, പടറ്റിവാഴ,
പത്തായവും, പലക, പൈതൽ, പണം തഥൈവ
പായാദി പത്തിവ പടിപ്പുരയോടുകൂടി
ത്തമ്പ്രാക്കൾതൻ നിലയനേ നഹിയെന്നു കേൾപ്പൂ.'

●

നാലേക്കാട്ടു പിള്ളമാർ

നാലേക്കാട്ടു കുടുംബക്കാർ ഒന്നാംതരം ശൈവപ്പിള്ളമാരാണ്. ഇവരുടെ പൂർവകുടുംബം പാണ്ടിയിൽ 'നാങ്കുനേരി'ക്ക സമീപം 'വിജയനാരായണപുരം' എന്ന സ്ഥലത്തായിരുന്നു. എന്നാലിപ്പോൾ അത് തിരുവിതാംകൂറിൽ തിരുവല്ലായ്ക്കു സമീപം 'കുട്ടമ്പേരൂർ' എന്ന ദേശത്താണ്. ആ കുടുംബക്കാർ പലതുകൊണ്ടും യോഗ്യന്മാരായിരുന്നു. ഇപ്പോഴും അങ്ങനെതന്നെ. അവർ സത്യവാന്മാരും പഠിപ്പും കാര്യശേഷിയുമുള്ളവരും കണക്കുവിഷയത്തിൽ അതിസമർത്ഥന്മാരുമായിരുന്നു. ആ കുടുംബം വളരെ നാളായിട്ടു തിരുവിതാംകൂർ മഹാരാജാക്കന്മാരുടെ പ്രത്യേക കരുണയ്ക്കു പാത്രീഭവിച്ചു കൊണ്ടാണ് വർത്തിക്കുന്നത്. ഇപ്രകാരം ശ്രേഷ്ഠവും പ്രസിദ്ധവുമായ ആ കുടുംബത്തിൽ മുൻപുണ്ടായിരുന്ന മൂന്നു മഹാന്മാരെപ്പറ്റിയാണ് ഇവിടെ പറയാൻ ഭാവിക്കുന്നത്.

1. യോഗീശ്വരൻ

യോഗീശ്വരന്റെ ജനനം കൊല്ലം 719-ാംആണ്ടു വിജയനാരായണപുരം എന്ന സ്ഥലത്തുതന്നെയായിരുന്നു. അദ്ദേഹം സാമാന്യവിദ്യാഭ്യാസാനന്തരം യോഗശാസ്ത്രം പരീക്ഷിച്ചും ക്രമേണ ഒരു മഹായോഗിയായിത്തീർന്നു. അതിനിടയ്ക്ക് അദ്ദേഹം രണ്ടു വിവാഹം ചെയ്യുകയും ചില സന്താനങ്ങളുണ്ടാവുകയും ചെയ്തു.

ആ യോഗി ഒരിക്കൽ തിരുവനന്തപുരത്തു വരികയും മഹാരാജാവിനെ മുഖം കാണിക്കുകയും അവിടുന്നു യോഗിയെ യഥായോഗ്യം സൽക്കരിക്കുകയും പ്രത്യേകം സ്ഥലം കല്പിച്ചു കൊടുത്തു താമസിപ്പിക്കുകയും ചെയ്തു. മുഖം കാണിച്ച സമയം പ്രസംഗവശാൽ 'യോഗിക്കു ഭക്ഷണമെന്താണ് പതിവ്' എന്നുകൂടി കല്പിച്ചു ചോദിച്ചു. 'പാലും പഴവും മാത്രമേ പതിവുള്ളൂ' എന്നു യോഗി തിരുമനസ്സറിയിക്കുകയും യോഗി താമസിക്കുന്ന സ്ഥലത്ത് ആവശ്യമുള്ള പാലും പഴവും കൊണ്ടുചെന്നു കൊടുക്കുന്നതിനു കല്പിച്ചു ചട്ടം കെട്ടുകയും ചെയ്തു. കല്പനപ്രകാരം ഒരാൾ മൂന്നിടങ്ങഴി പാലും മുപ്പതു പഴവും യോഗി താമസിച്ചിരുന്ന സ്ഥലത്തു കൊണ്ടുചെന്നു കൊടുത്തു. ഒരാൾക്ക് ഇത്രയും പാലും പഴവും വേണ്ടിവരികയില്ലെന്നും എങ്കിലും ധാരാളം കൊടുക്കണമെന്നു മാണല്ലോ കല്പന,അതുകൊണ്ട് ഇത്രയും ഇരിക്കട്ടെ എന്നു വിചാരിച്ചിട്ടാണ് ആ മനുഷ്യൻ ഇത്രയും പാലും പഴവും കൊണ്ടുചെന്നത്. അതുകണ്ട് യോഗി 'എത്ര പാലുണ്ട്?' എന്നു ചോദിച്ചു . അതു കൊണ്ടുചെന്ന ആൾ 'മൂന്നിടങ്ങ

ഴിയുണ്ട്'' എന്നു പറഞ്ഞു. അതു കേട്ട് യോഗി 'മൂന്നിടങ്ങഴി പാൽ എന്റെ ആസനത്തിലൊഴിക്കാൻ തികയുകയില്ലല്ലോ' എന്നു പുച്ഛരസത്തോടുകൂടി പറഞ്ഞു. മറ്റേയാൾ അതിനുത്തരമായി ഒന്നും മിണ്ടാതെ പോവുകയും ചെയ്തു.

മേല്പറഞ്ഞ പ്രകാരം യോഗി പറഞ്ഞ വിവരം എങ്ങനെയോ മഹാരാജാവു കല്പിച്ചറിഞ്ഞു. പിറ്റേദിവസവും യോഗി കൊട്ടാരത്തിൽ ചെല്ലണമെന്നു കല്പിച്ചിരുന്നതിനാൽ യോഗി ചെല്ലുന്നതിനു മുമ്പായി മുപ്പതു പറ പാലും മൂവായിരം പഴവും കല്പിച്ചു കൊട്ടാരത്തിൽ വരുത്തി വച്ചു. യോഗി ചെന്നു മുഖം കാണിച്ചപ്പോൾ 'ആസനത്തിൽക്കൂടി പാൽ കുടിക്കാറുണ്ടോ?' എന്നു കല്പിച്ചു ചോദിച്ചു. യോഗി അതിനു മറുപടിയായി 'ആവശ്യപ്പെട്ടാൽ അതുമാവാം' എന്നു കല്പിക്കുകയും ഒരു വലിയ വാർപ്പിനകത്തു മുപ്പതു പറ പാലും അതിനടുക്കൽ മൂവായിരം പഴവും അവിടെ ഹാജരാക്കിച്ചു കൊടുക്കുകയും ചെയ്തു. ഉടനെ യോഗി ആ വാർപ്പിലിറങ്ങിയിരുന്നു കൈ നീട്ടി. യോഗിയുടെ കൂടെയുണ്ടായിരുന്ന ശിഷ്യന്മാർ പഴം തൊലി കളഞ്ഞു കയ്യിൽ കൊടുത്തുകൊണ്ടിരുന്നു. യോഗി അതുവാങ്ങി ഭക്ഷിച്ചുതുടങ്ങുകയും ചെയ്തു. കുറച്ചുസമയം കഴിഞ്ഞപ്പോൾ ആ പഴം മുഴുവനും തിന്നുതീർന്നു. അപ്പോഴേക്കും പാലും മുഴുവൻ യോഗിയുടെ അകത്തായി. അതുകണ്ട് മഹാരാജാവ് ഏറ്റവും വിസ്മയത്തോടുകൂടി 'ഇദ്ദേഹം കേവലം ഒരു യോഗിയല്ല; ഒരു യോഗീശ്വരൻ തന്നെയാണ്'' എന്നു കല്പിച്ചു. അന്നുമുതൽ അദ്ദേഹത്തെ എല്ലാവരും യോഗീശ്വരൻ എന്നു പറഞ്ഞു തുടങ്ങുകയും ചെയ്തു.

യോഗീശ്വരൻ തിരുവനന്തപുരത്തു താമസിച്ചിരുന്ന കാലത്തു പ്രതിദിനം രാവിലെ കരമനയാറ്റില്പോയി കുളിക്കുകയും കുടൽ പുറത്തിറക്കി കഴുകി ശുദ്ധീകരിക്കുകയും മെതിയടിയിട്ടുകൊണ്ടു വെള്ളത്തിന്റെ മീതെ നടക്കുകയും മറ്റും ചെയ്തിരുന്നതായി കേൾവിയുണ്ട്. എല്ലാം കൊണ്ടും അദ്ദേഹം ദിവ്യനായ ഒരു യോഗീശ്വരനായിരുന്നുവെന്നുള്ളതിനു സംശയമില്ല.

യോഗീശ്വരൻ ശുചീന്ദ്രത്തും മരുത്വാൻ മലയിലുമായി വളരെക്കാലം താമസിച്ചിട്ടുണ്ട്. അങ്ങനെ പല സ്ഥലങ്ങളിൽ സഞ്ചരിച്ചും പലതും കണ്ടും കേട്ടും അനുഭവിച്ചും മനസ്സിനു നല്ല തൃപ്തി വരികയാൽ ഒടുക്കം അദ്ദേഹം കേവലം വിരക്തനായിത്തീർന്നു. യോഗീശ്വരനായിരുന്ന അദ്ദേഹത്തിനു രോഗപീഡയോ വർഷതാപാദികളിൽ ദുസ്സഹത്വമോ ഉണ്ടായിരുന്നില്ലെന്നുള്ളതു പറയണമെന്നില്ലല്ലോ. എങ്കിലും ഭൂലോകവാസത്തിൽ തൃപ്തി വരികയാൽ ഒടുക്കം ദേഹത്തെ ഉപേക്ഷിച്ചുകളയാമെന്നു നിശ്ചയിച്ചു. ഇപ്രകാരമുള്ള യോഗീശ്വരന്മാർക്കു മരണം സ്വായത്തമാണല്ലോ. അവർക്ക് എത്രകാലം വേണമെങ്കിലും ജീവിച്ചിരിക്കുന്നതിനും യാതൊരു പ്രയാസവുമില്ല.

കേരളഭൂമി പരശുരാമനാൽ ബ്രാഹ്മണർക്കായിക്കൊണ്ടു ദാനം ചെയ്യപ്പെട്ടിട്ടുള്ളതാകയാൽ അവിടെവെച്ചുള്ള ദേഹവിയോഗം വിഹിതമല്ലെന്നു നിശ്ചയിച്ച് അദ്ദേഹം പാണ്ടിയിൽ 'കരിങ്കുളം' എന്ന സ്ഥലത്തേക്ക് പോയി. അവിടെവെച്ച് അദ്ദേഹം 936ാംആണ്ടു തുലാമാസത്തിൽ ഒരു ദിവസം പതിവുപോലെ ശിവപൂജ കഴിക്കുകയും അതിന്റെ അവസാനത്തിൽ സമാധിയിലിരുന്നുകൊണ്ട് ആത്മാവിനെ പരമാത്മാവിങ്കൽ ലയിപ്പിക്കുകയും ചെയ്തു.

യോഗീശ്വരൻ കരിങ്കുളത്തു സമാധിയിലിരുന്ന സ്ഥലത്ത് അദ്ദേഹത്തി

ന്റെ വംശജർ ഒരമ്പലം പണിയിച്ച് അദ്ദേഹത്തിന്റെ ഒരു വിഗ്രഹം പ്രതിഷ്ഠിക്കുകയും അവിടെ വിളക്കുവെപ്പ്, പൂജ മുതലായവ നടത്തുന്നതിനു വേണ്ടുന്ന ഏർപ്പാടുകൾ ചെയ്യുകയും ചെയ്തു. നാലേക്കാട്ടു കുടുംബക്കാർ ഇപ്പോഴും ചില സമയങ്ങളിൽ അവിടെപ്പോവുകയും പൂജാദികൾ നടത്തി വന്ദിച്ചുപോരുകയും ചെയ്തുവരുന്നുണ്ട്.

2. യോഗീശ്വരൻ രാമൻപിള്ള

സാക്ഷാൽ യോഗീശ്വരന്റെ പ്രഥമഭാര്യയിൽ അദ്ദേഹത്തിനുണ്ടായ പ്രഥമപുത്രനെ 'യോഗീശ്വരൻ രാമൻപിള്ള' എന്നാണ് സാധാരണയായി പറഞ്ഞു വന്നിരുന്നത്. ചിലർ അദ്ദേഹത്തിനെ 'വരരാമയോഗി' എന്നും പറഞ്ഞുവന്നിരുന്നു. അദ്ദേഹത്തിന്റെ ജന്മസ്ഥലവും വിജയനാരായണ പുരം തന്നെയായിരുന്നു. അദ്ദേഹം ജനിച്ചതു കൊല്ലം 900-ാംആണ്ടുആയിരുന്നു.

യോഗീശ്വരൻ രാമൻപിള്ള ഒരു തമിഴ് പണ്ഡിതനും തമിഴു കവിയുമായിരുന്നു. അദ്ദേഹം തമിഴിൽ അനേകം കൃതികളുണ്ടാക്കീട്ടുണ്ട്. അവയെല്ലാം എഴുതീട്ടുള്ള താളിയോലഗ്രന്ഥങ്ങൾ നാലേക്കാട്ടുഗൃഹത്തിൽ ഇപ്പോഴുമിരിക്കുന്നുണ്ട്.

യോഗീശ്വരൻ രാമൻപിള്ള അദ്ദേഹത്തിന്റെ അച്ഛനോടുകൂടി ചെറുപ്പത്തിൽത്തന്നെ കേരളത്തിൽ വന്നുചേർന്നു. ചില സർക്കാരുദ്യോഗസ്ഥന്മാരുടെ പരിചയവും മഹാരാജാവു തിരുമനസ്സിലെ കാരുണ്യവും സിദ്ധിക്കാനിടയായതുകൊണ്ട് അദ്ദേഹത്തിനു ചെറുപ്പത്തിൽത്തന്നെ സർക്കാർ ജീവനം ലഭിക്കുന്നതിനും സംഗതിയായി. അദ്ദേഹത്തിനു ആദ്യം ലഭിച്ചതു മാവേലിക്കര, തിരുവല്ലാ മുതലായ സ്ഥലങ്ങളിൽ ദേവസ്വം കണക്കെഴുത്താണ്. അതിൽനിന്നു കയറ്റം കിട്ടിക്കിട്ടി ഒടുക്കം അദ്ദേഹത്തിനു വലിയ മേലെഴുത്തുദ്യോഗം ലഭിച്ചു.

യോഗീശ്വരൻ രാമൻപിള്ള വലിയ മേലെഴുത്തുപിള്ളയായിരുന്ന കാലത്തു കുട്ടമ്പേരൂർ നാലേക്കാട്ടു നായർ അന്യംനില്ക്കുകയും ആ നായരുടെ സകലസ്വത്തുക്കളും ഇദ്ദേഹത്തിനു ഇനാമായി കല്പിച്ചു കൊടുക്കുകയും ചെയ്തു. പിന്നെ യോഗീശ്വരൻ രാമൻപിള്ള ആ നായരുടെ വീടിരുന്ന സ്ഥലത്ത് പുതുതായി ഒരു ഭവനം പണിയിക്കുകയും സ്വദേശമായ വിജയനാരായണപുരത്തുനിന്ന് 'ഉമയാൾ പാർവതി' എന്നൊരു സ്വജാതിസ്ത്രീയെ വിവാഹം ചെയ്ത് അവിടെ കൊണ്ടുവരികയും ചെയ്തു. ഇപ്രകാരമാണ് അവർക്ക് മലയാളത്തിൽ ഒരു കുടുംബമുണ്ടാവുകയും അവർ നാലേക്കാട്ടുപിള്ളമാരായിത്തീരുകയും ചെയ്തത്.

വിവാഹം ചെയ്തതിന്റെശേഷം വളരെക്കാലത്തേക്കു യോഗീശ്വരൻ രാമൻപിള്ളയ്ക്കു സന്താനങ്ങളുണ്ടാകാതെയിരുന്നു. ഭാര്യയ്ക്കു കൂടെക്കൂടെ ഗർഭമുണ്ടാവുകയും അതു നാലുമഞ്ചും മാസമാകുമ്പോൾ അലസിപ്പോവുകയുമാണ് ചെയ്തിരുന്നത്. അതിന്നായി ചില ചികിത്സകൾ ചെയ്തിട്ടും ഒരു ഫലവും കാണായ്കയാൽ അതിന്റെ കാരണമറിയുന്നതിനായി യോഗീശ്വരൻ രാമൻപിള്ള പാഴൂർ പടിപ്പുരയിൽ പോയി പ്രശ്നം വെപ്പിച്ചുനോക്കിക്കുകയും ആ സ്ത്രീയുടെ ദേഹത്തിൽ ഒരു ഗന്ധർവൻ ബാധിച്ചിട്ടുണ്ടെന്നും ആ ഗന്ധർവന്റെ ഉപദ്രവം നിമിത്തമാണ് ഗർഭമലസിപ്പോകുന്നതെന്നും, ആ ഗന്ധർവനെ ഒഴിച്ചാലല്ലാതെ സന്താനമുണ്ടാവുകയില്ലെന്നും പ്രശ്നവിധിയുണ്ടാവുകയും ചെയ്തു. അതിനാൽ അദ്ദേഹം ചില മന്ത്രവാദികളെ വരുത്തി മന്ത്രവാദങ്ങൾ

ചെയ്യിച്ചു. ആരു വിചാരിച്ചിട്ടും ആ ഗന്ധർവനെ ഒഴിക്കാൻ കഴിഞ്ഞില്ല. അക്കാലത്തു ചെങ്ങന്നൂർ 'തേവലശ്ശേരിത്താൻ' എന്നൊരു വലിയ മന്ത്രവാദിയുണ്ടായിരുന്നു. ഒടുക്കം യോഗീശ്വരൻ രാമൻപിള്ള ആ മന്ത്രവാദി വരുന്നതിനാളയച്ചു. 'രണ്ടുദിവസം കഴിഞ്ഞ് വരാ'മെന്നു തേവലശ്ശേരിത്താൻ മറുപടി പറഞ്ഞയയ്ക്കുകയും ചെയ്തു.

പറഞ്ഞിരുന്ന ദിവസം വെളുപ്പാൻകാലത്തു തേവലശ്ശേരിത്താൻ ചെങ്ങന്നൂരുനിന്നു പുറപ്പെട്ടു. കുട്ടമ്പേരൂർ സമീപമായപ്പോൾ നേരം വെളുത്തു. അന്നു രാവിലെ കുളിയും ചില ജപങ്ങളുമൊക്കെ പതിവുണ്ടായിരുന്നതിനാൽ വഴിക്കു കണ്ടതായ ഒരമ്പലക്കുളത്തിലിറങ്ങി അദ്ദേഹം കുളിക്കുകയും അപ്പോഴേക്കും കുറേശ്ശെ ഇളവെയിലും വന്നുതുടങ്ങുകയാൽ രണ്ടാംമുണ്ടു കൌപീനമായി ഉടുത്തുകൊണ്ടു കൌപീനവും ഒന്നാം മുണ്ടും നനച്ചു പിഴിഞ്ഞു കുളപ്പുരയുടെ മുകളിൽ വിരിച്ചിട്ട് അദ്ദേഹം കുളപ്പുരയിലിരുന്ന് ജപം തുടങ്ങുകയും ചെയ്തു. ആ സ്ഥലത്ത് ഒരു വലിയ കാവുംകൂട്ടവും അവിടെ അസംഖ്യം കുരങ്ങന്മാരുമുണ്ടായിരുന്നു. മന്ത്രവാദി കണ്ണുമടച്ചു മൂക്കും പിടിച്ചു ജപിച്ചുകൊണ്ടിരുന്ന സമയം ഒരു വാനരനിറങ്ങി വന്ന് അദ്ദേഹത്തിന്റെ കൌപീനമെടുത്തുകൊണ്ടുപോയി. ജപം കഴിഞ്ഞു നോക്കിയപ്പോൾ കൌപീനം ഇട്ടിരുന്ന സ്ഥലത്തു കണ്ടില്ല. അതൊരു വാനരനെടുത്തുകൊണ്ടു ഒരു വലിയ മരത്തിന്റെ അഗ്രഭാഗത്തു ചെന്നിരിക്കുന്നതായി കണ്ടു. 'എടാ! ദ്രോഹികളെ, നിങ്ങളെന്നെപ്പറ്റിച്ചുവോ? എന്നാൽ ഞാൻ നിങ്ങളെയും ഒന്നു പറ്റിക്കാതെ വിടുകയില്ല' എന്നു പറഞ്ഞിട്ട് താൻ ഒരു മന്ത്രം ജപിച്ച് ആ വാനരത്താന്മാരെയെല്ലാം മനസ്സുകൊണ്ട് ആകർഷിച്ചുകൊണ്ട് മുണ്ടുമെടുത്തു യാത്രയായി. ആകർഷണശക്തികൊണ്ടു വാനരത്താന്മാരെല്ലാം തന്റെ പിന്നാലെ കൂടി. അതിൽ ഒരു വാനരത്താന്റെ കയ്യിൽ ആ കൌപീനവുമുണ്ടായിരുന്നു. അങ്ങനെ അദ്ദേഹം നാലേക്കാട്ടിലെത്തി. അദ്ദേഹത്തെ കണ്ടയുടനെ യോഗീശ്വരൻ രാമൻപിള്ള ആസനസൽക്കാരം ചെയ്തിരുത്തി കുശലപ്രശ്നം ചെയ്തു. അപ്പോഴേക്കും വാനരത്താന്മാരെക്കൊണ്ടു നാലേക്കാട്ടുമുറ്റം നിറഞ്ഞു. അതു കണ്ടിട്ട് യോഗീശ്വരൻ രാമൻപിള്ള 'ഇതെന്തൊരു വിദ്യയാണ്? ഈ കുരങ്ങന്മാരെയൊക്കെക്കൂടെക്കൊണ്ടു വന്നിരിക്കുന്നതെന്തിനാണ്?' എന്നു ചോദിച്ചു. അതിനു മറുപടിയായി 'ഈ കള്ളന്മാർ നമ്മുടെ കൌപീനം മോഷ്ടിച്ചു. അതിനാൽ അവരെ ഞാൻ ബന്ധിച്ചു കൊണ്ടുപോരികയാണു ചെയ്തത്. എന്നെ ബുദ്ധിമുട്ടിക്കാൻ നോക്കിയതിന് അവരും കുറച്ചു ബുദ്ധിമുട്ടട്ടെ' എന്നു പറഞ്ഞു. അപ്പോൾ വലിയ മേലെഴുത്തുപിള്ള 'ഐഃ സാധുക്കൾ; അവരെ വിട്ടയച്ചേക്കണം' എന്നു പറഞ്ഞു. ഉടനെ താൻ ഒരു മന്ത്രം ജപിച്ചു മനസ്സുകൊണ്ട് ഉച്ചാടനം ചെയ്തിട്ട്, 'ആ കൌപീനം അവിടെ ഇട്ടിട്ടു പോകുവിൻ' എന്നു പറഞ്ഞു. അപ്രകാരം ആ കുരങ്ങന്മാരെല്ലാം പോവുകയും ചെയ്തു.

ഇതു കണ്ട് യോഗീശ്വരൻ രാമൻപിള്ള വളരെ വിസ്മയിക്കുകയും തേവലശ്ശേരിത്താൻ ഒട്ടും ചില്ലറക്കാരനല്ലെന്നു തീർച്ചപ്പെടുത്തുകയും ചെയ്തുവെങ്കിലും ഒന്നുകൂടി പരീക്ഷിക്കണമെന്നു നിശ്ചയിച്ചുകൊണ്ട്, 'നിങ്ങൾ, ഇവിടെ വരുന്നതിനു ഞാൻ ആവശ്യപ്പെട്ടതിന്റെ കാരണം മനസ്സിലായിക്കാണുമല്ലോ. ഞാനനേകം മന്ത്രവാദികളെയും വൈദ്യന്മാരെയും ഇവിടെ വരുത്തുകയും അവർ പഠിച്ചതെല്ലാം പ്രയോഗിച്ചുനോക്കുകയും ചെയ്തു. അതുകൊണ്ട് എനിക്കു ഒട്ടുവളരെ പണം ചെലവായതല്ലാതെ മറ്റൊരു ഫലവുമുണ്ടായില്ല. ഇനി നിങ്ങ

ളെക്കൊണ്ടുകൂടി കഴിയുന്നതൊക്കെ ചെയ്യിച്ചുനോക്കുകയും അതുകൊണ്ടും ഫലം ഉണ്ടാകാത്തപക്ഷം ഈ ശ്രമവും ആഗ്രഹവും വേണ്ടെന്നു വയ്ക്കുകയും ചെയ്യണമെന്നാണ് ഞാൻ വിചാരിക്കുന്നത്. എനിക്ക് വയസ്സ് ഏകദേശം അറുപതോളമായിരിക്കുന്നു. ഇനിയും സന്തതി ഉണ്ടാകാത്തപക്ഷം പിന്നെ അതിനെക്കുറിച്ച് ആഗ്രഹിക്കണമെന്നില്ലല്ലോ. ഈ പുരാതനവംശം എന്റെ കാലത്തു നശിച്ചു എന്നു വരാതെയിരിക്കാനായി ഒരു പുത്രസന്താനമെങ്കിലുമുണ്ടായാൽക്കൊള്ളാമെന്നേ എനിക്കാഗ്രഹമുള്ളൂ. മരിച്ചാൽ ശേഷക്രിയ (ഇത്രയും പറഞ്ഞപ്പോഴേക്കും യോഗീശ്വരൻ രാമൻപിള്ളയുടെ കണ്ണു രണ്ടും നിറഞ്ഞ് അശ്രുക്കൾ ധാരയായി ഒഴുകിത്തുടങ്ങി. അദ്ദേഹത്തിനു വാക്കുകൾ പുറപ്പെടാതെയുമായി. ഗംഭീരമാനസനും ധൈര്യശാലിയുമായിരുന്ന അദ്ദേഹത്തിന്റെ പാരവശ്യം കണ്ട് അവിടെ കൂടിയിരുന്നവരെല്ലാം കരഞ്ഞുപോയി. മന്ത്രവാദിയുടെ കണ്ണിലും വെള്ളംനിറഞ്ഞു. അദ്ദേഹം ഒരുവിധം മനസ്സിനെ സമാധാനപ്പെടുത്തി ഉറപ്പിച്ചുകൊണ്ട് പിന്നെയും പറഞ്ഞു തുടങ്ങി) ചെയ്‌വാൻ ആരുമില്ലാതെയിരിക്കുന്നതു കഷ്ടമാണല്ലോ. 'അപുത്രസ്യ കുതോ മുക്തി?' എന്നാണല്ലോ മഹദ്വചനം. അതിനാൽ എന്റെ ആഗ്രഹസിദ്ധിക്കായി നിങ്ങൾ വേണ്ടുന്നതിനെ മനസ്സിരുത്തി ചെയ്യണം. ഈ ഗന്ധർവൻ ഒഴിഞ്ഞുപോയാൽ സന്താനമുണ്ടാകുമെന്നാണ് പ്രശ്നവശാൽ കണ്ടിരിക്കുന്നത്. അതിനാൽ അതിനായിട്ടാണ് നിങ്ങൾ പ്രധാനമായി നോക്കേണ്ടത്. എനിക്ക് എന്റെ അനുഭവംകൊണ്ട് മന്ത്രവാദികളെക്കുറിച്ച് ആകപ്പാടെ വിശ്വാസം വളരെ കുറവായിരിക്കുന്നു. എന്നാൽ നിങ്ങളെക്കുറിച്ച് അങ്ങനെ തോന്നുന്നില്ല. നിങ്ങൾ വിചാരിച്ചാൽ ഈ ഗന്ധർവനെ ഒഴിച്ചുവിടാൻ കഴിയുമെന്നുതന്നെയാണ് എന്റെ വിശ്വാസം. എങ്കിലും എന്റെ മനസ്സിനു കുറച്ചുകൂടി ഉറപ്പുവരാനായി നിങ്ങൾ ആദ്യമേ ഒരു കാര്യം ചെയ്യണം. എന്തെന്നാൽ (ചൂണ്ടിക്കാണിച്ചുകൊണ്ട്) ഇതാ ഈ തൊഴുത്തിന്റെ (കന്നുകാലിക്കൂടിന്റെ) പുറത്തു പടർന്നു കിടക്കുന്ന മത്തവള്ളി ആകർഷിച്ചു താഴെയിറക്കുകയും ഉച്ചാടനം ചെയ്തു പൂർവസ്ഥിതിയിലാക്കുകയും ചെയ്യണം. പിന്നെ നമ്മുടെ പ്രകൃതകാര്യത്തിനു വട്ടംകൂട്ടേണ്ടതെന്തെല്ലാമെന്നു പറഞ്ഞാൽ എല്ലാം ഞാൻ തയ്യാറാക്കിച്ചു തരുകയും ചെയ്യാം' എന്നു പറഞ്ഞു. അതു കേട്ടു തേവലശ്ശേരിത്താൻ 'ഗുരുകടാക്ഷവും പരദേവതമാരുടെ കാരുണ്യവും കൊണ്ട് ഈ ഗന്ധർവന്റെ ഉപദ്രവം ഒഴിക്കാമെന്നുതന്നെയാണ് എന്റെ വിശ്വാസം. നിങ്ങളുടെ കുടുംബം അത്ര സുകൃതം ക്ഷയിച്ചതല്ലെന്നാണ് കേൾവികൊണ്ട് ഞാൻ അറിഞ്ഞിട്ടുള്ളത്. അതുകൊണ്ടും അവിടുത്തെ ഭാഗ്യംകൊണ്ടും അവിടേക്കു സന്തതിയുണ്ടാകുമെന്നുതന്നെ ഞാൻ വിശ്വസിക്കുന്നു. എന്റെ പേരിൽ അവിടേക്കു വിശ്വാസം ഉണ്ടാകുന്നതിനായി അവിടുന്നു ആവശ്യപ്പെട്ട പ്രകാരം ഇപ്പോൾത്തന്നെ കാണിച്ചു ബോധ്യപ്പെടുത്താം. പിന്നെ ഗന്ധർവനെ ഒഴിവാക്കുന്നതിനു വിശേഷിച്ചൊന്നും വട്ടം കൂട്ടേണ്ടതായിട്ടില്ല. അസ്തമിച്ച് ഏഴര നാഴിക രാത്രിയാകുന്നതുവരെ ക്ഷമിക്കുക മാത്രം ചെയ്താൽ മതി. പിന്നെ വേണ്ടതൊക്കെ അപ്പോൾ ഞാൻപറയാം' എന്നു പറയുകയും തൊഴുത്തിന്റെ മുകളിൽ നിറച്ചു കായും പൂവുമായി പടർന്നുകിടന്നിരുന്ന മത്തവള്ളിയെ ഒരു മന്ത്രം ജപിച്ചു മനസ്സുകൊണ്ട് ആകർഷിച്ചു താഴെയിറക്കുകയും ചെയ്തു. അതുകണ്ട്, അത്ഭുതപരവശനായ യോഗീശ്വരൻ രാമൻപിള്ള 'ഇപ്രകാരം ചെയ്യണമെന്നു ഞാൻപറഞ്ഞത് അവിടുത്തെ പേരിൽ എനിക്ക്

അവിശ്വാസമുണ്ടായിട്ടല്ല. ഈ അത്ഭുതകർമം കാണാനുള്ള ആഗ്രഹംകൊണ്ടും ഈവക വിദ്യകൾ കാണിക്കുന്നതിനു ശക്തന്മാരായ മാന്ത്രികന്മാർ ഇപ്പോഴും ചുരുക്കമാകയാലും പറഞ്ഞുപോയി എന്നേയുള്ളൂ' എന്നു പറഞ്ഞു. രാമൻപിള്ള മറ്റൊരു മന്ത്രം ജപിച്ചു മനസ്സുകൊണ്ടുതന്നെ ഉച്ചാടനം ചെയ്ത് പൂർവസ്ഥിതിയിലാക്കുകയും ചെയ്തു. ആ മത്തവള്ളിയെല്ലാം തലപൊക്കി, ഇഴഞ്ഞുകയറി, യഥാപൂർവം തൊഴുത്തിന്റെ മുകളിൽ പടർന്നുകിടപ്പായതു കണ്ടപ്പോൾ യോഗീശ്വരൻ രാമൻപിള്ളയുടെ മനസ്സിൽ വിസ്മയം ശതഗുണീഭവിച്ചുവെന്നുള്ളതു പറയണമെന്നില്ലല്ലോ.

അന്ന് അസ്തമിച്ച് ഏഴര നാഴിക കഴിഞ്ഞപ്പോൾ തേവലശ്ശേരിത്താൻ മന്ത്രവാദമാരംഭിച്ചു. അദ്ദേഹം ഭസ്മംകൊണ്ട് ഷൾക്കോണമായി ഒരു ചക്രം വരച്ച്, അതിൽ ഉമയാൾ പാർവതിയമ്മയെ ഇരുത്തി ഭസ്മം ജപിച്ച് അവരുടെ ദേഹത്തിലിട്ടുകൊണ്ടിരുന്നു. അപ്പോൾ താൻ, 'ഈ ദേഹത്തിന്മേൽ ആരാണ് വന്നിരിക്കുന്നത്? എന്തിനായിട്ടാണ് ഇവിടെ വന്നുകൂടിയിരിക്കുന്നത്? കൂടാൻ കാരണമെന്താണ്? എന്നുള്ളതെല്ലാം പറയണം' എന്നു പറഞ്ഞു. ഉടനെ സ്ത്രീ ഗന്ധർവന്റെ നിലയിൽ താഴെ വരുന്ന പ്രകാരം പറഞ്ഞുതുടങ്ങി: ഞാനാരാണെന്നുള്ളത് പ്രശ്നവശാൽ നിങ്ങളറിഞ്ഞിട്ടുണ്ടല്ലോ. ഞാനീ സ്ത്രീയുടെ സൗന്ദര്യം കണ്ടു ബാധിച്ചിട്ടുള്ളതാണ്. ഈ സ്ത്രീയെ ഉപദ്രവിക്കണമെന്നുള്ള വിചാരം എനിക്കു ലവലേശംപോലുമില്ല. ഞാൻ യാതൊരുപദ്രവവും ചെയ്യുന്നുമില്ല. എന്നാൽ ഈ സ്ത്രീ ഭർതൃസഹവാസം ചെയ്യുന്നത് എനിക്ക് ഒട്ടും സന്തോഷകരമല്ലെന്നല്ല, മഹാവിരോധവുമാണ്. അതിനാൽ ഈ പുരുഷനിൽനിന്നു സന്താനമുണ്ടാകുന്നതിനു ഞാൻ സമ്മതിക്കുകയുമില്ല. വേറെ യാതൊരുപദ്രവവും ഞാൻചെയ്യുന്നില്ല. ചെയ്കയുമില്ല. ഈ സ്ത്രീയുടെ ദേഹത്തിൽനിന്ന് ഒഴിഞ്ഞുപോകുന്ന കാര്യം എനിക്കു വളരെ സങ്കടമായിട്ടുള്ളതാണ്. അതിനാൽ ആ ഒരു കാര്യം മാത്രം എന്നോടു നിർബന്ധിക്കരുത്'

താൻ: ഇല്ല, അങ്ങനെ നിർബന്ധമില്ല. ഈ ദേഹത്തിനുപദ്രവമൊന്നുമുണ്ടാക്കരുത്. ഇവിടെ സന്തതിയുണ്ടാവുകയും വേണം. അത്രമാത്രമേ ആഗ്രഹമുള്ളൂ.

സ്ത്രീ: ഞാനീ ദേഹത്തിലുള്ള കാലം സന്തതിയുണ്ടാവുക അസാദ്ധ്യംതന്നെയാണ്.

താൻ: എന്നാൽ ഒഴിഞ്ഞുപോവുകതന്നെ വേണം.

സ്ത്രീ: അതു സങ്കടമാണ്.

താൻ: പോകാതിരിക്കുന്നതു ഞങ്ങൾക്കും സങ്കടമാണ്.

സ്ത്രീ: എന്തുചെയ്യാം! അതു നിങ്ങൾ അനുഭവിക്കുകതന്നെ വേണം. എന്തായാലും ഞാനൊഴിഞ്ഞുപോവുകയില്ല.

താൻ: പോയില്ലെങ്കിൽ ഞാൻ അയയ്ക്കും. അതുകൂടാതെ ഒഴിഞ്ഞുപൊയ്ക്കൊള്ളുന്നതാണു നല്ലത്.

സ്ത്രീ: എന്നെ ഒഴിച്ചുവിടാമെന്നോ? അതസാദ്ധ്യമാണ്. അങ്ങുതന്നെ ഒഴിഞ്ഞുപൊയ്ക്കൊൾകയാണ് നല്ലത്. എന്നാൽ ഉള്ള മാനം കളയാതെയിരിക്കാം. ഇതുവരെ എന്നെ ഒഴിവാക്കാൻ വന്നവരെപ്പോലെയല്ല അങ്ങെന്നെനിക്കറിയാം. അതുകൊണ്ടാണ് ഞാൻ പറയുന്നത്. മുമ്പു വന്നവരെല്ലാം വിചാരിച്ചിട്ട് എന്നെക്കൊണ്ട് മിണ്ടിക്കാൻ പോലും കഴിഞ്ഞില്ല. അങ്ങു കുറച്ചു പഠിത്തമുള്ളയാളും മാന്യനുമാണ്. എന്നെ

ഉപദ്രവിക്കാൻ തുടങ്ങുകയാണെങ്കിൽ ഞാനങ്ങെ അപമാനിച്ചയയ്ക്കും.

ഇത്രയും പറഞ്ഞ് ആ സ്ത്രീ അവിടെനിന്നെണീറ്റു. ഉടനെ താൻ മുൻകൂട്ടി കരുതി അടുക്കൽ വച്ചിരുന്ന കയറെടുത്തുപിടിച്ച് ഒരു മന്ത്രം ജപിച്ച് ഒരു കെട്ടുകെട്ടി. ഉടനെ ആ സ്ത്രീ 'അയ്യോ' എന്നു പറഞ്ഞു കൈ രണ്ടും കൂട്ടി പിടിച്ചു കെട്ടിയിട്ടവിധം ചേർത്തുവച്ചുകൊണ്ട് അവിടെത്തന്നെ ഇരുന്നു. സ്ത്രീ എണീറ്റതു മന്ത്രവാദിയുടെ ചെകിട്ടത്ത് അടിക്കാനായിരുന്നു. അതു മനസ്സിലാക്കിയിട്ട് അദ്ദേഹം മന്ത്രം ജപിച്ചു ബന്ധിച്ചതിനാലാണ് സ്ത്രീ അവിടെയിരുന്നത്. ബന്ധനം കഴിഞ്ഞപ്പോൾ ആ സ്ത്രീയ്ക്കു കയ്യും കാലും ഇളക്കാനും ഇരുന്ന സ്ഥലത്തുനിന്ന് മാറിയിരിക്കാൻപോലും വയ്യാതായിട്ട്, 'അങ്ങു സാമാന്യക്കാരനല്ലെന്നു ഞാൻ സമ്മതിക്കുന്നു. ഞാനങ്ങയോടു മത്സരിക്കണമെന്നു വിചാരിക്കുന്നില്ല. എന്നെ ബഹുമാനപൂർവം അയയ്ക്കണമെന്നു മാത്രം ഞാനപേക്ഷിക്കുന്നു. അങ്ങനെ അയയ്ക്കുകയാണെങ്കിൽ സസന്തോഷം പൊയ്ക്കൊള്ളാം എന്നു പറഞ്ഞു.

താൻ: എങ്ങനെ വേണമെങ്കിലും അവിടുത്തെ ഇഷ്ടംപോലെ ബഹുമാനിച്ചയയ്ക്കാൻ ഇവിടെ തയ്യാറാണ്. അവിടുത്തെ ഉപദ്രവിക്കണമെന്ന് ഇവിടെ ആർക്കും വിചാരമില്ല. പോകുന്നതിനു എന്തെല്ലാമാണ് വേണ്ടത്?

സ്ത്രീ: അതു ഞാൻപറയണോ? അങ്ങേയ്ക്കറിയാമല്ലോ. അധികമൊന്നും വേണ്ട. സാധാരണനടപ്പുപോലെ മതി.

താൻ: ചുരുക്കത്തിലായാലും ഇന്നിനി തരമില്ലല്ലോ. അതിനാൽ ഒരവധി നിശ്ചയിച്ചു പറയണം.

സ്ത്രീ: പോവുക എന്നു തീർച്ചപ്പെടുത്തിയ സ്ഥിതിക്ക് എനിക്കിനി അധികം താമസിക്കാൻ പാടില്ല. നാളെത്തന്നെ എന്നെ അയയ്ക്കണം.

താൻ: അങ്ങനെതന്നെ.

സ്ത്രീ: എന്നാൽ ഇപ്പോൾ മാറിനില്ക്കട്ടെ.

ഇത്രയും പറഞ്ഞുകഴിഞ്ഞപ്പോൾ ആ സ്ത്രീ അവിടെത്തന്നെ കിടന്നു. കുറച്ചുസമയം കഴിഞ്ഞപ്പോൾ വെള്ളം കുടിക്കണമെന്നു പറയുകയും വെള്ളം കുടിച്ചതിന്റെ ശേഷം അവിടെനിന്ന് എണീറ്റ് പോവുകയും ചെയ്തു. പിന്നെ സുഖക്കേടൊന്നുമുണ്ടായിരുന്നില്ല.

പിറ്റേ ദിവസം വൈകുന്നേരമായപ്പോഴേക്കും അവിടെ തെക്കേത്തളമെല്ലാം അടിച്ചു തളിച്ചു മെഴുകി ശുദ്ധമാക്കുകയും കെട്ടി വിതാനിച്ച് അലങ്കരിക്കുകയും ഒരു പൂജയ്ക്കു വേണ്ടുന്നവയെല്ലാമൊരുക്കുകയും ചൂട, സാമ്പ്രാണി, അഷ്ടഗന്ധം, കളഭം, കസ്തൂരി മുതലായ സുഗന്ധവർഗങ്ങളും മാലകളും പനിനീർ മുതലായവയും തയ്യാറാക്കി വെയ്ക്കുകയും ചെയ്തു. ഏകദേശം ഏഴര നാഴിക രാത്രിയായപ്പോൾ തേവലശ്ശേരിത്താൻ കുളിച്ചു ശുദ്ധമായി വന്നു. അദ്ദേഹം അവിടെ പത്മമിട്ടു വിളക്കുവച്ച് ഗന്ധർവന് ഒരു പൂജ കഴിച്ചു. പാല്പായസം, അപ്പം, അട, അവിൽ, മലർ, പഴം, ഇളന്നീർ മുതലായവയായിരുന്നു നിവേദ്യസാധനങ്ങൾ. പൂജ കഴിഞ്ഞ ഉടനെ തലേദിവസത്തെപ്പോലെ ഭസ്മംകൊണ്ടു ഷൾകോണമായി ഒരു ചക്രം വരച്ച് ഉമയാൽ പാർവതിയമ്മയെ അതിലിരുത്തി. അന്നു ഭസ്മം ജപിച്ചിടുകയും മറ്റും ചെയ്തില്ല. തേവലശ്ശേരിത്താൻ കുറച്ചു ചന്ദനവും പൂവും കയ്യിലെടുത്ത് ആ പൂജ കഴിച്ച സ്ഥലത്തുനിന്നു ഗന്ധർവനെ ആവാഹിച്ച് ആ സ്ത്രീയുടെ ശിരസ്സിലേക്കിട്ടു. ഉടനെ അവർ തുള്ളിത്തുടങ്ങി. തുള്ളുകയെന്നാൽ ഓടുകയും ചാടുകയുമൊന്നുമല്ല. ആദ്യം ദേഹം ആകപ്പാടെ

ഒന്നു വിറയ്ക്കും. പിന്നെ ഒരു പ്രൌഢനായ ഒരു പുരുഷനെപ്പോലെ കാലിന്മേൽ കാൽകേറ്റിയിരുന്ന് സംസാരിച്ചുതുടങ്ങും. അല്ലാതെ വിശേഷമൊന്നും ഇല്ല. തുള്ളിത്തുടങ്ങിയ ഉടനെ കളഭം, പുഷ്പമാല്യങ്ങൾ മുതലായവയെല്ലാമെടുത്തു തേവലശ്ശേരിത്താൻ ആ സ്ത്രീയുടെ അടുക്കൽ വെച്ചു. ഉടനെ ആ സ്ത്രീ 'എന്നെ ഇന്നലെ കെട്ടിയ കെട്ട് ഇതുവരെ അഴിച്ചില്ലല്ലോ. പിന്നെ നിങ്ങളുടെ ഈ സൽക്കാരത്തെ ഞാനെങ്ങനെ സ്വീകരിക്കും?' എന്നു ചോദിച്ചു. അതു കേട്ടു താൻ 'അക്കാര്യം ഞാൻ തീരെ അന്ധാളിച്ചുപോയി. എന്റെ ഈ തെറ്റിനെ അവിടുന്നു കൃപാപൂർവം ക്ഷമിക്കണം' എന്നു പറഞ്ഞിട്ട് ഒരു മന്ത്രം ജപിച്ച് ആ ബന്ധമഴിച്ചു. ഉടനെ ആ സ്ത്രീ ആ കളഭമെടുത്ത് ദേഹത്തിലെല്ലാം പൂശുകയും മാലകളും പൂക്കളുമെടുത്തു ചൂടുകയും ചെയ്തു. അപ്പോഴേക്കും തേവലശ്ശേരിത്താൻ കർപ്പൂരം കത്തിക്കുകയും അഷ്ടഗന്ധം മുതലായവ ധൂപിക്കുകയും ചെയ്ത് ആ സ്ഥലം സുഗന്ധസമ്പൂർണമാക്കിത്തീർത്തു. ഉടനെ ആ സ്ത്രീ പറഞ്ഞുതുടങ്ങി:

വളരെ സന്തോഷമായി. ഞാൻ ഇപ്പോൾത്തന്നെ യാത്രയായിരിക്കുന്നു. ഇനി ഒരു കാലത്തും ഈ സ്ത്രീയെയെന്നല്ല, ഈ കുടുംബത്തിലാരെയും തന്നെ ഞാൻ ബാധിക്കുന്നതല്ല, സത്യം. എന്നാൽ ഇത്രയും കാലം ഞാൻ ഈ സ്ത്രീയുടെ ദേഹത്തെയും ഈ കുടുംബക്കാരെയും ആശ്രയിച്ചു താമസിച്ചിരുന്ന സ്ഥിതിക്ക് ഇവർക്കൊരു സഹായവും ചെയ്യാതെ പോകുന്നതു യുക്തമല്ലല്ലോ. അതിനാൽ സന്തോഷസമേതം അനുഗ്രഹിച്ചിരിക്കുന്നു. അടുത്ത ആണ്ടിൽ ഈ മാസത്തിൽ ഈ തീയതിയിൽത്തന്നെ ഈ സ്ത്രീ പ്രസവിച്ച് ഒരു പുരുഷ സന്താനമുണ്ടാകും. ആ പുരുഷൻ പ്രസിദ്ധനും യോഗ്യനുമായിത്തീരുകയും ചെയ്യും. എന്നു മാത്രമല്ല, ഈ കുടുംബത്തിൽ കേവലം മൂഢന്മാരും അയോഗ്യന്മാരുമായി ആരും ഒരു കാലത്തുമുണ്ടാവില്ല. ഇനിയൊരു മൂന്നു തലമുറ കഴിയുന്നതുവരെയുള്ളവർക്കു പ്രത്യേക യോഗ്യതകളുമുണ്ടായിരിക്കുകയും ചെയ്യും. എന്റെ ഈ അനുഗ്രഹത്തിനു യാതൊരു വ്യത്യാസവും വരുന്നതല്ല. എന്നാൽ എന്നെ ഇപ്രകാരം ഇവിടെനിന്ന് ഇറക്കി വിടുന്നതിനാൽ എക്കാലത്തും ഈ കുടുംബത്തിൽ പുരുഷസന്താനം കുറവായിരിക്കുകയും ചെയ്യും.'

ഇപ്രകാരം പറഞ്ഞ് ആ ഗന്ധർവൻ ഒഴിഞ്ഞുപോവുകയും ഉമയാൾ പാർവതിയമ്മ സ്വസ്ഥതയെ പ്രാപിക്കുകയും ചെയ്തു. യോഗീശ്വരൻ രാമൻപിള്ള വലിയ മേലെഴുത്തുപിള്ളയദ്ദേഹത്തിനുണ്ടായ സന്തോഷവും വിസ്മയവും തേവലശ്ശേരിത്താന്റെ പേരിലുണ്ടായ വിശ്വാസ ബഹുമാനങ്ങളും സീമാതീതങ്ങളായിരുന്നുവെന്നതു പറയേണ്ടതില്ലല്ലോ. ആ മാന്ത്രിക ശ്രേഷ്ഠനെ അദ്ദേഹം സൽക്കാരവചനങ്ങൾകൊണ്ടും പലവിധ സമ്മാനങ്ങൾകൊണ്ടും മറ്റും സന്തോഷിപ്പിച്ചയച്ചു. ഗന്ധർവൻ പറഞ്ഞതുപോലെ അധികം താമസിയാതെ ഉമയാൾ പാർവതിയമ്മ ഗർഭം ധരിക്കുകയും അടുത്തയാണ്ടിൽ ആ ദിവസം തന്നെ ആ സ്ത്രീ പ്രസവിച്ച് ഒരു പുരുഷപ്രജ ഉണ്ടാവുകയും ചെയ്തു.

ഇപ്രകാരം യോഗീശ്വരൻ രാമൻപിള്ളയ്ക്ക് ഉമയാൾ പാർവതിയമ്മയിലുണ്ടായ ഏകപുത്രനാണ് 'ബാലരാമൻ പിള്ള സമ്പ്രതിപ്പിള്ള' എന്നു പ്രസിദ്ധനായിത്തീർന്നത്. ബാലരാമൻപിള്ള ജനിച്ചത് 960-ാംആണ്ട് കുട്ടമ്പേരൂർ നാലേക്കാട്ടു കുടുംബത്തിൽത്തന്നെയാണ്. പുത്രനുണ്ടായ ഉടനെ യോഗീശ്വരൻ രാമൻപിള്ള തിരുമനസ്സറിയിക്കുന്നതിനു തിരുവനന്തപുരത്തേക്ക് എഴുതിയയച്ചു. അന്നു നാടുവാണിരുന്നത് 973-ാം ആണ്ട് നാടു നീങ്ങിയ

സാക്ഷാൽ രാമവർമ മഹാരാജാവു തിരുമനസ്സുകൊണ്ടായിരുന്നുവെന്നത് പറയണമെന്നില്ലല്ലോ. ആ തിരുമനസ്സിലേക്ക് ഈ വലിയ മേലെഴുത്തുപിള്ളയുടെ പേരിൽ വലിയ കാരുണ്യവും സന്തോഷവും വിശ്വാസവുമുണ്ടായിരുന്നു. തിരുമനസ്സിലേക്കു രാജ്യഭരണവിഷയത്തിൽ പ്രധാനസഹായികളായിരുന്നിട്ടുള്ളതു കേശവ(ദാസ്)പിള്ള ദിവാൻജിയും ഈ വലിയ മേലെഴുത്തുപിള്ളയുമാണ്. വലിയ മേലെഴുത്തുപിള്ളയ്ക്ക് പുത്രനുണ്ടായി എന്നു കേട്ടപ്പോൾ തിരുമനസ്സിലേക്കുണ്ടായ സന്തോഷം എത്രമാത്രമെന്നു പറയാൻ പ്രയാസം. ഈ കുട്ടിയെ കാണുന്നതിനു തിരുമനസ്സിലേക്കു വളരെ ധൃതിയായിരിക്കുന്നുവെന്നുള്ള വിവരത്തിനു യോഗീശ്വരൻ രാമൻപിള്ളയ്ക്കു തിരുവനന്തപുരത്തുനിന്ന് ഒരു സ്വകാര്യക്കത്തു കിട്ടുകയാൽ അദ്ദേഹം ഭാര്യയുടെ പ്രസവരക്ഷാദികൾ കഴിഞ്ഞയുടനെ പുത്രനെ ഭാര്യാസമേതം വള്ളത്തിൽ കയറ്റി തിരുവനന്തപുരത്തുകൊണ്ടുചെന്ന സമയം ആശ്രിതവത്സലനും കരുണാനിധിയുമായ ആ തിരുമേനി ആ കുട്ടിയെ തൃക്കൈയിൽ വാങ്ങി തിരുമടിയിൽ വെച്ചുകൊണ്ട്, 'നാമും നമ്മുടെ വലിയ മേലെഴുത്തുപിള്ളയും രാമനാമാക്കളാണല്ലോ. അപ്രകാരംതന്നെ വലിയ മേലെഴുത്തുപിള്ളയുടെ പുത്രനു നമ്മുടെ അനന്തരവന്റെ പേരുമായിരിക്കട്ടെ' എന്ന് അരുളിച്ചെയ്തിട്ട് ആ കുട്ടിക്ക് 'ബാലരാമൻ'എന്നു കല്പിച്ചു പേരുവിളിച്ചു. അന്ന് ഇളയമുറസ്ഥാനം വഹിച്ചിരുന്നത് ബാലരാമവർമ മഹാരാജാവായിരുന്നുവല്ലോ. ഈ സംഗതി വിചാരിച്ചാൽ ആ ബാലരാമൻപിള്ളയോളം ഭാഗ്യമുണ്ടായിട്ട് ആ വംശത്തിൽ മറ്റാരുമുണ്ടായിട്ടില്ലെന്നുതന്നെ പറയാം. കുലശേഖരപ്പെരുമാളുടെ തിരുമടിയിൽക്കയറിയിരിക്കുന്നതിനും അവിടുന്നുതന്നെ കല്പിച്ചു പേരുവിളിക്കുന്നതിനും മറ്റാർക്കും സംഗതിയായിട്ടില്ലല്ലോ.

986-ാം-ആണ്ട് ബാലരാമവർമ മഹാരാജാവു തിരുമനസ്സുകൊണ്ട് നാടുനീങ്ങിയ ശേഷം യോഗീശ്വരൻ രാമൻപിള്ള പ്രായാധിക്യം നിമിത്തം തിരുവനന്തപുരം വിട്ട് കുട്ടമ്പേരൂർ സ്വഗൃഹത്തിൽത്തന്നെ വന്നു താമസിച്ചു. എങ്കിലും വലിയ മേലെഴുത്തുദ്യോഗത്തിൽനിന്ന് അദ്ദേഹം മാറുകയോ അദ്ദേഹത്തെ ആരെങ്കിലും മാറ്റുകയോ ചെയ്തില്ല. ആജീവനാന്തം അദ്ദേഹം ആ ഉദ്യോഗത്തിൽത്തന്നെയാണിരുന്നത്. ബാലരാമവർമ മഹാരാജാവിന്റെ കാലാനന്തരം രാജ്യം ഭരിച്ചിരുന്ന ശ്രീലക്ഷ്മീമഹാരാജ്ഞി, ശ്രീപാർവതീമഹാരാജ്ഞി എന്നിവർക്കും യോഗീശ്വരൻ രാമൻപിള്ളയുടെ പേരിൽ വളരെ കരുണയുണ്ടായിരുന്നു. അതിനാൽ ആ മഹാരാജ്ഞിമാർ വലിയ മേലെഴുത്തുപിള്ളയുടെ ജോലികളെല്ലാം അദ്ദേഹം തന്റെ പ്രതിനിധിയായി നിയമിച്ച 'ചാങ്ങയിൽശങ്കരനാരായണപിള്ള' എന്ന ആളെക്കൊണ്ടു നോക്കിക്കയും ശമ്പളം മുഴുവനും മുറയ്ക്കു ഇദ്ദേഹത്തിനുതന്നെ വീട്ടിൽ അയച്ചുകൊടുക്കുന്നതിനു ചട്ടംകെട്ടി നടത്തിക്കുകയുമാണ് ചെയ്തിരുന്നത്.

യോഗീശ്വരൻ രാമൻപിള്ള 996ാംആണ്ട് ചിങ്ങമാസത്തിൽ 96ാമത്തെ വയസ്സിൽ യശശ്ശരീരനായി ഭവിച്ചു. അദ്ദേഹത്തെ ഇപ്പോഴും ആ കുടുംബക്കാർ അവിടെവെച്ച് ആചരിച്ചുവരുന്നുമുണ്ട്.

3. ബാലരാമൻപിള്ള

ഇദ്ദേഹം ഒരു വലിയ സംസ്കൃതപണ്ഡിതനും കവിയും ജ്യോത്സ്യനും മന്ത്രവാദിയും വൈദ്യനുമായിരുന്നു. ഇദ്ദേഹത്തിനു രായസം, സാമ്പ്രതി

മുതലായ സർക്കാരുദ്യോഗമുണ്ടായിരുന്നു. ഇദ്ദേഹത്തെക്കുറിച്ച് അറിവും ഓർമയുമുള്ളവർ ഇപ്പോഴും പലരുമുള്ളതിനാൽ ഈ മഹാനെപ്പറ്റി അധികം വിസ്തരിക്കുന്നില്ല.

ബാലരാമൻപിള്ള ചരമഗതിയെ പ്രാപിച്ചതു 90-ാമത്തെ വയസ്സിൽ 1050-ാം ആണ്ടിലാണ്. ഇപ്പോൾ നാലേക്കാട്ടു കുടുംബത്തിലുള്ള ശങ്കരനാരായണപിള്ള അവർകൾ മേല്പറഞ്ഞ മഹാന്റെ സന്താനപരമ്പരയിലുൾപ്പെട്ട ആളാണെന്നുകൂടി പറഞ്ഞുകൊണ്ട് ഈ ഉപന്യാസത്തെ ഇവിടെ സമാപിപ്പിച്ചുകൊള്ളുന്നു.

●

ഒരന്തർജ്ജനത്തിന്റെ യുക്തി

സ്ത്രീകൾ വിവേകശൂന്യകളും ദുർമാർഗ്ഗചാരിണികളും ഭർതൃശുശ്രൂഷാവിമുഖികളും ആയിപ്പോകുന്നത് അവരുടെ ഭർത്താക്കന്മാരുടെ കൊള്ളരുതായ്ക കൊണ്ടാണെന്നാണല്ലോ മഹാന്മാരുടെ അഭിപ്രായം. 'യോഷാദോഷം മൃഷാ യഃ കഥയതി വിദുഷേ ഹന്ത! തസ്മൈ നമസ്തേ' എന്നൊരു മഹദ്വചനമുണ്ടായിട്ടുള്ളതും ഈ അഭിപ്രായത്തിൽ നിന്നാണല്ലോ. എന്നാൽ, പുരുഷന്മാർ ദുർമാർഗ്ഗചാരികളായിധൂർത്തടിച്ചു നടക്കുന്നത് അവരുടെ ഭാര്യമാരായ സ്ത്രീകളുടെ കൊള്ളരുതായ്ക കൊണ്ടാണെന്നും നിസ്സംശയം പറയാവുന്നതാണ്. വാസ്തവം വിചാരിച്ചാൽ നല്ല തന്റേടമുള്ള ഒരു പുരുഷനു തന്റെ ഭാര്യയെ ഭർതൃശുശ്രൂഷാനിരതയും പാതിവ്രത്യനിഷ്ഠയുള്ളവളുമായിരുന്നാൽ എത്രത്തോളം കഴിയുമോ അതിൽ പതിന്മടങ്ങ്, ഒരു സ്ത്രീ നല്ല വൈദഗ്ദ്ധ്യമുള്ളവളാണെങ്കിൽ അവളുടെ ഭർത്താവിനെ ഏകപത്നീവ്രതത്തോടുകൂടി സന്മാർഗ്ഗത്തിൽ നടത്താൻ കഴിയുമെന്നുള്ളതിനു സംശയമില്ല. ഇനി സ്ത്രീകൾ ദുർമാർഗ്ഗചാരിണികളും പുരുഷന്മാർ ദുർമാർഗ്ഗചാരികളുമായിത്തീരുന്നതിന്റെ കാരണം വിശേഷിച്ചു പറയണമെന്നില്ലല്ലോ. ഇതിനു രണ്ടിനും ദൃഷ്ടാന്തം നമ്മുടെ നാട്ടുകാരുടെ ഇടയിൽ തന്നെ ധാരാളമുള്ളതുകൊണ്ട് ഇതിനുവേറേ തെളിവൊന്നും വേണമെന്നും തോന്നുന്നില്ല. എങ്കിലും ഇതിനു ദൃഷ്ടാന്തമായി കേട്ടിട്ടുള്ള ഒരൈതിഹ്യം ഇവിടെ പറഞ്ഞുകൊള്ളുന്നു.

പണ്ട് ഇടപ്പള്ളിയിലെ ഒരു വലിയ തമ്പുരാൻ അവിടുത്തെ ദേശവഴികളിൽ ഒന്നായ 'കല്ലൂപ്പാറ' എന്ന ദിക്കിൽ പോയി താമസിച്ചിരുന്നു. വിവാഹം ചെയ്തിട്ടുണ്ടായിരുന്നു എങ്കിലും കല്ലൂപ്പാറ ഒരു ബാന്ധവമുണ്ടായിരുന്നതിനാൽ അവിടുന്നു ഇടപ്പള്ളിയില്പോയി താമസിക്കുക പതിവില്ല. വിവാഹസംബന്ധങ്ങളായ ക്രിയകളെല്ലാം കഴിഞ്ഞതിന്റെ ശേഷം അവിടുന്നു അന്തർജനത്തെ തൊട്ടിട്ടില്ലെന്നല്ല, കാണുകപോലും ഉണ്ടായിട്ടുണ്ടോ എന്നു സംശയമാണ്.

ഇങ്ങിനെ കുറച്ചുകാലം കഴിഞ്ഞപ്പോൾ അവിടുത്തെ ബാന്ധവജനങ്ങൾക്കെല്ലാം വളരെ വ്യസനമായിത്തീർന്നു. 'വിവാഹം കഴിച്ചിട്ടു പത്തു പന്ത്രണ്ടു കൊല്ലമായി. ഇതുവരെ സന്തതിയുണ്ടായിട്ടില്ല. രാജത്വം കൂടിയുള്ള ഒരു വലിയ ബ്രാഹ്മണകുടുംബം സന്തതിയില്ലാതെ നശിച്ചുപോകുന്നതു കഷ്ടമാണല്ലോ. സന്താനാർഥം വല്ല സൽകർമ്മങ്ങളും തുടങ്ങണം അല്ലെങ്കിൽ അവിടുത്തെക്കൊണ്ട് ഒന്നുകൂടി വിവാഹം കഴിപ്പിക്കണമെന്നിങ്ങനെ വിചാരിച്ചു ബന്ധുക്കളായ ചില നമ്പൂതിരിമാർ കല്ലൂപ്പാറയെത്തി വലിയതമ്പുരാനെക്കണ്ടു തങ്ങൾ ചെന്ന കാര്യം അറിയിച്ചു. ആദ്യം അവിടുന്നു ഇവർ പറഞ്ഞതൊന്നും അത്ര

ആദരിച്ചില്ല. എങ്കിലും നമ്പൂതിരിമാർ വീണ്ടും നിർബന്ധിക്കുകയാൽ ഒന്നു കൂടി വേളി കഴിക്കാമെന്നു അവിടുന്ന് സമ്മതിച്ചു. ആദ്യത്തെ അന്തർജനം വന്ധ്യയായതിനാലാണ് സന്തതിയുണ്ടാകാത്തതെന്നായിരുന്നു നമ്പൂരിമാരുടെ വിചാരം. അതിനാലാണ് അവർ രണ്ടാം വിവാഹത്തിനു അത്ര നിർബന്ധിച്ചത്. ഒടുക്കം വലിയ തമ്പുരാൻ 'നാമിനി രണ്ടാമതും വിവാഹം ചെയ്യണമെങ്കിൽ ആദ്യത്തെ അന്തർജനത്തിന്റെ സമ്മതംവേണമല്ലോ. അതെങ്ങിനെയാണ്? എനിയ്ക്കു അവരോട് ചോദിക്കാൻ കഴിയുകയില്ല എന്നു പറഞ്ഞു.

അപ്പോൾ നമ്പൂതിരിമാർ 'അകായിലെ സമ്മതം ഞങ്ങൾ വാങ്ങിക്കൊള്ളാം. അതിനൊന്നും പ്രയാസമില്ല.' എന്നു പറഞ്ഞു. ,എന്നാൽ നമ്മുടെ കാര്യസ്ഥനെ കൂടി അയയ്ക്കാം. അകായിൽ നിന്നു അനുവദിക്കുന്ന പക്ഷം ആ വിവരം കാര്യസ്ഥനോടു പറഞ്ഞയച്ചാൽ ഉടനെ നാം അങ്ങോട്ടുവരാം? എന്നു വലിയതമ്പുരാനും പറഞ്ഞു. അങ്ങിനെ സമ്മതിച്ചു നമ്പൂതിരിമാരും കാര്യസ്ഥനും കൂടി പുറപ്പെട്ട് ഇടപ്പള്ളിയിൽ എത്തി. ഒരു ദാസി മുഖാന്തിരം വിവരം അകായിലെ ധരിപ്പിക്കുകയും അനുവാദം ചോദിക്കുകയും ചെയ്തു. അപ്പോൾ ആ അന്തർജനം 'ഇവിടെ സന്തതിയുണ്ടാകേണ്ടതു അത്യാവശ്യമാണ്. അതു എനിക്കു വളരെ ആഗ്രഹമുള്ള കാര്യമാണ്. അതിനാൽ അവിടുന്നു രണ്ടാമതും വിവാഹം കഴിക്കുന്നതിനു എനിക്കു പൂർണ്ണസമ്മതമാണ്. എന്നാൽ ഒരു കാര്യം കൂടി എനിക്കു ആഗ്രഹമുണ്ട്. ഇനി വേളികഴിക്കുന്നെങ്കിലും നല്ലതുപോലെ ജാതകം നോക്കി വേണം. ഒന്നിങ്ങനെ വന്നു, ഇനി വരരുതല്ലോ. എന്റെ ജാതകംപോലുള്ളവരെ വിവാഹം ചെയ്തതുകൊണ്ടു പ്രയോജനമില്ല. അവിടുന്ന് കല്ലൂപ്പാറ താമസിച്ചാൽ ഇവിടെ സന്തതിയുണ്ടാകണം. അങ്ങിനെയുള്ള ജാതകമുണ്ടെങ്കിൽ അതു നോക്കി വേണം ഇനി വിവാഹം കഴിക്കാൻ' എന്നു പറഞ്ഞു. ഇതു കേട്ടപ്പോഴാണു സംഗതി എല്ലാവർക്കും മനസ്സിലായത്. കാര്യസ്ഥൻ ഉടനെപോയി കല്ലൂപ്പാറയിൽ ചെന്നു അകായിൽ പറഞ്ഞതുപോലെ വലിയ തമ്പുരാന്റെ അടുക്കൽ അറിയിച്ചു. ഇതു കേട്ടപ്പോൾ തമ്പുരാന്റെ മനസ്സിൽ ലജ്ജയോ, അത്ഭുതമോ, മനസ്താപമോ എന്തെല്ലാമാണുണ്ടായതെന്നു അവിടേക്കു തന്നെ അറിയാം. ഈ അന്തർജനത്തിന്റെ യുക്തി കേട്ടിട്ടു മാത്ര പോലും താമസിയാതെ വലിയതമ്പുരാൻ ബോട്ടുകയറി ഇടപ്പള്ളിയിലെത്തി താമസമായി. ആ അന്തർജനത്തിന്റെ ബുദ്ധിഗുണവും ഭർത്തൃശുശ്രൂഷാസാമർത്ഥ്യവും മറ്റും കൊണ്ടു മനസ്സലയിച്ചു പോകയാൽ പിന്നെ രണ്ടാം വിവാഹത്തിന്റെ പ്രസംഗംപോലുമുണ്ടായില്ല. കല്ലൂപ്പാറയ്ക്കു പോകണമെന്ന ആഗ്രഹവും നിലച്ചു. മുറയ്ക്കു ഗൃഹസ്ഥാശ്രമം അനുഷ്ഠിച്ചുകൊണ്ട് ഇടപ്പള്ളിയിൽ താമസവുമായി. അങ്ങിനെ ഒരു കൊല്ലം കഴിയുന്നതിനു മുൻപു അവിടേയ്ക്കു ഒരു പുത്രസന്താനം ഉണ്ടാവുകയും ചെയ്തു. പിന്നെ അവിടുന്നു അജീവനാന്തം ആ നിലയിൽ തന്നെ താമസിച്ചിരുന്നു എന്നും ആ അന്തർജനത്തിൽ നിന്നും അനേകം സന്താനങ്ങൾ അവിടേക്ക് ഉണ്ടായി എന്നും കേട്ടിരിക്കുന്നു. ആ അന്തർജനത്തെപ്പോലെ യുക്തിയുക്തമായി സംഭാഷണം ചെയ്തും ഭക്തിപൂർവം ഭർത്തൃശുശ്രൂഷചെയ്തും പാതിവ്രത്യനിഷ്ഠയോടുകൂടിയിരുന്നു നമ്മുടെ കേരളീയസ്ത്രീകളെല്ലാവരും തങ്ങളുടെ ഭർത്താക്കന്മാരെ ദുർമാർഗ്ഗത്തിൽ വിടാതെ തങ്ങളിൽ ആസക്തചിത്തന്മാരാക്കിത്തീർത്ത് ഭർത്തൃസുഖത്തോടും സൽസന്താനലാഭത്തോടും കൂടി സുഖമാകുംവണ്ണം വസിക്കട്ടെ.

പാഴൂർ പെരുംതൃക്കോവിൽ

ഒരിക്കൽ ഒരു നമ്പൂതിരി വിവാഹം കഴിക്കണമെന്ന നിശ്ചയിച്ച ജാതകം നോക്കിക്കാനായി ചില സ്ത്രീജാതകങ്ങളും, തന്റെ ജാതകവും കൊണ്ട് പാഴൂർ കണിയാരുടെ അടുക്കൽ ചെന്നു.കണിയാർ ജാതകങ്ങളെല്ലാം വാങ്ങി ആകപ്പാടെ ഒന്നുനോക്കീട്ടു തമ്പുരാനിപ്പോൾ വിവാഹത്തിനായി ഉത്സാഹി ക്കണമെന്നില്ല, അവിടേക്ക് ഇപ്പോൾ വലിയ ഗ്രഹപ്പിഴക്കാലമാണ്. ഒരു കൊല്ലത്തിനകം അവിട്ടുന്നു തീപ്പെട്ടുപോകുമെന്നാണ് ജാതകം കൊണ്ടു കാണുന്നത്. അതിനാൽ ജാതകം നോക്കണമെങ്കിൽ ഒരു കൊല്ലം കഴി ഞ്ഞിട്ടുമതി. ഈ ഗ്രഹപ്പിഴ നീങ്ങികിട്ടണമെങ്കിൽ അതിനു തക്കവണ്ണമുള്ള പുണ്യകർമ്മമെന്തെങ്കിലും ചെയ്യണം. അതത്ര എളുപ്പമല്ലല്ലോ എന്നു പറഞ്ഞു. ഇതു കേട്ടപ്പോൾ നമ്പൂരിക്കു സാമാന്യത്തിലധികം വ്യസനമുണ്ടായിയെന്നു ള്ളതു പറയേണ്ടതില്ലല്ലോ. അദ്ദേഹം ഇതിനു മറുപടിയായി ഒന്നും മിണ്ടാതെ ഇറങ്ങിപ്പോയി. അപ്പോഴേക്കും നേരം സന്ധ്യയായി തുടങ്ങിയതിനാൽ പുഴയിൽ ഇറങ്ങി കുളിച്ചു ഒരു നമ്പൂരി ഇല്ലത്തു പോയി അത്താഴവും കഴിച്ചു അവിടെ കിടന്നു. തന്റെ മരണത്തെക്കുറിച്ചുള്ള വിചാരംനിമിത്തം നമ്പൂരിക്കു രാത്രിയിൽ കിടന്നിട്ടു ഉറക്കം വന്നില്ല. അദ്ദേഹം അവിടെ കിടന്നുകൊണ്ട് ഈ ഗ്രഹപ്പിഴനീങ്ങാൻ എന്താണു ചെയ്യേണ്ടതെന്നു വിചാരിച്ചു തുടങ്ങി. അദ്ദേഹം വിചാരിച്ചു വിചാരിച്ച് ഒടുക്കം ഒരു ക്ഷേത്രം പണിയിച്ചു ശിവപ്ര തിഷ്ഠ കഴിപ്പിച്ച് അവിടെ നിത്യനിദാനം, മാസവിശേഷം, ആട്ടവിശേഷം മുതലായവയ്ക്കു വേണ്ടുന്ന മുതൽ കൊടുത്തേക്കാമെന്നു നിശ്ചയിക്കുകയും അതിനുള്ള മുതൽ തന്റെ മനസ്സങ്കല്പം കൊണ്ട് നീക്കിവയ്ക്കുകയും ചെയ്തു.

പിറ്റേദിവസം രാവിലെ അദ്ദേഹം വീണ്ടും കണിയാരുടെ അടുക്കൽ ചെന്നു തന്റെ ആയുസ്സിനെക്കുറിച്ചു ഒന്നു കൂടി ചിന്തിച്ചു പറയണമെന്നു പറഞ്ഞു. കണിയാർ വീണ്ടും നോക്കിയപ്പോൾ അദ്ദേഹത്തിനു ദീർഘായുര്യോഗം കാണുകയാൽ, തമ്പുരാനെന്തോ വലുതായ പുണ്യകർമം ചെയ്തിരിക്കുന്നതായി കാണുന്നുണ്ട്, ഇനി ഭയപ്പെടാനൊന്നുമില്ല. അവിടേക്ക് ദീർഘായുര്യോഗം സിദ്ധിച്ചിരിക്കുന്നു. ഇനി ഉടനെ വിവാഹം നടത്താം എന്നു പറയുകയും, ജാതകം നോക്കി കൊടുക്കുകയും ചെയ്തു. എങ്കിലും താൻ നിശ്ചയിച്ച പുണ്യ കർമം സാധിച്ചതിനു ശേഷമല്ലാതെ വിവാഹം കഴിയ്ക്കുന്നില്ലന്നു നമ്പൂരി തീർച്ചയാക്കി. അക്കാലത്തു പാഴൂർ തന്നെ തച്ചുശാസ്ത്രനിപുണനും യോഗ്യ നമായ ഒരു തച്ചൻ (ആശാരി) ഉണ്ടായിരുന്നു. നമ്പൂരി അവന്റെ അടുക്കൽ ചെന്നു വൈക്കത്തു പെരുംതൃക്കോവിലപ്പോലെ ഒരു ക്ഷേത്രം പണി കഴി

പ്പിക്കേണ്ടിയിരിക്കുന്നുവെന്നും, അതിലേക്കു ഒരു കണക്കു ഉണ്ടാക്കുകയും സ്ഥാനം നിശ്ചയിക്കുകയും പണി നടത്തിച്ചു തരികയും ചെയ്യണമെന്നു പറഞ്ഞു. തച്ചൻ അപ്രകാരം ചെയ്യാമെന്നു സമ്മതിക്കുകയും,വൈക്കത്തു പെരുംതൃക്കോവിൽക്ഷേത്രത്തിന്റെ ആകൃതിയൊപ്പിച്ചു കണക്കുണ്ടാക്കുകയും, ക്ഷേത്രം പണിയുന്നതിനു പൂർവ്വവാഹിനിയായ (കിഴക്കോട്ടു ഒഴുകുന്ന) പാഴൂർ പുഴയുടെ വക്കത്തു ഒരു സ്ഥാനം കാണുകയും, അവിടെ ആ കണക്ക് ഒപ്പിച്ചു ഒരമ്പലം പണി തീർക്കുകയുംചെയ്തു. നമ്പൂരി അവിടെ ശിവപ്രതിഷ്ഠ, കലശം, മുതലായവ നടത്തുകയും, ഒരു മഹാക്ഷേത്രത്തിൽ വേണ്ടുന്ന അഞ്ചു പൂജ, മൂന്നുശീവേലി, നവകം, പഞ്ചഗവ്യം മുതലായവ പ്രതിദിനം നടത്തുന്നതിനും,മാസവിശേഷം, ആട്ടവിശേഷം മുതലായവയ്ക്കു വേണ്ടുന്ന വസ്തുവകകൾ ആ ദേവന്റെ വകയ്ക്കായി കൊടുക്കുകയും ചെയ്തു. ഇപ്രകാരമാണ് പാഴൂർ പെരുംതൃക്കോവിൽ ക്ഷേത്രമുണ്ടായത്. ആ ക്ഷേത്രം വൈക്കത്തു പെരുംതൃക്കോവിൽ ക്ഷേത്രത്തിന്റെ ആകൃതിയിൽ തന്നെയാണ് ഇപ്പോഴും കാണപ്പെടുന്നത്. ഇനി ഈ ക്ഷേത്രം സംബന്ധിച്ചുള്ള ചില വിശേഷങ്ങൾ പറയാനുണ്ട്. അവ താഴെ കുറിയ്ക്കുന്നു.

പാഴൂർ പെരുംതൃക്കോവിൽ ക്ഷേത്രം പണി നടത്തിയ തച്ചപ്പണിക്കൻ നല്ല കണക്കനായിരുന്നുവെന്നു മുൻപു പറഞ്ഞിട്ടുണ്ടല്ലോ.അതിനാലവനെ ക്ഷേത്രങ്ങൾക്കു കണക്കു നിശ്ചയിക്കുന്നതിനും സ്ഥാനം കാണുന്നതിനും മറ്റുമായി പല സ്ഥലങ്ങളിൽ നിന്നും ആളുകൾ കൊണ്ടുപോവുക പതിവായിരുന്നു. ക്ഷേത്രം പണി തുടങ്ങിയാൽ അതു മുഴുവനായി കലശം കഴിയുന്നതുവരെ പ്രധാന തച്ചൻ പൂണുൽ ധരിക്കണമെന്നും ക്ഷൗരം ചെയ്യിക്കാൻ പാടില്ലെന്നും ഒരേർപ്പാടുണ്ടല്ലോ.അതിനാൽ ഈ തച്ചപ്പണിക്കൻ എന്നും പൂണുൽ ധരിച്ചുകൊണ്ടും, ക്ഷൗരം ചെയ്യിക്കാതെയുമാണ് ഇരുന്നിരുന്നത്. ക്ഷേത്രം പണിക്കു പ്രാധാന്യം വഹിച്ചു കൊണ്ടിരിക്കാനല്ലാതെ അവനു സമയം കിട്ടിയിരുന്നില്ല. അവന്റെ ചുമതലയിൽ ഒരു സ്ഥലത്തു ഒരമ്പലം പണി തുടങ്ങിയാൽ അതു മുഴുവൻ ആകുന്നതിനു മുൻപു വേറെ നാലു ദിക്കിൽ തുടങ്ങും. അതിനാലവൻ എന്നും താടിയും തലയും വളർത്തി കൊണ്ടും പൂണുൽ ധരിച്ചു കൊണ്ടുമിരുന്നു. അവന്റെ ദേഹം വെളുത്തു ചുവന്നും തടിച്ചുരുണ്ടും സ്വല്പം കുടവയറോടു കൂടിയതുമായിരുന്നു. കാഴ്ചയിൽ അവൻ നല്ല ശ്രീമാനും, തേജസ്വിയും ആകപ്പാടെ യോഗ്യനുമായിരുന്നു. ഇതെല്ലാം കൊണ്ടും ഇവനെ കണ്ടിട്ടു പരിചയമില്ലാത്തവർ ഒരാഢ്യൻ നമ്പൂരിയാണെന്നു തെറ്റിദ്ധരിക്കുക സാധാരണവുമായിരുന്നു.

ഈ തച്ചപ്പണിക്കനെ ഒരിക്കൽ ഒരു അമ്പലത്തിനു സ്ഥാനംനോക്കി നിശ്ചയിക്കാനായി കായംകുളത്തു രാജാവിന്റെ കല്പനപ്രകാരം ആളുകൾ വന്നു ഒരു തോണിയിൽ കയറ്റികൊണ്ടുപോയി. ആ തോണി വേമ്പനാട്ടു കായലിലായപ്പോൾ തെക്കുനിന്നു വടക്കോട്ട് ഒരുബോട്ടു വരുന്നതു കണ്ടു. ആ ബോട്ടിൽ പൂരാടംപിറന്ന ശക്തനായ ചെമ്പകശ്ശേരി (അമ്പലപ്പുഴ) രാജാവായിരുന്നു. ബോട്ടും തോണിയും തമ്മിൽ ഒട്ടടുത്തപ്പോൾ തന്നെ രാജാവ് തച്ചപ്പണിക്കനെ കാണുകയും വിശിഷ്ടനായ ഒരു ബ്രാഹ്മണശ്രേഷ്ഠനാണെന്നു തീർച്ചപ്പെടുത്തി ബോട്ടിനകത്തു എണീറ്റു നില്ക്കുകയും ചെയ്തു. രാജാവിനെ കണ്ടു തച്ചനും തോണിയിൽ എണീറ്റുനിന്നു. ബോട്ടും തോണിയുമായി നല്ലപോലെ അടുത്തപ്പോൾ രാജാവ് തച്ചനോട് 'ആരാണ്' എന്നു ചോദിച്ചു. വിക്കി വിക്കി

'ആ ആ ആരാണ്" എന്നാണ ചോദിച്ചത്. തച്ചപ്പണിക്കനും വിക്കിയിരുന്നതിനാൽ 'അ അ അടിയൻ ത ത ത തച്ചനാണ' എന്ന പറഞ്ഞു. ഇതു കേട്ടപ്പോൾ ഇവൻ തന്നെക്കാൾ ആഭിജാത്യമുള്ള ആഢ്യന്മാരിലാരെങ്കിലുമായിരിക്കുമെന്ന വിചാരിച്ച ബ്രാഹ്മണനായ താൻ സബഹുമാനം എണീറ്റു നിന്നുപോയതിലുള്ള കുണ്ഠിതവും, തച്ചനും വിക്കിവിക്കി പറഞ്ഞതു തന്നെ പരിഹസിച്ചാണെന്ന വിചാരിച്ചുണ്ടായ കോപവും രാജാവിനു സഹിക്കവയ്യാതെയായി. ഉടനെ അദ്ദേഹമൊരു വാളുമായി ആ തോണിയിൽ ചാടി കയറുകയും തച്ചന്റെ കഴുത്തു വെട്ടിമുറിച്ച കായലിൽ ഇടുകയും ചെയ്തിട്ട് പോകേണ്ടിയിരുന്ന ദിക്കിലേക്കു പോവുകയും ചെയ്തു.

ആ ദിവസം പാഴൂർ പെരുംതൃക്കോവിലിൽ ഉച്ചശീവേലിക്കെഴുന്നള്ളിച്ച് ആദ്യത്തെ പ്രദക്ഷിണം കിഴക്കെ നടയിൽ ആയപ്പോൾ 'മതി, അകത്തെഴുന്നള്ളിച്ച നട പൂട്ടട്ടെ. എന്റെ തച്ചൻ മരിച്ചിരിക്കുന്നു; എനിക്കു അതുകൊണ്ടുള്ള വ്യസനം സഹിക്കവയ്യാതെയുമായിരിക്കുന്നു' എന്നൊരശരീരിവാക്കു കേൾക്കപ്പെട്ടു. ഇതു പാഴൂർ തൃക്കോവിൽ ഭഗവാന്റെ അരുളപ്പാടാണന്ന വിശ്വസിച്ച ഉടനെ അകത്തെഴുന്നള്ളിക്കുകയും നട പൂട്ടുകയും ചെയ്തു. ഇപ്പോഴും അവിടെ ഉച്ച ശീവേലിക്കു ഒരു പ്രദക്ഷിണമേ പതിവുള്ളു.

പാഴൂർ പെരുംതൃക്കോവിൽ ക്ഷേത്രത്തിൽ പതിവായി നിവേദ്യം വകയ്ക്കും മറ്റുമുള്ള അരിയളന്നു കൊടുക്കുക മുതലായ പ്രവൃത്തികൾ നടത്തുന്നതിനു ഒരു മൂത്തതുണ്ടായിരുന്നു. അദ്ദേഹത്തിനു ക്ഷേത്രത്തിൽ നിന്നും പല അനുഭവങ്ങളും ആദായങ്ങളും നിശ്ചയിച്ചിട്ടുണ്ടായിരുന്നു. അദ്ദേഹം വലിയ ചതുരംഗപ്പോരുകാരനായിരുന്നു. ചതുരംഗം വച്ച അദ്ദേഹം പലരെയും തോല്പിക്കുകയും ആരോടും തോല്ക്കാതിരിക്കുകയും ചെയ്കതിനാൽ ചതുരംഗത്തിൽ തന്നെ തോല്പിക്കുന്നതിനു ഭൂലോകത്തിലാരുമില്ലെന്ന ഒരഹന്ത അദ്ദേഹത്തിനു കലശലായിതീർന്നു.

അങ്ങിനെയിരിക്കുന്ന കാലത്ത് ആ ദേശക്കാരനും 'കുറൂർ' എന്ന ഇല്ലപ്പേരുമായ ഒരു നമ്പൂരിയും ഈ മൂത്തതും കൂടി ഒരു ദിവസം ചതുരംഗം വയ്ക്കുകയും, നമ്പൂരി മൂത്തതിനെ തോല്പിക്കുകയും ചെയ്തു. അപ്പോൾ മൂത്തത് 'ഒരു വരകൂടി വയ്ക്കുകയാണങ്കിൽ ഞാൻ അങ്ങയെ തോല്പിക്കും എന്നു പറഞ്ഞു. 'തോല്പിക്കില്ല, മൂത്തതിനെ ഞാൻ തോല്പിക്കുകയാണ് ചെയ്കതെങ്കിലോ' എന്നു നമ്പൂരി ചോദിച്ചു. 'അങ്ങിനെ വരികയാണങ്കിൽ എനിക്കു ഈ ക്ഷേത്രത്തിലുള്ള അവകാശങ്ങൾ മുഴുവനായും ഞാനങ്ങയ്ക്ക് ഒഴിഞ്ഞുതന്നേക്കാം' എന്നു മൂത്തതു പറഞ്ഞു. അപ്രകാരം മൂത്തതിനെക്കൊണ്ടു സത്യം ചെയ്യിപ്പിച്ചതിന്റെ ശേഷം നമ്പൂതിരി മൂത്തതിനോടുകൂടി വീണ്ടും ചതുരംഗം വയ്ക്കുകയും, മൂത്തതിനെ തോല്പിക്കുകയും ചെയ്തു. മൂത്തതു സത്യപ്രകാരം ക്ഷേത്രത്തിലെ സകല അവകാശങ്ങളും നമ്പൂതിരിക്കു ഒഴിഞ്ഞു കൊടുത്തിട്ട് കുടുംബസഹിതം ആ ദേശത്തു നിന്നും പൊയ്ക്കളഞ്ഞു. അതിനാൽ ഇപ്പോഴും പാഴൂർ പെരുംതൃക്കോവിൽ ക്ഷേത്രത്തിൽ മൂത്തതില്ല. മൂത്തതു നടത്തിവന്നിരുന്ന പ്രവൃത്തികളെല്ലാം ഇപ്പോൾ കുറൂരു നമ്പൂതിരിയുടെ ആൾക്കാരായ ചിലരാണ നടത്തി വരുന്നത്. മൂത്തതിനുണ്ടായ അനുഭവങ്ങളെല്ലാം ദേവസ്വത്തിൽ നിന്നു കുറൂരു നമ്പൂതിരിക്ക് കൊടുത്തുവരുന്നുണ്ട്.

പാഴൂർ പെരുംതൃക്കോവിൽ ക്ഷേത്രതിരുമുറ്റത്തു വളരെ പഴക്കമുള്ളതായ

ഒരു വരിക്കപ്ലാവ് ഇപ്പോഴും നില്ക്കുന്നുണ്ട്. അതുണ്ടായതെന്നാണെന്നു ഓർമ്മയുള്ളവരായി ആരും ആ ദിക്കിലില്ല. വലിയ വയോവൃദ്ധന്മാരോടു ചോദിച്ചാലും അവർക്കു ഓർമ്മയുള്ള കാലം മുതൽ അതങ്ങനെ അവിടെ നില്ക്കുന്നുണ്ടെന്നു പറയും. അതിനെ 'കീഴ്ലോകത്തു വരിക്ക' എന്നാണു എല്ലാവരും പറഞ്ഞു വരുന്നത്. ആ പ്ലാവിന്റെ ആഗമനത്തെക്കുറിച്ചുള്ള ഐതിഹ്യം ഏറ്റവും രസകരമാണ്.

ഒരിക്കൽ പാഴൂർ പെരുംതൃക്കോവിലെ കലശക്കുടങ്ങൾ മുക്കാനായി ക്ഷേത്രത്തിൽ പ്രവർത്തിക്കാരിലൊരാൾ പുഴയിൽ കൊണ്ടുപോയി. ആ കൂട്ടത്തിൽ ഒരു സ്വർണ്ണക്കുടം ഉണ്ടായിരുന്നു. അതു ക്ഷേത്രത്തിൽ പതിവായിട്ടുള്ള നവകത്തിനു ബ്രഹ്മക്കുടമായി ഉപയോഗിക്കുന്നതായിരുന്നു. ആ കുടം മുക്കിയപ്പോൾ കയ്യിൽ നിന്നു തെറ്റി വെള്ളത്തിൽ പോവുകയും പുഴയിൽ താണുപോവുകയും ചെയ്തു. ഉടനെ ആ കഴകക്കാരൻ 'അയ്യോ! പൊങ്കുടം പോയല്ലോ' എന്നു പറഞ്ഞു ആറ്റിൽ ചാടിമുങ്ങി. കുടം താണു പോകുന്നതു അയാൾക്കു കാണാമായിരുന്നു. എങ്കിലും പിടിക്കാൻ പറ്റിയില്ല. അതിനാൽ അയാളും കുടത്തിന്റെ പിന്നാലെ പോയി. അങ്ങിനെ വളരെ താഴെ ചെന്നപ്പോൾ വെള്ളമവസാനിക്കുകയും അവിടമൊരു കരപ്രദേശമായി കാണപ്പെടുകയും ചെയ്തു. അവിടെ കുറെ ആളുകൾ കൂടി ചക്കപ്പഴം തിന്നു കൊണ്ടിരിക്കുകയായിരുന്നു. അവർ ഈ മനുഷ്യനെ കണ്ടപ്പോൾ ഒരു ചുണ്ടം ചക്കപ്പഴം അയാൾക്കു തിന്നാനായി കൊടുക്കുകയും അതിലുള്ള കുരുവെല്ലാം തിരികെ ഏല്പിക്കണമെന്നു പറയുകയും ചെയ്തു. അയാൾ ആ ചക്കപ്പഴം തിന്നു നോക്കി. അതിന്റെ മാധുര്യം അസാധാരണമായി അയാൾക്കു തോന്നി. അത്ര വിശേഷപ്പെട്ട ചക്കപ്പഴം അയാൾ അതിനു മുൻപ് ഒരിക്കലും തിന്നിട്ടില്ലായിരുന്നു. എന്തായാലും ഇതിന്റെ ഒരു കുരു തട്ടിയെടുത്തു നമ്മുടെ ദിക്കിൽ കൊണ്ടുപോകണം' എന്നു അയാൾ നിശ്ചയിക്കയും, അവിടെയുള്ളവരറിയാതെ ഒരു കുരു മുണ്ടിനടിയിൽ ഒളിച്ചുവയ്ക്കുകയും ചെയ്തു. പിന്നെ ആ മനുഷ്യൻ പൊൻകുടവുമെടുത്ത് അവിടെ ഉണ്ടായിരുന്നവരോട് യാത്രയും പറഞ്ഞു തിരിച്ചു പോരുകയും പാഴൂർ പെരുംതൃക്കോവിൽ ക്ഷേത്രത്തിന്റെ കടവിൽ തന്നെ വന്നു കയറുകയും ചെയ്തു. അയാൾ മോഷ്ടിച്ചു കൊണ്ടുപോന്ന ചക്കക്കുരു കുഴിച്ചിട്ടു മുളപ്പിച്ചുണ്ടാക്കിയ പ്ലാവിനെയാണു ഇപ്പോൾ 'കീഴ്ലോകത്തു വരിക്ക' എന്നു പറഞ്ഞുപോരുന്നത്. ഇങ്ങനെ അനേകം വിശേഷങ്ങളോടു കൂടിയതാണു പാഴൂർ പെരുംതൃക്കോവിൽ എന്നു പറഞ്ഞു കൊണ്ട് ഈ ഉപന്യാസത്തെ അവസാനിപ്പിച്ചുകൊള്ളുന്നു.

●

പാക്കനാരുടെ ഭാര്യയുടെ പാതിവ്രത്യം

വരരുചി എന്ന പ്രസിദ്ധനായ ബ്രാഹ്മണശ്രേഷ്ഠന് ഒരു പറയിയിൽ നിന്നും പന്ത്രണ്ടു മക്കൾ ജനിച്ചു എന്നും ആ മക്കൾ

'മേളത്തോളഗ്നിഹോത്രീ രജകനുളിയന്നൂർ
ത്തച്ചനും പിന്നെ വള്ളോൻ
വായില്ലാക്കുന്നിലപ്പൻ വടുതല മരുവും
നായർ കാരയ്ക്കൽ മാതാ
ചെമ്മേ കേളുപ്പുകൂറ്റൻ പെരിയ തിരുവര-
ങ്കത്തെഴും പാണനാരും
നേരേ നാരായണഭ്രാന്തനുമുടനകവൂർ
ചാത്തനും പാക്കനാരും'

ആണെന്നും മറ്റും പ്രസിദ്ധമാണല്ലോ. ഈ പന്ത്രണ്ടു പേരിൽ വായില്ലക്കുന്നിലപ്പനെ ഒഴിച്ചു പതിനൊന്നു പേരും അവരുടെ അച്ഛന്റെ ശ്രാദ്ധം അഗ്നിഹോത്രികളുടെ ഇല്ലത്തു കൂടി ഒരുമിച്ചാണു നടത്തുക പതിവെന്നുള്ളതും പ്രസിദ്ധമാണ്. അങ്ങിനെ ഒരിക്കൽ എല്ലാവരും അവിടെ കൂടി ശ്രാദ്ധം കഴിഞ്ഞതിന്റെ ശേഷം പതിനൊന്നു പേരും ഒരു സ്ഥലത്തു ഭക്ഷണത്തിനായിട്ടിരുന്നു. അപ്പോൾ അഗ്നിഹോത്രികളുടെ അന്തർജനം ഇവർക്കു വിളമ്പികൊടുക്കാൻ വരാൻ സ്വല്പം മടിച്ചു. പിന്നെ അഗ്നിഹോത്രികൾ വിളിക്കുകയും വളരെ നിർബന്ധിക്കുകയും ചെയ്തപ്പോൾ അന്തർജനം ഒരു കുടയുമെടുത്തുകൊണ്ട് ആ സ്ഥലത്തേയ്ക്കുവന്നു. അതുകണ്ട് പാക്കനാർ 'ഇതെന്തിനാണെന്നു' ചോദിച്ചു. അപ്പോൾ അഗ്നിഹോത്രികൾ 'ഇതു പതിവ്രതമാരുടെ ധർമ്മമാണ'ന്നു' 'പതിവ്രതമാർക്കു പരപുരുഷന്മാരെ കാണ്മാൻ പാടില്ലന്നും മറ്റും പറഞ്ഞു. ഉടനെ പാക്കനാർ 'ഇതൊന്നും പതിവ്രതാധർമ്മമല്ല. ബ്രാഹ്മണസ്ത്രീകൾക്കു പതിവ്രതാധർമം എന്നാൽ എന്താണെന്നു തന്നെ അറിഞ്ഞുകൂടാ. പതിവ്രതാധർമ്മവും പാതിവ്രത്യവും ഇരിക്കുന്നതു കുടയിലും പുതപ്പിലുമൊന്നുമല്ല. ഇപ്പോൾ പതിവ്രതാധർമ്മത്തെ ശരിയായി അനുഷ്ഠിക്കുന്ന ഒരു സ്ത്രീ എന്റെ കെട്ടിയവളെപ്പോലെ ലോകത്തിലില്ല്'എന്നു പറഞ്ഞു. അതു കേട്ട് അഗ്നിഹോത്രികൾ 'ചണ്ഡാലികൾക്കു പാതിവ്രത്യമോ പതിവ്രതാധർമജ്ഞാനമോ വല്ലതുമുണ്ടോ? പാക്കനാർ പറഞ്ഞതു ശുദ്ധ അസംബന്ധമാണ്' എന്നുപറഞ്ഞു. പിന്നെ അവർ രണ്ടുപേരും പതിവ്രതാധർമ്മത്തെപ്പറ്റി വളരെ വാദപ്രദിവാദങ്ങൾ നടത്തിയതിന്റെശേഷം അഗ്നിഹോത്രികളുടെ അന്തർജനത്തിനോ പാക്കനാരുടെ കെട്ടിയവൾക്കോ

പതിവ്രതാജ്ഞാനമുള്ളതെന്നു ബോദ്ധ്യപ്പെടുത്തികൊടുക്കാമെന്നു പറഞ്ഞു പാക്കനാർ അഗ്നിഹോത്രികളെ വിളിച്ചുകൊണ്ട് സ്വഗൃഹത്തിലേക്കുപോയി. അവിടെ എത്തിയ ഉടനെ പാക്കനാർ ഭാര്യയെ വിളിച്ച് 'ഇവിടെ എത്ര നെല്ലിരിക്കുന്നുണ്ട്?' എന്നു ചോദിച്ചു. ഭാര്യ: 'അഞ്ചിടങ്ങഴിയുണ്ട്' എന്നു പറഞ്ഞു. ഉടനെ പാക്കനാർ അതിൽ പകുതി നെല്ലെടുത്ത് കുത്തി അരിയാക്കി വെച്ചുകൊണ്ടുവരുവാൻ പറഞ്ഞു. തൽക്ഷണം ഭാര്യപോയി നെല്ലുകുത്തി അരിയാക്കി വച്ചു ചോറുംകൊണ്ടു വന്നു. അപ്പോൾ പാക്കനാർ: 'ആ ചോറു ഈ കുപ്പയിലിട്ടേക്ക്' എന്നു പറഞ്ഞു. അവൾ ഒട്ടും മടിയ്ക്കാതെ അങ്ങിനെ തന്നെ ചെയ്തു. ഉടനെ പാക്കനാർ ശേഷമിരിക്കുന്ന നെല്ലും കുത്തി അരിയാക്കി ചോറു വച്ചുകൊണ്ടുവരുവാൻ പറഞ്ഞു. പാക്കനാർ പിന്നെയും മേല്പ്രകാരം ആ ചോറും കുപ്പയിൽ ഇട്ടേക്കാൻ പറഞ്ഞു. അപ്പോഴും ഒട്ടും വൈമനസ്യം ഇല്ലാതെ അവൾ ആ ചോറും കുപ്പയിൽ ഇട്ടു. പാക്കനാർക്കു വളരെ ദാരിദ്ര്യം ആയിരുന്നു. അയാളുടെ ഭാര്യ അന്നു ഭക്ഷണം കഴിച്ചിരുന്നില്ല. ആ അഞ്ചിടങ്ങഴി നെല്ലല്ലാതെ അവിടെ നെല്ലും അരിയും ഇരിക്കുന്നുണ്ടായിരുന്നില്ല. ആ നെല്ലിൽ നിന്നും കുറെ എടുത്തു കഞ്ഞിവച്ചുണ്ണാമെന്നു വിചാരിച്ചു അവൾ അതിനായി ആരംഭിച്ച സമയത്താണു അഗ്നിഹോത്രിയും പാക്കനാരും കൂടി അവിടെ എത്തിയത്. ഇങ്ങനെ ഒക്കെ ആയിരുന്നിട്ടും പാക്കനാരുടെ ഭാര്യ തന്റെ ഭർത്താവ് പറഞ്ഞതുപോലെ ലേശം മടിക്കാതെ ചെയ്തു.

ഇത്രയും കഴിഞ്ഞതിന്റെ ശേഷം അഗ്നിഹോത്രിയും പാക്കനാരും കൂടി അവിടെ നിന്നും പുറപ്പെട്ടു. തിരിയെ അഗ്നിഹോത്രിയുടെ ഇല്ലത്തെത്തി. ഉടനെ പാക്കനാർ 'ഞാൻചെയ്യിച്ചപോലെ ഇവിടുത്തെ അന്തർജനത്തിനെക്കൊണ്ടും ചെയ്യിക്കുക. ഞാൻകാണട്ടെ' എന്നു പറഞ്ഞു. ഉടനെ അഗ്നിഹോത്രികൾ അന്തർജനത്തെ വിളിച്ചു രണ്ടിടങ്ങഴി നെല്ലെടുത്ത് കുത്തി അരിയാക്കി വെച്ചുകൊണ്ടുവരുവാൻ പറഞ്ഞു. അതുകേട്ട് അന്തർജനം 'ഇവിടെ അരി ഇരിക്കുന്നുണ്ടല്ലോ, പിന്നെ എന്തിനാണ് ഇപ്പോൾ നെല്ലു കുത്തുന്നത്?' എന്നു ചോദിച്ചു. അഗ്നിഹോത്രികൾ വളരെ നിർബന്ധിച്ചിട്ട് അന്തർജനം മനസ്സുകേടോടുകൂടി മുഖം വീർപ്പിച്ചു പിറുപിറുത്തുകൊണ്ട് പോയി നെല്ലെടുത്തുകുത്തി അരിയാക്കി വെച്ചുകൊണ്ടുവന്നു. അപ്പോൾ അഗ്നിഹോത്രികൾ ആ ചോറു കുപ്പയിലേക്ക് ഇട്ടേക്കാൻ പറഞ്ഞു. അതുകേട്ട് അന്തർജനം: എന്താ ഹേ! അവിടെയ്ക്കു ഭ്രാന്തുണ്ടോ? ചോറു വെറുതെ കളയുന്നതു തന്നെ കഷ്ടം. വിശേഷിച്ചും ഞാൻവളരെ പ്രയാസപ്പെട്ട് നെല്ലു കുത്തി അരിയാക്കി വെച്ചുണ്ടാക്കി കൊണ്ടുവന്ന ചോറു കുപ്പയിൽ കളയുകയോ? ഇതു വലിയ സങ്കടംതന്നെയാണ്.' എന്നുംമറ്റും ഓരോ തർക്കങ്ങൾ പറഞ്ഞുകൊണ്ടു നിന്നു. ഒടുക്കം അഗ്നിഹോത്രികളുടെ നിർബന്ധപ്രകാരം അന്തർജനം ആ ചോറു കുപ്പയിലേക്കു ഇട്ടു. ഉടനെ അഗ്നിഹോത്രികൾ: 'ഇനിയും രണ്ടര ഇടങ്ങഴി നെല്ലെടുത്തുകുത്തി അരിയാക്കി വച്ചു കൊണ്ടു വാ എന്നു പിന്നെയും പറഞ്ഞു. അപ്പോൾ അന്തർജനം: 'അവിടേക്കു ഭ്രാന്തു തന്നെയാണ്. ഈ കൊട്ടുന്ന താളത്തിനൊക്കെ തുള്ളാൻ ഞാൻആളല്ലാ. അസംബന്ധം പറയുകയെന്നു വച്ചാൽ അതിനൊരവസാനമില്ലാതെയായാൽ വിഷമമാണ്'എന്നുപറഞ്ഞു അകത്തേക്കുപോയി. അഗ്നിഹോത്രികൾ നിർബന്ധപൂർവ്വം വളരെ വിളിച്ചിട്ടും അന്തർജനം പുറത്തേക്കു വന്നില്ല. അപ്പോൾ പാക്കനാർ: 'ഇതാണോ പതിവ്രതാധർമ്മം? ഭർത്താക്കന്മാർ എന്തു പറഞ്ഞാലും സന്തോഷത്തോ

ട്ടുകൂടി അതു ഉടനെ ചെയ്യുന്നവളാണു പതിവ്രത. അങ്ങിനെ ചെയ്യുന്നതാണ് പതിവ്രതാധർമ്മം. അതിൽ ഗുണദോഷചിന്തനം ചെയ്യാനും, തർക്കം പറയാനും ഭാര്യമാർക്കുഅവകാശവും അധികാരവും ഇല്ല' എന്നു പറഞ്ഞു അഗ്നിഹോത്രികളെ സമ്മതിപ്പിച്ചിട്ട് പാക്കനാർ പോയി.

ഈ ഐതിഹ്യത്തെപ്പറ്റി ഇപ്പോഴുള്ള പരിഷ്കാരികളുടെയിടയിൽ വളരെ അഭിപ്രായവ്യത്യാസമുണ്ടായേക്കും. എങ്കിലും ഭർത്താക്കന്മാർ വല്ലതും പറഞ്ഞാൽ പല ഒഴിവ്കഴിവുകളും ദുസ്തർക്കങ്ങളും പറഞ്ഞു അത് ഉടനെ ചെയ്യാതിരിക്കുന്ന സ്ത്രീകൾ കേരളത്തിൽ ധാരാളമുണ്ടെന്നും അതു പതിവ്ര തകളായ സ്ത്രീകൾക്കു ചേർന്നതല്ലെന്നുമുള്ളതിൽ പക്ഷാന്തരമുണ്ടാകുമെന്നു തോന്നുന്നില്ല. ഏതെങ്കിലും ഒരു വിഷയത്തിൽ അതിയായ ഭ്രമം കൊണ്ടോ ദുർവാശികൊണ്ടോ, ദുസ്സഹമായ മനഃസ്താപം കൊണ്ടോ മറ്റോ ഭർത്താക്ക ന്മാർ മതിമറന്നു ക്രമവിരോധമായി വല്ലതും പ്രവർത്തിക്കാനാരംഭിക്കുകയോ ആവശ്യപ്പെടുകയോ ചെയ്യുന്ന അവസരങ്ങളിൽ ഗുണദോഷങ്ങൾ പറഞ്ഞു അവരുടെ മനസ്സിനെ പിന്തിരിച്ചു യഥാസ്ഥിതമാക്കുന്നതിനുള്ള ചുമതല ഭാര്യമാർക്കുണ്ട്. അങ്ങിനെയല്ലാതെ ഭർത്താക്കന്മാർ സ്വബുദ്ധിയോടുകൂടി എന്തെങ്കിലും പറഞ്ഞാൽ ഉടനെ അതു ചെയ്യാതെ വല്ലതും ദുസ്തർക്കം പറയു ന്നതു ഭാര്യമാർക്കു ഒരിക്കലും യുക്തമായിട്ടുള്ളതല്ല. അങ്ങിനെയുള്ളവരെ 'ഗൃഹിണികൾ' എന്നു പറയാനും പാടില്ല. അവരെയാണ് ''ഗേഹബാധ'കളെ ന്നു പറയേണ്ടത്.

പാക്കനാർ തന്റെ ഭാര്യയുടെ പാതിവ്രത്യനിഷ്ഠ എത്രമാത്രമുണ്ടെന്നു അഗ്നിഹോത്രികളെ ദൃഷ്ടാന്തസഹിതം അറിയിച്ചതായി ഒരൈതിഹ്യം കൂടി കേട്ടിട്ടുണ്ട്. ഒരിക്കൽ അഗ്നഹോത്രികൾ പാക്കനാരുടെ മാടത്തിങ്കൽ ചെന്നപ്പോൾ പാക്കനാർ അഗ്നിഹോത്രികൾക്കു ഇരിക്കുന്നതിനു ഒരു പലകയോ മറ്റോ എടുത്തു കൊടുക്കുന്നതിനു ഭാര്യയെ വിളിച്ചു. അപ്പോൾ അവൾ കിണറ്റിൽ നിന്നും വെള്ളം കോരിക്കൊണ്ടു നില്ക്കുകയായിരുന്നു. വെള്ളവും പാളയും കൂടി കിണറ്റിന്റെ മദ്ധ്യത്തിങ്കലായപ്പോളാണ് പാക്കനാർ വിളിച്ചത്. ഭർത്താവ് വിളിച്ചതു കേട്ടു ഉടനെ അവൾ കയറിന്മേൽ നിന്നുകൈ വിട്ടു ഓടി വന്നു. പാളയും കയറും ആ സ്ഥിതിയിൽ തന്നെ നിന്നതല്ലാതെ കീഴ്പ്പോട്ടു പോയില്ല. അതുകണ്ടു അഗ്നിഹോത്രികൾ വളരെ ആശ്ചര്യപ്പെട്ടു. 'പാതിവ്രത്യമുണ്ടായാലിങ്ങിനെയാണ്. ഭർത്താവ് വിളിക്കുന്നതു കേട്ടാൽ എന്തുതന്നെ പ്രവർത്തിച്ചുകൊണ്ടിരിക്കുകയാണെങ്കിലും അതുപേക്ഷിച്ചിട്ട് ഭർത്താവിന്റെ അടുക്കൽ എത്തുകയെന്നുള്ളതു പതിവ്രതമാരുടെ ധർമ്മമാണ്" എന്നു പാക്കനാർ പറഞ്ഞു.

നമ്മുടെ കേരളീയ സഹോദരിമാരും ഈ ഐതിഹ്യങ്ങളുടെ സാരാംശത്തെ ഗ്രഹിച്ചു പ്രവർത്തിക്കുന്നതായാൽ അവർക്കു ശ്രേയസ്കര മായിരിക്കുന്നതാണ്.

●

രണ്ടു മഹാരാജാക്കന്മാരുടെ സ്വഭാവവ്യത്യാസം

തിരുവനന്തപുരത്തു ശ്രീപത്മനാഭസ്വാമിക്ഷേത്രത്തിന്റെ പടിഞ്ഞാറെ നടയിൽനിന്നു മിത്രാനന്ദപുരം ക്ഷേത്രത്തിലേക്കുള്ള വഴിയുടെ രണ്ടു വശങ്ങളിലും മുൻകാലങ്ങളിൽ നമ്പൂതിരിമാരുടെ മഠങ്ങൾ ഉണ്ടായിരുന്നു. ആ മഠങ്ങളിൽ ഓണന്തുരുത്ത്, കുമാരനല്ലൂർ, കിടങ്ങൂർ, കാടമുറി മുതലായ ഗ്രാമങ്ങളിൽനിന്നു തിരുവനന്തപുരത്തു മണ്ഡപത്തിൽ ജപം, ഈശ്വരസേവ, പള്ളിത്തേവാരം മുതലായവ നടത്തുന്നതിനായി ചെന്നു താമസിക്കുന്ന നമ്പൂതിരിമാരാണ് പാർത്തുവന്നിരുന്നത്. അവർ രണ്ടു വശത്തുള്ള മഠങ്ങളിൽ ഇരുന്നു വെറ്റില മുറുക്കിയാൽ വഴിയിലേക്കാണു തുപ്പുക പതിവ്. അതുകൊണ്ട് മിത്രാനന്ദപുരം ക്ഷേത്രത്തിൽ ദർശനത്തിനായും മറ്റും പോകുന്നവർക്ക് അതിലെ ശുദ്ധമായിട്ട് നടക്കാൻ പ്രയാസമായിത്തീർന്നു. ആ പ്രയാസം കോവിലെഴുന്നള്ളത്തു സമയത്തു മഹാരാജാക്കന്മാർക്കു ഉണ്ടാകാതെയിരുന്നില്ല. എങ്കിലും നമ്പൂരിമാരെക്കുറിച്ചുള്ള ഭക്ത്യാദരബഹുമാനങ്ങൾ നിമിത്തം ആരുമൊന്നും പറയാറുമില്ല.

1036-ാം ആണ്ട് നാടുനീങ്ങിയ മാർത്താണ്ഡവർമ്മ മഹാരാജാവ് തിരുമനസ്സുകൊണ്ട് ഇളംകൂറായിരിക്കുന്ന കാലത്തു ഒരു ദിവസം ശ്രീപത്മനാഭസ്വാമിക്ഷേത്രത്തിലെഴുന്നള്ളി ദർശനം കഴിച്ചതിന്റെ ശേഷം മിത്രാനന്ദപുരത്തേക്കായി എഴുന്നള്ളി. മേല്പറഞ്ഞ വഴിയുടെ സമീപത്തായപ്പോൾ വഴിയെല്ലാം തുപ്പൽ നിറഞ്ഞിരുന്നതിനാൽ അതിലെ പോകാൻ നിവൃത്തിയില്ലാതെ അവിടെ എഴുന്നള്ളി നിന്നുകൊണ്ട് അടിച്ചുതളിക്കാരെ വരുത്തി ആ വഴിയെല്ലാം വെടിപ്പാക്കി അടിച്ചു തളിപ്പിക്കുകയും മേലാലിവിടെ ആരും തുപ്പാതിരിക്കുന്നതിനുവേണ്ടി ആ വഴിയുടെ ഇരുപാർശ്വങ്ങളിലും തുളസി നട്ടുവിക്കുകയും തുളസിക്ക് ദിവസം തോറും വെള്ളമൊഴിച്ചും മറ്റും അതിനെ രക്ഷിക്കുന്നതിനു പ്രത്യേകമൊരു ശമ്പളക്കാരനെ കല്പിച്ചു നിയമിക്കുകയും ചെയ്തിട്ട് കോവിലെഴുന്നള്ളത്തു കഴിഞ്ഞു കൊട്ടാരത്തിലേക്കു എഴുന്നള്ളുകയും ചെയ്തു.

കുറച്ചുസമയം കഴിഞ്ഞപ്പോൾ അന്നു നാടുവാണിരുന്ന (1022-ാം ആണ്ട് നാട്ടു നീങ്ങിയ) സ്വാതിതിരുനാൾ രാമവർമ്മമഹാരാജാവ് തിരുമനസ്സിലെ കോവിലെഴുന്നള്ളത്തായി. അവിടുന്ന് പത്മനാഭക്ഷേത്രത്തിൽ ദർശനം കഴിഞ്ഞു മിത്രാനന്ദപുരം ക്ഷേത്രത്തിൽ ദർശനത്തിനായി എഴുന്നള്ളി മേല്പ

റഞ്ഞ വഴിയുടെ അടുക്കലായപ്പോൾ അവിടെ നിറച്ചു തുളസി നട്ടിരിക്കുന്ന തായും അതിന്മേലെല്ലാം തുപ്പിയിരിക്കുന്നതായും കണ്ടിട്ട് 'ഇവിടെയൊക്കെ തുളസി നട്ടതാരാണ്'? എന്നു കല്പിച്ചു ചോദിക്കുകയും ഇവിടെയാരും തുപ്പാതിരിക്കാനായിട്ട് ഇളയ തമ്പുരാൻ തിരുമനസ്സുകൊണ്ട് കല്പിച്ച് നടീച്ചതാണ് എന്നു എഴുന്നള്ളത്തോടുകൂടെ ഉണ്ടായിരുന്നവർ അറിയിക്കുകയും ചെയ്തു. അതുകേട്ടിട്ടു മഹാരാജാവ് തിരുമനസ്സുകൊണ്ട് അപ്പനു (തിരുവതാംകൂർ മഹാരാജകുടുംബത്തിൽ പ്രായം കൂടിയവർ പ്രായം കുറഞ്ഞവരെ വാത്സല്യ സൂചകമായി 'അപ്പൻ' എന്നാണു പറയുക പതിവ്). ഇത്ര ശുദ്ധഗതിയുണ്ടല്ലോ. ഇക്കാലത്തുള്ളവരോട് ഈ വിദ്യയൊന്നും പറ്റുകയില്ല. ഇതു കലിയുഗമാണു ഇപ്പൊഴുള്ള ബ്രാഹ്മണർക്ക് തുളസിയിന്മേൽ തുപ്പരുതെന്നും മറ്റുമുള്ള വിചാരം ചുരുക്കമാണ്. ഇതാ, ഇതിന്മേലൊക്കെ നിറച്ചു തുപ്പിയിരിക്കുന്നതു കണ്ടില്ലേ? ആട്ടെ ഇതിനു ഞാൻഒരു കൗശലം പ്രയോഗിച്ചു നോക്കാം' എന്നും കല്പിച്ചിട്ട് ആ തുളസിയെല്ലാം അവിടുന്ന് പറിപ്പിച്ചു മാറ്റിക്കുകയും ഒരു കൈയാമം വരുത്തി അവിടെ കല്പിച്ചു സ്ഥാപിപ്പിക്കുകയും ചെയ്തു. അന്നു മുതൽ ആരെങ്കിലും ഈ വഴിയിലേക്ക് തുപ്പിയാൽ അവരെ പിടിച്ചു ഈ ആമത്തിലിട്ടേക്കണം എന്നു കല്പിച്ചിട്ട് ചട്ടം കെട്ടി അവിടെയൊരു ശിപായിയെ നിയമിക്കുകയും ചെയ്തു. അന്നു മുതൽ ആ വഴിയിലേക്ക് ആരും തുപ്പാതെയുമായി. ജ്യേഷ്ഠാനുജന്മാരായിരുന്ന ആ മഹാരാജാക്കന്മാരുടെ സ്വഭാവ വ്യത്യാസം ഇതിൽ നിന്നു ഗ്രഹിക്കാമല്ലോ.

●

കൊച്ചുനമ്പൂരി

ഏറ്റുമാനൂർ താലൂക്കിൽചേർന്ന കടുത്തുരുത്തി പ്രവൃത്തിയിൽ തിരുവമ്പാടി എന്നദിക്കിൽ കൊച്ചുനമ്പൂരി എന്നൊരു സരസ്സൻ ഉണ്ടായിരുന്നു. ഇദ്ദേഹം ഒരു വലിയ വ്യുത്പന്നനല്ലായിരുന്നു എങ്കിലും കവിതാ വാസന സാമാന്യം ഉള്ള ആളായിരുന്നു. എന്നു മാത്രമല്ല നല്ല ഫലിതക്കാരനുമായിരുന്നു. ഈ ദിക്കുകളിലെ ശാസ്ത്രക്കളിയിൽ വിഡ്ഢി, വൃദ്ധ, പ്രാക്കൾ, ഓതിക്കോൻ നമ്പൂരി, മുതലായ വിനോദകരങ്ങളായ വേഷങ്ങൾ എല്ലാം പരിഷ്കരിച്ചത് ഇദ്ദേഹമാണ്. അതാതു വേഷക്കാർക്കു ചേർന്നവയായ വാക്കുകളും പാട്ടുകളും ശ്ലോകങ്ങളും എല്ലാം നല്ല ഫലിതമയങ്ങളായിട്ട് ഇദ്ദേഹം ഉണ്ടാക്കീട്ടുണ്ട്. ശാസ്ത്രക്കളിയിൽ ഇദ്ദേഹത്തിന്റെ പ്രധാന വേഷങ്ങൾ വിഡ്ഢിയുടേയും, പ്രാക്കളുടേയും ആയിരുന്നു. ഇദ്ദേഹത്തിന്റെ കാലത്തു ഏകദേശം ഇതുപോലെ തന്നെ ഫലിതക്കാരനായിട്ട് മഠത്തിൽ നമ്പൂരി എന്നൊരാളും ഉണ്ടായിരുന്നു. അദ്ദേഹത്തിന്റെ പ്രധാനവേഷങ്ങൾ വൃദ്ധയുടേയും ഓതിക്കോൻ നമ്പൂരിയുടേയും ആയിരുന്നു. ഇവർ രണ്ടു പേരും കൂടിയുള്ള സംഭാഷണങ്ങൾ എല്ലാം ഫലിതമയങ്ങളും ഏറ്റവും സരസങ്ങളും ആയിരുന്നു. ഇവർക്കു രണ്ടുപേർക്കും അനന്യസാധാരണമായിട്ടുണ്ടായിരുന്ന ഒരു വിശേഷം തൽക്കാലോചിതങ്ങളായ ഫലിത വാക്കുകൾ അപ്പളപ്പോൾ പുത്തൻ പുത്തനായി തോന്നിവരുമെന്നുള്ളതാകുന്നു. വിഡ്ഢിയുടെ ഞാണിന്മേൽ കളിയുടെ വന്ദനശ്ലോകങ്ങളായി കൊച്ചുനമ്പൂരി ഉണ്ടാക്കീട്ടുള്ളവയിൽ ചിലതു താഴെ ചേർക്കുന്നു.

കച്ചോലം കച്ചുമുണ്ടും കലവറമുരലും
കോലരക്കാലവട്ടം
പച്ചക്കായാണ്ടിയാട്ടം തൽമുടിവലിയാ
നേടെ കൊമ്പും കരിമ്പും
പച്ചപ്പട്ടും വയമ്പും കുറുനിര ചിറകും
കത്തി തേച്ചോരു വേഷം
പിച്ചന്മാരിപ്രകാരം പറയുമവരെ ഞാൻ
നിച്ചലും കൈതൊഴുന്നേൻ.
1
തീണ്ടാനാരി കറപ്പു ജീരകമരം
തണ്ടിഞ്ചി പൂരാടവും
വെൺകൊറ്റക്കുടയും വിയർപ്പുതുണിയും
വേഴാമ്പലോടാമ്പലും

പഞ്ചാരപ്പൊതിയും ചിരിച്ച ചിരിയും
ധാന്വന്തരം പമ്പരം
ഇത്ഥം പേകൾ പറഞ്ഞുകൊണ്ടു വിലസും
ഭ്രാന്തായ തുഭ്യം നമഃ
2
അക്ഷീണം മദിരാശിതന്നിലുളവാം
വൃത്താന്തമിന്നൊക്കെയും
ശിക്ഷയ്ക്കിങ്ങരനാഴികയ്ക്കറിയുമാ
ക്കമ്പിതപാലും ദ്രുതം
പക്ഷിപ്രൗഢനതെന്നപോലെ ഗമനം
ചെയ്യുന്ന തീവണ്ടിയും
രക്ഷിച്ചീടണമാസ്ഥയോടു കയറേൽ
ക്കേറിക്കളിക്കും വിധൗ
3
അഖിലഭുവനമുണ്ണീ ഘോരയാം നക്രുഡുണ്ഡീ
യനിലതനയനുണ്ണീ മാലകെട്ടുന്നൊരുണ്ണീ
ഹരനുടെ മകനുണ്ണീ നല്ലൊരോന്നിച്ചയുണ്ണീ
യഴകൊടു നളനുണ്ണീ പാതു മാം കൊത്തലുണ്ണീ

വൃദ്ധയുടെ കേശാദിപാദാന്തം വർണ്ണിക്കുന്നവയായ പാട്ടുകളിൽ ഒന്നു താഴെ ചേർക്കുന്നു.

(ശീതങ്കന്റെ മട്ട്)

ഞാണിൽക്കരേറിക്കളിക്കുന്നനേരത്തു
വീണുപോകാതിരുന്നീടാൻ ഗണേശനും
വാണിയും മൽഗുരുനാഥനും വ്യാസനും
പാണികൾ നീട്ടിയനുഗ്രഹിച്ചീടണം.
ചഞ്ചലം കൂടാതെ വൃദ്ധയാം നിന്നെയും
നെഞ്ചകം തന്നിൽ നിനയ്ക്കുന്നു സന്തതം,
അഞ്ചിതമാം നിന്റെ കേശാദിപാദവു
മഞ്ചാതെ ചിത്തേ വിളങ്ങേണമെപ്പോഴും.
വെഞ്ചാമരം പോലെയുള്ള തവമുടി
ക്കഞ്ചുവിരൽ നീളമുണ്ടതിലെപ്പോഴും
പഞ്ചാര കണ്ടാലുറുമ്പരിക്കുമ്പോലെ
സഞ്ചരിച്ചീടുന്ന മുട്ടയും പേനുമായ്.
തറ്റുടുത്തീടാൻ ഞൊറിയുന്നതുപോലെ
യറ്റമില്ലാതുണ്ടവയാൽ വിളങ്ങുന്ന
നെറ്റിത്തടത്തിന്റെ ജാത്യമോർത്തീടിലോ
മറ്റൊരു നാരിക്കുമീവണ്ണമില്ലഹോ!
കണ്ണിണതന്നുടെ ജാത്യങ്ങളൊക്കയും
വർണ്ണിച്ചു ചൊല്ലുവാനിന്നു തുടങ്ങിയാൽ
കുണ്ഡലിനാഥനായുള്ളോരനന്തനും
ദണ്ഡമാണങ്കിലുമല്പം പറഞ്ഞിടാം.
കണ്ണൻപഴത്തിന്റെ തൊണ്ടുകളഞ്ഞിട്ടു

വെണ്ണനൈപോലങ്ങരച്ചിട്ടുരുട്ടീട്ടു
കണ്ണുകൾ രണ്ടിലും വെച്ചെന്നു തോന്നുമീ
കണ്ണു കാണുന്ന ജനങ്ങൾക്കശേഷവും.
രണ്ടരച്ചോതന കൊള്ളുന്ന തോൽക്കുടം
രണ്ടു കമത്തിയ പോലെ കവിൾത്തടം
രണ്ടും പ്രകാശിപ്പതോർക്കുകിൽ ബ്രഹ്മാവു
പണ്ടിതുപോലെ ചമച്ചിതില്ലെങ്ങുമേ.
പാണ്ടു പിടിച്ചുള്ള ചുണ്ടും, പെരുച്ചാഴി
മാണ്ടിപോലുള്ളോരു വായിന്റെ ഭംഗിയും
മന്ദഹാസങ്ങളും കണ്ടാൽ തലേത്തട്ടി
വന്നു പിടിച്ചപോലാശു ഛർദ്ദിച്ചിടും
വേനൽക്കു കായ്ക്കുന്ന വെള്ളരിക്കായ്ക്കുവ
മാനം വരുത്തുന്ന..കൊങ്കതൻ യുഗ്മവും
പാതാളമൊക്കും വയറും നിനയ്ക്കിലാ
വേതാളവും തോറ്റുപോമെന്നു നിർണ്ണയം
ശേഷമനേകമുണ്ടിന്നു വാഴ്ത്തീടുവാൻ
ശേഷിയില്ലാഞ്ഞടങ്ങുന്നു മാലോകരേ!

ഇതു കൂടാതെ 'പാലയപാലയ വൃദ്ധേ! നിന്റെ കോലം ഞാൻ കണ്ടുതൊഴുന്നേൻ' എന്നു പല്ലവിയായി ഒരു കേശാദിപാദം കൂടിയുണ്ട്. വിസ്തരഭയത്താൽ അതിവിടെ പകർത്തുന്നില്ല.

കൊച്ചുനമ്പൂരി വിസ്തി കെട്ടുമ്പോൾ കുഞ്ചൻ നമ്പ്യാരുടെ തുള്ളൽ കഥകളിലുള്ള പല ഘട്ടങ്ങളേയും അനുകരിച്ചു പല ഫലിതങ്ങളും പ്രയോഗിക്കാറുണ്ട്. അവയിൽ ചിലതു താഴെ ചേർക്കുന്നു. ഒരു പറയൻ തുള്ളലിൽ ഭസ്മധാരണത്തെക്കുറിച്ചു കുഞ്ചൻനമ്പ്യാരു പറഞ്ഞിട്ടുള്ളതിനു പകരം,

സൂര്യദേവനുദിക്കുമ്പോൾ
ജലം കൂട്ടിദ്ധരിയ്ക്കണം
മേപ്പിയാനസ്തമിക്കുമ്പോൾ
മേപ്പി കൂടാതെയും മേപ്പി.

'നാളായണീചരിതം' പറയൻ തുള്ളലിൽ മുനിയും മുനിപത്നിയും കൂടി ഓരോരോവേഷം ധരിച്ചുനടന്നതായി കുഞ്ചൻനമ്പ്യാർ വർണ്ണിച്ചിരിക്കുന്നതിന്റെ പകരം,

ആശാര്യായ് മുനിശ്രേഷ്ഠൻ
ആശാർച്ച്യായ് മുനിപത്നി
മൂശാര്യായ് മുനിശ്രേഷ്ഠൻ
മൂശാർച്ച്യായ് മുനിപത്നി
കൊല്ലനായ് മുനിശ്രേഷ്ഠൻ
കൊല്ലത്ത്യായ് മുനിപത്നി
ഞാനായി മുനിശ്രേഷ്ഠൻ (എന്റെ)
അമ്മയായ് മുനിപത്നി.

നാരദമഹർഷി ശ്രീകൃഷ്ണനെ കാണാനായിച്ചെന്ന സമയം പതിനാറായിരത്തെട്ട് ഭാര്യമാരുടെ ഗൃഹത്തിലും ഓരോവിധം ഭഗവാനെ കണ്ടതായി

കുഞ്ചൻനമ്പ്യാർ ഒരു ഓട്ടൻതുള്ളലിൽ പറഞ്ഞിരിക്കുന്നതിനു പകരം,

ചതുരൻ കൃഷ്ണനും ഒരു സുന്ദരിയും
ചതുരംഗം വെക്കുന്നതു കണ്ടു
വട്ടൻ കൃഷ്ണനുമൊരു സുന്ദരിയും
വട്ടങ്കം വെക്കുന്നതു കണ്ടു
കോണൻ കൃഷ്ണനുമൊരുസുന്ദരിയും
കോണങ്കം വെക്കുന്നതു കണ്ടു.

പിന്നെ ഒരോട്ടൻ തുള്ളലിൽ കുഞ്ചൻനമ്പ്യാർ സുബ്രഹ്മണ്യന്റെ ആറു മുഖങ്ങളും ഓരോ വിധത്തിൽ വർണ്ണിച്ചിരിക്കുന്നു.

മെച്ചമേറും കൊച്ചിതന്നിലഴിമുഖമൊന്നു
പിച്ചാത്തിപിടിയിന്മേലെ വ്യാളീമുഖമൊന്നു
പത്മനാഭനാറാട്ടുന്ന ശംഖുമുഖമൊന്നു
ഏറ്റുമാനൂർ സന്ധ്യവേല നല്ല മുഖമൊന്നു
മധുരഞ്ചിറയിരവിയുടെ മുതലമുഖമൊന്നു
ചാരവും കരിയും തേച്ചൊരെന്റെ മുഖമൊന്നു.

വേറെ ഒരു തുള്ളൽകഥയിൽ ശ്രീപരമേശ്വരന്റെ ശിരസ്സിൽ ഗംഗാദേവിയുടെ മുഖം കണ്ടിട്ടു ശ്രീപാർവതിയുടെ ചോദ്യവും ഭഗവാന്റെ സമാധാനവും മംഗളാർഥം കുഞ്ചൻനമ്പ്യാർ വർണ്ണിച്ചിരിക്കുന്നതിനു പകരം,

എന്നുടെ തലയിൽ മരത്തങ്കോടൻ
തന്നുടെ മൂക്കും മുഞ്ഞിയുമഴകൊട്ടു
കണ്ടു കയർത്തെന്നമ്മയൊരുനാൾ
കുണ്ഠിതമോടെ ചോദ്യം ചെയ്തു.
മകനേ! നിന്നുടെ തലയിൽ പല പല
വികൃതികൾ കാണ്മതിതെന്തൊരു വസ്തു?
ഞാനുരചെയ്തേൻ തലയിൽ പ്രാക്കടെ
യാനനമായ കിരീടമിതെന്ന്
ദുഷ്ടാ! കപടമുരയ്ക്കരുതെന്നോട്ടു
പൊട്ടക്കിണറിത കാണാകുന്നു.
മൂത്തു നരച്ചൊരു നിന്നൊട്ടു കപടമ
തോർത്തുരചെയ്തിട്ടെന്തൊരു കാര്യം?
പൊട്ടക്കിണറല്ലമ്മേ! പ്രാക്കടെ
വട്ടക്കണ്മിഴിയാണറിയേണം.
കോമളമാകിയ നിൻ തലയിൽ ര
ണ്ടാമകൾ കാണ്മാനെന്തവകാശം?
ആമകളല്ല കവിൾത്തടമാണതു
മാമകജനനീ! ബോധിച്ചാലും
പ്രാക്കടമുഖമതിൽ മാക്കാന്തവള ക-
രേറി വസിപ്പതിനെന്തവകാശം
മാക്കാനല്ലതു രമ്യമതാകും
മൂക്കാണെന്നു ധരിച്ചീടേണം
ധവളിമയോടെ തെളുതെളെ വിലസും
കവടികൾ കാണ്മാനെന്തവകാശം

കവടികളല്ലതു പ്രാക്കടെ ദന്തം
കവടികൾ പോലെ വിളങ്ങീടുന്നു.
കമ്പിളി തന്നുടെ ചരടുകളനവധി
സംപ്രതി കാണ്മാനെന്തവകാശം?
കമ്പിളിയല്ലിതു പ്രാക്കടെ നല്ലൊരു
ചെമ്പന്മീശകളെന്നറിയേണം.
ഇത്ഥം കപടഗിരം ഗിരിസുതയൊടു
സത്വരമോതും ഗിരിശ നമസ്തേ.

ഇപ്രകാരം കൊച്ചു നമ്പൂരിയുടെ, വിഡ്ഢിയുടെ, നേരമ്പോക്കുകൾ പറഞ്ഞാലവസാനം ഇല്ലാതെ ഉണ്ട്. വിസ്തരഭയത്താൽ അവയെല്ലാം ഇവിടെ ചേർക്കണമെന്നു വിചാരിക്കുന്നില്ല. ഇനി അദ്ദേഹം പ്രാക്കളുടെ വേഷം കെട്ടുമ്പോളുള്ള നേരമ്പോക്കുകളിൽ ചിലതു പറഞ്ഞുകൊള്ളുന്നു.

മരത്തക്കോടൻ എന്നും ഘോരൻ എന്നുംകൂടെ പേരുള്ള പ്രാക്കൾ ഒരു മത്സ്യച്ചമട്ടും ആയി അരങ്ങത്തു വന്നാൽ മത്സ്യങ്ങളെ വർണ്ണിച്ചു ചൊല്ലുന്നതിനായി അനേകം ശ്ലോകങ്ങൾ അദ്ദേഹം ഉണ്ടാക്കീട്ടുള്ളവയിൽ ചിലതു താഴെ ചേർക്കുന്നു.

അംഭോധിക്കുള്ളിൽ വാഴും ജലജപരിഷകൾ
ക്കൊക്കയും തമ്പുരാനാം
വൻപൻ കുമ്പ്ളാച്ചിമീനെപ്പരിചൊടു വല
തന്നിലുള്ളിലാക്കിപിടിച്ചു
ഉമ്പപ്പു നെയ്യിൽ മൂപ്പിച്ചതുമിതുമൊരുപോ-
ലങ്ങു നിത്യം ഭുജിച്ചാ
ലെൺപത്തെണ്ണായിരത്താണ്ടവനിയിലതിമോ
ദേന ജീവിച്ചിരിക്കും
1
മച്ചിപ്പെണ്ണു കുറിച്ചിമീനതു പിടി
ച്ചുപ്പിൽ പചിച്ചിച്ഛയാ
മെച്ചം വെച്ചു പുളിച്ചുകച്ചതിൽ വെളി
ച്ചെണ്ണാം തുളിച്ചാദരാൽ
പച്ചപ്പാള പൊളിച്ചു വെച്ചതിനക
ത്തേറ്റം ഭുജിച്ചീടുകിൽ
കൊച്ചുണ്ടാമൊരുമിച്ചൊരൻപതു തടി
ച്ചച്ചെസ്തരം നിശ്ചയം
2
പരലെന്നുള്ള മത്സ്യത്തെപ്പുലർകാലേ പിടിച്ചുടൻ
മലരിൽച്ചേർത്തു സേവിച്ചാൽ പരലോകം ഗമിച്ചിടാം
3
ചാളയെന്നുള്ള മത്സ്യത്തെ പാളക്കീറ്റിൽ പൊതിഞ്ഞുടൻ
തോളത്തിട്ടങ്ങു കൊട്ടീടിൽ താളമുണ്ടായ്‌വരും ദൃഢം
4

സരസകവികലാഗ്രേസരൻ ആയിരുന്ന വെണ്മണി മഹൻ നമ്പൂരിപ്പാട്ടും ഈ കൊച്ചുനമ്പൂരിപ്പാട്ടും തമ്മിൽ വളരെ സ്നേഹമായിരുന്നു എന്നു മാത്രമല്ലാ, കൊച്ചുനമ്പൂരിയുടെ കവിതാരീതി മഹൻനമ്പൂരിപ്പാട്ടിലേക്കു വളരെ ബോധിച്ചിട്ടുമുണ്ടായിരുന്നു. അതിനാൽ ഒരിക്കൽ നമ്പൂരിപ്പാട് 'മധുരാപുരിരാജചരിതം' എന്നൊരു പുസ്തകം ഉണ്ടാക്കാനാരംഭിക്കുകയും കുറെ ആയപ്പോൾ അദ്ദേഹത്തിനു സഹജമായിട്ടുള്ള മടി നിമിത്തം അതു മുഴുവനാക്കാനായി കൊച്ചുനമ്പൂരിയുടെ പേർക്കു എഴുത്തോടു കൂടി അയച്ചുകൊടുക്കുകയും ചെയ്തു, ആ എഴുത്തിൽ എട്ടു ശ്ലോകങ്ങളുണ്ടായിരുന്നു. എങ്കിലും മുഴുവൻ തോന്നാത്തതിനാൽ തോന്നുന്ന രണ്ടു ശ്ലോകം താഴെ ചേർക്കുന്നു.

ക്ഷീരത്തിൽ സിത ചേർത്തപോലെ മധുരി
ച്ചീടുന്ന പദ്യങ്ങളെ
ച്ചാരുത്വത്തോടുതിർത്തിടും കവികളിൽ
കാർന്നോരതാകും ഭവാൻ
ഏറെത്തന്നെ മനസ്സിരുത്തി മുഴുവൻ
തീർക്കേണമെന്തെങ്കിലും
പാരിൽത്തന്നെ കിടയായിട്ടും കവിയെവൻ
ചേർത്തോർത്തു തീർത്തീടുവാൻ?
കൊച്ചുനമ്പൂരിക്കായി കൊച്ചനാം വെണ്മണിദ്വിജൻ
പിച്ചുകൊണ്ടു കുറിച്ചിന്നേല്പിച്ചീടുന്നേതിനൊക്കെയും.

ആ എഴുത്തിനു മറുപടിയായി കൊച്ചുനമ്പൂരി അയച്ച ശ്ലോകങ്ങളെയും ഇവിടെ എഴുതുന്നു.

വിപ്രാഗ്രസര! വെണ്മണിദ്വിജ! ഭവാ-
നെൻ കൈയിൽ വന്നെത്തുവാ-
നൽപ്പൂവിൽ ബഹുമോദമോടെഴുതിയോ-
രാപ്പദ്യമിന്നൊക്കെയും
സ്വല്പം താമസമെന്നിയേ ഗുണനിധേ!
വന്നെത്തി വായിച്ചു ഞാൻ
മുപ്പാരില്പുരുകീർത്തി ചേർത്തധിവസി-
ച്ചീടുന്ന ഭാഗ്യാംബുധേ!
1
പാരാവാരമതിങ്കലുള്ള തിരപോൽ
വാരിച്ചൊരിഞ്ഞേറ്റവും
നേരമ്പോക്കുകളാർന്ന പദ്യനിരകൊ-
ണ്ടീരേഴുലോകത്തിലും
പാരം കീർത്തി നിറച്ചീടുന്ന ധരണി
ദേവാഗ്രഗണ്യാ! ഭവാൻ
പാരാതങ്ങു ചമച്ച രാജചരിത
ശ്ലോകങ്ങളും കണ്ടു ഞാൻ
2
വെള്ളോലതന്നിൽ വിലസും തവ പദ്യമോർത്തി-
ട്ടുള്ളിൽ ജനിച്ച പാരിതോഷമശേഷമിപ്പോൾ

പൊള്ളല്ലരയ്ക്കുവതിനോർക്കിൽ മുരാന്തകന്റെ
പള്ളിക്കിടക്കയുമൊട്ടുക്കമബദ്ധമാകും.
3
ഉൾദണ്ഡം തീർന്നുതീർക്കും തവ സരസകവി-
ത്വങ്ങൾവർണ്ണിച്ചുകേട്ടാ-
ല്യദ്ദണ്ഡന്നും ക്ഷണത്തിൽ പരിഭവമകതാ-
രിങ്കലങ്ങങ്കുരിക്കും.
അദ്ദണ്ഡംപോലെതന്നേ വരുമതിസരസൻ
കുഞ്ചനും വീരനായോ
രദ്ദണ്ഡിക്കും നിതാന്തം പ്രിയവചനമുര-
യ്ക്കുന്നതല്ലന്തണേന്ദ്ര!
4
ചൊല്ലേറും മധുരാപുരീശചരിതം
മല്ലാക്ഷി കേട്ടീടുവാ-
നല്ലാസേന ചമച്ചു നല്ല സരസ
ശ്ലോകങ്ങളാക്കിബ്ഭുവാൻ
കല്യാണാലയ! ശിഷ്ടമുള്ളതഹമി-
ന്നാഹന്ത? തീർത്തീടുവാ-
നല്ലോ പദ്യമയച്ചതായതു നിന-
ച്ചല്ലല്പെട്ടുന്നേനഹം.
5
ചൊല്ലേറിടുന്ന തവ പദ്യമതിന്റെ ശിഷ്ടം
ചൊല്ലുന്നതിന്നു മടിയാതെ തുടർന്നുവെങ്കിൽ
വല്ലാതെകണ്ടു വലയും ബഹുമിശ്രമാകു-
മെല്ലാം ജനങ്ങൾ പരിഹാസമതും തകർക്കും.
6
കേടറ്റ തങ്കമണിമാലകൾ തന്റെ മദ്ധ്യേ
മാടോട്ടുകൊണ്ടു ചിലമാലകൾ തീർത്തു കോർത്താൽ
മൂഢത്വമെന്നു പറയും, ഗരുഡൻ പറന്നാൽ
മാടപ്പിറാവുമതുപോലെ പറന്നുപോമോ?
7
കവികുലജനമെല്ലാം സർവ്വദാ കൈവണങ്ങും
ധവളമണിയതാകും ധാത്രിദേവോത്തമന്റെ
ചെവിയിലിതു ധരിപ്പിച്ചിടേണം കൂട്ടി വായി-
ച്ചിവ സകലമതിനായ് ബാലവിപ്രൻ കുറിച്ചേൻ.
8

ഇപ്രകാരം വെണ്മണി മഹൻനമ്പൂരിപ്പാട്ടിലേക്കയച്ചതായിട്ടും മറ്റനേകം സംഗതിവശാലും കൊച്ചുനമ്പൂരിഅസംഖ്യം ശ്ലോകങ്ങൾ ഉണ്ടാക്കീട്ടുണ്ട്. പലവിധത്തിലുള്ള പാട്ടുകൾ സങ്കീർത്തങ്ങൾ മുതലായവയും ഉണ്ടാക്കീട്ടുണ്ട്. സമസ്യകൾ പൂരിപ്പിച്ചിട്ടുള്ളതിനു സംഖ്യയില്ല. അദ്ദേഹം പൂരപ്പിച്ചിട്ടുള്ള നാലു സമസ്യകളെ പൂരണങ്ങളോട്ടുകൂടി താഴെചേർക്കുന്നു.

വെളുത്ത ചോറെങ്കിലുമിഷ്ടഹീനൻ

വിളിച്ച തന്നാലതിനില്ല സൗഖ്യം
വിളക്കു കാണാനുഴുവായ നാരി
കുളിച്ച കോപ്പിട്ടു വരുന്ന പോലെ
1
ഹംസം വാഹനമായവന്റെ ലിഖിതം
കഷ്ടം! മഹാദുഃഖദം
സംസാരാംബുധിതന്നിൽ വീണ കരുണാ-
രാശേ! വലഞ്ഞേനഹം
കംസൻ തന്നുടെ വൈരിയാം മധുരിപോർ-
ന്നാമത്രയം സർവ്വദാ
സംസാരിപ്പതിനെങ്കിലും വഴി വഴ-
ക്കെന്ന്യേ വരുത്തീടണം
2
ചെറുപ്പകാലത്തു തനൂരുഹങ്ങൾ
കറുത്തിരുന്നായതിലർദ്ധമിപ്പോൾ
വെളുത്തതോർത്താലിനി മേലിലെല്ലാം
വെളുത്തുപോമെന്നിഹ തോന്നിടുന്നു.
3
ഓണത്തിനും വിഷുവിനും തിരുവാതിരയ്ക്കും
പ്രാണാധിനാഥയെ വെടിഞ്ഞു വസിക്കയെന്നും
വാണീവരൻ മമ ശിരസ്സിൽ വരച്ചതോർത്താൽ
പ്രാണൻ ത്യജിക്കിലതു തന്നെ ഗുണം മഹാത്മൻ!

4

മേല്പറഞ്ഞ സമസ്യകൾ വെണ്മണി മഹൻ നമ്പൂരിപ്പാട്ടിലേതാണെന്നു ചിലർ പറയുന്നുണ്ട്. മൂന്നാം സമസ്യ നമ്പൂരിപ്പാട്ടീന്നു തന്നെ പൂരിപ്പിച്ചിട്ടുള്ളതും കേട്ടിട്ടുണ്ട്. താരതമ്യവിവേചനത്തിനായി ആ പൂരണവും ഇവിടെ ചേർക്കുന്നു.

കുളിർത്ത ചെന്താമര തന്നകത്തെ-
ദ്ദളത്തിനൊക്കും മിഴിമാർമണേ! കേൾ
തളത്തിൽ നിന്നിങ്ങനെതന്നെ നേരം
വെളുത്തുപോമെന്നിഹ തോന്നിടുന്നു.

കൊച്ചു നമ്പൂരി ഈശ്വരസ്തോത്രങ്ങളായിട്ടും സദാചാരങ്ങളായിട്ടും അനേകം ശ്ലോകങ്ങൾ ഉണ്ടാക്കീട്ടുണ്ട്. സ്ഥലച്ചുരുക്കത്താലവയും ഇവിടെ ചേർക്കാൻ നിവൃത്തിയില്ല. പരല്പേരിൻപ്രകാരം അക്ഷരനിർണയം ചെയ്തു അർത്ഥം മനസിലാക്കേണ്ടതായ ഒരു ശ്ലോകം താഴെ ചേർക്കുന്നു.

എൺപത്തൊന്നതു[3]ധൂപ ദൂരെ വിട്ടു പതിനേ-
ഴൻപൊടുകൈകൊണ്ടുതാ-
നൻപത്തൊന്നവതാരബാലകനെഴും
മുപ്പത്തിമൂന്നെപ്പോഴും
സമ്പത്തെന്നു ദൃഢമ്മീകരിച്ചതെഴുന്നൃ-

റ്റഞ്ചിൽ സ്മരിച്ചീടിലി
ങ്ങൻപത്തൊന്നതു ദൂരെയാക്കിയറുപ
ത്തഞ്ചിൽ സുഖിക്കാമെടോ!

വെണ്മണി മഹൻനമ്പൂരിപ്പാട്ടുണ്ടാക്കിയ മധുരാപുരിരാജചരിതം ആരും മുഴുവനാക്കീട്ടില്ല. നമ്പൂരിപ്പാട്ടീന്നു ഇരുപത്തഞ്ചു ശ്ലോകമുണ്ടാക്കീട്ടുള്ളതായി കേട്ടിട്ടുണ്ട്. കൊച്ചു നമ്പൂരിക്കയച്ചതായ ഒരു പദ്യം കൊണ്ടതു സ്പഷ്ടമാകുന്നുണ്ട്. ആ ശ്ലോകം താഴെ എഴുതുന്നു.

പഞ്ചാരപ്പൊടിയൊട്ടു പാരമിടയും
ത്വൽ പദ്യമിപ്പോൾ ഭവാ-
നഞ്ചാറല്ല കൊടുത്തയച്ചതിരുപ-
ത്തഞ്ചും സഖേ! സാദരം
എഞ്ചാരത്തിഹ വന്നനേരമധുനാ
വാങ്ങിച്ചു വായിച്ചു ഞാൻ
നെഞ്ചാകെത്തെളിവായി മന്ദമെഴുനേ-
റ്റഞ്ചാറു ചാടീടിനേൻ.

മേല്പറഞ്ഞ സംഗതികൊണ്ടു കൊച്ചു നമ്പൂരിയുടെ കവിതാരീതി വെണ്മണി മഹൻ നമ്പൂരിപ്പാട്ടിലേക്കു ഏറ്റവും ബോധിച്ചതായിരുന്നു എന്നു സ്പഷ്ടമാകുന്നുണ്ട് ഇപ്രകാരം സരസകവിയായ അദ്ദേഹം കൊല്ലം ഒരായിരത്തി അൻപതാമാണ്ട് മീനമാസത്തിൽ ചരമഗതിയെ പ്രാപിച്ചു.

കുറിപ്പുകൾ

1. വില്ലേജ്
2. ഈ ശ്ലോകം 'അഖിലഭുവനമുണ്ണീ വെണ്ണയും പാലുമുണ്ണീ' എന്നുള്ള ശ്രീകൃഷ്ണവന്ദനയായിട്ടുള്ള പഴയ സങ്കീർത്തനശ്ലോകത്തെ അനുകരിച്ചുണ്ടാക്കിയിട്ടുള്ളതാകുന്നു. കഥകളിയിൽ നളന്റെ വേഷം കെട്ടാൻ പ്രസിദ്ധനായിരുന്ന ഒരാളാണ് നളനുണ്ണി.
3. എൻപത്തൊന്നു വ്യാജം; പതിനേഴ് സത്യം; അമ്പത്തൊന്നു കൃഷ്ണ; മുപ്പത്തിമൂന്നു – ലീല; എഴുന്നൂറ്റഞ്ചു–മനസ്സ്; അമ്പത്തൊന്നു കാമം; അറുപത്തഞ്ചു മോക്ഷം.

ചെമ്പകശ്ശേരി രാജാവും മേപ്പത്തൂർ ഭട്ടതിരിയും

പ്രസിദ്ധവിദ്വാനും മഹാകവിയുമായിരുന്ന മേപ്പത്തൂർ ഭട്ടതിരി ചെമ്പകശ്ശേരി രാജാവിന്റെ ഇഷ്ടനായിട്ട് കുറച്ചുകാലം അമ്പലപ്പുഴെ താമസിച്ചിരുന്നു എന്നുള്ളതു ചരിത്രപ്രസിദ്ധമാണല്ലോ. അദ്ദേഹം അമ്പലപ്പുഴെ ചെന്നു ചേരാനും, രാജാവിന്റെ ഇഷ്ടനായിത്തീരാനുമുണ്ടായ കാരണത്തെയാണ് ഇവിടെ ആദ്യമായി പറയാൻ പോകുന്നത്.

ഒരുകാലത്തു അമ്പലപ്പുഴ നാടു വാണിരുന്ന രാജാവിനു പ്രതിദിനം ഒരു ബ്രാഹ്മണനെക്കൊണ്ടു ഭാരതം വായിപ്പിച്ചു കേട്ടല്ലാതെ ഭക്ഷണം കഴിക്കുകയില്ലെന്നു ഒരു നിഷ്ഠയുണ്ടായിരുന്നു. അതിലേക്കു പ്രത്യേകമൊരു ബ്രാഹ്മണനെ ശമ്പളം വച്ചു ആക്കീട്ടുണ്ടായിരുന്നു. ആ ബ്രാഹ്മണൻ ഒരു ദിവസത്തെ വായന കഴിഞ്ഞു പിറ്റേദിവസത്തേക്കു തിരിച്ചെത്തികൊള്ളാമെന്നു വിചാരിച്ച് എവിടയൊ പോയി. അദ്ദേഹം വിചാരിച്ചപോലെ പിറ്റേദിവസത്തെ വായനയ്ക്കു വന്നെത്തുന്നതിനു എന്തോ കാരണവശാൽ സാധിച്ചില്ല. രാജാവ് നേരത്തെ കുളിയും തേവാരവുമെല്ലാം കഴിഞ്ഞു പതിവുപോലെ വായന കേൾക്കാൻ ചെന്നിരുന്നു. വളരെ നേരമായിട്ടും വായനക്കാരൻ ബ്രാഹ്മണനെ കണ്ടില്ല ഭക്ഷണത്തിന്റെ സമയം കഴിഞ്ഞപ്പോഴേയ്ക്കും രാജാവിനു വിശപ്പു കലശലായി. എവിടെ നിന്നെങ്കിലും ഒരു ബ്രാഹ്മണനെ ഉടനെ വിളിച്ചു കൊണ്ടുവരണമെന്നു പറഞ്ഞു ഭടന്മാരെ ഓടിച്ചു. അപ്പോൾ ഒരാൾ രാജാവിന്റെ അടുക്കൽചെന്നു വഴിപോക്കനായ ഒരു ബ്രാഹ്മണൻ അമ്പലത്തിനകത്തു ജപിച്ചുകൊണ്ടിരിക്കുന്നുണ്ടെന്നു അറിയിച്ചു. ഉടനെ രാജാവ് ആളയച്ചു ആ ബ്രാഹ്മണനെ വരുത്തി. 'ഹേ അങ്ങേക്ക് കുട്ടി വായന ശീലമുണ്ടോ' എന്നു ചോദിച്ചു. 'കുറേശ്ശെ പരിചയമുണ്ട്' എന്നു ബ്രാഹ്മണൻ പറയുകയും ഉടനെ രാജാവ് ഭാരതം ഗ്രന്ഥം എടുത്തു കൊടുക്കുകയും ബ്രാഹ്മണൻ വായിച്ചു തുടങ്ങുകയും ചെയ്തു. കർണ്ണപർവ്വമാണു വായിച്ചിരുന്നത്. അതിൽ ഭീമന്റെ കയറ്റത്തെ വർണ്ണിക്കുന്ന ഘട്ടത്തിൽ

'ഭീമസേനഗദാത്രസ്താ ദുര്യോധനവരൂഥിനീ
ശിഖാ ഖാർവാടകസ്യേവ കർണ്ണമൂലമുപാശ്രിതാ'

എന്നു കുട്ടി വായിച്ചു. ഭാരതത്തിലില്ലാത്തതായ ഈ ശ്ലോകം കുഷണ്ടിത്തലയനായ തന്നെ പുച്ഛിച്ച് ആ നമ്പൂരി തൽക്ഷണം ഉണ്ടാക്കിയതാണെന്നു രാജാവിനു മനസ്സിലാകയാൽ 'അങ്ങുന്നാണോ മേപ്പത്തൂർ നാരായണഭട്ട

തിരി?' എന്നു നിസ്സംശയം ചോദിക്കുകയും ചെയ്തു. അപ്പോൾ രാജാവിനെ സന്തോഷിപ്പിക്കാനായി അദ്ദേഹം,

അവ്യഞ്ജനസ്താർക്ഷ്യകേതുര്യല്പദം ഘടയിഷ്യതി
തത്തേ ഭവതു കല്പാന്തം ദേവനാരായണപ്രഭോ!

ഈ ശ്ലോകവും തൽക്ഷണമുണ്ടാക്കിച്ചൊല്ലി. ഇദ്ദേഹം മേപ്പത്തൂർ ഭട്ടതിരിയാണന്നറിഞ്ഞപ്പോൾ രാജാവിനു വളരെ സന്തോഷമുണ്ടാവുകയും ഭട്ടതിരി അന്നു ഊണു കഴിച്ചിട്ടില്ലായിരുന്നതിനാൽ അവർ ഒപ്പമിരുന്ന് ഊണു കഴിക്കുകയും രാജാവ് പിന്നെ കുറച്ചു കാലത്തേക്കു ഭട്ടതിരിയെ അവിടെ താമസിപ്പിക്കുകയും ചെയ്തു. ഇങ്ങനെയാണു മേപ്പത്തൂർ ഭട്ടതിരി അമ്പലപ്പുഴെരാജാവിന്റെ ഇഷ്ടനായി അവിടെ താമസ്സിക്കുന്നതിനിടയായത്. ഇങ്ങിനെ താമസിക്കുന്ന കാലത്തുണ്ടാക്കിയതാണ് "പ്രക്രിയാസർവസ്വ'മെന്ന വ്യാകരണഗ്രന്ഥം. അക്കാലത്തു ഭട്ടതിരിയോട് ഒരു നാടകമുണ്ടാക്കണമെന്നു രാജാവും, നാടകമുണ്ടാക്കി കിട്ടിയാൽ കല്പനയുണ്ടെങ്കിൽ അരങ്ങേറ്റംകഴിച്ചു കൊള്ളാമെന്നു അക്കാലത്തു അതിസമർത്ഥനായി അവിടെയുണ്ടായിരുന്ന ചാക്യാരും പറഞ്ഞു. എങ്കിലും ഭട്ടതിരി: 'ഒരു നാടകമുണ്ടാക്കാൻ തക്കവണ്ണമുള്ള പാണ്ഡിത്യവും, കവിത്വവും എനിക്കില്ല, ചാക്യാർക്കു പറയാമെന്നുണ്ടെങ്കിൽ ഞാൻ ചില ചമ്പൂപ്രബന്ധങ്ങൾ ഉണ്ടാക്കിത്തരാം' എന്നു പറഞ്ഞതല്ലാതെ നാടകമുണ്ടാക്കാൻ തുനിഞ്ഞില്ല. വലിയ വിദ്വാനും മഹാകവിയുമായിരുന്ന ഭട്ടതിരിതന്നെ ഇപ്രകാരം പറഞ്ഞ് ഒഴിഞ്ഞതുകൊണ്ട് അക്കാലത്തു 'നാടകാദ്യം കവിത്വ'മെന്നുള്ളതല്ല, 'നാടകാന്തം കവിത്വ'മെന്നുള്ള അഭിപ്രായം തന്നെയാണു വിദ്വാന്മാരുടെ ഇടയിൽ പ്രബലപ്പെട്ടിരുന്നത്. എന്നു സ്പഷ്ടമാകുന്നുണ്ടല്ലോ. നാടകമുണ്ടാക്കുകയെന്നുള്ളത് അശക്യമാണെങ്കിൽ ചമ്പൂപ്രബന്ധങ്ങളുണ്ടാക്കിയാലും മതിയെന്നു രാജാവ് സമ്മതിക്കുകയാൽ ഭട്ടതിരിസുഭദ്രാഹരണം, ദൂതവാക്യം, രാജസൂയം, നൃഗമോക്ഷം, നിരനുനാസികം, മത്സ്യാവതാരം ഇത്യാദികളായ പത്തു ചമ്പൂപ്രബന്ധങ്ങൾ ഉണ്ടാക്കുകയും അവയെല്ലാം അമ്പലപ്പുഴെ രാജാവിന്റെ കല്പനപ്രകാരം ചാക്യാർ അരങ്ങേറ്റം കഴിക്കുകയും ചെയ്തു. ഭട്ടതിരി പ്രബന്ധങ്ങൾ മുഴുവൻ ഉണ്ടാക്കി കൊടുത്തിട്ട് അവ പിന്നീട് ചാക്യാരു തോന്നിച്ച് അരങ്ങേറ്റം കഴിക്കുകയല്ല ചെയ്തത്. ഭട്ടതിരി ചാക്യാർക്കു ഓരോ ദിവസം പറയാൻ മാത്രം കുറേശ്ശേ എഴുതികൊടുക്കുകയും എഴുതികൊടുക്കുന്നത് അന്നന്ന് തോന്നിച്ചു ചാക്യാർ അരങ്ങേറ്റം കഴിക്കുകയുമാണു ചെയ്തിരുന്നത്. ഓരോ ശ്ലോകങ്ങൾക്കും ഗദ്യങ്ങൾക്കും ഭട്ടതിരി വിചാരിക്കുന്നതിലുമധികം അർത്ഥം ചാക്യാർ പറഞ്ഞിരുന്നതിനാൽ സന്തോഷവും, ഉത്സാഹവും വർദ്ധിക്കുകയാലാണ് ഭട്ടതിരി പത്തു പ്രബന്ധങ്ങളുണ്ടാക്കാൻ ഇടയായത്. ഒരു പ്രബന്ധമുണ്ടാക്കുകയെന്നേ ഭട്ടതിരി ആദ്യം വിചാരിച്ചിരുന്നുള്ളു. ചാക്യാർ പറഞ്ഞ ഒരു വിശേഷാർത്ഥം ഉദാഹരണത്തിനായി താഴെ പറയുന്നു.

'സുഭദ്രാഹരണം' പ്രബന്ധത്തിലെ, അത്രാഗതം..... എന്ന ശ്ലോകത്തിനു ചാക്യാർ, 'കബരീ ഇഹ പ്രശിഥിലാ, ഇഹ നദ്ധാ' (തലമുടി ഇവിടെവച്ച് അഴിഞ്ഞു ഇവിടെ വച്ചുകെട്ടി) എന്നു രണ്ടായിട്ടന്വയിച്ചു അർത്ഥം പറഞ്ഞു.

കൂത്തു കഴിഞ്ഞപ്പോൾ ഭട്ടതിരി: ചാക്യാർ ഞാൻ വിചാരിച്ചിരുന്നതിൽ ഒന്നു കടത്തി വച്ചു. 'പ്രശിഥിലാ കബരീ ഇഹ നദ്ധാ' (അഴിഞ്ഞതലമുടി അവിടെ വച്ചുകെട്ടി) എന്നു ഒരന്വയമേ ഞാൻ വിചാരിച്ചിരുന്നുള്ളൂ. ചാക്യാർ രണ്ട ന്വയമായിട്ടു പറഞ്ഞതിലാണ് അധികം ചമത്കാരവും, അർഥപുഷ്ടിയും ഉണ്ടാകുന്നത്. അതിനാൽ 'ചാക്യാരുടെ മനോധർമ്മം വളരെ നന്നായി' എന്നു പറയുകയും ചെയ്തു. ഇങ്ങിനെ അനേകം ശ്ലോകങ്ങൾക്കു ആ ചാക്യാർ ഭട്ടതിരി വിചാരിക്കുന്നതിലധികമർത്ഥം പറയുകയും അവയെല്ലാം ഭട്ടതിരിയും രാജാവും സമ്മതിക്കുകയുംചെയ്തു.

നാരായണഭട്ടതിരി സംസ്കൃത ചമ്പൂപ്രബന്ധങ്ങളുണ്ടാക്കുകയും അവയെ ചെമ്പകശ്ശേരി രാജാവിന്റെ കല്പനപ്രകാരം അമ്പലപ്പുഴ ചാക്യാർ അരങ്ങേറ്റം കഴിക്കുകയും ചെയ്തതിന്റെ ശേഷം ആ പ്രബന്ധങ്ങളെത്തന്നെ ശേഷമുള്ള ചാക്യാരന്മാരും പാഠകക്കാരും ഉപയോഗിച്ചു തുടങ്ങുകയും അവയ്ക്കു സർവ്വത്ര പ്രചാരം സിദ്ധിക്കുകയും ചെയ്തു, ഭട്ടതിരിയെ അനുകരിച്ചു വേറെ ചില വിദ്വാന്മാരും രംഗോപജീവികളുടെ ഉപയോഗത്തെ ഉദ്ദേശിച്ചു ചമ്പൂപ്രബന്ധങ്ങളുണ്ടാക്കീട്ടുണ്ട്. എങ്കിലും അവയിലൊന്നിനും ഭട്ടതിരിയുടെ പ്രബന്ധങ്ങളോളം പ്രചാരം സിദ്ധിച്ചില്ല. ഭട്ടതിരി സംസ്കൃതചമ്പൂപ്രബന്ധങ്ങളുണ്ടാക്കി അരങ്ങേറ്റം കഴിപ്പിക്കുന്നതിനു മുമ്പു ചാക്യാന്മാർ, പാഠകക്കാർ മുതലായ രംഗോപജീവികൾ ഭാഷാചമ്പൂപ്രബന്ധങ്ങളാണു ഉപയോഗിച്ചുവന്നിരുന്നത്. അതിനാൽ ഭട്ടതിരിയുടെ പ്രബന്ധനിർമ്മാണോദ്യമം രംഗോപജീവികൾക്കും ജനങ്ങൾക്കാകപ്പാടെയും ഉപകാരമായിട്ടുണ്ടെന്നു പറയേണ്ടിയിരിക്കുന്നു.

●

വട്ടപ്പറമ്പിൽ വലിയമ്മ

കാർത്തികപ്പള്ളി താലൂക്കിൽ ചേർന്ന കായംകുളം എന്ന പ്രദേശം തിരുവതാംകൂറിൽ ചേരുന്നതിനു മുൻപ് അതൊരു പ്രത്യേക രാജ്യമായി ഒരു രാജാവിനാൽ ഭരിക്കപ്പെട്ടിരുന്നു എന്നുള്ളതു പ്രസിദ്ധമാണല്ലോ. അവിടെ ഇപ്പോഴുള്ള 'പുതിയടത്തു' ക്ഷേത്രത്തിനു സമീപം വട്ടപ്പറമ്പിൽ എന്നു പ്രസിദ്ധമായിട്ട് ഒരു നായർ കുടുംബം ഉണ്ടായിരുന്നു. ഈ കുടുംബക്കാർക്കു കായംകുളത്തു രാജാവിന്റെ മന്ത്രിസ്ഥാനവും, ആയുധാഭ്യാസ വിഷയത്തിൽ ഗുരുസ്ഥാനവും തന്നിമിത്തം സേനാനായകത്വവും ഉണ്ടായിരുന്നു കൂടാതെ വിവാഹബന്ധത്താൽ ബന്ധുത്വവുമുണ്ടായിരുന്നു. ഇപ്രകാരം രാജാവിന്റെ ആശ്രയത്തിലും, സംരക്ഷണത്തിലുമിരുന്ന ആ കുടുംബത്തിലുൾപ്പെട്ട ഒരു ശാഖക്കാർ എന്തോ കാരണവശാൽ ആ രാജാവിന്റെ അപ്രീതിക്കു പാത്രീഭവിക്കുകയാൽ കൊല്ലം 850-ാംആണ്ടിടയ്ക്ക് അവിടെനിന്നും പിരിഞ്ഞു പോകേണ്ടതായിവന്നു. പണ്ടേ തന്നെ ശൂരന്മാരും ധൈര്യശാലികളും യുദ്ധവിദഗ്ദ്ധന്മാരുമായിരുന്ന അവർ അവിടെ നിന്നും പിരിഞ്ഞുപോയി. എങ്കിലും ഏതാനും സൈന്യങ്ങളെ ശേഖരിച്ചുകൊണ്ട് കായംകുളത്തിനു സമീപം തന്നെ 'കീരിക്കാട്' എന്ന ദിക്കിൽ ഏതാനും സ്ഥലം സ്വാധീനപ്പെടുത്തുകയും, അവിടെ കോട്ട,കൊത്തളം മുതലായവയും ആ കോട്ടയ്ക്കകത്തു ഒരു ഭവനവും ചില പരദേവതാലയങ്ങളും മുതലായവ ഉണ്ടാക്കുകയും ചെയ്തു അനന്യാശ്രയമായും പൂർവ്വാധികം പ്രാബല്യത്തോടുകൂടിയും താമസിച്ചു. ശേഷമുള്ള ശാഖക്കാർ യഥാപൂർവ്വം കായംകുളത്തു രാജാവിനെ ആശ്രയിച്ചുതന്നെ കായംകുളത്തുള്ള ആദികുടുംബത്തിലും താമസിച്ചു വന്നു. കീരിക്കാട്ടേക്ക് മാറിത്താമസിച്ചവർ കായംകുളത്തു രാജാവിനെ ലേശംപോലും വകവയ്ക്കാതെ സ്വാതന്ത്ര്യത്തോടെയാണു താമസിച്ചിരുന്നത്. എങ്കിലും അവരുടെ പ്രാബല്യത്തേയും പരാക്രമത്തേയും സൈന്യബലത്തേയും കുറിച്ചു വിചാരിച്ചിട്ടും തന്റെ സൈനികന്മാർ അവരുടെ ശിഷ്യരും വളരെക്കാലം അവരുടെ അധികാരത്തിൻ കീഴിൽ ഇരുന്നവരുമാകയാൽ അടുത്തുകൂടി വരുമ്പോൾ മറുഭാഗത്തു ചേർന്നു കളഞ്ഞെങ്കിൽ വലിയ ആപത്തായിത്തീരുമല്ലോ എന്നു ശങ്കിച്ചിട്ടും കായംകുളത്തു രാജാവിനു അവരോടെതിർക്കാൻ ധൈര്യമുണ്ടായില്ല. അതിനാൽ അവർ കാലക്രമേണ ഒരു നാടുവാഴിയുടെ സ്ഥിതിയിലായിത്തീർന്നു.

വട്ടപ്പറമ്പിൽ കുടുംബത്തിൽനിന്നും പിരിഞ്ഞുപോയി താമസം കീരിക്കാട്ടാക്കിയതിന്റെ ശേഷവും അവർ എഴുത്തുകുത്തുകളിലും മറ്റും ആ പുരാതന

കുടുംബപ്പേർ തന്നെയാണ ഉപയോഗിച്ചിരുന്നത്. ഇപ്പോഴും അങ്ങിനെതന്നെ നടത്തിവരുന്നു. എങ്കിലും കീരിക്കാട്ടിലുള്ള ആ ഭവനം കോട്ടയ്ക്കകത്താകയാൽ ആ ദിക്കുകാർ ആ ഭവനത്തിനു 'കോട്ടയ്ക്കകത്തു' എന്നുകൂടി പേർ പറഞ്ഞു തുടങ്ങുകയും അതു ആ ദിക്കുകളിൽ ഒരുവിധം നടപ്പായിത്തീരുകയും ചെയ്തു. ഇപ്പോഴും അവിടങ്ങളിൽ ചിലർ അങ്ങിനെ പറഞ്ഞുവരുന്നുമുണ്ട്.

കൊല്ലം 681-ാംആണ്ടുമുതൽ 710-ാം ആണ്ടുവരെ രാജ്യം വാണിരുന്ന വീര ഉദയമാർത്താണ്ഡവർമ്മ മഹാരാജാവിന്റെ കാലാനന്തരം 904-ാംആണ്ട് സാക്ഷാൽ മാർത്താണ്ഡവർമ്മ മഹാരാജാവ് രാജ്യഭാരം കൈയേറ്റ കാലം വരെ ചില ഇടപ്രഭുക്കന്മാർ, മാടമ്പിമാർ, എട്ടുവീട്ടിൽ പിള്ളമാർ, മുതലായ രാജ്യദ്രോഹികളുടെ അക്രമങ്ങളും ഉപദ്രവങ്ങളും നിമിത്തം തിരുവതാംകൂർ മഹാരാജകുടുംബത്തിലെ ആൺവഴിതമ്പുരാക്കന്മാരും പെൺവഴിതമ്പുരാക്കന്മാരും പലപ്പോഴും തലസ്ഥാനം വിട്ട് ഒളിച്ചോടിപ്പോയി പല സ്ഥലങ്ങളിൽ ചെന്നു അജ്ഞാതവാസം ചെയ്യേണ്ടതായി വന്നിട്ടുണ്ടെന്നുള്ളതു പ്രസിദ്ധമാണല്ലോ. ആ കൂട്ടത്തിൽ ഒരു മഹാരാജ്ഞി ശത്രുഭയം നിമിത്തം പ്രാണരക്ഷാർത്ഥം കുറച്ചുകാലം അരിപ്പാട്ടു 'കരിപ്പാലിൽ' കോയിക്കൽ എഴുന്നള്ളി താമസിച്ചിരുന്നു. 933-ാം ആണ്ട് മുതൽ 73-ാം ആണ്ടുവരെ തിരുവതാംകൂർ രാജ്യം യഥായോഗ്യം ഭരിച്ചു വാണിരുന്ന വിശ്വവിശ്രുതനായ കാർത്തികതിരുനാൾ മഹാരാജാവു തിരുമനസ്സുകൊണ്ട് തിരുവവതാരം ചെയ്തരുളിയത് ആ മഹാരാജ്ഞിയിൽ നിന്നും അവിടെവച്ചുമായിരുന്നു. അങ്ങിനെ ആ മഹാരാജ്ഞി ആ രാജകുമാരനോടുകൂടി അവിടെ എഴുന്നള്ളി താമസിച്ചിരുന്നകാലത്തു കീരിക്കാട്ടു വട്ടപ്പറമ്പിൽ അന്നു മൂപ്പായിരുന്ന സ്ത്രീ കൂടെക്കൂടെ മഹാരാജ്ഞിയെ മുഖം കാണിക്കാനായി കരിപ്പാലിൽകോയിക്കൽ പൊയ്ക്കൊണ്ടിരുന്നു. അതിനാൽ ആ സ്ത്രീയും മഹാരാജ്ഞിയും തമ്മിൽ പരിചയമായി എന്നു മാത്രമല്ല പരസ്പരം മഹാരാജ്ഞി തിരുവതാംകൂർ മഹാരാജകുടുംബത്തിലെ ഒരു പ്രധാന അംഗമായിരുന്നുവെങ്കിലും കാലസ്ഥിതികൊണ്ടും ദേശാന്തരവാസം നിമിത്തവും മറ്റും പല വിധത്തിലുള്ള ബുദ്ധിമുട്ടുകളും ഞെരുക്കങ്ങളുമുണ്ടായിരുന്നു. അക്കാലത്തു അതിനെല്ലാം പരിഹാരങ്ങളുണ്ടാക്കികൊടുത്തു സഹായിച്ചുകൊണ്ടിരുന്നതു വട്ടപ്പറമ്പിലെ ആ ഗുണവതിയും ബുദ്ധിശാലിനിയും ഔദാര്യനിധിയുമായ സ്ത്രീയായിരുന്നു. അവരുടെ സഹായമില്ലായിരുന്നെങ്കിൽ മഹാരാജ്ഞിതിരുമനസ്സിലേക്ക് അന്നു അവിടെ കഴിച്ചുകൂട്ടാൻ കഴിയുമായിരുന്നോ എന്നുതന്നെ സംശയമാണ്. ആ സ്ത്രീ കൂടെക്കൂടെ ചെന്നു മുഖംകാണിക്കുകയും അവിടുത്തെ യോഗക്ഷേമങ്ങളെ അന്വേഷിക്കുകയും ചെല്ലുമ്പോളെല്ലാം കുറേശ്ശേ പണവും നിത്യോപയോഗ്യങ്ങളായ ചില സാധനങ്ങളും തിരുമുൽക്കാഴ്ച വെയ്ക്കുകയും പതിവായിരുന്നു.

അങ്ങിനെയിരിക്കുമ്പോൾ ഒരു ദിവസം വട്ടപ്പറമ്പിലെ ആ മൂത്ത സ്ത്രീ തിരുമുമ്പാകെ ചെന്നിരുന്ന സമയം അന്നു മൂന്നു തിരുവയസ്സുമാത്രം പ്രായമായിരുന്ന രാജകുമാരൻ ആ സ്ത്രീയെക്കണ്ടിട്ടു 'ഇതാരാണമ്മേ'? എന്നു കല്പിച്ചു ചോദിക്കുകയും അതിനു മറുപടിയായി മഹാരാജ്ഞി (ആ സ്ത്രീക്കു മഹാരാജ്ഞിയെക്കാൾ പ്രായക്കൂടുതലുണ്ടായിരുന്നതിനാൽ) ഇതു നിന്റെ വലിയമ്മയാണു എന്നു കല്പിക്കുകയും ചെയ്തു. അന്നു മുതൽ ആ രാജകുമാരൻ ആ സ്ത്രീയെ വലിയമ്മ എന്നു വിളിച്ചുവന്നു. അവിടുന്നു മഹാരാജാവായതിന്റെ ശേഷവും അങ്ങിനെ തന്നെ കല്പിച്ചു വിളിച്ചു വന്നിരുന്നതിനാൽ വട്ടപ്പറമ്പിൽ

കുടുംബത്തിൽ അന്നന്നു മൂപ്പായിരുന്ന സ്ത്രീകൾക്കു വലിയമ്മയെന്നുള്ളതു ഒരു സ്ഥാനപ്പേരായിരുന്നു. അതിനാൽ ഇപ്പോഴും അവരെ എല്ലാവരും അങ്ങിനെ തന്നെ വിളിച്ചുവരുന്നു

വട്ടപ്പറമ്പിൽ വലിയമ്മ എന്തെങ്കിലും തിരുമുൽക്കാഴ്ച വെയ്ക്കാനായി മഹാരാജ്ഞിയുടെ തിരുമുമ്പാകെ കൊണ്ടുചെന്നാൽ രാജകുമാരൻ ഓടിച്ചെന്നു തൃക്കയ്യിൽ വാങ്ങി അമ്മയുടെ അടുക്കൽ കൊണ്ടുചെന്നുകൊടുക്കുക പതിവായിരുന്നു. അതിനാൽ അവിടുന്നു തിരുമൂപ്പേറ്റതിന്റെ ശേഷവും വട്ടപ്പറമ്പിൽ കുടുംബത്തിലെ സ്ത്രീകൾ മുഖം കാണിക്കാനായി ചെല്ലുന്ന സമയങ്ങളിൽ കൊണ്ടുചെല്ലുന്ന കാഴ്ചദ്രവ്യം തൃക്കയ്യിൽ തന്നെ വാങ്ങുക പതിവായിരുന്നു. എന്നു മാത്രമല്ല തന്റെ പിൻവാഴ്ചക്കാരും അങ്ങിനെ ചെയ്തുകൊള്ളണമെന്നു ഒരേർപ്പാട് കല്പിച്ചു നിശ്ചയിക്കുകയും ചെയ്തു. ആ ഏർപ്പാട് ഇപ്പോഴും അങ്ങിനെതന്നെ നടന്നുവരുന്നുമുണ്ട്.

രാമവർമ്മരാജകുമാരനു അക്ഷരാഭ്യാസം ചെയ്യിക്കുന്നതിന് ആദ്യം ഗുരുസ്ഥാനം വഹിച്ചത് മഹാരാജ്ഞിതന്നെയാണ്. പിന്നീട് അതിനു വേണ്ടുന്ന ഏർപ്പാടുകൾ വട്ടപ്പറമ്പിൽ വലിയമ്മ ചെയ്തുകൊടുക്കുകയും ചെയ്തു. രാജകുമാരൻ അന്നു ഏകദേശം അനാഥസ്ഥിതിയിലാണ് താമസ്സിച്ചിരുന്നതെങ്കിലും വട്ടപ്പറമ്പിൽ വലിയമ്മയുടെ പേരിൽ സാക്ഷാൽ വലിയമ്മയുടെ പേരിലെന്നപോലെ തന്നെ സ്നേഹബഹുമാനങ്ങളുണ്ടായിരുന്നു. അപ്രകാരം തന്നെ രാജകുമാരനെക്കുറിച്ചു പുത്രനിർവിശേഷമായ സ്നേഹവാത്സല്യം ആ വലിയമ്മയ്ക്കുമുണ്ടായിരുന്നു.

ഇങ്ങിനെയിരിക്കുന്ന കാലത്തു ഒരു ദിവസം വൈകുന്നേരം 'പെരുളാവൂർ അടിതിരി' എന്നു പ്രസിദ്ധനായ ഒരു ബ്രാഹ്മണശ്രേഷ്ഠൻ അരിപ്പാട്ടു ചെന്നു ചേർന്നു. അത്താഴം കഴിക്കുന്നതിന് എവിടെ കേറിയാൽ തരമാകും എന്നു അന്വേഷിച്ചപ്പോൾ കരിപ്പാലിൽ കോയിക്കൽ ചെന്നാൽ അത്താഴം കിട്ടുമെന്നും, അവിടെ അരിവെപ്പു ബ്രാഹ്മണരാണെന്നും ആരോ പറയുകയാൽ അദ്ദേഹം അവിടെ ചെന്നുകയറി. ഔദാര്യനിധിയായിരുന്ന രാജകുമാരൻ ആ ബ്രാഹ്മണോത്തമനെ കണ്ടയുടനെ അത്താഴത്തിനു ക്ഷണിക്കുകയും കുളിയും മറ്റും കഴിഞ്ഞു വരുവാൻ കല്പിച്ചയക്കുകയും ചെയ്തു, അടിതിരിപ്പാട്ടീന്നു കുളിയും സന്ധ്യാവന്ദനാദി നിത്യകർമ്മാനുഷ്ഠാനങ്ങളും കഴിഞ്ഞു ചെന്നപ്പോഴേയ്ക്കും അത്താഴം കാലമായിരുന്നു. അത്താഴം കഴിഞ്ഞതിന്റെ ശേഷം ആ ബ്രാഹ്മണവര്യൻ എവിടെ നിന്നാണു വരുന്നതെന്നും എവിടെപ്പോകാനായിട്ടാണ് പുറപ്പെട്ടിരിക്കുന്നതെന്നും മറ്റും രാജാവ് കല്പിച്ചു ചോദിക്കുകയും, താൻ കുറച്ചു വടക്കുനിന്നാണു വരുന്നത് എന്നും തനിക്കു വിവാഹം കഴിച്ചുകൊടുക്കേണ്ടുന്ന പ്രായം അതിക്രമിച്ചവരായി ഒൻപതു പെൺകിടാങ്ങൾ ഇരിക്കുന്നുണ്ടെന്നും ദാരിദ്ര്യം നിമിത്തം ഒരു കന്യകയെയെങ്കിലും വിവാഹം കഴിച്ചു കൊടുപ്പാൻ താൻ ശക്തനല്ലെന്നും തിരുവനന്തപുരത്തു ചെന്നുമഹാരാജാവിനെ മുഖം കാണിച്ചു വിവരമറിയിച്ചാൽ വല്ലതും നിവൃത്തിയുണ്ടായെങ്കിലെന്നു വിചാരിച്ചു താൻ തിരുവനന്തപുരത്തേക്കായിട്ടാണു പുറപ്പെട്ടിരിക്കുന്നതെന്നും മറ്റും ആ ബ്രാഹ്മണൻ പറയുകയും ചെയ്തു. അപ്പോൾ രാജകുമാരൻ 'ഒൻപതു പെൺകിടാങ്ങളെ കൊടുക്കുന്നതിനു എത്ര പണം വേണ്ടിവരും?'എന്നു കല്പിച്ചു ചോദിച്ചതിനു നമ്പൂരി 'ഒൻപതിനായിരം പണമുണ്ടെങ്കിൽ ഒരുവിധം കഴിച്ചുകൂട്ടാമായിരുന്നു? എന്നു മറുപടി പറഞ്ഞു. (അക്കാലത്തു നമ്പൂരിമാർക്കു ഒരു

പെൺകൊടയ്ക്ക് ആയിരം പണത്തിലധികം സ്ത്രീധനം കൊടുക്കേണ്ടിയിരുന്നില്ല.) ഉടനെ രാജകുമാരൻ 'കാലത്തു തമ്മിൽ കണ്ടിട്ടേ പൊയ്ക്കളയാവൂ?' എന്നരുളിച്ചെയ്തിട്ട് നമ്പൂരിയെ കിടക്കാൻ കല്പിച്ചയച്ചു. അപ്പോൾ തന്നെ രാജകുമാരൻ ഈ വിവരങ്ങളെല്ലാം കാണിച്ചു ഒരു തിരുവെഴുത്ത് വട്ടപ്പറമ്പിൽ വലിയമ്മയുടെ പേർക്കു എഴുതി ഒരു ഭൃത്യന്റെ പക്കൽ കല്പിച്ചയച്ചു. വലിയമ്മ തിരുവെഴുത്തു കണ്ടയുടൻ ഒൻപതിനായിരം പണം ഒൻപതു കിഴിയാക്കിക്കെട്ടി ആ ഭൃത്യന്റെ കയ്യിൽ തന്നെ കൊടുത്തയച്ചു. ഭൃത്യൻ കൊണ്ടുവന്ന പണക്കിഴികൾ വാങ്ങിവെച്ചതിന്റെ ശേഷം രാജകുമാരൻ പള്ളിക്കുറിപ്പിനുഎഴുന്നള്ളുകയും ചെയ്തു.

പിറ്റേദിവസം രാജകുമാരൻ രാവിലെ പള്ളിക്കുറിപ്പുണർന്നു പുറത്തെഴുന്നള്ളിയപ്പോഴേക്കും അടിതിരിപ്പാടും അവിടെയെത്തി. ഉടനെ രാജകുമാരൻ പണക്കിഴി ഒൻപതും എടുത്തുകൊണ്ടുവന്നു ആ ബ്രാഹ്മണന്റെ കയ്യിൽ കൊടുത്തിട്ടു 'ഇതാ ഇവയിൽ ഒൻപതിനായിരം പണമുണ്ട്. ഇതിനായിട്ട് അങ്ങ് ഇനി തിരുവനന്തപുരം വരെ പോകണമെന്നില്ല' എന്നു കല്പിച്ചു. അപ്പോൾ ആ ബ്രാഹ്മണോത്തമനു ഇത്രമാത്രം ഔദാര്യമുള്ള ഈ ബാലൻ ആരാണ്? എന്നു സംശയം തോന്നുകയും വിവരം രാജകുമാരനോട് തന്നെ ചോദിക്കുകയും, അവിടുന്നു വസ്തുതയെല്ലാം അരുളിച്ചെയ്യുകയും ചെയ്തു. സംഗതികളെല്ലാം മനസ്സിലായപ്പോൾ അടിതിരിപ്പാട്ടിലേക്കുണ്ടായ സന്തോഷവും സന്താപവും, അത്ഭുതവും, ബഹുമാനവും, വാത്സല്യവുമെല്ലാം സീമാതീതങ്ങളായിരുന്നു എന്നുള്ളതു പറയേണ്ടതില്ലല്ലോ. ഉടനെ ആ ബ്രാഹ്മണോത്തമൻ പുളകാവൃതശരീരനായി ആനന്ദാശ്രുപൊഴിച്ചുകൊണ്ട് രണ്ടുകയ്യും രാജകുമാരന്റെ ശിരസ്സിൽ വെച്ചിട്ട് സഗദ്ഗദം 'അവിടേക്കു ഈ കഷ്ടപ്പാടുകളെല്ലാം തീർന്നു വളരെക്കാലം നിർബാധമായി രാജഭോഗങ്ങളനുഭവിച്ചു സുഖമായി വാണരുളുവാൻ സർവേശ്വരൻ സഹായിക്കട്ടെ' എന്നനുഗ്രഹിച്ചു. അനന്തരം അദ്ദേഹം യാത്രയറിയിച്ചുകൊണ്ട് സസന്തോഷം സ്വദേശത്തേക്കു തന്നെ മടങ്ങിപ്പോവുകയും ചെയ്തു. ഈ സംഗതി നടന്നകാലത്തു നമ്മുടെ കൊച്ചു തമ്പുരാനു കഷ്ടിച്ചു ഒൻപതു തിരുവയസ്സു മാത്രമേ പ്രായമായിട്ടുണ്ടായിരുന്നുള്ളൂ. തദനന്തരം കുറച്ചു ദിവസം കഴിഞ്ഞപ്പോൾ മഹാരാജ്ഞി പുത്രസമേതം അരിപ്പാട്ട് എഴുന്നള്ളി താമസിക്കുന്നുണ്ടെന്ന വിവരം എട്ടുവീടന്മാർ, മാടമ്പിമാർ മുതലായ രാജ്യദ്രോഹികൾക്ക് അറിവു കിട്ടുകയാൽ ഇവരെ സംഹരിക്കാനായി അവർ ഇങ്ങോട്ടു പുറപ്പെട്ടിരിക്കുന്നുവെന്നു ചാരന്മാർ മുഖാന്തിരം മഹാരാജ്ഞി അറിഞ്ഞു. അപ്പോൾ അവിടേക്ക് ഉണ്ടായ ഭയവും വ്യസനവും പരിഭ്രമവും എത്രമാത്രമായിരുന്നു എന്നു പറയാൻ പ്രയാസം. ഉടനെ അവിടുന്നു വട്ടപ്പറമ്പിലേക്ക് ആളയച്ചു വലിയമ്മയെ വരുത്തി, വിവരമെല്ലാം കല്പിച്ചു. വലിയമ്മ ഇതുകേട്ടിട്ട് 'ഇതു നിമിത്തം അവിടുന്നു ഒട്ടും വ്യസനിക്കുകയും പരിഭ്രമിക്കുകയും വേണ്ട. ഇതിനു സമാധാനം അടിയൻ ഉണ്ടാക്കികൊള്ളാം. ഏതായാലും ഇനി ഇവിടെ എഴുന്നള്ളി താമസിച്ചാൽ ആപത്തുണ്ടായേക്കും. അതിനാൽ ഉടനെ എഴുന്നള്ളത്തിനു തയ്യാറാകണം?' എന്നു തിരുമനസ്സറിയിച്ചശേഷം അക്കാലത്തു ദേശാധിപത്യവും, അഭ്യാസബലവും സൈന്യബലവും, പ്രാബല്യവും ധാരാളമുണ്ടായിരുന്ന മാമ്പള്ളി (വഞ്ഞിപ്പുഴ)ത്തമ്പുരാന്റെ പേർക്കു സകലവിവരത്തിനും ഒരു എഴുത്തെഴുതിക്കൊടുത്തിട്ട് ഒരു ഭൃത്യനെ മുൻകൂട്ടി ചെങ്ങന്നൂർക്ക് ഓടിക്കുകയും കരിപ്പാലിൽ കോയിക്കലുണ്ടായിരുന്ന പാത്രങ്ങൾ മുതലായവ സമീപത്തു തന്നെ വിശ്വാസമുള്ള ഒരു സ്ഥലത്താക്കി സൂക്ഷിക്കുകയും കീരി

ക്കാട്ടേക്ക് ആളെ അയച്ച് എതാനും സൈനികന്മാരേയും, ഭൃത്യന്മാരേയും ഒരു മേനാവും (ഡോലി) വരുത്തുകയും ചെയ്തു. അപ്പോഴേക്കും മഹാരാജ്ഞിയും കൊച്ചുതമ്പുരാനും അമൃതേത്തും മറ്റും കഴിച്ച് എഴുന്നള്ളത്തിനു തയ്യാറായി. ഉടനെ വലിയമ്മയും ഊണു കഴിക്കുകയും ഭൃത്യന്മാർ മുതലായവരെ ഊണു കഴിപ്പിക്കുകയും ചെയ്തിട്ട് ക്ഷണത്തിൽ യാത്ര പുറപ്പെട്ടു. മഹാരാജ്ഞിയും കുമാരനും വലിയമ്മയും മേനാവിലും, ശേഷമുള്ളവർ കാൽനടയായിട്ടുമാണു പുറപ്പെട്ടത്. അങ്ങിനെ ചെങ്ങന്നൂർക്കു ഒട്ടു സമീപം 'ബുധനൂർ' എന്ന ദിക്കിലുള്ള വലിയപാടത്തു എത്തിയപ്പോഴേക്കു പിള്ളമാരും മാടമ്പിമാരും വിവരമറിഞ്ഞു പിന്നാലെ അവിടെയെത്തി ആ ദേശക്കാരായ ചില ദുഷ്ടന്മാരെക്കൂടി കൂട്ടുപിടിച്ചുകൊണ്ട് കല്ലും, കട്ടയും കൊടിയുമായി അടുത്തുകൂടി. ശത്രുക്കൾ അടുത്തുവരുന്നു എന്നു കണ്ടപ്പോൾ വലിയമ്മ മഹാരാജ്ഞിയേയും രാജകുമാരനേയും മേനാവിൽ നിന്നു താഴെയിറക്കി ഒരു ദാസിയുടെയും ചെറുക്കന്റെയും നിലയിൽ മേനാവിന്റെ പിന്നാലെ നടത്തുകയും, വലിയമ്മ മേനാവിൽ തന്നെ വാതിലടച്ചിരിക്കുകയും ഭൃത്യന്മാരോടും മറ്റും വേഗത്തിൽ നടക്കാൻ ആജ്ഞാപിക്കുകയും ചെയ്തു. ശത്രുക്കൾക്കു സംഘബലം അധികമുണ്ടായിരുന്നതിനാൽ അവരോടെതിരിടാൻ പോകേണ്ടെന്നും മേനാവിന്റെ ചുറ്റും ചേർന്നു നടന്നു കൊണ്ടാൽ മതിയെന്നും സൈനികന്മാരോടു പറഞ്ഞു ചട്ടം കെട്ടി. അപ്പോഴേക്കും ശത്രുക്കൾ അടുത്തുവന്നു ഏറു തുടങ്ങി. മഹാരാജ്ഞിയും രാജകുമാരനും മേനാവിനകത്താണ് എന്നു വിചാരിച്ച് അവർ അധികമെറിഞ്ഞത് മേനാവിന്റെ നേരെയും മേനാവു ചുമക്കുന്നവരുടെ നേരെയും സൈനികരുടെ നേരെയുമായിരുന്നു. പാവപ്പെട്ടവരായ ഭൃത്യസ്ത്രീയും ചെറുക്കനുമാണെന്നു വിചാരിച്ചു മഹാരാജ്ഞിയേയും കുമാരനേയും അവർ അധികമുപദ്രവിച്ചില്ല. അതു വലിയമ്മയുടെ കൗശലത്തിന്റെ ഫലമാണെന്നു പറയണമെന്നില്ലല്ലോ. ഭൃത്യന്മാർക്കും, സൈനികർക്കും ധാരാളം ഏറുകൊണ്ടുവെന്നാലും അവർ ഓടിക്കളയാതെ ധൈര്യത്തോടു കൂടി അതെല്ലാം സഹിച്ചു മേനാവിന്റെ കൂടെത്തന്നെ നടന്നു. എങ്കിലും മേനാവിന്റെ വാതിൽ പൊളിഞ്ഞു ചില ഏറുകൾ വലിയമ്മയ്ക്കും കൊള്ളാതെയിരുന്നില്ല. അതു വരുമെന്നു വലിയമ്മ മുമ്പേ തന്നെ വിചാരിച്ചിരുന്നു. തനിക്കു എന്തെല്ലാം ഉപദ്രവങ്ങൾ പറ്റിയാലും മഹാരാജ്ഞിയേയും, കുമാരനേയും രക്ഷിക്കണമെന്നു മാത്രമേ അവർ വിചാരിച്ചിരുന്നുള്ളൂ.

ഇങ്ങിനെ ഒരു വിധം ചെങ്ങന്നൂരിന്റെ അതിർത്തിയിലെത്തിയപ്പോഴേക്കും വഞ്ചിപ്പുഴ തമ്പുരാനും സൈന്യസമേതം അവിടെ വന്നു ചേർന്നു. തമ്പുരാനെയും സൈന്യങ്ങളേയും കണ്ടപ്പോഴേക്കും രാജ്യദ്രോഹികളായ ദുഷ്ടന്മാരെല്ലാം ഭയവിഹ്വലന്മാരായി ഓടി ഒളിച്ചു. പിന്നെ മഹാരാജ്ഞിയേയും രാജകുമാരനേയും കൂടി മേനാവിൽ കയറ്റി എല്ലാവരും കൂടി വഞ്ചിപ്പുഴ മഠത്തിൽ ചെന്നു ചേർന്നു. വട്ടപ്പറമ്പിൽ വലിയമ്മ അവിടെ മൂന്നുദിവസം താമസിച്ചതിന്റെ ശേഷം മഹാരാജ്ഞിയേയും രാജകുമാരനേയും വഞ്ചിപ്പുഴ തമ്പുരാന്റെ അടുക്കൽ പ്രത്യേകം പറഞ്ഞേല്പിച്ചിട്ട് യാത്രയുമറിയിച്ചു പരിവാരസമേതം സ്വദേശത്തേക്കു മടങ്ങിപ്പോരുകയും ചെയ്തു. അതിന്റെ ശേഷം കുറഞ്ഞൊരു ദിവസം കഴിഞ്ഞപ്പോൾ അന്നു നാടുവാണിരുന്ന വലിയരാമവർമ്മമഹാരാജാവ് തിരുമനസ്സിലേയ്ക്കു ശീലായ്മ കലശലായിരിക്കുന്നതായി കേൾക്കുകകയാൽ വഞ്ചിപ്പുഴ തമ്പുരാൻ മഹാരാജ്ഞിയെ പുത്രസമേതം

യാതൊരാപത്തിനും ഇടയാകാതെ തിരുവനന്തപുരത്തു കൊണ്ടുചെന്നാക്കുകയും പിന്നെ അധികം താമസിയാതെ മഹാരാജാവു തിരുമനസ്സുകൊണ്ട് നാടുനീങ്ങുകയും രാജകേസരിയെന്നു പ്രസിദ്ധനും വീരനും ശൂരനുമായിരുന്ന സാക്ഷാൽ മാർത്താണ്ഡവർമ്മ മഹാരാജാവ് തിരുമനസ്സിലേക്കു തിരുമൂപ്പു സിദ്ധിക്കുകയും അവിടുന്നു രാജ്യദ്രോഹികളുടെ വംശത്തെ നാമാവശേഷമാക്കിത്തീർക്കുകയും രാജ്യത്തു ക്ഷേമവും സമാധാനവും വർദ്ധിപ്പിക്കുകയും ചെയ്തു. അതിനാൽ അന്തഃച്ഛിദ്രങ്ങളും കലഹങ്ങളും കലാപങ്ങളും ശമിച്ചു. മഹാരാജകുടുംബത്തിലെ അംഗങ്ങളെല്ലാം പിന്നീടു നിർബാധമായും നിർഭയമായും സസുഖം വസിച്ചു.

ഇത്രയും പറഞ്ഞുകൊണ്ട് വട്ടപ്പറമ്പിൽ വലിയമ്മയുടെ ബുദ്ധിസാമർഥ്യം, ഔദാര്യം, ധീരത, തൽക്കാലോചിതകർത്തവ്യജ്ഞാനം, രാജഭക്തി മുതലായ സത്ഗുണങ്ങൾ എത്രമാത്രമുണ്ടായിരുന്നു എന്നു സ്പഷ്ടമായല്ലോ. ഇനി വട്ടപ്പറമ്പിൽ കുടുംബത്തെക്കുറിച്ചു തിരുവതാംകൂർ മഹാരാജാക്കന്മാർക്കു പ്രത്യേകമൊരു പ്രതിപത്തിയും കാരുണ്യവും ഉണ്ടാകുവാനുള്ള ചില കാരണങ്ങൾ കൂടി ഈ ഉപന്യാസം അവസാനിപ്പിക്കുന്നതിനു മുൻപായി പറയേണ്ടിയിരിക്കുന്നു.

മാർത്താണ്ഡവർമ്മ മഹാരാജാവ് തിരുമനസ്സുകൊണ്ട് കായംകുളം രാജ്യം പിടിച്ചടക്കണമെന്നു നിശ്ചയിച്ചതിന്റെ ശേഷം താൻ ഇന്നപ്രകാരം ചെയ്യാൻ നിശ്ചയിച്ചിരിക്കുന്നുവെന്നും അതിനു വേണ്ടുന്ന സഹായങ്ങൾ ചെയ്തു തരണമെന്നു വട്ടപ്പറമ്പിൽ വലിയമ്മയുടെ പേർക്കു സ്വകാര്യമായി ഒരു തിരുവെഴുത്തയക്കുകയും അങ്ങിനെ ചെയ്തുകൊള്ളാമെന്നു സമ്മതിച്ചു വലിയമ്മ മറുപടി അയച്ചുകൊടുക്കുകയും അപ്രകാരം മഹാരാജാവും രാമയ്യൻ ദളവയും യുദ്ധത്തിനായി സൈന്യസമേതം കായംകുളത്തെത്തിയ സമയം വലിയമ്മ അവിടെയുണ്ടായിരുന്ന സൈന്യങ്ങളെയെല്ലാം തന്റെ സഹോദരീപുത്രനോടുകൂടി അയച്ചു, കഴിയുന്ന സഹായങ്ങളെല്ലാം ചെയ്തുകൊടുക്കുകയും ചെയ്തു. കായംകുളത്തു രാജാവ് തോറ്റോടുകയും മാർത്താണ്ഡവർമ്മ മഹാരാജാവ് ജയിക്കുകയും അതോടുകൂടി യുദ്ധം അവസാനിക്കുകയും ചെയ്തതിന്റെ ശേഷം രാമയ്യൻദളവയും വട്ടപ്പറമ്പിലുണ്ണിത്താനും (വട്ടപ്പറമ്പിലെ പുരുഷന്മാർക്കു 'ഉണ്ണിത്താൻ' എന്ന സ്ഥാനപ്പേര് കായംകുളത്തു രാജാവ് കൊടുത്തതാണ്) കൂടി കോട്ടയ്ക്കകത്തു കടന്ന് ഓരോന്നും കണ്ടും കാണിച്ചും സഞ്ചരിച്ചുകൊണ്ടിരുന്ന മദ്ധ്യേ വിജിതനായി കായംകുളത്തു രാജാവിന്റെ ഒരു ഭടൻ ഒരു സ്ഥലത്തു ഒളിച്ചു നിന്നുകൊണ്ട് ഉണ്ണിത്താനെ ലക്ഷ്യമാക്കി വിഷലിപ്തമായ ഒരു ശരം പ്രയോഗിച്ചു. അതു കൊണ്ടയുടനെ ഉണ്ണിത്താൻ നിലത്തു പതിക്കുകയും സ്വല്പനേരത്തിനിടയിൽ കാലഗതിയെ പ്രാപിക്കുകയും ചെയ്തു. ഇതു കേട്ടപ്പോൾ മാർത്താണ്ഡവർമ്മ മഹാരാജാവിനുണ്ടായ വ്യസനം സീമാതീതമായിരുന്നു. ഈ വർത്തമാനം കേൾക്കുമ്പോൾ ഉണ്ണിത്താന്റെ അമ്മയ്ക്കും വലിയമ്മയ്ക്കും ഉണ്ടാകുന്ന ദുഃഖം എത്രമാത്രമായിരിക്കുമെന്നും അവരെ ഏതുപ്രകാരം സമാധാനപ്പെടുത്തും എന്നും വിചാരിച്ചിട്ടാണ് അവിടേക്കു അധികം വ്യസനമുണ്ടായത്. ഉണ്ണിത്താന്റെ അമ്മയ്ക്കു യുദ്ധവിദഗ്ദ്ധനും ധീരനും സുന്ദരനും യുവാവുമായിരുന്ന ആ ഒരു പുത്രൻ മാത്രമേ ഉണ്ടായിരുന്നുള്ളൂ. ഈ സംഗതികളാകപ്പാടെ വിചാരിച്ചിട്ട് മഹാരാജാവ് അത്യന്തം വിഷണ്ണനായിതീർന്നു. ഏതുവിധവും ആ മാതാവിനെ സമാ

ധാനപ്പെട്ടത്തണമല്ലോ എന്നു വിചാരിച്ചു മഹാരാജാവും രാമയ്യൻ ദളവയും കൂടി അവിടെ നിന്നു പുറപ്പെട്ടു കീരിക്കാട്ടു വട്ടപ്പറമ്പിലെത്തി അപ്പോഴേക്കും നേരം അർദ്ധരാത്രി കഴിഞ്ഞിരുന്നതിനാൽ അവിടെ എല്ലാവരും കിടന്നു ഉറക്കമായിരുന്നു. ഉണ്ണിത്താന്റെ അമ്മ മാത്രം തന്റെ പുത്രൻ തിരിച്ചു വന്നി ല്ലല്ലോ എന്നുള്ള വിചാരം നിമിത്തം ഉറങ്ങീട്ടില്ലായിരുന്നു. മഹാരാജാവ് മുറ്റത്തെഴുന്നള്ളിനിന്നുകൊണ്ട് അമ്മേ! അമ്മേ! എന്നു വിളിച്ചു. അതു കേട്ട് ഉണ്ണിത്താന്റെ അമ്മ തന്റെ പുത്രനാണ് വിളിക്കുന്നതെന്നു വിചാരിച്ചു സന്തോ ഷത്തോടുകൂടി വാതിൽ തുറന്നു ഒരു വിളക്കുമായി പുറത്തു വന്നു. അപ്പോൾ കണ്ടതു അപരിചിതന്മാരായ രണ്ടു പേരെ ആകയാൽ ആ അമ്മ 'എന്റെ മകനെവിടെ?' എന്നു ചോദിച്ചു. അതിനു മറുപടിയായി തിരുമനസ്സുകൊണ്ട് 'ഇന്നു മുതൽ നിങ്ങളുടെ മകൻ ഞാനാണ്. നിങ്ങൾ പ്രസവിച്ച മകനെ ഇനി ജീവനോടു കൂടി കാണ്മാൻ നിങ്ങൾക്കു സാധിക്കില്ല?' എന്നു കല്പിച്ചു. ഇതു കേട്ട് ആ സാധ്വി ഇടിവെട്ടിയമരം പോലെ കുറച്ചു നേരം നിശ്ചേഷ്ടയായി നിന്നുപോയി. എങ്കിലും ബുദ്ധിശാലിനിയായ ആ വിദുഷി ഉടനെ ധൈര്യത്തെ അവലംബിച്ചു മനസ്സിനെ ഉറപ്പിച്ചുകൊണ്ട് 'അങ്ങ് ആരാണ്? എന്റെ മകനു എന്തൊരാപത്താണു പറ്റിയത്?' എന്നു വീണ്ടും ചോദിച്ചു. ഉടനെ മഹാരാജാവ് തിരുമനസ്സുകൊണ്ട് താൻ ആരാണെന്നും ഉണ്ണിത്താനു പ്രാണഹാനി സംഭ വിക്കുവാനുണ്ടായ കാരണമിന്നതെന്നും കല്പിച്ചു കേൾപ്പിക്കുകയും വിവരമെ ല്ലാം അറിഞ്ഞപ്പോൾ വീണ്ടും ദുഃഖാർത്തയായി ഭവിച്ച ആ സാധുസ്ത്രീയെ പലവിധത്തിലുള്ള സ്വാന്തനവാക്കുകൾ കൊണ്ട് ഒരു വിധം സമാശ്വസിപ്പി ക്കയും ചെയ്തിട്ടു തിരിച്ചെഴുന്നള്ളുകയും ചെയ്തു. കാർത്തികതിരുനാൾ തിരുമ നസ്സുകൊണ്ട് ഒരു സ്ത്രീയെ വലിയമ്മയെന്നു വിളിച്ചതുകൊണ്ട് വട്ടപ്പറമ്പിൽ കുടുംബത്തിൽ അന്നന്നു മൂപ്പായിരിക്കുന്ന സ്ത്രീകൾക്കെല്ലാം വലിയമ്മ എന്ന സ്ഥാനം സിദ്ധിദമായതുപോലെ മാർത്താണ്ഡവർമ മഹാരാജാവു തിരുമന സ്സു കൊണ്ട് ആ ഒരു സ്ത്രീയെ അമ്മേ! എന്നു കല്പിച്ചു വിളിച്ചതു നിമിത്തം ആ കുടുംബത്തിലുള്ള സ്ത്രീകൾക്കെല്ലാം അമ്മയെന്നുള്ള സ്ഥാനം സിദ്ധിച്ചു. ഇപ്പോഴും അവിടെയുള്ള സ്ത്രീകളെയെല്ലാം എല്ലാവരും അങ്ങനെതന്നെയാണു പറഞ്ഞുവരുന്നത്. മാർത്താണ്ഡവർമ്മ മഹാരാജാവു നാടുനീങ്ങുന്നതുവരെ ആ സ്ത്രീയെ സ്വമാതാവിനെയെന്നപോലെ തന്നെ അത്യന്തം സ്നേഹബ ഹുമാനങ്ങളോടുകൂടി ആദരിച്ചിരുന്നു എന്നു മാത്രമല്ല, ആ കുടുംബത്തേക്കു അസംഖ്യം വസ്തുവകകളും പല സ്ഥാന മാനങ്ങളും കല്പിച്ചു കൊടുക്കുകയും ചെയ്തു. വട്ടപ്പറമ്പിൽ കുടുംബത്തിലെ പുരുഷന്മാർക്കു മുമ്പിനാലെ ഉണ്ടായി രുന്ന ഉണ്ണിത്താൻ എന്ന പേർ ഭേദപ്പെടുത്തി 'വലിയത്താൻ' എന്ന സ്ഥാനം കല്പിച്ചുകൊടുത്തതും മാർത്താണ്ഡവർമ്മ മഹാരാജാവാണ്. മഹാരാജ്ഞി യെന്നു വിചാരിച്ചു വട്ടപ്പറമ്പിൽ വലിയമ്മയെ ബുധനൂർ പാടത്തുവച്ചുകല്ലെ റിഞ്ഞ തദ്ദേശവാസികളായ ദുഷ്ടന്മാരെ ആ മഹാരാജാവ് പിടിച്ചുവരുത്തി യഥാന്യായം ശിക്ഷിക്കുകയും, അവർക്കു ആ പാടത്തുണ്ടായിരുന്ന വസ്തുക്ക ളെല്ലാം 'ദ്രോഹപാട്ടം' എന്ന ഇനത്തിൽ ചേർത്തു കണ്ടുകെട്ടി സർക്കാരി ലേക്ക് എടുക്കുകയും ചെയ്തു. വട്ടപ്പറമ്പിലെ ഒരു വലിയത്താൻ (മേല്പറഞ്ഞ വലിയമ്മയുടെ ഒരു ദൗഹിത്രിപുത്രനെന്നാണു കേട്ടിരിക്കുന്നത്) ഒരിക്കൽ ദേശസഞ്ചാരത്തിനായി പോവുകയും മൂകാംബി, കുടജാദ്രി മുതലായ സ്ഥല ങ്ങളിൽ ദർശനം നടത്തി വടക്കു കോട്ടയത്തു വന്നുചേരുകയും കോട്ടയത്തു രാജാവിനെ കണ്ടു പരിചയമാവുകയും അദ്ദേഹത്തിന്റെ അടുക്കൽ നിന്നു

ഇന്ദ്രജാലം, മഹേന്ദ്രജാലം മുതലായ മോടിവിദ്യകൾ അഭ്യസിച്ച അതിൽ അദ്വിതീയനായിത്തീരുകയും ചെയ്തതിന്റെ ശേഷം തിരുനെൽവേലി മാർഗ്ഗം തിരുവനന്തപുരത്തു വന്നുചേർന്നുവെന്നും അന്നു നാടുവാണിരുന്ന കാർത്തികതിരുനാൾ രാമവർമ്മമഹാരാജാവ് തിരുമനസ്സിലെ മുഖം കാണിക്കുകയും മഹാരാജാവ് സസന്തോഷം സല്ക്കരിച്ച വലിയത്താനെ കുറച്ചു ദിവസം തിരുവനന്തപുരത്തു താമസിപ്പിക്കുകയും ചെയ്തുവെന്നും അക്കാലത്തു മോടിവിദ്യയിൽ ഏറ്റവും പ്രസിദ്ധനായി തിരുവനന്തപുരത്തുണ്ടായിരുന്ന 'പീതാംബരയ്യൻ' എന്ന പാരദേശികനെ വലിയത്താൻ തോല്പിച്ചോടിച്ചുവെന്നും പത്മതീർത്ഥ മദ്ധ്യത്തിൽ കച്ചവടസാമാനങ്ങൾ നിരത്തി തങ്ങളുടെ സാമർത്ഥ്യത്തെ കാണിച്ച ഊറ്റക്കാരും ഐന്ദ്രജാലികന്മാരുമായ പട്ടാണികളെയും ഈ വലിയത്താൻ വെള്ളത്തിൽ മുക്കി മടക്കിവിട്ടുവെന്നും വലിയത്താന്റെ ഈ വക പ്രയോഗങ്ങൾ കണ്ടു മഹാരാജാവ് വളരെ സന്തോഷിക്കുകയും, വിസ്മയിക്കുകയും വലിയത്താന്റെ രണ്ടു കൈയ്ക്കും വീരശൃംഖലയും മറ്റനേകം സമ്മാനങ്ങളും കല്പിച്ചു കൊടുത്ത് സന്തോഷിപ്പിച്ചയക്കുകയും ചെയ്തുവെന്നും പ്രസിദ്ധവിദ്വാനും മഹാകവിയുമായിരുന്ന അശ്വതിതിരുനാൾ ഇളയതമ്പുരാൻ തിരുമനസ്സുകൊണ്ട് കുറച്ചുകാലം കൃഷ്ണപുരത്തെഴുന്നള്ളി താമസിച്ച ഈ വലിയത്താന്റടുക്കൽനിന്നു മോടിവിദ്യകളഭ്യസിക്കയുണ്ടായിട്ടുണ്ടെന്നും മറ്റും ചില കഥകളും കേട്ടിട്ടുണ്ട്. വട്ടപ്പറമ്പിൽ കുടുംബക്കാരും തിരുവതാംകൂർ മഹാരാജകുടുംബവുമായി ഇപ്രകാരമുള്ള അടുപ്പങ്ങളെല്ലാമുണ്ടാവാൻ പ്രധാന കാരണഭൂത ആ വലിയമ്മയാണെന്നുള്ളത് സ്പഷ്ടമാണല്ലോ. ഐതിഹ്യങ്ങൾ മിക്കവാറും കേട്ടുകേൾവിയെ അടിസ്ഥാനപ്പെടുത്തിയും ഓരോരുത്തർ നിർമിക്കുന്ന കള്ളക്കഥകളെ കൂട്ടിച്ചേർത്തും പറഞ്ഞും എഴുതിക്കൂട്ടിയുണ്ടാക്കുന്നവയാണെന്നാളണല്ലോ സാധാരണ ജനങ്ങളുടെ വിശ്വാസം. എന്നാൽ ഈ ഉപന്യാസത്തിൽ പറയപ്പെട്ടിട്ടുള്ള മിക്ക സംഗതികളും വട്ടപ്പറമ്പിൽ ഇപ്പോഴുമിരിപ്പുള്ള പുരാതനരേഖാപ്രമാണങ്ങളെ അടിസ്ഥാനപ്പെടുത്തി എഴുതിയിട്ടുള്ളവയാണെന്നും ഇതിലേക്കു വേറേയും ലക്ഷ്യങ്ങൾ കാണുന്നുണ്ടെന്നും അതിനാൽ ഈ ഐതിഹ്യങ്ങളെപ്പറ്റി അവിശ്വസിക്കാൻ യാതൊരു കാരണവുമില്ലെന്നും വായനക്കാരെ അറിയിച്ചുകൊള്ളുന്നു. കീരിക്കാട്ടു വട്ടപ്പറമ്പിൽ ഭവനത്തിനു 'കോട്ടയ്ക്കകത്തു' എന്നു കൂടി ഒരു പേർ ഇപ്പോഴും ആ ദിക്കുകാരിൽ ചിലർ പറഞ്ഞു വരുന്നതും അവിടെ കോട്ട, കിടങ്ങ് മുതലായവയുടെ നഷ്ടാവശിഷ്ടങ്ങൾ ഇപ്പോഴും കാണാവുന്നതും ആ ഭവനത്തിൽ ഏറ്റവും പഴക്കമുള്ള വലിയ തോക്കുകൾ വാളുകൾ, ഈട്ടി, കുന്തം, വേൽ മുതലായ ആയുധങ്ങൾ ഇപ്പോഴും കാണപ്പെടുന്നതും ഇതിലേക്കു ഉത്തമ ലക്ഷ്യങ്ങളാണല്ലോ. തിരുവതാംകൂർ മഹാരാജാക്കന്മാർക്കു വട്ടപ്പറമ്പിൽ കുടുംബത്തോടുള്ള പ്രത്യേകപ്രതിപത്തി ഇപ്പോഴും നിലനിന്നു പോരുന്നുണ്ടെന്നുള്ളതിനു പല ദൃഷ്ടാന്തങ്ങളുണ്ട്. ഇവർക്കു ബഹുമാനസൂചകമായി രണ്ടു വെള്ളിവില്ലുക്കാരെ കല്പിച്ചനുവദിച്ചിട്ടുള്ളതു ഇന്നും നിറുത്തൽ ചെയ്തിട്ടില്ലാത്തതുതന്നെ ഒരു മുഖ്യലക്ഷണമാണല്ലോ. കാർത്തിക തിരുനാൾതിരുമനസ്സുകൊണ്ടും, മാർത്താണ്ഡവർമ്മ മഹാരാജാവ് തിരുമനസ്സുകൊണ്ടും വട്ടപ്പറമ്പിൽ വലിയമ്മയുടെ പേർക്കു ഓരോ തിരുവെഴുത്തുകൾ അയച്ചതായി മുമ്പു പറഞ്ഞിട്ടുണ്ടല്ലോ. ആ തിരുവെഴുത്തുകൾ വട്ടപ്പറമ്പിലെ പഴയ രേഖാപ്രമാണങ്ങളുടെ ശേഖരത്തിൽ അവർ സബഹുമാനം സൂക്ഷിച്ചു വച്ചിരുന്നു. 1045-ാം ആണ്ടിടയ്ക്കു ദിവാനായിരുന്ന സർ ടി. മാധരായരവർകൾ ഒരു തിരുവതാംകൂർ ചരിത്രമെഴുതുന്ന

തിലേക്കായി വട്ടപ്പറമ്പിലുള്ള പഴയ രേഖാപ്രമാണങ്ങൾ കാണണമെന്ന് ആവശ്യപ്പെടുകയും, വലിയത്താനവർകൾ അവ കാണിച്ചു കൊടുക്കുകയും ചിലതെല്ലാം മാധവരായരവർകളുടെ ആവശ്യപ്രകാരം കൊടുത്തക്കൂട്ടത്തിൽ ആ തിരുവെഴുത്തുകളും കൊടുക്കുകയും ചെയ്തു. ആ പ്രമാണങ്ങളൊന്നും തിരിയെ കൊടുത്തിട്ടില്ല. എങ്കിലും അവയുടെ ശരിപ്പകർപ്പുകൾ ഇപ്പോഴും വട്ടപ്പറമ്പിൽ കാണുന്നുണ്ട്.

1085-ാംആണ്ട് വട്ടപ്പറമ്പിലെ അന്നത്തെ വലിയമ്മ തിരുവനന്തപുരത്തു ചെന്നു തന്റെ കുടുംബസംഗതികളെപ്പറ്റി ഒരു സങ്കടഹർജി വിശാഖംതിരുനാൾ തിരുമനസ്സിലെ സന്നിധിയിൽ സമർപ്പിക്കുകയും തിരുമനസ്സുകൊണ്ട് ആ ഹർജി തൃക്കൈയിൽത്തന്നെ കല്പിച്ചു വാങ്ങുകയും ഉടൻ തന്നെ താഴെ കാണുന്ന അർത്ഥത്തിൽ അറിവെഴുതി തുല്യം ചാർത്തി സർവാധികാര്യക്കാരെ ഏല്പിക്കുകയുംചെയ്തു.

'ഇതു വട്ടപ്പറമ്പിൽ വലിയമ്മയുടെ ഒരു ഹർജിയാണ്. ഇവർ വളരെ മാന്യതയോടും ഐശ്വര്യത്തോടുമിരിക്കുന്ന ഒരു കുടുംബക്കാരാകുന്നു. ഈ ഹർജി ദിവാൻജിയുടെ പൂർണ്ണമായും ശീഘ്രതയിലുമുള്ള ആലോചനക്കായി ഒരു സാധനത്തോടുകൂടി അയക്കണം. അമ്മ ഇവിടെ താമസിക്കുന്നു. അവരെ ആവശ്യത്തിലധികം താമസിപ്പിക്കരുത്?' എന്നു രാമവർമ്മ.

ഇത് മഹാരാജാവ് തിരുമനസ്സിലെ പ്രീതിയും കാരുണ്യവും ഇവരുടെ പേരിൽ എത്രമാത്രമുണ്ടെന്നുള്ളതിനു ഒരു ദൃഷ്ടാന്തമാണല്ലോ. ഇനി വട്ടപ്പറമ്പു കുടുംബത്തിന്റെ താൽക്കാലികസ്ഥിതികൂടി സ്വല്പം പറയേണ്ടിയിരിക്കുന്നു.

കായംകുളത്തു താമസിച്ചിരുന്ന ശാഖക്കാർ കായംകുളം തിരുവതാംകൂറിൽ ചേർന്നിട്ടു അധികം താമസിയാതെ തന്നെ നാമാവശേഷമായിതീർന്നു. അവിടെ ഇപ്പോൾ അവരുടെ ചില പരദേവതാ ക്ഷേത്രങ്ങളും മറ്റും അല്ലാതെ പഴയ ഭവനംപോലും കാണ്മാനില്ല. കീരിക്കാട്ടുള്ള ഭവനത്തിൽ കൊല്ലം 1000-ാം ആണ്ടായപ്പോഴേക്കും ഒരു വലിയമ്മ മാത്രമായിത്തീർന്നു. അവർ വയോവൃദ്ധയായിത്തീരുകയും, അവർക്കു സന്തതിയില്ലാതിരിക്കുകയും ചെയ്യുകയാൽ വിവരം മഹാരാജാവിങ്കൽ തിരുമനസ്സറിയിച്ചു അവിടുത്തെ അനുവാദപ്രകാരം 1034-ാംആണ്ട് പന്തളത്തു തോട്ടത്തിൽ ഉണ്ണിത്താന്മാരുടെ ഭവനത്തിൽ നിന്നു കുടുംബമടക്കം ദത്തെടുത്ത് വട്ടപ്പറമ്പിൽ കുടുംബത്തിൽ അവകാശപ്പെടുത്തി. ആ ദത്തിൽ ഉൾപ്പെട്ടവരായി ഒരമ്മയും മൂന്നു സ്ത്രീസന്താനങ്ങളും രണ്ടു പുരുഷസന്താനങ്ങളും ഉണ്ടായിരുന്നു. ആ മൂന്നു സ്ത്രീകളിൽ ഒരു സ്ത്രീ പന്തളത്തും, ഒരു സ്ത്രീ കീരിക്കാട്ട് വട്ടപ്പറമ്പിലും, താമസിക്കുകയും ഒരു സ്ത്രീയെ 1068-ാം ആണ്ടു തീപ്പെട്ടുപോയ നെടുമ്പ്രത്തു കോയിക്കൽ വലിയ തമ്പുരാൻ അവർകൾ പട്ടും പരിവട്ടവുമിട്ട് അവിടുത്തെ പ്രണയിനിയാക്കി സ്വീകരിച്ചു അവർക്കു വേണ്ടുന്ന വസ്തുവകകളും ഗൃഹവും പുരയിടങ്ങളുമെല്ലാം കൊടുത്തു തിരുവല്ലായിൽ കൊണ്ടുവന്നു താമസിപ്പിക്കുകയും ചെയ്തു. കീരിക്കാട്ടു വട്ടപറമ്പിൽ ഒടുക്കം ശേഷിച്ച വലിയമ്മ 1059-ാം ആണ്ട് കർക്കടകമാസം 18ാം തീയതി ചരമഗതിയെ പ്രാപിച്ചുപോയി. ഇപ്പോൾ പന്തളത്തുള്ള തോട്ടത്തിൽ ഭവനത്തിലും കീരിക്കാട്ടു വട്ടപ്പറമ്പിലും തിരുവല്ലാ വട്ടപ്പറമ്പിലുമായി താമസിച്ചു വരുന്ന മൂന്നു ശാഖക്കാരും നേരെ ജ്യേഷ്ഠത്തിയനുജത്തിമാരുടെ സന്താനങ്ങളാണെന്നു വിശേഷിച്ചു പറയണമെന്നില്ലല്ലോ.

●

വൈക്കത്തു തിരുനീലകണ്ഠൻ

വിശ്വവിശ്രുതനായിരുന്ന വൈക്കത്തു തിരുനീലകണ്ഠൻ എന്ന ഗജശ്രേഷ്ഠനെക്കുറിച്ചുള്ള ഓർമ്മ ഈ നാട്ടുകാരുടെ മനസ്സിൽനിന്ന മാഞ്ഞു പോയിരിക്കുമെന്ന തോന്നുന്നില്ല. അവന്റെ യോഗ്യതാംശങ്ങൾ കണ്ടും കേട്ടും അറിഞ്ഞിട്ടുള്ളവർക്കാർക്കും അവനെ ഒരിക്കലും വിസ്മരിക്കാൻ സാധിക്കുന്ന തുമല്ല. (ആനയെ അത് എന്നല്ലാതെ അവൻ എന്നു പറയുന്നതു ശരിയല്ലെന്നു ചിലർക്കു തോന്നിയേക്കാം. എന്നാൽ തിരുനീലകണ്ഠൻ സ്വഭാവംകൊണ്ട് ഒരു മൃഗമല്ലാതെയിരുന്നതിനാൽ ഞാനിപ്രകാരം പറയുന്നതാണെന്നു വായനക്കാർ മനസ്സിലാക്കിക്കൊള്ളേണ്ടതാണ്).

തിരുനീലകണ്ഠന്റെ ജനനം എന്നായിരുന്നുവെന്നു തീർച്ചപ്പെടുത്താൻ മാർഗമൊന്നും കാണുന്നില്ല. എന്നാൽ ഇവനെ കാട്ടിൽനിന്നു പിടിച്ചു കൂട്ടിലിട്ടു പഴക്കിപ്പുറത്തിറക്കിയതിന്റെ ശേഷം ആദ്യമായി ഏറ്റുമാനൂർ ക്ഷേത്രത്തിൽ എഴുന്നള്ളിപ്പാനായി നിയമിക്കുകയാണ് ചെയ്തതെന്നും അത് 965ാം ആണ്ടിനിടയ്ക്കായിരുന്നുവെന്നും അപ്പോൾ അവന് ഏകദേശം നാലഞ്ചുവയസ്സു പ്രായമായിരുന്നു എന്നുമുള്ളതിനു ചില ലക്ഷ്യങ്ങളുണ്ട്. അതിനാൽ നമ്മുടെ കഥാനായകന്റെ ജനനം കൊല്ലം 950 961 ആയിടയ്ക്കായിരിക്കുമെന്ന് ഊഹിക്കാം. എന്നാലിവൻ വൈക്കത്തു ചെന്നു ചേർന്നത് എന്നാണെന്നു നിശ്ചയിക്കുന്നതിനും തക്കതായ ലക്ഷ്യമൊന്നുമില്ലാതെയാണിരിക്കുന്നത്. വൈക്കത്തു സന്ധ്യവേല തുടങ്ങിയാൽ ഉൽസവം കഴിയുന്നതുവരെയും രണ്ടു നേരവും എഴുന്നള്ളിപ്പു വേണ്ടതുകൊണ്ടും വിശേഷിച്ചും അഷ്ടമിനാൾ ഉദയനാപുരത്തപ്പന്റെ എഴുന്നള്ളത്തുകൂടി ഉള്ളതുകൊണ്ടും അവിടെ എന്നും രണ്ടു നല്ല ആനകൾ അവശ്യം വേണ്ടതായിട്ടാണിരിക്കുന്നത്. ഒരു കാലത്ത് അവിടെ വേലായുധൻ എന്നും വിരൂപാക്ഷൻ എന്നും രണ്ടു വലിയ ആനകളുണ്ടായിരുന്നു. അക്കാലത്ത് ആ ആനകളെ ക്കൊണ്ടാണ് അവിടുത്തെ അടിയന്തിരങ്ങൾ നിർവഹിച്ചു വന്നിരുന്നത്. വിരൂപാക്ഷൻ കഴിഞ്ഞതിന്റെ ശേഷം വേലായുധനെക്കൊണ്ടുമാത്രം അവിടെ മതിയാകാതെ വന്നതിനാലാണ് തിരുനീലകണ്ഠനെ അവിടെ നിയമിച്ചത്. ഇതുകൊണ്ടു തിരുനീലകണ്ഠൻ വൈക്കത്തു ചെന്നു ചേർന്ന സമയം അവന്റെ ബാല്യദശ കഴിഞ്ഞിരുന്നുവെന്നും വൈക്കത്തെ എഴുന്നള്ളിപ്പു നിർവ്വഹിക്കാൻ തക്ക പ്രായവും പുഷ്ടിയും അവനു സിദ്ധിച്ചിരുന്നുവെന്നും തീർച്ചയാക്കാം. വേലായുധനു തിരുനീലകണ്ഠനേക്കാൾ വലിപ്പമുണ്ടായിരുന്നു. എങ്കിലും ഭംഗിയും തലയെടുപ്പും തിരുനീലകണ്ഠനോളം വേലായുധനുണ്ടായിരുന്നില്ല. എഴുന്നള്ളിക്കുന്ന സമയ

ങ്ങളിൽ തിരുനീലകണ്ഠൻ തല ഒന്നു കൂടി ഉയർത്തിപ്പിടിക്കുമായിരുന്നു. അതിനാൽ ആ സമയം മുമ്പിൽനിന്നു നോക്കിയാൽ വേലായുധനേക്കാൾ പൊക്കം കൂടുതൽ തിരുനീലകണ്ഠനാണെന്നു തോന്നും. തലയെടുപ്പ്, തലക്കട്ടി, മസ്തകത്തിന്റെ വിരിവ്, ദേഹത്തിന്റെ പുഷ്ടി, കൊമ്പുകളുടെയും ചെവികളുടെയും വലിപ്പം, ഭംഗി ഇങ്ങനെയുള്ള ഓരോ ഭാഗങ്ങൾ നോക്കിയാലും തിരുനീലകണ്ഠനെപ്പോലെയുള്ള ഒരാന 'ന ഭൂതോ ന ഭവിഷ്യതി' എന്നു തന്നെ തീർച്ചപറയാം. എഴുന്നള്ളിക്കുന്ന സമയങ്ങളിൽ തല ഉയർത്തിപ്പിടിച്ചുകൊണ്ടും വാദ്യഘോഷങ്ങളുടെ താളമൊപ്പിച്ചു ചെവിയാട്ടിക്കൊണ്ടുമുള്ള അവന്റെ ആ നിലയുടെ ഭംഗി ഒന്നു വേറെ തന്നെയാണ്. എന്നാൽ വിസ്മയനീയവും ശ്ലാഘ്യവുമായിരിക്കുന്നത് തിരുനീലകണ്ഠന്റെ സ്വഭാവഗുണവും ബുദ്ധി മാഹാത്മ്യവുമാണ്.

ആനകളുടെ വർഗത്തിലും ബ്രാഹ്മണൻ, ക്ഷത്രിയൻ, വൈശ്യൻ, ശൂദ്രൻ ഇങ്ങനെ നാലു വകയുണ്ടെന്നും അവയിൽ തിരുനീലകണ്ഠൻ ബ്രാഹ്മണവർഗ്ഗത്തിലുൾപ്പെട്ടവനാണെന്നുമാണ് ചിലരുടെ അഭിപ്രായം. തിരുനീലകണ്ഠൻ മനസ്സറിഞ്ഞ് ആരെയും കൊന്നിട്ടില്ല. അവൻ നിമിത്തം ഒരു മുഹമ്മദീയസ്ത്രീ മാത്രം മരിച്ചിട്ടുണ്ടെന്നു വേണമെങ്കിൽ പറയാം. ചിലപ്പോൾ എഴുന്നള്ളിപ്പാനായി തിരുനീലകണ്ഠനെ ചേർത്തല കൊണ്ടുപോകാറുണ്ടായിരുന്നു. അവനെ മുട്ടത്തങ്ങാടിയിൽക്കൂടി കൊണ്ടുപോകുമ്പോൾ മിക്ക കച്ചവടക്കാരും അവനു പഴക്കുല കൊടുക്കുക പതിവാണ്. ഒരാണ്ടിൽ ഒരു മുഹമ്മദീയവ്യാപാരി അവനു പഴക്കുല കൊടുത്തില്ല. ആ മുഹമ്മദീയനു പഴവും പലഹാരങ്ങളും കച്ചവടവുമുണ്ടായിരുന്നിട്ടും പഴക്കുല കൊടുക്കാതിരുന്നതു ന്യായമായില്ലെന്നാണ് തിരുനീലകണ്ഠനു തോന്നിയത്. മറ്റുള്ള കച്ചവടക്കാർ വില കൊടുത്തു പഴക്കുല വാങ്ങിക്കൊടുത്ത സ്ഥിതിക്ക് അനേകം പഴക്കുലകൾ കൈവശം വെച്ചുകൊണ്ടിരിക്കുകയും പഴം വിറ്റുതന്നെ വളരെ ലാഭമെടുത്തു കൊണ്ടിരിക്കുകയും ചെയ്ത ആ മുഹമ്മദീയൻ ഒന്നും കൊടുക്കാതെയിരുന്നതിനാൽ നമ്മുടെ കഥാനായകനു വൈരസ്യം തോന്നിയത് ഒരന്യായമായി വിചാരിക്കാനുമില്ലല്ലോ. ഏതെങ്കിലും തിരുനീലകണ്ഠൻ വഴിയിൽ നിന്നുകൊണ്ടു തുമ്പിക്കൈ നീട്ടി മഹമ്മദീയന്റെ പീടികയിൽ നിന്നിരുന്ന ഒരു പഴക്കുലയുടെ ഒരറ്റത്തു പിടിച്ചു. അപ്പോൾ കച്ചവടം ചെയ്തുകൊണ്ടിരുന്ന ഒരു മുഹമ്മദീയസ്ത്രീ പഴക്കുലയുടെ മറ്റേത്തലയ്ക്കു പിടിച്ച് അകത്തേയ്ക്ക് വലിച്ചു. 'തിരുനീലകണ്ഠൻ പഴക്കുല പിടിച്ചു പുറത്തേയ്ക്കു വലിച്ചതിനോടുകൂടി ആ സ്ത്രീ തന്റെ മുമ്പിൽ വന്നു വീണയുടനെ തിരുനീലകണ്ഠൻ അവിടെനിന്നും പോയി. ആളുകൾ വന്നു സ്ത്രീയെ എടുത്ത് അകത്തു കൊണ്ടുപോയിക്കിടത്തി അപ്പോഴേക്കും അവൾ മരിച്ചിരുന്നു അത് അവളുടെ ആധികൊണ്ടെന്നല്ലാതെ തിരുനീലകണ്ഠൻ കൊന്നിട്ടെന്നു പറയാനില്ലല്ലോ.

തിരുനീലകണ്ഠൻ വൈക്കത്തു ചെന്നകാലം മുതൽ അവസാനം വരെ അവന്റെ പ്രധാന പാപ്പാൻ 'മൂലയിൽ ഗോവിന്ദശ്ശാര്' എന്നൊരു നായരായിരുന്നു. അയാൾക്കു തിരുനീലകണ്ഠനെക്കുറിച്ചു പുത്രനിർവിശേഷമായ സ്നേഹവും വാൽസല്യവുമുണ്ടായിരുന്നു. തിരുനീലകണ്ഠനു നേരത്തേ എന്തെങ്കിലും ഭക്ഷണം കൊടുക്കാതെ അയാൾ ജലപാനം പോലും കഴിക്കുക പതിവില്ല. വൈകുന്നേരവും അവനു വയറു നിറയത്തക്കവണ്ണം തീറ്റയ്ക്കു വക കരുതാതെ അയാൾ അത്താഴമുണ്ണാറില്ല. ഗോവിന്ദശ്ശാർ പതിവായി അവനെ

പുഴയിൽ കൊണ്ടുപോയി കുളിപ്പിച്ച ക്ഷേത്രത്തിൽകൊണ്ടുചെന്ന തൊഴീച്ച തീർത്ഥവും പ്രസാദവും ത്രിമധുരവും മറ്റും മേടിച്ചുകൊടുക്കുന്നതു കണ്ടാൽ ഇവൻ അയാളുടെ മകൻ തന്നെയായിരിക്കുമോ എന്നു തോന്നിപ്പോകും. അയാൾ അവനെ സാധാരണ വിളിച്ചുവന്നതും 'മക്കളേ!' എന്നുതന്നെയാണ്. പിന്നെ അയാൾ തിരുനീലകണ്ഠന് 'ശങ്കു' എന്ന ഓമനപ്പേരുകൂടി ഇട്ടിരുന്നു. ചിലപ്പോൾ അയാൾ അതും വിളിക്കാറുണ്ടായിരുന്നു. അല്ലാതെ തിരുനീലകണ്ഠനെന്നുള്ള ശബ്ദം അയാൾ ഒരിക്കലും അവനെ വിളിക്കാനും പറയാനും ഉപയോഗിച്ചിരുന്നില്ല. തിരുനീലകണ്ഠൻ ഗോവിന്ദശ്ശാരെ വിചാരിച്ചിരുന്നതും, തന്റെ പിതാവിനെപ്പോലെതന്നെയാണ്. അയാൾ ദൂരെനിന്നുകൊണ്ടു മക്കളേ, അല്ലെങ്കിൽ ശങ്കു, എന്നു വിളിച്ചാൽ ഏറ്റവും ആദരവോടും ഭയഭക്തി സ്നേഹ ബഹുമാനങ്ങളോടുംകൂടി ഉറക്കെ വിളികേട്ടുകൊണ്ട് അവൻ ഓടിചെല്ലുന്നതു കണ്ടാൽ ഏവരും വിസ്മയിച്ചുപോകും. ഗോവിന്ദശ്ശാർ തിരുനീലകണ്ഠനെ ഇപ്രകാരം വശംവദനാക്കിതീർത്തത് ചില മന്ത്രപ്രയോഗങ്ങൾകൊണ്ടാണെന്നു ചിലർ വിശ്വസിക്കുകയും പറയുകയും ചെയ്തിരുന്നു. വാസ്തവത്തിൽ അയാൾ സ്നേഹവാൽസല്യങ്ങളും പരിചരണാദികളുംകൊണ്ടാണ് അവനെ സ്വാധീനപ്പെടുത്തിയത്. അയാൾക്ക് അത് അനായാസേന സാധിച്ചത് അവന്റെ സ്വഭാവഗുണംകൊണ്ടുമാണ്. ഗോവിന്ദശ്ശാർ ഒരിക്കലും തിരുനീലകണ്ഠനെ അടിക്കയും മറ്റും ചെയ്തു വേദനപ്പെടുത്തിയിട്ടില്ല. സകലകാര്യവും നല്ല വാക്കു പറഞ്ഞുതന്നെയാണ് അയാൾ സാധിപ്പിച്ചിട്ടുള്ളത്. അടിക്കുന്നതിനും മറ്റും തിരുനീലകണ്ഠൻ ഒരിക്കലും കാരണമുണ്ടാക്കീട്ടില്ല. അതിനൊന്നും കാരണമുണ്ടാവാനും മാർഗമില്ലായിരുന്നു. സാധാരണ ആനക്കാരൻമാരെപോലെ ഗോവിന്ദശ്ശാർ തിരുനീലകണ്ഠനെകൊണ്ടു കള്ളത്തടി പിടിപ്പിക്കുകയും മറ്റും പതിവില്ല. എഴുന്നള്ളിപ്പുകൾക്കു മാത്രമല്ലാതെ അയാൾ അവനെ ഉപയോഗപ്പെടുത്താറില്ല. അതിലേയ്ക്ക്, വിശേഷിച്ചും വൈക്കത്തു ക്ഷേത്രത്തിൽ വേണ്ടിവരുന്ന ബുദ്ധിമുട്ടും കഷ്ടപ്പാടുമെല്ലാം സഹിക്കാൻ, തിരുനീലകണ്ഠൻ സദാ സന്നദ്ധനുമായിരുന്നു. ഗോവിന്ദശ്ശാർ പറഞ്ഞാല്പിന്നെ പറയാനുമില്ല.

സാധാരണയാനകളെപ്പോലെ തിരുനീലകണ്ഠനെ തളയ്ക്കുക പതിവില്ല. പകൽ സമയമെല്ലാം അവൻ വൈക്കത്തു മതിൽക്കകത്തുതന്നെയാണ് നില്ക്കുക പതിവ്. രാത്രികാലങ്ങളിൽ ഗോവിന്ദശ്ശാരുടെ ഭാര്യാ വീടിനു സമീപം എവിടെയെങ്കിലും അയാൾ തീറ്റി തയ്യാറാക്കി വെച്ചു കൊടുക്കുന്ന സ്ഥലത്തു നില്ക്കുകയും തീറ്റി തിന്നു തീർന്നാൽ കിടന്നുറങ്ങുകയും ചെയ്തുകൊള്ളും. വളരെ വാഴയും തെങ്ങിൻതൈയുമുള്ള പുരയിടങ്ങളിലായാലും തിരുനീലകണ്ഠൻ അവയിലൊന്നും നഷ്ടപ്പെടുത്തുക പതിവില്ല. ഉത്സവകാലത്ത്, വിശേഷിച്ചും അഷ്ടമിദിവസം, സ്ത്രീകളും പുരുഷൻമാരും കുട്ടികളും വൃദ്ധൻമാരും മറ്റുമായി വൈക്കത്തു മതിൽക്കകത്തു ജനങ്ങൾ സദാ തിങ്ങി വിങ്ങി നിറഞ്ഞിരിക്കുമല്ലോ. ആ കൂട്ടത്തിൽ തിരുനീലകണ്ഠനുമുണ്ടായിരിക്കും. അവനെ തളച്ചിരിക്കുകയില്ലെന്നല്ല, ആനക്കാരനും അവിടെയെങ്ങുമുണ്ടായിരിക്കാറില്ല. എന്നാൽ അവൻ ഗോവിന്ദശ്ശാർ ശേഖരിച്ചുകൊടുക്കുന്ന സാമാനങ്ങൾ തിന്നുകൊണ്ട് ഒരരികിലെങ്ങാനും നില്ക്കുകയല്ലാതെ യാതൊരുത്തരെയും യാതൊരു പ്രകാരത്തിലും ഉപദ്രവിക്കുക പതിവില്ല. അവന്റെ ഈ സാധുസ്വഭാവം കണ്ടിട്ട് ചില രസികൻമാർ ഫലിതമായി 'തിരുനീലകണ്ഠനാനകേസരിയാണെങ്കിലും വൈക്കത്തു മതിൽക്കകത്തു ചെന്നാൽ പട്ടിയാകും.' എന്നു പറയാറുണ്ട്.

വൈക്കത്തു ക്ഷേത്രത്തിൽ മിക്ക ദിവസവും സദ്യയുണ്ടായിരിക്കുന്നത് സാധാരണമാണല്ലോ. സദ്യയുള്ള ദിവസങ്ങളിലെല്ലാം ഒരു ചെമ്പു (മൂന്നു പറ അരിയുടെ) ചോറ് തിരുനീലകണ്ഠനും കൊടുക്കണമെന്ന് ഏർപ്പാടുണ്ടായിരുന്നു. അത് അമ്പലവാസിസ്സദ്യ കഴിയുമ്പോഴാണ് പതിവ്. അമ്പലവാസികൾ ഊണുകഴിഞ്ഞ് ഊട്ടുപുരയിൽനിന്ന് ഇറങ്ങിത്തുടങ്ങുമ്പോൾ ആരും പറയാതെതന്നെ തിരുനീലകണ്ഠൻ അടുക്കളവാതിൽക്കൽ ഹാജരാകും. അപ്പോൾ ദേഹണ്ഡക്കാർ പതിവുള്ള ചോറും പായസവും പാത്രങ്ങളിലാക്കി പുറത്തെടുത്തിടും. ഗോവിന്ദശ്ശാർ വന്ന് ഉരുട്ടിയിരുട്ടി വായിൽ വച്ചുകൊടുക്കുകയും തിരുനിലകണാൻ മുറയ്ക്കുവാങ്ങി ഭക്ഷിക്കുകയും ചെയ്യും. ചിലപ്പോൾ ഗോവിന്ദശ്ശാർ വരാതെയിരുന്നാൽ ദേഹണ്ഡക്കാരിൽ പ്രധാനനായ 'വെങ്കിട്ടനെമ്പ്രാൻ'എന്നയാളായിരുന്നു ചോറുരുട്ടികൊടുക്കുക പതിവ്. ആ എമ്പ്രാന്തിരിയും തിരുനീലകണ്ഠനും തമ്മിലും വലിയ സ്നേഹമായിരുന്നു. ചുരുക്കത്തിലുള്ള ചില സദ്യകളുണ്ടായാൽ ചിലപ്പോൾ അമ്പലവാസിസ്സദ്യ ഉണ്ടായില്ലെന്നുംവരും. എങ്കിലും തിരുനീലകണ്ഠനു പതിവുള്ളതു കൊടുക്കാതെയിരിക്കാറില്ല. അമ്പലവാസിസ്സദ്യ ഇല്ലാത്ത ദിവസങ്ങളിൽ അടുക്കളവാതിൽക്കൽ ഹാജരാകേണ്ടുന്ന സമയം നിശ്ചയമില്ലാതെ തിരുനീലകണ്ഠൻ ചിലപ്പോൾ സ്വല്പം താമസിച്ചുപോയിയെന്നുവരും. എന്നാൽ വെങ്കിട്ടനെമ്പ്രാൻ ചോറെടുത്തു പുറത്തിട്ടുകൊണ്ടു ശങ്കു! എന്ന് ഉറക്കെ വിളിക്കും. വിളികേട്ടാലുടനെ അവനവിടെ എത്തുകയും ചോറു വാങ്ങി ഭക്ഷിക്കുകയും ചെയ്യും. ഭക്ഷണം കഴിഞ്ഞാലുടനെ യഥാപൂർവ്വം അവൻ അവന്റെ സ്ഥാനത്തു പോയി നില്ക്കുകയും ചെയ്യും. ആനക്കൊട്ടിലിന്റെ വടക്കുവശത്തു കിഴക്കോട്ടു മാറി ആ അരികിലാണ് അവൻ പകൽസമയം നില്ക്കുക പതിവ്. ചില ദിവസം വല്ല കാരണത്താലും അവനു പതിവുള്ള ചോറുമുഴുവനും കിട്ടാതെവന്നാൽ അടുക്കളവാതിൽക്കൽനിന്ന് അവൻ പോവുകയില്ല. കുറച്ചുനേരംകൂടി അവിടെ നിന്നിട്ടും ചോറു മുഴുവനും കൊടുത്തില്ലെങ്കിൽ തഹശീൽദാർ ഇരിക്കുന്ന സ്ഥലത്തു ചെന്ന് ഉറക്കെ ഒന്നു ഗർജിക്കും. തിരുനീലകണ്ഠൻ ആവലാതിക്കു ചെല്ലുമ്പോൾത്തന്നെ തഹശീൽദാരൻമാർക്കു കാര്യം മനസ്സിലാകും. അന്വേഷിക്കുമ്പോൾ ചോറു മുഴുവനും കൊടുത്തില്ലായിരിക്കും. തഹശീൽദാരുടെ മുമ്പിൽനിന്ന് അവൻ പോകണമെങ്കിൽ അവനു കൊടുപ്പാനുള്ള ചോറ്, അല്ലെങ്കിൽ അതിനു ശരിയാകത്തക്കവണ്ണമുള്ള പഴം, ശർക്കര, നാളികേരം മുതലായ സാമാനങ്ങൾ ഏതെങ്കിലും കൊടുത്തുകഴിഞ്ഞാൽ വാങ്ങി ഭക്ഷിക്കുകയും സ്വസ്ഥാനത്തു പോയി നില്ക്കുകയും ചെയ്തുകൊള്ളും. ഇതിനൊന്നിനും തിരുനീലകണ്ഠന് ആനക്കാരൻമാരുടെ സഹായം ആവശ്യമില്ലായിരുന്നു.

എഴുന്നള്ളിക്കാറാകുമ്പോൾ ആനക്കാരൻമാരാരുമവിടെയില്ലെങ്കിലും തിരുനീലകണ്ഠൻ സ്വയമേവ കൊടിമരച്ചുവട്ടിൽ ഹാജരാകും. തലയിൽക്കെട്ടു കെട്ടിക്കുന്നതിന് ആർക്കെങ്കിലും പുറത്തുകയറാം. അവൻ യാതൊരുപദ്രവവും ചെയ്യുകയില്ല. എന്നാൽ മുൻവശത്തുകൂടി കേറുകയും ഇറങ്ങുകയും ഗോവിന്ദശ്ശാരും എഴുന്നള്ളിക്കുന്ന ആളും മാത്രമേ പാടുള്ളൂ എന്ന് അവന് നിർബന്ധമുണ്ട്. മറ്റാരായാലും അവൻ പിൻകാൽ പൊക്കിക്കൊടുക്കും. അതിലേ കേറുകയും ഇറങ്ങുകയും ചെയ്തു കൊള്ളണം എന്നാണ് അവന്റെ ചട്ടം. എഴുന്നള്ളിപ്പിന് ആനക്കാരില്ലെങ്കിലും കഴിച്ചുകൂട്ടുന്നതിന് ഒരു പ്രയാസവുമില്ല. ഇന്നിന്ന സ്ഥലങ്ങളിൽ നടക്കണം, ഇന്ന സ്ഥലത്തു വേഗത്തിൽ നടക്കണം, ഇന്ന

സ്ഥലത്തു സാവധാനത്തിൽ നടക്കണം, നില്ക്കുന്നത് ഇത്രനേരം വേണം, ഇത്രാമതിത്രാമതുത്സവങ്ങളിൽ ശീവേലിക്കും വിളക്കിനും ഇത്രയിത്രനേരം താമസിക്കണമെന്നും മറ്റുമുള്ള കാര്യങ്ങൾ തിരുനീലകണ്ഠനു നല്ല നിശ്ചയമുണ്ടായിരുന്നു. ആനക്കാരുണ്ടായിരുന്നാൽ അവർ പറ്റുകേളി, വളരെ വിസ്തരിച്ചുള്ള നാഗസ്വരപ്രദക്ഷിണം. ചെണ്ടപ്രദക്ഷിണം എന്നിവയാകുമ്പോൾ തിരുനീലകണ്ഠന്റെ കാലുകളിൻമേൽ ചാരിയിരുന്നുറങ്ങുക പതിവാണ്. എന്നാൽ നില്ക്കുന്ന നിലയിൽ നിന്നു നടന്നു തുടങ്ങാറാകുമ്പോൾ അവൻ പതുക്കെ തുമ്പിക്കൈകൊണ്ടും മറ്റും അവരെ ഉണർത്തുകയല്ലാതെ ഉപദ്രവിക്കുക പതിവില്ല. സന്ധ്യവേലക്കാലത്തും ഉത്സവകാലത്തും വിളക്കിന്റെ ഉരുട്ടുചെണ്ട പ്രദക്ഷിണം വടക്കെ നടയിലാകുമ്പോൾ തിരുനീലകണ്ഠൻ അതിഗംഭീര ശബ്ദത്തോടുകൂടി ഗർജ്ജിക്കുക പതിവാണ്. അപ്പോൾ വലിയ കലവറയിൽ നിന്നു മൂന്നാലു പഴക്കുല കൊണ്ടുചെന്ന് അവന് കൊടുത്തേയ്ക്കണം. പിന്നെ എത്രനേരം വേണമെങ്കിലും നില്ക്കുന്നതിന് അവനു യാതൊരു വിരോധവുമില്ല. അതു കൊടുത്തില്ലെങ്കിൽ അവൻ ക്ഷണത്തിൽ നടന്നു പ്രദക്ഷിണം തികച്ചിട്ടു കൊടിമരച്ചുവട്ടിൽ ചെന്നു മടക്കും. ഉടനെ ഇറക്കിയെഴുന്നള്ളിച്ചുകൊള്ളണം. അങ്ങനെയാണ് അവന്റെ ഏർപ്പാട്. അവന്റെ ഹിതത്തിനു വിപരീതമായി ഗോവിന്ദശ്ശാരൊന്നും പറയാറില്ല. പറഞ്ഞാൽ കേൾക്കുമോ എന്ന് അയാൾ പരീക്ഷിച്ചിട്ടില്ല. ഗോവിന്ദശ്ശാരു പറഞ്ഞാൽ തിരുനീലകണ്ഠൻ എന്തും ചെയ്യുമെന്നാണ് പരസമ്മതം. ആ മാനം പൊയ്പ്പോയെങ്കിലോ എന്നു വിചാരിച്ചുകൂടിയായിരിക്കാം അതു പരീക്ഷിച്ചുനോക്കാതെയിരുന്നിട്ടുള്ളത്. തിരുനീലകണ്ഠന്റെ ഈ സ്വഭാവം എല്ലാവർക്കും അറിയാവുന്നതുകൊണ്ട് അവന്റെ ഗർജനം കേട്ടാലുടനെ പഴക്കുലകൊണ്ടുചെന്നു കൊടുക്കാതെയിരിക്കാറില്ല. ചില തഹശീൽദാന്മാരുടെ സ്വഭാവവ്യത്യാസം നിമിത്തം ഒന്നോ രണ്ടോ പ്രാവശ്യമേ തിരുനീലകണ്ഠന്റെ ഗർജനം കേട്ടിട്ടും പഴക്കുലകൊടുക്കാതെയിരുന്നിട്ടുള്ളൂ. അന്നൊക്കെ അവൻ മേല്പ്രകാരം വിളക്ക് ക്ഷണത്തിൽ കഴിച്ചുകൂട്ടുകയും ചെയ്തു.

തിരുനീലകണ്ഠന്റെ ഓർമശക്തിയും വിസ്മയിക്കത്തക്കതുതന്നെയായിരുന്നു. ഒരിക്കൽ അവനെ ഏറ്റുമാനൂരാറാട്ടിന് എഴുന്നള്ളിക്കാൻ കൊണ്ടുപോയിരുന്നു. എഴുന്നള്ളിച്ചു വടക്കെ നടയിലായപ്പോൾ ചുറ്റമ്പലത്തിൽനിന്നും പുറത്തേക്ക് അടിയിൽകൂടിയുള്ള ഓകിന്റെ മീതെയിരുന്ന തളക്കല്ലിൻമേൽ അവൻ ചവിട്ടുകയും കല്ല് കീഴ്പ്പോട്ടു താണുപോകുകയും ചെയ്തു. തിരുനീലകണ്ഠൻ അവന്റെ സാമർത്ഥ്യംകൊണ്ടു കാൽ ആ കുഴിയിലകപ്പെടാതെ ക്ഷണത്തിൽ അവിടം കടന്നുകളഞ്ഞു. പിന്നെയും ആണ്ടുതോറും അവനെ ഏറ്റുമാനൂരാറാട്ടിനെഴുന്നള്ളിക്കാൻ കൊണ്ടു പോകാറുണ്ടായിരുന്നു. എന്നാൽ അവൻ വടക്കെ നടയിൽ ആ ഓകിന്റെ ചൊവ്വിനാകുമ്പോൾ ആ തളക്കല്ലിൻമേൽ ചവിട്ടാതെ കാൽ അകത്തിവയ്ക്കുക പതിവായിരുന്നു. വളരെക്കാലം കഴിഞ്ഞിട്ടും ഒരിക്കലവന് അബദ്ധം പറ്റാൻ ഭവിച്ച ആ സംഗതി അവൻ മറന്നില്ല.

തിരുനീലകണ്ഠനു നമ്മുടെ ഇപ്പോഴത്തെ ഗംഗാധരനെയും മറ്റും പോലെ കൂട്ടാനയെക്കുത്തുകയെന്നുള്ള ദുഃസ്വഭാവമുണ്ടായിരുന്നില്ല. എന്നു മാത്രമല്ല, അവനു സ്വജാതിസ്നേഹവും ധാരാളമുണ്ടായിരുന്നു. ചില കുട്ടിയാനകൾ തിന്നാനൊന്നുമില്ലാതെ വിശന്നു നില്ക്കുന്നതു കണ്ടാൽ അവൻ അവന്റെ

തീറ്റസ്സാമാനങ്ങളിൽ നിന്നു കുറേശ്ശെയെടുത്ത് അവയുടെ മുമ്പിലേക്ക് മാറ്റിയിട്ടുകൊടുക്കുക പതിവാണ്. എന്നാൽ കൂട്ടാനയെ കുത്തുന്ന ആനകളോട് അവന് വളരെ വിരോധവുമാണ്. വേലായുധൻ കഴിഞ്ഞതിന്റെ ശേഷം ഒരഷ്ടമിയെഴുന്നള്ളത്തിനു ചങ്ങനാശ്ശേരി ലക്ഷ്മീപുരത്തുകൊട്ടാരംവക ഒരാനയെ വൈക്കത്തു വരുത്തിയിരുന്നു. ആ ആനയും വളരെ നല്ലതായിരുന്നു. പക്ഷേ, കൂട്ടാനയെ കുത്തുകയെന്നുള്ള ദുഃസ്വഭാവംകൊണ്ട് അവനെ എഴുന്നള്ളത്തിനു കൊണ്ടുപോകാൻ എല്ലാവർക്കും വളരെ ഭയമായിരുന്നു. വൈക്കത്ത് അക്കൊല്ലം വേറെ നല്ലയാനയെ കിട്ടായ്കകൊണ്ടുമാത്രം അവനെ വരുത്തിയതാണ്. അഷ്ടമിദിവസം വൈക്കത്തപ്പനെയും ഉദയനാപുരത്തപ്പനെയും എഴുന്നള്ളിക്കുന്നതിന് രണ്ടു നല്ലയാനകളില്ലാതെ നിവൃത്തിയില്ലല്ലോ. ലക്ഷ്മീപുരത്തുകൊട്ടാരത്തിലെ ആനയെ വരുത്തിയ കാലം അഷ്ടമിക്കു കൊട്ടാരം വക ആനപ്പുറത്ത് വൈക്കത്തപ്പനെയും തിരുനീലകണ്ഠന്റെ പുറത്ത് ഉദയനാപുരത്തപ്പനെയുമാണ് എഴുന്നള്ളിച്ചിരുന്നത്. ഉദയനാപുരത്തപ്പന്റെ എഴുന്നള്ളത്തു വടക്കെ ഗോപുരത്തിനകത്തു കടന്നു കിഴക്കോട്ടു തിരിഞ്ഞപ്പോൾ വൈക്കത്തപ്പനെ വഹിച്ചുകൊണ്ട് കൊട്ടാരം വക ആന കിഴക്കെ ആനക്കൊട്ടിലിൽ പടിഞ്ഞാട്ടു തിരിഞ്ഞു നില്ക്കുന്നുണ്ടായിരുന്നു. തിരുനീലകണ്ഠൻ തലയുയർത്തിപ്പിടിച്ചു ചെവിയുമാട്ടി മന്ദംമന്ദം ആടിക്കുഴഞ്ഞ് അങ്ങനെ വരുന്നതു കണ്ടിട്ടു കൊട്ടാരംവക ആനയ്ക്ക് ഒട്ടും രസിച്ചില്ല. നമ്മുടെ കഥാനായകനെ നേരിട്ടു കണ്ടപ്പോഴേക്കും മറ്റേയാന ചെവി വട്ടം പിടിക്കുകയും വാലുയർത്തിപ്പിടിക്കുകയും ചെയ്തുകൊണ്ടു മുൻപോട്ടു നടന്നുതുടങ്ങി. ആനക്കാരനമാർ തോട്ടിയിട്ട് പിടിക്കുകയും കുന്തംകൊണ്ടു കുത്തുകയും മറ്റും ചെയ്തിട്ടും അവൻ നിന്നില്ല. ആ ആന, ആനക്കൊട്ടിലിനു പുറത്തായപ്പോഴേക്കും വൈക്കത്തു മതിൽക്കകത്തുണ്ടായ ഭ്രകമ്പം ഇന്നപ്രകാരമെന്നു പറയാൻ പ്രയാസം. വാദ്യക്കാർ, തീവെട്ടിക്കാർ, മുതലായവർപോലും പ്രാണഭീതിയോടുകൂടി നാലു പുറത്തേക്കും ഓടി. ഇതൊക്കെയായിട്ടും നമ്മുടെ തിരുനീലകണ്ഠനും ഗോവിന്ദശ്ശാർക്കും ഒരിളക്കവുമുണ്ടായില്ല. കൊട്ടാരം വക ആന അടുത്തു തുടങ്ങിയപ്പോൾ തിരുനീലകണ്ഠൻ ഗോവിന്ദശ്ശാരുടെ കയ്യിലിരുന്ന വളർവടി തുമ്പിക്കൈയ്യിൽ മേടിച്ചു പിടിച്ചു. കൊട്ടാരം വക ആന തിരുനീലകണ്ഠനെ കുത്താനായി പാഞ്ഞുചെന്ന സമയം തിരുനീലകണ്ഠൻ സ്ഥാനം നോക്കി ആ വടികൊണ്ട് ഒരടി കൊടുത്തു. അടി കൊണ്ട ഉടനെ കൊട്ടാരംവക ആന ഉറക്കെ നിലവിളിച്ചുകൊണ്ട് ഓടിച്ചെന്നു ബലിക്കല്പുരയിൽക്കയറി പേടിച്ചു വിറച്ചുകൊണ്ടു നിന്നു. ആനക്കാരന്മാർ പഠിച്ച വിദ്യകളെല്ലാം നോക്കീട്ടും ആ ആനയെ അപ്പോൾ അവിടെനിന്ന് ഇറക്കിക്കൊണ്ടു പോകാൻ കഴിഞ്ഞില്ല. വൈക്കത്തപ്പനെയും ഉദയനാപുരത്തപ്പനെയും കൂടി ഒരുമിച്ച് ആനക്കൊട്ടിലിൽ എഴുന്നള്ളിച്ചുനിറുത്തീട്ടു വേണമല്ലോ കാണിക്കയിടുക മുതലായവ നടത്താൻ. അതിനാൽ വെറൊരാനയെക്കൊണ്ടു വന്നു കൊട്ടാരംവക ആനയുടെ പുറത്തു നിന്നു വൈക്കത്തപ്പനെ ആ ആനയുടെ പുറത്തേക്കു മാറ്റി എഴുന്നള്ളിച്ചു, കിഴക്കെ ആനക്കൊട്ടിലിൽ ഉദയനാപുരത്തപ്പനോടുകൂടി നിറുത്തി, കാണിക്കയിടുക കഴിക്കുകയും അവിടെ നിന്നെഴുന്നള്ളിച്ചു പടിഞ്ഞാറെ നടയിലാവുകയും ചെയ്തതിന്റെശേഷം കൊട്ടാരംവക ആനയെ ബലിക്കല്പുരയിൽനിന്നിറക്കി, തലയിൽക്കെട്ട് അഴിച്ചെടുത്തുകൊണ്ടുപോയിത്തളച്ചു. അതില്പിന്നെ കൊട്ടാരംവക ആന കൂട്ടാനയെക്കുത്തുക

ഒരിക്കലുമുണ്ടായിട്ടില്ല. തിരുനീലകണ്ഠനെ തിരുവിതാംകൂറിനു പുറത്ത് ഒരു സ്ഥലത്തും അയയ്ക്കുക പതിവില്ല. തൃപ്പൂണിത്തുറയുൽസവം, തൃശ്ശിവപേരൂർ പൂരം, ആറാട്ടുപുഴപൂരം മുതലായ അടിയന്തിരങ്ങൾക്ക് എഴുന്നള്ളിപ്പിനായി തിരുനീലകണ്ഠനെ കൊണ്ടുപോകുന്നതിനു പലരും വരികയും വളരെ നിർബന്ധിക്കുകയും കൂലി എന്തുവേണമെങ്കിലും കൊടുക്കാമെന്നു പറയുകയും മറ്റും പല പ്രാവശ്യമുണ്ടായിട്ടുണ്ട്. എങ്കിലും അവനെ എങ്ങും അയയ്ക്കാറില്ല. തിരുനീലകണ്ഠന്റെ അന്യാദൃശങ്ങളായ യോഗ്യതാംശങ്ങൾ കേട്ടുകേട്ട് അവനെ ഒന്നു കാണണമെന്നുള്ള ആഗ്രഹം കൊച്ചിത്തമ്പുരാക്കൻമാർക്കു കലശലായിത്തീരുകയാൽ നമ്മുടെ ആയില്യം തിരുനാൾ തിരുമനസ്സിലേക്കാലത്ത് അവിടുത്തെപ്പേർക്ക് അന്നത്തെ കൊച്ചി വലിയതമ്പുരാൻ തിരുമനസ്സുകൊണ്ടു തൃപ്പൂണിത്തുറ ക്ഷേത്രത്തിൽ ഒരു കളഭവും വിളക്കും നിശ്ചയിച്ചിരിക്കുന്നുവെന്നും അതിന്റെ എഴുന്നള്ളിപ്പിന് തിരുനീലകണ്ഠനെ അയയ്ക്കുന്നതിന് അനുവാദമുണ്ടായിരിക്കണമെന്നും നേരിട്ടു ഒരു സ്വകാര്യക്കത്തയയ്ക്കുകയും അതിൻപ്രകാരം കല്പിച്ചനുവദിച്ചു കല്പനപ്രകാരം എഴുതി വരികയും ചെയ്യുകയാൽ ഒരിക്കൽ അവനെ തൃപ്പൂണിത്തുറ അയയ്ക്കുകയുണ്ടായിട്ടുണ്ട്. ആ എഴുന്നള്ളിപ്പുകഴിഞ്ഞു തിരിയെ വൈക്കത്തു കൊണ്ടുവന്നപ്പോഴേക്കും തിരുനീലകണ്ഠൻ വളരെ ക്ഷീണിക്കുകയും പഴം കൊടുത്താല്പോലും തിന്നാതെയും വെള്ളം കുടിക്കാതെയുമാവുകയും എണീറ്റു നടക്കാൻപോലും ശക്തനല്ലാതെ കിടപ്പാവുകയും അവന്റെ ദേഹത്തിലെല്ലാം കഴഞ്ചിക്കുരുമുഴുപ്പിൽ ഒരുമാതിരി പോളയുണ്ടാവുകയും ചെയ്തു. പിന്നെ വേലൻപ്രവൃത്തി, വറതിരുമ്മുക, മുതലായ മന്ത്രവാദങ്ങളും അനേകം ചികിൽസകളും മറ്റും ചെയ്തതിന്റെ ശേഷമാണ് അവനു സുഖമായത്. ഈ ആപത്തുണ്ടായതു കരിങ്കണ്ണൻമാരായ ആരുടെയോ നാവിൻദോഷം നിമിത്തമാണെന്നുള്ളതു വിശേഷിച്ചു പറയണമെന്നില്ലല്ലോ. ഇതു കഴിഞ്ഞതില്പിന്നെ അവനെ ഈ രാജ്യത്തിനു പുറത്ത് ഒരു സ്ഥലത്തുമയച്ചിട്ടില്ല.

ഒരാണ്ടിൽ കുംഭമാസത്തിലഷ്ടമിക്കു കിഴക്കോട്ടെഴുന്നള്ളിച്ചുപോയ സമയം മദ്ധ്യേ മാർഗം ഒരു സ്ഥലത്തുവെച്ചു തലയിൽക്കെട്ടിലെ ഒരു സ്വർണകുമിള ചില കുത്തുകൾ വിട്ടുപോവുകയാൽ തൂങ്ങിക്കിടക്കുന്ന തായിക്കണ്ടു ഗോവിന്ദശ്ശാർ അതു പറിച്ചെടുക്കാനായി ഭാവിച്ചു. സർക്കാർവക ഉരുപ്പടി വല്ലെടത്തും പൊഴിഞ്ഞുപോയാൽ വഴക്കായി തീരുമല്ലോ എന്നും അതിനിടയാകാതെ അതു പറിച്ചെടുത്തു ദേവസ്വക്കാരെ ഏല്പിച്ചേക്കാമെന്നും മാത്രമേ ഗോവിന്ദശ്ശാരു വിചാരിച്ചുള്ളൂ. താൻ തലയിൽക്കെട്ടിൽ തൊടുമ്പോൾ എഴുന്നെക്കള്ളിക്കപ്പെട്ടിരുന്ന ബിംബവും എഴുന്നള്ളിച്ചിരിക്കുന്ന ആളുകളും ശുദ്ധംമാറുമെന്നുള്ള വിചാരം അയാൾക്കുണ്ടായില്ല. എന്നാൽ തിരുനീലകണ്ഠനു താൻ വഹിക്കുന്ന ബിംബവും മറ്റും ശുദ്ധം മാറരുതെന്നുള്ള വിചാരം നല്ലപോലെയുള്ളതിനാൽ അവനതു സമ്മതിച്ചില്ല. കുമിളപറിച്ചെടുക്കാനായി ഗോവിന്ദശ്ശാർ കൈ പൊക്കിയപ്പോൾ തിരുനീലകണ്ഠൻ അവന്റെ കടക്കൊമ്പുകൊണ്ടു പതുക്കെ ഒരു തട്ടുകൊടുത്തു. തിരുനീലകണ്ഠന്റെ തട്ടു വളരെ പതുക്കെയും ദയയോടുകൂടിയതുമായിരുന്നുവെങ്കിലും ഗോവിന്ദശ്ശാർക്ക് അതു കണക്കിനു പറ്റി. 'അയ്യോ! മക്കളേ! ചതിച്ചോടാ!' എന്നുള്ള നിലവിളിയോടുകൂടി അയാൾ തൽക്ഷണം നിലത്തു പതിച്ചു. അപ്പോഴേക്കും തിരുനീലകണ്ഠൻ വളരെ വല്ലാതെയായി. അവൻ പശ്ചാത്താപത്തോടുകൂടി കണ്ണു

നീരൊഴുക്കുകയും ചില ദീനസ്വരങ്ങൾ പുറപ്പെടുവിക്കുകയും ചെയ്തുകൊണ്ട് അവിടെതന്നെ നിന്നു. അവനെ അവിടെനിന്നു മാറ്റി കിഴക്കോട്ടെഴുന്നള്ളിച്ചു കൊണ്ടുപോകുന്നതിന് മറ്റുള്ള ആനക്കാരെല്ലാം പഠിച്ച വിദ്യകളെല്ലാമെടുത്തിട്ടും സാധിച്ചില്ല. രണ്ടുമൂന്നു നാഴിക കഴിഞ്ഞപ്പോൾ ഗോവിന്ദശ്ശാർക്കു ബോധം വീഴുകയാൽ അയാൾ പതുക്കെ എണീറ്റിരുന്നു. അപ്പോൾ തന്റെ പ്രിയപ്പെട്ട വളർത്തുപുത്രനായ ശങ്കു വിഷണ്ണനായി നില്ക്കുന്നതു കണ്ട് അയാൾ 'ഇല്ല മക്കളേ സാരമില്ല; എനിക്കൊന്നും പറ്റിയില്ല. എന്റെ മക്കൾ പൊയ്ക്കോ വൈക്കത്തപ്പന്റെ എഴുന്നള്ളത്തിനു താമസം വരുത്തരുത്"എന്നു പറഞ്ഞു. ഇത്രയും കേട്ടതിന്റെ ശേഷം തിരുനീലകണ്ഠൻ കിഴക്കോട്ടു നടന്നു തുടങ്ങി. കണ്ണുനീരുമൊലിപ്പിച്ചുകൊണ്ട് അവൻ പോയ പോക്കുകണ്ടാൽ മനസ്സോടു കൂടി പോകുന്നതല്ലെന്നും ഗോവിന്ദശ്ശാരെ വിട്ടുപോകുന്നതിന് അവനൊട്ടും മനസ്സില്ലെന്നും വൈക്കത്തപ്പന്റെ അടിയന്തിരത്തിനു വീഴ്ച വരരുതല്ലോ എന്നുമാത്രം വിചാരിച്ചു പോകുന്നതാണെന്നും ആർക്കും മനസ്സിലാകുമായിരുന്നു. കിഴക്കോട്ടെഴുന്നള്ളിച്ചു പോയതിന്റെശേഷം ഗോവിന്ദശ്ശാരെ ചിലരെല്ലാംകൂടി എടുത്ത് അയാളുടെ ഭാര്യാഗൃഹത്തിൽ കൊണ്ടുപോയി കിടത്തി (ഗോവിന്ദശ്ശാർ പതിവായി താമസിച്ചിരുന്നത് അവിടെയാണ്). എഴുന്നള്ളിപ്പു കഴിഞ്ഞു തലയിൽക്കെട്ട് അഴിച്ചെടുത്ത മാത്രയിൽ തിരുനീലകണ്ഠനും ആ വീടിന്റെ മുറ്റത്തെത്തി. പിന്നെ ഗോവിന്ദശ്ശാർക്കു സുഖമാകുന്നതുവരെ അവൻ മിക്കസമയവും അവിടെതന്നെയാണ് താമസിച്ചിരുന്നത്. മതിൽക്കകത്തു പോയിട്ട് വേണ്ടുന്ന കാര്യങ്ങൾക്കു മാത്രമേ അവൻ അവിടം വിട്ടുപോകാറുണ്ടായിരുന്നുള്ളൂ. ഗോവിന്ദശ്ശാർക്കു സുഖമാകുന്നതിനു രണ്ടുമൂന്നു മാസം വേണ്ടിവന്നു. അത്രയും കാലം തിരുനീലകണ്ഠൻ സാമാന്യംപോലെ തീറ്റി തിന്നുകപോലും ചെയ്തിരുന്നില്ല. ഇപ്രകാരമൊരബദ്ധം തിരുനീലകണ്ഠനു മുമ്പും അതില്പിന്നെയും പറ്റീട്ടുമില്ല.

1061-ാം ആണ്ട് കർക്കടകസംക്രാന്തിക്കു പതിവുള്ള ശീവേലി കഴിഞ്ഞതിന്റെശേഷം തിരുനീലകണ്ഠനെ വൈക്കത്തിന്റെ തെക്കേക്കരയായ തോട്ടകത്തോളം കൊണ്ടുപോകേണ്ടതായിവന്നു. എന്തോ അസകൗര്യം നിമിത്തം ഗോവിന്ദശ്ശാർക്കു കൂടെപ്പോകുന്നതിനു തരപ്പെട്ടില്ല. അയാളുടെ അസിസ്റ്റന്റായ ഒരു ശങ്കുശ്ശാരാണ് തിരുനീലകണ്ഠനെ കൊണ്ടുപോയത്. വലിയാനപ്പുഴയാറ്റിൽ അന്നു കഠിനമായ ഒഴുക്കുണ്ടായിരുന്നു. ഗോവിന്ദശ്ശാരായിരുന്നുവെങ്കിൽ തിരുനീലകണ്ഠനെ ആ സമയം ആറ്റിൽ ഇറക്കുകയില്ലായിരുന്നു. ശങ്കുശ്ശാർ അവനെ ആറ്റിൽ നീന്തിച്ച് അക്കര കയറ്റി. അന്നുതന്നെ അയാൾ അവനെ വടക്കേക്കരെയ്ക്കും നീന്തിച്ചുകയറ്റി. ഇങ്ങോട്ടായപ്പോഴേക്കും തിരുനീലകണ്ഠൻ വളരെ വിഷമിച്ചു. ഒന്നുരണ്ടു പ്രാവശ്യം ഒഴുകിപ്പോകാൻ തുടങ്ങി. എങ്കിലും അവൻ ഒരുവിധം കരയ്ക്കുകയറിയെന്നേ പറയാനുള്ളൂ. അപ്പോഴേക്കും നമ്മുടെ കഥാനായകൻ വളരെ അവശനായി.

തിരുനീലകണ്ഠൻ വടക്കേക്കര കയറിയപ്പോഴേക്കും ഗോവിന്ദശ്ശാരും അവിടെയെത്തി. അയാളെകണ്ടപ്പോൾ തിരുനീലകണ്ഠൻ തനിക്കു വളരെ അവശതപറ്റിയിരിക്കുന്നു എന്നു ചില ദീനസ്വരങ്ങൾകൊണ്ടു ഭാവഭേദം കൊണ്ടും ഗോവിന്ദശ്ശാർ മനസ്സിലാക്കി. കുറച്ചു നടന്നപ്പോഴേക്കും നടക്കാൻ പാടില്ലാതെ തിരുനീലകണ്ഠൻ നിന്നു തുടങ്ങി. അതു കണ്ടു ഗോവിന്ദശ്ശാർ, 'എന്റെ മക്കൾക്കു നടക്കാൻ വയ്യാതായോ? എന്റെ മകനെന്തുപിണഞ്ഞു?'

എന്നു ചോദിച്ചുകൊണ്ട് കരഞ്ഞുതുടങ്ങി. അതുകണ്ടു തിരുനീലകണ്ഠനും കണ്ണുനീരു പൊഴിച്ചുതുടങ്ങി. 'നടക്കാൻ വയ്യെങ്കിൽ എന്റെ മക്കൾ ഇന്നിനി നടക്കേണ്ട' എന്നു പറഞ്ഞ് ഗോവിന്ദശ്ശാർ അവനെ അവിടെ അടുത്തുള്ള ഒരു പുരയിടത്തിലേയ്ക്കു കയറ്റി. ആ പുരയിടം വഴിയേക്കാൾ സ്വല്പമുയർന്നതിനാൽ അങ്ങോട്ടു കയറുന്നതിനുതന്നെ തിരുനീലകണ്ഠൻ വളരെ പ്രയാസപ്പെട്ടു. അവിടെ നിന്നിരുന്ന ഒരു തെങ്ങിന്മേല്പിടിച്ചാണ് അവൻ കയറിയത്. ഗോവിന്ദശ്ശാർ അവനു കുറേ തെങ്ങോലയും കൈതയും കൊണ്ടു കൊടുത്തു. അവൻ ഒന്നും തിന്നില്ല. പിന്നെ അയാൾ ഒരു കുല പഴം മേടിച്ചു കൊടുത്തു. അതും തിന്നുന്നതിനു നമ്മുടെ കഥാനായകൻ ശക്തനായില്ല. ഓരോ പഴമായിട്ടു വായിൽ വച്ചുകൊടുത്തിട്ടും ഇറക്കുന്നതിനു വയ്യായിരുന്നു. തിരുനീലകണ്ഠൻ പഴം പോലും തിന്നാതെയിരിക്കുകയും വായിൽ വെച്ചുകൊടുത്തപഴമെല്ലാം താഴെ വീഴുകയും ചെയ്യുന്നതുകണ്ട് ഗോവിന്ദശ്ശാർ മാറത്തടിച്ച് ഉറക്കെക്കരഞ്ഞു തുടങ്ങി. അതു കണ്ട് തിരുനീലകണ്ഠനും കണ്ണുനീരൊലിപ്പിക്കുകയും ദീനസ്വരത്തിൽ കരയുകയും തുമ്പിക്കൈ നീട്ടി ഗോവിന്ദശ്ശാരെ കൂടെക്കൂടെ തൊടുകയും മണപ്പിക്കുകയും ചെയ്തുകൊണ്ടിരുന്നു. രാത്രിയായപ്പോൾ അവൻ കിടന്നു. ഗോവിന്ദശ്ശാർ ജലപാനംപോലും കഴിക്കാതെ രാത്രി മുഴുവൻ ഉറക്കമിളച്ച് അവനെ തൊട്ടുതലോടിക്കൊണ്ട് അടുക്കൽതന്നെയിരുന്നു. നേരം വെളുത്തപ്പോഴേക്കും നമ്മുടെ കഥാനായകൻ കഥാവശേഷനായിത്തീരുകയും ചെയ്തു.

തിരുനീലകണ്ഠന്റെ കാലാനന്തരം തൽസ്ഥാനത്തു നിയമിക്കപ്പെട്ട മഞ്ഞപ്രത്തിരുനീലകണ്ഠന്റെ ആനക്കാരനായിട്ടും കുറച്ചുകാലം ജീവിതത്തെ നയിച്ചതിന്റെ ശേഷം ഗോവിന്ദശ്ശാരും പരലോകത്തെ പ്രാപിച്ചു. ആകപ്പാടെ വിചാരിച്ചാൽ വൈക്കത്തു തിരുനീലകണ്ഠനെപ്പോലെ ഒരാനയും മൂലയിൽ ഗോവിന്ദശ്ശാരെപ്പോലെ ഒരാനക്കാരനും അതിനു മുമ്പും അതില്പിന്നെയും ഉണ്ടായിട്ടുമില്ല. ഇനി ഉണ്ടാവുകയുമില്ലെന്നു തീർച്ചയായി പറയാം.

●

കിളിരൂർകുന്നിന്മേൽ ഭഗവതി

തിരുവതാംകൂർ സംസ്ഥാനത്ത് കോട്ടയം താലൂക്കിൽ കിളിരൂർ ദേശം പണ്ടു തെക്കുംകൂർ രാജ്യത്തുൾപ്പെട്ടതായിരുന്നു. അതിനാൽ ഈ ഭഗവതി ക്ഷേത്രം കിളിരൂർ ദേശക്കാർ തെക്കുംകൂർ രാജാവിന്റെ അനുവാദത്തോടും സഹായത്തോടും കൂടിയാണ് പണികഴിപ്പിച്ചത്. എന്നാൽ അവരുടെ വിചാരം ഇവിടെ ഭഗവതിയെ പ്രതിഷ്ഠിക്കണമെന്നല്ലായിരുന്നു. ശാസ്താവിനെ പ്രതിഷ്ഠിക്കണമെന്നുവിചാരിച്ചാണ് ആ ദേശക്കാർ ഈ ക്ഷേത്രം പണികഴിപ്പിച്ചത്. അമ്പലത്തിന്റെ പണിയെല്ലാം കുറേ തീർപ്പിക്കുകയും ശാസ്താവിന്റെ ഒരു വിഗ്രഹമുണ്ടാക്കിക്കുകയും പ്രതിഷ്ഠയ്ക്കായി മുഹൂർത്തം നോക്കിച്ചു നിശ്ചയിക്കുകയും അടുത്തുള്ള തിരുവാർപ്പു ക്ഷേത്രത്തിലെ തന്ത്രിയായ മറ്റപ്പള്ളി നമ്പൂരിപ്പാട്ടിലെ അടുക്കൽനിന്നു പ്രതിഷ്ഠക്കും കലശം മുതലായതിനും വേണ്ടുന്ന ഉപകരണങ്ങൾക്കും മറ്റും പടിത്തരച്ചാർത്തു വാങ്ങുകയും സാമാനങ്ങൾ ശേഖരിച്ചു തുടങ്ങുകയും പ്രതിഷ്ഠാദികൾ മുറയ്ക്കു നടത്തിക്കുന്നതിനായി കരയിൽ പ്രധാനിമാരായ പള്ളിയിൽ മേനോൻ, വെട്ടികുളങ്ങര കയ്മൾ മുതലായവരുടെ അപേക്ഷ പ്രകാരം തെക്കുംകൂർ രാജാവ് മുൻകൂട്ടി സ്ഥലത്തെത്തി വേണ്ടുന്ന ചട്ടംകെട്ടുകളെല്ലാം ചെയ്തുകൊണ്ടു താമസം തുടങ്ങുകയും ചെയ്തു.

ഈ സംഗതികൾ നടന്നു കൊണ്ടിരിക്കുന്ന കാലത്തു കിളിരൂർ ദേശത്തു 'കണ്ണാട്ട്' എന്ന വീട്ടിൽ 'കോത' എന്നു പേരായ് ഒരു സ്ത്രീ ഉണ്ടായിരുന്നു. വയോവൃദ്ധയും ഈശ്വരഭക്തയും സത്ഗുണവതിയുമായിരുന്ന അവരെ എല്ലാവരും കോതയമ്മ എന്നാണു വിളിച്ചിരുന്നത്. അവർക്ക് ഏഴര നാഴികവെളുപ്പിനു കുളിയും ചില ജപങ്ങളും മറ്റും പതിവുണ്ടായിരുന്നു. ഒരു യോഗീശ്വരൻ അവർക്കു ദിവ്യമന്ത്രം ഉപദേശിച്ചിരുന്നതിനാൽ ആ മന്ത്രം ജപിച്ചു ജപിച്ചു അവർ ഒരു ദിവ്യയായിത്തീർന്നുവത്രേ. അവർ വെളുപ്പാൻ കാലത്തു കുളിക്കാൻപോകുന്ന സമയം 'കാർത്യായനി' എന്നു പേരായി അവർക്കുണ്ടായിരുന്ന മകളെക്കൂടെ കൊണ്ടുപോവുക പതിവായിരുന്നു.

ഒരു ദിവസം വെളുപ്പാൻകാലത്തു കുളിക്കാൻപോകാറായപ്പോൾ കോതയമ്മ പതിവുപോലെ മകളെ വിളിച്ചു. 'അമ്മ മുൻപേ പൊയ്ക്കൊള്ളൂ, ഞാൻപിന്നാലെവന്നു കൊള്ളാം' എന്നു പറയുകയാൽ വൃദ്ധ പോയി. പുഴയിലിറങ്ങി കുളി ആരംഭിച്ചു. അപ്പോൾ മറുകരയിൽനിന്നു ആരോ വെള്ളത്തിലിറങ്ങി നടന്നു തന്റെനേരേ വരുന്നതായി തോന്നുകയാൽ വൃദ്ധ സ്വല്പം ഭയത്തോടുകൂടി 'കാർത്ത്യായനീ' എന്നു ഉറക്കെ വിളിച്ചു. അപ്പോൾ വെള്ളത്തിൽക്കൂടി

നടന്നുവന്ന ആൾ ഉച്ചത്തിൽ വിളികേട്ടുകൊണ്ടു കോതയമ്മയുടെ അടുക്കലേയ്ക്ക് ചെന്നു. അതു തന്റെ മകളായിരിക്കുമെന്നു വിചാരിച്ചിട്ട് കോതയമ്മ, 'നീയിപ്പോൾ അക്കരയ്ക്കു പോയതെന്തിനാണ്?' എന്നു ചോദിച്ചു. അപ്പോൾ വന്നയാൾ 'അമ്മേ ഞാൻ ഒരു കാർത്ത്യായനി തന്നെയാണ് എങ്കിലും നിങ്ങളുടെ മകളല്ല'എന്നു പറഞ്ഞു. അതുകേട്ട് വൃദ്ധസൂക്ഷിച്ചു നോക്കി. വൃദ്ധയ്ക്ക് നയനേന്ദ്രിയശക്തി കുറഞ്ഞുപോയിരുന്നുവെങ്കിലും അപ്പോൾ കുറേശ്ശെ നിലാവുണ്ടായിരുന്നതിനാൽ ആ വന്നയാൾ സർവ്വാംഗസുന്ദരിയും നവയൗവ്വനയുക്തയുമായ ഒരു കന്യകയാണെന്നും ആ ബാലിക തലമുടി ഭംഗിയായി ചീകിക്കെട്ടി സുരഭിലകുസുമങ്ങൾ ചൂടുകയും, കാതിൽ ഓലയും കഴുത്തിൽ പാലയ്ക്കാ മോതിരവും അരയിൽ പട്ടുവസ്ത്രവും, ധരിയ്ക്കുകയും ചെയ്തിട്ടുണ്ടെന്നും വൃദ്ധ മനസ്സിലാക്കുകയും അവർ തമ്മിൽ സ്വല്പം സംഭാഷണം നടക്കുകയുംചെയ്തു.

വൃദ്ധ: നീ എവിടെ നിന്നാണ് വരുന്നത്? എങ്ങോട്ടു പോകുന്നു?

കന്യക: ഞാൻ സ്വല്പം കിഴക്കുനിന്നാണു വരുന്നതു ഇവിടെ കുന്നിന്മേൽ പുത്തനായി ഒരു ക്ഷേത്രം പണികഴിപ്പിച്ചിട്ടുണ്ടല്ലോ. ഞാൻ അവിടെ കയറി പാർക്കാനായിട്ടാണു പോകുന്നത്.

വൃദ്ധ: ആ അമ്പലം ശാസ്താവിനെ പ്രതിഷ്ഠിക്കാനായിട്ടു പണിയി ച്ചിട്ടുള്ളതാണല്ലോ.

കന്യക: അതു ശരിതന്നെ. എങ്കിലും ഞാൻതന്നെ അവിടെ പാർക്കും. ഞങ്ങൾ ഏഴുപേരാണ് കിഴക്കുനിന്നും പോന്നത്. ശേഷമെല്ലാവരും ഇടയ്ക്കു ഓരോ സ്ഥലങ്ങളിൽ കയറി താമസമായി. എനിക്കു മാത്രം എങ്ങും സ്ഥലം കിട്ടിയില്ല. അപ്പോഴാണു ഇങ്ങിനെ ഒരു സ്ഥലം തയ്യാറായിട്ടുണ്ടെന്ന് അറിഞ്ഞത്. ഉടനെ ഇങ്ങോട്ടു പോരികയും ചെയ്തു. ശാസ്താവിനെ പ്രതിഷ്ഠിക്കാൻ വേണമെങ്കിൽ വേറെ അമ്പലം പണിയിച്ചു കൊള്ളുവാൻ നിങ്ങൾ നിങ്ങളുടെ സഹോദരൻ മുഖാന്തിരം പള്ളിയിൽ മേനോൻ മുതലായവരെ അറിയിച്ചേക്കണം. അവർ രാജാവിന്റെ അടുക്കൽ അറിയിച്ചുകൊള്ളുമല്ലോ. ഇനി മേലാൽ ഈ കരയിൽ കുട്ടികൾക്കു കാർത്ത്യായനി എന്നു പേരിടുകയും പാലയ്ക്കാമോതിരം കെട്ടിയ്ക്കുകയും ചെയ്യരുതെന്നും നിങ്ങൾ നിങ്ങളുടെ സഹോദരൻ മുഖാന്തിരം ജനങ്ങളെ അറിയിച്ചേക്കണം. ഇതൊന്നും പറഞ്ഞതായിട്ടും നമ്മൾ തമ്മിൽ കണ്ടതായിട്ടും ആരോടും നിങ്ങൾ പറകയുമരുത്.

ഇവരുടെ സംഭാഷണം കേട്ടുകൊണ്ട് ആ ദേശക്കാരനും, നല്ല ജോത്സ്യനും പ്രശ്നമാർഗ്ഗനിപുണനും ഒരുദിവ്യനുമായ കണിയാംപറമ്പിൽ കണിയാർ ഒരു മരത്തിനു മറഞ്ഞു നിന്നിരുന്നു. കന്യകയുടെ സംഭാഷണമവസാനിച്ചപ്പോൾ ഉടനെ ആ കണിയാർ അടിയൻ 'ഇതെല്ലാം കേട്ടുവല്ലോ' എന്നു പറഞ്ഞു. അപ്പോൾ ആ കന്യക എന്നാൽ നീയുമിതൊന്നും ആരോടും മിണ്ടിപ്പോകരുത്. നീ ആരോടെങ്കിലും പറഞ്ഞാൽ നിന്റെ സന്താനങ്ങളെല്ലാം എന്നും ചട്ടനും, പൊട്ടനും (മുടന്തനും, ബധിരനും) ആയിത്തീരും' എന്നും, വൃദ്ധയോടു 'കുന്നിന്മേൽ വന്നാൽ ഇനിയും നിങ്ങൾക്കു എന്നെ കാണാം' എന്നും പറഞ്ഞിട്ടു അദൃശ്യയായി ഭവിക്കുകയും ചെയ്തു. ആ കന്യകയുടെ സ്വരൂപം കാണുകയും സംഭാഷണം കേൾക്കുകയും ചെയ്തിട്ട് ഭയവിസ്മയവിഹ്വലയായിത്തീർന്ന കോതയമ്മ ക്ഷണത്തിൽ കുളികഴിച്ചു വീട്ടിലെത്തി

പതിവുള്ള ജപവും മറ്റും കഴിച്ചുകൂട്ടി. അപ്പോഴേക്കും കോതയമ്മയുടെ സഹോദരനായ കൊച്ചയ്യപ്പനും അവിടെയെത്തി. ഉടനെ കോതയമ്മ കൊച്ചയ്യപ്പനോട് 'എടാ! കൊച്ചയ്യപ്പാ! കുന്നിന്മേൽ പണികഴിപ്പിച്ചിരിക്കുന്ന അമ്പലത്തിൽ ഒരു ഭഗവതി ഇളകൊണ്ടിരിക്കുന്നു. അതിനാൽ ഇനി ശാസ്താവിനെ പ്രതിഷ്ഠിക്കണമെങ്കിൽ അമ്പലം വേറെ ഉണ്ടാക്കിക്കണം. അവിടെ ഇളകൊണ്ടിരിക്കുന്നതു സാക്ഷാൽ കാർത്ത്യായനിയാണ്. അതിനാൽ ഇനി മേലാൽ ഈ കരയിൽ ആർക്കും കാർത്ത്യായനി എന്നു പേരിട്ടുകൂടാ. ആരെയും പാലയ്ക്കാമോതിരം കെട്ടിയ്ക്കുകയുമരുത്. നീ ഈ വിവരം കരയിൽ പ്രധാനന്മാരായ പള്ളിയിൽ മേനോൻ, വെട്ടിക്കുളങ്ങര കൈമൾ മുതലായവരെ ഇപ്പോൾ തന്നെ ധരിപ്പിക്കണം. രാജാവിന്റെ അടുക്കൽ അവർ അറിയിച്ചുകൊള്ളുമല്ലോ' എന്നു പറഞ്ഞു. ഇതു കേട്ടിട്ടു കോതയമ്മ എന്തോ പിച്ചു പറയുന്നു എന്നാണു കൊച്ചയ്യപ്പനു തോന്നിയത്. എങ്കിലും അയാൾ ഉടനെ ഈ വിവരം പള്ളിയിൽ മേനോൻ മുതലായവരെ ഗ്രഹിപ്പിക്കുകയും മേനോൻ തെക്കുംകൂർ രാജാവിന്റെ അടുക്കൽ അറിയിക്കുകയും ചെയ്തു. കോതയമ്മ പറഞ്ഞതായതുകൊണ്ട് ഇതു കേവലം അബദ്ധമായിരിക്കുകയില്ലെന്നു വിചാരിച്ചു രാജാവും, പള്ളിയിൽ മേനോൻ മുതലായവരും കുന്നിന്മേൽ കൂടുകയും കണിയാൻ പറമ്പിൽ കണിയാനെ വരുത്തി പ്രശ്നം വയ്പിച്ചു നോക്കിക്കുകയും ചെയ്തു. ഈ പണിക്കുറ തീർത്തിരിക്കുന്ന ക്ഷേത്രത്തിൽ ദേവീസാന്നിദ്ധ്യം ഉണ്ടായിട്ടുണ്ടെന്നുള്ളതു വാസ്തവം തന്നെയാണെന്നും സാക്ഷാൽ മഹാമായയാകുന്ന കാർത്ത്യായനീ ദേവി ലോകരക്ഷാർത്ഥം പല മൂർത്തികളായിപ്പിരിഞ്ഞു ഇപ്പോൾ കേരളത്തിൽ സഞ്ചരിച്ചു ഒരോ സ്ഥലങ്ങളിൽ കയറി ഇളകൊണ്ടിരിക്കുകയാണെന്നും, അക്കൂട്ടത്തിൽ ഒരു മൂർത്തിയാണിവിടെയും ഇളകൊണ്ടിരിക്കുന്നതെന്നും പല മൂർത്തികളായി പിരിഞ്ഞിരിക്കുന്നുവെങ്കിലും എല്ലാം മഹാമായ ഒരാൾ തന്നെയാണെന്നും, 'ഏകൈവാഹം ജഗ്രത്യത്ര ദ്വിതീയാ കാ മമാപരഃ?' എന്നാണല്ലോ ദേവി അരുളിച്ചെയ്തിരിക്കുന്നത് എന്നും കണിയാൻ പറഞ്ഞു. അപ്പോൾ എല്ലാവരും ഇതെല്ലാം വിശ്വസിക്കുകയും ചെയ്തു.

ഈ സമയം കോതയമ്മയും കുന്നിന്മേൽ എത്തി. 'കുന്നിന്മേൽ വന്നാൽ ഇനിയും നിങ്ങൾക്കു എന്നെ കാണാം' എന്നു ദേവി അരുളിച്ചെയ്തതിനെ ഓർത്തു അവർ അമ്പലത്തിൽ കയറി ശ്രീകോവിലിനകത്തേക്കു നോക്കി അപ്പോൾ അവർ അവിടെ നാലെട്ടു തൃക്കൈകളിലുജ്ജ്വലിക്കും ശൂലാദിനാനായുധഭാസമാനയായും മൂർത്ത്യാമനോജ്ഞയായുമിരിക്കുന്ന കാർത്ത്യായനിയെ പ്രത്യക്ഷമായിക്കണ്ടിട്ട് വിസ്മയാകുലയായിത്തീരുകയും ചില സ്തോത്രങ്ങൾ ചൊല്ലി ദേവിയെ സ്തുതിക്കുകയും ചെയ്തു. ആ സമയം ഭക്തയെ തൊട്ടുകൊണ്ട് നോക്കിയവരെല്ലാം ദേവിയുടെ രൂപം മേല്പറഞ്ഞപ്രകാരം കണ്ട് ഏറ്റവും ഭയാത്ഭുതപരവശന്മാരായി തീർന്നു. കുറച്ചു സമയം കഴിഞ്ഞപ്പോൾ അവിടെ ദുർനിരീക്ഷ്യമായ ഒരു തേജസ്സ് മാത്രം അവശേഷിക്കുകയും ക്രമേണ അദൃശ്യമായിതീരുകയും ചെയ്തു. അനന്തരം അവിടെ കൂടിയിരുന്ന മഹാന്മാരുടെ ആലോചന അടുത്ത മുഹൂർത്തത്തിൽ പ്രതിഷ്ഠിപ്പാനായി പണിതു വച്ചിരിക്കുന്ന ശാസ്താവിന്റെ വിഗ്രഹം ഇനി എന്താണ് ചെയ്യേണ്ടത് എന്നായിരുന്നു. പുത്തനായി പണിയിച്ചിട്ടുള്ള അമ്പലത്തിന്റെ അടുക്കൽ തന്നെ തത്ക്കാലം ഒരു ശ്രീകോവിൽ മാത്രം പണിയിച്ചു ശാസ്താവിനെ പ്രതിഷ്ഠ നടത്തിക്കാമെന്നു എല്ലാവരും കൂടി തീരുമാനമെടുത്തു. അപ്രകാരം

അഞ്ചെട്ടു ദിവസം കൊണ്ട് ഒരു ശ്രീകോവിൽ തീർത്തു കറ തീർപ്പിക്കുക യും ചെയ്തു. പ്രതിഷ്ഠയ്ക്കുള്ള ക്രിയകൾ തുടങ്ങുന്നതിനു തലേദിവസം തന്നെ തന്ത്രി, പരികർമികൾ മുതലായവർ സ്ഥലത്തെത്തി. അപ്പോൾ അവിടെ ഉണ്ടായ വിശേഷങ്ങളെല്ലാം പള്ളിയിൽ മേനോൻ തന്ത്രി നമ്പൂരിപ്പാട്ടിലെ അറിയിച്ചു. ഉടനെ നമ്പൂരിപ്പാട്ടീന്നു എന്നാൽ ദേവീപ്രതിഷ്ഠ കൂടി ഇപ്പോൾ തന്നെ നടക്കുകയാണല്ലോ വേണ്ടത്. ദേവി ഇവിടെ ഇളു കൊണ്ടിട്ടുണ്ടെന്നു നിങ്ങൾക്കെല്ലാവർക്കും വിശ്വാസം വന്നിട്ടുണ്ടെങ്കിലും എല്ലാവർക്കും കാണ ത്തക്ക വിധം ഒരു അർച്ചനാബിംബം പ്രതിഷ്ഠ കൂടി ചെയ്യേണ്ടത് അത്യാ വശ്യമാണ്. അങ്ങിനെ തീർച്ചപ്പെടുത്തുന്നപക്ഷം അതിലേയ്ക്കും വേണ്ടുന്ന ഉപകരണങ്ങളും ഒരു ബിംബവും വേണം എന്നു പറഞ്ഞു. അപ്പോൾ മേനോൻ മുതലായവർ 'ഉപകരണങ്ങളൊക്കെയും ഉണ്ടാക്കാം. അതിനു പ്രയാസമില്ല. ഈ മുഹൂർത്തത്തിനു പ്രതിഷ്ഠിക്കവണ്ണം ബിംബമുണ്ടാക്കിക്കുന്ന കാര്യം അസാദ്ധ്യമാണ്. അതിനാൽ ദേവീപ്രതിഷ്ഠ ഇനി ആദ്യമുണ്ടാകുന്ന മുഹൂർ ത്തത്തിലാകാമെന്നു വെയ്ക്കാനേ നിവൃത്തിയുള്ളൂ' എന്നു പറഞ്ഞു. 'എന്നാൽ അങ്ങനെ മതി' എന്നു നമ്പൂരിപ്പാടും സമ്മതിച്ചു. അന്നു രാത്രിയിൽ കോത യമ്മയ്ക്കു ഒരു സ്വപ്നമുണ്ടായി. കുറച്ചു ദിവസം മുൻപ് അവർ ആറ്റുകടവിൽ വച്ചു കണ്ടതായ ആ കന്യക അവരുടെ അടുക്കൽ ചെന്നു, 'നിങ്ങൾ പതിവായി കുളിക്കുന്ന കടവിൽ നിന്നു സ്വല്പം പടിഞ്ഞാട്ടുമാറി ഒരു കയമുണ്ടല്ലോ. ആ കയത്തിൽ എന്റെ ഒരു ശിലാവിഗ്രഹം കിടക്കുന്നുണ്ട്. അതെടുപ്പിച്ചു ഈ അടുത്ത മുഹൂർത്തത്തിൽ തന്നെ എന്റെ പ്രതിഷ്ഠയും നടത്തിക്കണം. തോണിയിൽ കയറി ആ കയത്തിന്റെ സമീപത്തു ചെന്നാൽ അവിടെ വെള്ള ത്തിനടിയിൽ നിന്നു ധാരാളം പാലയ്ക്കാ പൊങ്ങിവരുന്നതു കാണാം.ആ സ്ഥലത്തു മുങ്ങിത്തപ്പിയാൽ വിഗ്രഹം കണ്ടുകിട്ടും' എന്നു പറഞ്ഞു എന്നായി രുന്നു സ്വപ്നം. സ്വപ്നം കണ്ട ഉടനെ വൃദ്ധ ഉണർന്നു കണ്ണു തുറന്നു നോക്കീട്ട് അവിടെയെങ്ങും ആരെയും കണ്ടില്ല. എങ്കിലും ഇതു ദേവി എഴുന്നള്ളി അരു ളിച്ചെയ്തതുതന്നെയാണെന്നു വിശ്വസിച്ചുകൊണ്ട് കോതയമ്മ ഈ വിവരം കൊച്ചയ്യപ്പൻ മുഖാന്തിരം അതിരാവിലെ പള്ളീയിൽ മേനോൻ മുതലായ വരെ അറിയിച്ചു. കോതയമ്മയുടെവാക്കു ഒരിക്കലും തെറ്റിപ്പോകയില്ലെന്നുള്ള വിശ്വാസമെല്ലാവർക്കുമുണ്ടായിരുന്നതിനാൽ പള്ളിയിൽ മേനോൻ മുതലായ ചില പ്രധാനന്മാർ വെള്ളത്തിൽ മുങ്ങിത്തപ്പാൻ പരിചയവും സാമർത്ഥ്യവു മുള്ള ചിലരോടു കൂടി ഉടനെ വള്ളത്തിൽ കയറി ആ കയത്തിലേയ്ക്കു പോയി. അവിടെ ചെന്നപ്പോൾ ഒരു സ്ഥലത്തു സംഖ്യയില്ലാതെ പാലയ്ക്കാ വെള്ള ത്തിനടിയിൽ നിന്നും പൊങ്ങി വരുന്നതായി കാണുകയും അവിടെ ചിലർ മുങ്ങിത്തപ്പിയപ്പോൾ ബിംബം കണ്ടുകിട്ടുകയും അതെടുത്ത് കുന്നിന്മേൽ കൊണ്ടുവരികയും പിന്നെ ബിംബപരിഗ്രഹം മുതലായ സകലക്രിയകളും ചെയ്തു നിശ്ചിത മുഹൂർത്തത്തിൽ തന്നെ ദേവിയുടേയും ശാസ്താവിന്റെയും പ്രതിഷ്ഠയും കലശവും നടത്തുകയും ചെയ്തു. അതോടുകൂടി അതികേമമായി ഉത്സവവും നടത്തി.

അക്കാലത്തു തെക്കുംകൂർ രാജാവും തന്ത്രിയും പള്ളിയിൽ മേനോൻ മുത ലായവരും കൂടി ക്ഷേത്രത്തിൽ ഉത്സവം മുതലായ ആട്ടവിശേഷങ്ങൾ, മാസ വിശേഷങ്ങൾ, നിത്യനിദാനം മുതലായവയ്ക്കു പടിത്തരം നിശ്ചയിക്കുകയും അവയ്ക്കെല്ലാം വകവച്ചു ധാരാളം വസ്തുക്കൾ ദേവസ്വം പേരിൽ പതിയ്ക്കുകയും

ചെയ്തു. അതിനാൽ ആ ഭഗവതി ദേവസ്വം ഏറ്റവും ധനപുഷ്ടിയുള്ളതായി തീർന്നു. അവിടെ പ്രാധാന്യവും ദേവിയ്ക്ക് തന്നെ സിദ്ധിച്ചു. ശാസ്താവിന് അവിടെ ഒരു ഉപദേവന്റെ സ്ഥാനം മാത്രമെ സിദ്ധിച്ചുള്ളു. എങ്കിലും ദേവിയ്ക്ക് ഇതുകൊണ്ടൊന്നും നല്ല തൃപ്തിയായില്ല. പടിത്തരം നിശ്ചയിച്ച ദിവസം രാത്രിയിൽതെക്കുംകൂർ രാജാവിനു ഒരു സ്വപ്നമുണ്ടായി.സർവാംഗസുന്ദരിയായ ഒരു സ്ത്രീ അദ്ദേഹത്തിന്റെ അടുക്കൽ ചെന്ന്, 'ഇതൊന്നുകൊണ്ടും എനിക്കു തൃപ്തിയായിട്ടില്ല, എനിക്കു തൃപ്തിയാകണമെങ്കിൽ എന്റെ കോതയമ്മയ്ക്കു കൂടി എന്തെങ്കിലും കൊടുക്കണം. കോതയമ്മ സന്തോഷിച്ചാൽ ഞാനും സന്തോഷിക്കും' എന്നു പറഞ്ഞതായിട്ടായിരുന്നു സ്വപ്നം. ആ സമയത്തു തന്നെ ഇപ്രകാരമൊരുസ്വപ്നം പള്ളിയിൽ മേനോനുമുണ്ടായി. നേരം വെളുത്തയുടനെ പള്ളിയിൽ മേനോൻ രാജസന്നിധിയിലെത്തി തനിയ്ക്കുണ്ടായ സ്വപ്നത്തിന്റെ വിവരം അറിയിച്ചു. തനിക്കും ഇപ്രകാരമൊരു സ്വപ്നമുണ്ടായി എന്നു രാജാവും പറഞ്ഞു. ഉടനെ രണ്ടുപേരും കൂടി ആളയച്ചു കണിയാൻ പറമ്പിൽ കണിയാനെ വരുത്തി പ്രശ്നം വയ്പ്പിച്ചു നോക്കിച്ചു. അപ്പോൾ ഈ ഉണ്ടായിട്ടുള്ളതു ദേവിയുടെ ദർശനം തന്നെയാണെന്നും കോതയമ്മയ്ക്കു കൂടി എന്തെങ്കിലും ശരിയായിട്ടു കൊടുത്തില്ലെങ്കിൽ ദേവിയുടെ കോപവും തന്നിമിത്തം അനേകം അനർഥങ്ങളുണ്ടായിത്തീരുമെന്നും കണിയാൻ വിധിച്ചു.

അതിനാൽ കോതയമ്മയുടെ പേരിൽ ഏതാനും പുഞ്ചനിലം ഇനാമായിപതിച്ചു കൊടുത്തതു കൂടാതെ അവരുടെ സഹോദരനായ കൊച്ചയ്യപ്പനെ ദേവസ്വത്തിൽ മാറാച്ചന്തിരമായി നിയമിക്കുകയും ചെയ്തു. കോതയമ്മയുടെ പേരിൽ പതിച്ചു കൊടുത്ത നിലത്തിനു 'കോത നേടിയ നിലം' എന്നാണു പറഞ്ഞു വന്നിരുന്നത്. അതു കാലക്രമേണ ലോപിച്ചു കോതാടിനിലമെന്നായിത്തീർന്നു. ആ നിലം ഏതാനും കൊല്ലങ്ങൾക്കു മുൻപ് (1070-ആമാണ്ട്) വരെ കണ്ണാട്ടു വീട്ടുകാരുടെ കൈവശാനുഭവത്തിൽ തന്നെ ഇരുന്നിരുന്നു. പിന്നീട് അവർ എഴുതി വിറ്റു കളഞ്ഞതിനാൽ അന്യാധീനപ്പെട്ടുപോയി. എങ്കിലും ആ നിലത്തിനു കോതാടിനിലം എന്നു തന്നെയാണു പറഞ്ഞു വരുന്നത്. ആ വീട്ടുകാർക്കു ദേവസ്വത്തിൽ 1030-ാം ആണ്ടുവരെ മാറാച്ചന്തിരവുമുണ്ടായിരുന്നു. പിന്നീട് ചില കാരണങ്ങളാൽ അതും മാറിപ്പോയി. എങ്കിലും ആ വീട്ടുകാർക്കു പ്രതിവർഷം 72 പറ നെല്ലുവീതം ഗവൺമെന്റിൽ നിന്നു ഇനാമായി ഇപ്പോഴും കൊടുത്തുവരുന്നുണ്ട്.

കോതയമ്മയ്ക്കു ഇനാമായി നിലം പതിച്ചു കൊടുത്ത കാലത്തു കണിയാൻ പറമ്പിൽ കണിയാനും ചില വസ്തുക്കൾ പതിച്ചു കൊടുത്തിരുന്നു. വിശേഷിച്ചു അവരുടെ തറവാട്ടിലേയ്ക്ക് മെച്ചര് എന്നൊരു സ്ഥാനപ്പേരുകൂടി തെക്കുംകൂർ രാജാവ് കല്പിച്ചു കൊടുത്തു. വസ്തുക്കളെല്ലാം അവർ ഓരോ കാലത്തായി എഴുതി വിറ്റു കളഞ്ഞതിനാൽ ഇപ്പോൾ അവർക്കു കുടിപാർക്കുന്ന പുരയിടവും മെച്ചെര് എന്നുള്ള സ്ഥാനപ്പേരും മാത്രമേയുള്ളൂ. എങ്കിലും ദേവിയുടെ ശാപം അവർ ഇന്നും അനുഭവിച്ചുകൊണ്ടിരിക്കുന്നുണ്ട്. കോതയമ്മയും ദേവിയും തമ്മിൽ ആറ്റുകടവിൽ വച്ചുണ്ടായ സംഭാഷണം മറഞ്ഞു നിന്നു കേട്ട കണിയാൻ ആ വർത്തമാനം അപ്പോൾ തന്നെ സ്വകാര്യമായി അവന്റെ ഭാര്യയോടു പറഞ്ഞു. അതിനാൽ അവന്റെ കുടുംബത്തിലുണ്ടാകുന്ന പുരുഷന്മാർ പൊട്ടനോ ചട്ടനോ ആയിരിക്കുമെന്നുള്ള ദേവിയുടെ ശാപത്തിനു ഇപ്പോഴും വ്യത്യാസം വന്നിട്ടില്ല.

പ്രസ്തുത ഭഗവതിക്ഷേത്രത്തിൽ ആദ്യകാലം മുതൽക്ക തന്നെ തെക്കുംകൂർ രാജാവിന്ന നാമമാത്രമായി ഒരു മേലാഴ്മ സ്ഥാനം ഉണ്ടായിരുന്നവെങ്കിലും അവിടെ സകല കൈകാര്യകർത്തൃത്വവും കരക്കാർക്ക തന്നെയായിരുന്നു. തെക്കുംകൂർ രാജ്യം തിരുവതാംകൂറിൽ ചേർന്നിട്ടുംവളരെക്കാലത്തേയ്ക്കു ആ ദേവസ്വം കരക്കാരുടെ കൈവശത്തിൽ തന്നെ ഇരുന്നിരുന്നു. കൊല്ലം 987ാമാണ്ട് ഈ ദേവസ്വം തിരുവിതാംകൂർ സർക്കാരിൽ ചേർക്കുകയും അതോടുകൂടി കരക്കാരുടെ അധികാരങ്ങളെല്ലാംവിട്ടു പോവുകയും ചെയ്തു. എങ്കിലും ആ ദേശക്കാർ ആ ദേവിയെ ഇപ്പോഴും തങ്ങളുടെ പരദേവതയായിത്തന്നെ ആദരിക്ക കയും ആചരിക്കുകയും ചെയ്തുവരുന്നുണ്ട്. മൂവ്വായിരപ്പറനിലവും അസംഖ്യം പുരയിടങ്ങളും തനതു പേരിൽ തന്നെ ഉണ്ടായിരുന്ന ഈ ദേവസ്വം സർക്കാരിൽ ചേർത്തപ്പോൾ അന്ന ബ്രിട്ടീഷ് റസിഡണ്ടും തിരുവതാംകൂർ ദിവാനുമായിരുന്ന മൺട്രോ സായിപ്പവർകൾ ക്ഷേത്രത്തിലെ അടിയന്തിരങ്ങൾക്ക് മുൻപു നിശ്ചയിച്ചിരുന്ന പതിവുകളെല്ലാം കുറച്ചു കളഞ്ഞതിനാൽഅവിടെ ഉത്സവാദികൾക്ക് മുതൽ ഒട്ടും മതിയാകാതെയായിത്തീർന്നു. ഈയിടെ ഉണ്ടായ ദേവസ്വം പരിഷ്കാരത്തോടു കൂടി ആ മതിയായ്ക പരമകാഷ്ഠയെ പ്രാപിക്കുകയും ചെയ്തു. എങ്കിലും ആ ദേശക്കാർക്ക ക്ഷേത്രകാര്യങ്ങളിലുള്ള പ്രതിപത്തിയും ശ്രദ്ധയും ഒട്ടും കുറഞ്ഞു പോയിട്ടില്ലാത്തതിനാൽ അവിടെ വേണ്ടുന്ന കാര്യങ്ങളെല്ലാം ഇപ്പോഴും ഭംഗിയായിത്തന്നെ നടന്ന പോരുന്നുണ്ട്. ക്ഷേത്രകാര്യങ്ങൾക്കായി ദേശക്കാർ ഏതാനും പണം ശേഖരിച്ചിട്ടുള്ളതിനാൽ സർക്കാരിൽ നിന്നുപതിവുള്ളതു കഴിച്ചു പോരാത്തതിന്ന ദേശക്കാരുടെ ആ പണത്തിന്റെ പലിശയിൽ നിന്നുകൂടി ചെലവു ചെയ്താണ അവിടെ അവർ ഉത്സവം മുതലായവ നടത്തിപ്പോരുന്നത്. കരക്കാർ വിശേഷാൽ ചില തിരുവാഭരണങ്ങളും മറ്റും കൂടി ഉണ്ടാക്കിച്ചിട്ടുണ്ട്. അവയെല്ലാം കരക്കാരുടെ കൈവശം തന്നെയാണ് ഇപ്പോഴും ഇരിക്കുന്നത്. ഉത്സവകാലത്തും മറ്റു വിശേഷങ്ങളിലും ഉപയോഗിക്കുന്നതിനായി അവർ അവ എടുത്തു കൊടുക്കുകയും അടിയന്തിരം കഴിഞ്ഞാൽ തിരിയെ വാങ്ങി വെച്ചു സൂക്ഷിക്കുകയും ചെയ്തു വരുന്നു. അവയൊന്നും അവർ സർക്കാരിലേയ്ക്കു വിട്ടു കൊടുത്തില്ല.

കിളിരൂർ കുന്നിന്മേൽ ദേവീപ്രതിഷ്ഠ കഴിഞ്ഞിട്ട് ആദ്യമായി നടന്ന ഉൽസവം മീനമാസത്തിൽ രോഹിണി കൊടിയേറ്റം പൂരം ആറാട്ടുമായിട്ടായിരുന്നു. അങ്ങനെതന്നെ ഇപ്പോഴും നടന്നുവരുന്നു. മീനമാസത്തിൽ കാർത്തിക ഭഗവതിയുടെ തിരുനാളെന്നു സങ്കല്പിച്ച് ആ ദിവസത്തെയും ഒരുൽസവം പോലെതന്നെ ആഘോഷപൂർവം കൊണ്ടാടിവരുന്നുണ്ട്. അതും ദേശക്കാർ കൂടി പണം ചെലവുചെയ്താണ് നടത്തിവരുന്നത്. സർക്കാർ ക്ഷേത്രത്തിൽ ദേശക്കാരുടെ സഹകരണം ഇതുപോലെ മറ്റെങ്ങുമുണ്ടെന്നു തോന്നുന്നില്ല. ഈ ക്ഷേത്രത്തിൽ 1022-ാംആണ്ടു മണ്ഡപത്തിന്ന ചെമ്പിടുവിച്ചതു ശ്രീകോവിലിനും 1060-ാം ആണ്ടു ദേശക്കാർ തന്നെയാണ്. അടുത്തകാലത്ത് അഗ്നിബാധയാൽ നഷ്ടപ്പെട്ടു പോയ ശ്രീകോവിൽ സർക്കാരനുവാദപ്രകാരം വീണ്ടും പണികഴിച്ചു ചെമ്പിടുവിക്കാൻ ഉൽസാഹിച്ചുവരുന്നതും ഈ ദേശക്കാർ തന്നെ. ഇതെല്ലാം ആ ദേശക്കാർക്ക ദേവിയെക്കുറിച്ചുള്ള ഭക്തികൊണ്ടു മാത്രമല്ല; ഭയംകൊണ്ടു കൂടിയാണ്. ആ ദേവിയുടെ ചൈതന്യവും മാഹാത്മ്യവും അത്രയ്ക്കുമാത്രമുണ്ട്. അതിലേക്ക ചില ദൃഷ്ടാന്തങ്ങൾകൂടി പറയാം.

കിളിരൂർ ദേശത്തിൽ ആർക്കും കാർത്ത്യായനിയെന്നു പേരിടുകയും പാലയ്ക്കാ മോതിരം കെട്ടിക്കയുമരുതെന്നു ദേവി മുൻപേതന്നെ അരുളിച്ചെയ്തിരുന്നല്ലോ. ആ രണ്ടു കൂട്ടവും ഇപ്പോഴും ആ ദേശത്തു പതിവില്ല. ആ ദേശത്തുള്ള പുരുഷന്മാർ സംബന്ധം ചെയ്തോ മറ്റോ കാർത്ത്യായനി എന്നു പേരായ സ്ത്രീകളെ അന്യദേശത്തുനിന്ന് അവിടെ ക്കൊണ്ടുവന്നു താമസിപ്പിച്ചാലും സുഖമായി അധികദിവസം താമസിക്കാനിടയില്ല. എന്തെങ്കിലും കാരണവശാൽ ആ സ്ത്രീകൾ പെട്ടെന്ന് ആ ദിക്കു വിട്ടുപോകേണ്ടതായി വരും. ഇത് ഇപ്പോഴും കണ്ടുവരുന്ന ഒരു സംഗതിയാണ്.

പണ്ടൊരിക്കൽ ചെങ്ങളം എന്ന ദേശത്ത് ഒരു വീട്ടിൽ സ്ത്രീ സന്താനമില്ലാതെയിരുന്നതിനാൽ 'ഒരു പെൺകുട്ടിയുണ്ടായാൽ ആ കുട്ടിയെ കിളിരൂർ കുന്നിന്മേൽ ഭഗവതിയുടെ നടയിൽ കൊണ്ടുപോയി ചോറു കൊടുത്തേക്കാം' എന്ന് ആ വീട്ടുകാർ നിശ്ചയിച്ചു. അനന്തരം അധികം താമസിയാതെ ആ വീട്ടിൽ ഒരു സ്ത്രീ ഗർഭം ധരിക്കുകയും യഥാകാലം ഒരു പെൺകുട്ടിയെ പ്രസവിക്കുകയും ചെയ്തു. ആ വീട്ടുകാർ അത്യന്തം സന്തോഷിച്ച് ആറാം മാസത്തിൽ ചോറു കൊടുക്കുന്നതിനായി കുട്ടിയേയുംകൊണ്ട് കിളിരൂർ കുന്നിന്മേലെത്തി ചില വഴിപാടുകൾ നടത്തി, ചോറു കൊടുക്കുന്നതിനായി ആഭരണങ്ങളുമണിയിച്ചു. കുട്ടി കണ്ണു തുറക്കുകയോ മുല കുടിക്കുകയോ ചെയ്യാതെ വെയിലത്തിട്ട താളുപോലെ വാടിത്തളർന്നു കിടക്കുന്നതു കണ്ടു കുട്ടിയുടെ മാതാപിതാക്കൾ മാത്രമല്ല, ദേവീദർശനത്തിനായി അവിടെ കൂടിയിരുന്ന അന്യജനങ്ങൾ പോലും അത്യന്തം വിഷണ്ണരായിത്തീർന്നു. ഉടനെ ഒരു ദൈവജ്ഞനെ വരുത്തി പ്രശ്നംവെയ്പിച്ചുനോക്കുകയും കുട്ടിയുടെ അസ്വാസ്ഥ്യത്തിന്റെ കാരണം, അതിനെ പാലയ്ക്കാമോതിരം കെട്ടിച്ചു നടയിൽ കൊണ്ടുവന്നതാണെന്നും ആ മോതിരമഴിച്ചു നടയ്ക്കുവെച്ചാൽ കുട്ടിയ്ക്കു സുഖമാകുമെന്നും പ്രശ്നക്കാരൻ വിധിക്കുകയും കുട്ടിയുടെ ഉടമസ്ഥന്മാർ ആ മോതിരമഴിച്ചു നടയ്ക്കുവെക്കുകയും ഉടനെ കുട്ടിക്കു സുഖമാകയാൽ ചോറു കൊടുത്തു കൊണ്ടുപോവുകയും ചെയ്തു. ആ പാലയ്ക്കാ മോതിരം മറ്റുള്ള തിരുവാഭരണങ്ങളുടെ കൂട്ടത്തിൽ കരക്കാരുടെ കൈവശം ഇപ്പോഴുമവിടെ ഇരിക്കുന്നുണ്ട്. അത് അവിടെ ഉത്സവകാലങ്ങളിലും മറ്റും എഴുന്നള്ളിപ്പിന് അങ്കിയിൽ ചാർത്തുകയാണ് ചെയ്തുവരുന്നത്.

വൈക്കത്തു കോട്ടയംമുഖം സന്ധ്യവേലയ്ക്കു വേണ്ടുന്ന അരി, കറിക്കോപ്പുകൾ മുതലായ സാമാനങ്ങളെല്ലാം കോട്ടയം പാർവത്യക്കാരൻ ശേഖരിച്ച്, വള്ളങ്ങളിലാക്കി വൈക്കത്തു കൊണ്ടുപോയി സന്ധ്യവേല നടത്തുകയായിരുന്നു മുൻകാലങ്ങളിൽ പതിവ്. സാമാനങ്ങളെല്ലാം വള്ളങ്ങളിലാക്കി വൈക്കത്തേക്കു പുറപ്പെടുന്ന ദിവസം പാർവത്യക്കാരൻ മുതലായവരുടെ വകയായി കിളിരൂർ കുന്നിന്മേൽ ഭഗവതിക്ക് ഒരു ചരക്കിലട വഴിപാടു നടത്തുകയും പതിവായിരുന്നു. സർക്കാർവക കോട്ടയം താലൂക്കു വക അടിയന്തിരങ്ങൾക്കുള്ള സാമാനങ്ങൾക്കെല്ലാം കുത്തകയേർപ്പാടായപ്പോൾ സന്ധ്യവേലയ്ക്കുള്ള സാമാനങ്ങൾ പാർവത്യക്കാരന്മാർ ശേഖരിച്ചു കൊണ്ടുപോവുകയെന്നുള്ള പതിവുനിന്നുപോയി. അതോടുകൂടി കുന്നിന്മേൽ ഭഗവതിക്കു പതിവുണ്ടായിരുന്ന അടവഴിപാടും നിറുത്തലാക്കി. അപ്പോൾ വൈക്കത്തു ചില ദുർലക്ഷണങ്ങൾ കണ്ടു തുടങ്ങി. സന്ധ്യവേലസ്സദ്യയ്ക്കുള്ള പ്രഥമനിൽ അട്ട വീഴുക, കാളനിൽ ഗൗളി വീഴുക മുതലായ ദുർലക്ഷണങ്ങൾ

പതിവായി കണ്ടു തുടങ്ങിയപ്പോൾ അതിന്റെ കാരണമറിയുന്നതിനായി പ്രശ്നംവെയ്പിച്ചു നോക്കിച്ചു. അപ്പോൾ ഈ അമംഗളങ്ങൾ കാണുന്നതിന്റെ കാരണം കിളിരൂർ കുന്നിന്മേൽ ഭഗവതിക്കു പതിവുള്ള വഴിപാടു നടത്താത്തതുകൊണ്ടു വൈക്കത്തപ്പനുണ്ടായിട്ടുള്ള വിരോധമാണെന്നും 'എന്റെ കാർത്ത്യായനിക്കു പതിവുള്ളതു കൊടുക്കാതെ എനിക്കു പതിവുള്ളതുഞാൻ സ്വീകരിക്കുകയില്ല' എന്നാണ് വൈക്കത്തപ്പന്റെ ഭാവമെന്നും പ്രശ്നക്കാരൻ വിധിച്ചു. അതിനെസ്സംബന്ധിച്ചും എഴുത്തുകുത്തുകൾ നടത്തുകയാൽ സർക്കാർ വകയായി ആ വഴിപാടു നടത്തിക്കൊള്ളുന്നതിന് ഗവൺമെന്റ് അനുവദിച്ചു. പണ്ടത്തെപ്പോലെയൊന്നുമല്ലെങ്കിലും സന്ധ്യവേല വകയായി ആ വഴിപാടു നാമമാത്രമായിട്ടെങ്കിലും ഇപ്പോഴും നടക്കുന്നുണ്ട്.

ഇനി ഇവിടെ ദേവിക്ക് അടവഴിപാട് പ്രധാനമായിത്തീർന്നതിന്റെ കാരണം കൂടി പറയാം. ദേവിയുടെ ബിംബത്തിനു പ്രാണപ്രതിഷ്ഠ കഴിച്ച ദിവസം തന്ത്രിനമ്പൂരിപ്പാട്ടിലേക്ക് എന്തോ അത്താഴമില്ലാത്ത ദിവസമായിരുന്നു. അതിനാൽ പലഹാരത്തിന് അരിപൊടിച്ചു കൊണ്ടുചെന്നു കൊടുക്കണമെന്ന് ശാന്തിക്കാരൻ കഴകക്കാരോടു പറഞ്ഞു. കഴകക്കാർ ഇരുനാഴി ഉണക്കലരിയാണ് പൊടിച്ചു കൊണ്ടുചെന്നു കൊടുത്തത്. അതിനാൽ ശാന്തിക്കാരൻ അതിനു ചേരുന്ന ശർക്കരയും നാളികേരവും ചേർത്തുണ്ടാക്കിയ വൽസൻ (അട) ആയിരുന്നു തന്ത്രിക്കു കൊടുത്തത്. അതു കണ്ടിട്ടു തന്ത്രിനമ്പൂരിപ്പാട്'വൽസനാണോ പലഹാരം? എന്നാൽ അതു നിവേദിച്ചിട്ടു വേണം തിന്നാൻ. ബിംബത്തിനു പ്രാണപ്രതിഷ്ഠ കഴിഞ്ഞിരിക്കുന്നതിനാൽ ഇപ്പോൾ എന്തെങ്കിലും നിവേദിക്കണമല്ലോ. അതിന് ഇതു തന്നെആയിക്കളയാം' എന്നു പറഞ്ഞ് ആ വൽസനെടുത്തുവെച്ച് അദ്ദേഹംതന്നെ നിവേദ്യം കഴിച്ചു. അന്നു രാത്രിയിൽ നമ്പൂരിപ്പാട്ടിലേക്കു ദേവിയുടെ ദർശനമുണ്ടായി. 'വൽസൻ നിവേദ്യം എനിക്കു വളരെ തൃപ്തികരമായിരിക്കുന്നു. പതിവായി അത്താഴപ്പൂജയോടുകൂടി നിവേദിക്കുന്നതിന് ഏർപ്പാടുചെയ്യണം' എന്നു ദേവി അരുളിച്ചെയ്തതായിട്ടാണ് നമ്പൂരിപ്പാട്ടിലേക്കു ദർശനമുണ്ടായത്. ഇങ്ങനെ ദർശനമുണ്ടായ വിവരം പിറ്റേ ദിവസം തന്ത്രി നമ്പൂരിപ്പാട് രാജാവിന്റെ അടുക്കലും പള്ളിയിൽമേനോൻ മുതലായവരോടും പറഞ്ഞു. അവർ പ്രശ്നം വെയ്പ്പിച്ചുനോക്കിയതിൽ അതു ദേവിയുടെ അരുളപ്പാടുതന്നെയാണെന്നു പ്രശ്നക്കാരൻ വിധിക്കുകയും ചെയ്തു. അതിനാൽ പ്രതിദിനം അത്താഴപൂജയ്ക്ക് ഇരുനാഴിയരിയുടെ വൽസൻകൂടി പടിത്തരക്കണക്കിൽ എഴുതിച്ചേർത്തു. അതു പതിവായിത്തീരുകയും ചെയ്തു. അതിപ്പോഴും നടന്നുവരുന്നുണ്ട്. അടവഴിപാടു ദേവിക്കു പ്രീതികരമാണെന്ന് അറിയുകയാൽ ഓരോരുത്തർ ഓരോ കാര്യങ്ങൾ സാധിക്കുന്നതിനായി യഥാശക്തി മൂന്നേകാലിടങ്ങഴി അരികൊണ്ടും ആറേകാലിടങ്ങഴി അരികൊണ്ടും പന്ത്രണ്ടേകാലിടങ്ങഴി അരികൊണ്ടും ഇരുപത്തഞ്ചേകാലിടങ്ങഴി അരി കൊണ്ടും മറ്റും അടവഴിപാടു പ്രാർത്ഥിച്ചുതുടങ്ങുകയും എല്ലാവർക്കും കാര്യങ്ങൾ സാധിച്ചു തുടങ്ങുകയും ചെയ്തു. അങ്ങനെ അടവഴിപാട് അവിടെ നടപ്പാവുകയും അതിനു പ്രാധാന്യം സിദ്ധിക്കുകയും ചെയ്തു. പന്ത്രണ്ടേകാലിടങ്ങഴി അരികൊണ്ടുള്ളതിനു 'പന്തിരുനാഴിയട' എന്നാണ് പറഞ്ഞുവരുന്നത് അതിൽക്കുറഞ്ഞതിന് അരപ്പന്തിരുനാഴി, കാല്പന്തിരു നാഴി എന്നും യഥാക്രമം പേർ പറയുന്നു ഇരുപത്തഞ്ചേകാലിടങ്ങഴി അരികൊണ്ടുള്ള അട വലിയ ചരക്കിൽ (വാർപ്പിൽ)

അല്ലാതെ ഉണ്ടാക്കാൻ പാടില്ല. അതിനാൽ അതിനു 'ചരക്കിലട' എന്നും പേർ പറഞ്ഞുവരുന്നു. ചരക്കിലടയ്ക്കു നൂറ്റൊന്നു നാഴി അരി, നൂറ്റൊന്നു നാളികേരം, നൂറ്റൊന്നു കദളിപ്പഴം, മൂന്നു തുലാം ശർക്കര, മുന്നാഴി നെയ്യ് ഇങ്ങനെയാണ് പതിവ്. പന്തിരുനാഴിയട മുതലായവയ്ക്കും ഈ കണക്കനുസരിച്ച് വീതപ്രകാരമുള്ള നാളികേരം, ശർക്കര മുതലായവ ചേർക്കണം. കദളിപ്പഴം കിട്ടാതെ വന്നാൽ അതിനു പകരം നേന്ത്രപ്പഴവും വരിക്കച്ചക്കപ്പഴവും ചേർക്കാറുണ്ട്. അടവഴിപാടുണ്ടായാൽ സമീപസ്ഥന്മാരായ ആബാലവൃദ്ധം അനേകം ജനങ്ങൾ ആ ക്ഷേത്രസന്നിധിയിൽ വന്നുകൂടുക പതിവാണ്. ഇത്രയിടങ്ങഴി അരികൊണ്ട് അടയുണ്ടായാൽ ബ്രഹ്മസ്വമായും ശാന്തിക്കാരൻ, കശക്കാരൻ, തേങ്ങാപ്പണിക്കാരൻ, പള്ളിയിൽ മേനോൻ, വെട്ടിക്കുളങ്ങരക്കയ്മൾ, പാത്രം തേപ്പുകാരൻ, ഇലയും വിറകും കൊടുക്കുന്നയാൾ മുതലായവർക്ക് ഇത്ര ഇത്ര അടവീതം കൊടുക്കണമെന്നു കണക്കുണ്ട്. അതൊക്കെ കഴിഞ്ഞാൽ ഉള്ളതിന്റെ അവസ്ഥപോലെ ഒന്നോ രണ്ടോ അടവീതം അവിടെ വന്നുകൂടുന്നവർക്കെല്ലാവർക്കും കൊടുക്കണമെന്നു നിർബന്ധമാണ്. അതുപോലെ ഒരു ഭാഗം വഴിപാടു നടത്തുന്ന ആൾക്കുമുണ്ട്. അതു കൊടുത്തില്ലെങ്കിലും വെറുതെ വരുന്നവർക്കു കൊടുക്കാതെയിരിക്കാൻ പാടില്ല. അവർക്കു കൊടുക്കാതെയിരുന്നാൽ ആ വഴിപാടുകൊണ്ട് യാതൊരു ഫലവുമുണ്ടാവുകയില്ലെന്നു മാത്രമല്ല, ദേവിയുടെ വിരോധമുണ്ടാവുകയും ചെയ്യും. ഇതിനു ദൃഷ്ടാന്തമായി പല സംഗതികളുമുണ്ടായിട്ടുണ്ട്. അവയിൽ ഒന്നു മാത്രം പ്രസ്താവിച്ചുകൊള്ളുന്നു.

ഒരാണ്ടിൽ വൈക്കത്തു സന്ധ്യവേലയ്ക്കു സാമാനങ്ങളെല്ലാം ശേഖരിച്ചു വള്ളത്തിലാക്കിക്കൊണ്ടുപോയ പാർവത്യക്കാരൻ, പതിവുള്ള ചരക്കിലട കഴിച്ചിട്ടു ശാന്തിക്കാരൻ മുതലായ അനുഭവക്കാർക്കുമാത്രം പതിവുള്ളതു കൊടുത്തതിന്റെ ശേഷം പിന്നെയുണ്ടായിരുന്ന അടയെല്ലാം വാങ്ങി ഭാണ്ഡം കെട്ടിക്കൊണ്ടുപോയി. ഉടനെ വൈക്കത്തിനു യാത്രയാവുകയും ചെയ്തു. അട കിട്ടുമെന്നാഗ്രഹിച്ചു വന്നവരെല്ലാം ഇച്ഛാഭംഗത്തോടുകൂടി തിരികെപ്പോയി. ചില കുട്ടികൾ ഉറക്കെ കരഞ്ഞുകൊണ്ടാണ് മടങ്ങിയത്. അതു കണ്ടിട്ട് ചിലർ, 'ഇതു ഭഗവതി സഹിക്കുമെന്നു തോന്നുന്നില്ല. എന്തെല്ലാമാപത്തുകൾ വന്നുകൂടുമോ എന്തോ'എന്നു പറഞ്ഞുകൊണ്ടാണ് മടങ്ങിപ്പോയത്. കാര്യം അങ്ങനെതന്നെ പറ്റുകയും ചെയ്തു.

പാർവത്യക്കാരൻ മുതലായവർ വേമ്പനാട്ടുകായലിൽ എത്തിയപ്പോഴേക്കും അതികലശലായി കാറ്റും മഴയും തുടങ്ങി. കായലിൽ ഓളങ്ങൾ പെരുകി വള്ളങ്ങളിൽ വെള്ളം അടിച്ചുകയറി. വള്ളം മുങ്ങുമെന്ന ദിക്കായി. പാർവത്യക്കാരൻ മുതലായവർക്കു പരിഭ്രമവും കലശലായി. പ്രാണഭീതി നിമിത്തം ചിലർ നിലവിളിയും തുടങ്ങി. അപ്പോൾ പഴമപരിചയമുള്ളവരായി വള്ളത്തിലുണ്ടായിരുന്നവരിൽ ചിലർ, 'അവിടെ വന്നുകൂടിയവർക്കാർക്കും അട കൊടുക്കാത്തത് ഭഗവതിക്കൊട്ടും രസിച്ചില്ല. ദേവിയുടെ വിരോധം കൊണ്ടുതന്നെയാണ് ഇപ്പോൾ ഈ കാറ്റും പിശറും വന്നു കൂടിയത്. എന്തെങ്കിലും ഒരു പ്രായശ്ചിത്തം ചെയ്യാമെന്നു നിശ്ചയിച്ചില്ലെങ്കിൽ വള്ളങ്ങൾ മുങ്ങുകതന്നെ ചെയ്യും' എന്നു പറഞ്ഞു. അതു കേട്ടു പാർവത്യക്കാരൻ 'എന്നാൽ വൈക്കത്തു പോയി സന്ധ്യവേല കഴിഞ്ഞു തിരിച്ചെത്തിയാലുടനെ പ്രായശ്ചിത്തമായി ഒരു ചരക്കിലടകൂടി കഴിക്കുകയും അവിടെ വരുന്നവർക്കെല്ലാം ധാരാളമായി കൊടുക്കുകയും ചെയ്തേക്കാം. ഈ കാറ്റും പിശറും മാറട്ടെ' എന്നു പറഞ്ഞു.

ഉടനെ കാറ്റും മഴയും മാറുകയാൽ കായൽ ശാന്തതയെ പ്രാപിക്കുകയും ചെയ്തു. സന്ധ്യവേല കഴിഞ്ഞു മടങ്ങിയെത്തിയ ഉടനെ പാർവത്യക്കാരൻ നിശ്ച യിച്ചതുപോലെ പ്രായശ്ചിത്ത വഴിപാട്ട നടത്തുകയും അന്നവിടെ ചെന്നുകൂ ടിയവർക്കെല്ലാം അട പതിവിലധികം കൊടുക്കുകയും ചെയ്തു. ദേവിയുടെ മാഹാത്മ്യത്തെ സംബന്ധിച്ച ഒന്നുരണ്ടു സംഗതികൾകൂടി പറഞ്ഞിട്ട് ഈ ലേഖനമവസാനിപ്പിക്കാമെന്നു വിചാരിക്കുന്നു.

1078ാം ആണ്ടു കുംഭമാസത്തിൽകിളിരൂർദേശത്തുതന്നെയുള്ള 'പുത്തൻമഠ ത്തിൽ ശിവയ്യൻ' എന്ന പരദേശബ്രാഹ്മണനു മസൂരി (വസൂരി) ദീനമുണ്ടായി. ദീനം ഏറ്റവും കടുത്ത വകയായിരുന്നു. അവിടെ ദീനരക്ഷയ്ക്കായിട്ടിരുന്നവരും ദീനം ചെന്നു കണ്ടവരായ അന്യന്മാരുമെല്ലാം ആ ബ്രാഹ്മണൻ കുളിക്കുന്ന കാര്യം അസാദ്ധ്യമാണെന്നുതന്നെ തീർച്ചപ്പെടുത്തി. താൻ ഇതിനാലെ മരിച്ചുപോകുമെന്നു രോഗിക്കും തോന്നി. അങ്ങനെയിരിക്കുമ്പോൾ ഒരു ദിവസം രാത്രിയിൽ ഒരാൾ അദ്ദേഹത്തിന്റെ അടുക്കൽ ചെന്ന്, 'കുന്നിന്മേൽ ഭഗവതിക്കു പന്ത്രണ്ടു ചരക്കിലട കഴിച്ചേക്കാമെന്നു നിശ്ചയിക്കൂ. അങ്ങേക്കു കുളിച്ചുതൊഴാൻ സംഗതിയാകും' എന്നു പറഞ്ഞതായി തോന്നി. അദ്ദേഹം കണ്ണു തുറന്നു നോക്കിയപ്പോൾ ആരെയും കണ്ടില്ല. 'എന്തോ വെറുതെ സ്വപ്നം കണ്ടതായിരിക്കും' എന്നു വിചാരിച്ച് അദ്ദേഹം പിന്നെയും കണ്ണടച്ചു കിടന്നു. അദ്ദേഹം മയങ്ങിത്തുടങ്ങിയപ്പോൾ പിന്നെയും യഥാപൂർവ്വം ഒരാൾ അടുക്കൽ ചെന്നു പറഞ്ഞതായി അദ്ദേഹത്തിനു തോന്നി. അങ്ങനെ മൂന്നു പ്രാവശ്യമു ണ്ടായി. മൂന്നാം പ്രാവശ്യം അദ്ദേഹം കണ്ണു തുറന്നു നോക്കിയപ്പോൾ സർവാം ഗസുന്ദരിയായ ഒരു തരുണി ആ മുറിയിൽനിന്ന് ഇറങ്ങിപ്പോകുന്നതായി അദ്ദേഹം കാണുകയും ചെയ്തു. അപ്പോൾ അത് ദേവിയുടെ അരുളപ്പാടുതന്നെ യാണെന്ന് അദ്ദേഹത്തിനു തോന്നുകയും കുളിച്ചു തൊഴുന്ന ദിവസംതന്നെ പന്ത്രണ്ടു ചരക്കിലട കഴിച്ചേക്കാമെന്ന് അദ്ദേഹം നിശ്ചയിക്കുകയും ചെയ്തു. പിറ്റേ ദിവസം മുതൽ ദീനത്തിന് ഇറക്കം തുടങ്ങി. ദീനമാരംഭിച്ചതിന്റെ ഇരുപത്തിരണ്ടാം ദിവസം അദ്ദേഹത്തെ കുളിപ്പിച്ചു. ഒരു വെള്ളിയാഴ്ചയാണ് അദ്ദേഹത്തെ കുളിപ്പിച്ചത്. അടുത്ത ഞായറാഴ്ച അദ്ദേഹത്തെ കുന്നിന്മേൽ കൊണ്ടുപോയി തൊഴീക്കുകയും അന്നുതന്നെ പന്ത്രണ്ടു ചരക്കിലട കഴി ക്കുകയും ചെയ്തു.

ഈ ദേശത്തുതന്നെ മറ്റൊരു മഠത്തിൽ 1085ാം ആണ്ട് യുവാവായ ഒരു ബ്രാഹ്മണനു വസൂരിദീനമുണ്ടായി. ആ ദീനവും ഏറ്റവും കടുത്ത വകയായി രുന്നു. അദ്ദേഹവും ഈ ദീനത്താൽ മരിച്ചുപോകുമെന്ന് എല്ലാവരും തീർച്ച പ്പെടുത്തി. ആ ബ്രാഹ്മണന്റെ ഭാര്യയായ അമ്മ്യാർ വ്യസനാക്രാന്തയായിട്ട്, ' എന്റെ ഭർത്താവിനെ കുളിപ്പിച്ചു തൊഴീക്കാൻ സംഗതിയായാൽ തൊഴീ ക്കുന്ന ദിവസം എന്റെ കഴുത്തിൽ പതിവായി കെട്ടിവരുന്ന പവൻമാല ഞാൻനടയ്ക്കു വെച്ചേക്കാം' എന്നു നിശ്ചയിച്ചു. ഇതു മറ്റാരോടും പറഞ്ഞില്ല. ബ്രാഹ്മണനു ക്രമേണ ദീനം ഭേദപ്പെട്ടുതുടങ്ങി. പതിനെട്ടാം ദിവസം അദ്ദേ ഹത്തെ കുളിപ്പിച്ചു. അപ്പോൾ അമ്മ്യാർക്കു വിചാരമായി: 'അയ്യോ! എന്റെ പവൻമാല കൊടുക്കണമല്ലോ. അതു പ്രയാസവുമാണ്. ഇതിൽനിന്ന് ഒരു പവൻ ഊരിയെടുത്തു നടയ്ക്കു വെച്ചേക്കാം. അതു മതി' എന്ന് ആലോചിച്ചു തീർച്ചപ്പെടുത്തി. ബ്രാഹ്മണനെ നടയിൽകൊണ്ടുപോയി തൊഴീച്ച ദിവസം അമ്മ്യാരും കൂടെപ്പോയിരുന്നു. അവർ നിശ്ചയിച്ചതുപോലെ ഒരു പവൻ ഊരി

യെടുത്തു നടയ്ക്കു വെച്ചു. ദീനമുണ്ടായ ബ്രാഹ്മണൻ ഉടൻ വിറയ്ക്കുവാൻ തുടങ്ങി. അതു ക്രമേണ വർദ്ധിച്ച് അദ്ദേഹത്തിനു കലികൊണ്ടതുപോലെയായിട്ടു വെളിച്ചപ്പാടന്മാർ പറയുന്നതുപോലെ 'കൊണ്ടുവാ, പവൻമാല അഴിച്ചുകൊണ്ടുവാ. അല്ലാതെ ഞാൻ സമ്മതിക്കുകയില്ല' എന്നു വിളിച്ചു പറഞ്ഞുതുടങ്ങി. ഉടനെ ബ്രാഹ്മണന്റെ ഭാര്യ പവൻമാല അഴിച്ചു ബ്രാഹ്മണന്റെ കൈയിൽ ക്കൊടുത്തു. അദ്ദേഹം അതു നടയ്ക്കു വെച്ചിട്ടു പള്ളിയിൽ മേനോനെ വിളിച്ച് 'ഇതെടുത്തുമറ്റുള്ള തിരുവാഭരണങ്ങളുടെകൂട്ടത്തിൽ സൂക്ഷിച്ചുകൊള്ളണം. വിശേഷദിവസങ്ങളിൽ അകത്തു കൊടുത്തു ബിംബത്തിന്മേൽ ചാർത്തിക്കണം' എന്നു പറയുകയും കലിയടങ്ങി ബ്രാഹ്മണൻ പൂർവസ്ഥിതിയെ പ്രാപിക്കുകയും ചെയ്തു. ആ പവൻമാല ഇപ്പോഴും കരക്കാരുടെ കൈവശം തന്നെ ഇരിക്കുന്നു. വിശേഷദിവസങ്ങളിൽ ദേവിയുടെ ബിംബത്തിന്മേൽ ചാർത്തിക്കുകയും ചെയ്യുന്നുണ്ട്. ഈ പവൻമാലയിൽ ഒറ്റക്കുഴ വെച്ചതായ പതിനെട്ട് അരപ്പവനും ഒരു മുഴപ്പവനുമാണുള്ളത്.

ഇങ്ങനെ പറയുകയാണെങ്കിൽ കിളിരൂർ കുന്നിന്മേൽ ഭഗവതിയുടെ അത്ഭുതമാഹാത്മ്യങ്ങൾ ഇനിയും വളരെയുണ്ട്. വിസ്താരഭയത്താൽ അതിനായി തുനിയുന്നില്ല. ഈ ദേവിയുടെ പ്രതിഷ്ഠയെപ്പറ്റി ഒരു വിദ്വാൻ ഉണ്ടാക്കീട്ടുള്ളതായി കേട്ടിട്ടുള്ള ശ്ലോകംകൂടി താഴെ എഴുതിക്കൊള്ളുന്നു.

'കോളംബാബ്ദേ സുപൂജ്യേ ദിനകൃതിതിഝഷഗേ, കീരദേശാലയേസ്മിൻ
മംഗല്യേ സന്മുഹൂർത്തേ നിജജനഹിതകൃൽ ബിംബിലീശോ മഹാത്മാ
യസ്യാം ബിംബപ്രതിഷ്ഠാം ക്ഷിതിവിബുധവരൈഃ കാരയാമാസ ധീര
സ്സാ ദേവീ ശൈലകന്യാ കലയത കുശലം സർവദാ സർവ്വഥാ നഃ'

ഈ ശ്ലോകംകൊണ്ട് ഇവിടെ ദേവീപ്രതിഷ്ഠ നടന്നതു കൊല്ലം ഒരുനൂറ്റിപതിനേഴാമാണ്ടു മീനമാസത്തിലാണെന്നും അതു നടത്തിച്ചതു തദ്ദേശവാസികളായ ജനങ്ങളുടെ ഇഷ്ടപ്രകാരം തെക്കുംകൂർ രാജാവാണെന്നും സ്പഷ്ടമാകുന്നുണ്ടല്ലോ.

●

പൂന്താനത്തു നമ്പൂരി

പൂന്താനത്തു നമ്പൂരി വേദാർഹനല്ലാത്ത ഒരു ബ്രാഹമണനായിരുന്നുവെന്നാണ് കേട്ടിരിക്കുന്നത്. ബാല്യകാലത്തു കുറേ ഏതാണ്ടൊക്കെ പഠിച്ചിരുന്നുവെന്നല്ലാതെ അദ്ദേഹം ഒരു വിദ്വാനല്ലായിരുന്നു. അദ്ദേഹത്തിന്റെ ഇല്ലം ബ്രിട്ടിഷ് ശീമയിൽ 'അങ്ങാടിപ്പുറം' എന്ന ദിക്കിലായിരുന്നു. പൂന്താനത്തു നമ്പൂരിയും മേല്പത്തുർ നാരായണഭട്ടതിരിയും ജീവിച്ചിരുന്നതു ഒരു കാലത്തായിരുന്നുവെന്നു കാണുന്നു. ഭട്ടതിരിയുടെ നാരായണീയം ഉണ്ടാക്കിക്കഴിഞ്ഞതീർന്നത് അതിലെ 'ആയുരാരോഗ്യസൗഖ്യം' എന്നുള്ള കലിസംഖ്യ കൊണ്ടു കൊല്ലവർഷം 762ാംആണ്ട് വൃശ്ചികമാസം 28ാം തീയതിയാണെന്നു നിശ്ചയിക്കാമല്ലോ. അതിനാൽ പൂന്താനത്തു നമ്പൂരി ജീവിച്ചിരുന്നതു കൊല്ലം 8 ാം ശതാബ്ദത്തിലായിരുന്നുവെന്നു തീർച്ചപ്പെടുത്താവുന്നതാണ്.

പൂന്താനത്തു നമ്പൂരിക്ക്, വളരെ ആഗ്രഹിച്ചിരുന്ന് സീമന്തപുത്രനായിട്ട് ഒരു ഉണ്ണിയുണ്ടായി. ആ ഉണ്ണിയുടെ അന്നപ്രാശനമടിയന്തിരം പ്രമാണിച്ചു സ്വജനങ്ങളുടെ ഇല്ലങ്ങളിലെല്ലാം ക്ഷണിച്ചിരുന്നു. മുഹൂർത്തം രാത്രിയിലായിരുന്നു. ക്ഷണപ്രകാരം വന്നു ചേർന്ന അന്തർജനങ്ങൾ അവരുടെ വസ്ത്രഭാണ്ഡങ്ങൾ അവിടെയൊരു സ്ഥലത്തു ഉറക്കിക്കിടത്തിയിരുന്ന ഉണ്ണിയുടെ മീതെ അറിയാതെ കൊണ്ടുചെന്നിട്ടു. ചോറൂണിനു മുഹൂർത്തമടുത്തപ്പോൾ ഉണ്ണിയുടെ അമ്മ ഉണ്ണിയെ എടുത്തു കുളിപ്പിക്കാനായി ചെന്നപ്പോഴേയ്ക്കും ഉണ്ണി ശ്വാസം മുട്ടി മരിച്ചിരിക്കുന്നതായി കണ്ടു. അപ്പോൾ അവിടെ കൂടിയിരുന്നവർക്കും വിശേഷിച്ചു ഉണ്ണിയുടെ മാതാപിതാക്കൾക്കുമുണ്ടായ വ്യസനം എത്രമാത്രമുണ്ടായിരുന്നുവെന്നുള്ളതു പറയണമെന്നില്ലല്ലോ.

പ്രകൃത്യാതന്നെ ഒരു വിഷ്ണുഭക്തനും സാധുവുമായിരുന്ന പൂന്താനത്തു നമ്പൂരി ഉണ്ണി മരിച്ചതോടുകൂടി ഒരു വിരക്തനും കൂടി ആയിത്തീർന്നു. അദ്ദേഹം തന്റെ പുത്രൻ മരിച്ചതിനാലുള്ള വ്യസനത്തോടു കൂടി ഉണ്ടാക്കിയ കൃതിയാണ് പ്രസിദ്ധമായ ജ്ഞാനപ്പാന. അത്യന്തം ദുസ്സഹങ്ങളായ വ്യസനങ്ങൾ നേരിടുന്ന കാലങ്ങളിൽ ഈ ജ്ഞാനപ്പാന വായിച്ചാൽ മനസ്സിനു വളരെ സമാധാനമുണ്ടാകുമെന്നുള്ളതിനു സംശയമില്ല. ഇതു എല്ലാവർക്കും അർത്ഥം മനസ്സിലാകത്തക്കവണ്ണം വളരെ ലളിതവും സരസവുമായിട്ടുള്ളതാണ്. ഉണ്ണി മരിച്ചതിന്റെ ശേഷം പൂന്താനത്തു നമ്പൂരി കുളിയും, ജപവും, പ്രദക്ഷിണവും, നമസ്കാരവുമായി മിക്കവാറും ഗുരുവായൂർ ക്ഷേത്രത്തിൽ തന്നെ താമസിച്ചു കൊണ്ടിരുന്നു. അക്കാലത്താണ് ഭജനത്തിനായി മേല്പത്തുർ ഭട്ടതിരിയും അവിടെ ചെന്നു ചേർന്നത്. നാരായണഭട്ടതിരി നാരായണീയം ഉണ്ടാക്കാ

നായി ആരംഭിച്ചപ്പോൾ പൂന്താനത്തു നമ്പൂരി സന്താനഗോപാലം സന്താനകരമായിട്ടുള്ളതാണല്ലോ എന്നു വിചാരിച്ച് ആ കഥ ഒരു പാനയായിട്ടുണ്ടാക്കുവാനും തുടങ്ങി. അതിവിദ്വാനും വേദജ്ഞനുമായിരുന്ന ഭട്ടതിരിക്കു ഭാഷാകവിതയെക്കുറിച്ചും വേദഹീനനും അവ്യുല്പന്നനും ആയ പൂന്താനത്തു നമ്പൂരിയെക്കുറിച്ചും ആന്തരത്താൽ വളരെ പുച്ഛമുണ്ടായിരുന്നു. സാധുവായ നമ്പൂരി ആ സൂക്ഷ്മാവസ്ഥ അറിയാതെ ഒരു ദിവസം താൻ ഉണ്ടാക്കിയ ഏതാനുമായിരുന്ന സന്താനഗോപാലം പാന ഭട്ടതിരിയുടെ അടുക്കൽ കൊണ്ടുചെന്നു പിഴ നോക്കി തിരുത്തികൊടുക്കണമെന്നു അപേക്ഷിച്ചു. അപ്പോൾ ഭട്ടതിരി 'ഭാഷാകവിതയിൽ നോക്കാനെന്തിരിക്കുന്നു? അതിൽ അബദ്ധമല്ലാതെ വല്ലതും കാണുമോ? വിശേഷിച്ചും പൂന്താനത്തിനു വിഭക്തിയുറച്ചിട്ടുമില്ല. അതിനാൽ അതു മുഴുവനും പിഴ തന്നെ ആയിരിക്കും' എന്നു പറഞ്ഞു. പലരും കേൾക്കേ ഭട്ടതിരി ഇങ്ങനെ പറഞ്ഞപ്പോൾ നമ്പൂരി വ്യസനം സഹിക്കവയ്യാതെ പൊട്ടിക്കരഞ്ഞുപോയി. ആ സമയത്തു ശ്രീകോവിലിനകത്തു നിന്നു 'പൂന്താനത്തിനു ഭട്ടതിരിയോളം വിഭക്തിയുറച്ചിട്ടില്ലെങ്കിലും ഭട്ടതിരിയെക്കാൾ ഭക്തിയുറച്ചിട്ടുണ്ട്' എന്നൊരു അശരീരിവാക്കുണ്ടായി. ഗുരുവായൂരപ്പന്റെ ഈ വാക്കുകൾ കേട്ടപ്പോൾ ഭട്ടതിരിയ്ക്കു വളരെ വ്യസനവും ലജ്ജയും പശ്ചാത്താപവും ഉണ്ടാക്കിയെന്നുള്ളതു പറയണമെന്നില്ലല്ലോ. ഉടനെ ഭട്ടതിരി നമ്പൂരിയെ അന്വേഷിച്ചപ്പോൾ നമ്പൂരി വ്യസനിച്ചു കരഞ്ഞുകൊണ്ട് അമ്പലത്തിന്റെ ഒരു കോണിൽ പോയി കിടക്കുന്നതായി അറിഞ്ഞു. അവിടെ ചെന്നു 'ഹേ പൂന്താനം, ഞാൻപറഞ്ഞതുകൊണ്ട് മുഷിഞ്ഞ് വന്നു കിടക്കുകയാണോ? ഞാനപ്പോൾ ഒരു മനോരാജ്യം വിചാരിച്ചുകൊണ്ടിരുന്നതിനാൽ അങ്ങിനെ പറഞ്ഞുവെന്നേ ഉള്ളൂ. പൂന്താനത്തിന്റെ കവിത വളരെ നല്ലതാണെന്നു അങ്ങേടെ ജ്ഞാനപ്പാനകൊണ്ടുതന്നെ സർവ്വസമ്മതമായിട്ടുള്ളതല്ലേ? പിന്നെ ഞാനങ്ങനെ നേരമ്പോക്കായിട്ടു പറഞ്ഞതിനു ഇത്ര മനസ്താപപ്പെടാനുണ്ടോ? സന്താനഗോപാലം തീർന്നേടത്തോളം കാണട്ടെ. ഞാൻ നോക്കി തിരുത്തിത്തരാമല്ലോ.'എന്നുപറഞ്ഞു നമ്പൂരിയെ സമാശ്വസിപ്പിക്കുകയും സന്താനഗോപാലം വാങ്ങി തീർന്നേടത്തോളം ഭാഗം മുഴുവനും നോക്കി അതിനെക്കുറിച്ചും വളരെ ശ്ലാഘിച്ചു പറഞ്ഞ് നമ്പൂരിയെ സന്തോഷിപ്പിക്കുകയും ചെയ്തു.

സന്താനഗോപാലത്തിൽ ശ്രീകൃഷ്ണനും അർജ്ജുനനുംകൂടി വൈകുണ്ഠത്തിൽ ചെന്ന ഭാഗത്ത് വൈകുണ്ഠത്തെ ഏതുപ്രകാരമാണു വർണ്ണിക്കേണ്ടത് എന്നു വിചാരിച്ചുകൊണ്ട് നമ്പൂരി ഒരു ദിവസം കിടന്നു ഉറങ്ങുമ്പോൾ ഗുരുവായൂരപ്പൻ വൈകുണ്ഠത്തെ നമ്പൂരിക്കു സ്വപ്നത്തിൽ കാണിച്ചു കൊടുത്തുവെന്നും അതിൻ പ്രകാരമാണ് നമ്പൂരി വർണ്ണിച്ചിരിക്കുന്നത് എന്നും ഒരു കേൾവിയുണ്ട്. ഭട്ടതിരിയുടെ നാരായണീയം മുഴുവനും തീർന്ന ദിവസം തന്നെയാണ് പൂന്താനത്തു നമ്പൂരിയുടെ സന്താനഗോപാലം പാനയും കുറതീർന്നതെന്നാണു കേൾവി. ഭക്തശിരോമണിയായ പൂന്താനത്തു നമ്പൂരിയെ യോഗ്യനാക്കാൻവേണ്ടി ഗുരുവായൂരപ്പൻ പലരെയും അബദ്ധരാക്കീട്ടുള്ളതായി പല കഥകളുണ്ട്.

ഒരു ദിവസം നമ്പൂരി ഒരു സ്തോത്രം ജപിക്കുമ്പോൾ 'പത്മനാഭോ മരപ്രഭുഃ' എന്നു ചൊല്ലി. അതു കേട്ട് വിദ്വാനായ മറ്റൊരു നമ്പൂരി, 'വിഡ്ഢി! മരപ്രഭുവല്ല അമരപ്രഭുവാണ്. പത്മനാഭോമരപ്രഭുഃ എന്നു സന്ധി ചേർത്തു ചൊല്ലുകതന്നെ' എന്നു പറഞ്ഞു. അപ്പോൾ 'പിന്നെ മരപ്രഭു ആരാണ്; ഞാൻ മരപ്രഭുവുമാണ്'എ

ന്നൊരു അശരീരിവാക്ക ശ്രീകോവിലകത്തു നിന്നു കേൾക്കപ്പെട്ടു. അപ്പോൾ വിദ്വാൻ നമ്പൂരി അബദ്ധനായിതീർന്നുവെന്നുള്ളതു പറയണമെന്നില്ലല്ലോ.

പൂന്താനത്തു നമ്പൂരിക്കു വ്യുല്പത്തിയില്ലായിരുന്നുവെങ്കിലും ഗുരുവായൂർ ക്ഷേത്രത്തിലിരുന്ന പല വിദ്വാന്മാർ ഭാഗവതം വായിച്ച് അർത്ഥം പറയുന്നതു കേട്ടുകേട്ട് അദ്ദേഹത്തിനു ഭാഗവതം ഏതുഭാഗം വായിക്കുന്നതു കേട്ടാലും അർത്ഥം പറയാറായിത്തീർന്നു എന്നു മാത്രമല്ല, ഭക്തനായ അദ്ദേഹം ഭക്തി രസത്തോടുകൂടി അർത്ഥം പറയുന്നതു കേൾക്കാൻ എല്ലാവർക്കും വളരെ കൗതുകമുണ്ടായിത്തീർന്നു. ഒടുക്കം ഭാഗവതം ആരു വായിച്ചാലും അർത്ഥം പറയാൻ പൂന്താനത്തു നമ്പൂതിരി വേണമെന്നു ജനങ്ങൾക്കു നിർബന്ധമായിത്തീർന്നു. അതുകൊണ്ടു വിദ്വാന്മാരായവർക്കു നമ്പൂരിയോടു കുറേശ്ശെ അസൂയയും തോന്നി തുടങ്ങി. എങ്കിലും ആരു വായിച്ചാലും അർത്ഥം പറയുക പൂന്താനത്തു നമ്പൂരിതന്നെയെന്നു പതിവായിത്തീർന്നു. ഗുരുവായൂർ ക്ഷേത്രത്തിൽ ഭാഗവതം വായന പതിവായിട്ടുണ്ടല്ലോ. ഒരു ദിവസം ഒരു വിദ്വാൻ വായിക്കാനും പൂന്താനത്തു നമ്പൂരി അർത്ഥം പറയാനും തുടങ്ങി. വായന കേൾക്കാൻ പണ്ഡിതന്മാരും പാമരന്മാരുമായിട്ട് അസംഖ്യം ജനങ്ങളും അവിടെ വന്നു കൂടി. അന്നു വായിച്ച ഭാഗം രുഗ്മണീസ്വയംവരം കഥയായിരുന്നു. വ്യുല്പത്തിയില്ലാതിരുന്നതിനാൽ നമ്പൂരി അർത്ഥം പറയുന്നതു അദ്ദേഹത്തിന്റെ മനോധർമ്മംപോലെയെന്നല്ലാതെ ശ്ലോകാർത്ഥം മനസ്സിലായിട്ടല്ലായിരുന്നു. അതിനാൽ രുഗ്മണി കൃഷ്ണന്റെ അടുക്കലേയ്ക്ക് ബ്രാഹ്മണനെ പറഞ്ഞയക്കുന്ന ദിക്കിൽ നമ്പൂരി 'രുഗ്മണി ഇങ്ങനെ ഒക്കെ പറഞ്ഞു ബ്രാഹ്മണന്റെ കൈയിലൊരെഴുത്തും കൊടുത്തയച്ച്' എന്നർത്ഥം പറഞ്ഞു. എഴുത്തു കൊടുത്തയച്ച എന്നുള്ളതു ഭാഗവതത്തിൽ പറഞ്ഞിട്ടില്ലാത്തതായിരുന്നതിനാൽ ഇതു കേട്ടു കൊണ്ടിരുന്ന വിദ്വാനായ ഒരു നമ്പൂരി പൂന്താനത്തു നമ്പൂരിയോടു 'എഴുത്തു കൊടുത്തയച്ച എന്നുള്ളത് ഏതു ശ്ലോകത്തിലാണു പറഞ്ഞിരിക്കുന്നത്?' എന്നു ചോദിച്ചു. അതു കേട്ടപ്പോൾ പൂന്താനത്തു നമ്പൂരി മറുപടി പറയാൻ നിവൃത്തിയില്ലാതെ വിഷമിച്ചു. അപ്പോൾ ശ്രീകോവിലിനകത്തു നിന്ന് ''എഴുത്തുകൊടുത്തയച്ചില്ല എന്ന് ഏതു ശ്ലോകത്തിലാണ് പറഞ്ഞിരിക്കുന്നത്? ആ ബ്രാഹ്മണൻ എന്റെ അടുക്കൽ വന്നപ്പോൾ രുഗ്മണിയുടെ ഒരെഴുത്തുകൂടികൊണ്ടുവന്നിരുന്നു.'എന്നൊരശരീരി വാക്കു കേൾക്കപ്പെട്ടു. ഇതുകേട്ടപ്പോൾ ദുശ്ചോദ്യം ചോദിച്ച നമ്പൂരി വളരെ മദ്ധ്യമമാവുകയും പൂന്താനത്തു നമ്പൂരി സന്തോഷിക്കുകയും ശേഷമുള്ളവർ അത്ഭുതപ്പെടുകയും ചെയ്തു.

ഇപ്രകാരം കുറച്ചുകാലം കഴിഞ്ഞപ്പോഴേയ്ക്കും പൂന്താനത്തു നമ്പൂരിയെ കുറിച്ചെല്ലാവർക്കും വളരെ ബഹുമാനമുണ്ടായിത്തീർന്നു. ക്ഷേത്രത്തിൽ പതിവായി നമസ്കാരഭക്ഷണത്തിനു ഇരിക്കുമ്പോൾ വേദജ്ഞന്മാരും വിദ്വാന്മാരും ആയ ബ്രാഹ്മണർ എത്ര ഉണ്ടായിരുന്നാലും പൂന്താനത്തു നമ്പൂരിയെ മാന്യസ്ഥാനത്തു ഒന്നാമനായിട്ട് ഇരുത്തുക പതിവായി. ക്രമേണ ആരും പറഞ്ഞില്ലങ്കിലും അദ്ദേഹത്തിന് മാന്യസ്ഥാനത്തിരിക്കാമെന്നായിത്തീർന്നു. അങ്ങിനെയിരിക്കുമ്പോൾ ദൂരസ്ഥനും വിദ്വാനും വേദജ്ഞനുമായ ഒരു നമ്പൂരിപ്പാട് ഗുരുവായൂർ ക്ഷേത്രത്തിൽ ദർശനത്തിനായി വന്നു. നമ്പൂരിപ്പാട്ടിലേക്കു ഊണു ക്ഷേത്രത്തിൽ തന്നെയായിരുന്നു. അതിനാൽ ക്ഷേത്രാധികാരിയായ നമ്പൂരി അന്നു ഭക്ഷണത്തിനു മാന്യസ്ഥാനത്തു നമ്പൂരിപ്പാടിനെ ഇരുത്തണമെന്നു നിശ്ചയിച്ചു. പൂന്താനത്തു നമ്പൂരി ആ സംഗതി അറിയാതെ

പതിവുപോലെ ഊണു കാലമായപ്പോൾ മാന്യസ്ഥാനത്തു ഒന്നാമനായി പോയിരുന്നു. അപ്പോൾ ക്ഷേത്രാധികാരി പൂന്താനത്തിനോട് 'മഹായോഗ്യനായിരിക്കുന്ന ഒരുത്തമബ്രാഹ്മണൻ ഇവിടെ വന്നിരിക്കുന്ന സ്ഥിതിയ്ക്ക് ഇന്നു താനിവിടെക്കടന്നിരിക്കുന്നതു ന്യായമായില്ല. അതിനാൽ വേഗമെണീറ്റു മാറിയിരിക്കു' എന്നു പറഞ്ഞു. എങ്കിലും പല യോഗ്യന്മാർ കൂടി തനിക്കു സമ്മതിച്ചു തന്നിരിക്കുന്ന മാന്യസ്ഥാനം വിട്ടുകൊടുക്കുന്നതിനു മനസ്സു വരായ്കയാൽ പൂന്താനത്തു നമ്പൂരി എണീറ്റു മാറിയില്ല. അതിനാൽ ക്ഷേത്രാധികാരി അദ്ദേഹത്തിന്റെ കൈയ്ക്കു പിടിച്ചു എണീപ്പിച്ചു. താൻ വേദാർഹനും വിദ്വാനുമല്ലാഞ്ഞിട്ടാണല്ലോ തന്നെ ഇങ്ങിനെ അപമാനിച്ചതെന്നു വിചാരിച്ചിട്ടു പൂന്താനത്തുനമ്പൂരിക്ക് വളരെ വ്യസനമുണ്ടായി. അദ്ദേഹം ഉടനെ കരഞ്ഞുകൊണ്ട് പുറത്തേക്കിറങ്ങി. അപ്പോഴും ശ്രീകോവിലിനകത്തുനിന്നും 'പൂന്താനം ഇനി ദുഷ്ടന്മാരുടെ അടുക്കൽ താമസിക്കുകയും ഇവിടെ വരികയും വേണ്ട. പൂന്താനത്തിനു എന്നെ കാണണമെങ്കിൽ ഞാൻപൂന്താനത്തിന്റെ ഇല്ലത്തു വന്നുകൊള്ളാം' എന്നൊരു അശരീരി വാക്കുണ്ടായി. നമ്പൂരി അതുകേട്ടു സന്തോഷിച്ച് അപ്പോൾതന്നെ തന്റെ ഇല്ലത്തേയ്ക്കു പോവുകയും ചെയ്തു.

നമ്പൂരി ഇല്ലത്തുചെന്നതിന്റെ ശേഷം ഭഗവാൻ വന്നു കണ്ടല്ലാതെ ഊണു കഴിക്കുകയില്ലന്നു നിശ്ചയിച്ചു അവിടെയിരുന്നു. അപ്പോൾ ഭക്തവത്സലനായ ഭഗവാൻ ശ്രീകൃഷ്ണൻ നമ്പൂരിയുടെ ഇല്ലത്തു എഴുന്നള്ളി. ഭക്തശിരോമണിയായ നമ്പൂരി ഭക്തവത്സലനായ ഭഗവാനെ തന്റെ വാമഭാഗത്തു (ഇടതു) പ്രത്യക്ഷമായി കണ്ടു നമ്പൂരി ഉടനെ എണീറ്റു ഭഗവാനെ സാഷ്ടാംഗമായി നമസ്കരിച്ചു വന്ദിച്ചു. അപ്പോൾ ഭഗവാൻ 'ഇനി പൂന്താനം എന്നെ ഇവിടെയിരുന്നു സേവിച്ചാൽ മതി. എന്റെ സാന്നിദ്ധ്യം ഇവിടെയുണ്ടായിരിക്കും' എന്നു അരുളിച്ചെയ്തതിന്റെ ശേഷം മറയുകയും ചെയ്തു. നമ്പൂരി ഭഗവാനെ കണ്ടതായ ആ സ്ഥലത്തു ഒരമ്പലം പണിയിച്ചു (ശ്രീകോവിൽ മാത്രം) അവിടെ ശ്രീകൃഷ്ണന്റെ വിഗ്രഹത്തെ കുടിയിരുത്തി പതിവായി പൂജാനിവേദ്യാദികൾ കഴിച്ചു സേവിച്ചു കൊണ്ടിരുന്നു. ആ സ്ഥലം നമ്പൂരി ഇരുന്നതിന്റെ ഇടതു വശത്തായിരുന്നതിനാൽ ആ അമ്പലത്തിനു 'ഇടതുപുറത്തമ്പലം' എന്നു പേരിടുകയും ചെയ്തു.

ഭാഗവതവും മറ്റും വായിച്ചുകേട്ടിട്ടുണ്ടായ പദപരിചയം കൊണ്ടും ഭഗവദ്ഭക്തി കൊണ്ടും ഭഗവത്കാരുണ്യംകൊണ്ടും പൂന്താനത്തു നമ്പൂരി കാലക്രമേണ സംസ്കൃതത്തിലും കവിതയുണ്ടാക്കാൻ ശക്തനായിത്തീർന്നു.

പൂന്താനത്തു നമ്പൂരി ഗുരുവായൂർ ക്ഷേത്രം വിട്ട് ഇല്ലത്ത് സ്ഥിര താമസമാക്കിയതിന്റെ ശേഷം ഭഗവത്കാരുണ്യത്താൽ അദ്ദേഹത്തിനു ദീർഘായുസ്സോടുകൂടിയ പുത്രസന്താനങ്ങൾ ധാരാളമുണ്ടാവുകയും അദ്ദേഹം പിന്നെയും വളരെക്കാലം അർഥപുത്രമിത്രാദികളോടും ഭഗവാങ്കൽ നിശ്ചലതയും സുദൃഢവുമായ ഭക്തിയോടുംകൂടി സുഖമാകുംവണ്ണം ജീവിച്ചിരിക്കുകയും ചെയ്തു.

●

ആലത്തൂർ നമ്പി

ആലത്തൂർ നമ്പിയുടെ ഇല്ലം ബ്രിട്ടീഷുമലബാറിൽ പൊന്നാനിത്താലൂക്കിൽ തൃക്കണ്ടിയൂരംശത്തിൽ ആലത്തൂർ ദേശത്താണ്. ഇതു കൂടാതെ അവിടേക്കു കൊച്ചി സംസ്ഥാനത്തു തലപ്പള്ളിത്താലൂക്കിൽ ചൂണ്ടൽ പ്രവൃത്തിയിൽ തായങ്കാവുദേശത്തും ഒരില്ലമുണ്ട്. അതു രണ്ടാമതുണ്ടായതാണ്. ആ ദേശത്തു പണ്ടു ചൂണ്ടൽ മൂസ്സ് എന്നൊരഷ്ടവൈദ്യനുണ്ടായിരുന്നു. ആ ഇല്ലത്ത് ഒരു കാലത്ത് പുരുഷന്മാരാരുമില്ലാതെ ഒരു വിധവയും ഒരു കന്യകയും മാത്രമായിത്തീർന്നു. ആ കന്യകയേ ആലത്തൂർ നമ്പിമാരിലൊരാൾ സർവസ്വദാനമായി വിവാഹം കഴിച്ച് അവിടെ ദത്തു കയറി. അതിനാലാണ് അവിടെയും ഒരില്ലം അവിടേക്കുണ്ടായത്. ചൂണ്ടൽ മൂസ്സിന്റെ ഇല്ലം വകയായിട്ടുണ്ടായിരുന്ന ഏതാനും വസ്തുവകകളും നമ്പിക്കു കിട്ടി. ഏതാനും വസ്തുക്കളും ഒരു ദേവസ്വവും അന്യാധീനപ്പെട്ടുപോയിട്ടുമുണ്ട്.

ആലത്തൂർ നമ്പിയുടെ ഇല്ലത്ത് ഒരിക്കൽ പുരുഷന്മാരാരുമില്ലാതെ ഒരു കന്യക മാത്രമായിത്തീർന്നു. അന്ന് ആ കന്യകയെ സർവസ്വദാനമായി വിവാഹം കഴിച്ച് അവിടെ ദത്തുകയറിയത് കറുത്തപാറ നമ്പൂരിയുടെ ഇല്ലത്തു നിന്നൊരാളാണ്. അതിനാൽ കറുത്തുപാറ നമ്പൂരിയും ആലത്തൂർ നമ്പിയും പരസ്പരം പുലയുള്ളവരായിത്തീർന്നു. അജാമിളമോക്ഷം, ധ്രുവ ചരിതം മുതലായവയുടെ നിർമ്മാതാവായ കറുത്തുപാറ ദാമോദരൻ നമ്പൂരി മരിച്ചിട്ട് അധികം കാലമായില്ലല്ലോ. ആ ദാമോദരൻ നമ്പൂരി മരിച്ചപ്പോഴും ആലത്തൂർ നമ്പിമാർ പുല ആചരിച്ചിരുന്നതായിട്ടാണ് അറിയുന്നത്. അതിനാൽ ഇപ്പോൾ ആലത്തൂർ നമ്പിയുടെ ഇല്ലത്തുള്ളവർ കറുത്തു പാറ നമ്പൂരിയുടെ സന്താനപരമ്പരയിലുൾപ്പെട്ടവരാണെന്ന് വിശേഷിച്ചു പറയണമെന്നില്ലല്ലോ.

ആലത്തൂർ നമ്പിമാരുടെ ചികിത്സയ്ക്ക് അനിതരസാധാരണമായ ഒരു വിശേഷമുണ്ടെന്നുള്ളതു പ്രസിദ്ധമാണ്. അതിനുള്ള കാരണങ്ങളെ സ്സംബന്ധിച്ച പല ഐതിഹ്യങ്ങളുമുണ്ട്.

ആലത്തൂർ നമ്പിയുടെ ഇല്ലത്തിനു സമീപം 'വൈദ്യൻ തൃക്കോവിൽ' എന്നു പ്രസിദ്ധമായിട്ട് ഒരു ശിവക്ഷേത്രമുണ്ട്. പണ്ടൊരു കാലത്തുണ്ടായിരുന്ന ഒരു നമ്പി പതിവായി രണ്ടുനേരവും ആ ശിവക്ഷേത്രത്തില്പോയി ദർശനം കഴിച്ചുവന്നിരുന്നു. നമ്പി അമ്പലത്തിലേക്കു പോകുമ്പോൾ വഴിക്കുണ്ടായിരുന്ന ഒരാലിന്മേലിരുന്നു രണ്ടു പക്ഷികൾ 'കോരുക്ക്, കോരുക്ക്'' എന്നു ശബ്ദിക്കുകയും പതിവായിരുന്നു. ഒരു ദിവസം നമ്പി ആ പക്ഷികൾ മേല്പറഞ്ഞപ്രകാരം ശബ്ദിച്ചപ്പോൾ തിരിഞ്ഞുനിന്ന് ആ പക്ഷികളെ നോക്കി,

'കാലേ ഹിതമിതഭോജീ കൃതചംക്രമണഃ ക്രമേണ വാമശയഃ
അവിധൃതമൂത്രപുരീഷഃ സ്ത്രീഷു യതാത്മാ ച യോ നരഃ സോരുക്ക്'

എന്നു പറഞ്ഞിട്ട് ഇല്ലത്തേക്കു പോയി. അതില്പിന്നെ ആ പക്ഷികളെ കാണുകയോ അവയുടെ ശബ്ദം കേൾക്കുകയോ ഉണ്ടായിട്ടില്ല. 'കോരുക്ക്' എന്നുള്ളതിന് കഃ അരുക്ക്? (രോഗമില്ലാത്തവനാര്?)' എന്നാണല്ലോ അർത്ഥം. ആ ചോദ്യത്തിനു നമ്പിയുടെ മറുപടി, വേണ്ടുന്നകാലത്തു ഹിതമായും മിതമായും ഭക്ഷിക്കുന്നവനും, ഊണു കഴിഞ്ഞാൽ കുറച്ചു നടക്കുകയും ഇടതുവശം ചെരിഞ്ഞുകിടക്കുകയും ചെയ്യുന്നവനും മലമൂത്രങ്ങളെ തടുക്കാതെ വേണ്ടുന്ന സമയത്തു വിസർജിക്കുന്നവനും സ്ത്രീകളിൽ അത്യാസക്തിയില്ലാത്ത (അടക്കമുള്ള) വനുമായിരിക്കുന്നത് ആരോ ആ മനുഷ്യൻ അരോഗിയായിരിക്കും എന്നാണല്ലോ. ഇത് അവർക്ക് സമ്മതമായതിനാലായിരിക്കാം ആ പക്ഷികൾ പിന്നെ വരാഞ്ഞത്.

പക്ഷികളെ കാണാതായതിന്റെ ശേഷം രണ്ടു ദിവസം കഴിഞ്ഞപ്പോൾ രണ്ടു ബ്രാഹ്മണകുമാരന്മാർ നമ്പിയുടെ അടുക്കൽ ചെന്നു തങ്ങളെക്കൂടെ അവിടെ താമസിപ്പിച്ചു വൈദ്യശാസ്ത്രം പഠിപ്പിക്കണമെന്ന് അപേക്ഷിക്കുകയും നമ്പി സമ്മതിക്കുകയും അവർ അന്നു തന്നെ പഠിച്ചുതുടങ്ങുകയും ചെയ്തു. ആ കുട്ടികൾ മഹാവികൃതികളായിരുന്നുവെങ്കിലും അത്യന്തം ബുദ്ധിമാന്മാരുമായിരുന്നതിനാൽ നമ്പിക്ക് അവരെക്കുറിച്ച് വിരോധമല്ല, ഏറ്റവും സ്നേഹവും വാത്സല്യവുമാണുണ്ടായത്. അവർ എന്തെല്ലാം കുസൃതികൾ കാട്ടിയാലും പറഞ്ഞാലും നമ്പി അവരെ ശാസിക്കാറില്ല. അതിനതിന് അവരുടെ ദുസ്സാമർത്ഥ്യങ്ങൾ വർദ്ധിച്ചുകൊണ്ടു തന്നെ ഇരുന്നു. പഠിക്കുന്ന സമയം നമ്പി പറഞ്ഞുകൊടുക്കുന്നതൊന്നും അവർ കേൾക്കുകയും മനസ്സിലാക്കുകയും ചെയ്യുകയില്ല. നമ്പി ഒരു വിധത്തിൽ ഒരു വാക്യത്തിന് അർത്ഥം പറഞ്ഞുകൊടുക്കുമ്പോൾ അവർ അതിനു വേറെ നാലു വിധത്തിൽ അർത്ഥം പറഞ്ഞ് അങ്ങനെയായാലെന്താ, ഇങ്ങനെയായാലെന്താ എന്നു ചോദ്യം തുടങ്ങും. അവയെല്ലാം ചേരുന്നവയും മറ്റാരും വിചാരിക്കുകയും ധരിക്കുകയും ചെയ്തിട്ടില്ലാത്തവയുമായിരിക്കും. അതിനാൽ ആ സമയങ്ങളിലും നമ്പിക്കു സന്തോഷവും അത്ഭുതവുമല്ലാതെ അവരോടു കോപമോ വിരോധമോ ഉണ്ടായില്ല. ഒടുക്കം നമ്പി അവരെ പഠിപ്പിക്കുന്നത് അവരിൽനിന്ന് അനേകവിധത്തിലുള്ള വിശേഷാർത്ഥങ്ങൾ കേട്ടു ധരിക്കാനായിത്തീർന്നുവെന്നു പറഞ്ഞാൽ മതിയല്ലോ.

ഒരു ദിവസം നമ്പി ഇല്ലത്തില്ലാതിരുന്ന സമയം ഈ ബ്രാഹ്മണ കുമാരന്മാർ അവിടെയുണ്ടായിരുന്ന പടിപ്പുരമാളികയ്ക്കു തീ വെച്ചു ചുട്ട് അതു ഭസ്മാവശേഷമാക്കിക്കളഞ്ഞു. നമ്പി തിരിച്ചുവന്നപ്പോൾ സംഗതി മനസ്സിലായി. എങ്കിലും അതിനെക്കുറിച്ച് അവരോടൊന്നും ചോദിക്കുക പോലും ചെയ്തില്ല.

ഒരു ദിവസം നമ്പിയുടെ അച്ഛന്റെ ശ്രാദ്ധമായിരുന്നു. ബലിക്കു കുളിക്കാനായി നമ്പി പോയിരുന്ന സമയം ചില നായാടികൾ (വേടന്മാർ) പടിക്കൽ വന്നു ഭിക്ഷയ്ക്കായി വിളിച്ചു. ഈ ബ്രാഹ്മണബാലന്മാർ ഈ അടുക്കളയിൽ കടന്നു ബലിക്കായി വെച്ചുവെച്ചിരുന്ന കവ്യൻ (ചോറ്) എടുത്തുകൊണ്ടു പോയി നായാടികൾക്കു കൊടുത്തു. നമ്പി കുളിച്ചുവന്നപ്പോൾ ഈ വിവരമ

റിഞ്ഞു. എങ്കിലും വേറെ കവ്യൻ വെച്ചുണ്ടാക്കി ശ്രാദ്ധം നടത്തിയതല്ലാതെ ഇതിനെക്കുറിച്ചും ആ ബ്രാഹ്മണ ബാലന്മാരോട് ഒന്നും ചോദിച്ചില്ല.

പിന്നെയൊരിക്കൽ നമ്പി ഈ ബ്രാഹ്മണകുമാരന്മാരോട്ടുകൂടി ഒരു രോഗിയെ കാണുന്നതിനായി ഒരു സ്ഥലത്തേക്കുപോയി. അപ്പോൾ മദ്ധ്യേ മാർഗം ഒരു ചെറിയ നദിയുണ്ടായിരുന്നു. മൂന്നുപേരുംകൂടി അവിടെയുണ്ടായിരുന്ന പാലത്തിന്മേൽ ചെന്നു കയറി. ഏകദേശം മധ്യത്തിങ്കലായപ്പോൾ ഈ ബാലന്മാർ നമ്പിയെ പിടിച്ചു പുഴയിലേക്കു തള്ളിയിട്ടു. നമ്പി നീന്തി അക്കരെയെത്തി. പിഴിഞ്ഞുടുത്തു തയ്യാറായി. അപ്പോഴേക്കും ബ്രാഹ്മണ ബാലന്മാരും അവിടെയെത്തി. പിന്നീട് മൂന്നുപേരും ഒരുമിച്ചുതന്നെ പോയി. ഇതിനെക്കുറിച്ചും നമ്പി അവരോടൊന്നും ചോദിച്ചില്ല.

ഒരു തലവേദനക്കാരൻ തലവേദന കലശലാകുമ്പോൾ നമ്പിയുടെ അടുക്കൽ ചെന്നു പറയുകയും നമ്പി വല്ലതും ചികിത്സ പറഞ്ഞയയ്ക്കുകയും അതുകൊണ്ടു കുറച്ചു ദിവസത്തേക്കു സുഖമായിരിക്കുകയും പിന്നെയും തലവേദന വരികയും സഹിക്കാൻ വയ്യാതെയാകുമ്പോൾ നമ്പിയുടെ അടുക്കൽ ചെന്നു പറയുകയും പതിവായിരുന്നു. ആ പതിവു പോലെ ഒരിക്കൽ അയാൾ ചെന്നപ്പോൾ നമ്പി അവിടെ ഉണ്ടായിരുന്നില്ല. തലവേദന ദുസ്സഹമായിത്തീരുകയാൽ അയാൾ 'അയ്യോ! ഞാനിനി എന്താണ് വേണ്ടത്? ഞാൻഇവിടെ കിടന്നു മരിക്കും'എന്നു പറഞ്ഞ് ആ മുറ്റത്തുകിടന്നു നിലവിളിച്ചു. അപ്പോൾ ആ ബ്രാഹ്മണകുമാരന്മാർ അവിടെനിന്നിറങ്ങി പുരയിടത്തിലേക്കു പോയി. രണ്ടു കൂട്ടം പച്ചിലകൾ പറിച്ചുകൊണ്ട് തിരിച്ചുവന്ന്, ആ തലവേദനക്കാരനെ വിളിച്ചുംകൊണ്ട് ഒരു മുറിക്കകത്തേക്ക് കയറിപ്പോയി. അകത്തു കടന്നയുടനെ വാതിലടച്ചു സാക്ഷയിട്ടു. നമ്പിയുടെ പുത്രന്മാരായ ചെറിയ ഉണ്ണികൾ ഇവരെന്താണ് ചെയ്യുന്നതെന്നു കാണാനായി ആ മുറിയുടെ നിരയ്ക്കുണ്ടായിരുന്ന ചെറിയ ദ്വാരത്തിൽക്കൂടി ഒളിഞ്ഞുനോക്കിക്കൊണ്ടു നിന്നു. അകത്തു കടന്ന ബ്രാഹ്മണകുമാരന്മാർ ഒരുകൂട്ടം പച്ചമരുന്നു തിരുമ്മിപ്പിഴിഞ്ഞു രോഗിയുടെ തലയിൽ പുരട്ടി. ഉടനെ തലയുടെ തൊലി ആകപ്പാടെ രോമത്തോട്ടുകൂടി പൊങ്ങിവന്നു. ബ്രാഹ്മണബാലന്മാർ ആ തൊലിയെടുത്തു മാറ്റി വെച്ചിട്ടു തലയോട്ടിയിൽ പറ്റിയിരുന്ന ഒരുതരം ചെറുപ്രാണികളെ തുത്തുകളയുകയും തൊലിയെടുത്തു വീണ്ടും തലയിൽ പതിക്കുകയും പിന്നെ ഒരു കൂട്ടം മരുന്നുകൂടെ ഉണ്ടായിരുന്നത് തിരുമ്മിപ്പിഴിഞ്ഞു നീരെടുത്തു തലയിൽ പുരട്ടുകയും തൊലി യഥാപൂർവം ഒട്ടിപ്പിടിക്കുകയും ചെയ്തു. രോഗിക്കു തലവേദന മാറി സുഖമാവുകയാൽ വാതിൽ തുറന്നു പുറത്തേക്കിറങ്ങിയയുടനെ യാത്ര പറഞ്ഞ് അയാൾ പോയി. ബ്രാഹ്മണകുമാരന്മാർ പുറത്തിറങ്ങിയപ്പോൾ നമ്പിയുടെ ഉണ്ണികളെ കണ്ടിട്ട് 'ഇങ്ങനെ നോക്കിയാൽ കോങ്കണ്ണുണ്ടാകും' എന്നു പറയുകയും ഉള്ളങ്കയ്യിൽ പറ്റിയിരുന്ന മരുന്ന് അങ്കണത്തിന്റെ തൂണിന്മേൽ തേച്ചുകളയുകയും അതിന്റെ പിശിട് ആരും കാണാതെ അവർ എവിടെയോ കളയുകയും ചെയ്തു.

നമ്പി മടങ്ങിയെത്തി കുളി കഴിഞ്ഞ് അകത്തു ചെന്നു പുത്രന്മാരോട്ടുകൂടി ഉണ്ണാനിരുന്നു. ഉണ്ടുകൊണ്ടിരിക്കുമ്പോൾ ആ ഉണ്ണികൾ തലവേദനക്കാരൻ വന്നതു മുതൽ ഉണ്ടായ സകല സംഗതികളും നമ്പിയോടു പറഞ്ഞു. ആ സമയം മറ്റേ ബ്രാഹ്മണകുമാരന്മാർ നമ്പിയുടെ അടുക്കൽച്ചെന്ന്, 'ഞങ്ങൾക്ക് ഇനി ഇവിടെ താമസിക്കാൻ നിവൃത്തിയില്ല. പോകാനുള്ള സമയമായിരി

ക്കുന്നു. ഞങ്ങൾ ഇവിടെത്താമസിച്ചു പഠിക്കുകയും അങ്ങേ പലവിധത്തിൽ ഉപദ്രവിക്കുകയും ചെയ്തു. അതിനൊക്കെ തക്കതായ പ്രതിഫലം തരുന്നതിനു ഞങ്ങളുടെ കൈവശമൊന്നുമില്ല. എങ്കിലും ഇതിരിക്കട്ടെ' എന്നു പറഞ്ഞ് ഒരു ചെറിയ ഗ്രന്ഥം നമ്പിയുടെ നേരെ നീട്ടിക്കൊടുത്തു. നമ്പി ഉണ്ടുകൊണ്ടിരിക്കുകയായിരുന്നതിനാൽ ഇടതുകൈ നീട്ടി അതു മേടിച്ചു. അപ്പോൾ ബ്രാഹ്മണകുമാരന്മാർ 'ഒരു നിവൃത്തിയുമില്ലാതെ മുട്ടുന്ന സമയം ഈ ഗ്രന്ഥമഴിച്ചു നോക്കിയാൽ ഇതിൽ എന്തെങ്കിലും സമാധാനം കാണും. ഈ ഗ്രന്ഥം ഈ ഇല്ലത്തുള്ളവരല്ലാതെ മറ്റാരും കാണാനിടയാകരുത്" എന്നു പറഞ്ഞ് യാത്രയായി. നമ്പി വലതു കൈ മടക്കിപ്പിടിച്ചുകൊണ്ട് അനുയാത്രയായി അവരുടെ പിന്നാലെ ചെന്നു. അവർ മുറ്റത്തിറങ്ങിന്നതിനിടയ്ക്കു നമ്പിയും അവരും തമ്മിൽ ഒരു ചെറിയ സംഭാഷണം നടന്നു.

നമ്പി: നിങ്ങൾ ആരാണ്?

ബ്രാഹ്മണകുമാരന്മാർ: അതറിഞ്ഞിട്ട് എന്തു വേണം?

നമ്പി: ഒന്നും വേണ്ടീട്ടല്ല. നിങ്ങൾ കേവലം മനുഷ്യരല്ലെന്നു തോന്നി. അതുകൊണ്ട് ചോദിച്ചതാണ്.

ബ്രാഹ്മണകുമാരന്മാർ: എന്നാൽ ഞങ്ങൾ പക്ഷികളോ ദേവന്മാരോ ആണെന്നു വിശ്വസിച്ചുകൊള്ളണം.

നമ്പി: നിങ്ങൾ ഇവിടെ വന്നതെന്തിന്?

ബ്രാഹ്മണകുമാരന്മാർ: ആയുർവേദചികിത്സയ്ക്കു പ്രസിദ്ധിയും ഫലസിദ്ധിയും പ്രചാരവും വർദ്ധിപ്പിക്കാൻ.

നമ്പി: നിങ്ങൾ എന്റെ പടിപ്പുരയ്ക്ക് തീവെച്ചതോ?

ബ്രാഹ്മണകുമാരന്മാർ: ആ സമയം ഇവിടെ ഇല്ലത്തിന് അഗ്നിബാധയുണ്ടാകാനുള്ള ഒരു യോഗമുണ്ടായിരുന്നു. അതിങ്ങനെ തീരട്ടെ എന്നു വിചാരിച്ചാണ്. എങ്കിലും അത് ഇനിയൊരു കാലത്തുണ്ടാകും.

നമ്പി: ശ്രാദ്ധത്തിനുവെച്ച കവ്യൻ എടുത്തു നായാടികൾക്കു കൊടുത്തതെന്തിനാണ്?

ബ്രാഹ്മണകുമാരന്മാർ: അവർ വാസ്തവത്തിൽ നായാടികളല്ല. പിതൃക്കളാണ്. ശ്രാദ്ധത്തിനു സമയം അതിക്രമിച്ചതിനാൽ അവർ ഈ രൂപത്തിൽ വന്നു വിളിച്ചതാണ്. അപ്പോൾ അതെടുത്തു കൊടുത്തില്ലെങ്കിൽ അവർ ശപിക്കുകയും ഇവിടെ സന്തതിയും സമ്പത്തും നശിക്കുകയും ചെയ്യുമായിരുന്നു. അങ്ങനെ വരരുതെന്നു വിചാരിച്ച് അപ്രകാരം ചെയ്തതാണ്.

നമ്പി: എന്നെ പുഴയിൽ ഉരുട്ടിയിട്ടതെന്തിനാണ്?

ബ്രാഹ്മണകുമാരന്മാർ: ആ സമയത്ത് ആ പുഴയിൽ ഗംഗയുടെയും യമുനയുടെയും സരസ്വതിയുടെയും സാന്നിദ്ധ്യമുണ്ടായിരുന്നു. അപ്പോൾ അവിടെ സ്നാനം ചെയ്താൽ ത്രിവേണീസംഗമസ്നാനത്തിന്റെ ഫലം സിദ്ധിക്കുമായിരുന്നു. അത് അങ്ങേക്ക് സിദ്ധിക്കാനായിട്ടാണ് അങ്ങനെ ചെയ്തത്.

ഇത്രയും പറഞ്ഞപ്പോഴേക്കും അവർ മുറ്റത്തിറങ്ങുകയും അവിടെയുള്ള ആൽത്തറയിൽ കയറുകയും അവിടെവെച്ച് അവർ അദൃശ്യരായി ഭവിക്കുകയും ചെയ്തു.

ബ്രാഹ്മണകുമാരന്മാരുടെ ആ സംഭാഷണം നിമിത്തം അവർ അശ്വിനീദേവന്മാരായിരുന്നുവെന്നുംഅവർ തന്നെയാണ് തന്നെ പരീക്ഷിക്കാനായി ആലിന്മേൽ വന്നിരുന്ന 'കോരുക്ക്" എന്നു ചോദിച്ചതെന്നും നമ്പിക്കു

മനസ്സിലായി. അശ്വിനീദേവന്മാർ അന്തർദ്ധാനം ചെയ്ത ആ ആൽത്തറയിൽവെച്ച് ഇപ്പോഴും ആണ്ടുതോറും പത്മമിട്ട് അശ്വനീ ദേവന്മാരെ പൂജിച്ചുപോരാറുണ്ട്. ആലത്തൂർ നമ്പിമാർക്കു ചികിത്സാവിഷയത്തിൽ അനിതരസാധാരണമായ പ്രചാരവും പ്രസിദ്ധിയും സിദ്ധിച്ചത് ആ ഇല്ലത്തു അശ്വിനീദേവന്മാരുടെ സാന്നിദ്ധ്യമുണ്ടായതുകൊണ്ടാണെന്നു ഇനി വിശേഷിച്ചു പറയണമെന്നില്ലല്ലോ. അശ്വിനീദേവന്മാർ അവരുടെ കയ്യിന്മേൽ പറ്റിയ മരുന്നു തേച്ച തൂണ ചുരണ്ടി സ്വല്പം പൊടിയെടുത്തു വെള്ളത്തിൽ കുഴച്ചു നെറ്റിയ്ക്കു പുരട്ടിയാൽ ഏതു തലവേദനയും തൽക്ഷണം മാറുമായിരുന്നു. അതു പലർക്കും അനുഭവപ്പെട്ടിട്ടുള്ള ഒരു കാര്യമാണ്. എങ്കിലും അന്നത്തെ ആ ഇല്ലം അന്നുതന്നെ ആ ദേവവൈദ്യന്മാർ പറഞ്ഞിരുന്നതുപോലെ ഏതാനും കാലത്തിനുമുമ്പ് അഗ്നി ഭഗവാന് ആഹാരമായിത്തീരുകയും അതോടുകൂടി ആ തൂണ ഭസ്മാവശേഷമായിപ്പോവുകയും ചെയ്തു. അശ്വിനീദേവന്മാർ കൊടുത്ത ഗ്രന്ഥം ഇടതുകൈകൊണ്ട് വാങ്ങിയതിനാൽ ആലത്തൂർ നമ്പിമാർ ഇപ്പോഴും മരുന്നുകളോ മരുന്നിനു കുറിച്ചതോ ഇടതുകൈകൊണ്ട് കൊടുത്താൽ അധികം ഫലം കാണുമെന്നാണ് ജനവിശ്വാസം. ഇനി ആ ഇല്ലത്തുള്ളവർ ചികിത്സാവിഷയമായി ചെയ്തിട്ടുള്ള ചില അത്ഭുത കർമങ്ങളെപ്പറ്റിക്കൂടി സ്വല്പം പറഞ്ഞുകൊള്ളുന്നു.

സർപ്പശ്രേഷ്ഠനായ സാക്ഷാൽ തക്ഷകൻ ഒരിക്കൽ ഒരു ഉദരരോഗം നിമിത്തം അവശനായിത്തീരുകയാൽ ഒരു ബ്രാഹ്മണന്റെ രൂപം ധരിച്ച് അന്നു ഗൃഹസ്ഥനായിരുന്ന നമ്പിയുടെ അടുക്കൽ ചെന്നു തന്റെ രോഗത്തിന്റെ വിവരമറിയിക്കുകയും തന്റെ ദീനം ഭേദമാക്കി അയയ്ക്കണമെന്ന് അപേക്ഷിക്കുകയും ചെയ്തു. നമ്പി ഒരു മരുന്നു ചുക്കുവെള്ളത്തിൽ കലക്കി, ആ ബ്രാഹ്മണനെ അവിടെ കിടത്തീട്ടു വായിൽ ഒരു കുഴൽ വെച്ചു വലതുകൈകൊണ്ടു പിടിച്ചുകൊണ്ട് ഇടതുകൈകൊണ്ട് മരുന്ന് കുഴലിലൂടെ ഒഴിച്ചുകൊടുത്തു. ആ മരുന്നു സേവിച്ച ക്ഷണത്തിൽത്തന്നെ വയറ്റിൽ വേദന മാറി അദ്ദേഹം പൂർണ്ണസുഖത്തെ പ്രാപിക്കുകയും അദ്ദേഹത്തോടു നമ്പി, 'ഇനി പോകാം, ഇനി ഈ ദീനം ഒരിക്കലുമുണ്ടാവുകയില്ല' എന്നു പറയുകയും ചെയ്തു. അപ്പോൾ ആ ബ്രാഹ്മണൻ 'എന്റെ രോഗം ശമിപ്പിച്ചു കഷ്ടപ്പാടു നീക്കിയ മഹാനായ അങ്ങേ വഞ്ചിക്കുന്നത് എനിക്കു വിഹിതമല്ലല്ലോ. അതിനാൽ ഞാനെന്റെ സത്യസ്ഥിതി അറിയിച്ചുകൊള്ളുന്നു. വാസ്തവത്തിൽ ഞാനൊരു മനുഷ്യനല്ല ഞാൻ തക്ഷകനെന്നു പറയപ്പെടുന്ന സർപ്പമാണ്. അവിടുന്ന് എന്റെ രോഗം ശമിപ്പിച്ചതിൽ എനിക്കുള്ള അപാരമായ സന്തോഷം നിമിത്തം ഇതാ ഞാൻഅനുഗ്രഹിക്കുന്നു: ഈ ഇല്ലത്തു ജനിക്കുന്നവരെ ആരെയും ഒരു കാലത്തും സർപ്പങ്ങൾ ദംശിക്കുകയില്ല. അഥവാ ദംശിച്ചാലും വിഷം വ്യാപിക്കുകയില്ല. ഈ ഇല്ലപ്പുരയിടത്തിനകത്തുവെച്ച് അന്യന്മാരെയും അപ്രകാരംതന്നെ. എനിക്ക് ഇടതുകൈകൊണ്ട് മരുന്നൊഴിച്ചുതന്നാണല്ലോ എന്റെ ദീനം ഭേദമാക്കിയത്. അതിനാൽ ഈ ഇല്ലത്തുള്ളവർ ഇടതുകൈകൊണ്ടു കൊടുക്കുന്ന മരുന്നിനും മറ്റും കൂടുതൽ ഫലമുണ്ടായിരിക്കും. എന്നും അവിടെ ഒരാൾക്കെങ്കിലും സർപ്പദൃഷ്ടിയുണ്ടായിരിക്കുകയും ചെയ്യും' എന്നു പറഞ്ഞിട്ട് ബ്രാഹ്മണവേഷധാരിയായ തക്ഷകൻ അവിടെ നിന്ന് ഇറങ്ങിപ്പോവുകയും ചെയ്തു.

അശ്വിനീദേവന്മാരുടെയും തക്ഷകന്റെയും അനുഗ്രഹം നിമിത്തം ഇപ്പോഴും കോങ്കണ്ണോ സർപ്പദൃഷ്ടിയോ ഇല്ലാത്ത ആരും ഉണ്ടാകാറില്ല. തക്ഷകന്റെ അനുഗ്രഹം കൂടി സിദ്ധിച്ചപ്പോൾ ഇടത്തുകയിന്റെ മാഹാത്മ്യം ഒന്നുകൂടി വർദ്ധിക്കുകയും ചെയ്തു. നമ്പിയുടെ ഇല്ലപ്പുരയിടം ഏകദേശം നാലേക്കറോളം വിസ്താരമുള്ളതാണ്. അതിന്റെ നാലു മൂലയ്ക്കും ഓരോ സർപ്പക്കാവുണ്ട്. ആ ഇല്ലത്തുള്ളവരെയും ആ പുരയിടത്തിൽവെച്ച് അന്യന്മാരെയും ഇപ്പോഴും പാമ്പു കടിക്കുകയോ കടിച്ചാലും വിഷം വ്യാപിക്കുകയോ ചെയ്യാറില്ല.

ഒരിക്കൽ പാമ്പുമ്മേക്കാട്ടു നമ്പൂതിരിമാർ ഒരാൾക്കു ദീനമായിട്ടു ചികിത്സയ്ക്കായി അന്നുണ്ടായിരുന്ന ഒരാലത്തൂർ നമ്പിയെ വരുത്തിയിരുന്നു. ഒരു ദിവസം ഉച്ച തിരിഞ്ഞ സമയം മേക്കാട്ടുനമ്പൂരിയും നമ്പിയും കൂടി വെടി പറഞ്ഞുകൊണ്ടിരുന്ന സമയം അതിഭയങ്കരാകൃതിയായ ഒരു സർപ്പം അവരുടെ അടുക്കലേക്ക് ഇഴഞ്ഞുചെന്നു. അതു കണ്ട് നമ്പി ഭയപ്പെട്ട് എണീറ്റോടാൻ ഭാവിച്ചു. അപ്പോൾ നമ്പൂരി, 'ഭയപ്പെടുകയും പരിഭ്രമിക്കുകയും ഒന്നും വേണ്ടാ. ഇവർ ഉപദ്രവിക്കുന്നവരല്ല' എന്നു പറഞ്ഞു. എന്നിട്ടും നമ്പിക്ക് ഉറപ്പു വന്നില്ല. സർപ്പം ഇഴഞ്ഞുചെന്ന് നമ്പൂരിയുടെ മടിയിൽ കയറിക്കിടന്നു. അതുകണ്ട് നമ്പൂരിക്ക് ഒരിളക്കവുമുണ്ടായില്ലെന്നു പറയേണ്ടതില്ലല്ലോ. അതു കണ്ടപ്പോൾ നമ്പിക്ക് ഒരു സമാധാനമായതിനാൽ യഥാപൂർവം നമ്പൂരിയുടെ അടുക്കൽത്തന്നെ ചെന്നിരുന്നു. അപ്പോൾ ആ സർപ്പം നമ്പിയുടെ അടുക്കലേക്കു തല നീട്ടി. അതു കണ്ടപ്പോൾ നമ്പി വീണ്ടും പരിഭ്രമിച്ച് എണീക്കാൻ ഭാവിച്ചു. അപ്പോഴും നമ്പൂരി, 'വേണ്ടാ, അവിടെത്തന്നെ ഇരിക്കാം. ഭയപ്പെടേണ്ടാ, അത് ഉപദ്രവിക്കാനല്ല; അതിന്റെ തലയ്ക്ക് എന്തോ സുഖക്കേടുള്ളതിനാൽ അതു നമ്പിയെ കാണിക്കാനായിട്ടു തല നീട്ടിയതാണ്' എന്നു പറഞ്ഞു. നമ്പി സൂക്ഷിച്ചുനോക്കിയപ്പോൾ ആ സർപ്പത്തിന്റെ തലയിൽ സ്വല്പം നീര് ഉരുണ്ടുകൂടിയിരിക്കുന്നതായിക്കണ്ടു. നമ്പി നമ്പൂരിയുടെ വാക്കു വിശ്വസിച്ച് ഒരു വിധം ധൈര്യത്തെ അവലംബിച്ചുകൊണ്ട് ഒരു കത്തിയെടുത്ത് ആ നീരു കീറുകയും അതിനകത്ത് ഒളിഞ്ഞിരുന്ന ഇല്ലിമുള്ള് എടുത്തുകളയുകയും അവിടെ ഒരു മരുന്നു പുരട്ടുകയും സർപ്പം പതുക്കെ ഇറങ്ങി വന്ന വഴിയേ പോവുകയും ചെയ്തു.

ഏതാനും ദിവസംകൊണ്ട് പാമ്പുമ്മേക്കാട്ടു നമ്പൂരിക്കു ദീനം മാറി സുഖമാവുകയാൽ നമ്പൂരി നമ്പിക്കു പലവിധ സമ്മാനങ്ങളും മറ്റും കൊടുത്തു യാത്രയാക്കി. നമ്പി പോകാനായിട്ട് ഇറങ്ങിയപ്പോൾ അനുയാത്രയായി നമ്പൂരിയും പിന്നാലെ ചെന്നു. ആ സമയം മുമ്പു നമ്പി മുള്ളെടുത്തുകളഞ്ഞുവിട്ട സർപ്പം അവിടെ വന്നു. നമ്പി നോക്കിയപ്പോൾ നീരെല്ലാം പോയി, വ്രണമുണങ്ങി സർപ്പത്തിനു നല്ല സുഖമായിരിക്കുന്നതായി കണ്ടു. ഉടനെ ആ സർപ്പം വായിൽനിന്ന് ഒരു മാണിക്യക്കല്ല് നമ്പിയുടെ മുൻപിൽ ഇട്ടുകൊടുത്തു. നമ്പി അതു കണ്ട് സംശയിച്ചു നിന്നപ്പോൾ നമ്പൂരി 'ഒട്ടും സംശയിക്കേണ്ടാ, നമ്പി ദീനം ഭേദമാക്കിയതിനാൽ സന്തോഷിച്ചു സർപ്പം അതു നമ്പിക്കു സമ്മാനമായി തന്നതാണ്. എടുത്തുകൊണ്ടു പോകാം' എന്നു പറഞ്ഞു. നമ്പി ആ മാണിക്യക്കല്ലുമെടുത്തുകൊണ്ടു പോവുകയും ചെയ്തു. ആ നാഗമാണിക്യം ഇപ്പോഴും ആലത്തൂർ നമ്പിയുടെ ഇല്ലത്ത് ഇരിക്കുന്നുണ്ടെന്നാണ് കേൾവി.

നവയൗവനയുക്തനും നല്ല സുന്ദരനും രസികനുമായ ഒരു നമ്പൂരി കുഷ്ഠരോഗബാധിതനായിത്തീരുക നിമിത്തം പല വൈദ്യന്മാരെക്കൊണ്ടു ചികിത്സി

പ്പിച്ചിട്ടും ഒരു ഫലവുമില്ലായ്കയാൽ ഒടുക്കം ആലത്തൂർ നമ്പിയുടെ അടുക്കൽ ചെന്നു വിവരങ്ങളെല്ലാം പറഞ്ഞു. നമ്പി സ്വല്പനേരം മനസ്സിരുത്തി വിചാരിച്ചതിന്റെ ശേഷം, 'ഒരു മുന്നാഴി പെരുമ്പാമ്പിൻ നെയ്യ് സേവിക്കാമെങ്കിൽ ഞാൻ ഈ ദീനം ഭേദമാക്കാം. അല്ലാതെ ഞാനെന്നല്ല, ആരു വിചാരിച്ചാലും ഇതു ഭേദപ്പെടുത്താൻ സാധിക്കയില്ല' എന്നാണ് പറഞ്ഞത്. അതു കേട്ടപ്പോൾ നമ്പൂരിക്ക് വ്യസനം സഹിക്കവയ്യാതെയായി. എന്തായാലും പെരുമ്പാമ്പിൻ നെയ്യ് സേവിക്കുന്ന കാര്യം പ്രയാസം തന്നെ എന്നു തീർച്ചപ്പെടുത്തി. ആലത്തൂർ നമ്പി തന്നെ ഇങ്ങനെ പറഞ്ഞിരിക്കുന്ന സ്ഥിതിക്ക് പിന്നെ വൈദ്യന്മാരെ കണ്ടതുകൊണ്ട് പ്രയോജനമൊന്നുമില്ലല്ലോ എന്നു വിചാരിച്ച് അദ്ദേഹം ഉടനെ ചമ്രവട്ടത്തെത്തി ഭജനം തുടങ്ങി.

'അരുവി ചിതറി വീഴും നല്ല പേരാറുതന്റെ'
വടകരെ മരുതിൻകീൾച്ചെന്നു ചേർന്നോരു ദൈവം
അമരകൾ പലവട്ടം കൈതൊഴും ചമ്രവട്ടം
വിലസിന കുലദൈവം താങ്ങുവോനാകയെന്നെ'

എന്നുള്ള പ്രാർഥനയോടുകൂടി അദ്ദേഹം പന്ത്രണ്ടു ദിവസം അവിടെ ഭജിച്ചതിനുശേഷം ഒരു ദിവസം രാത്രിയിൽ അദ്ദേഹം അമ്പലത്തിൽ കിടന്ന് ഉറങ്ങിയിരുന്നപ്പോൾ ആരോ ഒരാൾ അദ്ദേഹത്തിന്റെ അടുക്കൽ ചെന്ന്, 'പതിവായി രാവിലെ പുഴയിൽച്ചെന്ന് കുളിക്കുമ്പോൾ സന്ധ്യാവന്ദനം കഴിഞ്ഞാലുടനെ പുഴയിൽനിന്നു മൂന്നു കുടന്ന (രണ്ടു കയ്യും നിറച്ചു) വെള്ളം എടുത്തു കുടിക്കണം. അങ്ങനെ നാല്പതു ദിവസം ചെയ്താൽ ദീനം ഭേദമാകും' എന്നു പറഞ്ഞതായി അദ്ദേഹത്തിനു തോന്നി. ഇതു ചമ്രവട്ടത്തു ശാസ്താവ് അരുളിച്ചെയ്തതുതന്നെയാണെന്നു വിശ്വസിച്ച നമ്പൂരി പിന്നെ പതിവായി അങ്ങനെ ചെയ്തുകൊണ്ടു ഭജിച്ചു. അങ്ങനെ നാല്പതു ദിവസം കഴിഞ്ഞപ്പോഴേക്കും ദീനമൊക്കെ ഭേദമായി നമ്പൂരി സ്വസ്ഥശരീരനായിത്തീർന്നു.

അനന്തരം നമ്പൂരി ആലത്തൂർ നമ്പിയുടെ അടുക്കൽച്ചെന്ന്, 'പെരുമ്പാമ്പിൻ നെയ്യ് സേവിക്കാതെ തന്നെ എന്റെ ദീനം ഭേദമായി' എന്നു പറഞ്ഞു. അപ്പോൾ നമ്പി, 'പിന്നെ എന്തു സേവിച്ചു?' എന്നു ചോദിച്ചപ്പോൾ നമ്പൂരി 'ഞാൻചമ്രവട്ടത്തയ്യപ്പനെ സേവിച്ചു. അല്ലാതെ ഒന്നും സേവിച്ചില്ല' എന്നു പറഞ്ഞു. പിന്നെ നമ്പി ഉണ്ടായ സംഗതികളെല്ലാം വിവരമായി പറയാൻ പറഞ്ഞപ്പോൾ നമ്പൂരി ഭജനത്തിന്റെ വിവരവും അതിനിടയ്ക്കു തനിക്കു ദർശനമുണ്ടായതും പുഴയിൽനിന്നു വെള്ളം കോരിക്കുടിച്ചിരുന്നതുമെല്ലാം വിസ്തരിച്ചു പറഞ്ഞു. ഉടനെ, നമ്പി 'എങ്ങനെയെങ്കിലും നമ്പൂരിക്കു സുഖമായല്ലോ, അതു സന്തോഷം തന്നെ. എങ്കിലും എനിക്ക് ആ സ്ഥലമൊന്നു കാണണം. നമ്പൂരി കൂടെ വരണം' എന്നു പറഞ്ഞു. പിന്നെ അവർ രണ്ടുപേരുംകൂടിപ്പോയി ചമ്രവട്ടത്തെ അമ്പലക്കടവിൽനിന്നു പുഴവക്കത്തുകൂടെ കുറച്ചു ദൂരം ചെന്നപ്പോൾ അവിടെ ഒരു വലിയ പെരുമ്പാമ്പു ചത്തു ചീഞ്ഞളിഞ്ഞു കിടക്കുന്നതും മഴവെള്ളത്തോടുകൂടി അതിന്റെ നെയ്യ് പുഴയിലേക്ക് ഒഴുകിച്ചേരുന്നതും കണ്ടിട്ടു നമ്പി നമ്പൂരിയോട്, 'ഇതാ, ഇതു കണ്ടുവോ? ഈ നെയ്യോടു കൂടിയ വെള്ളമാണ് നമ്പൂരി പതിവായി കുടിച്ചിരുന്നത്. മുന്നാഴി നെയ്യു സേവിക്കണമെന്നേ ഞാൻ പറഞ്ഞുള്ളൂ. ഇപ്പോൾ മൂന്നിടങ്ങഴിയിലധികം നെയ്യ് നമ്പൂരി സേവിച്ചിരിക്കും' എന്നു പറയുകയും ശരി തന്നെയെന്നു നമ്പൂരി സമ്മതിക്കുകയും ചെയ്തു. ഇന്ന രോഗത്തിന് ഇന്നതു ചെയ്യാതെ ആ

രോഗം ഭേദമാവുകയില്ലെന്നു ഇതുകൊണ്ടു സ്പഷ്ടമാകുന്നുണ്ടല്ലോ.

പണ്ടൊരിക്കൽ ഒരാലത്തൂർ നമ്പി കല്പനപ്രകാരം വളരെക്കാലം തിരുവനന്തപുരത്തു താമസിച്ചിരുന്നു. അക്കാലത്തു കിളിമാനൂർ കൊട്ടാരത്തിൽ അന്നത്തെ മൂത്ത കോയിത്തമ്പുരാന് ഒരു ദീനമുണ്ടായി. ദീനം തണ്ണീർദാഹമായിരുന്നു. അതു വർദ്ധിച്ച് എത്ര വെള്ളം കുടിച്ചാലും മതിയാകാത്ത നിലയിലായി. അങ്ങനെ കണക്കില്ലാതെ വെള്ളം കുടിക്കുന്നത് ശരിയല്ലല്ലോ എന്നു വിചാരിച്ച് കഞ്ഞി മുതലായവ പ്രതിദിനം നൂറ്റൻപത് ഇളനീരിന്റെ വെള്ളം കൂടി കുടിക്കുക എന്നൊരു പതിവുവെച്ചു. അതുകൊണ്ട് മതിയായിട്ടല്ല. എങ്കിലും ഒരു കണക്കു വേണമല്ലോ എന്നു വിചാരിച്ച് അങ്ങനെ നിശ്ചയിച്ചതാണ്.

അങ്ങനെയിരിക്കുമ്പോൾ കോയിത്തമ്പുരാൻ 'എന്റെ ഈ ദാഹം ആരെങ്കിലും മാറ്റിയാൽ മാറ്റുന്നവർക്ക് ഞാൻആയിരം രൂപ കൊടുത്തേക്കാം' എന്നു പറഞ്ഞു തുടങ്ങി. അങ്ങനെ പല ദിവസം കേട്ടപ്പോൾ കിളിമാനൂർ കൊട്ടാരത്തിൽ ഒരു തമ്പുരാട്ടിയുടെ ഭർത്താവായി താമസിക്കുന്ന ആളും തിരുവനന്തപുരത്തു വലിയ കൊട്ടാരത്തിലെ ഒരു പൂജക്കാരനും നമ്പിയുടെ സ്നേഹിതനുമായ ഒരു നമ്പൂരി കോയിത്തമ്പുരാന്റെ ഒരാളെന്ന നിലയിൽ തിരുവനന്തപുരത്തു ചെന്ന് നമ്പിയെ വിവരമെല്ലാം പറഞ്ഞു ക്ഷണിച്ചു കിളിമാനൂർക്കു കൊണ്ടുപോയി. അവിടെ എത്തിയ ദിവസം തന്നെ നമ്പി കോയിത്തമ്പുരാനെ കാണുകയും ഒരു മരുന്നു കൊടുത്തു സേവിപ്പിക്കുകയും ചെയ്തു. പിറ്റേ ദിവസമായപ്പോൾ നൂറ്റിനാല്പതു കരിക്കു (ഇളനീർ) കൊണ്ടു മതിയായി. അടുത്ത ദിവസമായപ്പോൾ ഇളനീർ പത്തുകൂടി കുറഞ്ഞു. അങ്ങനെ ദിവസംകൊണ്ട് ഒരു ഇളനീരായാൽ മതിയെന്നുള്ള സ്ഥിതിയിലായി. അപ്പോൾ നമ്പി 'ഇപ്പോൾ ഇങ്ങനെയിരിക്കട്ടെ. ഇനി ഞാൻനാട്ടിലേക്ക് ഒന്നു പോയി വരാം. ഇല്ലത്തു നിന്നു പോയിട്ട് വളരെ നാളായി' എന്നു പറഞ്ഞ് യാത്രയായി. കോയിത്തമ്പുരാൻ നമ്പിക്ക് നൂറു രൂപ കൊടുത്തു. നമ്പി ഒന്നും മിണ്ടാതെ സന്തോഷസമേതം കൊടുത്തതു വാങ്ങിക്കൊണ്ടു പോവുകയും ചെയ്തു.

നമ്പി പോയതിന്റെ പിറ്റേ ദിവസം മുതൽ കോയിത്തമ്പുരാന്റെ ദാഹം വർദ്ധിച്ചു. പതിനഞ്ചു ദിവസംകൊണ്ട് പൂർവസ്ഥിതിയിൽ നൂറ്റൻപതു കരിക്കിന്റെ വെള്ളം കുടിച്ചാലും മതിയാവുകയില്ല എന്നായി. കോയിത്തമ്പുരാൻ നമ്പിയെ വിളിച്ചുകൊണ്ടുവന്ന നമ്പൂരിയെ വിളിച്ചു നമ്പിയെ ഒരിക്കൽക്കൂടി കൊണ്ടുവരണമെന്നു പറഞ്ഞപ്പോൾ, നമ്പൂരി 'അതു പ്രയാസമാണ്. ഒരിക്കൽ ഞാൻ വിഡ്ഢിയായി. ഇനി അതിനു തയ്യാറില്ല. അല്ലെങ്കിൽ ഇപ്പോൾ കൊടുത്തിട്ടുള്ളതുകൂടാതെ മുൻപു പറഞ്ഞിട്ടുള്ളതുപോലെ ആയിരം രൂപ തികച്ചു കൊടുക്കണം. അങ്ങനെ ചെയ്യാമെന്നു നിശ്ചയമുണ്ടെങ്കിൽ ഞാൻപോയി നമ്പിയെ കൊണ്ടുവരാം. ആ സംഖ്യ നമ്പി വന്നാലുടനെ കൊടുക്കുകയും വേണം' എന്നു പറഞ്ഞു. നമ്പൂരിയുടെ അഭിപ്രായം പോലെ ചെയ്യാമെന്ന് കോയിത്തമ്പുരാൻ സമ്മതിക്കുകയും നമ്പൂരി പോയി വീണ്ടും നമ്പിയെ കൊണ്ടുവരികയും ഉടനെ കോയിത്തമ്പുരാൻ ആയിരം രൂപ കെട്ടിക്കൊടുക്കുകയും നമ്പി ചികിത്സിച്ചു ദീനം ഭേദപ്പെടുത്തുകയും ചെയ്തു.

ആലത്തൂർ നമ്പിയുടെ ഇല്ലത്ത് അപ്ഫന്മാരാണ് വൈദ്യത്തിൽ അധികം വിദഗ്ദ്ധന്മാരും പ്രസിദ്ധന്മാരുമായിത്തീരുക പതിവ്. അച്ഛൻ നമ്പിമാർക്കു സ്വല്പമൊരു കമ്പച്ഛായ ഉണ്ടായിരിക്കുക പതിവാണ്. എങ്കിലും ഗുരുത്വത്തിനും

കൈപ്പുണ്യത്തിനും ആർക്കും കുറവുണ്ടായിരിക്കാറില്ല. ഇക്കഴിഞ്ഞ 1092-ാം ആണ്ടു കഴിഞ്ഞുപോയ അപ്ഫൻനമ്പി തന്നെ ഏറ്റവും വിദഗ്ദ്ധനും പ്രസിദ്ധനുമായിരുന്നുവല്ലോ.

1092-ൽ കഴിഞ്ഞുപോയ അപ്ഫൻ നമ്പിയുടെ ജ്യേഷ്ഠനായി ഒരാൾ ഉണ്ടായിരുന്നു. അവിടേക്കു പഠിപ്പും പ്രസിദ്ധിയും വളരെ കുറവായിരുന്നു. സ്വല്പമായ ഉന്മാദക്ലായയുമുണ്ടായിരുന്നു. ഒരിക്കൽ അവിടുന്ന് ഒറ്റപ്പാലത്തിനു സമീപം ഒരു സ്ഥലത്തുപോയി മടങ്ങിവരുമ്പോൾ കുതിരവട്ടത്തു വലിയ നായരുടെ ചില ഭൃത്യന്മാർ കണ്ടുകൂടി. വലിയനായർക്ക് അതി കലശലായി ഒരു വയറ്റിൽവേദനയായിട്ട് ഇളയ നമ്പിയെ കൂട്ടിക്കൊണ്ടു ചെല്ലാനായി അവരെ പറഞ്ഞയച്ചിരിക്കുകയായിരുന്നു. അവർ മൂത്ത നമ്പിയെക്കണ്ടപ്പോൾ ഇളയ നമ്പിയാണെന്ന് തെറ്റിദ്ധരിച്ചു കൂട്ടിക്കൊണ്ടു പോയി. വലിയനായർ വേദനയുടെ കാഠിന്യം നിമിത്തം ആഹാരം കഴിക്കാനും ഇരിക്കാനും കിടക്കാനും വയ്യാതെയായിട്ടു മുകളിൽ ഒരു കയറുകെട്ടി അതിന്മേൽ പിടിച്ചുകൊണ്ട് നിന്ന് നിലവിളിക്കുകയായിരുന്നു. നമ്പി അവിടെ എത്തിയ ഉടനെ 'എനിക്കു ദാഹം കലശലായിരിക്കുന്നു. അതിനു വല്ലതും വേണം' എന്നു പറഞ്ഞീട്ട് കുളിക്കാൻ പോയി. നമ്പി കുളി കഴിഞ്ഞു വന്നപ്പോൾ അഞ്ചാറു കരിക്കും പത്തു പതിനഞ്ചു പൂവൻ പഴവും കൊണ്ടുചെന്നു കൊടുത്തു. നമ്പി അതിൽ രണ്ടു കരിക്കെടുത്തു തുളച്ചു വെള്ളം തലയിൽ ഒഴിച്ചു. ഒരു കരിക്കിന്റെ വെള്ളം കുടിച്ചു. രണ്ടു പഴവും തിന്നു. പിന്നെ രോഗിയോട് 'കുറച്ചു പഴം തിന്നാമോ?' എന്നു ചോദിച്ചു. 'വയ്യാ' എന്നു വലിയ നായർ പറഞ്ഞപ്പോൾ നമ്പി 'എങ്കിലും പരീക്ഷിച്ചു നോക്കൂ'എന്നു പറഞ്ഞ് ഒരു പഴമെടുത്ത് ശകലം മുറിച്ചുകൊടുത്തു തീറ്റി. അതു തിന്നു കഴിഞ്ഞപ്പോൾ നമ്പി 'ഇപ്പോൾ വേദന എങ്ങനെയിരിക്കുന്നു' എന്നു ചോദിച്ചു. 'കുറച്ചു കുറവുണ്ടോ എന്നു സംശയം' എന്നു നായർ പറഞ്ഞു. നമ്പി കുറേശ്ശെ കുറേശ്ശെയായി ഒരു പഴം മുഴുവനും തീറ്റീട്ട് 'ഇപ്പോൾ എങ്ങനെയിരിക്കുന്നു' എന്നു ചോദിച്ചു. 'വളരെ ഭേദമുണ്ട്' എന്നു നായർ സമ്മതിച്ചു. പിന്നെ നമ്പി അവിടെയിരുന്ന് 'ഒരു പഴവും കൂടി തിന്ന് ഒരു കരിക്കിന്റെ വെള്ളവുംകൂടി കുടിക്കൂ' എന്നു പറഞ്ഞു. അത്രയും കൂടി കഴിഞ്ഞപ്പോൾ വലിയനായർ 'ഇപ്പോൾ വേദന ഒട്ടുമില്ല. എനിക്കു നല്ല സുഖമായി' എന്നു പറഞ്ഞു. നമ്പി അപ്പോൾത്തന്നെ അവിടെനിന്ന് ഇറങ്ങിപ്പോയി. വലിയ നായർക്ക് പിന്നെ മരിക്കുന്നതുവരെ വയറ്റിൽവേദന ഉണ്ടായില്ല. മേല്പറഞ്ഞ സംഗതിയുണ്ടായത് ഒരു മീനമാസത്തിലാണ്. മദ്ധ്യാഹ്നസമയത്താണ് നമ്പി പോയത്. കുറച്ചുനടന്നപ്പോഴേക്കും വെയിലിന്റെ ചൂടുകൊണ്ട് നടക്കാൻ വയ്യാതെയാവുകയാൽ നമ്പി വഴിക്കു കണ്ട ഒരു പടിപ്പുരയിൽ കയറിയിരുന്ന് വിശ്രമിച്ചു. അതു വലിയ ധനവാനായ ഒരു നായരുടെ വീടിനുള്ള പടിപ്പുരയായിരുന്നു. ആ വീട്ടിലെ കാരണവർ കണ്ടാലും കാര്യത്തിനും വളരെ യോഗ്യനും ചെറുപ്പക്കാരനുമായിരുന്നു. എങ്കിലും അയാൾ കുറച്ചു നാളായി ബധിരനായിത്തീർന്നു. അതിനു ചികിത്സകളൊക്കെ ചെയ്തു നോക്കീട്ടും യാതൊരു ഗുണവും കാണായ്കയാൽ അയാളും വീട്ടിലുള്ള മറ്റാളുകളും അത്യന്തം വ്യസനിച്ചു കൊണ്ടിരിക്കുന്ന അവസരത്തിലാണ് നമ്പി അവിടെ ചെന്നു കയറിയത്. നമ്പിയെ അറിയുന്നവരായി ആ വീട്ടിലാരുമുണ്ടായിരുന്നില്ല. അപ്പോൾ നമ്പിയുമായി പരിചയമുള്ള ഒരാൾ ദൈവഗത്യാ അവിടെ വന്നുചേരുകയും ആ മനുഷ്യൻ ഈ വന്നിരിക്കുന്നത് ഇന്നാളാ

ണെന്ന് ആ വീട്ടുകാരെ ഗ്രഹിപ്പിക്കുകയും ചെയ്തു. 'അനേകം വൈദ്യന്മാർ പഠിച്ച വിദ്യകളെല്ലാം പ്രയോഗിച്ചു നോക്കീട്ടും ഒരു ഗുണവുമുണ്ടാകാത്ത സ്ഥിതിക്കു വിശേഷിച്ചു ഫലമൊന്നും ഉണ്ടാവുകയില്ലായിരിക്കാം, എങ്കിലും ഇതുകൂടി ഒന്നു പരീക്ഷിച്ചു നോക്കിക്കളയാം' എന്നു വിചാരിച്ചു വീട്ടുകാർ ആ പരിചിതൻ മുഖാന്തിരം വിവരം നമ്പിയെ അറിയിക്കുകയും ആ ബധിരനെ കൊണ്ടുചെന്നു കാണിക്കുകയും ചെയ്തു. നമ്പി ഉടനെ കുറച്ചു കൊട്ടെണ്ണ (വിളക്കിലൊഴിക്കുന്ന ഒരു മാതിരി എണ്ണ) വരുത്തി രോഗിയുടെ തലയിൽ തേപ്പിച്ചു വെയിലത്തു പിടിച്ചു നിറുത്തി. തീപോലെയുള്ള വെയിലത്തു കുറച്ചു നേരം നിന്നപ്പോഴേക്കും രോഗി വല്ലാതെ വിഷമിച്ചു. അയാളുടെ കഷ്ടപ്പാട് കണ്ട് വീട്ടിലുള്ളവരെല്ലാം കരച്ചിലും പിഴിച്ചിലും അലയും മുറയും തുടങ്ങി. ഒടുക്കം രോഗിയുടെ അമ്മ നമ്പിയുടെ അടുക്കൽ ചെന്ന് 'എന്റെ പ്രിയപ്പെട്ട ഏകപുത്രൻ ഇങ്ങനെ വെയിലത്തു നിന്നു പൊരിയുന്നതു കണ്ടു സഹിക്കാൻ എനിക്കു ശക്തിയില്ല. രണ്ടു നാഴികയിലധികവും നേരമായല്ലോ അവൻ കഷ്ടപ്പെടുന്നു; ഇനിയെങ്കിലും കയറിപ്പോകാനനുവദിച്ചാൽ കൊള്ളാം' എന്നു വ്യസനസമേതം കരഞ്ഞുകൊണ്ടു പറഞ്ഞു. ഉടനെ നമ്പി രോഗിയുടെ അടുക്കൽ ചെന്നു രണ്ടു ചെകിടത്തും ഓരോ 'വീക്കു' വെച്ചു കൊടുത്തു. അതു കണ്ട് വീട്ടുകാർ പൂർവ്വാധികം ഉറക്കെ നിലവിളിച്ചു. എങ്കിലും തല്ലുകൊണ്ടതിനോടുകൂടി രോഗിക്കു ചെവി കേൾക്കാറായി. ഉടനെ നമ്പി അവിടെ നിന്നു പോവുകയും ചെയ്തു.

ഒരിക്കൽ കോട്ടയ്ക്കൽ താമസിച്ചിരുന്ന ഏറാൾപ്പാടു തമ്പുരാൻ ക്ഷയരോഗബാധിതനായിത്തീരുകയാൽ ചികിത്സയ്ക്കായി അനുജൻ നമ്പിയെ കൊണ്ടു പോയിരുന്നു. നമ്പി അവിടെയെത്തി കണ്ടപ്പോൾതന്നെ രോഗം അസാദ്ധ്യമെന്നു തീർച്ചപ്പെടുത്തി. എങ്കിലും അതു പറയുകയോ ഭാവിക്കുകയോ ചെയ്യുന്നതു ശരിയല്ലല്ലോ എന്നു വിചാരിച്ചു ചില ചികിത്സകൾ ചെയ്തുകൊണ്ട് അവിടെ താമസിച്ചു. രോഗം പ്രതിദിനം വർദ്ധിച്ചുകൊണ്ടിരുന്നു. തമ്പുരാനു രുചി ലവലേശമില്ലാതെയായി. ഭക്ഷണം കുറഞ്ഞതിനോടുകൂടി ക്ഷീണവും കലശലായി. 'രുചിയോടുകൂടി ഒരുരുള ചോറുണ്ടിട്ട് അപ്പോൾ തന്നെ മരിച്ചാലും സങ്കടമില്ല. അതിനു വല്ലതും നിവൃത്തിയുണ്ടോ?' എന്നു തമ്പുരാൻ നമ്പിയോടു ചോദിച്ചു. 'രുചിയുണ്ടാക്കാം' എന്നു നമ്പി മറുപടിയും പറഞ്ഞു. അങ്ങനെയല്ലാതെ പറയരുതല്ലോ എന്നു വിചാരിച്ചാണ് നമ്പി അങ്ങനെ പറഞ്ഞത്. പറഞ്ഞു കഴിഞ്ഞപ്പോൾ 'ഇനി എന്താ നിവൃത്തി' എന്നു വിചാരിച്ചിട്ട് നമ്പിക്കു മാർഗമൊന്നും തോന്നിയില്ല. അപ്പോൾ ജ്യേഷ്ഠൻ അവിടെ സമീപം 'അചിപ്ര' എന്ന ദേശത്തു ചെന്നിട്ടുണ്ടെന്നു കേട്ട് ഉടനെ ആളയച്ചു കോട്ടയ്ക്കൽ വരുത്തി വിവരമെല്ലാം പറഞ്ഞു. ജ്യേഷ്ഠൻ നമ്പി തമ്പുരാനെ ചെന്നു കണ്ട് 'എന്തു ഭക്ഷിക്കാനാണ് അവിടേക്കു രുചി തോന്നുന്നത്?' എന്നു ചോദിച്ചു. 'എനിക്ക് ഒന്നിനും രുചി തോന്നുന്നില്ല. എന്നാൽ ഒരുരുളച്ചോറെങ്കിലും രുചിയോടുകൂടി ഉണ്ടാൽ കൊള്ളാമെന്നു മോഹമുണ്ട്. രുചിയില്ലതാനും; പിന്നെ എന്താ ചെയ്ക' എന്നു തമ്പുരാൻ മറുപടി പറഞ്ഞു. ഉടനെ നമ്പി ഒരു വലിയ സദ്യയ്ക്കുള്ള വിഭവങ്ങളൊക്കെ ഉണ്ടാക്കുവാൻ പറഞ്ഞു. ക്ഷണത്തിൽ എല്ലാം തയ്യാറായി. ഇലവെച്ചു തമ്പുരാനെ പിടിച്ചെണീപ്പിച്ച് അവിടെയിരുത്തി. ജ്യേഷ്ഠൻ നമ്പി എന്തോ ഒരു മരുന്ന് കയ്യിലിട്ട് തിരുമ്മി ഒരു ചെറിയ ഗുളികപോലെയാക്കി തമ്പുരാന്റെ വായിൽ ഇട്ടുകൊടുത്തിട്ട് ഇറക്കാൻ പറഞ്ഞു. അത് ഇറക്കിയ

ഉടനെ നെയ്യും പരിപ്പുംകൂട്ടി ഒരുരുള ചോറ് കൊടുത്തു. അത് ഉണ്ടു കഴിഞ്ഞപ്പോൾ മുൻപിലത്തെപ്പോലെ ഒരു പ്രാവശ്യം കൂടി മരുന്നു കൊടുത്തു. 'ഇപ്പോൾ രുചി തോന്നുന്നുണ്ടോ?' എന്നു നമ്പി ചോദിച്ചു. 'കുറച്ചുകൂടി ഉണ്ണാമെന്നു തോന്നുന്നുണ്ട്' എന്നു തമ്പുരാൻ പറഞ്ഞു.

പിന്നെ കാളൻ മുതലായവയും മോരുംകൂട്ടി ഏകദേശം നാഴിയരിയുടെ ചോറും കുറെ പ്രഥമനും കഴിച്ചു. തമ്പുരാനു വളരെ സന്തോഷമാവുകയും ചെയ്തു. ജ്യേഷ്ഠൻ നമ്പി അന്നവിടെത്തന്നെ താമസിച്ചു. പിറ്റേ ദിവസം രാവിലെ യാത്രയായപ്പോൾ 'അനുജൻ ഇന്നു വരുന്നുവോ?'എന്നു ചോദിച്ചതിനു 'ഞാൻനാലു ദിവസം കഴിഞ്ഞു വരാം' എന്നു അനുജൻ നമ്പി മറുപടി പറഞ്ഞപ്പോൾ ജ്യേഷ്ഠൻ നമ്പി 'അതു വേണ്ടാ, ഇന്നില്ലെങ്കിൽ നാളെ രാവിലെ പോരു' എന്നു പറഞ്ഞിട്ടു പോയി. അന്നു രാത്രിയിൽ തമ്പുരാൻ തീപ്പെട്ടുകയും ചെയ്തു.

ആ ജ്യേഷ്ഠൻ നമ്പിക്ക് പഠിപ്പ് അധികമുണ്ടായിരുന്നില്ലെന്നു മാത്രമല്ല, കുറേശ്ശെ കമ്പച്ഛായയുമുണ്ടായിരുന്നു. എങ്കിലും കൈപ്പുണ്യം മറ്റാർക്കും അത്രയുമുണ്ടായിരുന്നില്ല. ചികിത്സ അപ്പോഴപ്പോൾ തോന്നുന്നതുപോലെയാണ് ചെയ്യു; ശാസ്ത്രപ്രകാരമൊന്നുമായിരിക്കില്ല. എങ്കിലും ഫലിക്കാതെ വരാറില്ല. എണ്ണ കാച്ചി തേച്ചിട്ട് ഒരെണ്ണയും പിടിക്കാതെയാകുമ്പോൾ ആരെങ്കിലും ചെന്നു പറഞ്ഞാൽ ജ്യേഷ്ഠൻ നമ്പി കുളിക്കുന്നതിനു മുമ്പാണെങ്കിൽ എന്തെങ്കിലും കുറെ എണ്ണയെടുത്ത് ഇടതുകൈകൊണ്ട് അവരുടെ തലയിൽ തേപ്പിച്ചയയ്ക്കും. കുളി കഴിഞ്ഞിട്ടാണെങ്കിൽ എണ്ണയവരുടെ തലയിൽ ഒഴിച്ചുകൊടുക്കും. പിന്നെ അവർക്കു പച്ചെണ്ണ തേച്ചാൽ മതി. ഒരു ദീനവുമുണ്ടാവില്ല.

ഈ ജ്യേഷ്ഠൻ നമ്പി ഒരു കുട്ടഞ്ചേരി മൂസ്സിന്റെ അവതാരമാണെന്നുകൂടി ജനങ്ങളുടെ ഇടയിൽ ഒരു വിശ്വാസമുണ്ടായിരുന്നു. അതിന്റെ കാരണമായി ഒരൈതിഹ്യമുണ്ട്.

ആലത്തൂർ നമ്പിമാർ വൈദ്യശാസ്ത്രം പഠിക്കുക കുട്ടഞ്ചേരി മൂസ്സിന്റെ അടുക്കലാണ് പതിവ്. ആ പതിവനുസരിച്ച് ഈ ജ്യേഷ്ഠൻ നമ്പിയുടെ മുത്തശ്ശനും അവിടെച്ചെന്നു പഠിച്ചു താമസിച്ചിരുന്നു. അന്നുണ്ടായിരുന്ന കുട്ടഞ്ചേരി മൂസ്സ് വൈദ്യസംബന്ധമായി ഭൂലോകത്തിലുള്ള സകലഗ്രന്ഥങ്ങളും നോക്കീട്ടുണ്ടായിരുന്നുവത്രെ. അദ്ദേഹം ഒരു ദിവസം ശിഷ്യനായ നമ്പിയോട്, 'ഞാൻ അഷ്ടാംഗഹൃദയം, അഷ്ടാംഗസംഗ്രഹം, ചരകം, സുശ്രുതം മുതലായി ഭൂലോകത്തിലുള്ള സകലവൈദ്യഗ്രന്ഥങ്ങളും നോക്കീട്ടുണ്ട്. ഇനി ഒരാഗ്രഹമേ ഉള്ളൂ. നമ്പിയുടെ ഇല്ലത്ത് അശ്വിനീദേവന്മാർ കൊടുത്ത ഒരു ഗ്രന്ഥമുണ്ട് എന്നു കേട്ടിട്ടുണ്ട്. അതുകൂടി ഒന്നു നോക്കിയാൽ കൊള്ളാമെന്നാണ് ആഗ്രഹം. അതിനെന്താ നിവൃത്തി?' എന്നു ചോദിച്ചു. അതിനു മറുപടിയായി നമ്പി, 'അതിനെന്താ പ്രയാസം? അവിടെച്ചെന്നൊന്നു ജനിച്ചാൽ മതിയല്ലോ' എന്നു പറഞ്ഞു. ഇതു കേട്ടിട്ട് മൂസ്സിന് വളരെ സന്തോഷമാണുണ്ടായത്. ഉടനെ മൂസ്സ് 'മറുപടി വളരെ ഭംഗിയായി. ഇങ്ങനെ തന്നെയാണ് പറയേണ്ടത്. ഇങ്ങനെ എല്ലാ വിഷയത്തിലും എലായ്പ്പോഴും ഉചിതമായതു തോന്നട്ടെ' എന്നു പറഞ്ഞ് നമ്പിയുടെ ശിരസ്സിൽ രണ്ടു കയ്യും വച്ച് അനുഗ്രഹിക്കുകയും പെട്ടെന്ന് അവിടെക്കിടന്ന് മരിക്കുകയും ചെയ്തു. ആ കുട്ടഞ്ചേരി മൂസ്സ് ഇവിടെ

വന്നു ജനിച്ച ആളാണ് ജ്യേഷ്ഠൻ നമ്പി എന്നാണ് ജനശ്രുതി.

ആലത്തൂർ നമ്പിയുടെ ഇല്ലത്ത് അടുത്ത കാലത്തുണ്ടായിരുന്നവരിൽ പ്രസിദ്ധനും യോഗ്യനുമായിരുന്നത് 92-ൽ മരിച്ചുപോയ അച്ഛൻ നമ്പി തന്നെയായിരുന്നു. അവിടുന്നു കീർത്തിയും വിത്തസമ്പത്തും ശിഷ്യസമ്പത്തും ധാരാളമായി സമ്പാദിച്ചു. ഇപ്പോൾ ആ ഇല്ലത്തുള്ള മൂന്നു നമ്പിമാരെയും വൈദ്യശാസ്ത്രം പഠിപ്പിച്ചത് അവിടുന്നുതന്നെയാണ്. പരേതനായ രാമവർമ്മത്തു ചന്ദ്രശേഖരൻ പിള്ള, ഇപ്പോൾ തൃശ്ശിവപേരൂർ പട്ടണത്തിൽ ഒരു വൈദ്യശാല സ്ഥാപിച്ചു ചികിത്സ നടത്തിവരുന്ന രാമൻ പിള്ള അവർകൾ മുതലായി അനേകം വൈദ്യന്മാർ അവിടുത്തെ ശിഷ്യവർഗത്തിലുൾപ്പെട്ടവരാണല്ലോ.

മരിച്ചുപോയ നമ്പിയുടെ അനുജനായിട്ടും ഒരു നമ്പിയുണ്ടായിരുന്നു. അദ്ദേഹത്തിനു പ്രസവചികിത്സയിലാണ് അധികം പ്രസിദ്ധിയുണ്ടായിരുന്നത്. ഒരിക്കൽ കോഴിക്കോട് സാമൂതിരി കോവിലകത്ത് ഒരു തമ്പുരാട്ടിക്ക് പ്രസവവേദന തുടങ്ങീട്ട് അഞ്ചാറു ദിവസമായിട്ടും പ്രസവിക്കായ്കയാൽ അനേകം ഡോക്ടർമാരെ വരുത്തിക്കാണിച്ചു. എല്ലാവരും അസാദ്ധ്യമെന്നു പറഞ്ഞ് ഒഴിഞ്ഞതിന്റെശേഷം ഈ നമ്പി ചിലവിദ്യകൾ പ്രയോഗിച്ച് തള്ളയ്ക്കും പിള്ളയ്ക്കും യാതൊരു ദോഷവും പറ്റാതെ പ്രസവം നടത്തിയതിൽ സാമൂതിരിപ്പാട്ടു തമ്പുരാൻ സന്തോഷിച്ചു നമ്പിക്ക് വീരശൃംഖല സമ്മാനിച്ചയച്ചു. ഇങ്ങനെ ആലത്തൂർ നമ്പിമാരെ സംബന്ധിച്ചു പറയുകയെന്നുവെച്ചാൽ ഇനിയും അനേകം സംഗതികളുണ്ട്. വിസ്തരഭയത്താൽ ചുരുക്കുന്നു.

ആലത്തൂർ നമ്പിമാരിൽ ചികിത്സാവിഷയത്തിൽ അധികം പ്രസിദ്ധിയും പ്രചാരവും സിദ്ധിക്കുക അപ്ഫന്മാർക്കാണ് പതിവെന്നു മുമ്പു പറഞ്ഞിട്ടുണ്ടല്ലോ. ആ പാരമ്പര്യക്രമമനുസരിച്ച് ഇപ്പോൾ ആ സ്ഥാനം വഹിച്ചിരിക്കുന്നത് മൂന്നാമൻ നമ്പിയാണ്. അവിടേക്കു ചികിത്സാ വിഷയത്തിൽ സിദ്ധിച്ചിട്ടുള്ള പ്രസിദ്ധിയും പ്രചാരവും ഒട്ടും ചില്ലറയല്ല. അവിടുത്തെക്കുറിച്ചു പ്രത്യേകമൊരുപന്യാസമെഴുതേണ്ടതാകയാൽ അതിനിയൊരവസരത്തിലായിക്കൊള്ളാമെന്നു കരുതി ഈ ലേഖനം ഇത്രയുംകൊണ്ട് അവസാനിപ്പിച്ചുകൊള്ളുന്നു.

●

വയസ്കര ചതുർവേദിഭട്ടതിരിയും യക്ഷിയും

വയസ്കരയില്ലത്ത് ഒരു കാലത്ത് പുരുഷന്മാരാരുമില്ലാതെ ഒരു കന്യക മാത്രമായിത്തീരുകയും ആ കന്യകയെ പിലാമന്തോൾ മൂസ്സ് സർവ സ്വദാനമായി വിവാഹം കഴിച്ച് അവിടെ ദത്തു കയറുകയും ചെയ്കയാൽ അക്കാലം മുതൽക്കാണല്ലോ അവിടെയുള്ളവർക്ക് വയസ്കര മൂസ്സ് എന്നുള്ള പേരു സിദ്ധിച്ചത്. ഇതിനു മുമ്പും ഈ ഇല്ലത്ത് പലപ്പോഴും പുരുഷന്മാരില്ലാതെ ഒരു കന്യക മാത്രമായിത്തീരുക ഉണ്ടായിട്ടുണ്ട്. അപ്പോഴെല്ലാം ഓരോരുത്തർ ആ കന്യകമാരെ സർവസ്വദാനമായി വിവാഹം കഴിച്ച് അവിടെ ദത്തുകയറുകയും അപ്രകാരം ദത്തു കയറുന്നവരുടെ പേരനുസരിച്ച് അവിടെ ഉണ്ടാകുന്നവർക്ക് വയസ്കര നമ്പൂരി, വയസ്കര ഭട്ടതിരി, വയസ്കര പോറ്റി ഇങ്ങനെ പല പേരുകളും സിദ്ധിക്കുകയും ചെയ്തിരുന്നു. ഒരിക്കൽ അവിടെ ഒരു ഭട്ടതിരി ദത്തു കയറിയതിനാൽ അക്കാലം മുതൽ പിന്നെ ഒരു ദത്തുണ്ടായതുവരെ അവിടെയുള്ളവരെ ഭട്ടതിരി എന്നാണ് പറഞ്ഞുവന്നിരുന്നത്.

ഒരു കാലത്ത് വയസ്കരയില്ലത്ത് ആയുർവേദമുൾപ്പെടെ നാലു വേദങ്ങളും പഠിച്ച ഒരു മഹാവിദ്വാനുണ്ടായിത്തീർന്നു. അദ്ദേഹത്തെ എല്ലാവരും 'ചതുർവേദി ഭട്ടതിരി'യെന്നാണ് പറഞ്ഞുവന്നിരുന്നത്. അദ്ദേഹം ഒരു മഹാവൈദ്യനും വലിയ മന്ത്രവാദിയുമായിരുന്നു. മന്ത്രവാദത്തിലുള്ള പ്രസിദ്ധികൊണ്ട് അദ്ദേഹത്തെ മന്ത്രവാദത്തിനായി പല ദിക്കുകളിൽനിന്നും ആളുകൾ വന്നു കൂട്ടിക്കൊണ്ടുപോവുക പതിവായിരുന്നു.

അങ്ങനെയിരുന്ന കാലത്ത് അന്നു നാടുവാണിരുന്ന സാമൂതിരിപ്പാട്ടു തമ്പുരാന് ഒരു യക്ഷിയുടെ ഉപദ്രവം ഉണ്ടായിത്തീരുകയും പല മന്ത്രവാദികൾ പഠിച്ച വിദ്യകളെല്ലാം പ്രയോഗിച്ചുനോക്കീട്ടും ആ യക്ഷിയെ ഒഴിപ്പിക്കാൻ കഴിയായ്കയാൽ ഒടുക്കം സാമൂതിരിപ്പാട്ടു തമ്പുരാന്റെ ആളുകൾ വന്നു ചതുർവേദി ഭട്ടതിരിയെ കോഴിക്കോട്ടേക്കു കൂട്ടിക്കൊണ്ടുപോവുകയും ഭട്ടതിരി ചില മന്ത്രതന്ത്രപ്രയോഗങ്ങൾകൊണ്ട് ആ യക്ഷിയെ സാമൂതിരിപ്പാട് തമ്പുരാന്റെ ദേഹത്തിൽ നിന്ന് ഉഴിഞ്ഞു മാറ്റിക്കളയുകയും ചെയ്തു. യക്ഷി തന്റെ ദേഹത്തിൽ നിന്ന് വിട്ടുമാറിയെന്നു പൂർണബോധം വരികയാൽ സാമൂതിരിപ്പാട്ടു തമ്പുരാൻ പലവിധ സമ്മാനങ്ങൾ കൊടുത്ത് സന്തോഷിപ്പിച്ച് ചതുർവേദി ഭട്ടതിരിയെ സബഹുമാനം തിരിച്ചയച്ചു.

ഭട്ടതിരി കോഴിക്കോട്ടുനിന്നു തിരിച്ചുപോന്നു. നേരം വൈകിയപ്പോൾ വഴിക്ക് ഒരു നമ്പൂരിയുടെ ഇല്ലത്തു കയറി കുളിയും സന്ധ്യാവന്ദനാദികളും അത്താഴവും കഴിച്ച് അവിടെ ഉപഗൃഹമായിട്ടുള്ള ഒരു മാളികയിൽ കിടന്നു. വഴിനടന്നുള്ള ക്ഷീണംകൊണ്ട് കിടന്ന ഉടനെ അദ്ദേഹം ഉറങ്ങിത്തുടങ്ങി. അപ്പോൾ ആരോ അടുക്കൽ വന്ന് 'ഹേ! തലയിണയുടെ താഴെയിരിക്കുന്ന ഗ്രന്ഥം അവിടെനിന്ന് മാറ്റിവയ്ക്കണം'എന്നു പറഞ്ഞതായി അദ്ദേഹത്തിനു തോന്നി. പെട്ടെന്നുണർന്നു കണ്ണുതുറന്നു നോക്കിയപ്പോൾ സർവാംഗസുന്ദരിയായ ഒരു സ്ത്രീ തന്റെ അടുക്കൽ നില്ക്കുന്നതായി അദ്ദേഹം കണ്ടു. വിളക്കു കെടുത്തീട്ടില്ലായിരുന്നതിനാൽ ആ സ്ത്രീയെ അദ്ദേഹത്തിനു പ്രത്യക്ഷമായി കാണാമായിരുന്നു. ആ സ്ത്രീ പിന്നെയും ആ ഗ്രന്ഥം മാറ്റിവെയ്ക്കാൻ പറഞ്ഞു. ചതുർവേദി ഭട്ടതിരി എവിടെപ്പോകുമ്പോഴും ഒരു മന്ത്രവാദഗ്രന്ഥം കൊണ്ടു പോവുകയും രാത്രികാലങ്ങളിൽ കിടക്കുമ്പോൾ അത് തലയ്ക്കൽ വെച്ചുകൊണ്ട് കിടക്കുകയും പതിവായിരുന്നു. അദ്ദേഹം പല സ്ഥലങ്ങളിൽനിന്നു ദുഷ്ടദേവതകളെ ഒഴിച്ചിട്ടുള്ള ആളും ഒഴിക്കുന്ന ആളുമാകയാൽ ആ വകക്കാർക്ക് അദ്ദേഹത്തോടു വിരോധമുണ്ടാകുന്നതിനും തന്നിമിത്തം അവർ അദ്ദേഹത്തെ ഉപദ്രവിക്കാനും ഇടയുള്ളതുകൊണ്ടും ഈ ഗ്രന്ഥം കൈവശമുള്ളപ്പോൾ ഒരു ദേവതയ്ക്കും അദ്ദേഹത്തെ ബാധിക്കാൻ നിവൃത്തിയില്ലാത്തതുകൊണ്ടുമാണ് അദ്ദേഹം ആ ഗ്രന്ഥം കൊണ്ടുനടക്കുന്നതും അതു തലയ്ക്കൽ വെച്ചുകൊണ്ട് കിടക്കുകയും ചെയ്തിരുന്നത്. ഭട്ടതിരി ആ സ്ത്രീയുടെ അനിതരവനിതാസാധാരണമായ രൂപലാവണ്യം കണ്ട് അവൾ കേവലം മനുഷ്യസ്ത്രീയല്ലെന്നു നിശ്ചയിക്കുകയും അത്യന്തം വിസ്മയിക്കുകയും ചെയ്തുകൊണ്ട് 'നീ ആര്? ഇവിടെ വന്നതെന്തിന്? ഈ ഗ്രന്ഥം മാറ്റിവയ്ക്കുന്നതെന്തിന്?' എന്നു ചോദിച്ചു. 'അങ്ങ് എന്നെ ഉപദ്രവിക്കുകയില്ലെന്ന് സത്യം ചെയ്താൽ ഞാൻ പരമാർഥം പറയാം'എന്ന് ആ സ്ത്രീ പറയുകയും അവളുടെ രൂപവിശേഷം കണ്ട് അവളിൽ ആസക്തമാനസനായിത്തീർന്ന ഭട്ടതിരി അപ്രകാരം സത്യം ചെയ്കയും ചെയ്തു. ഉടനെ ആ സ്ത്രീ വീണ്ടും പറഞ്ഞു, 'ഞാൻ സാമൂതിരിപ്പാട്ടു തമ്പുരാനെ ബാധിക്കുകയും അവിടെ നിന്ന് അങ്ങാൽ നിഷ്കാസിതയായിത്തീരുകയും ചെയ്ത യക്ഷിയാണ്. ഭവാന്റെ രൂപസൗന്ദര്യം കണ്ടു ഭവാനിൽ അത്യന്തം അനുരക്തയായിത്തീരുകയാലാണ് ഞാൻ ഇവിടെ വന്നിരിക്കുന്നത്. അതിനാൽ അങ്ങ് എന്നെ സദയം സ്വീകരിക്കണം. ആ ഗ്രന്ഥം മാറ്റി വയ്ക്കാതെ എനിക്കു ഭവാനെ തൊടാൻ നിവൃത്തിയില്ലല്ലോ.' ഇതു കേട്ടു ഭട്ടതിരി, 'നീ എന്നെ ഉപദ്രവിക്കുകയിലെന്ന് സത്യം ചെയ്താൽ ഞാൻ ഗ്രന്ഥം മാറ്റിവയ്ക്കാം'എന്നു പറഞ്ഞു. അതു കേട്ടു യക്ഷി സസന്തോഷം സത്യം ചെയ്യുകയും ഭട്ടതിരി ഗ്രന്ഥമെടുത്ത് മാറ്റിവയ്ക്കുകയും അവർ സന്തോഷസമേതം ഭാര്യാഭർത്താക്കന്മാരുടെ നിലയിൽ ആ രാത്രിയെ നയിക്കുകയും ചെയ്തു. വെളുപ്പാൻ കാലമായപ്പോൾ തന്നെക്കൂടെ കൊണ്ടുപോകേണമെന്ന് യക്ഷി ഭട്ടതിരിയോടും തന്നോടുകൂടി പോരേണമെന്നു ഭട്ടതിരി യക്ഷിയോടും അപേക്ഷിക്കുകയും അപ്രകാരം രണ്ടുപേരും സമ്മതിക്കുകയും ചെയ്തു. അനന്തരം ഭട്ടതിരിയും അന്യന്മാർക്ക് അദൃശ്യയായി യക്ഷിയും അവിടെനിന്ന് പുറപ്പെട്ട് ഏതാനും

ദിവസങ്ങൾകൊണ്ട് വയസ്കരയില്ലത്തു വന്നുചേരുകയും പിന്നേയും അവർ ഭാര്യാഭർത്താക്കന്മാരെപ്പോലെ പരസ്പരസ്നേഹത്തോടുകൂടിത്തന്നെ വർത്തിക്കുകയും ചെയ്തു. ആ യക്ഷി വിട്ടുപിരിയാതെ സദാ വയസ്കരയില്ലത്തുതന്നെ താമസിച്ചിരുന്നുവെങ്കിലും ഭട്ടതിരിക്കല്ലാതെ മറ്റാർക്കും ആ ദിവ്യമൂർത്തിയെ കാണാൻ പാടില്ലായിരുന്നു. അതിനാൽ ഈ കഥയൊന്നും മറ്റാരും അറിഞ്ഞിരുന്നില്ല.

ഇങ്ങനെ ഏതാനും കാലം കഴിഞ്ഞപ്പോൾ ആ യക്ഷി ഭട്ടതിരിയിൽ നിന്ന് ഗർഭം ധരിക്കുകയും അചിരേണ പ്രസവിച്ച് ഒരു പെൺകുട്ടിയുണ്ടാവുകയും ചെയ്തു. അപ്പോഴേക്കും ഭട്ടതിരിക്ക് യൗവനം ക്ഷയിക്കുകയാൽ അദ്ദേഹത്തിനും യക്ഷിക്കും പരസ്പരം വിരക്തി ജനിക്കുകയും യക്ഷി സ്വപുത്രിയെ, മേനക ശകുന്തളയെ എന്നപോലെ, അവിടെ ത്യജിച്ചിട്ട് സ്വസ്ഥാനത്തേക്കു പോവുകയും ചെയ്തു. ആ യക്ഷിയുടെ അനുഗ്രഹത്താൽ ആ പുത്രിയും ദിവ്യയായ ഒരു യക്ഷിയായി പെട്ടെന്നു യൗവനയുക്തയായിത്തീരുകയും അന്യന്മാർക്ക് അദൃശ്യയായി അവിടെത്തന്നെ താമസിക്കുകയും ചെയ്തു.

ചതുർവേദി ഭട്ടതിരി ചരമഗതിയെ പ്രാപിക്കാറായ സമയം സ്വപുത്രിയായ യക്ഷിയെ അടുക്കൽ വിളിച്ചു സ്വകാര്യമായി, 'ഞാൻ ഇഹലോകവാസം വിടാറായിരിക്കുന്നു. എങ്കിലും നീ കുടുംബപരദേവതയായി എന്നും ഇവിടെത്തന്നെ വസിക്കണം. നിന്നെ ഒരു പരദേവതയായി ഇവിടെയുള്ളവർ എന്നും ആചരിച്ചുകൊള്ളും' എന്നു പറഞ്ഞിട്ട് അദ്ദേഹം തന്റെ സജാതീയ ഭാര്യയിലുണ്ടായിരുന്ന പ്രഥമപുത്രനെയും അടുക്കൽ വിളിച്ചു തനിക്കു യക്ഷി ഭാര്യയായിത്തീർന്ന കഥയും പുത്രിയുണ്ടായതും ആ പുത്രി കുടുംബപരദേവതയായി താമസിക്കുന്ന വിവരവും ആ പുത്രിയായ യക്ഷിയെ ആചരിക്കേണ്ടുന്ന ക്രമവും മറ്റും പറയുകയും ഉടനെ മരിക്കുകയും ചെയ്തു.

ചതുർവേദി ഭട്ടതിരിയുടെ പുത്രിയായ യക്ഷി ഇപ്പോഴും അദൃശ്യയായി വയസ്കരയില്ലത്തു താമസിച്ചുവരുന്നുണ്ടെന്നാണ് വിശ്വാസം. ആ യക്ഷിയെ സുന്ദരിയായ സ്ത്രീയുടെ രൂപത്തിലും സ്വരൂപത്തിലും അഗ്നി ഗോളമായും മറ്റും ഏതാനും കാലങ്ങൾക്കു മുമ്പുവരെ പലരും കണ്ടിട്ടുള്ളതായി കേൾവിയുണ്ട്.

വയസ്കരയില്ലത്ത് ഇപ്പോഴും ആണ്ടിലൊരിക്കൽ ഒരു ദിവസം കുറുപ്പന്മാരെക്കൊണ്ടു കളമെഴുത്തും പാട്ടും നടത്തിവരുന്നുണ്ട്. ഇത് മുൻപിനാലെ നടത്തിവരുന്നതാണ്. കുറുപ്പന്മാരെഴുതുന്ന കളങ്ങ (അഞ്ചു നിറത്തിലുള്ള പൊടികൾകൊണ്ടു നിലത്തു വരയ്ക്കുന്ന സ്വരൂപങ്ങ)ളുടെ കൂട്ടത്തിൽ ചതുർവേദി ഭട്ടതിരിയുടെയും യക്ഷിയുടെയും കളങ്ങൾകൂടി ഇപ്പോഴും എഴുതിക്കാണുന്നുണ്ട്. യക്ഷിയെക്കുറിച്ചുള്ള പാട്ടിൽ കുറുപ്പന്മാർ 'ചതുർവേദി ഭട്ടതിരിക്ക് തിരുമകളായിരുന്നമ്മ' എന്നുകൂടി പാടുന്നുമുണ്ട്. അതിനാൽ ഈ ഐതിഹ്യം കേവലം അടിസ്ഥാനരഹിതമല്ലെന്നും ഏതോ ഒരു കാലത്ത് ഏതാണ്ടൊക്കെ ഉണ്ടായിട്ടുള്ളതാണെന്നും വിശ്വസിക്കാവുന്നതായിത്തന്നെ ഇരിക്കുന്നു.

●

രാമപുരത്തു വാര്യർ
ചെമ്പ്രയെഴുത്തച്ഛന്മാർ?

രാമപുരത്തു വാര്യരുടെ സ്വദേശം മീനച്ചിൽ താലൂക്കിൽ ചേർന്ന രാമപുരം തന്നെയാണ്. ഇദ്ദേഹത്തിന്റെ ജനനം കൊല്ലം 9-ാം ശതാബ്ദത്തിന്റെ ഒടുവിലായിരിക്കണം. ഇദ്ദേഹം സാമാന്യം വ്യുത്പത്തിയും നല്ല കവിതാവാസനയും ഉള്ള ആളായിരുന്നു. ഇദ്ദേഹത്തിന്റെ പ്രധാനകൃതി കുചേലവൃത്തം വഞ്ചിപ്പാട്ടാണ്. അതുകൂടാതെ ചില ഒറ്റശ്ലോകങ്ങളും കീർത്തനങ്ങളും മറ്റുമല്ലാതെയൊന്നും ഇദ്ദേഹം ഉണ്ടാക്കിയിട്ടുള്ളതായി കാണുന്നില്ല. ഇദ്ദേഹം വഞ്ചിപ്പാട്ടുണ്ടാക്കാനുള്ള കാരണം താഴെപറയുന്നു.

രാമപുരത്തു വാര്യർ ദാരിദ്ര്യം സഹിക്കവയ്യാതായിട്ട് സ്വദേശം വിട്ടു പുറപ്പെട്ട് വൈക്കത്തുചെന്നു ചേർന്നു. ഈ ദാരിദ്ര്യദുഃഖം വൈക്കത്തപ്പൻ തന്നെ തീർത്തു തരണം എന്നു പ്രാർത്ഥിച്ചുകൊണ്ട് ഇദ്ദേഹം അവിടെയൊരു സംവത്സരഭജനം തുടങ്ങി. 'വൈക്കത്ത് ഊട്ടുപുരയിൽ സദ്യയുള്ള ദിവസംമാത്രം ഒരു നേരം ഊണുകഴിക്കാം. സദ്യയില്ലെങ്കിൽ അന്നുണ്ണുകയും വേണ്ട' എന്നുള്ള നിശ്ചയത്തോടു കൂടിയാണ് വാര്യർ ഭജനം തുടങ്ങിയത്. അദ്ദേഹം ഭജനം തുടങ്ങിയതിൽ പിന്നെ അവിടെ ഒരു ദിവസവും മുടങ്ങാതെ സദ്യയുണ്ടായിരുന്നുവെന്നാണ് കേട്ടിട്ടുള്ളത്.

ഭജനം കാലംകൂടുന്ന ദിവസം മാർത്താണ്ഡവർമ്മ മഹാരാജാവ് വൈക്കത്തെഴുന്നള്ളി. വാര്യർ മഹാരാജാവിനെ സ്തുതിച്ച് നാലഞ്ചു ശ്ലോകങ്ങളുണ്ടാക്കി എഴുന്നള്ളത്തോടുകൂടെയുണ്ടായിരുന്ന രാമയ്യൻ ദളവ മുഖാന്തരം തൃക്കൈയ്യിലെത്തിച്ചു. തിരിയെ എഴുന്നള്ളത്തു പുറപ്പെട്ടു ബോട്ടിൽ എഴുന്നള്ളുന്ന സമയം കടവിൽ വാര്യരും ഹാജരുണ്ടായിരുന്നു. വാര്യരുംകൂടി ബോട്ടിൽ കയറിക്കൊള്ളുന്നതിനു കല്പിക്കുകയും വാര്യരുംകൂടി കേറുകയും ചെയ്തു. ബോട്ടു നീക്കി കുറെ പോയപ്പോൾ വാര്യർ ഒരു വഞ്ചിപ്പാട്ടുണ്ടാക്കിപ്പാടുന്നതിന് തമ്പുരാൻ കല്പിച്ചു. ആ കല്പന പ്രകാരമാണ് കുചേലവൃത്തം വഞ്ചിപ്പാട്ടുണ്ടാക്കിയത്. വഴിക്കൊക്കെ വാര്യർ പാട്ടുണ്ടാക്കുകയും പാടുകയും ചെയ്തുകൊണ്ടുപോയി. പള്ളിബോട്ട് തിരുവനന്തപുരത്ത് കല്പാലക്കടവിലടുത്തപ്പോഴേയ്ക്കും പാട്ടു മുഴുവനാക്കുകയും ചെയ്തു. ആ പാട്ടിൽ 'എങ്കലുള്ള പരമാർഥം പാട്ടുകൊണ്ടുണ്ടാം' എന്നു പ്രയോഗിച്ചിരിക്കുന്നതുകൊണ്ട് വാര്യർ കുചേലനെപോലെ ദരിദ്രനാണെന്നു സൂചിപ്പിച്ചിരിക്കുന്നു.

തിരുവനന്തപുരത്തു വന്നു ചേർന്നയുടനെ വാര്യർക്കു താമസിക്കുന്നതിന് ഒരു സ്ഥലവും ആഴ്ചമുറക്ക് എണ്ണയും രണ്ടു നേരവും പക്കത്തു ഭക്ഷണവും മറ്റും കൊടുക്കുന്നതിനു കല്പിച്ചു ചട്ടം കെട്ടി. അങ്ങനെ വാര്യർ കുറച്ചു ദിവസം അവിടെ താമസിച്ചു. ഒടുക്കം മുഖം കാണിച്ച് യാത്രയറിയിച്ചുപോയ സമയം വാര്യർക്കു യാതൊന്നും കല്പിച്ചുകൊടുത്തില്ല. കുചേലൻ ദ്വാരകയിൽനിന്നെന്നപോലെ വാര്യർ വിഷാദത്തോടുകൂടി തിരുവനന്തപുരത്തുനിന്നു മടങ്ങിപ്പോയി. സ്വഗൃഹത്തിന്നടുക്കൽ ചെന്നപ്പോഴും വാര്യർക്കു കുചേലനുണ്ടായതുപോലെയുള്ള പരിഭ്രമവും അന്ധാളിത്തവുമൊക്കെയുണ്ടായി. വാര്യർ തിരുവനന്തപുരത്തു താമസിച്ചിരുന്ന കാലംകൊണ്ടു കല്പനപ്രകാരം വാര്യരുടെ ഗൃഹം വലിയ മാളികയായിട്ടു പണിയിക്കുകയും ഗൃഹത്തിൽ വേണ്ടുന്ന സകലപാത്രങ്ങളും അവിടെയുള്ളവർക്കെല്ലാം ആഭരണങ്ങളും കരമൊഴിവായിട്ട് വളരെ വസ്തുക്കളും കൊടുക്കുകയും കഴിഞ്ഞിരുന്നു. അനന്തരം വാര്യർ കുചേലനെപ്പോലെ അർത്ഥമിത്രപുത്രകളത്രാദികളോടും മഹാരാജാവിങ്കലും ഈശ്വരങ്കലും വളരെ ഭക്തിയോടുംകൂടി സുഖമായി പാർക്കുകയും ചെയ്തു.

●

ചെമ്പ്രയെഴുത്തച്ഛന്മാർ

ചെമ്പ്രയെഴുത്തച്ഛന്റെ ഗൃഹം ബ്രിട്ടീഷ് മലബാറിൽ വള്ളുവനാട്ടു താലൂക്കിൽ തിരുവേഗപ്ര അംശത്തിൽ ചെമ്പ്രദേശത്തു പള്ളിപ്പുറം തീവണ്ടിസ്റ്റേഷനിൽനിന്ന് ഒന്നര നാഴിക വടക്കാണ്. ഇവർക്കു സാമൂതിരി കോവിലകത്തു പെൺവഴിത്തമ്പുരാക്കന്മാരിൽ മൂപ്പായ അമ്പാടി കോവിലകത്തു വലിയ തമ്പുരാട്ടിയാണ് 'എഴുത്തച്ഛൻ'എന്നുള്ള സ്ഥാനം കൊടുത്തിട്ടുള്ളത്. ഈ സ്ഥാനം തറവാട്ടിലേക്കായി കൊടുത്തിട്ടുള്ളതാകയാൽ ആ കുടുംബത്തിലുള്ളവരും ഉണ്ടായിരുന്നവരും ഇനി ഉണ്ടാകുന്നവരും എല്ലാം എഴുത്തച്ഛന്മാർ തന്നെ. കുട്ടികളെ എഴുത്തിനിരുത്തുകയും എഴുത്തു പഠിപ്പിക്കുകയും ചെയ്യുന്നവരെ തെക്കൻ ദിക്കുകളിൽ ആശാന്മാരെന്നാണല്ലോ പറഞ്ഞുവരുന്നത്. വടക്കൻ ദിക്കുകളിൽ എഴുത്തച്ഛന്മാരെന്നു പറയപ്പെടുന്നവരുടെ പ്രധാന തൊഴിലും കുട്ടികളെ എഴുത്തിനിരുത്തുകയും എഴുത്തു പഠിപ്പിക്കുകയുമാണ്. അതിനാൽ എഴുത്തച്ഛൻ എന്നുള്ളത് ആശാൻ എന്നുള്ളതിന്റെ പര്യായപദമാണെന്നും ഇതൊരു ജാതിപ്പേരല്ലെന്നും ഈ രണ്ടു പദങ്ങൾക്കും ഗുരു എന്നു മാത്രമാണ് അർത്ഥമെന്നും മനസ്സിലാക്കേണ്ടതാണ്. തുഞ്ചത്തെഴുത്തച്ഛൻ ജാതിയിൽ ചക്കാലനായിരുന്നു എന്നാണല്ലോ പ്രസിദ്ധി. അദ്ദേഹത്തെ തുഞ്ചത്തു ഗുരു എന്നും പറയാറുണ്ടല്ലോ. ആധാതാവ്, അന്നദാതാവ്, ഉപനേതാവ്, വിദ്യാദാതാവ്, ഭയത്രാതാവ് ഈ അഞ്ചുപേരും പിതാക്കന്മാരാണെന്നാണല്ലോ പ്രമാണം. അതിനാൽ എഴുത്തച്ഛൻ എന്നുള്ള വാക്ക് ഏറ്റവും ശരിയായിട്ടുള്ളതാണെന്നു തന്നെ പറയേണ്ടിയിരിക്കുന്നു.

ചെമ്പ്രയെഴുത്തച്ഛന്മാരും അവരുടെ പ്രധാന തൊഴിലാക്കി വച്ചിരിക്കുന്നതു സ്വദേശത്തുള്ള അബ്രാഹ്മണബാലന്മാരെ എഴുത്തിനിരുത്തുകയും എഴുത്തു പഠിപ്പിക്കുകയും തന്നെയാണ്. എങ്കിലും മന്ത്രവാദം നിമിത്തമാണ് അവർക്കു പ്രസിദ്ധി സിദ്ധിച്ചിട്ടുള്ളത്. മന്ത്രവാദം ഈ കുടുംബക്കാർക്ക് മുൻപിനാലെ ഉള്ളതാണ്. എങ്കിലും 'മാക്കു' എന്നു പേരായിരുന്ന എഴുത്തച്ഛന്റെ കാലം മുതൽക്കാണ് തന്നിമിത്തമുള്ള ഖ്യാതി ലോകത്തിൽ സർവത്ര വ്യാപിച്ചത്. മാക്കു എഴുത്തച്ഛൻ മന്ത്രവാദം പഠിച്ചതു കാക്കശ്ശേരി ഭട്ടതിരിയുടെ അടുക്കൽനിന്നാണ്. ചെമ്പ്രയെഴുത്തച്ഛന്മാരുടെ കുടുംബപരദേവത വേട്ടയ്ക്കൊരുമകനാണെങ്കിലും മാക്കു എഴുത്തച്ഛൻ ഗണപതിയെ സേവിച്ചു പ്രത്യക്ഷപ്പെടുത്തുകകൂടി ചെയ്തിരുന്നു. അദ്ദേഹം ഗണപതിയെ സ്വഗൃഹത്തിനു സമീപം പ്രതിഷ്ഠിച്ച് പതിവായി പൂജയും കർക്കിടകമാസത്തിൽ പന്ത്രണ്ടു ദിവസവും മണ്ഡലകാലം മുഴുവനും (വൃശ്ചികം ഒന്നാം തീയതി മുതൽ! നാല്പത്തൊന്നു

ദിവസം) മുടങ്ങാതെ ഗണപതി ഹോമവും നടത്തിയിരുന്നു. ആ ഗണപതിയെ ഇപ്പോഴും ആ ഗൃഹത്തിലുള്ളവർ സ്വയമേവ പതിവായി പൂജിക്കുന്നുണ്ട്.

മന്ത്രവാദം സംബന്ധിച്ച് മാക്കു എഴുത്തച്ഛൻ അനേകം അത്ഭുതകർമങ്ങൾ ചെയ്തിട്ടുണ്ട്. അവയിൽ ചിലതു മാത്രം പറഞ്ഞുകൊള്ളുന്നു.

പൊന്നാനിത്താലൂക്കിലുള്ള ചൊവ്വരത്തുമനയ്ക്കലെ ഒരന്തർജനം ആരുടെയോ ഉപദേശപ്രകാരം ഹനുമാനെ സേവിച്ചുതുടങ്ങി. സേവയിൽ എന്തോ തെറ്റു പറ്റുകയാൽ അന്തർജനത്തിനു ബുദ്ധിഭ്രമം പിടിപെട്ടു. അതു ക്രമേണ വർദ്ധിച്ച് മുഴുഭ്രാന്തായിത്തീർന്നു. അനേകം മന്ത്രവാദികളെ മനയ്ക്കൽ വരുത്തി പല വിധത്തിലുള്ള മന്ത്രവാദങ്ങൾ ചെയ്യിച്ചു. ഒന്നുകൊണ്ടും ഭ്രാന്തിനു യാതൊരു ഭേദവുമുണ്ടായില്ല. വലിയ മരത്തിന്മേലും പുരമുകളിലും മറ്റും കയറി, പാദങ്ങൾ എവിടെയെങ്കിലുമുറപ്പിച്ചിട്ടു തലകീഴായി തൂങ്ങിക്കിടക്കുക, കിണറ്റിൽ ചാടുക, മനുഷ്യർക്കാർക്കും ഇളക്കാൻപോലും വയ്യാത്ത വലിയ കല്ലുകൾ നിഷ്പ്രയാസം എടുത്തു കൊണ്ട് നടക്കുക മുതലായ അത്ഭുതകർമങ്ങളും, മന്ത്രവാദത്തിനായി ചെല്ലുന്നവരുടെ മുഖത്തു തുപ്പുക ചെകിട്ടത്തടിച്ച് അവരെ ഓടിക്കുക മുതലായ അക്രമങ്ങളുമാണ് ആ അന്തർജനം ഭ്രാന്തുനിമിത്തം ചെയ്തുകൊണ്ടിരുന്നത്. ഒരു നിവൃത്തിയുമില്ലാതെയായിത്തീരുകയാൽ ഒടുക്കം മാക്കു എഴുത്തച്ഛനെ മനയ്ക്കൽ വരുത്തി വിവരംപറഞ്ഞു. എഴുത്തച്ഛൻ ഒന്നുഴിഞ്ഞു നീക്കുന്നതിനും ഒരു ബലികൊടുക്കുന്നതിനും വേണ്ട സാമാനങ്ങൾക്കു ചുരുക്കത്തിൽ ഒരു ചാർത്തെഴുതിക്കൊടുത്തു. അതു കണ്ടിട്ട് മനയ്ക്കലെ കാര്യസ്ഥൻ, 'ഇതിനെക്കാൾ കേമമായിട്ട് വട്ടങ്ങൾ കൂട്ടി വലിയ വലിയ മന്ത്രവാദങ്ങൾ പലരും നടത്തീട്ടു മാറാത്ത ഭ്രാന്ത് ഇത്രയും കൊണ്ടാണോ മാറുന്നത്? വിശേഷം തന്നെ' എന്ന് ആരും കേൾക്കാതെ ഹാസ്യമായി പറഞ്ഞു. എങ്കിലും ഒരുക്കങ്ങൾ തയ്യാറാക്കിക്കൊടുത്തു. നേരം ഏഴരനാഴിക ഇരുട്ടായതിന്റെ ശേഷം എഴുത്തച്ഛൻ നാലുകെട്ടിൽ ഒരു സ്ഥലത്തിരുന്നു പൂജ തുടങ്ങി. ആ സമയം കാര്യസ്ഥൻ പടിപ്പുര മാളികച്ചുവട്ടിൽ ഒരു സ്ഥലത്തു കിടന്നുറങ്ങുകയായിരുന്നു. അപ്പോൾ ആരോ അയാളുടെ തലയ്ക്കിട്ടടിക്കുന്നതായിത്തോന്നി. അയാൾ കണ്ണു തുറന്നു നോക്കീട്ട് ആരെയും കണ്ടുമില്ല. ഇങ്ങനെ പലപ്രാവശ്യമായപ്പോൾ കിടക്കാൻ നിവൃത്തിയില്ലാതെ കാര്യസ്ഥൻ എണീറ്റ് എഴുത്തച്ഛന്റെ അടുക്കൽ ചെന്നു വിവരം പറഞ്ഞു. അപ്പോൾ എഴുത്തച്ഛൻ 'നിങ്ങൾ എന്റെ മന്ത്രവാദത്തെയോ എന്നെയോ പരിഹാസ്യമായി വല്ലതും വിചാരിക്കുകയോ പറയുകയോ ഉണ്ടായോ?' എന്നു ചോദിക്കുകയും കാര്യസ്ഥൻ പരമാർഥം സമ്മതിച്ചു പറയുകയും ക്ഷമായാചനം ചെയ്യുകയും ചെയ്തു. 'ആട്ടെ, ഇനി അങ്ങനെയുള്ള വിഡ്ഢിത്തം വിചാരിക്കുകയും പറയുകയും ചെയ്യരുത്. ആ സ്ഥലത്തുനിന്നു മാറി എവിടെയെങ്കിലും കിടന്നുകൊള്ളൂ. ഉപദ്രവമൊന്നും ഉണ്ടാവുകയില്ല' എന്ന് എഴുത്തച്ഛൻ പറയുകയും കാര്യസ്ഥൻ സ്ഥലം മാറി കിടക്കുകയും ചെയ്തു. പിന്നെ ഉപദ്രവമൊന്നുമുണ്ടായതുമില്ല. എഴുത്തച്ഛൻ പിന്നെയും പൂജ മുറയ്ക്കു നടത്തിക്കൊണ്ടിരുന്നു.

ആ സമയം ഒരു മുറിക്കകത്തിരുന്ന അന്തർജനം പെട്ടെന്ന് ചാടിയെണീറ്റു നാലുകെട്ടിലേക്കു ചെന്നു. ഇതു തന്നെ തല്ലാനുള്ള വരവാണെന്നറിഞ്ഞ് എഴുത്തച്ഛൻ വേഗത്തിലെണീറ്റു പുറത്തേക്കിറങ്ങി. പിന്നാലെ അന്തർജനവുമെത്തി. എഴുത്തച്ഛൻ മുമ്പിലും അന്തർജനം പിറകിലുമായി പുരയ്ക്കു മൂന്നു പ്രദക്ഷിണം ഓടി. എഴുത്തച്ഛൻ ഗണപതിയുടെ മൂലമന്ത്രം ജപിച്ചു ഗണപതിയെ ധ്യാനിച്ചു

കൊണ്ടാണ് ഓടിയത്. മൂന്നു പ്രദക്ഷിണം ഓടിയതിന്റെ ശേഷം എഴുത്തച്ഛൻ തിരിഞ്ഞുനിന്നു. അപ്പോൾ അന്തർജനവും നിന്നു. അന്തർജനം 'അയ്യോ! എന്നെ ഈ ഒറ്റക്കൊമ്പനെക്കൊണ്ടു കുത്തിക്കല്ലേ; എന്നെ രക്ഷിക്കണേ; ഞാൻ ഈ ദിക്കു വിട്ടു പൊയ്ക്കൊള്ളാമേ' എന്നു നിലവിളിച്ചു പറഞ്ഞുകൊണ്ടാണ് നിന്നത്. 'എന്നാൽ അകത്തേക്കു വരിക' എന്നു പറഞ്ഞ് എഴുത്തച്ഛൻ നാലുകെട്ടിലേക്ക് കടന്നു. അന്തർജനവും പിന്നാലെ ചെന്നു. അവിടെ വെച്ച് അന്തർജനത്തെ ബാധിച്ചിരുന്ന ദേവത പൊന്നുംവിളക്കു പിടിച്ചു സത്യംചെയ്ത് ഒഴിഞ്ഞുപോയി. അതോടുകൂടി അന്തർജനത്തിന്റെ ഭ്രാന്തും ഭേദമായി. അന്തർജനത്തിന്റെ ഭർത്താവായ നമ്പൂതിരിപ്പാട് എഴുത്തച്ഛനു പലവിധ സമ്മാനങ്ങളും മറ്റും കൊടുത്തു സന്തോഷിപ്പിച്ചയയ്ക്കുകയും ചെയ്തു.

എഴുത്തച്ഛന്റെ ദേശത്തിനു സമീപം മരുതൂരംശത്തിൽ വലിയ ധനികനായ ചെള്ളാപ്പുള്ളി മേനോൻ എട്ടുകെട്ടും മാളികയുമായിട്ട് ഒരു പുര പണിയിച്ചു. പുരപണിക്കു കെട്ടിയ മാലിപ്പുരയുടെ നടുത്തൂണ് നടുമുറ്റത്താണ് കുഴിച്ചിട്ടിരുന്നത്. പുരപണി കഴിഞ്ഞതിന്റെ ശേഷം മാലിപ്പുര പൊളിച്ചു മാറ്റി. എങ്കിലും നടുത്തൂണ് അവിടെനിന്ന് എടുത്തുമാറ്റാൻ ഒരു മാർഗവും കാണായ്കയാൽ മേനോൻ ഏറ്റവും വിഷണ്ണനായിത്തീർന്നു. തൂണു വളരെ വണ്ണവും നീളവുമുള്ള ഒരൊറ്റത്തടിയായിരുന്നു. മേനോൻ പലരെയും വരുത്തിക്കാണിച്ചു. പുരയ്ക്കു കേടുപറ്റാതെ നടുമുറ്റത്തുനിന്ന് ഈ തൂണു മാറ്റുന്ന കാര്യം അസാദ്ധ്യം തന്നെയാണെന്ന് അതു വന്നു കണ്ടവരെല്ലാം പറഞ്ഞു. മേനോനു കുണ്ഠിതം ദുസ്സഹമായിത്തീർന്നു. ഒടുക്കം മേനോൻ മാക്കു എഴുത്തച്ഛനെക്കണ്ടു വിവരം പറഞ്ഞു. 'പന്ത്രണ്ടു പറ മലരും നൂറ്റെട്ടു കൊട്ടത്തേങ്ങയും മൂന്നു തുലാം ശർക്കരയും ആയിരത്തെട്ടു കദളിപ്പഴവും അവിടെ ശേഖരിച്ചു വയ്ക്കണം. ആ രാത്രി അവിടെനിന്ന് എല്ലാവരും എവിടെയെങ്കിലും മാറിത്താമസിക്കണം. ഇത്രയുമൊക്കെ തയ്യാറുചെയ്തിട്ട് എന്നോടു വിവരം പറയുക. വല്ലതും നിവൃത്തിയുണ്ടോ എന്നു നോക്കാം'എന്ന് എഴുത്തച്ഛൻ പറയുകയാൽ മേനോൻ അപ്രകാരമെല്ലാം തയ്യാറുചെയ്തുകൊണ്ട് വിവരം എഴുത്തച്ഛനെ അറിയിച്ചു. അന്നു പതിനെട്ടു നാഴിക ഇരുട്ടിയപ്പോൾ അവിടെനിന്നു മൂന്നു നാഴിക ദൂരെ ഭാരതപ്പുഴയിൽ എന്തോ വീണതു പോലെ ഒരു ശബ്ദം കേട്ടു. നേരം വെളുത്തപ്പോൾ ചെള്ളാപ്പുള്ളി മേനോന്റെ നടുമുറ്റത്തുനിന്നിരുന്ന തൂണ് അവിടെ കാണ്മാൻ ഇല്ലായിരുന്നു. അതു ഭാരതപ്പുഴയിൽ കിടക്കുന്നതായി കാണുകയും ചെയ്തു. മേനോന്റെ പുരയ്ക്കു യാതൊരു കേടും പറ്റാതെ ആ തൂണെടുത്തുകൊണ്ടുപോയി ഭാരതപ്പുഴയിലിട്ടത് എഴുത്തച്ഛന്റെ സേവാമൂർത്തിയായ ഗണപതിയാണെന്നുള്ളത് വിശേഷിച്ചു പറയണമെന്നില്ലല്ലോ.

എഴുത്തച്ഛന്റെ പറമ്പിൽ കറിസ്സാമാനങ്ങൾ ധാരാളമായി കൃഷി ചെയ്യിക്കുക പതിവായിരുന്നു. അവിടെ കള്ളന്മാർ കയറി ചിലപ്പോൾ ചില സാമാനങ്ങൾ മോഷ്ടിച്ചുകൊണ്ടുപോയിത്തുടങ്ങിയതിനാൽ വേലക്കാർ ഒരു ദിവസം ആ വിവരം മാക്കു എഴുത്തച്ഛനെ ഗ്രഹിപ്പിച്ചു. 'ആട്ടെ, അതിനു സമാധാനം ഉണ്ടാക്കിക്കൊള്ളാം' എന്ന് എഴുത്തച്ഛൻ മറുപടി പറയുകയും ചെയ്തു. അന്നു രാത്രിയിലും കള്ളന്മാർ അവിടെ കയറി ചില സാമാനങ്ങൾ മോഷ്ടിച്ചു. അവർ സാമാനങ്ങളെല്ലാം എഴുത്തച്ഛൻ കിടന്നിരുന്ന കട്ടിലിന്റെ അടുക്കൽ കൊണ്ടുചെന്നു വച്ചിട്ട് എഴുത്തച്ഛനെ കട്ടിലോടുകൂടി എടുത്തുകൊണ്ടു പുരയ്ക്കു പ്രദക്ഷിണം വച്ചുതുടങ്ങി. അങ്ങനെ നേരം വെളുത്തു. അപ്പോൾ

എഴുത്തച്ഛൻ ഉണരുകയും കള്ളന്മാർ പരമാർത്ഥമെല്ലാം പറയുകയും എഴുത്തച്ഛനോടു മാപ്പു ചോദിക്കുകയും ഇനി ഒരിക്കലും തങ്ങൾ അവിടെക്കയറി യാതൊന്നും മോഷ്ടിക്കയില്ലെന്നു സത്യം ചെയ്യുകയും ചെയ്തു. ഉടനെ എഴുത്തച്ഛൻ 'അയൽവാസികളായ നിങ്ങൾ എന്തെങ്കിലും വേണമെങ്കിൽ ഇവിടെ വന്നു ചോദിച്ചാൽ തരുന്നതിനു എനിക്ക് യാതൊരു വിരോധവുമില്ലല്ലോ. പിന്നെ നിങ്ങൾ രാത്രിയിൽ ഇങ്ങനെ കഷ്ടപ്പെടുന്നതെന്തിനാണ്? ആട്ടെ, ഇനി ഇങ്ങനെ ചെയ്യരുതെന്നേയുള്ളൂ. ഇപ്പോൾ നിങ്ങൾ മോഷ്ടിച്ചതു നിങ്ങൾ തന്നെ കൊണ്ടു പോയിക്കൊൾവിൻ' എന്നു പറഞ്ഞ് ആ സാമാനങ്ങൾ അവർക്കുതന്നെ കൊടുത്തയച്ചു. അതില്പിന്നെ അവിടെ കള്ളന്മാരുടെ ഉപദ്രവം ഒരിക്കലും ഉണ്ടായിട്ടില്ല.

പാടത്തുവീട്ടിൽ കേളുമേനോൻ എന്നൊരു ധനികൻ മാക്കു എഴുത്തച്ഛന്റെ പ്രാണസ്നേഹിതനായിരുന്നു. അയാൾ മിക്കസമയവും എഴുത്തച്ഛന്റെ അടുക്കൽത്തന്നെയായിരിക്കും. രാത്രിയിൽ കിടപ്പു അയാൾക്ക് എഴുത്തച്ഛന്റെ അടുക്കൽത്തന്നെയാണ് പതിവ്. അങ്ങനെയിരുന്ന കേളുമേനോനെ ഒടിവിദ്യ പ്രയോഗിച്ചു കൊല്ലുവാൻ അയാളുടെ ചില വിരോധികൾ ചില ഒടിയന്മാരെ ചട്ടംകെട്ടി ഏതാനും പണവും കൊടുത്ത് ഏർപ്പാടുചെയ്തു.

ഒരു കോലോ ഈർക്കിലിയോ എടുത്ത് ഒരു മനുഷ്യന്റെ നേരെ കാണിച്ച് ഒരു മന്ത്രം ജപിച്ച് ഒടിച്ചാൽ ആ മനുഷ്യനും ഒടിഞ്ഞ് നിലത്തു വീണു മരിക്കും. ഇങ്ങനെ ചെയ്യുന്നതിന് ഒടിവിദ്യ എന്നും ഈ വിദ്യ പ്രയോഗിക്കുന്നവരെ ഒടിയന്മാർ എന്നുമാണു പറയുക പതിവ്. മുൻകാലങ്ങളിൽ ബ്രിട്ടീഷ് മലബാറിൽ ഒടിയന്മാർ ധാരാളമുണ്ടായിരുന്നു. ബ്രിട്ടീഷ് ഗവൺമെന്റ് ഒടിയന്മാരെപ്പിടിച്ചു ശിക്ഷിച്ചു തുടങ്ങിയതിനാൽ ഇപ്പോൾ അവിടെ ഒടിയന്മാർ വളരെ കുറഞ്ഞിട്ടുണ്ട്. ഒടിയന്മാർക്ക് ഒടിക്കുകയെന്നും മാട്ടുകയെന്നും രണ്ടുതരം വിദ്യകളുണ്ട്. ഒടിവിദ്യയെക്കുറിച്ചു മുൻപ് പറഞ്ഞുവല്ലോ. ഒടിയന്മാർ കാളയുടെയും കുതിരയുടെയും പട്ടിയുടെയും മറ്റും രൂപം ധരിച്ചും കടമ്പയായിട്ടും രാത്രി കാലങ്ങളിൽ വഴിയില്പോയി നില്ക്കും. വിരോധികൾ ആ വഴിയെ വന്നാൽ പലവിധത്തിലുള്ള ഉപദ്രവങ്ങൾ ഏല്പിക്കും. ഇതിനാണ് മാട്ടുക എന്നു പറയുന്നത്. തെക്കൻ ദിക്കുകളിൽ ഈ വിദ്യകൾ നടപ്പില്ലാത്തതിനാലാണ് ഇതിനെക്കുറിച്ച് ഇത്രയും വിവരിച്ചത്.

തന്റെ വിരോധികൾ തന്നെ കൊല്ലാനായി ഒടിയന്മാരെ ചട്ടം കെട്ടീട്ടുണ്ടെന്നുള്ള സംഗതി കേളുമേനോൻ എങ്ങനെയോ മനസ്സിലാക്കി. എന്നുമാത്രമല്ല, അയാൾ ഒരു ദിവസം രാത്രിയിൽ അത്താഴം കഴിഞ്ഞു കിടക്കാനായിട്ട് എഴുത്തച്ഛന്റെ വീട്ടിലേക്കുപോയ സമയം വഴിയിൽവെച്ച് ഒരു വലിയ കാളയെ കാണുകയും അതു തന്നെ അകപ്പെടുത്താനായി ഒരൊടിയൻ വേഷംമാറി നില്ക്കുന്നതാണെന്നു മനസ്സിലാക്കുകയും ചെയ്തു. അതിനാൽ അയാൾ ആ കാളയുടെ അടുക്കൽ പോകാതെ സഭയം വഴിമാറി ഓടി എഴുത്തച്ഛന്റെ വീട്ടിലേക്കു പോയി. അവിടെച്ചെന്ന് എഴുത്തച്ഛനെ കണ്ടപ്പോൾ 'നിങ്ങൾ വലിയ മന്ത്രവാദിയും ഞാൻ നിങ്ങളുടെ ഇഷ്ടനുമായിരുന്നിട്ടും രാത്രികാലങ്ങളിൽ ഒടിയന്മാരെ ഭയപ്പെട്ടു നടക്കേണ്ടതായിവന്നിരിക്കുന്നുവല്ലോ' എന്നു മേനോനും 'ഇനി അങ്ങനെ വേണ്ടിവരികയില്ല' എന്നു എഴുത്തച്ഛനും പറഞ്ഞു. എഴുത്തച്ഛൻ ഉടനെ എന്തോ ഒരു വിദ്യ പ്രയോഗിച്ചു. കേളുമേനോനെ കൊല്ലാൻ സന്നദ്ധനായിരുന്ന ഒടിയന്മാർ നാലുപേരും തൽക്ഷണം എഴുത്ത

ച്ഛന്റെ പടിക്കലെത്തുകയും അവർ നേരം വെളുക്കുന്നതുവരെ പരസ്പരം അടിച്ചുകൊണ്ടു നില്ക്കുകയും ചെയ്തു. അവരിൽ ഒരാൾ ഒരു പാണനും ശേഷം മൂന്നുപേർ അവന്റെ കൂട്ടുകാരായ പറയരുമായിരുന്നു. നേരം വെളുത്തപ്പോഴേക്കും അടികൊണ്ടു നാലുപേരും ഏറ്റവും അവശരായിത്തീർന്നു. അപ്പോഴേക്കും എഴുത്തച്ഛൻ പടിക്കൽ ചെന്നു. അപ്പോഴും അവർ പരസ്പരം അടിച്ചുകൊണ്ട് നില്ക്കുകയായിരുന്നു. എഴുത്തച്ഛൻ അവരോട് 'എന്താ ഒട്ടു മതിയായോ?' എന്നു ചോദിച്ചു. അപ്പോൾ ഒടിയന്മാർ 'പൊന്നു തിരുമേനി, രക്ഷിക്കണം. അടിയങ്ങൾ വല്ല തെറ്റും ചെയ്തിട്ടുണ്ടെങ്കിൽ ക്ഷമിക്കണം' എന്നു പറഞ്ഞു. ഉടനെ എഴുത്തച്ഛൻ 'ഇനി നിങ്ങൾ ഈ ദേശത്ത് ഒരിക്കലും ഒടിവിദ്യ പ്രയോഗിക്കുകയില്ലെന്ന് സത്യം ചെയ്താൽ നിങ്ങളെ വിട്ടയയ്ക്കാം' എന്നു പറയുകയും ആ ഒടിയന്മാർ അപ്രകാരം സത്യം ചെയ്യുകയും എഴുത്തച്ഛൻ ഉടനെ അവരെ അവിടെനിന്നു പറഞ്ഞയയ്ക്കുകയും അപ്പോൾ അവർ അടി മതിയാക്കി യഥാപൂർവം പരസ്പരസ്നേഹാകുലന്മാരായി പോവുകയും ചെയ്തു.

മാക്കു എഴുത്തച്ഛൻ ഒരിക്കൽ മുളതല പനമ്പറ്റക്കളത്തിൽ നായരുടെ വീട്ടിൽ ഒരു മന്ത്രവാദത്തിനായി പോയപ്പോൾ രാത്രിസമയത്ത് വഴിമധ്യേ മുമ്പു കണ്ടിട്ടില്ലാത്ത ഒരു കടമ്പ കണ്ടു. ആ സ്ഥലത്ത് അതിനുമുമ്പ് ഒരിക്കലും കടമ്പ കണ്ടിട്ടില്ലാത്തതിനാൽ എഴുത്തച്ഛന് സംശയം തോന്നി. അദ്ദേഹം അടുത്തുചെന്നു കയ്യിലുണ്ടായിരുന്ന പിശ്ശാങ്കത്തികൊണ്ടു കടമ്പയുടെ ഒരു പടി മുറിച്ചു. അപ്പോൾ ആ കടമ്പ ഒരു മനുഷ്യനായിത്തീർന്നു. അവൻ വാസ്തവത്തിൽ ഒടിയനായ ഒരു പറയനായിരുന്നു. അവൻ എഴുത്തച്ഛനെ കണ്ടയുടനെ താണുതൊഴുതു കൊണ്ട് 'തമ്പുരാനേ, ക്ഷമിക്കണം. അവിടുന്ന് ഇതിലേ എഴുന്നള്ളുമെന്ന് അറിഞ്ഞിരുന്നില്ല. ഇതറിഞ്ഞിരുന്നെങ്കിൽ ഇങ്ങനെ ചെയ്യുകയില്ലായിരുന്നു. മറ്റൊരാളെ അപായപ്പെടുത്താനാണ് ഈ വിദ്യ ചെയ്തത്. തമ്പുരാനും ഈ ദിക്കിൽ സഞ്ചാരമുള്ളതുകൊണ്ട് അടിയങ്ങൾ ഇനി ഒരിക്കലും ഈ പ്രദേശത്ത് ഒടിവിദ്യ പ്രയോഗിക്കുകയില്ല' എന്നു പറഞ്ഞ് അപ്രകാരം സത്യം ചെയ്ത് അവിടെനിന്ന് പോയി.

എഴുത്തച്ഛന്റെ അമ്പലത്തിലെ ഗണപതിയുടെ വിഗ്രഹം 'അൻപൊന്നു' കൊണ്ടുള്ളതാണ്. ആ ബിംബവും മറ്റു സാധനങ്ങളുമെല്ലാം മോഷ്ടിച്ചുകൊണ്ടുപോകുന്നതിനായി ഒരു നവരാത്രികാലത്തു ചില കള്ളന്മാർ അവിടെ ചെന്നു കയറി. അവിടെ ഒരു ഭൃത്യൻ കാവൽ കിടക്കുന്നുണ്ടായിരുന്നു. അവൻ കൂർക്കം വലിക്കുന്നതു കേട്ടിട്ട് നല്ല ഉറക്കമാണെന്ന് അറിഞ്ഞാണ് അകത്തു കള്ളന്മാർ കടന്നത്. അകത്തു കയറിയ സമയം ആ ഭൃത്യന് തന്നെ ആരോ ചൂരൽ വടികൊണ്ട് അടിക്കുന്നതായി തോന്നുകയാൽ അവൻ പെട്ടെന്നെഴുന്നേറ്റു. അതുകണ്ട് കള്ളന്മാർ പേടിച്ച് ഓടിപ്പോവുകയും ചെയ്തു. അവർക്ക് ഒന്നും മോഷ്ടിച്ചുകൊണ്ടു പോകുവാൻ സാധിച്ചില്ല.

മാക്കു എഴുത്തച്ഛന്റെ സ്നേഹിതനായ കൊച്ചിയിൽക്കാരൻ എരോമ മേനോൻ എന്നു പ്രസിദ്ധനായിട്ട് ഒരു വിഷവൈദ്യനുണ്ടായിരുന്നു. ആ മനുഷ്യന്റെ സ്ഥിരവാസം ചെമ്പ്രയ്ക്കു സമീപം ഒരു സ്ഥലത്തായിരുന്നു. ഒരു ദിവസം ഉച്ചതിരിഞ്ഞ സമയം ഈ വിഷവൈദ്യനും വേറെ ചില രസികന്മാരുംകൂടി എഴുത്തച്ഛന്റെ മാളികയിൽ വെടിപറഞ്ഞു രസിച്ചുകൊണ്ടിരുന്നപ്പോൾ ചില സ്ത്രീകൾ അവിടെ അടുത്തുള്ള വഴിയിലൂടെ പോകുന്നതു കണ്ടു. അന്നു തൃത്താല ക്ഷേത്രത്തിൽ ഉത്സവമായിരുന്നതിനാൽ ആ സ്ത്രീകൾ കാഴ്ച

ശ്ശീവേലി കാണാൻ പോവുകയായിരുന്നു. അവരെക്കണ്ടപ്പോൾ വിഷവൈദ്യൻ മേനോൻ 'വിഷവൈദ്യന്മാർ മന്ത്രശക്തി കൊണ്ടു പാമ്പുകളെ വരുത്തി വിഷമെടുപ്പിക്കാറുണ്ട്. അതുപോലെ എഴുത്തച്ഛനു മന്ത്രശക്തികൊണ്ട് ആ സ്ത്രീകളെ എല്ലാം ഇവിടെ വരുത്താമോ?' എന്നു ചോദിച്ചു. അതിനു മറുപടിയായി എഴുത്തച്ഛൻ 'എന്താഭാസത്തരമാണ് മേനോൻ പറയുന്നത്? ഒരു കാര്യവും കൂടാതെ അന്യസ്ത്രീകളെ ഇങ്ങോട്ടു വരുത്തുന്നത് മര്യാദയാണോ?' എന്നു ചോദിച്ചു. 'അവരെ ഇവിടെ വരുത്തുകയെന്നുള്ളത് അസാധ്യമാകയാലല്ലേ ഈ തത്ത്വജ്ഞാനം പറയുന്നത്" എന്നു മേനോൻ വീണ്ടും ചോദിച്ചു. എഴുത്തച്ഛൻ അവിടെയിരുന്നുകൊണ്ട് ആ സ്ത്രീകളുടെ നേരെ ഒന്നു നോക്കി. സ്ത്രീകളെല്ലാം വഴി തെറ്റി എഴുത്തച്ഛന്റെ പടിക്കലേക്കു നടന്നു തുടങ്ങി. അടുത്തു വന്നപ്പോൾ ആ സ്ത്രീകൾ മേനോന്റെ വീട്ടിലുള്ളവർ തന്നെയാണെന്നു മനസ്സിലാവുകയും അവരെ യഥായോഗ്യം സൽക്കരിച്ചയയ്ക്കുന്നതിന് എഴുത്തച്ഛൻ സ്വഗൃഹത്തിലുള്ള സ്ത്രീകളെ വിളിച്ചുപറയുകയും വന്ന സ്ത്രീകൾ യാത്രയായപ്പോൾ 'ഘോഷങ്ങൾ കണ്ട് അമ്പലത്തിൽ അധികം താമസിക്കരുത്. നേരം ഇരുട്ടുന്നതിനുമുമ്പു വീട്ടിലേക്കു പോകണം' എന്നു പറഞ്ഞയയ്ക്കുകയും ചെയ്തു. അവിടെ കൂടിയിരുന്നവരെല്ലാം മേനോനെ പരിഹസിക്കുകയാൽ മേനോൻ ഏറ്റവും ഇളിഭ്യനായിത്തീർന്നു.

തിരുവിതാംകൂർ മഹാരാജവംശത്തെ നശിപ്പിക്കുന്നതിനായി ഒരിക്കൽ ചില ശത്രുക്കൾ ആഭിചാരക്കാരെക്കൊണ്ടു ചില മാരണദേവതകളെ വിടുവിച്ചു. ആ ബാധകളുടെ ഉപദ്രവം അവിടെ ദുസ്സഹമായിത്തീരുകയാൽ പലരെക്കൊണ്ടും പല മന്ത്രവാദങ്ങൾ ചെയ്യിച്ചിട്ട് ഒരു ഫലവുമുണ്ടായില്ല. ഒടുക്കം കല്പനപ്രകാരം മാക്കു എഴുത്തച്ഛനെ തിരുവനന്തപുരത്തു കൊണ്ടുപോയി. എഴുത്തച്ഛൻ ചുരുക്കത്തിൽ! മൂന്നു ദിവസത്തെ മന്ത്രവാദംകൊണ്ട് ആ ബാധകളെ ഒഴിച്ചു. പിണിയാളിരുത്തിത്തുള്ളിച്ചു സത്യം ചെയ്യിച്ചാണ് എഴുത്തച്ഛൻ ആ ദേവതകളെ ഒഴിച്ചുവിട്ടത്. മഹാ രാജാവു തിരുമനസ്സുകൊണ്ടു വളരെ സന്തോഷിച്ച് എഴുത്തച്ഛന്റെ രണ്ടു കൈയ്ക്കും വീരശൃംഖലയും മറ്റും കൊടുത്തു സബഹുമാനം പറഞ്ഞയച്ചു. ഇങ്ങനെ മാക്കു എഴുത്തച്ഛന്റെ അത്ഭുതകർമ്മങ്ങൾ പറഞ്ഞുതുടങ്ങിയാൽ അവസാനമില്ലാതെയുണ്ട്. മുഴുവനും പറഞ്ഞുതീർക്കുന്ന കാര്യം അസാധ്യമാകയാൽ അതിനായിത്തുനിയുന്നില്ല.

മാക്കു എഴുത്തച്ഛന്റെ ശിഷ്യനായി കുഞ്ഞുണ്ണി എഴുത്തച്ഛൻ എന്നൊരാളുണ്ടായിരുന്നു. അദ്ദേഹം വലിയ മന്ത്രവാദിയും അനേകം അത്ഭുതകർമങ്ങൾ ചെയ്തിട്ടുള്ള ആളുമായിരുന്നു. അദ്ദേഹത്തിന്റെ അത്ഭുതകർമങ്ങൾ കണ്ടറിഞ്ഞിട്ടുള്ളവർ ഇപ്പോൾ പലരുമുള്ളതിനാൽ അവയെപ്പറ്റി അധികം വിസ്തരിക്കുന്നില്ല. കുഞ്ഞുണ്ണിയെഴുത്തച്ഛൻ ഒരിക്കൽ കിണറു കെട്ടിച്ചപ്പോൾ അതിനു പാലംവയ്ക്കുന്നതിനായി ഒരു കരിങ്കല്ല് എടുത്തുകൊണ്ടു വരുവാൻ സ്വന്തം ഭൃത്യന്മാരായ രണ്ടുപേരെയും അഞ്ചെട്ടു കൂലിക്കാരെയും പറഞ്ഞയച്ചു. കല്ലു രണ്ടു മൂന്നു പറമ്പിട അകലെയാണ് കിടന്നിരുന്നത്. അതിനു വളരെ നീളവും വീതിയും കനവുമുണ്ടായിരുന്നു. അയയ്ക്കപ്പെട്ടവർ ചെന്നു പിടിച്ചുനോക്കീട്ടു കല്ലൊന്നിളക്കാൻ പോലും സാധിച്ചില്ല. ആ വിവരം ഭൃത്യന്മാർ എഴുത്തച്ഛന്റെ അടുക്കൽ ചെന്നു പറഞ്ഞു. 'എന്നാൽ ഞാൻ വരാം. നിങ്ങൾ രണ്ടുപേരും മാത്രം എന്റെ കൂടെ വന്നാൽ മതി' എന്നു പറഞ്ഞ് എഴുത്തച്ഛൻ ഒരു മുളവടിയുമെടുത്തുകൊണ്ട് ആ ഭൃത്യന്മാരോടുകൂടെ പോയി. കല്ലു കിടന്ന സ്ഥലത്തു

ചെന്ന് എഴുത്തച്ഛൻ മുളവടി കൊണ്ടു കല്ലിന്മേലൊന്നു തൊട്ടു. 'ഇനി കല്ലെടുത്തു നോക്കുവിൻ' എന്ന് ഭൃത്യന്മാരോട് പറഞ്ഞു. അവർ രണ്ടുപേരുംകൂടി ആ കല്ലു നിഷ്പ്രയാസമെടുക്കുകയും എഴുത്തച്ഛൻ ആ മുളവടി കൊണ്ട് കല്ലിന്മേൽ തൊട്ടു കൊണ്ടിരിക്കുകയും അങ്ങനെ കല്ല് അനായാസേന എഴുത്തച്ഛൻ വീട്ടിൽ കൊണ്ടുവരികയും ചെയ്തു. ഈ എഴുത്തച്ഛനും ഗണപതിയെസ്സേവിച്ചു പ്രത്യക്ഷപ്പെടുത്തീട്ടുള്ള ആളായിരുന്നു. (ഈ കുഞ്ഞുണ്ണിയെഴുത്തച്ഛൻ മരിച്ചിട്ട് ഇപ്പോൾ 19 കൊല്ലമേ ആയിട്ടുള്ളൂ).

കുഞ്ഞുണ്ണിയെഴുത്തച്ഛന്റെ മകനായി കൃഷ്ണനെഴുത്തച്ഛൻ എന്നൊരാളുണ്ടായിരുന്നു. അദ്ദേഹവും വലിയ മന്ത്രവാദിയായിരുന്നു.

എഴുത്തച്ഛന്റെ വീട്ടിനു സമീപം ഒരു മനയ്ക്കൽ ഒരു കുടിവയ്പടിയന്തിരത്തിനു ക്ഷണിച്ചിരുന്നതിനാൽ മഴയുണ്ടാവുകയില്ലെന്നു വിചാരിച്ച് സദ്യയ്ക്കില വയ്ക്കുന്നതിന് മുറ്റത്തു പന്തലാണിട്ടിരുന്നത്. സദ്യയ്ക്കില വെയ്ക്കാറായപ്പോൾ ഇടിയും മിന്നലും മഴക്കാറും കലശലാവുകയും ഉടനെ മഴ തുടങ്ങുന്നതിനുള്ള ലക്ഷണങ്ങളെല്ലാം കണ്ടു തുടങ്ങുകയും ചെയ്തു. അപ്പോൾ അവിടെ കൂടിയിരുന്നവരും ഇല്ലത്തുള്ളവരുമെല്ലാം ഏറ്റവും വിഷണ്ണരായിത്തീർന്നു. ഗൃഹസ്ഥൻ നമ്പൂരി എഴുത്തച്ഛന്റെ അടുക്കൽച്ചെന്ന് 'കാര്യം വലിയ വിഷമത്തിലായല്ലോ. ഇതിന് എഴുത്തച്ഛൻ എന്തെങ്കിലും നിവൃത്തിയുണ്ടാക്കണം' എന്നു പറഞ്ഞു. ഉടനെ എഴുത്തച്ഛൻ സ്വഗൃഹത്തില്പോയി ഒരു ഗ്രന്ഥമെടുത്തു കൊണ്ടു വന്നഴിച്ചു രണ്ടായിപ്പകുത്തു പന്തലിന്റെ മുകളിൽവച്ചു. ആ ഇല്ലപ്പറമ്പിന്റെ അതിരുവരെ നാലു വശങ്ങളിലും അതികലശലായി മഴ പെയ്തു. അവിടെ മാത്രം പെയ്തില്ല. എല്ലാവരും വളരെ വിസ്മയിച്ചു. നമ്പൂരി എഴുത്തച്ഛനെ യഥേഷ്ടം ഊണുകഴിപ്പിച്ച് ചില സമ്മാനങ്ങളും കൊടുത്തു സന്തോഷിപ്പിച്ചയച്ചു.

വിദ്വാൻ മാനവിക്രമൻ ഏട്ടൻ തമ്പുരാൻ എന്നു പ്രസിദ്ധനായിരുന്ന തീപ്പെട്ടുപോയ സാമൂതിരിപ്പാട്ടു തിരുമനസ്സിലേക്കുണ്ടായിരുന്ന കാസരോഗം ഇദ്ദേഹമാണ് ഭേദപ്പെടുത്തിയത്. ഇദ്ദേഹത്തിന് വൈദ്യവുമുണ്ടായിരുന്നു.

ഒരു സ്വജനഗൃഹത്തിൽ കല്യാണത്തിനു കിണ്ടി പോരാതെയിരുന്നതിനാൽ ആ വീട്ടുകാർ അഞ്ചെട്ടു കിണ്ടിക്കായി കൃഷ്ണനെഴുത്തച്ഛന്റെ അടുക്കൽ ആളയച്ചു. ആ ചെന്ന ആളോട് എഴുത്തച്ഛൻ 'കിണ്ടി അവിടെയുള്ളതുകൊണ്ടു മതിയാകും; പോരെങ്കിൽ ഞാനവിടെ വരുമ്പോൾ ഉണ്ടാക്കിക്കൊള്ളാം' എന്നു പറഞ്ഞ് ആളെ മടക്കിയയച്ചു. എഴുത്തച്ഛൻ കല്യാണവീട്ടിൽ ചെന്നപ്പോൾ എങ്ങനെയോ എന്തോ അവിടെ വേണ്ടതിലധികം കിണ്ടി കാണപ്പെട്ടു.

ഈ എഴുത്തച്ഛൻ വലിയ കാള ഭ്രാന്തനായിരുന്നു. നല്ല കാള എവിടെയുണ്ടെന്നു കേട്ടാലും എന്തു വില കൊടുത്തും അദ്ദേഹം വാങ്ങും.

ഒരിക്കൽ അദ്ദേഹം വലിയ വില കൊടുത്തു രണ്ടുകാളകളെ വാങ്ങി. കണ്ടത്തിൽ പൂട്ടാനായി അവയെ കൊണ്ടുപോയി നുകംവച്ചുകെട്ടിയപ്പോൾ രണ്ടു കാളകളും കിടന്നു. പൂട്ടുകാർ പഠിച്ച വിദ്യകളൊക്കെ പ്രയോഗിച്ചുനോക്കീട്ടും കാളകളെ എണീപ്പിക്കാൻ കഴിഞ്ഞില്ല. 'ഈ ശവങ്ങൾക്ക് ഇത്ര വളരെ വില കൊടുത്ത് ഇദ്ദേഹം വാങ്ങിയല്ലോ. ഇതു മഹാകഷ്ടമായിപ്പോയി' എന്നു പറഞ്ഞു കണ്ടുനിന്നവരെല്ലാം പരിഹസിച്ചു ചിരിച്ചു. അപ്പോൾ എഴുത്തച്ഛൻ ഒരു പുല്ലു പറിച്ചെടുത്തുകൊണ്ട് അങ്ങോട്ടു ചെന്ന് അതുകൊണ്ട് രണ്ടു കാള

കൾക്കും ഓരോ അടിവച്ചു കൊടുത്തു. കാളകൾ എണീറ്റു നടന്നുതുടങ്ങുകയും ചെയ്തു. അതില്പിന്നെ ആ കാളകൾ പൂട്ടാൻ കൊണ്ടുചെന്നു കെട്ടിയാൽ ഒരിക്കലും കിടന്നിരുന്നില്ല.

ചെമ്പ്രദേശത്തുതന്നെയുള്ള ഒരു വാര്യരുടെ ബ്രഹ്മരക്ഷസ്സിനെ ഒഴിക്കാൻ വേണ്ടുന്ന ഉപകരണങ്ങൾക്ക് എഴുത്തച്ഛൻ ചാർത്തു കൊടുക്കുകയും വാര്യത്തുള്ളവർ സാമാനങ്ങളെല്ലാം ശേഖരിച്ചുവയ്ക്കുകയും ചെയ്തു. അതിന്റെ ശേഷം കൃഷ്ണനെഴുത്തച്ഛൻ അവിടെച്ചെന്നു ചില പൂജകളും ഹോമങ്ങളും മറ്റും ആരംഭിച്ചു. ഒരു ചക്രം വരച്ച് അതിൽ ഒരു തുശനില വച്ചിട്ടു രക്ഷസ്സു ബാധിച്ചിട്ടുള്ള വാര്യരെക്കൊണ്ടുവന്ന് ആ ഇലയിലിരുത്താൻ പറഞ്ഞു. അവിടെയുണ്ടായിരുന്നവരെല്ലാം ഇണങ്ങിയും പിണങ്ങിയും പല വിധത്തിൽ പറഞ്ഞുനോക്കിയിട്ടും വാര്യർ ആ ഇലയിൽ ചെന്നിരുന്നില്ല. ബലാൽ പിടിച്ചുകൊണ്ടുപോകാനായി ശ്രമിച്ചപ്പോൾ വാര്യർ ശവംപോലെ നിശ്ചേഷ്ടനായിക്കിടന്നുകളഞ്ഞു. ഒരു നിവൃത്തിയുമില്ലെന്നായപ്പോൾ പൂജ കഴിച്ചുകൊണ്ടിരുന്ന എഴുത്തച്ഛന്റെ അടുക്കൽ ചെന്നു വിവരം പറഞ്ഞു. എഴുത്തച്ഛൻ ഉടനെ ഒരു പിടി അരിയും പൂവും വാരിയെടുത്തു ജപിച്ചു കൊടുത്ത് അത് ആ വാര്യരുടെ ശിരസ്സിൽ കൊണ്ടുചെന്നിടാൻ പറഞ്ഞു. അരിയും പൂവും ശിരസ്സിലിട്ട ക്ഷണത്തിൽ വാര്യരെണീറ്റ് ആ തുശനിലയിൽ ചെന്നിരുന്നു. എഴുത്തച്ഛൻ ഭസ്മം ജപിച്ചിട്ട് തുള്ളിക്കയും രക്ഷസ്സു സത്യം ചെയ്ത് ഒഴിഞ്ഞുപോവുകയും ചെയ്തു.

ഈ കൃഷ്ണനെഴുത്തച്ഛൻ മരിച്ചിട്ട് ഇപ്പോൾ 9 കൊല്ലമേ ആയിട്ടുള്ളൂ. ഇദ്ദേഹത്തിന്റെ മകനാണ് ഇപ്പോൾ ഈ തറവാട്ടിൽ കാരണവരായിരിക്കുന്ന കുഞ്ചുവെഴുത്തച്ഛൻ. അദ്ദേഹവും നല്ല മന്ത്രവാദിയാണ്.

ചെമ്പ്രയെഴുത്തച്ഛന്മാർ മന്ത്രവാദം ചെയ്യണമെങ്കിൽ ആദ്യം തന്നെ അവരുടെ പരദേവതകൾക്ക് വഴിപാടിനായി ആറണ അവിടെക്കൊടുക്കണം. ഇതു മുൻപിനാലെ ഉള്ള പതിവാണ്. പിന്നെ വല്ലതും കൊടുത്താലും ഒന്നും കൊടുത്തില്ലെങ്കിലും യാതൊരു വിരോധവുമില്ല.

മാക്കുവെഴുത്തച്ഛന്റെ കാലത്ത് അദ്ദേഹത്തിന്റെ പടിപ്പുരമാളികയിൽ ദിവസംപ്രതി അനേകം യോഗ്യന്മാർ വന്നുകൂടുകയും മൃദംഗംവായന, വീണവായന, പാട്ട് മുതലായവയും ചതുരംഗക്കളി, ചെപ്പടി വിദ്യ മുതലായവയും പതിവായിരുന്നു. ഇതു കൂടാതെ എഴുത്തച്ഛൻ! ശ്രീകൃഷ്ണന്റെ ഒരു ചിത്രം വെച്ച് അതിന്റെ മുമ്പിലിരുന്ന് പതിവായി ഭാഗവതം വായിക്കുകയും ചെയ്തിരുന്നു. ആ ചിത്രം ഇപ്പോഴും അവിടെ ഇരിക്കുന്നുണ്ട്. ഭാഗവതപാരായണം ഇപ്പോഴും അവിടെ പതിവായി നടത്തിവരുന്നുണ്ട്. കാലക്രമംകൊണ്ട് ആ ചിത്രത്തിന് ഭഗവൽസാന്നിദ്ധ്യമുണ്ടായിത്തീരുകയാൽ ആ മാളികയിൽ രാത്രികാലങ്ങളിൽ ചില ദിവ്യന്മാർ വന്നു പോകുന്നുണ്ടെന്നാണ് വിശ്വാസം. അതിനാൽ ആ പടിപ്പുര മാളികയിൽ രാത്രിയിൽ മനുഷ്യരാരും കിടക്കാറില്ല. അവിടെ കിടന്നുറങ്ങുന്നവരെ ആരോ ഉരുട്ടിത്താഴെയിടുമെന്നുള്ളത് തീർച്ചയാണ്. രാത്രിയിൽ ചിലപ്പോൾ ആ മാളികയിൽ പാട്ടും വീണവായനയും മറ്റും കേൾക്കാറുണ്ടായിരുന്നുവെന്നല്ല, ഇപ്പോഴും കേൾക്കാം. അതു ഞായർ, ചൊവ്വ, വെള്ളി ഈ ആഴ്ചകളിലാണ്.

കൊച്ചി ശക്തൻതമ്പുരാൻ തിരുമനസ്സുകൊണ്ട്

അമാനുഷപ്രഭാവനായിരുന്ന ശക്തൻ തമ്പുരാൻ തിരുമനസ്സിലേക്കുറിച്ച് കേട്ടിട്ടില്ലാത്തവരായി കേരളത്തിലാരും തന്നെ ഉണ്ടായിരിക്കുമെന്നു തോന്നുന്നില്ല. ആ തിരുമേനി പ്രവർത്തിച്ചിട്ടുള്ള കടുംകൈകളെക്കുറിച്ച് കേട്ടാൽ അവിടുന്ന് നീതിയും മര്യാദയുമില്ലാത്ത ക്രൂരനും അക്രമിയുമായിരുന്നു എന്ന് ഇക്കാലത്തുള്ള ചില പരിഷ്കാരികൾക്ക് തോന്നിയേക്കാം. എന്നാൽ വാസ്തവം അങ്ങനെയല്ല. അവിടുന്ന് രാജ്യത്തു നീതി നടക്കണമെന്നും അക്രമമൊന്നും ഉണ്ടാകരുതെന്നും ജനങ്ങൾ സദാ സമാധാനത്തോടുകൂടി സ്വൈരമായി വസിക്കണമെന്നും ആർക്കും ഒരു വിധത്തിലും യാതൊരു സങ്കടവും നേരിടരുതെന്നും വളരെ നിർബന്ധമുള്ള ആളായിരുന്നു. ആ നിർബന്ധത്തെ പാലിക്കാനായി അവിടുന്നു ചിലപ്പോൾ ചില കഠിനപ്രവൃത്തികൾ ചെയ്തിട്ടില്ലെന്നില്ല. എന്നാൽ അതെല്ലാം ദുഷ്ടന്മാരോട് മാത്രമാണ്. സാധുക്കളെ അവിടുന്ന് ഒരു വിധത്തിലും സങ്കടപ്പെടുത്തീട്ടില്ല. ദുഷ്ടന്മാരെ ശിക്ഷിക്കയും ശിഷ്ടന്മാരെ രക്ഷിക്കയുമാണല്ലോ രാജധർമ്മം. അതിനുവേണ്ടി ചില കഠിനക്കൈകൾ പ്രയോഗിച്ചാലും അത് ഒരിക്കലും അനീതിയായി വരുന്നതല്ലല്ലോ. പിന്നെ അക്കാലത്തു ജനങ്ങൾക്ക് ഇപ്പോഴത്തെപ്പോലെ വിദ്യാഭ്യാസമോ രാജഭക്തിയോ വിവേകമോ ഒന്നുമുണ്ടായിരുന്നില്ല. കേവലം മൂഢന്മാരും അക്രമികളും അവിവേകികളുമായവരോടു ധർമശാസ്ത്രപ്രകാരം പ്രവർത്തിച്ചുകൊണ്ടിരുന്നാൽ രാജ്യത്തു നീതിനടത്താനും സമാധാനമുണ്ടാക്കാനും സാധിക്കയില്ലല്ലോ. അതിനാൽ അവിടുന്ന് കാലമറിഞ്ഞ് പ്രവർത്തിച്ചിരുന്നു എന്നു മാത്രമേ വിചാരിക്കാനുള്ളൂ.

ശക്തൻ തമ്പുരാൻ തിരുമനസ്സുകൊണ്ട് തിരുവവതാരം ചെയ്തരുളിയത് കൊല്ലം 926-ാംആണ്ട് കർക്കടകമാസം 10-ാം തീയതി വ്യാഴാഴ്ചയും പൂയം നക്ഷത്രവും അമാവാസി തിഥിയും കൂടിയ സമയത്തായിരുന്നു. അക്കാലത്ത് കൊച്ചിരാജകുടുംബത്തിലുള്ളവർ താമസിച്ചിരുന്നത് വെള്ളാരപ്പിള്ളിയിലുള്ള കോവിലകത്തായിരുന്നതിനാൽ അവിടെവച്ചായിരുന്നു തിരുമനസ്സിലെ തിരുവവതാരം. ആ കോവിലകം ഇപ്പോഴുമുണ്ട്.

തിരുമനസ്സിലെ തിരുവവതാരസമയം ജ്യോതിശ്ശാസ്ത്രപ്രകാരം അത്ര ശുഭപ്രദമല്ലായിരുന്നു. അതിനാൽ അവിടെയെല്ലാവർക്കും വിശേഷിച്ച് അമ്മത്തമ്പുരാട്ടിക്കും വളരെ മനസ്താപമുണ്ടായി. അക്കാലത്ത് അവിടെ സമീപത്തുള്ള ഒരു ക്ഷേത്രത്തിൽ ദിവ്യനായ ഒരു സന്യാസി താമസിച്ചിരുന്നു.

അമ്മത്തമ്പുരാട്ടി തന്റെ പുത്രന്റെ കഷ്ടാരിഷ്ടതകളെല്ലാം നീങ്ങി മേലിൽ ഗുണം സിദ്ധിക്കുന്നതിലേക്ക് എന്തെങ്കിലും മാർഗമുണ്ടാക്കിത്തരണമെന്ന് ഒരു പ്രതിപുരുഷൻ മുഖാന്തരം ആ സന്യാസിയോടപേക്ഷിച്ചു. ആ സന്യാസി കുറേ പൂവെടുത്തു ജപിച്ച് 'ഈ പൂവു കൊണ്ടുപോയി രാജകുമാരനെ കിടത്തിയിരിക്കുന്ന കിടക്കയുടെ ചുവട്ടിലിട്ടാൽ മതി, സകല ദോഷങ്ങളും നീങ്ങി രാജകുമാരൻ മേലിൽ കേങ്കേമനായിത്തീരും' എന്നു പറഞ്ഞു കൊടുത്തയയ്ക്കുകയും ആ പ്രതിപുരുഷൻ ആ പൂവു കൊണ്ടുപോയി രാജകുമാരന്റെ മെത്തയുടെ ചുവട്ടിൽ ഇടുവിക്കുകയും ചെയ്തു.

ശക്തൻ തിരുമനസ്സിലെ തിരുവവതാരം പൂയം രണ്ടാം കാലിൽ (അമ്മ കാലിൽ) ആയിരുന്നതുകൊണ്ടോ എന്തോ അവിടേക്ക് ഏകദേശം മൂന്നു വയസ്സായപ്പോഴേക്കും അമ്മത്തമ്പുരാട്ടി തീപ്പെട്ടുപോകയാൽ പിന്നീടു തിരുമേനിയെ വേണ്ടതുപോലെ പരിചരിച്ചുവളർത്തിയത് അവിടുത്തെ ചിറ്റമ്മത്തമ്പുരാട്ടിയായിരുന്നു. തിരുമനസ്സുകൊണ്ട് ആ ചിറ്റമ്മയെ ആജീവനാന്തം പെറ്റമ്മയെപ്പോലെ വിചാരിക്കുകയും ചെയ്തിരുന്നു.

യഥാകാലം വേണ്ടതുപോലെ വിദ്യാഭ്യാസവും ആയുധാഭ്യാസവും ചെയ്യിക്കുകയാൽ, ബുദ്ധിശാലിയായിരുന്ന ശക്തൻ തിരുമനസ്സുകൊണ്ട് ചെറുപ്പത്തിൽത്തന്നെ നല്ല വിദ്വാനും യുദ്ധവിദഗ്ദ്ധനുമായിത്തീർന്നു. ധീരതയും ശൂരതയും അവിടേക്കു പ്രകൃത്യാതന്നെ ഉണ്ടായിരിക്കുകയും ചെയ്തു. 930ാം ആണ്ടിനുശേഷം രാജകുടുംബത്തിലുള്ളവരെല്ലാം സ്ഥിരവാസം വെള്ളാരപ്പിള്ളിയിൽനിന്ന് മാറ്റി തൃപ്പൂണിത്തുറെ ആക്കിയതിനാൽ ശക്തൻ തിരുമനസ്സിലെ വിദ്യാഭ്യാസവും മറ്റും തൃപ്പൂണിത്തുറവച്ചു തന്നെയായിരുന്നു. അവിടേക്കു പത്തു തിരുവയസ്സായപ്പോഴേക്കും നാലാം കൂറെന്ന സ്ഥാനം സിദ്ധിച്ചു. അപ്പോൾ മുതൽക്കുതന്നെ തിരുമനസ്സിലെ ധീരതയും ശൂരതയും കുറേശ്ശെ വെളിപ്പെട്ടുതുടങ്ങുകയും അവിടേക്കു പതിനാറു തിരുവയസ്സായപ്പോഴേക്കും 'ശക്തൻ' എന്നുള്ള തിരുനാമധേയം ചില കാരണങ്ങളാൽ പ്രസിദ്ധമായിത്തീരുകയും ചെയ്തു. ഒരിക്കൽ ഒരു നമ്പൂരി കുറെ പണവും കൊണ്ട് തൃപ്പൂണിത്തുറെനിന്ന് എറണാകുളത്തേക്ക് പുറപ്പെട്ടു. വഴിക്കുവെച്ച് ചില മാപ്പിളമാർകൂടി പണം തട്ടിപ്പറിച്ചു കൊണ്ടുപോവുകയാൽ നമ്പൂരി വ്യസനാക്രാന്തനായി തൃപ്പൂണിത്തുറയ്ക്കു തന്നെ മടങ്ങുകയും വലിയ തമ്പുരാൻ തിരുമനസ്സിലെ തിരുമുമ്പാകെച്ചെന്ന് വിവരമെല്ലാം തിരുമനസ്സറിയിക്കുകയും ചെയ്തു. വലിയ തമ്പുരാൻ തിരുമനസ്സുകൊണ്ടു വർത്തമാനമെല്ലാം കേട്ടതിന്റെ ശേഷം 'സൂക്ഷിച്ചു നടക്കേണ്ടതായിരുന്നു. അതിനിപ്പറഞ്ഞതുകൊണ്ടു പ്രയോജനമില്ലല്ലോ. ആട്ടെ, ഉണ്ണിയുടെ അടുക്കൽ വിവരമറിയിക്കൂ. എന്തെങ്കിലും നിവൃത്തിയുണ്ടാക്കും' എന്നാണ് അരുളിച്ചെയ്തത്. (വലിയതമ്പുരാൻ തിരുമനസ്സുകൊണ്ട് ശക്തൻ തിരുമേനിയെ 'ഉണ്ണി' എന്നാണ് വിളിച്ചിരുന്നത്). കല്പന കേട്ട് നമ്പൂരി, ശക്തൻ തിരുമനസ്സിലെ തിരുമുൻപാകെ വിവരമറിയിച്ചു. അപ്പോൾ ശക്തൻ തിരുമനസ്സുകൊണ്ട് കളിക്കോട്ടയുടെ (ഇപ്പോൾ തമ്പുരാക്കന്മാരുടെ ഇംഗ്ലീഷ് സ്കൂളായി ഉപയോഗിച്ചുവരുന്ന കെട്ടിടത്തിന്റെ) മുറ്റത്തു പന്തുകളിച്ചുകൊണ്ടു നില്ക്കുകയായിരുന്നു. നമ്പൂരി വിവരമെല്ലാമറിയിച്ചുകഴിഞ്ഞപ്പോൾ 'അമ്മാവന്റെ അടുക്കൽ അറിയിക്കാമായിരുന്നല്ലോ' എന്നു കല്പിച്ചു. ഉടനെ നമ്പൂരി 'അവിടെ അറിയിച്ചിട്ട് ഇവിടെ അറിയിക്കാനാണ് കല്പിച്ചത്" എന്നറിയിച്ചു. 'എന്നാൽ നമ്പൂരി ഇവിടെ നില്ക്കൂ. ഞാൻ

അമ്മാവന്റെ തിരുമുമ്പിലൊന്നു പോയിവരാം' എന്നരുളിച്ചെയ്തിട്ടു ശക്തൻ തിരുമനസ്സുകൊണ്ട് അവിടെ നിന്നെഴുന്നള്ളി വലിയ തമ്പുരാൻ തിരുമനസ്സിലെ തിരുമുമ്പിലെത്തി. അപ്പോൾ വലിയ തമ്പുരാൻ തിരുമനസ്സുകൊണ്ട് 'എന്താ ഉണ്ണീ, നമ്പൂരിയുടെ വർത്തമാനമെല്ലാം കേട്ടില്ലേ? വലിയ കഷ്ടമായിപ്പോയി. ഇനി മേലാലെങ്കിലും വഴിക്ക് ഇപ്രകാരമുള്ള അക്രമങ്ങളും മറ്റും നടക്കാതെയിരിക്കുന്നതിനു വേണ്ടുന്ന മാർഗമാലോചിക്കണം. ഉണ്ണി എന്താ ഒന്നും മിണ്ടാത്തത്?'

ശക്തൻ തമ്പുരാൻ: അമ്മാവന്റെ തിരുവുള്ളമുണ്ടെങ്കിൽ എന്തെങ്കിലും നിവൃത്തിമാർഗമുണ്ടാക്കാൻ ശ്രമിച്ചുനോക്കാം.

വലിയ തമ്പുരാൻ: ഉണ്ണി ചെയ്യുന്നതൊക്കെ എനിക്ക് സമ്മതമാണ്. എന്തെങ്കിലും ചെയ്തുകൊള്ളൂ. എല്ലാം ഞാൻ അനുവദിച്ചിരിക്കുന്നു. ഉണ്ണി കുറച്ചു ദിവസം എറണാകുളത്തു പോയി താമസിക്കണം. എന്നാൽ മതിയെന്നാണ് തോന്നുന്നത്. എന്താ അതിനു വിരോധമുണ്ടോ?

ശക്തൻ തമ്പുരാൻ: ഒരു വിരോധവുമില്ല. കല്പനപോലെ ചെയ്യാം.

വലിയ തമ്പുരാൻ: എന്നാൽ നാളെത്തന്നെ പോകണം. അവിടെത്താമസിക്കുന്നതിനു വേണ്ടതെല്ലാം ഇപ്പോൾതന്നെ ചട്ടംകെട്ടിയേക്കാം. നമ്പൂരിക്കു പോയ പണവും കൊടുത്തയച്ചേക്കാം.

ശക്തൻ തമ്പുരാൻ: നമ്പൂരിക്കു പോയ പണം കൊടുത്തയയ്ക്കാൻ ഞാൻ പോയി വന്നിട്ടുമതി. അതുവരെ ഇവിടെ താമസിക്കട്ടെ.

വലിയ തമ്പുരാൻ: എന്നാൽ ഇഷ്ടം പോലെയാവട്ടെ.

ശക്തൻ തിരുമനസ്സുകൊണ്ട് വലിയ തമ്പുരാൻ തിരുമനസ്സിലെ തിരുമുൻപിൽനിന്ന് പിരിഞ്ഞതിന്റെ ശേഷം നമ്പൂരി കുറച്ചുദിവസം തൃപ്പൂണിത്തുറെത്തന്നെ താമസിക്കുന്നതിന് ചട്ടംകെട്ടീട്ടു പിറ്റേദിവസം തന്നെ എറണാകുളത്ത് എഴുന്നള്ളി താമസം തുടങ്ങി. അതിന്റെ പിറ്റേദിവസംതന്നെ അവിടെ സമീപത്തുള്ള പള്ളികളിലേക്കെല്ലാം കല്പനയയച്ചു. 'സമീപസ്ഥന്മാരായ മാപ്പിളമാരെല്ലാം അടുത്ത ദിവസം രാവിലെ ഓരോ വലിയ കുടവും ഒരു മാറു നീളമുള്ള ഓരോ കയറുംകൊണ്ട് എറണാകുളത്തു കായൽവക്കത്ത് എത്തിക്കൊള്ളണം' എന്നായിരുന്നു കല്പനയുടെ സാരം. കല്പനപോലെ അടുത്ത ദിവസം രാവിലെ ഏകദേശം അഞ്ഞൂറോളം മാപ്പിളമാർ കുടവും കയറും കൊണ്ടു നിശ്ചിതസ്ഥലത്തെത്തി. ശക്തൻ തമ്പുരാൻ തിരുമനസ്സുകൊണ്ട് അവിടെ എഴുന്നള്ളി. 'മൂന്നു നാലു ദിവസം മുൻപ് ഒരു നമ്പൂരിയുടെ ഏതാനും പണം തട്ടിപ്പറിച്ചുകൊണ്ടുപോയത് നിങ്ങളിൽ ആരെല്ലാം കൂടിയാണ്? സത്യം പറയണം. അകൃത്യം പ്രവർത്തിച്ചവർ കുറ്റം ഏറ്റു പറയുന്നപക്ഷം വലിയ ശിക്ഷ കൂടാതെകഴിക്കാം. ശേഷമുള്ളവർക്കു സുഖമായി തിരിയെപ്പോവുകയും ചെയ്യാം. സത്യം വെളിപ്പെടുത്താത്തപക്ഷം നിങ്ങൾ എല്ലാവർക്കും വലിയ കഷ്ടത അനുഭവിക്കേണ്ടിവരും' എന്നു അരുളിച്ചെയ്തിട്ട് മാപ്പിളമാരിലാരും മറുപടി പറയായ്കയാൽ 'ഇവരെയെല്ലാം ഉടനെ മനയ്ക്കൽ കൊണ്ടുപോയി ആക്കട്ടെ' എന്നു കല്പിച്ചു. ആ ക്ഷണത്തിൽ രാജഭടന്മാർ മാപ്പിളമാരെ എല്ലാം വലിയ വഞ്ചികളിൽ കയറ്റിക്കൊണ്ടുപോയി കഴുത്തിൽ കുടങ്ങൾ കെട്ടി 'കിഴവനച്ചാ'ലിൽ താഴ്ത്തി (കൊച്ചിക്കായലിലുള്ള കപ്പൽചാലിനെ 'കിഴവനച്ചാൽ' എന്നാണ് പേരു പറഞ്ഞിരുന്നത്. ആ സ്ഥലത്ത് 'കിഴവന' എന്നു പേരായിട്ട് ഒരു നമ്പൂരിയുടെ ഇല്ലമുണ്ടായിരുന്നു എന്നും

അതിനാലാണ് ഈ പേരുണ്ടായതെന്നുമാണ് ഐതിഹ്യം. നമ്പൂരിയുടെ ഇല്ലമുണ്ടായിരുന്ന സ്ഥലമാകയാൽ അതിനു 'മനയ്ക്കൽ' എന്നും പറയാറുണ്ട്.)

ശേഷമുള്ള മാപ്പിളമാരെല്ലാം അതിനടുത്ത ദിവസം കടവും കൊണ്ടു ഹാജരാകുന്നതിനു വീണ്ടും ഒരു കല്പനയയച്ചു. തലേ ദിവസം നടന്ന സംഗതികളെല്ലാം അറിഞ്ഞിരുന്നതിനാൽ വീണ്ടും കല്പന കണ്ടപ്പോൾ മാപ്പിളമാരെല്ലാം ഭയവും വ്യസനവുംകൊണ്ട് ഏറ്റവും പരവശരായിത്തീർന്നു. എല്ലാ പള്ളികളിൽനിന്നും പ്രമാണികളായിട്ടുള്ള മാപ്പിളമാരെല്ലാം കുറേശ്ശെ പണവുംകൊണ്ട് തിരുമുമ്പാകെയെത്തി തിരുമുൽക്കാഴ്ച വച്ചു വന്ദിച്ചുകൊണ്ട്, 'അടിയങ്ങളെ കല്പിച്ചു രക്ഷിക്കണം. അടിയങ്ങളിലാരും അടിയങ്ങളുടെ അറിവോടുകൂടിയും യാതൊരു ദുഷ്കൃത്യവും പ്രവർത്തിച്ചിട്ടില്ല. കഥയില്ലാത്ത വികൃതികളിലാരോ ആണ് ഈ അകൃത്യം പ്രവർത്തിച്ചിട്ടുള്ളത്. അവർ ഇന്നലത്തെ ശിക്ഷയിലകപ്പെട്ടിട്ടുണ്ടായിരിക്കണം. ഇനി മേലാൽ അടിയങ്ങളുടെ ജാതിക്കാരിലാരും ഇങ്ങനെയുള്ള ദുഷ്കൃത്യങ്ങൾ യാതൊന്നും ചെയ്യുന്നതല്ല. അഥവാ അടിയങ്ങളുടെ ജാതിയിലുള്ളവരിൽ ആരെങ്കിലും ഇങ്ങനെ വല്ലതും പ്രവർത്തിച്ചതായി തിരുമനസ്സറിയുന്നതിനിടയായാൽ അന്ന് അടിയങ്ങളെയെല്ലാം കായലിൽക്കെട്ടിത്താഴ്ത്തുന്നത് അടിയങ്ങൾക്കെല്ലാം പൂർണ്ണസമ്മതമാണ്" എന്നു തിരുമനസ്സറിയിച്ചു. 'ഇനിമേലാൽ നിങ്ങളുടെ ജാതിക്കാരിൽ നിന്നു യാതൊരു ശല്യവുമുണ്ടാകയില്ലെന്നു നല്ല നിശ്ചയമുണ്ടെങ്കിൽ നിങ്ങൾക്കെല്ലാം ഇപ്പോൾ പോകാം. ഇനി ആളയയ്ക്കുമ്പോൾ വന്നാൽ മതി' എന്നരുളിച്ചെയ്തു മാപ്പിളമാരെ മടക്കിയയച്ചിട്ടു ശക്തൻ തമ്പുരാൻ തിരുമനസ്സുകൊണ്ട് അപ്പോൾത്തന്നെ തൃപ്പൂണിത്തുറെയ്ക്ക് എഴുന്നള്ളുകയും വലിയ തമ്പുരാൻ തിരുമനസ്സിലെ തിരുമുമ്പിലെത്തി തിരുമുൽക്കാഴ്ചയായി ലഭിച്ച പണം തിരുമുമ്പിൽവച്ച് വന്ദിച്ചിട്ട്, 'കള്ളന്മാരുടെ ശല്യം മേലാലുണ്ടാകാതെയിരിക്കത്തക്കവണ്ണം വേണ്ടതുപോലെ ശട്ടം കെട്ടീട്ടുണ്ട്. ഈ പണം ചില മാപ്പിളമാർ കാഴ്ച വച്ചതാണ്" എന്നു തിരുമനസ്സറിയിച്ചു. അതുകേട്ട് വലിയ തമ്പുരാൻ തിരുമനസ്സുകൊണ്ട് 'സന്തോഷമായി. ഈ പണം ഉണ്ണിതന്നെ എടുത്തുകൊള്ളൂ' എന്നരുളിചെയ്തു. അപ്പോൾ ശക്തൻ തിരുമനസ്സുകൊണ്ട് 'എനിക്കാവശ്യമുണ്ടാകുമ്പോൾ ഞാൻവാങ്ങിച്ചുകൊള്ളാം. ഇപ്പോൾ ഈ പണം ഇവിടെത്തന്നെ ഇരിക്കട്ടെ' എന്നരുളിച്ചെയ്തിട്ട് അവിടെനിന്ന് എഴുന്നള്ളി.

വലിയതമ്പുരാൻ തിരുമനസ്സുകൊണ്ട് കള്ളന്മാരാൽ ആക്രമിക്കപ്പെട്ട നമ്പൂരിയെ തിരുമുമ്പാകെ വരുത്തി ആ പണമെല്ലാം അദ്ദേഹത്തിനു കൊടുത്തു. അതു കള്ളന്മാർ തട്ടിപ്പറിച്ചുകൊണ്ടുപോയതിൽ വളരെ അധികമുണ്ടായിരുന്നതിനാൽ നമ്പൂരി ഏറ്റവും സന്തോഷിച്ചു യാത്രയറിയിച്ചുകൊണ്ടുപോയി. ശക്തൻ തിരുമനസ്സിലെ കടുംകൈ പ്രയോഗങ്ങളിൽ ഇത് ഒന്നാമത്തേതാണ്.

951-ാം ആണ്ടു കന്നി മാസം 9-ാം തീയതി ശക്തൻ തിരുമനസ്സിലേക്കു 'വീരകേരള' (മൂന്നാംകൂർ) തമ്പുരാൻ എന്ന സ്ഥാനം ലഭിച്ചു. അവിടേക്കു മുപ്പതു തിരുവയസ്സു തികഞ്ഞതിന്റെ ശേഷം 957-ാം ആണ്ടിടയ്ക്ക് ഒരു നൈത്യാരമ്മയെ ഉണ്ടാക്കണമെന്നു തോന്നുകയും വലിയ തമ്പുരാൻ തിരുമനസ്സിലെ അനുവാദത്തോടുകൂടി തൃശ്ശിവപേരൂരിൽനിന്ന് ഒരു യുവതിയെ വരുത്തി നൈത്യാരമ്മയാക്കുകയും നൈത്യാരമ്മയ്ക്കു വേണ്ടതെല്ലാം അന്വേഷിച്ചും

ചട്ടം കെട്ടിയും കൊട്ടുക്കുന്നതിനു ചെറുപറമ്പത്തു കുഞ്ഞിട്ടിമേനോൻ എന്ന ആളെ കല്പിച്ചു നിയമിക്കുകയും ചെയ്തു. ഈ മേനോനു ചെറുപ്പം മുതൽ തിരുമനസ്സിലേക്കുടെ താമസിച്ച് ഏറ്റവും പരിചയവും വിശ്വസ്തതയും സ്വാമിഭക്തിയും സിദ്ധിച്ചിട്ടുള്ളതിനാൽ തിരുമനസ്സിലേക്കും നൈത്യാരമ്മയ്ക്കും തൃപ്തിയാകുംവണ്ണം വേണ്ടതെല്ലാം അന്വേഷിച്ചുകൊണ്ടിരിക്കുകയും അധികം കാലതാമസംകൂടാതെ തിരുമനസ്സിലേക്ക് ആ നൈത്യാരമ്മയിൽ നിന്ന് ഒരു സ്ത്രീസന്താനം ജനിക്കുകയും ചെയ്തു.

അനന്തരം കുറച്ചുകാലം കഴിഞ്ഞപ്പോൾ കുഞ്ഞിട്ടിമേനോന്റെ നടപടികളെപ്പറ്റി തിരുമനസ്സിലേക്കു ചില സംശയങ്ങൾ തോന്നിത്തുടങ്ങുകയും സൂക്ഷ്മാന്വേഷണങ്ങൾ നടത്തിയപ്പോൾ സംഗതി വാസ്തവമാണെന്നു ബോദ്ധ്യപ്പെടുകയും ചെയ്കയാൽ തിരുമനസ്സുകൊണ്ട് ഒരു ദിവസം കുഞ്ഞിട്ടിമേനോനെ തിരുമുൻപാകെ വരുത്തി നിർത്തിക്കൊണ്ട് 'കുഞ്ഞിട്ടിയ്ക്ക് ഇയ്യിടെ എന്നെക്കാണാതിരുന്നാൽ കൊള്ളാമെന്ന് തോന്നിത്തുടങ്ങീട്ടുണ്ട്, ഇല്ലേ? എന്നാൽ എന്റെ വിചാരം എപ്പോഴും കുഞ്ഞിട്ടിയെക്കണ്ടുകൊണ്ടിരിക്കണമെന്നാണ്. അതിനാൽ കുഞ്ഞിട്ടിക്ക് എന്നെ ഒരിക്കലും കാണാൻവയ്യാതെയും എനിക്കു കുഞ്ഞിട്ടിയെ എല്ലായ്പ്പോഴും കാണുന്നതിനു വിരോധമില്ലാതെയും ഇരിക്കത്തക്കവണ്ണമുള്ള ഒരു കൗശലം ചെയ്യുന്നതിന് ഞാൻനിശ്ചയിച്ചിരിക്കുന്നു എന്നരുളി ചെയ്തിട്ടു കുറച്ചുറക്കെ 'ആരവിടെ' എന്നു കല്പിച്ചുചോദിക്കുകയും ഉടനെ രണ്ടു രാജഭടന്മാർ തിരുമുമ്പിലെത്തുകയും ചെയ്തു. അപ്പോൾ തിരുമനസ്സുകൊണ്ട് അവരോട് 'നിങ്ങൾ കുഞ്ഞിട്ടിയുടെ കണ്ണു രണ്ടും തുരന്നെടുത്ത് എന്റെ മുൻപിൽ വയ്ക്കണം. ക്ഷണത്തിലാവട്ടെ, ഒട്ടും താമസിക്കരുത്" എന്നരുളിച്ചെയ്തു. അതുകേട്ട് കുഞ്ഞിട്ടിമേനോൻ വ്യസനസമേതം പലവിധത്തിൽ സങ്കടമറിയിക്കുകയും ക്ഷമായാചനം ചെയ്കയുമുണ്ടായി. എങ്കിലും തിരുമനസ്സുകൊണ്ട് അതൊന്നും കൈക്കൊള്ളായ്കയാൽ രാജഭൃത്യന്മാർ ഉടനെ കല്പ നടത്തി. അതിന്റെ ശേഷം തിരുമനസ്സുകൊണ്ട് മേനോനോട് "കുഞ്ഞിട്ടിയോട് എനിക്ക് ഒട്ടും വിരോധമില്ല. ഇനിയും സുഖമായി ഇവിടെത്തന്നെ താമസിച്ചുകൊള്ളൂ. വേണ്ടതെല്ലാം ഞാൻ തന്നുകൊള്ളാം എന്നും അരുളിച്ചെയ്തു.

വലിയതമ്പുരാൻ തിരുമനസ്സുകൊണ്ട് ഈ സംഗതികളെല്ലാമറിഞ്ഞു കുഞ്ഞിട്ടിമേനോനെ തിരുമുമ്പാകെ വരുത്തി, 'എന്താ, കുഞ്ഞിട്ടീ, ഉണ്ണി സാഹസം പ്രവർത്തിച്ചു, അല്ലേ? ആട്ടെ, ഒട്ടും വ്യസനിക്കേണ്ടാ. കുഞ്ഞിട്ടിയുടെ ആഗ്രഹമെന്താണെന്നു പറഞ്ഞാൽ അതുപോലെ ചെയ്യുന്നതിനു ഞാൻ ചട്ടംകെട്ടാം' എന്നരുളിച്ചെയ്തു. ഇതിനു മറുപടിയായിട്ടു മേനോൻ, 'തിരുമേനികളെക്കാണാതെ ജീവിച്ചിരിക്കുന്ന കാര്യം അടിയനു പരമ സങ്കടമാണ്. അതിനാൽ അടിയന്റെ പേരിൽ തിരുവുള്ളമുണ്ടെങ്കിൽ ക്ഷണത്തിൽ അടിയന്റെ പ്രാണനെ കല്പിച്ചു കളയിക്കണം. ഇതിലധികമായി അടിയനു മറ്റൊരാഗ്രഹമില്ല' എന്നു തിരുമനസ്സറിയിക്കുകയും വലിയ തമ്പുരാൻ തിരുമനസ്സുകൊണ്ടു മേനോന്റെ ആഗ്രഹംപോലെ ഉടനെ അദ്ദേഹത്തെ വെടിവയ്പിച്ചു കൊല്ലിക്കുകയും ചെയ്തു.

ചില കാരണങ്ങളാൽ ശക്തൻ തമ്പുരാൻ തിരുമനസ്സിലേക്കു നൈത്യാരമ്മയുടെ പേരിലും വിരസത ഭവിക്കുകയാൽ കല്പിച്ചു വേറെയൊരു സ്ഥലമുണ്ടാക്കിച്ചു നൈത്യാരമ്മയെ അങ്ങോട്ടു മാറ്റിത്താമസിപ്പിക്കുകയും ചെയ്തു.

965-ാം ആണ്ടു കർക്കിടകമാസം 23-ാം തീയതി വലിയ തമ്പുരാൻ തിരുമനസ്സുകൊണ്ടും അതിനു മുമ്പേ തന്നെ ഇളയ തമ്പുരാൻ തിരുമനസ്സുകൊണ്ടും തീപ്പെട്ടു പോവുകയാൽ ശക്തൻ തമ്പുരാൻ തിരുമനസ്സിലേക്കു തിരുമൂപ്പു സിദ്ധിക്കുകയും അവിടുന്നു തന്റെ മാതുലന്മാരുടെ സംസ്കാരാദികളും തിരുവന്തളി (പിണ്ഡ) അടിയന്തിരവും യഥായോഗ്യം ഭംഗിയായും കേമമായും നടത്തുകയും പള്ളിദീക്ഷ ആരംഭിക്കുകയും ചെയ്തു.

രാജ്യകാര്യങ്ങൾ സംബന്ധിച്ച ചില പരിഷ്കാരങ്ങൾ ചെയ്യണമെന്നുള്ള വിചാരം ശക്തൻ തമ്പുരാൻ തിരുമനസ്സിലേക്കു മുമ്പേതന്നെ ഉണ്ടായിരുന്നു. എങ്കിലും തിരുമൂപ്പു സിദ്ധിക്കുന്നതുവരെ അതിനൊന്നും അവിടേക്കിടയായില്ല. സിംഹാസനാരോഹണാനന്തരം അവിടുന്നു കല്പിച്ചു ചില ഏർപ്പാടുകൾ ചെയ്തുതുടങ്ങി. ആദ്യം തന്നെ രാജ്യരക്ഷാർഥം തൃപ്പൂണിത്തുറെയും തൃശ്ശിവപേരൂരും ഓരോ കോട്ടയും കിടങ്ങുമുണ്ടാക്കിക്കുകയാണ് അവിടുന്ന് ചെയ്തത്. തൃശ്ശിവപേരൂരുണ്ടാക്കിച്ച വലിയ കോട്ടയുടെ മധ്യത്തിങ്കലായി ഒരു കോവിലകം പണികഴിപ്പിക്കുകയും അതിന്റെ ചുറ്റും ഒരു ചെറിയ കോട്ടകൂടി കെട്ടിക്കുകയും ആ കോട്ടയുടെ ഉപരിഭാഗത്ത് ഒരു വലിയ കൊടിമരം നാട്ടിച്ചു കൊടി തൂക്കിക്കുകയും ചെയ്തു. വലിയ കോട്ടയുടെ ചുറ്റും കാവൽ നില്ക്കുന്നതിനായി ഏതാനും ഈഴവരെയും അവരുടെ തലവനായി ഒരു തണ്ടാനെയും കല്പിച്ചു നിയമിച്ചു. നായന്മാരുടെ സകലഗൃഹങ്ങളിൽനിന്നും യൗവനയുക്തന്മാരായിട്ടുള്ളവരിൽ ഓരോരുത്തർ പട്ടാളത്തിൽച്ചേർന്നുകൊള്ളണമെന്ന് ഒരു കല്പന പ്രസിദ്ധപ്പെടുത്തുകയും അതനുസരിച്ച് ഏകദേശം പതിനായിരത്തോളം നായന്മാർ പട്ടാളത്തിൽച്ചേരുകയും അവരുടെ മേലധികാരികളായി നാലു കുമുദാന്തികളെയും അവരുടെ മേലാവായി പണിക്കരു വലിയ കപ്പിത്താൻ എന്നൊരു ഉദ്യോഗസ്ഥനെയും കല്പിച്ചു നിയമിക്കുകയും ചെയ്തു. ആ പണിക്കർ വലിയ കപ്പിത്താൻ 'കൊല്ലുന്ന രാജാവിനു തിന്നുന്ന മന്ത്രി' എന്നുള്ളതുപോലെ ശക്തൻ തിരുമനസ്സിലേക്കു ചേർന്ന ഉദ്യോഗസ്ഥനായിരുന്നു. ആ മനുഷ്യനെപ്പോലെ ശൂരതയും ധീരതയും പരാക്രമവും ഗാംഭീര്യവും ഉള്ളവർ അക്കാലത്തെന്നല്ല, ഇക്കാലത്തും എങ്ങുമുണ്ടെന്നു തോന്നുന്നില്ല.

ശക്തൻ തമ്പുരാൻ തിരുമനസ്സുകൊണ്ടു ഗതാഗതസൌകര്യം, ശുചീകരണം മുതലായ വിഷയങ്ങളിലും പ്രത്യേകം ശ്രദ്ധിച്ചിരുന്നു. അവിടുന്നു സ്വരാജ്യത്തിന്റെ നാനാഭാഗങ്ങളിലും സഞ്ചാരസൗകര്യത്തിനു വിസ്താരത്തിൽ വെട്ടുവഴികളുണ്ടാക്കിക്കുകയും വഴികളുടെ ഇരുവശങ്ങളിലും ഛായാവൃക്ഷങ്ങൾ വച്ചുപിടിപ്പിക്കുന്നതിന് ഏർപ്പാടു ചെയ്യുകയും വഴികളുടെ ഇരുവശങ്ങളിലുമുള്ള വസ്തുക്കളുടെ ഉടമസ്ഥർ അവരുടെ അതിർത്തി വരെയുള്ള വഴികൾ ദിവസവും അടിച്ചുവാരി വൃത്തിയാക്കിയിട്ടുകൊള്ളണമെന്നും കല്പനകൊടുക്കുകയും അപ്രകാരമെല്ലാം ശരിയായി നടത്തിക്കുകയും ചെയ്തു. തൃപ്പൂണിത്തുറെ ക്ഷേത്രത്തിന്റെ കിഴക്കേ നടമുതൽ കിഴക്കേ കോട്ടവാതിൽവരെയുള്ള മാർഗത്തിലും അഞ്ചെട്ട് അരയാൽ വൃക്ഷങ്ങൾ അവിടുന്നു നട്ടുപിടിപ്പിക്കുകയും അവയിൽനിന്ന് ഒരിലപോലും യാതൊരുത്തരും പൊട്ടിച്ചുപോകരുതെന്നു പ്രത്യേകം കല്പിക്കുകയും ചെയ്തിരുന്നു.

തിരുമനസ്സുകൊണ്ട് തന്റെ മാതുലന്മാരുടെ പള്ളിദീക്ഷ ഒരു സംവത്സരം യഥാവിധി ആചരിക്കുകയും തിരുമാസമടിയന്തിരം ഭംഗിയായും കേമമായും നിർവ്വഹിക്കുകയും ചെയ്തതിന്റെ ശേഷം സ്വകീയപ്രിയപുത്രിയുടെ

താലികെട്ടുകല്യാണം ആഘോഷപൂർവം നടത്തിക്കുകയും ചെയ്തു. ആ കല്യാണം ഏകദേശം ഒരു ലക്ഷം രൂപ കല്പിച്ചു ചെലവു ചെയ്തു. ഏറ്റവും കേമമായി നടത്തപ്പെട്ട ആ അടിയന്തിരത്തിൽ തൃശ്ശിവപേരൂരുള്ള പ്രധാനപ്പെട്ട സകല നായർകുടുംബാംഗങ്ങളും സംബന്ധിച്ചിരുന്നു. ആ കൂട്ടത്തിൽ 'കരിമ്പറ്റെ ചുമ്മുക്കുട്ടിയമ്മ'യും സന്നിഹിതയായിരുന്നു. സൗന്ദര്യം, സൗശീല്യം മുതലായ സകലസദ്ഗുണങ്ങളും പരിപൂർണമായിട്ടുണ്ടായിരുന്ന ആ തരുണീമണിയെ തിരുമനസ്സുകൊണ്ട് നൈത്യാരമ്മയായി സ്വീകരിക്കുകയും ചെയ്തു.

അന്നത്തെ ഇളയതമ്പുരാൻ തിരുമനസ്സിലെ വകയായി നാലഞ്ച് ആടുകളുണ്ടായിരുന്നു. അവയ്ക്കു തിന്നാൻ കൊടുക്കുന്നതിനായി ഇളയ തമ്പുരാൻ തിരുമനസ്സിലെക്കൂടെ താമസിച്ചിരുന്ന ചെറുപറമ്പത്തു കുഞ്ഞികൃഷ്ണമേനോൻ കിഴക്കേനടയിൽ ശക്തൻ തമ്പുരാൻ തിരു മനസ്സിലെ കല്പനപ്രകാരം വച്ചു പിടിപ്പിച്ചിരുന്ന അരയാൽ വൃക്ഷങ്ങളിൽ നിന്നു കുറെ ഇല പറിച്ചെടുത്തു. ഈ കുഞ്ഞികൃഷ്ണമേനോൻ ഇളയതമ്പുരാൻ തിരുമനസ്സിലെ സേവകനും ഇഷ്ടനും വിശ്വസ്തനും കുഞ്ഞിട്ടിമേനവന്റെ അനന്തരവനുമായിരുന്നു. എങ്കിലും അരയാൽ വൃക്ഷങ്ങളിൽനിന്ന് ഇല പറിച്ചെടുത്തുവെന്നുള്ള വർത്തമാനം കേട്ട ക്ഷണത്തിൽ ശക്തൻ തമ്പുരാൻ തിരുമനസ്സുകൊണ്ട് അയാളെ പിടിച്ചുവരുത്തി, കുടുമയ്ക്കു ചുറ്റിപ്പിടിച്ചുകൊണ്ട് വാളെടുത്ത് അയാളുടെ കഴുത്തുവെട്ടാൻ ഭാവിച്ചു. ആ സമയം ഇളയ തമ്പുരാൻ തിരുമനസ്സുകൊണ്ട് അവിടെ ഓടിയെത്തുകയും 'എന്നെക്കൊന്നിട്ടു കുഞ്ഞികൃഷ്ണനെക്കൊന്നോളൂ' എന്നരുളിച്ചെയ്തുകൊണ്ട് ശക്തൻ തമ്പുരാൻ തിരുമനസ്സിലെ അരയ്ക്കു കെട്ടിപ്പിടിക്കുകയും ചെയ്തു. ഉടനെ ശക്തൻ തിരുമനസ്സുകൊണ്ട് 'ഇവന്റെ കാലത്താണ് ഈ രാജ്യം അന്യാധീനപ്പെട്ടുപോകുന്നത്' എന്നരുളിചെയ്ത് വാൾ നിലത്ത് വലിച്ചെറിയുകയും 'പോ, നിന്നെ എന്റെ മുമ്പിൽ കാണരുത്' എന്നു കല്പിച്ചു കുഞ്ഞികൃഷ്ണമേനവനെ വിട്ടയയ്ക്കുകയും ഇളയ തമ്പുരാൻ തിരുമനസ്സുകൊണ്ട് അയാളെ കൂട്ടിക്കൊണ്ട് അവിടെനിന്ന് എഴുന്നള്ളുകയും ചെയ്തു.

തൃശ്ശിവപേരൂരുള്ള സകല നായർസ്ത്രീകളും പ്രതിദിനം വടക്കുന്നാഥക്ഷേത്രത്തിൽച്ചെന്നു ദർശനം കഴിച്ചുപോവുകയെന്നുള്ളതു പണ്ടേക്കുപണ്ടേയുള്ള ഒരു പതിവാണ്. വലിയ കോട്ടയ്ക്കു പുറത്തു താമസിച്ചിരുന്ന ഒരു നായർ സ്ത്രീയും ആ പതിവനുസരിച്ച് ദിവസം പ്രതി വടക്കുന്നാഥദർശനം നടത്തിപ്പോന്നിരുന്നു. കല്പനപ്രകാരം കോട്ടയ്ക്കു കാവലായി നിറുത്തപ്പെട്ടിരുന്ന ഈഴവരുടെ തലവനായ തണ്ടാൻ സർവ്വാംഗസുന്ദരിയും യൗവനയുക്തയുമായ ഈ സ്ത്രീയെ ഒരു ദിവസം കാണുന്നതിനിടയായി. ആ സ്ത്രീരത്നത്തിന്റെ ദർശനമാത്രയിൽത്തന്നെ തണ്ടാൻ പരവശനായിത്തീരുകയും ആ വിധത്തിൽ കുറച്ചു ദിവസം വളരെ പണിപ്പെട്ടു കഴിച്ചുകൂട്ടിയതിന്റെ ശേഷം അവൻ തന്റെ അഭിലാഷത്തെ ആ തരുണീമണിയെ ധരിപ്പിക്കുകയും ചെയ്തു. 'വാച്യാവാച്യ വിചാരമാർഗ്ഗവിമുഖോ ലോകേഷു കാമീ ജനഃ' എന്നുണ്ടല്ലോ.

തണ്ടാൻ ശക്തൻ വലിയ തമ്പുരാൻ തിരുമനസ്സിലെ ഇഷ്ടനും പ്രബലനുമായിരുന്നതിനാൽ അവന്റെ ഇഷ്ടത്തെ അനുസരിക്കാതിരുന്നാൽ അവൻ ആപത്തു വല്ലതുമുണ്ടാക്കിത്തീർത്തെങ്കിലോ എന്നുള്ള ഭയവും സ്വകുലാചാരവിരുദ്ധമായ അകൃത്യം പ്രവർത്തിക്കുന്നതിലുള്ള സങ്കടവും നിമിത്തം ആ അബല അത്യന്തം പരവശയായിത്തീർന്നു. എങ്കിലും ബുദ്ധിശാലിനിയായ

ആ യുവതി തന്റെ പാരവശ്യം പുറത്തു കാണിക്കാതെയും അവനെ വെറുപ്പി ക്കാതെയും തത്ക്കാലം ചില ഒഴിവുകഴിവുകൾ പറഞ്ഞു പിരിഞ്ഞു പോയി. തണ്ടാന്റെ നിർബന്ധം പിന്നെയും ക്രമേണ വർദ്ധിച്ചുതുടങ്ങി. അതിനതിന് ആ മനസ്വിനി ഓരോ പ്രതിബന്ധങ്ങൾ പറഞ്ഞു കഴിച്ചുകൂട്ടിക്കൊണ്ടുമിരുന്നു.

ഇങ്ങനെ ഏതാനും ദിവസങ്ങൾ കഴിഞ്ഞതിന്റെശേഷം ഒരു ദിവസം തണ്ടാൻ ഈ സ്ത്രീ കോട്ടയ്ക്കകത്തേക്കു പോകുന്ന സമയമറിഞ്ഞു കോട്ടവാ തിൽക്കലെത്തി കാത്തുനിന്നു. സ്ത്രീ അടുത്തു ചെന്നപ്പോൾ തണ്ടാൻ, 'എന്താ, ഇങ്ങനെ ഓരോ ഒഴിവുകഴിവുകൾ പറഞ്ഞുതന്നെ കഴിച്ചുകൂട്ടാമെന്നാണോ വിചാരിക്കുന്നത്? ഇതു നല്ല പന്തിയാകുമെന്നു തോന്നുന്നില്ല. വലിയ തമ്പുരാൻ തിരുമനസ്സുകൊണ്ട് എന്റെ കൈയിലാണെന്നു നല്ല ഓർമ്മ വേണം. ആളറിയാതെയാണ് കളിക്കുന്നത്. ഇന്നു തിരികെ വരുമ്പോൾ തീർച്ച പറയണം. അല്ലെങ്കിൽ പിന്നെയുണ്ടാകുന്ന ഫലം അനുഭവംകൊ ണ്ടറിയാം' എന്നു പറഞ്ഞു. ആ സ്ത്രീ ഇതു കേട്ടിട്ട് ഒന്നും ഉത്തരം പറയാതെ അകത്തേക്കു കടന്നുപോയി. 'എന്റെ വടക്കുന്നാഥാ, ഈ ആപത്തിൽനിന്നൊ ഴിയുന്നതിന് എന്തെങ്കിലും മാർഗ്ഗമുണ്ടാക്കിത്തരണേ! ഞാൻ പതിവായി ഭഗവദ്ദർശനം നടത്തുന്നതിന്റെ ഫലം എനിക്കിങ്ങനെയാണല്ലോ വന്നു ചേർന്നത്' എന്നിങ്ങനെ ഓരോന്നു വിചാരിക്കുകയും പതുക്കെപ്പതുക്കെ പറയുകയും ചെയ്തുകൊണ്ട് ആ സാധ്വി വ്യസനത്തോടുകൂടിപ്പോയി കുളിയും ദേവദർശനവും കഴിക്കുകയും വീണ്ടും വിചാരമഗ്നയായിത്തീരുകയും ചെയ്തു. 'ഈശ്വരാ, എന്താണ് ചെയ്യേണ്ടത്? കോട്ടവാതിൽക്കൽച്ചെല്ലുമ്പോൾ ആ ദുഷ്ടനോട് എന്താണ് പറയേണ്ടത്? ഇനി ഒഴിവുകഴിവുകൾ പറഞ്ഞാൽ അവൻ സമ്മതിക്കുമെന്നു തോന്നുന്നില്ല. ഒരു നിവൃത്തിയുമില്ലാതെയായല്ലോ. ഏതെങ്കിലും ഈ ധർമ്മസങ്കടം വലിയ തമ്പുരാൻ തിരുമനസ്സിലെ തിരുമു മ്പാകെ ഒന്നറിയിച്ചു നോക്കാം. തണ്ടാൻ അവിടുത്തെ ഇഷ്ടനായിരിക്കുന്ന സ്ഥിതിക്ക് കല്പനയുണ്ടാകുന്നത് ഏതു പ്രകാരമായിരിക്കുമോ, എന്തോ? എങ്ങനെയെങ്കിലുമാകട്ടെ. 'നിവേദ്യതേ രക്ഷ്യജനേന ദുഃഖം തതഃ പരസ്താൽ പ്രഭവഃ പ്രമാണം' എന്നുണ്ടല്ലോ. അതിനാൽ പറയാനുള്ളതു പറയേണ്ടുന്ന സ്ഥലത്തു പറയുക. പിന്നെ വിധിപോലെ അനുഭവിക്കുക. അല്ലാതെ നിവൃ ത്തിയില്ലല്ലോ. ദുഷ്ടനിഗ്രഹവും ശിഷ്ടപരിപാലനവുമാണല്ലോ രാജധർമ്മം. തിരുമനസ്സുകൊണ്ട് നീതിമാനാണെന്നുള്ളതിനു സംശയമില്ല. അവിടേയ്ക്കും സ്വരാജ്യത്ത് ഈ അനീതി നടക്കുന്നതിനു സമ്മതമാണെങ്കിൽ ഇതെന്റെ കർമ്മമാണെന്നു തീർച്ചയാക്കാം. അവിടുന്ന് ഇപ്പോൾ ഇവിടെ എഴുന്ന ള്ളി താമസിക്കുന്ന സ്ഥിതിക്ക് ഇതറിയിക്കാതെയിരിക്കുന്നതു ശരിയല്ല. ഏതായാലും ഒന്നറിയിച്ചുനോക്കുക തന്നെ' എന്നിങ്ങനെ വിചാരിച്ചു നിശ്ച യിച്ചിട്ട് ആ സ്ത്രീ കോവിലകത്തു മുറ്റത്തു ചെന്നു വിഷാദത്തോടുകൂടി അങ്ങനെ നിന്നു. ആകസ്മാൽ ആ സ്ത്രീ അവിടെച്ചെന്നു നിന്നതുകണ്ടിട്ട് 'എന്തിനാണ് വന്നു നില്ക്കുന്നത്' എന്നു തിരുമനസ്സുകൊണ്ട് കല്പിച്ച് ഒരാളെ അയച്ചു ചോദി പ്പിക്കുകയും 'ഒരു സങ്കടം തിരുമനസ്സറിയിക്കാനാണ്' എന്ന് ആ സ്ത്രീ മറുപടി പറഞ്ഞയയ്ക്കുകയും ചെയ്തു. ഉടനെ തിരുമനസ്സുകൊണ്ട് ആ അബലയെ തിരു മുൻപാകെ വരുത്തി 'സങ്കടമെന്താണ്?' എന്നു കല്പിച്ചു ചോദിച്ചു. സ്ത്രീ സംഗ തികളെല്ലാം വിവരമായി തിരുമനസ്സറിയിച്ചു.

തിരുമനസ്സുകൊണ്ട്: അവനങ്ങനെ ആഗ്രഹമുണ്ടെങ്കിൽ അതു സാധിപ്പിച്ചു കൊടുക്കേണ്ടതാണ്. അതിനെന്താ വിരോധം?'

സ്ത്രീ: ഇങ്ങനെ കല്പനയാകുന്നതു സങ്കടമാണ്.

തിരുമനസ്സുകൊണ്ട്: ഇതിൽ സങ്കടപ്പെടാൻ എന്താണുള്ളത്? ഒന്നുമില്ല. കാര്യം ഇന്നുതന്നെ നടക്കട്ടെ. ജനസഞ്ചാരം നിന്നിട്ട് അവനവിടെ വന്നാൽ മതി. പത്തു നാഴിക രാച്ചെന്നതിനുശേഷം അവൻ അവിടെ എത്തിക്കൊള്ളുന്നതിനു പറഞ്ഞേക്കണം. ആട്ടെ, പൊയ്ക്കോ. ഇനി ഇവിടെ നിന്നതുകൊണ്ട് പ്രയോജനമൊന്നുമില്ല. നാം കാര്യം തീർച്ചപ്പെടുത്തിക്കഴിഞ്ഞു.

ഈ കല്പന കേട്ട് ആ സ്ത്രീ അത്യന്തം വ്യസനാക്രാന്തയായി കരഞ്ഞുംകൊണ്ട് അവിടെനിന്ന് ഇറങ്ങിപ്പോവുകയും സിംഹത്തിന്റെ അടുക്കൽ മാൻപേട എന്നപോലെ വിറച്ചുകൊണ്ട് തണ്ടാന്റെ അടുക്കൽ എത്തുകയും ചെയ്തു. അപ്പോൾ തണ്ടാൻ, 'എന്താ നിശ്ചയിച്ചത്? തീർച്ചപറയണം' എന്നു പറയുകയും ആ സ്ത്രീ തിരുമനസ്സിലെ കല്പന പ്രകാരമെല്ലാം സമ്മതിച്ചു പറഞ്ഞിട്ട് സ്വഗൃഹത്തിലേക്കു പോവുകയും അവിടെ എത്തിയതിന്റെ ശേഷവും വ്യസനംനിമിത്തം ജലപാനംപോലും കഴിക്കാതെ ആപന്നിവാരണാർത്ഥം ഭക്തിപൂർവ്വം ഈശ്വരനെത്തന്നെ ധ്യാനിക്കുകയും പ്രാർത്ഥിക്കുകയും ചെയ്തുകൊണ്ടിരിക്കുകയും ചെയ്തു.

ആ സുന്ദരി സമ്മതിച്ചു പറഞ്ഞതുകൊണ്ട് തണ്ടാൻ സന്തോഷസാഗരവീചികളിൽ മുഴുകി നീന്തിത്തുടിച്ചുകൊണ്ടു തന്റെ വാസസ്ഥലത്തെത്തി പകലിന്റെ ദുസ്സഹമായ ദൈർഘ്യത്തെ ശപിച്ചുകൊണ്ടിരുന്നു.

ശക്തൻതമ്പുരാൻ തിരുമനസ്സുകൊണ്ടു യഥാകാലം നിത്യകർമ്മാനുഷ്ഠാനാദികളെയും അത്താഴമമൃതേത്തും കഴിച്ചതിന്റെ ശേഷം വലിയ കപ്പിത്താനെ തിരുമുമ്പാകെ വരുത്തി, 'ഇന്ന് ചില നേരമ്പോക്കുകളും ദീപക്കാഴ്ചയുമൊക്കെ വേണമെന്നു നിശ്ചയിച്ചിട്ടുണ്ട്. അതിലേക്കു കുറെ എണ്ണയും തിരിതുണിയും നാലഞ്ചു പന്തവും കൊണ്ട് ചില പട്ടാളക്കാരോടുകൂടി പത്തുമണി കഴിയുമ്പോഴേക്ക്..... എത്തണം. ഞാൻ ഇപ്പോൾത്തന്നെ പോകുന്നു' എന്ന് അരുളിച്ചെയ്തു കപ്പിത്താനെ അയച്ചിട്ടു രണ്ടുമൂന്നു ഭൃത്യന്മാരോടുകൂടി പുറത്തേക്ക് എഴുന്നള്ളി, ആ സ്ത്രീയുടെ വീട്ടിന്നടുക്കലെത്തി ഒരു ഗൂഢസ്ഥലത്ത്, ഭീമസേനൻ കീചകന്റെ വരവിനെ കാത്തു നൃത്താഗാരത്തിലെന്നപോലെ, തണ്ടാന്റെ ആഗമനത്തെ പ്രതീക്ഷിച്ചുകൊണ്ടിരുന്നു. കുറച്ചുനേരം കഴിഞ്ഞപ്പോൾ തണ്ടാൻ അത്തർ, പുഴു, കളഭം, കസ്തൂരി, പനിനീർ മുതലായ സുഗന്ധവർഗങ്ങളാലും സുരഭിലകുസുമങ്ങളാലും വിശേഷപ്പെട്ട വസ്ത്രങ്ങളാലും മറ്റും അലംകൃതശരീരനായി, തന്നാൽ ആഗ്രഹിക്കപ്പെട്ട യുവതിയാലും ചേതോവഞ്ചകനായ പഞ്ചബാണനാലും അധർമ്മിഷ്ഠമർമ്മഭേദിയായ ധർമ്മരാജാവിനാലും നിർദ്ദിഷ്ടമായ സങ്കേതസ്ഥലത്തേക്ക് ഈശ്വരവിധിയാൽ നയിക്കപ്പെട്ടു. തണ്ടാൻ ആ സ്ത്രീയുടെ വീടിന്റെ പടിക്കകത്തേക്കു കടന്നപ്പോൾ ആസന്നമരണന്റെ പിന്നാലെ അന്തകനെന്നപോലെ തിരുമനസ്സുകൊണ്ടു ഗൂഢമായിട്ടുകടന്നു. തണ്ടാൻ വീട്ടിനകത്തേക്കു കടക്കാനായി ഭാവിച്ചപ്പോൾ തിരുമനസ്സുകൊണ്ട് അവന്റെ കുടുമ്മയ്ക്ക് ചുറ്റിപ്പിടിക്കുകയും 'അങ്ങോട്ടല്ല, ഇങ്ങോട്ട്' എന്ന് അരുളിച്ചെയ്തുകൊണ്ട് പിന്നാക്കം ഒന്നു വലിക്കുകയും അതോടുകൂടി തണ്ടാൻ നിലംപതിക്കുകയും ചെയ്തു. തിരുമനസ്സുകൊണ്ട് തണ്ടാനെ അവിടെയിട്ട്

അമർത്തിപ്പിടിച്ചുകൊണ്ട് 'ആരവിടെ? സാമാനങ്ങളൊക്കെ കൊണ്ടുവരട്ടെ. പന്തം കൊളുത്തട്ടെ. ഇവന്റെ ദേഹം മുഴുവനും തിരിത്തുണി ചുറ്റട്ടെ. എണ്ണ ഒഴിച്ചു നനയ്ക്കട്ടെ. തീ കൊളുത്തട്ടെ. ഇവന്റെ ആർത്തനാദം പുറത്തുകേൾക്കാതെയിരിക്കത്തക്കവണ്ണം ഭേരി കൊട്ടിഗ്ഘോഷിക്കട്ടെ' എന്നിങ്ങനെ അരുളിച്ചെയ്ത ക്ഷണത്തിൽ സകലസാധനങ്ങളുംകൊണ്ട് വലിയകപ്പിത്താൻ മുതലായവർ അവിടെ എത്തുകയും കല്പനപോലെയെല്ലാം നടത്തുകയും തണ്ടാന്റെ ശരീരം മാത്രനേരം കൊണ്ടു ഭസ്മാവശേഷമായിത്തീരുകയും തിരുമനസ്സുകൊണ്ട് അപ്പോൾത്തന്നെ കോവിലകത്തേക്കെഴുന്നള്ളുകയും കപ്പിത്താൻ മുതലായവരും അവരവരുടെ വാസസ്ഥലങ്ങളിലേക്കു മടങ്ങിപ്പോവുകയും ചെയ്തു.

ശക്തൻ തമ്പുരാൻ തിരുമനസ്സുകൊണ്ട് ഒരിക്കൽ എറണാകുളത്ത് എഴുന്നള്ളിത്താമസിച്ചിരുന്നപ്പോൾ അവിടെനിന്നു രണ്ടുമൂന്നു നമ്പൂരിമാർ തൃശ്ശിവപേരൂർക്കായി പുറപ്പെട്ടു. അവർ എറണാകുളത്തുനിന്ന് വഞ്ചി കയറി കത്രൂപ്പടന്നെ ഇറങ്ങി. അവർ അവിടെയെത്തിയപ്പോൾ ഏകദേശം രണ്ടു നാഴിക പകലുണ്ടായിരുന്നു. അതിനാൽ അത്താഴത്തിനു വെള്ളാങ്ങല്ലൂരോ മറ്റോ വല്ലയിടത്തുമെത്താമെന്നു വിചാരിച്ച് അവർ അവിടെനിന്നും കാൽനടയായി പുറപ്പെട്ടു. കുറച്ചു നടന്നതിന്റെ ശേഷം അവർ മദ്ധ്യേമാർഗ്ഗം ഒരു സ്ഥലത്തു മുറുക്കാനായിട്ടിരുന്നു. അപ്പോഴേക്കും നേരം ഏകദേശം സന്ധ്യയായിത്തുടങ്ങി. അവർ വെറ്റില മുറുക്കു കഴിഞ്ഞ് അവിടെ നിന്നു പുറപ്പെടാൻ ഭാവിച്ചപ്പോൾ രണ്ടു ജോനകമാപ്പിളമാർ അവിടെയെത്തി. അവർ ആ നമ്പൂരിമാരോട് 'നമ്പൂരിശ്ശന്മാർ എങ്ങോട്ടാണ് പുറപ്പെട്ടിരിക്കുന്നത് അസമയത്ത് സഞ്ചരിക്കാൻ നിങ്ങൾക്ക് ഭയമില്ലയോ' എന്നു ചോദിച്ചു. അപ്പോൾ നമ്പൂരിമാർ 'ഇപ്പോൾ ശക്തൻ തിരുമനസ്സിലെ കാലമല്ലേ? ഇക്കാലത്ത് ആരെ ഭയപ്പെടണം' ഇപ്പോൾ ആർക്കും എവിടെയും ഏതുസമയത്തും നിർഭയമായി സഞ്ചരിക്കാമല്ലോ' എന്നു പറഞ്ഞ്. അതുകേട്ട് മാപ്പിളമാർ, 'ശക്തൻ രാജാവിന്റെ ശക്തി കത്രൂപ്പടന്നയ്ക്ക് വടക്കോട്ടു ഫലിക്കയില്ല. ഇവിടെ ഞങ്ങളുടെ ശക്തിയേ നടക്കുകയുള്ളൂ. സംശയമുണ്ടെങ്കിൽ കാണിച്ചുതരാം. നിങ്ങളുടെ കയ്യിലുള്ളതൊക്കെ ഇങ്ങോട്ടു തന്നേക്കുക. തന്നില്ലെങ്കിൽ കുത്തി കമഴ്ത്തിക്കളയും' എന്നു പറഞ്ഞ് അരയിൽ തിരുകിയിരുന്ന ഉറയിൽനിന്നു കത്തി ഊരിയെടുത്തു. അതുകണ്ട് നമ്പൂരിമാർ ഭയപ്പെട്ട് അവരുടെ കൈയിലുണ്ടായിരുന്ന മോതിരങ്ങളും പണമടിശ്ശീലകളുമെല്ലാം മാപ്പിളമാരുടെ മുമ്പിൽ വച്ചുകൊടുത്തു. മാപ്പിളമാർ അവയെടുത്തുകൊണ്ട് അവരുടെ വഴിക്കുപോയി. നമ്പൂരിമാർ തിരിയെ കത്രൂപ്പടന്നെച്ചെന്നു വഞ്ചികയറി എറണാകുളത്തേക്കും പുറപ്പെട്ടു. പിറ്റെ ദിവസം രാവിലെ നമ്പൂരിമാർ എറണാകുളത്തെത്തി, ശക്തൻ തിരുമനസ്സിലെ മുമ്പാകെ ചെന്നു തലേദിവസം വഴിക്കുവച്ചുണ്ടായ സംഗതികളെല്ലാം വിവരമായി അറിയിച്ചു. ഉടനെ തിരുമനസ്സുകൊണ്ട് വലിയ കപ്പിത്താനെ തിരുമുമ്പാകെ വരുത്തി, 'ഈ നമ്പൂരിമാരുടെ പണവും പണ്ടങ്ങളും തട്ടിപ്പറിച്ചുകൊണ്ടു പോയ കള്ളന്മാരെ പിടിച്ചു കളവുമുതലുകളോടുകൂടി നാളെ രാവിലെ ഇവിടെ കൊണ്ടുവരണം. ഇപ്പോൾത്തന്നെ കത്രൂപ്പടന്നയ്ക്ക് പുറപ്പെട്ടോളൂ' എന്നരുളിച്ചെയ്തു. കല്പന കേട്ട മാത്രയിൽത്തന്നെ വലിയ കപ്പിത്താൻ അവിടെ നിന്നു പുറപ്പെട്ടു. അന്നുതന്നെ കത്രൂപ്പടന്നയെത്തി, കൗശലത്തിൽ അന്വേഷിച്ചറിഞ്ഞ്, ആ കള്ളന്മാരെ പിടികൂടി പിറ്റേ ദിവസം

രാവിലെ അവരെ തിരുമുമ്പാകെ കൊണ്ടുചെല്ലുകയും ചെയ്തു. ഉടനെ ശക്തൻ തമ്പുരാൻ തിരുമനസ്സുകൊണ്ട് ആ നമ്പൂരിമാരെ തിരുമുമ്പാകെ വരുത്തി, ആ മാപ്പിളമാരെയും കളവുമുതലുകളും കാണിച്ചിട്ട്, 'ആ മാപ്പിളമാർ ഇവർ തന്നെയോ, നിങ്ങളുടെ മോതിരങ്ങളും മടിശ്ശീലകളും ഇവതന്നെയോ?' എന്നു കല്പിച്ചു ചോദിച്ചു. അതുകേട്ട് നമ്പൂരിമാർ സൂക്ഷിച്ചുനോക്കീട്ട്, 'ആ മാപ്പിളമാർ ഇവർ തന്നെയാണെന്നാണ് തോന്നുന്നത്; മോതിരങ്ങളും മടിശ്ശീലകളും ഇവ തന്നെ, സംശയമില്ല' എന്നു തിരുമനസ്സറിയിച്ചു. തിരുമനസ്സുകൊണ്ട് ആ മോതിരങ്ങളും പണമടിശ്ശീലകളും നമ്പൂരിമാർക്ക് കൊടുത്ത് അവരെ സന്തോഷിപ്പിക്കുകയും 'ഇനി എപ്പോൾ വേണമെങ്കിലും എവിടെ വേണമെങ്കിലും സഞ്ചരിക്കാം. ലേശം പോലും ഭയപ്പെടേണ്ടാ' എന്ന് അരുളിച്ചെയ്ത് അയയ്ക്കുകയും ആ കള്ളന്മാരെ 'മനസ്സൽ' ത്തന്നെ കൊണ്ടുപോകുന്നതിന് വലിയകപ്പിത്താനു കല്പന കൊടുക്കുകയും ചെയ്തു. വലിയ കപ്പിത്താൻ ഉടനെ ആ മാപ്പിളമാരെ വഞ്ചികളിൽക്കയറ്റിക്കൊണ്ടുപോയി കപ്പൽച്ചാലിൽ കെട്ടിത്താഴ്ത്തുകയും ചെയ്തു.

ശക്തൻ വലിയ തമ്പുരാൻ തിരുമനസ്സിലെ കൂടെത്താമസിച്ചിരുന്നവരിൽ അവിടുത്തെ പ്രീതിക്കു പ്രത്യേകം പാത്രീഭവിച്ചിരുന്നത് കോട്ടപ്പുറത്തു കുഞ്ഞൻ തിരുമുല്പാടെന്നും മാളിയയ്ക്കൽ വലിയ യജമാനൻ എന്നും രണ്ടുപേരായിരുന്നു. വലിയ യജമാനന് ആഭിജാത്യം സ്വല്പം കുറവായതിനാൽ കിരിയം, ഇല്ലം മുതലായ ഉയർന്നതരം നായന്മാർ അദ്ദേഹത്തിന്റെ ഗൃഹത്തിലേയ്ക്ക് പോയി ഭക്ഷണം കഴിക്കുകയും മറ്റും പതിവില്ലായിരുന്നു. അതു നിമിത്തം യജമാനനു വളരെ കുണ്ഠിതമായിരുന്നു. ആ വിവരം തിരുമനസ്സു കൊണ്ട് അറിയുകയും ചെയ്തിരുന്നു.

അങ്ങനെയിരിക്കുന്ന കാലത്ത് യജമാനന്റെ വീട്ടിൽ ഒരു താലികെട്ടുകല്യാണമുണ്ടായി. ആ അടിയന്തിരത്തിന് ആ ദേശത്തുള്ള സകല നായന്മാരും അവരുടെ സ്ത്രീകളും യജമാനന്റെ വീട്ടിൽച്ചെന്ന് അടിയന്തിരം വേണ്ടതു പോലെ നടത്തിക്കൊടുക്കണമെന്നു കല്പനയുണ്ടാവുകയും കല്പനപ്രകാരം എല്ലാവരും പോവുകയും ചെയ്തു. മുഹൂർത്തസമയമായപ്പോൾ തിരുമനസ്സുകൊണ്ട് അവിടെ എഴുന്നള്ളുകയും ചെയ്തു. താലികെട്ടു കഴിഞ്ഞയുടനെ സദ്യയ്ക്ക് ഇലവയ്ക്കാൻ കല്പനയായി. ഇല വച്ച് സകലവിഭവങ്ങളും വിളമ്പിക്കഴിഞ്ഞപ്പോൾ സ്ത്രീകളും പുരുഷന്മാരും എല്ലാവരും ഭക്ഷണത്തിനിരിക്കാൻ കല്പിച്ചു. എല്ലാവരും ഇരുന്നയുടനെ തിരുമനസ്സുകൊണ്ടുതന്നെ രണ്ടു മൂന്നിലയ്ക്ക് ചോറു വിളമ്പുകയും ശേഷമിലകളിലെല്ലാം യജമാനനെക്കൊണ്ടു ചോറു വിളമ്പിക്കയും ചെയ്തു. അപ്പോൾ ഉണ്ടുതുടങ്ങാതെ എല്ലാവരും സംശയിച്ചിരുന്നു. അതുകണ്ടിട്ട് ശക്തൻ തമ്പുരാൻ തിരുമനസ്സുകൊണ്ട് 'ഒട്ടും സംശയിക്കേണ്ട, എല്ലാവർക്കും ഊണു കഴിക്കാം; മാളിയയ്ക്കൻ ഇന്നു മുതൽ നായരായിരിക്കുന്നു' എന്ന് അരുളിച്ചെയ്തിട്ട് വാളും ഊന്നിപ്പിടിച്ചുകൊണ്ട് അവിടെത്തന്നെ എഴുന്നള്ളി നിന്നു. ആ കല്പനപോലെതന്നെ ഇന്നും നടന്നുവരുന്നു. വലിയ യജമാനന് ആ യജമാനസ്ഥാനം ശക്തൻ തിരുമനസ്സുകൊണ്ട് കല്പിച്ചുകൊടുത്തതാണെന്നുള്ളതു വിശേഷിച്ചു പറയണമെന്നില്ലല്ലോ. അതുകൂടാതെ അദ്ദേഹത്തിനു നെടിയ കുട, ചങ്ങല വട്ടക മുതലായ പദവികളും തറവാട്ടേക്കു മേനവസ്ഥാനവുംകൂടി കല്പിച്ചു കൊടുത്തു. മാളിയയ്ക്കൽ വലിയ യജമാനന്റെ വീടു തൃപ്പൂണിത്തുറയ്ക്കു സമീപം എരവൂർ എന്ന ദേശത്താണ്. മാളിയയ്ക്കൽ

വലിയ യജമാനന്റെ പേരിൽ ശക്തൻ തമ്പുരാൻ മനസ്സിലേക്കു വളരെ കരുണയും വാത്സല്യവുമുണ്ടായിരുന്നുവെങ്കിലും അവിടുന്ന് യജമാനന് അധീനനായിരുന്നുവെന്ന് ആരും വിചാരിച്ചുപോകരുത്. തിരുമനസ്സിലെ ഇഷ്ടംപോലെയല്ലാതെ യജമാനന്റെ ഇഷ്ടംപോലെ അവിടുന്ന് ഒരു കാര്യവും കല്പിച്ചു ചെയ്തിരുന്നില്ല.

ഒരിക്കൽ ധനവാനായ ഒരീഴവൻ ഒരു കുറ്റം (ഒരു നമ്പൂരിയെ തീണ്ടുകയോ മറ്റോ) ചെയ്തതിന് അവനെപ്പിടിച്ചു തടവിൽ വയ്ക്കുവാൻ തിരുമനസ്സുകൊണ്ട് കല്പന കൊടുത്തു. ഈഴവനെ കല്പനപ്രകാരം പിടിച്ചു തടവിൽ വച്ചയുടനെ അവന്റെ ബന്ധുക്കൾ ചെന്നു കുറെ പണവും കാഴ്ചവച്ചു വലിയ യജമാനനെ ക്കണ്ടു സങ്കടം പറയുകയും ഏതു വിധവും അവനെ തടവിൽനിന്നു വിടുവിച്ചു കൊടുക്കണമെന്നു പ്രത്യേകം അപേക്ഷിക്കുകയും ചെയ്തു. 'ആകട്ടെ, വല്ലതും കൌശലമുണ്ടാക്കാമോ എന്നു നോക്കാം' എന്നു പറഞ്ഞു യജമാനൻ ആ കാഴ്ച ദ്രവ്യം സ്വീകരിച്ചുകൊണ്ട് അവരെ അയച്ചു. ഈ സംഗതി തിരുമനസ്സുകൊണ്ട് എങ്ങനെയോ ഉടൻ അറിയുകയും വലിയ കപ്പിത്താനെ തിരുമുൻപാകെ വരുത്തി, 'തടവിലാക്കിയിരിക്കുന്ന ആ ഈഴവനെ നാളെ മാളിയയ്ക്കൽ എന്റെ അടുക്കൽ വരുന്ന സമയം വെടിവച്ചു കൊന്നേക്കണം' എന്നു കല്പിക്കുകയും ചെയ്തു. ഇതൊന്നും അറിയാതെ വലിയ യജമാനൻ പിറ്റേദിവസം രാവിലെ തിരുമുൻപിലെത്തി, ആ ഈഴവനെ തടവിൽനിന്നു വിടുവിക്കേണ്ടുന്ന കാര്യ ത്തെപ്പറ്റി തിരുമനസ്സറിയിച്ചുകൊണ്ടുനിന്നപ്പോൾ ഒരു വെടിയുടെ ശബ്ദം കേട്ടിട്ടു തിരുമനസ്സുകൊണ്ട് അവിടെ പാറാവുനിന്നിരുന്ന ശിപായിയോട്, 'എന്താണ് ആ കേട്ടത്?' എന്നു കല്പിച്ചു ചോദിച്ചു.

ഉടനെ ശിപായി, 'ഇന്നലെ കല്പനപ്രകാരം തടവിലാക്കിയിരുന്ന ആ ഈഴവനെ വലിയ കപ്പിത്താൻ യജമാനൻ വെടിവച്ചു കൊന്നു. ആ വെടിയുടെ ശബ്ദമാണ്' എന്നു തിരുമനസ്സറിയിച്ചു. അതുകേട്ടു തിരുമനസ്സു കൊണ്ട് 'ഓ! ശരി തന്നെ, അവനെ ഇന്നു രാവിലെ വെടിവച്ചു കൊല്ലുന്ന തിനു നാം ഇന്നലെതന്നെ ചട്ടംകെട്ടീട്ടുണ്ടായിരുന്നു. അവനെ വിട്ടയയ്ക്കണ മെന്നു മാളിയേയ്ക്കലിനഭിപ്രായമുണ്ടായിരുന്നുവെങ്കിൽ ഇന്നലെ എന്നോടു പറയാമായിരുന്നില്ലേ? എന്നാൽ അങ്ങനെ ചെയ്യാമായിരുന്നു. ഇനി അതു പറഞ്ഞതുകൊണ്ട് പ്രയോജനമില്ലല്ലോ?' എന്നരുളിച്ചെയ്തു. അതുകേട്ടു വലിയ യജമാനൻ ഏറ്റവും കുണ്ഠിതത്തോടുകൂടി തിരുമുമ്പിൽനിന്നു പോവുകയും ചെയ്തു. ശക്തൻ തമ്പുരാൻ തിരുമനസ്സുകൊണ്ടു സേവകന്മാരുടെ ഇഷ്ടപ്രകാരം യാതൊന്നും പ്രവർത്തിച്ചിരുന്നില്ലെന്നുള്ളതിലേക്കു ദൃഷ്ടാന്തമായി ഇങ്ങനെ പല സംഗതികൾ പറയുവാനുണ്ട്. വിസ്തരഭയത്താൽ അവയൊന്നും ഇവിടെ വിവരിക്കണമെന്നു വിചാരിക്കുന്നില്ല.

ശക്തൻ തമ്പുരാൻ തിരുമനസ്സിലേക്ക് ചിറ്റമ്മയുടെ പുത്രന്മാരായിട്ടുണ്ടായി രുന്ന സഹോദരന്മാർ രണ്ടുപേരും (ഇളയ തമ്പുരാനും വീരകേരള മൂന്നാംകൂർ തമ്പുരാനും) ശാസ്ത്രജ്ഞന്മാരായിരുന്നു. അവർക്കു വേദാന്ത ശാസ്ത്രം കൂടി ഗ്രഹി ച്ചാൽ കൊള്ളാമെന്ന് ഒരാഗ്രഹം ജനിക്കുകയാൽ അതു പഠിപ്പിക്കുന്നതിനു വേദാന്തികളായ പല മലയാളബ്രാഹ്മണരോടും ആവശ്യപ്പെട്ടതിൽ 'വേദാന്തം ക്ഷത്രിയർക്ക് അർഹമായിട്ടുള്ളതല്ല' എന്നു പറഞ്ഞതല്ലാതെ ആരും പഠിപ്പി ച്ചില്ല. അതിനാൽ ആ തമ്പുരാക്കന്മാർ തൃശ്ശിവപേരൂർ എഴുന്നള്ളിത്താമസി ച്ചുകൊണ്ട് തുളു എമ്പ്രാന്മാരുടെ സ്വാമിയാരായ ഒരു വേദാന്തിയെ അവിടെ

വരുത്തിത്താമസിപ്പിക്കുകയും അദ്ദേഹത്തിന്റെ അടുക്കൽ വേദാന്തശാസ്ത്രം പഠിച്ചുതുടങ്ങുകയും അതോടുകൂടി വിഷ്ണുമുദ്ര ധരിക്കുകയും വിഗ്രഹാരാധന മുതലായ ചില കർമ്മങ്ങൾ ആചരിച്ചുതുടങ്ങുകയും ചെയ്തു. എന്നു മാത്രമല്ല, ആ തമ്പുരാക്കന്മാർക്കു ക്രമേണ വിഷ്ണുമതത്തിൽ പ്രതിപത്തി വർദ്ധിച്ചു വരികയാൽ തുളു എമ്പ്രാന്മാരുടെ ആചാരനടപടികളെ അവർ മിക്കവാറും സ്വീകരിക്കയും ചെയ്തു. ഇത്രയുമൊക്കെ ആയതിനുശേഷം ആ തമ്പുരാക്കന്മാരെ പഠിപ്പിക്കുന്നതിന് തന്റെ ശിഷ്യന്മാരിലൊരാളെ തൃശ്ശിവപേരൂർ താമസിപ്പിച്ചിട്ട് ആ സ്വാമിയാർ സ്വദേശത്തേക്കു പോയി.

അക്കാലത്ത് ശക്തൻ തമ്പുരാൻ തിരുമനസ്സുകൊണ്ട് എഴുന്നള്ളി ത്താമസിച്ചിരുന്നതു തൃപ്പൂണിത്തുറെയായിരുന്നു. ഏതാനും ദിവസങ്ങൾ കഴിഞ്ഞപ്പോൾ തന്റെ സഹോദരന്മാർ വേദാന്തശാസ്ത്രം പഠിച്ചുതുടങ്ങുകയും വിഷ്ണുമുദ്ര ധരിക്കുകയും വിഗ്രഹാരാധന മുതലായ ചില കർമ്മങ്ങൾ ആചരിച്ചു തുടങ്ങുകയും തുളു എമ്പ്രാന്മാരുടെ ആചാരനടപടികളെ മിക്കാവാറും സ്വീകരിക്കുകയും ചെയ്തിരിക്കുന്നതായി അവിടേക്ക് അറിവു കിട്ടി. ആ സഹോദരന്മാരുടെ പ്രവൃത്തികൾ തിരുമനസ്സിലേക്ക് ഒട്ടും രസിച്ചില്ല. എങ്കിലും താൻ അവർക്കു വിരോധമായി വല്ലതും പ്രവർത്തിച്ചാൽ ചിറ്റമ്മയ്ക്കു മനസ്താപമുണ്ടായെങ്കിലോ എന്നു വിചാരിച്ചു തത്ക്കാലം അവിടുന്ന് ഒന്നും ചെയ്തില്ല. അങ്ങനെയിരിക്കുന്ന കാലത്ത് ഇളയ തമ്പുരാനും വീരകേരള തമ്പുരാനുംകൂടി തങ്ങൾക്കു ചെലവിനുവച്ചിരിക്കുന്ന സംഖ്യ ഒട്ടും മതിയാകുന്നില്ലെന്നും അതിനാൽ കുറച്ചുകൂട്ടിക്കൊടുക്കണമെന്നും ശക്തൻ വലിയതമ്പുരാൻ തിരുമനസ്സിലെ അടുക്കലേക്ക് ഒരപേക്ഷ അയച്ചു. അതിനു ശക്തൻ തിരുമനസ്സുകൊണ്ട്, 'ക്രമപ്രകാരമുള്ള ചെലവിന് ഇപ്പോൾ നിശ്ചയിച്ചിരിക്കുന്ന സംഖ്യകൊണ്ടു മതിയാകും. സ്വകീയാചാരവിരുദ്ധങ്ങളായ നടപടികൾക്കായി കൂടുതൽ സംഖ്യ അനുവദിക്കുന്നതല്ല' എന്നു മറുപടി കൊടുത്തു. ഈ മറുപടി ആ അനുജൻ തമ്പുരാക്കന്മാർക്ക് ഒട്ടും രസിച്ചില്ലെന്നു മാത്രമല്ല, അന്നുമുതൽ അവർക്ക് ശക്തൻ തിരുമനസ്സിലെ പേരിൽ വൈരം വർദ്ധിച്ചുവരുകയും ചെയ്തു. അതിനാൽ ആ തമ്പുരാക്കന്മാർ ശക്തൻ തിരുമനസ്സിലെ നടപടിദോഷങ്ങളെ സവിസ്തരം വിവരിച്ച് ഒരെഴുത്തെഴുതി അക്കാലത്ത് ഇംഗ്ലീഷുകാരുടെ പ്രതിനിധിയായി (റസിഡന്റായി) വന്നുതാമസിച്ചിരുന്ന മെക്കാളിസ്സായ്പിന്റെ പേർക്കയച്ചു. സായ്പ് ആ എഴുത്ത് ശക്തൻ തിരുമനസ്സുകൊണ്ട് കാണുന്നതിനായി അവിടേക്കയച്ചുകൊടുത്തു. ആ എഴുത്തു കണ്ടപ്പോൾ ശക്തൻ തിരുമനസ്സിലേക്കുണ്ടായ കോപം അതിദുസ്സഹമായിരുന്നു എന്നുള്ളതു പറയേണ്ടതില്ലല്ലോ. എഴുത്തുകണ്ട ക്ഷണത്തിൽ തിരുമനസ്സുകൊണ്ട്, ആ എഴുത്തുംകൊണ്ട് ചിറ്റമ്മത്തമ്പുരാട്ടിയുടെ തിരുമുമ്പാകെ എഴുന്നള്ളി, അപ്പോൾ തമ്പുരാട്ടി, 'കുഞ്ഞിപ്പിള്ള ഈ മദ്ധ്യാഹ്നസമയത്ത് ഇത്ര ബദ്ധപ്പെട്ടുവന്നത് എന്തിനാണ്?' എന്നു കല്പിച്ചു ചോദിച്ചു. (അന്നു വലിയ തമ്പുരാട്ടിയായിരുന്ന ചിറ്റമ്മത്തമ്പുരാട്ടി ശക്തൻ തിരുമേനിയെ ഓമനപ്പേരായി കുഞ്ഞിപ്പിള്ള എന്നാണു വിളിച്ചുവന്നിരുന്നത്). ഉടനെ ശക്തൻ തിരുമനസ്സുകൊണ്ട്, 'വിശേഷിച്ചൊന്നുമില്ല; ചിറ്റമ്മയുടെ പുത്രന്മാരുടെ പ്രവൃത്തികളെക്കുറിച്ച് സ്വല്പം തിരുമനസ്സറിയിക്കാനുണ്ട്. അതിനായിട്ടാണ് ഞാനിപ്പോൾ വന്നത്. അത് അവരെക്കൂടി ഇവിടെ വരുത്തീട്ടാണ് നല്ലതെന്നു തോന്നുന്നു' എന്നു തിരുമനസ്സറിയിച്ചു. ആ തമ്പുരാക്കന്മാർ അപ്പോൾ തൃപ്പൂണിത്തുറെത്തന്നെയുണ്ടായിരുന്നതിനാൽ

തമ്പുരാട്ടി ഉടനെ ആളയച്ച് അവരെ അവിടെ വരുത്തി. അപ്പോൾ ശക്തൻ തിരുമനസ്സുകൊണ്ട് ആ എഴുത്തു വായിച്ചു കേൾപ്പിച്ചിട്ട് ഇതു ചിറ്റമ്മയുടെ പ്രിയപുത്രന്മാരായ ഇവർ മെക്കാളിയുടെ പേർക്കയച്ചിട്ട് ഞാൻ കാണാനായി അയാൾ എനിക്കയച്ചുതന്നിട്ടുള്ളതാണ് എന്നരുളിച്ചെയ്തു. അതു കേട്ടിട്ട് തമ്പുരാട്ടി 'ഇവരുടെ കാര്യമൊന്നും എന്നോടു പറയേണ്ടാ. കുഞ്ഞിപ്പിള്ളയുടെ ഇഷ്ടം പോലെ എന്തെങ്കിലും ചെയ്തോളൂ. എനിക്കു യാതൊരു വിരോധവുമില്ല' എന്നരുളിച്ചെയ്തു. അപ്പോൾ തിരുമനസ്സു കൊണ്ട് 'ഇതിനൊക്കെ പകരം ചെയ്യാനും ഇവരെ നല്ലശീലം പഠിപ്പിച്ചു മര്യാദയ്ക്കു നടത്താനും എനിക്കു വയ്യായ്കയില്ല. ഞാൻ വല്ലതും പ്രവർത്തിച്ചാൽ അതു ചിറ്റമ്മയ്ക്കു വ്യസനകരമായിത്തീരുമല്ലോ എന്നു മാത്രം വിചാരിച്ചു ഞാൻ ഇതുവരെ ക്ഷമിച്ചു പോന്നതാണ്. ചിറ്റമ്മയെ വിചാരിച്ചു ഞാൻ ഈ പ്രാവശ്യംകൂടി ക്ഷമിക്കുന്നു. ഇവർ ഇനിയും ഇപ്രകാരം വല്ലതും പ്രവർത്തിച്ചാൽ അതിന്റെ ഫലം അപ്പോളറിയാം' എന്നരുളിച്ചെയ്തിട്ട് അവിടെനിന്നെഴുന്നള്ളി. ഉടനെ അനുജൻ തമ്പുരാക്കന്മാരും പേടിച്ചുവിറച്ചുംകൊണ്ട് അവിടെ നിന്ന് എഴുന്നള്ളി.

ഒരിക്കൽ ശക്തൻ തമ്പുരാൻ തിരുമനസ്സുകൊണ്ട് തൃശ്ശിവപേരൂരെഴുന്നള്ളി താമസിച്ചിരുന്നപ്പോൾ വടക്കുന്നാഥക്ഷേത്രത്തിന്റെ നാലുവശത്തും തേക്കുംകാടു നിറഞ്ഞിരിക്കുന്നതായും തന്നിമിത്തം അവിടെക്കൂടി ഗതാഗതം ചെയ്യുന്നതിന് ജനങ്ങൾക്ക് വളരെ ഭയവും അസൗകര്യവും ഉള്ളതായിട്ടും കാണുകയാൽ ആ കാടെല്ലാം വെട്ടിമാറ്റിച്ചു ക്ഷേത്രത്തിനു ചുറ്റും വിസ്താരത്തിൽ പ്രദക്ഷിണവഴി ഉണ്ടാക്കിക്കണമെന്നു നിശ്ചയിച്ചു. ഒരു ദിവസം തിരുമനസ്സുകൊണ്ടുകൂടി എഴുന്നള്ളി നിന്നു കാടുവെട്ടിച്ചു തുടങ്ങിയപ്പോൾ 'പാറമേൽക്കാവ്' എന്നു പ്രസിദ്ധമായ അവിടെയുള്ള ഭഗവതീക്ഷേത്രത്തിലെ വെളിച്ചപ്പാടു വാളും ചിലമ്പും ധരിച്ചു തുള്ളിക്കൊണ്ടു തിരുമുമ്പാകെ ചെന്ന്, 'ഇതെന്റെ അച്ഛന്റെ ജടയാണ്; ഇതിങ്ങനെ വെട്ടിക്കളയാൻ പാടില്ല' എന്നു കോപഭാവത്തോടുകൂടി പറഞ്ഞു. അപ്പോൾ തിരുമനസ്സുകൊണ്ട് 'ഞാനിതൊക്കെ വെട്ടിക്കളയിച്ച് ഇവിടം വെടിപ്പും വൃത്തിയും വരുത്തി ഇടുവിക്കാനാണ് നിശ്ചയിച്ചിരിക്കുന്നത്. അനാവശ്യമായി ഒന്നും പറയാതെ പൊയ്ക്കോ, അതാണ് നല്ലത്. ടിപ്പു സുൽത്താൻ വന്ന് ക്ഷേത്രത്തിൽ കടന്ന് വടക്കുന്നാഥന്റെ ബിംബം ഇളക്കിപ്പറിച്ചു പുറത്തുകളഞ്ഞപ്പോൾ നീയും നിന്റെ അച്ഛനും എവിടെപ്പോയിരുന്നു?' എന്ന് അരുളിചെയ്തു. ഇതുകേട്ടപ്പോൾ വെളിച്ചപ്പാടിനു കോപം കുറച്ചുകൂടി വർദ്ധിച്ചു. തുള്ളൽ ഒന്നുകൂടി കടുത്തു. 'ആഹാ, ഉണ്ണി എന്നോടു കളിക്കുന്നു, അല്ലേ? അനുഭവം കാണിച്ചുതരാം' എന്നു പറഞ്ഞുകൊണ്ട് അയാൾ തലവെട്ടിപ്പൊളിക്കാൻ തുടങ്ങി. വെളിച്ചപ്പാടിന്റെ വാൾ മൂർച്ചയില്ലാത്തതായിരുന്നതുകൊണ്ട് തല നല്ലപോലെ മുറിഞ്ഞില്ല. അപ്പോൾ തിരുമനസ്സുകൊണ്ട്, 'നീ വിചാരിച്ചാൽ നമ്മോട് എന്തു ചെയ്വാൻ കഴിയും? ആ വാളിനു മൂർച്ചയില്ലെങ്കിൽ മൂർച്ചയുള്ള വാൾ എന്റെ കയ്യിലുണ്ട്. ഇതായിരിക്കും നല്ലത്' എന്നരുളിച്ചെയ്തിട്ടു തിരുമനസ്സിലെ തൃക്കൈയിലിരുന്ന പള്ളിവാൾ തിരുമനസ്സുകൊണ്ടുതന്നെ വെളിച്ചപ്പാടിന്റെ ശിരസ്സിൽവച്ചു ചിലമ്പുകൊണ്ടു മുട്ടിയിറക്കി. ആ വാൾ നല്ലപോലെ മൂർച്ചയുള്ളതായിരുന്നതിനാൽ വെളിച്ചപ്പാടിന്റെ ശരീരം ക്ഷണത്തിൽ രണ്ടായി പിളർന്നു നിലത്തു പതിച്ചു. അതിന്റെ ശേഷം തിരുമനസ്സുകൊണ്ട് അവിടെയുണ്ടായിരുന്ന കാടുകളെല്ലാം വെട്ടിക്കളയിച്ചു വെടിപ്പാക്കിച്ചു ക്ഷേത്രത്തിനു

ച്ചുറ്റം പ്രദക്ഷിണവഴി ഉണ്ടാക്കിച്ചു. അതിനാൽ അവിടെ ജനങ്ങൾക്കു ഗതാഗതസൗകര്യവും നിർഭയതയും സിദ്ധിച്ചു.

ചുമ്മുക്കുട്ടിയമ്മ നൈത്യാരമ്മയ്ക്ക് അക്കാലംവരെ അവർ പ്രസവിച്ചു സന്തതിയുണ്ടാകാതെയിരുന്നതിനാൽ അത്യന്തം മനസ്താപത്തോടുകൂടി 'സന്തത്യർത്ഥമായി വല്ലതും ചില സൽക്കർമ്മങ്ങൾ ചെയ്താൽ കൊള്ളാമായിരുന്നു' എന്ന് അവർ തിരുമനസ്സറിയിച്ചു. അതുകേട്ട് ശക്തൻ തിരുമനസ്സുകൊണ്ട്, 'അതിനെന്താ വിരോധം? ചുമ്മുവിന്റെ ഇഷ്ടംപോലെയൊക്കെ ചെയ്യാമല്ലോ' എന്ന് അരുളിച്ചെയ്യുകയും അവരുടെ ഇഷ്ടപ്രകാരം പലവിധത്തിലുള്ള ദാനഹോമാദിസൽക്കർമ്മങ്ങളും ബ്രാഹ്മണർക്കു പരക്കെ സദ്യയും പ്രതിഗ്രഹവുമെല്ലാം തൃശ്ശിവപേരൂർവച്ചുതന്നെ നടത്തിക്കുകയും ചെയ്തു.

ഇവയെല്ലാം നടത്തിയതിന്റെ ശേഷം കുറച്ചുദിവസം കഴിഞ്ഞിട്ടു ശക്തൻ തമ്പുരാൻ തിരുമനസ്സുകൊണ്ട് തൃപ്പൂണിത്തുറയ്ക്കെഴുന്നള്ളി. ഒരു ദിവസം അവിടുന്ന് ചിമ്മുത്തമ്പുരാട്ടിയുടെ തിരുമുമ്പാകെ എഴുന്നള്ളിയ സമയം തമ്പുരാട്ടി, 'കുഞ്ഞിപ്പിള്ള പാറമേൽക്കാവിലെ വെളിച്ചപ്പാടിനെ കൊന്നു എന്നു കേട്ടു. ഭഗവതിയോട് ഇങ്ങനെ ചെയ്യാമോ? ഇനി ഇതു നിമിത്തം എന്തെല്ലാമനർത്ഥങ്ങളാണാവോ ഉണ്ടാവുന്നത്? ഈശ്വരന്മാരോടും മറ്റും കളിക്കുന്നത് ഒട്ടും നല്ലതല്ല' എന്നരുളിച്ചെയ്തു. അതിനു മറുപടിയായി ശക്തൻ തിരുമനസ്സുകൊണ്ട്, 'ഞാൻ ഭഗവതിയോട് യാതൊന്നും ചെയ്തില്ല. ഞാൻ കൊന്നത് കോമരത്തെയാണ്. അവൻ അനാവശ്യമായി തുള്ളിക്കൊണ്ടുവന്നു ചില അസംബന്ധങ്ങൾ പറയുകയും ചില ധാർഷ്ട്യങ്ങൾ കാണിക്കുകയും ചെയ്തു. അതുകൊണ്ടാണ് ഞാനങ്ങനെ ചെയ്തത്. അതു നിമിത്തം ഭഗവതിക്ക് എന്നോട് ഒരു വിരോധവും തോന്നുകയുമില്ല. ഇവിടെ ഒരനർത്ഥവും സംഭവിക്കുകയുമില്ല.'

തമ്പുരാട്ടി: ആട്ടെ, ഇനി മേലാൽ ഇങ്ങനെയുള്ള സാഹസമൊന്നും പ്രവർത്തിക്കരുത്. ഇതിന്റെയൊക്കെ ഫലം എന്നെങ്കിലും ഒരിക്കൽ അനുഭവിക്കേണ്ടതായിവരും.

ശക്തൻ തിരുമനസ്സുകൊണ്ട്: ഈശ്വരവിരോധം വരത്തക്കവണ്ണം ഞാനൊരിക്കലും യാതൊന്നും പ്രവർത്തിക്കുകയില്ല. ഇതുവരെ പ്രവർത്തിച്ചിട്ടുമില്ല. ക്ഷേത്രത്തിൽ ചുറ്റുമുണ്ടായിരുന്ന കാട് കളയിച്ചു പ്രദക്ഷിണവഴി ഉണ്ടാക്കിച്ചതുകൊണ്ട് ഈശ്വരപ്രസാദമല്ലാതെ ഈശ്വരവിരോധം ഒരിക്കലുമുണ്ടാകാനിടയില്ലല്ലോ.

തമ്പുരാട്ടി: ചുമ്മുനു സന്തതിയുണ്ടാകാനായിട്ടു കുഞ്ഞിപ്പിള്ള വളരെ സൽക്കർമ്മങ്ങൾ ചെയ്യിച്ചുവെന്നു കേട്ടുവല്ലോ. ഇവിടെ നമുക്കും സന്തതി ചുരുക്കമായിട്ടല്ലേ ഇരിക്കുന്നത്? അതിനായിട്ടൊന്നും ചെയ്യിച്ചില്ലല്ലോ. ഇതിനൊന്നും ചെയ്യിക്കാതെ മറ്റേതു നടത്തിച്ചതു നന്നായില്ല. നമ്മുടെ കാര്യം കഴിഞ്ഞിട്ടല്ലേ മറ്റെല്ലാം വേണ്ടത്?

ശക്തൻ തിരുമനസ്സുകൊണ്ട്: ചിറ്റമ്മ ഇങ്ങനെ അന്യഥാ ശങ്കിക്കരുത്. ആ സൽക്കർമ്മങ്ങളെല്ലാം ഞാൻ ചെയ്യിച്ചതുകൂടിയായിരുന്നു. പക്ഷേ ചുമ്മുവിനു സന്തതിയുണ്ടാകാനായിട്ടാണെന്നു ചുമ്മുവും ജനങ്ങളും വിചാരിച്ചിരിക്കാം. അതുകൊണ്ടു നമുക്കെന്താണ്? നമ്മുടെ മുതൽ ചെലവു ചെയ്തു ചെയ്യിക്കുന്ന സൽക്കർമ്മങ്ങളുടെ ഫലം അന്യന്മാർക്ക് അനുഭവിക്കാൻ കഴിയുമോ? 'പൊരുൾ പോകുന്നിടത്തു പുണ്യം'എന്നല്ലേ

അഭിജ്ഞവചനം? വൃക്ഷത്തിന്റെ ചുവട്ടിൽ നനച്ചാൽ ഫലമുണ്ടാകുന്നതു മുകളിലല്ലേ? അതുപോലെ ചുമ്മുവിനു വേണ്ടി എന്നു പറഞ്ഞു ചെയ്യിച്ച സൽക്കർമ്മങ്ങളുടെ ഫലമുണ്ടാകുന്നത് ഇവിടെയായിരിക്കും.

ഇങ്ങനെ അരുളിച്ചെയ്തു ചിറ്റമ്മത്തമ്പുരാട്ടിയെ സമ്മതിപ്പിക്കുകയും സന്തോഷിപ്പിക്കുകയും ചെയ്തിട്ട് അവിടുന്ന് തിരുമുമ്പിൽനിന്ന് എഴുന്നള്ളുകയും ചെയ്തു.

ശക്തൻ തമ്പുരാൻ തിരുമനസ്സുകൊണ്ട് നായാട്ടിനായി ഒരിക്കൽ ഒരു വനത്തിൽ എഴുന്നള്ളിയ സമയം ഒരു പുലി തിരുമനസ്സിലെ നേരെ ചാടിച്ചെന്നു. തിരുമനസ്സുകൊണ്ടു തത്ക്കാലം അല്പമൊന്നു പരിഭ്രമിച്ചു. എങ്കിലും ഉടൻ ധൈര്യത്തെ അവലംബിക്കുകയും തൃക്കൈയിലുണ്ടായിരുന്ന ഇരട്ടക്കുഴൽ തോക്കിൽ നിന്ന് ഒരു നിറ ഒഴിക്കുകയും ആ വെടിയേറ്റു പുലി തൽക്ഷണം നിലത്തു വീഴുകയും ചെയ്തു. തിരുമനസ്സിലെ സഹായത്തിനായി വേറൊരു വെടിക്കാരൻ കൂടെയുണ്ടായിരുന്നു. പുലിയെ കണ്ടമാത്രയിൽ അവനെ കാണാതായി. പുലിയെ കൊന്നതിന്റെ ശേഷം തിരുമനസ്സുകൊണ്ട് അവൻ എവിടേക്ക് പോയി ഒളിച്ചുവെന്ന് അറിയാനായിട്ട് നാലുവശത്തേക്കും നോക്കി. അപ്പോൾ അവൻ ഒരു മരത്തിന്റെ മുകളിൽനിന്ന് ഇറങ്ങിവരുന്നതുകണ്ടു. തന്റെ ദേഹരക്ഷയ്ക്കായി താൻ കൊണ്ടുവന്നവൻ അതു നോക്കാതെ സ്വദേഹ രക്ഷയെ മാത്രം കരുതി പ്രവർത്തിച്ചതിനാൽ തിരുമനസ്സിലേക്ക് അവന്റെ പേരിൽ വളരെ അപ്രീതിയും കോപവുമുണ്ടായി. അതിനാൽ തിരുമനസ്സു കൊണ്ട് തന്റെ തോക്കിന്റെ മറ്റേക്കുഴലിലുണ്ടായിരുന്ന നിറ അവന്റെ നേരെ ഒഴിക്കുകയും അവനും ചത്തു നിലത്തുവീഴുകയും ഉടനെ തിരുമനസ്സുകൊണ്ട് നായാട്ടു മതിയാക്കി കോവിലകത്തേക്ക് എഴുന്നള്ളുകയും ചെയ്തു.

973-ാം ആണ്ടു നാടുനീങ്ങിയ തിരുവിതാംകൂർ രാമവർമ്മ മഹാരാജാവു തിരുമനസ്സുകൊണ്ട് ഒരിക്കൽ ആലുവാ കൊട്ടാരത്തിൽ എഴുന്നെള്ളിത്താമസിച്ചിരുന്നപ്പോൾ ഒരു ദിവസം മദ്ധ്യാഹ്നസമയത്ത്, കയ്യിൽ ഒരു പീലിക്കന്തവും ചുമലിൽ ഒരു വലിയ ഭാണ്ഡവും വഹിക്കുകയും ധാരാളമായി വളർന്നിരുന്ന തലമുടി കെട്ടിവയ്ക്കുകയും ചെയ്തിരുന്ന ഒരു മനുഷ്യൻ അവിടെ സമീപത്തുള്ള ഒരു മലയിൽനിന്ന് ഇറങ്ങി പുഴയിലേക്ക് വരുകയും കൊട്ടാരത്തിനു വടക്കുവശത്തുള്ള മണല്പുറത്ത്, പീലിക്കന്തവും ഭാണ്ഡവുംവച്ചിട്ടു കുളിയും നിത്യകർമ്മാനുഷ്ഠാനാദികളും കഴിച്ചതിന്റെ ശേഷം ആ മണല്പുറത്തു തന്നെ ഒരടുപ്പുകൂട്ടി, ഭാണ്ഡത്തിൽ നിന്ന് അരിയും വിറകും പാത്രവുമെടുത്ത് സ്വയംപാകവും ഉപ്പും മുളകും മാത്രം കൂട്ടി ഭക്ഷണവും കഴിച്ചിട്ടു പാത്രം തേച്ച് മുക്കി ഭാണ്ഡത്തിൽവച്ചുകെട്ടി ആ ഭാണ്ഡവും പീലിക്കന്തവുമെടുത്തുകൊണ്ട് വന്ന വഴിയെ തന്നെ പോവുകയും ചെയ്തു. രാമവർമ്മ മഹാരാജാവ് തിരുമനസ്സുകൊണ്ട് ഇതെല്ലാം കണ്ടുകൊണ്ടാണ് കൊട്ടാര ത്തിൽ എഴുന്നള്ളിയിരുന്നത്. ആ മനുഷ്യൻ തിരിച്ചുപോയിക്കഴിഞ്ഞപ്പോൾ മഹാരാജാവ് തിരുമനസ്സുകൊണ്ട് അടുക്കൽ നിന്നിരുന്ന കേശവപ്പിള്ള ദിവാൻജിയോട്, 'ആ മണല്പുറത്ത് അരിവച്ച് ഊണുകഴിച്ചുപോയ മനുഷ്യൻ ആരാണെന്ന് മനസ്സിലായോ?' എന്നു കല്പിച്ചു ചോദിച്ചു. 'അടിയനു മനസ്സിലായില്ല' എന്നു ദിവാൻജി തിരുമനസ്സറിയിച്ചപ്പോൾ തിരുമനസ്സുകൊണ്ട്, 'അതു നമ്മുടെ പെരുമ്പടപ്പിൽ മൂപ്പീന്നാണ്. അവിടത്തേക്കു വയ്യാത്ത കാര്യം ഒന്നുമില്ല. ഇങ്ങനെ ഒരു നേരം കഴിച്ചുകൂട്ടാൻ എന്നാൽ സാധ്യമല്ല. ഇനിയൊരു ദിവസം

ഇങ്ങോട്ടും വരവുണ്ടായേക്കാം. അതിനി എന്നാണാവോ? എല്ലാവരും കരുതിയിരുന്നു കൊള്ളണം. ആളറിയാതെ അബദ്ധമൊന്നും പറ്റാനിടയാകരുത് എന്നരുളി ച്ചെയ്തു. പിന്നെ നാലഞ്ചു ദിവസം കഴിഞ്ഞപ്പോൾ ഒരു ദിവസം ശക്തൻ തമ്പുരാൻ തിരുമനസ്സുകൊണ്ട്, ആലുവാക്കൊട്ടാരത്തിലെഴുന്നള്ളി, രാമ വർമ്മ മഹാരാജാവു തിരുമനസ്സിലെ കാണുകയും കുറച്ചുനേരം പരസ്പരം സംഭാഷണം ചെയ്തിരുന്നതിന്റെ ശേഷം തിരിയേ എഴുന്നള്ളുകയും ചെയ്തു.

ഒരാണ്ടിൽ ഇടവപ്പാതിയില്ല, മിഥുനപ്പാതി കഴിഞ്ഞിട്ടും മഴപെയ്യാതിരുന്നതിനാൽ തൃശ്ശിവപേരൂർ മുതലായ സ്ഥലങ്ങളിലുള്ള ജനങ്ങൾ കൂടി ശക്തൻ തിരുമനസ്സിലെ അടുക്കൽ സങ്കടമറിയിച്ചു. ഉടനെ തിരുമനസ്സു കൊണ്ട് തൃശ്ശിവപേരൂരെഴുന്നള്ളി വാധ്യാൻ നമ്പൂരി മുതലായ മഹാ ബ്രാഹ്മണരെ തിരുമുമ്പാകെ വരുത്തി, 'മഴ പെയ്യിക്കാൻ വല്ലതും മാർഗമുണ്ടോ?' എന്നു കല്പിച്ചു ചോദിച്ചു. 'ജലജപം തുടങ്ങിയാൽ പന്ത്രണ്ടു ദിവസത്തിനകം മഴ പെയ്യും' എന്നവർ തിരുമനസ്സറിയിച്ചു. വരുന്ന ബ്രാഹ്മണർക്കൊക്കെ അതികേമമായിട്ടു സദ്യയും ദക്ഷിണയുമായിട്ടു പിറ്റേ ദിവസം തന്നെ ജലജപം കല്പിച്ചു തുടങ്ങിച്ചു. അങ്ങനെ പതിനൊന്നു ദിവസം കഴിഞ്ഞിട്ടും മഴ പെയ്തില്ല. പന്ത്രണ്ടാം ദിവസം ജലജപത്തിനുള്ള സമയമായപ്പോൾ തിരുമനസ്സുകൊണ്ട് വാളുമൂരിപ്പിടിച്ചു ജലജപസ്ഥലത്ത് എഴുന്നള്ളുകയും നമ്പൂരിമാരെ കല്പിച്ചു വിളിച്ച് 'ജലജപം തുടങ്ങീട്ട് ഇന്ന് പന്ത്രണ്ടാം ദിവസമായിരിക്കുന്നു. ഇതുവരെ മഴ പെയ്തില്ല. ഇന്നും മഴ പെയ്യാത്തപക്ഷം നിങ്ങളെയാരെയും വെറുതെ വിട്ടയയ്ക്കുകയില്ല. എല്ലാവരും നല്ലപോലെ കരുതിക്കൊള്ളണം' എന്നരുളിചെയ്കയും ചെയ്തു. കല്പന കേട്ടപ്പോഴേക്കും നമ്പൂരിമാർക്കു ഭയവും വ്യസനവും പരിഭ്രമവും കലശലായി. ശക്തൻ തമ്പുരാൻ തിരുമനസ്സു കൊണ്ട് കോപം വന്നാൽ കഴുത്തു വെട്ടിക്കളയാനും മടിക്കുന്ന ആളല്ലെന്ന് എല്ലാവർക്കും അറിയാമായിരുന്നതുകൊണ്ട് നമ്പൂരിമാരെല്ലാവരും ഭക്തിയോടുകൂടി ഈശ്വരനെ സ്മരിച്ചുകൊണ്ട് മനസ്സിരുത്തി ജലജപം തുടങ്ങി. അങ്ങനെ കുറച്ചുനേരം കഴിഞ്ഞപ്പോഴേക്കും കാർമേഘം കൊണ്ട് ആകാശമണ്ഡലം നിറയുകയും അതികേമമായി മഴപെയ്തു തുടങ്ങുകയും ചെയ്തു. തിരുമനസ്സുകൊണ്ട് സന്തോഷിച്ച് അന്നു നമ്പൂരിമാർക്കെല്ലാവർക്കും പതിവിലിരട്ടി ദക്ഷിണ കഴിച്ച് അവരെ സന്തോഷിപ്പിക്കുകയും അന്നു മുതൽ മുടക്കം കൂടാതെ ധാരാളമായി മഴ പെയ്തു തുടങ്ങുകയും ചെയ്തു.

ഒരാട്ടത്തിരുനാൾ ദിവസം ശക്തൻ തമ്പുരാൻ തിരുമനസ്സുകൊണ്ട് പതിവു സമയത്ത് അമൃതേത്തിന് എഴുന്നള്ളാതെയിരുന്നതിനാൽ വലിയ (ചിറ്റമ്മ) തമ്പുരാട്ടിയും മറ്റുള്ള തമ്പുരാക്കന്മാരും കാത്തിരുന്നു. അങ്ങനെ വളരെ നേരം കഴിഞ്ഞപ്പോൾ ശക്തൻ തിരുമനസ്സുകൊണ്ട് എഴുന്നള്ളുകയും അവിടുന്നും മറ്റുള്ള തമ്പുരാക്കന്മാരും അമൃതേത്തിനിരിക്കുകയും ചെയ്തു. ഉടനെ പതിവുപോലെ ശക്തൻ തമ്പുരാൻ തിരുമനസ്സിലേക്ക് വിളമ്പിക്കൊടുത്തിട്ട് വലിയ തമ്പുരാട്ടിയും അമൃതേത്തിനിരുന്നു. പിന്നെ വലിയ തമ്പുരാട്ടി 'കുഞ്ഞിപ്പിള്ള ഇന്നിത്ര താമസിച്ചതെന്താണ്?' എന്നു ചോദിച്ചു.

ശക്തൻ: ഇന്നു രാവിലെ ഞാൻകുളിക്കാനായിട്ടു പുറപ്പെട്ടപ്പോൾ ഒരു മാപ്പിള ഒരു പശുവിനെ അറത്തു എന്നു കേട്ടു. എന്നാൽ അവന്റെ കഥ കഴിച്ചിട്ടാവാം കുളി എന്നു വിചാരിച്ച് ഉടനെ പോയി, അന്വേഷിച്ച് അവനെ പിടികൂടി കൊന്നതിന്റെ ശേഷമാണ് കുളിച്ചത്. അതുകൊണ്ട് സ്വല്പം

താമസം പറ്റിപ്പോയി.

തമ്പുരാട്ടി: കഷ്ടം! ഇന്ന് ആട്ടപ്പിറന്നാളായിട്ട് ഇങ്ങനെ ചെയ്തത് ഒട്ടും നന്നായില്ല. സൽക്കർമ്മം ചെയ്യേണ്ടുന്ന ദിവസം ദുഷ്കർമ്മം ചെയ്യാമോ? നരഹത്യ തന്നെ കഷ്ടം! വിശേഷിച്ച് ജന്മനക്ഷത്രദിവസം അതു മഹാകഷ്ടം തന്നെ.

ശക്തൻ: ജന്മനക്ഷത്രദിവസം ഗോഹത്യ ചെയ്യുന്നതു നല്ലതാണോ? അതു നല്ലതാണെങ്കിൽ ഞാൻ ചെയ്തതു തെറ്റതന്നെ.

തമ്പുരാട്ടി: അവൻ ചെയ്തതു നന്നായില്ല. എങ്കിലും അതിന്റെ പാപം അവനല്ലേ അനുഭവിക്കുന്നത്?

ശക്തൻ: ചിറ്റമ്മേ, അതിനു കുറച്ചു ഭേദമുണ്ട്. അവൻ ചെയ്ത പാപമവനനുഭവിക്കുമായിരിക്കാം. എങ്കിലും അതു കേട്ടിട്ട് ഞാനൊന്നും ചെയ്യാതിരുന്നാൽ അതും പാപമല്ലേ? അതു ഞാൻ അനുഭവിക്കേണ്ടതായി വരുമല്ലോ. യഥാക്രമം ശിക്ഷാരക്ഷകൾ ചെയ്ത് ഈ രാജ്യത്തു നീതി നടത്താനുള്ള ചുമതല എനിക്കാണ്. അതു ഞാൻ ചെയ്യാതിരുന്നാൽ പരലോകത്തു ചെല്ലുമ്പോൾ അതിനെക്കുറിച്ച് എന്നോടു ചോദിക്കാൻ ആളുണ്ടല്ലോ. അതുകൊണ്ട് എന്റെ കാലത്ത് ഇപ്രകാരമുള്ള ദുഷ്കൃത്യം രാജ്യത്ത് ആരും ചെയ്‌വാൻ ഞാൻ സമ്മതിക്കില്ല. ഇങ്ങനെ അരുളിച്ചെയ്തുകൊണ്ട് അമൃതേത്തും കഴിച്ച് അവിടുന്ന് അവിടെനിന്ന് എഴുന്നള്ളി.

പ്രസിദ്ധനായ തൃശ്ശിവപേരൂർ പൂരം ശക്തൻ തമ്പുരാൻതിരുമനസ്സിലെ ക്കാലത്ത് അവിടുത്തെ കല്പനപ്രകാരം ഉണ്ടാക്കിയതാണ്. അതിനു മുമ്പ് അവിടെ അങ്ങനെ ഒരാഘോഷമുണ്ടായിരുന്നില്ല. ഒരിക്കൽ തിരുമനസ്സുകൊണ്ട് തൃശ്ശിവപേരൂരെഴുന്നള്ളി താമസിച്ചിരുന്നപ്പോൾ ആ ദേശക്കാരെയെല്ലാം തിരുമുമ്പാകെ വരുത്തി, 'ഇവിടെ ആണ്ടുതോറും മേടമാസത്തിൽ പൂരം ഒരാഘോഷദിവസമായി കൊണ്ടാടണം; അതിനു നാട്ടുകാർ തിരുവമ്പാടി, പാറമേക്കാവ് ഇങ്ങനെ രണ്ടു ഭാഗമായി പിരിഞ്ഞു ശാസ്താവു മുതലായ ദേവന്മാരെയും എഴുന്നള്ളിച്ചു വടക്കുന്നാഥക്ഷേത്ര സന്നിധിയിൽ കൊണ്ടുവരണം; അവയിൽ തിരുവമ്പാടിയിൽനിന്നും പാറമേക്കാവിൽനിന്നുമുള്ള എഴുന്നള്ളത്തുകൾ പ്രധാനങ്ങളായിരിക്കണം' ഈ വകയ്ക്കു വേണ്ടുന്ന പണം ജനങ്ങൾ വീതിച്ചെടുത്തു ചെലവു ചെയ്യണം; പിന്നെ വേണ്ടുന്ന സഹായങ്ങളെല്ലാം നാം ചെയ്തുതരുകയും ചെയ്യാം' എന്നരുളിച്ചെയ്യുകയും എഴുന്നള്ളത്തു സംബന്ധിച്ചും മറ്റും വേണ്ടുന്ന മുറകളും ചടങ്ങുകളുമെലാം പ്രത്യേകം പ്രത്യേകം കല്പിക്കു കയും ചെയ്തു. ജനങ്ങളെല്ലാവരും ആ കല്പനയെ സമ്മതിക്കുകയും ആ ആണ്ടിൽത്തന്നെ പൂരമഹോത്സവം തുടങ്ങുകയും ചെയ്തു. തൃശ്ശിവപേരൂർ പൂരത്തിന് ഇപ്പോഴും തുടർന്നുവരുന്ന ചട്ടവട്ടങ്ങളെല്ലാം ശക്തൻ തിരുമനസ്സുകൊണ്ട് അന്നു കല്പിച്ചു നിശ്ചയിച്ചിട്ടുള്ളവയാണ്. പൂരം തുടങ്ങിയ കാലം മുതൽ ആജീവനാന്തം അവിടുന്നുകൂടി എഴുന്നള്ളിയിരുന്നാണ് ആ മഹോത്സവം നടത്തിയിരുന്നത്.

തിരുമനസ്സുകൊണ്ട് പൂരം സംബന്ധിച്ചുള്ള ശ്രമങ്ങളും ചട്ടംകെട്ടുകളും ചെയ്തുകൊണ്ട് രണ്ടുമൂന്നു മാസത്തോളം തൃശ്ശിവപേരൂർതന്നെ എഴുന്നള്ളിത്താമസിച്ചു പോയതുകൊണ്ട് അക്കാലത്ത് അമ്മത്തമ്പുരാൻ കോവിലകത്തേക്കു ചെലവിനുള്ള പണം അയച്ചുകൊടുക്കുന്നതിന് അവിടേക്കു സാധിച്ചില്ല. അതിനാൽ വലിയ തമ്പുരാട്ടി തന്റെ പുത്രിമാരോട്, 'കുഞ്ഞിപ്പിള്ള നമ്മുടെ കാര്യം മറന്നുപോയിരിക്കുമോ? ചെലവിനുള്ള പണം ഇതുവരെ

അയച്ചതന്നില്ലല്ലോ. ഇനി എവിടെ നിന്നെങ്കിലും കുറച്ചു പണം കടം വാങ്ങുകതന്നെ; അല്ലാതെ നിവൃത്തിയില്ലല്ലോ' എന്നരുളിച്ചെയ്തു. അപ്പോൾ കൊച്ചു തമ്പുരാട്ടിമാർ, 'അമ്മയ്ക്ക് ഇങ്ങനെതന്നെ പറ്റണം. അമ്മ ഓപ്പയെ ക്രമത്തിലധികം വാൽസല്ലിച്ച് എടുത്തു തലയിൽ വയ്ക്കുന്നതിന്റെ ഫലമാണിത്' എന്നു തിരുമനസ്സറിയിച്ചു. അതുകേട്ട് വലിയ തമ്പുരാട്ടി, 'അതു ശരിയാണ്. ആട്ടെ, ഇനി കുഞ്ഞിപ്പിള്ള ഇവിടെ വന്നാൽ ഞാൻ മിണ്ടുകപോലുമില്ല, നിശ്ചയം തന്നെ' എന്നും അരുളിച്ചെയ്തു. പൂരം കഴിഞ്ഞതിന്റെ ശേഷം ശക്തൻതിരുമനസ്സിലേക്ക് ഈ സംഗതി (പണം അയച്ചു കൊടുത്തില്ല എന്നുള്ളത്) ഓർമ്മവരുകയും ഉടനെ തൃപ്പൂണിത്തുറയ്ക്ക് എഴുന്നള്ളുകയും തൽക്ഷണം വലിയ തമ്പുരാട്ടിയുടെ തിരുമുമ്പാകെ എത്തി, ഒരു കുടന്ന സ്വർണ്ണപുഷ്പം (സ്വർണ്ണംകൊണ്ടുണ്ടാക്കിയ പൂവ്) തൃപ്പാദത്തിങ്കൽ ചൊരിഞ്ഞു സാഷ്ടാംഗമായി നമസ്കരിച്ചിട്ട്, 'ചിറ്റമ്മേ, എനിക്കു കുറച്ചൊരു അന്ധാളിത്തം പറ്റിപ്പോയി, അത് അവിടുന്ന് സദയം ക്ഷമിക്കണം. ചെലവിനുള്ള പണം പലിശയോടു കൂടി കൊണ്ടുവന്നിട്ടുണ്ട്'എന്നരുളിച്ചെയുകയും പണം തിരുമുമ്പാകെ വയ്ക്കുകയും ചെയ്തു. അപ്പോൾ തമ്പുരാട്ടി, 'എനിക്കു കുഞ്ഞിപ്പിള്ളയോടു യാതൊരു രസക്കേടുമില്ല. പണത്തിനു തൽക്കാലമുണ്ടായ ബുദ്ധിമുട്ടുകൊണ്ടും എന്റെ ശുദ്ധഗതികൊണ്ടും സ്വല്പമായി വല്ലതും മനസ്സിൽ തോന്നിയിരുന്നുവെങ്കിലും കുഞ്ഞിപ്പിള്ളയെക്കണ്ടപ്പോൾത്തന്നെ അതെല്ലാം തീർന്നുപോയി' എന്നരുളിച്ചെയ്തു. ശക്തൻതമ്പുരാൻ അതുകേട്ടു സന്തോഷിക്കുകയും ഉടനെ തിരുമുമ്പാകെനിന്ന് എഴുന്നള്ളുകയും ചെയ്തു.

ശക്തൻ തമ്പുരാൻ തിരുമനസ്സിലെക്കാലത്ത് തിരുവിതാംകൂർ രാജ്യം വാണിരുന്നത് 973ാം ആണ്ടു നാടുനീങ്ങിയ രാമവർമ്മമഹാരാജാവു തിരുമനസ്സുകൊണ്ടായിരുന്നു എന്നു മുൻപു പറഞ്ഞിട്ടുണ്ടല്ലോ. അവിടുത്തെ ദിവാനായിരുന്ന കേശവപിള്ള ഒരിക്കൽ ആ മഹാരാജാവു തിരുമനസ്സിലെ അടുക്കൽ, 'വല്ല പ്രകാരവും കൊച്ചിരാജ്യം കൂടി പിടിച്ചടക്കിയാൽക്കൊള്ളമെന്ന് അടിയന് ആഗ്രഹമുണ്ട്' എന്നറിയിച്ചു. അപ്പോൾ മഹാരാജാവുതിരുമനസ്സുകൊണ്ട്, 'ഇപ്പോഴത്തെ പെരുമ്പടപ്പിൽ മൂപ്പിലെ കാലത്ത് അത് അസാധ്യംതന്നെയാണ്. സംശയമുണ്ടെങ്കിൽ കേശവൻ കൊച്ചിയിലോളം പോയി അവിടുത്തെ സ്വഭാവം ആകപ്പാടെ ഒന്ന് അറിഞ്ഞുപോരു' എന്നരുളിച്ചെയ്തു. അന്നുതന്നെ കേശവപിള്ള ദിവാൻജി കൊച്ചിയിലേക്കു പുറപ്പെട്ടു. തൃപ്പൂണിത്തുറെയെത്തി, ശക്തൻതിരുമനസ്സിലെ ഒന്നു കണ്ടാൽകൊള്ളാമെന്ന് അവിടുത്തെ സേവകന്മാരിലൊരാൾ മുഖാന്തരം തിരുമനസ്സറിയിക്കുകയും തിരുമുൻപാകെ ചെല്ലാൻ കല്പനയാവുകയും ചെയ്തു. കേശവപിള്ള ദിവാൻജി കാണാനായി ചെന്ന സമയം ശക്തൻ തിരുമനസ്സുകൊണ്ട് തൃക്കയ്യിൽ വാളുമൂരിപ്പിടിച്ചു കളിക്കോട്ടയിൽ ലാത്തിക്കൊണ്ടിരിക്കുകയായിരുന്നു. തിരുമനസ്സിലെ കണ്ടപ്പോൾത്തന്നെ ദിവാൻജിയുടെ ദേഹം വിയർക്കുകയും വിറച്ചുതുടങ്ങുകയും ചെയ്തു. അടുത്തുചെല്ലാൻ ഭയം തോന്നുകയാൽ അകലെ നിന്നു വന്ദിച്ചു. അപ്പോൾ തിരുമനസ്സുകൊണ്ട് 'എന്താ ദൂരെ നില്ക്കുന്നത്? അടുത്തുവരു' എന്ന് അരുളിച്ചെയ്യുകയാൽ കേശവപിള്ള വളരെ ഭയത്തോടുകൂടി അടുത്തു ചെല്ലുകയും തിരുമനസ്സുകൊണ്ട് കുശലപ്രശ്നാനന്തരം 'കേശവനെ കണ്ടാൽക്കൊള്ളാമെന്നു നാം വളരെ നാളായി വിചാരിക്കുന്നു. ഇപ്പോൾ കാണാൻ സംഗതിയായതു സന്തോഷമായി.

കേശവനെ നാം നമ്മുടെ സ്വന്തമാളായിട്ടാണു വിചാരിക്കുന്നത്'' എന്നരു ളിച്ചെയ്യുകയും തൃക്കൈയിലിരുന്ന വാളും രണ്ടു കൈയ്ക്കും വീരശൃംഖലയും ഒരു കുത്തു പാവുമുണ്ടും കല്പിച്ചു കൊടുത്തു യാത്രയയയ്ക്കുകയും ചെയ്തു. കേശവപിള്ള സന്തോഷത്തോടും ഭയത്തോടും കൂടിയാണ് സമ്മാനങ്ങൾ വാങ്ങിക്കൊണ്ടു തിരുമുൻപിൽനിന്നു പോയത്. അദ്ദേഹം തിരുവനന്തപുരത്തെത്തി മഹാ രാജാവുതിരുമനസ്സിലെ തിരുമുൻപാകെ ചെന്നപ്പോൾ, 'എന്തെല്ലാമാണ് കേശവൻ പോയിട്ടുള്ള വർത്തമാനങ്ങൾ. കേശവന്റെ ആഗ്രഹം ഫലിക്കുമോ. എന്തു തോന്നുന്നു?' എന്നു കല്പിച്ചു ചോദിച്ചു. 'ആ തിരുമനസ്സിലെ കാലത്ത് അസാദ്ധ്യം തന്നെയാണ്'' എന്നു കേശവപിള്ള തിരുമനസ്സറിയിക്കുകയും 'അതു ഞാൻ മുൻപേ തന്നെ പറഞ്ഞിരുന്നില്ലേ? അദ്ദേഹത്തിന്റെ അടുക്കൽ കേശവന്റെ വിദ്യയൊന്നും പറ്റുകയില്ല. അദ്ദേഹം ഒരു രാജസിംഹമാണ്'' എന്ന് അരുളിച്ചെയ്യുകയും ചെയ്തു.

അനന്തരം കുറച്ചുകാലം കഴിഞ്ഞപ്പോൾ വലിയമ്മത്തമ്പുരാൻ തീപ്പെട്ടു. ആ വലിയ തമ്പുരാട്ടി ചിറ്റമ്മ ആയിരുന്നുവെങ്കിലും പെറ്റമ്മയെപ്പോലെത ന്നെയാണ് ശക്തൻ തിരുമനസ്സുകൊണ്ടു വിചാരിച്ചുപോന്നത്. അതിനാൽ ശവസംസ്കാരം മുതലായതിന് അവിടുന്നുകൂടി കൂടുകയും തിരുവന്തളി (പിണ്ഡം) അടിയന്തിരം കേമമായി നടത്തുകയും ചെയ്തു. ഒരു കൊല്ലത്തെ പള്ളിദീക്ഷ ശക്തൻ തിരുമനസ്സുകൊണ്ടും യഥാവിധി ആചരിച്ചു. തിരുമാസമടിയന്തിരം എറണാകുളത്തുവച്ചു വളരെ ഭംഗിയായും കെങ്കേമമായുമാണ് കല്പിച്ചു നടത്തി യത്. ഇങ്ങനെ കേമമായിട്ടൊരു തിരുമാസം ഇതുനമുമ്പുണ്ടായിട്ടില്ലെന്ന് അന്നവിടെ കൂടിയിരുന്ന സകല ജനങ്ങളും സമ്മതിച്ചു. എങ്കിലും ആ തിരു മാസത്തിനു സ്വല്പമായിട്ട് ഒരാക്ഷേപം വന്നുകൂടി. സദ്യവകയ്ക്കു വേണ്ടുന്ന പഞ്ചസാരയ്ക്ക് ഏല്പിച്ചിരുന്നത് കൊച്ചിയിൽ ഒരു വലിയ കച്ചവടക്കാരനായി രുന്ന ദേവരേശക്കിണി എന്നൊരു കൊങ്ങിണിയെ ആയിരുന്നു. അയാൾ പഞ്ചസാര യഥാകാലം എത്തിച്ചുകൊടുക്കാതെയിരുന്നതിനാൽ സദ്യയ്ക്കു പഞ്ചസാര വിളമ്പാൻ സ്വല്പം താമസം വന്നുപോയി. വിളമ്പിയപ്പോൾ ധാരാളം വിളമ്പിയെങ്കിലും അതു വേണ്ടുന്ന സമയത്തായില്ല എന്നു ചില ബ്രാഹ്മണർ ആക്ഷേപം പറഞ്ഞു. ആ ആക്ഷേപം തീർക്കുന്നതിനായി ശക്തൻതിരുമനസ്സുകൊണ്ടു നമ്പൂരിപ്പാടന്മാർക്കു നാലും നമ്പൂരിമാർക്കു മൂന്നും, എമ്പ്രാന്മാർ, തിരുമുല്പാടന്മാർ മുതലായവർക്കു രണ്ടും പരദേശബ്രാഹ്മണർക്ക് ഒന്നും അമ്പലവാസികൾക്ക് അരയും രൂപാവീതം പ്രതിഗ്രഹംകൊടുത്തു. പ്രതിഗ്രഹം പതിവിൽ കൂടുതൽ കിട്ടിയപ്പോൾ എല്ലാവർക്കും വളരെ സന്തോ ഷമായി. മുമ്പേ ആക്ഷേപിച്ചിരുന്നവർ തന്നെയും പിന്നെ സ്തുതിച്ചുതുടങ്ങി. തൃശ്ശിവപേരൂർ വാധ്യാൻനമ്പൂരി, വൈദികന്മാർ, പ്രഭുക്കന്മാർ മുതലായി തിരുമാസമടിയന്തിരത്തിന്നു വന്നു കൂടിയിരുന്ന യോഗ്യന്മാർക്കെല്ലാം പിറ്റേ ദിവസം വൻമുറി സദ്യകഴിഞ്ഞ തിന്റെ ശേഷം തിരുമനസ്സുകൊണ്ട് യഥാക്രമം സമ്മാനങ്ങളും കല്പിച്ചു കൊടുത്തു സന്തോഷിപ്പിച്ച് അവരെയും യാത്ര അയച്ചു. അന്ന് അത്താഴമമൃതേത്തു കഴിഞ്ഞു പള്ളിക്കുറുപ്പിന് എഴുന്ന ള്ളാറായപ്പോൾ പണിക്കരു വലിയകപ്പിത്താനെ തിരുമുൻപാകെ വരുത്തി, 'ദേവരേശൻ പഞ്ചസാര സമയത്തിന് എത്തിച്ചുതന്നിരുന്നില്ലെന്നുള്ള വിവരം പണിക്കരും അറിഞ്ഞിരിക്കുമല്ലോ. അവന്റെ പാർപ്പു കൊച്ചിയിൽ കോട്ടയ്ക്കു കത്താകയാൽ നമ്മെ കൂട്ടാക്കീട്ട് എന്തു വേണമെന്നു വിചാരിച്ചായിരിക്കണം

അവൻ അങ്ങനെ ചെയ്തത്. അതിനാൽ നാളെ രാവിലെ ഞാനുണരുമ്പോൾ കണി കാൺമാൻ തക്കവണ്ണം അവന്റെ തല എന്റെ മുൻപിൽ കൊണ്ടുവരണം. കൊച്ചിയിൽ കോട്ടവാതിൽ അടയ്ക്കുന്നതിനു മുൻപ് അകത്തു കടക്കണം. അതിനാൽ ഇപ്പോൾത്തന്നെ പൊയ്ക്കോളൂ. ഞാൻ ഉറങ്ങാൻ പോകുന്നു' എന്നരുളിച്ചെയ്തിട്ടു പള്ളിക്കുറിപ്പിനെഴുന്നള്ളി.

ഇവിടെ കൊച്ചീക്കോട്ടയുടെയും ദേവരേശക്കിണിയുടെയും സ്ഥിതിയെപ്പറ്റി സ്വല്പം വിവരിക്കേണ്ടിയിരിക്കുന്നു. ഇപ്പോൾ ബ്രിട്ടീഷുകൊച്ചി എന്നു പറയപ്പെടുന്ന സ്ഥലം പണ്ടു കൊച്ചീരാജാവിന്റെ വകയായിരുന്നു. പോർത്തുഗീസ്സുകാർ ആദ്യം കൊച്ചിയിൽ വന്ന സമയം അവരുടെ അപേക്ഷപ്രകാരം ആ സ്ഥലം രാജാവ് അവർക്കു കൊടുക്കയും രാജാവിന്റെ അനുമതിയോടുകൂടി അവിടെ ഒരു കോട്ട കെട്ടിക്കുകയും ചെയ്തു. കോട്ടയുടെ പടിഞ്ഞാറുവശം സമുദ്രവും വടക്കുവശം അഴിയും (തുറുമുഖവും) കിടങ്ങുമുണ്ടാക്കിക്കുകയും രണ്ടുമൂന്നു കോട്ടവാതിലുകളുണ്ടാക്കിച്ചു കോട്ടവാതിൽക്കലെല്ലാം പട്ടാളക്കാരുടെ കാവലേർപ്പെടുത്തുകയും ചെയ്തിരുന്നു. പത്തുമണിമുതൽ നാലുമണിവരെ കോട്ടവാതിലുകൾ അടച്ചിടുക പതിവായിരുന്നതിനാൽ ആ സമയത്ത് ആർക്കും കോട്ടയ്ക്കകത്തുനിന്നു പുറത്തേക്കും അകത്തേക്കും ഗതാഗതങ്ങൾ ചെയ്‌വാൻ നിവൃത്തിയില്ലായിരുന്നു. കോട്ടവാതിലുകൾ അടച്ചിരുന്ന സമയങ്ങളിൽ കോട്ടയ്ക്കകത്തും പട്ടാളക്കാരുടെ കാവലുണ്ടായിരുന്നു. പോർത്തുഗീസുകാർ അവിടം വിട്ടുപോയതിന്റെ ശേഷം ആ സ്ഥലം ലന്തക്കാർ കൈവശപ്പെടുത്തി. അവരും ഏകദേശം ആറു കൊല്ലത്തോളം പോർത്തുഗീസുകാരെപ്പോലെ സൈന്യസമേതം അവിടെപ്പാർത്തിരുന്നു. ലന്തക്കാർ അവിടെനിന്നു പോയതിന്റെ ശേഷമാണ് ആ സ്ഥലം ഇംഗ്ലീഷുകാരുടെ കൈവശമായിത്തീർന്നത്. തദനന്തരം കോട്ട നശിച്ചു പോവുകയും ആ സ്ഥലത്തിനു 'ബ്രിട്ടീഷുകൊച്ചി' എന്നു നാമം സിദ്ധിക്കുകയും ചെയ്തു. ഇപ്രകാരമാകുന്നു ബ്രിട്ടീഷുകൊച്ചിയുടെ ചരിത്രം. ഇനി ദേവരേശക്കിണിയെക്കുറിച്ചു പറയാം.

ദേവരേശക്കിണി വലിയ ധനവാനും പല സ്ഥലങ്ങളിൽ കച്ചവടം നടത്തിവന്നിരുന്ന ആളും കൊങ്ങിണികളുടെ പ്രധാനപ്പെട്ട ദേവസ്ഥലമായ തിരുമല ദേവസ്വത്തിലെ അധികാരിയുമായിരുന്നു. എന്നുമാത്രമല്ല, സകല കൊങ്ങിണികളും അയാളുടെ വരുതിയിലുമായിരുന്നു. അയാളുടെ ശമ്പളത്തിൽ കാര്യസ്ഥന്മാരും കണക്കെഴുത്തുകാരും ഗുമസ്തന്മാരും ശേവുകക്കാരും മറ്റുമായി അനേകം പേരുമുണ്ടായിരുന്നു. അയാളുടെ പ്രധാനപ്പെട്ട കച്ചവടസ്ഥലവും ഭവനവും കൊച്ചിയിൽ കോട്ടയ്ക്കകത്തായിരുന്നതിനാൽ അയാൾക്കു കൊച്ചീരാജാവിനെപ്പോലും ഭയവും ബഹുമാനവും ഉണ്ടായിരുന്നില്ല. അക്കാലത്തു കോട്ട ലന്തക്കാരുടെ കൈവശമായിരുന്നതിനാൽ അവരെക്കുറിച്ചുമാത്രമേ അയാൾക്കു സ്വല്പം ബഹുമാനമുണ്ടായിരുന്നുള്ളൂ. ഇപ്രകാരമായിരുന്നു ദേവരേശന്റെ സ്ഥിതി. ഇനി പ്രകൃതത്തിൽ പ്രവേശിക്കാം.

കല്പന കേട്ടമാത്രയിൽ വലിയകപ്പിത്താൻ തന്റെ അരവാളും കുറച്ചു പണവും എടുത്തുകൊണ്ട് ഒരു വഞ്ചിയിൽ കയറി കൊച്ചിയിൽ ഇറങ്ങുകയും കോട്ടവാതിൽ അടയ്ക്കുന്നതിനുമുമ്പു കോട്ടയ്ക്കകത്തു കടക്കുകയും ചെയ്തു. കപ്പിത്താൻ പാണ്ടികശാലയിൽ ചെന്നപ്പോൾ ദേവരേശൻ അന്നത്തെ പിരിവിന്റെയും വരവുചെലവുകളുടെയും കണക്കുകൾ

പരിശോധിച്ചുകൊണ്ടിരിക്കുകയായിരുന്നു. ദേവരേശൻ കപ്പിത്താനെ കണ്ടയുടനെ (ഒരു കസേര ചൂണ്ടിക്കാണിച്ചിട്ട്) 'യജമാനൻ ഇവിടെ ഇരിക്കാമല്ലോ. എന്താ ഈ രാത്രിയിൽ ഇങ്ങോട്ടു പുറപ്പെട്ടത്? വിശേഷിച്ചു വല്ല കാര്യവുമുണ്ടോ?' എന്നു ചോദിച്ചു.

കപ്പിത്താൻ: കുറച്ചു പട്ടിന് അത്യാവശ്യമായിട്ടാണ് ഞാൻവന്നത്.

ദേവരേശൻ: ഇതിനു യജമാനൻതന്നെ ബുദ്ധിമുട്ടി വരണമെന്നില്ലായിരുന്നു. ഒരാളെ അയച്ചാൽ വേണ്ടുന്ന സാമാനങ്ങളുംകൊണ്ടു ഞാനങ്ങോട്ടു വരുമായിരുന്നല്ലോ.

കപ്പിത്താൻ: ഞാൻതന്നെ വന്നു വാങ്ങിക്കൊണ്ടു ചെല്ലണമെന്നാണ് കല്പന. വല്ലവരെയുമയച്ചാൽ ശരിയാവുകയില്ലെന്നാണ് തിരുമനസ്സിലെ വിചാരം. ഉടനെ വേണമെന്നും ഞാൻതന്നെ വേണമെന്നുമാണ് കല്പിച്ചത്. കല്പനയായതും ഇപ്പോളാണ്. അതിനാലാണ് ബദ്ധപ്പെട്ടു ഞാൻതന്നെ പോന്നത്. ആട്ടെ, പട്ടെടുക്കു, നോക്കട്ടെ.

ദേവരേശൻ: താഴ്ന്നതരം പട്ടുകൾ മാത്രമേ ഇവിടെ ഇരിക്കുന്നുള്ളു. മേൽത്തരം പട്ടുകളെല്ലാം മാളികയുടെ മുകളിലാണിരിക്കുന്നത്.

കപ്പിത്താൻ: അധികം വേണ്ടതു മേൽത്തരത്തിലാണ്. താഴ്ന്ന തരത്തിലും കുറച്ചു വേണം.

ഉടനെ ദേവരേശൻ താഴ്ന്നതരം പട്ട് കപ്പിത്താൻ പറഞ്ഞിടത്തോളം മുറിച്ചു കൊടുത്തിട്ടു മേത്തരം പട്ടെടുക്കുന്നതിനായി കപ്പിത്താനോടുകൂടി മാളികയുടെ മുകളിലത്തെ നിലയിലേക്കു പോയി. അവിടെ ചെന്നയുടനെ ദേവരേശൻ വിശേഷപ്പെട്ട ചില പട്ടുതരങ്ങളെടുത്തു മേശപ്പുറത്തു വയ്ക്കുകയും രണ്ടുപേരും ഓരോ കസാലയിലിരുന്നുകൊണ്ടു സംഭാഷണമാരംഭിക്കുകയും ചെയ്തു.

ദേവരേശൻ: പഞ്ചസാരയെത്തിക്കാൻ സ്വല്പം താമസം വന്നുപോയതുകൊണ്ട് എന്റെ പേരിൽ തിരുവുള്ളക്കേടായിരിക്കും. അല്ലേ? എന്റെ ജോലിത്തിരക്കുകൾകൊണ്ടു ഞാനക്കാര്യം അന്ധാളിച്ചുപോയി. ഓർമ്മ വന്നയുടനെ കൊടുത്തയയ്ക്കുകയും ചെയ്തു.

കപ്പിത്താൻ: തിരുവുള്ളക്കേടൊന്നും സാരമില്ല. നിങ്ങളൊന്നു തിരുമുമ്പാകെ ചെന്നാൽ അതൊക്കെ തീരും.

ദേവരേശൻ: എന്റെ താമസം ആ തമ്പുരാന്റെ രാജ്യത്തായിരുന്നെങ്കിൽ എന്റെ കഥ ഇപ്പോൾ കഴിയുമായിരുന്നു. ഈ കോട്ടയ്ക്കകത്തായതുകൊണ്ട് ഒട്ടും ഭയം തോന്നുന്നില്ല.

ഇങ്ങനെ ഓരോന്നു പറഞ്ഞുകൊണ്ടിരിക്കുന്നതിനിടയിൽ കപ്പിത്താൻ ഉപായത്തിൽ അരവാളെടുത്ത് ദേവരേശന്റെ കഴുത്തിന് ഒരു വെട്ടു കൊടുത്തു. തൽക്ഷണം തല മുറിഞ്ഞ് താഴെ വീണു. കപ്പിത്താൻ ആ തല ഒരു പട്ടിൽ പൊതിഞ്ഞെടുത്തുകൊണ്ടുപോയി താഴത്തേക്കു പോന്നു. ദേവരേശൻ താഴത്തേക്ക് ഇറങ്ങിവരാതിരുന്നതിനാലും രാത്രി വളരെ അധികമായിരുന്നതുകൊണ്ടും അയാൾ മാളികയുടെ മുകളിൽ കിടന്നുറങ്ങുകയായിരിക്കുമെന്നു വിചാരിച്ച് അയാളുടെ ഭൃത്യന്മാരും മറ്റും താഴത്തു കിടന്നുറങ്ങി. കപ്പിത്താൻ ദേവരേശന്റെ തലയുംകൊണ്ട് അപ്പോൾത്തന്നെ അവിടെ നിന്നിറങ്ങി. കോട്ടവാതിലിനു സമീപം ഒരു സ്ഥലത്തു ചെന്നിരുന്നു. നാലുമണിക്കു കോട്ടവാതിൽ തുറന്ന ഉടനെ പുറത്തിറങ്ങി, അങ്ങോട്ടു പോയ വഞ്ചിയിൽത്തന്നെ കയറി കപ്പിത്താൻ എറണാകുളത്തെത്തുകയും കോവിലകത്തു ചെന്നപ്പോൾ

തിരുമനസ്സ കൊണ്ടു പള്ളിക്കുറുപ്പുണർന്നിട്ടില്ലായിരുന്നതിനാൽ ദേവരേശന്റെ തല പട്ടിൽനിന്നെടുത്തു പള്ളിയറവാതിൽക്കൽ കെട്ടി തൂക്കീട്ട് പള്ളിക്കുറുപ്പുണരാനായി കാത്തുനില്ക്കുകയും ചെയ്തു. കുറച്ചു സമയം കഴിഞ്ഞപ്പോൾ തിരുമനസ്സുകൊണ്ടു പള്ളിക്കുറുപ്പുണർന്നു പള്ളിയറവാതിൽ തുറന്നു. ആ സമയം തിരുമനസ്സ കൊണ്ട് ആദ്യം ദേവരേശന്റെ തലയും രണ്ടാമതു വലിയ കപ്പിത്താനെയുമാണ് കണി കണ്ടത്. തിരുമനസ്സുകൊണ്ട് ഏറ്റവും സന്തോഷിച്ചു കപ്പിത്താനോട്, 'പണിക്കർ കുറച്ചു ബുദ്ധിമുട്ടിയിരിക്കും, എങ്കിലും വിചാരിച്ച കാര്യം സാധിച്ചുവല്ലോ; വളരെ സന്തോഷമായി. പണിക്കർ വലിയ ധീരനും നല്ല ശൂരനുംതന്നെ സംശയമില്ല' എന്നരുളിച്ചെയ്തു.

കപ്പിത്താൻ: ഇതൊന്നും അടിയന്റെ ധീരത്വവും ശൂരത്വവും സാമർത്ഥ്യവും മറ്റും കൊണ്ടു സാധിക്കുന്നതല്ല. തിരുമനസ്സിലെ കല്പനയുടെ ശക്തികൊണ്ടു മാത്രം. കല്പനയുണ്ടെങ്കിൽ ഇതിലെക്കാൾ വലിയ കാര്യങ്ങൾ സാധിക്കുന്നതിനും ആർക്കും കഴിയും.

തിരുമനസ്സുകൊണ്ട്: ആട്ടെ, പണിക്കർ ഇന്നലെ ഒട്ടും ഉറങ്ങിയിരിക്കയില്ലല്ലോ. പോയിക്കിടന്നു കുറച്ചുറങ്ങൂ. എന്റെ കുളിയും ഊണും കഴിയുമ്പോൾ പണിക്കരെ ഇവിടെ കാണണം. ഇപ്പോൾ പൊയ്ക്കോളൂ.

കല്പന കേട്ടയുടനെ കപ്പിത്താൻ തിരുമുമ്പാകെ നിന്നു പോവുകയും തിരുമനസ്സുകൊണ്ട് ദേവരേശന്റെ തല ഉടനെ കായലിൽ കെട്ടിത്താഴ്ത്തിച്ചിട്ടു നീരാട്ടുകുളി, അമൃതേത്തു മുതലായതിന് എഴുന്നള്ളുകയും ചെയ്തു.

തിരുമനസ്സുകൊണ്ട് അമൃതേത്തു കഴിഞ്ഞ് എഴുന്നള്ളിയപ്പോഴേക്കും വലിയ കപ്പിത്താൻ തിരുമുമ്പാകെ എത്തി. കപ്പിത്താനെക്കണ്ടയുടനെ തിരുമനസ്സുകൊണ്ട് 'പണിക്കർ കുറച്ചുകൂടി ബുദ്ധിമുട്ടേണ്ടിയിരിക്കുന്നു. ദേവരേശന്റെ പ്രാഭാവവും പ്രതാപവും നിമിത്തം കൊച്ചിയിലുള്ള കൊങ്ങിണികളെല്ലാവരും തന്നെ ഏറ്റവും ഗർവ്വിഷ്ഠന്മാരായിത്തീർന്നിട്ടുണ്ട്. അതിനാൽ കൊച്ചിയിൽ പോയി സകല കൊങ്ങിണികളുടെയും അവരുടെ ദേവസ്വത്തിന്റെയും സകല ജംഗമസ്വത്തുക്കളും കൊള്ളയിട്ടു കുത്തിവാരി ഇവിടെ കൊണ്ടുവരണം. ഇതിലേക്ക് ആവശ്യമുള്ള സൈന്യങ്ങളെക്കൂടെ കൊണ്ടു പൊയ്ക്കോളൂ' എന്നരുളിച്ചെയ്തു. വലിയ കപ്പിത്താൻ ഉടനെ സൈന്യസമേതം കൊച്ചിയിലെത്തി കൊങ്ങിണികളുടെ സ്വന്തവും ദേവസ്വംവകയുമായുള്ള സകല സ്വത്തുക്കളും കൊള്ളയിട്ടു കുത്തിവാരിത്തുടങ്ങിയപ്പോൾ കൊങ്ങിണികളെല്ലാം പരവശരായിത്തീരുകയും അവരുടെ വിഗ്രഹം കൂടി കപ്പിത്താൻ ഇളക്കിയെടുത്തു കൊണ്ടു പോയേക്കുമെന്നു ശങ്കിച്ച് അവരിൽ ചിലർ ആ വിഗ്രഹമിളക്കിയെടുത്തും കൊണ്ടു തിരുവിതാംകൂറിലെത്തി അഭയം പ്രാപിക്കുകയും ചെയ്തു. കപ്പിത്താൻ അവരുടെ ഭരണിപാത്രങ്ങളും പൊൻവെള്ളിപ്പണ്ടങ്ങളും പണവും രത്നവുമെല്ലാം കൊണ്ടുപോയി തിരുമുമ്പാകെവച്ചു. ഉടനെ തിരുമനസ്സുകൊണ്ട്, 'ഇവയെല്ലാം നമ്മുടെ ഊട്ടുവയ്പിൽ കൊണ്ടുപോയി സൂക്ഷിക്കട്ടെ' എന്നു കല്പിക്കുകയും കപ്പിത്താൻ അവയെല്ലാം ഊട്ടുവയ്പിൽ ഏല്പിക്കുകയും ചെയ്തു. 'തിരുമല ദേവസ്വം വക' എന്നു പേരുവെട്ടീട്ടുള്ള പാത്രങ്ങളും മറ്റും ഇപ്പോഴും തൃപ്പൂണിത്തുറ ഊട്ടു വയ്പിൽ കാണുന്നുണ്ട്.

ഒരിക്കൽ ശക്തൻതമ്പുരാൻ തിരുമനസ്സുകൊണ്ടു തിരുവനന്തപുരം പട്ടണവും രാമവർമ്മമഹാരാജാവുതിരുമനസ്സിലെയും ഒന്നു കാണണമെന്നു നിശ്ചയിച്ച് അഞ്ചെട്ടു ഭൃത്യന്മാരോടുംകൂടി അങ്ങോട്ടെഴുന്നെള്ളി. അവിടുന്ന്

തിരുവനന്തപുരത്തെത്തിയത് ഒരു ദിവസം വെളുപ്പാൻകാലത്തായിരുന്നു. ആദ്യംതന്നെ മഹാരാജാവിനെ കണ്ടുകളയാമെന്നു നിശ്ചയിച്ചു വലിയ കൊട്ടാരത്തിലേക്കെഴുന്നള്ളി. അപ്പോൾ, മഹാരാജാവു തിരുമനസ്സുകൊണ്ടു പള്ളിക്കുറുപ്പുണർന്നു പുറത്തേക്കെഴുന്നള്ളിയില്ലെന്നും അതിന് ഏകദേശം രണ്ടു നാഴികക്കൂടി താമസമുണ്ടായേക്കാമെന്നും തവണക്കാരൻ പറയുകയാൽ മഹാരാജാവു പള്ളിക്കുറുപ്പുണരുമ്പോഴേക്കും ചില സ്ഥലങ്ങൾ കണ്ടിട്ടു തിരിച്ചുവരാമെന്നു നിശ്ചയിച്ച് ശക്തൻ തമ്പുരാൻ തിരുമനസ്സുകൊണ്ട് ഉടനെ അവിടെനിന്നു പുറപ്പെട്ടു. അവിടുന്ന് ഓരോ സ്ഥലങ്ങൾ കണ്ട് ക്രമേണ കുതിരലായത്തിൽ ചെന്നെത്തി. അപ്പോൾ ലക്ഷണയുക്തങ്ങളായ ചില ഒന്നാം തരം കുതിരകൾ വളരെ ചടച്ചും ക്ഷീണിച്ചുമിരിക്കുന്നതായി കണ്ടു. 'ലായം വിചാരിപ്പുകാരനെവിടെ?' എന്നു കല്പിച്ചു ചോദിച്ചു. ഉടനെ ചില കുതിരക്കാർ 'വിചാരിപ്പുകാരനങ്ങുന്ന് ഇതാ വരുന്നു' എന്നു ചൂണ്ടിക്കാണിച്ചുകൊണ്ടു പറഞ്ഞു. വിചാരിപ്പുകാരൻ അടുത്തപ്പോൾ തിരുമനസ്സുകൊണ്ട് 'ഈ കുതിരകൾ ഇങ്ങനെ ക്ഷീണിച്ചിരിക്കുന്നതെന്താണ്?' എന്നു കല്പിച്ചു ചോദിച്ചു.

വിചാരിപ്പുകാരൻ: ചിലത് അങ്ങനെയിരിക്കും അത് അവയുടെ സ്വഭാവമാണ്.

ശക്തൻ തിരുമനസ്സുകൊണ്ട്: ഇതു സ്വാഭാവികമായിട്ടുള്ള ക്ഷീണമാണെന്നു തോന്നുന്നില്ല. ശരിയായി പുല്ലും മുതിരയും മറ്റും കൊടുത്താൽ ഇവ ഇങ്ങനെ ക്ഷീണിക്കുന്നവയല്ല.

വിചാരിപ്പുകാരൻ: എന്നാൽ അങ്ങനെയായിക്കൊള്ളട്ടെ. അതു കൊണ്ടു തനിക്കു നഷ്ടമൊന്നുമില്ലല്ലോ.

ശക്തൻ: എടാ സ്വാമിദ്രോഹീ, എനിക്കു നഷ്ടമൊന്നും ഉണ്ടായിട്ടല്ല. ഈ കുതിരകളെ വേണ്ടതുപോലെ നോക്കി രക്ഷിക്കുന്നതിനായി നിയമിക്കപ്പെട്ടിരിക്കുന്ന നീ ആ വകയ്ക്കുള്ള ശമ്പളം വാങ്ങി സാപ്പാടു കഴിച്ചിട്ടു നിന്റെ ജോലി നീ ശരിയായി ചെയ്യാത്തതെന്താണെന്നാണ് ചോദിച്ചത്?

വിചാരിപ്പ്: ഇതു ചോദിക്കാൻ തനിക്കെന്തധികാരമാണ്? താനെന്റെ മേലാവാണോ?

ശക്തൻ: മേലാവല്ലെങ്കിലും അന്യായമായ പ്രവൃത്തി കണ്ടാൽ ആർക്കും ചോദിക്കാം. കുതിരകളുടെ തീറ്റിസ്സാമാനങ്ങൾക്കു പതിവുള്ള പണം വാങ്ങി അപഹരിക്കുകയും ഈ മിണ്ടാപ്രാണികളെ പട്ടിണിയിടുകയുമല്ലേ നീ ചെയ്യുന്നത്? സ്വാമിദ്രോഹീ! നിന്നോടു ചോദിച്ചാൽ മതിയോ? നിന്റെ ദുഷ്പ്രവൃത്തിക്കുള്ള സമ്മാനം ഇതാ പിടിച്ചോ.

എന്നരുളിച്ചെയ്തിട്ടു വിചാരിപ്പുകാരന്റെ ചെകിടത്തു തൃക്കൈ കൊണ്ടുതന്നെ ഒരടിവച്ചുകൊടുത്തു. അടി കൊണ്ട ക്ഷണത്തിൽ വിചാരിപ്പുകാരൻ നിലത്തു പതിച്ചു. ഉടനെ തിരുമനസ്സുകൊണ്ടു ഭൃത്യസമേതം അവിടെനിന്ന് എഴുന്നള്ളുകയും ചെയ്തു. ഒരു നാഴിക കഴിഞ്ഞപ്പോൾ വിചാരിപ്പുകാരനു ബോധം വീണു. ഉടനെ അയാൾ ഒരു വിധത്തിൽ അവിടെനിന്നെണീറ്റു സങ്കടമറിയിക്കാനായി കരഞ്ഞുകൊണ്ടു വലിയ കൊട്ടാരത്തിലെത്തി. അപ്പോൾ മഹാരാജാവു തിരുമനസ്സുകൊണ്ടു പള്ളിയറയിൽനിന്നു പുറത്തെഴുന്നള്ളിയതിനാൽ വിചാരിപ്പുകാരൻ തിരുമുമ്പിൽച്ചെന്നു രാവിലെ ഉണ്ടായ സംഗതികളെല്ലാം തിരുമനസ്സറിയിച്ചു.

വിചാരിപ്പുകാരൻ: ഇവിടെ അടിയങ്ങളെയൊക്കെ ശിക്ഷിക്കാനും

രക്ഷിക്കാനും അധികാരമുണ്ട്. കല്പിച്ച് എന്തുചെയ്താലും അതൊക്കെ അടിയങ്ങൾ സഹിക്കണം. അതിനു സങ്കടമില്ല. വല്ലവരുമൊക്കെ ഇവിടെ വന്ന് അടിയങ്ങളെ ഇങ്ങനെയൊക്കെ ചെയ്യുന്നതു വലിയ സങ്കടമാണ്. ഇതിനെക്കുറിച്ച് കല്പിച്ചന്വേഷിച്ചു വേണ്ടതുപോലെ ചെയ്യണം.

മഹാരാജാവ്: ആ മനുഷ്യൻ ആരായിരിക്കും? അയാളുടെ വേഷം എങ്ങനെയിരിക്കുന്നു?

വിചാരിപ്പുകാരൻ: ഒരു നമ്പൂരിയാണെന്നാണ് തോന്നുന്നത്. പൂണൂലുണ്ട്. തലമുടി വളർത്തീട്ടുണ്ട്. കയ്യിൽ ഒരു വാളുമുണ്ട്. അയാളുടെ കൂടെ ഭൃത്യന്മാരുമുണ്ട്.

മഹാരാജാവ്: എന്നാൽ പെരുമ്പടപ്പു മൂപ്പീന്നായിരിക്കണം. അല്ലാതെയാർക്കും ഇവിടെവന്ന് ഇങ്ങനെ പ്രവർത്തിക്കാൻ ധൈര്യമുണ്ടാകുമെന്നു തോന്നുന്നില്ല. ആട്ടെ, നീ പൊയ്ക്കോ, ഞാൻ ഇതിനെക്കുറിച്ച് അന്വേഷിക്കാം.

ഇങ്ങനെ അരുളിച്ചെയ്തു വിചാരിപ്പുകാരനെ അയച്ചു. അപ്പോഴേക്കും ശക്തൻ തിരുമനസ്സുകൊണ്ട് കൊട്ടാരത്തിലെഴുന്നള്ളി. തിരുമനസ്സിലെ കണ്ട ക്ഷണത്തിൽ മഹാരാജാവു തിരുമനസ്സുകൊണ്ട് അഭ്യുത്ഥാനം ചെയ്തു തൃക്കയ്യും പിടിച്ചുകൊണ്ടുപോയി, ആസനസൽക്കാരം ചെയ്തിരുത്തീട്ട് തിരുമനസ്സുകൊണ്ടും ഇരുന്ന് കുശലപ്രശ്നാദികൾ ചെയ്തു. പരസ്പരം കുറഞ്ഞൊന്നു സ്വൈര സല്ലാപം ചെയ്തതിന്റെ ശേഷം ശക്തൻ തിരുമനസ്സുകൊണ്ട്, 'ഇന്നു ഞാൻ ഇവിടെ ഒരു സാഹസം പ്രവർത്തിച്ചു. അത് അവിടെ അറിഞ്ഞിരിക്കുമല്ലോ. ലക്ഷണയുക്തങ്ങളായ ആ ഒന്നാന്തരം കുതിരകളുടെ കഷ്ടസ്ഥിതി കണ്ടപ്പോൾ എനിക്കു കുറച്ചു കോപം വന്നുപോയി. അതുകൊണ്ടാണ് അങ്ങനെ ചെയ്തത്.'

മഹാരാജാവ്: അവിടുത്തെ പ്രവൃത്തി വളരെ ഉചിതമായി. ഇതു ഞാൻ ചെയ്യേണ്ടതായിരുന്നു. ജോലിത്തിരക്കുകളും ഔദാസീന്യവും നിമിത്തം ഈ വക കാര്യങ്ങളിൽ ദൃഷ്ടിവയ്ക്കാൻ എനിക്കു സാധിക്കുന്നില്ല. അതിനാൽ ഈ കള്ളന്മാരൊക്കെ വല്ലാതെ മൂത്തുപോയി. ഇവരുടെ കള്ളത്തരത്തിന് ഇങ്ങനെയൊക്കെ ചിലപ്പോൾ ചെയ്യേണ്ടതാണ്. അല്ലെങ്കിൽ അതു ക്രമത്തിലധികം വർദ്ധിച്ചുപോകുമല്ലോ. ആട്ടെ, അവിടുന്ന് ഇങ്ങോട്ടു പുറപ്പെടുന്ന വിവരം മുൻകൂട്ടി എന്നെ അറിയിക്കാഞ്ഞതെന്താണ്? ഇവിടെ എപ്പോൾ എത്തി? വന്നയുടനെ ലായത്തിലേക്കായിരിക്കുമോ പോയത്?

ശക്തൻ: ഞാൻ അരുണോദയമായപ്പോൾ ഇവിടെയെത്തി. അപ്പോൾ ഇവിടെ ഉറക്കമുണർന്നിട്ടില്ലായിരുന്നതിനാൽ ഉണർന്നു പുറത്തു വരുമ്പോഴേക്കും ചില സ്ഥലങ്ങളൊക്കെ നോക്കിക്കണ്ടു വരാമെന്നു വിചാരിച്ചു പുറപ്പെട്ടു. ആ വഴി ലായത്തിലും കയറാനിടയായി. ആ കുതിരകളുടെ പാരവശ്യം കണ്ടിട്ട് എനിക്കൊട്ടും സഹിച്ചില്ല. അതുകൊണ്ടാണ് വിചാരിപ്പുകാരനെ പ്രഹരിക്കാനിടയായത്. ഞാൻ ഇങ്ങോട്ടു പുറപ്പെടണമെന്നു മുൻകൂർ വിചാരിച്ചിരുന്നില്ല. ഒരു ദിവസം അങ്ങനെ തോന്നി. ഉടനെ പുറപ്പെടുകയും ചെയ്തു. അതാണ് മുൻകൂട്ടി അറിയിക്കാതിരുന്നത്.

മഹാരാജാവ്: ഇവിടെ വന്നിട്ടെങ്കിലും കാണണമെന്നു തോന്നിയല്ലോ. അതും കൂടാതെ കഴിച്ചുകളയാമെന്നു വിചാരിക്കാഞ്ഞതു തന്നെ ഭാഗ്യം. ആട്ടെ, ഇനി നമുക്കു കുളി മുതലായതു കഴിക്കാൻ പോകാം. നേരം അധികമായിരിക്കുന്നു.

ഇങ്ങനെ കുറച്ചുനേരം പരസ്പരസംഭാഷണം കഴിഞ്ഞതിന്റെ ശേഷം നീരാട്ടു കുളി, അമൃതേത്ത് മുതലായതിനായി രണ്ടു തിരുമേനിമാരും എഴുന്നള്ളി. ശക്തൻ തിരുമനസ്സിലേക്ക് എഴുന്നള്ളിത്താമസിക്കുന്നതിനു പ്രത്യേകമൊരു കൊട്ടാരം ഒഴിഞ്ഞുകൊടുത്തിരുന്നു. എങ്കിലും അമൃതേത്തു രണ്ടു തിരുമേനിമാർക്കും ഒരുമിച്ചു ഒരു സ്ഥലത്തുതന്നെയായിരുന്നു. രാമവർമ്മമഹാരാജാവു തിരുമനസ്സിലെ ആതിഥ്യം സ്വീകരിച്ചു കൊണ്ടു ശക്തൻതിരുമനസ്സുകൊണ്ട് സുഖമായി നാലു ദിവസം തിരുവനന്തപുരത്ത് എഴുന്നള്ളിത്താമസിച്ചു. അതിനിടയ്ക്കു രണ്ടു തിരുമേനിമാരും ഒരുമിച്ചെഴുന്നള്ളി തിരുവനന്തപുരത്തുള്ള പ്രധാന സ്ഥലങ്ങളെല്ലാം സന്ദർശിച്ചു.

ഒരു ദിവസം ഉച്ചതിരിഞ്ഞ സമയം രണ്ടു തിരുമേനികളും കൂടി കരുവേലപ്പുര മാളികയുടെ മുകളിൽ ഓരോ സംഗതികളെക്കുറിച്ചു സംഭാഷണംചെയ്തു കൊണ്ടിരിക്കുന്നതിനിടയ്ക്കു രാമവർമ്മ മഹാരാജാവു തിരുമനസ്സുകൊണ്ട്, 'ഈ മാളികയുടെ മുകളിൽ നിന്നു താഴത്തേക്കു ചാടാൻ ആരെങ്കിലുമുണ്ടാകുമോ?' എന്നു കല്പിച്ചു ചോദിച്ചു 'ഓഹോ, ഉണ്ടാവും' എന്നു ശക്തൻതിരുമനസ്സുകൊണ്ട് അരുളിചെയ്തു. അതു കേട്ടു മഹാരാജാവു തിരുമനസ്സുകൊണ്ട് തന്റെ അടുക്കൽ നിന്നിരുന്ന ഭൃത്യന്മാരോട്''എന്താ ചാടാമോ?' എന്നു കല്പിച്ച് ചോദിച്ചു. അവർ ഓരോരുത്തരും മുകളിൽനിന്നു താഴേക്കു നോക്കീട്ടു പ്രയാസമാണെന്നുള്ള ഭാവത്തിൽ പിന്മാറി നിന്നു. അപ്പോൾ ശക്തൻതിരുമനസ്സുകൊണ്ടു തന്റെ ഭൃത്യന്മാരുടെ നേരെ ഒന്നു കല്പിച്ചു നോക്കി. അവരെല്ലാവരും ഉടനെ താഴത്തേക്കു ചാടി. എല്ലാവർക്കും ഓരോ തരത്തിൽ പരിക്കുകൾ പറ്റി. ചിലർ ബോധരഹിതരാവുകയും ചെയ്തു. ഉടനെ രാമവർമ്മ മഹാരാജാവു തിരുമനസ്സുകൊണ്ട്, 'അവരെ എടുത്തു കൊണ്ടുപോയി ചികിത്സിക്കട്ടെ. കഴിയുന്നതും വേഗത്തിൽ അവരെ സുഖപ്പെടുത്തണം' എന്നരുളിച്ചെയ്തു. കല്പന കേട്ട മാത്രയിൽ ചിലർ വന്ന് അവരെ എടുത്തു കൊണ്ടുപോവുകയും ചെയ്തു.

ശക്തൻ തിരുമനസ്സുകൊണ്ട് നാലു ദിവസം കഴിഞ്ഞു തിരിച്ചെഴുന്നള്ളത്തായപ്പോൾ ആ യാത്രയ്ക്കു വേണ്ടുന്ന സകലസൗകര്യങ്ങളും കാര്യങ്ങളുമെല്ലാം രാമവർമ്മമഹാരാജാവു തിരുമനസ്സുകൊണ്ടു പ്രത്യേകം കല്പിച്ചു ചട്ടംകെട്ടിയതിനാൽ വഴിക്കു യാതൊരു ബുദ്ധിമുട്ടിനുമിടയാകാതെ ശക്തൻ തിരുമനസ്സുകൊണ്ട് സസുഖം തിരിയെ തൃപ്പൂണിത്തുറെ എഴുന്നെള്ളി. ആ എഴുന്നള്ളത്തുവകയ്ക്കു വേണ്ടിവന്ന ചെലവു മുഴുവനും മഹാരാജാവു തിരുമനസ്സുകൊണ്ടാണ് ചെയ്തത്.

മാളികയുടെ മുകളിൽനിന്നു ചാടി പരിക്കുകൾ പറ്റി ചികിത്സയിൽ തിരുവനന്തപുരത്തു താമസിച്ചിരുന്നവർ ഒരു മാസംകൊണ്ട് സുഖക്കേടെല്ലാം മാറി പൂർവ്വസ്ഥിതിയെ പ്രാപിച്ചു. അനന്തരം മഹാരാജാവുതിരുമനസ്സു കൊണ്ട് അവരെ തിരുമുൻപാകെ വരുത്തി, 'നിങ്ങൾ എന്തു വിചാരിച്ചാണ് മാളികയുടെ മുകളിൽനിന്നു ചാടിയത്?' എന്നു കല്പിച്ച് ചോദിച്ചു. അപ്പോൾ അവർ, 'അടിയങ്ങൾ അപ്പോൾ ചാടിയില്ലെങ്കിൽ അടിയങ്ങളുടെ കഥ അപ്പോൾത്തന്നെ കഴിയും; ചാടിയാൽ ഒരു സമയം ജീവിച്ചുവെന്നും വരാമല്ലോ എന്നു വിചാരിച്ചിട്ടാണ് ചാടിയത്'' എന്നു തിരുമനസ്സറിയിച്ചു. അതു കേട്ടു തിരുമനസ്സുകൊണ്ട് വളരെ സന്തോഷിക്കുകയും അവരുടെ സ്വാമിഭക്തിയെക്കുറിച്ച് ഏറ്റവും പ്രശംസിക്കുകയും അവർക്കു പലവിധ സമ്മാനങ്ങൾ കല്പിച്ചു കൊടുത്തു സന്തോഷിപ്പിച്ചയയ്ക്കുകയും ചെയ്തു.

ശക്തൻതിരുമനസ്സുകൊണ്ട് തൃപ്പൂണിത്തുറെ എഴുന്നള്ളിയതിന്റെ ശേഷം അധികം താമസിയാതെ തൃശ്ശിവപേരൂർക്കെഴുന്നള്ളുകയും രണ്ടു മാസത്തോളം അവിടെ താമസിക്കുന്നതിനു നിശ്ചയിക്കുകയും ചെയ്തു. ആ കാലത്ത് അനുജൻ തമ്പുരാക്കന്മാർ തങ്ങളുടെ ഉപദേഷ്ടാവായ തുളുനാടൻ സ്വാമിയാരെ തൃപ്പൂണിത്തുറെ വരുത്തുകയും കുറച്ചുദിവസം സൽക്കാരപൂർവ്വം താമസിപ്പിച്ചതിന്റെ ശേഷം ഗുരുദക്ഷിണയും മറ്റും കഴിച്ചു സന്തോഷിപ്പിച്ചു യയയ്ക്കുന്നതിനു നിശ്ചയിക്കുകയും ചെയ്തു. ഈ സംഗതി എങ്ങനെയോ ശക്തൻ തിരുമനസ്സുകൊണ്ട് അറിയുകയും ' ഞാൻ കൂടി തൃപ്പൂണിത്തുറെ വന്നു വന്ദിച്ച് അനുഗ്രഹം വാങ്ങിയല്ലാതെ സ്വാമിയാരെ യാത്രയയയ്ക്കരുത്' എന്നൊരു തിരുവെഴുത്ത് ഇളയതമ്പുരാന്റെ പേർക്കു തൃപ്പൂണിത്തുറയ്ക്കു അയയ്ക്കുകയും ചെയ്തു. തിരുവെഴുത്തു കണ്ട് ഇളയ തമ്പുരാൻ വളരെ സന്തോഷിക്കുകയും 'ജേഷ്ഠന് ഈ കാര്യത്തിൽ തൃപ്തിയില്ലെന്നായിരുന്നു ഞാൻ വിചാരിച്ചിരുന്നത്. തിരുവെഴുത്തു കണ്ടിട്ട് അങ്ങനെ തോന്നുന്നില്ല. അവിടേക്കും സ്വാമിയെക്കുറിച്ചു വളരെ ഭക്തിയും ബഹുമാനവുമുണ്ടെന്നു തിരുവെഴുത്തുകൊണ്ട് സ്പഷ്ടമാകുന്നുണ്ട്' എന്ന് അവിടുത്തെ അനുജനായ വീരകേരളതമ്പുരാനോട് അരുളിച്ചെയ്യുകയും സ്വാമിയാരെ അയയ്ക്കാതെ അവിടെ താമസിപ്പിക്കുകയും ചെയ്തു.

അനന്തരം പത്തു ദിവസം കഴിഞ്ഞപ്പോൾ ശക്തൻ വലിയതമ്പുരാൻ തിരുമനസ്സുകൊണ്ട് തൃപ്പൂണിത്തുറെ എഴുന്നള്ളുകയും ഉടനെ സ്വാമിയെ ചെന്നു കാണുകയും കാഴ്ചകൾവച്ചു വന്ദിച്ചു കുശലപ്രശ്നാദികൾ ചെയ്തു യാത്രയയയ്ക്കുകയും ചെയ്തു. സ്വാമിയാരെ ഡോലിയിൽ (മേനാവിൽ) ക്കയറ്റി വാദ്യഘോഷങ്ങളോടുകൂടിയാണ് അയച്ചത്. കോട്ടവാതിൽവരെ ശക്തൻതിരുമനസ്സുകൊണ്ടു അനുയാത്രയായി എഴുന്നള്ളുകയും അവിടെയെത്തിയപ്പോൾ സ്വാമിയാരെ ഇറക്കിയെഴുന്നള്ളിച്ചു താഴെയിരുത്തുകയും 'എമ്പ്രാന്മാർക്കും ഭസ്മം കുറിയിടുക വളരെ നിന്ദ്യമാണല്ലോ; അതുകൊണ്ടു ധാരയാവട്ടെ' എന്ന് അരുളിച്ചെയ്യുകയും ശക്തൻതിരുമനസ്സിലെ കല്പനപ്രകാരം ഒരു വഞ്ചി നിറച്ചു ചാരം കൊഴുക്കെ കലക്കി അവിടെ വച്ചിരുന്നതു മുഴുവനും സ്വാമിയാരുടെ ശിരസ്സിൽ അഭിഷേകം കഴിച്ച് അവിടെനിന്ന് അയയ്ക്കുകയും ചെയ്തു. ഇതു കണ്ടിട്ട് അനുജൻ തമ്പുരാക്കന്മാർക്കു സഹിക്കാൻവയ്യാതെ വ്യസനവും കോപവുമുണ്ടായി. എങ്കിലും ശക്തൻ തിരുമസ്സിലെക്കുറിച്ചുള്ള ഭയം നിമിത്തം അവർ എല്ലാം സഹിച്ചു മൗനത്തെ അവലംബിച്ചുകൊണ്ടു തന്നെ നിന്നു. ആ സ്വാമിയാർ അന്നു പോയിട്ടു പിന്നെ ശക്തൻതിരുമനസ്സിലെ കാലം കഴിയുന്നതുവരെ കൊച്ചീരാജ്യത്തു കടന്നിട്ടില്ല.

ഒരിക്കൽ ശക്തൻതിരുമനസ്സുകൊണ്ട് എറണാകുളത്തുനിന്നു തൃശ്ശിവപേരൂർക്ക് ഒരു ഓടിവഞ്ചിയിൽക്കയറി എഴുന്നള്ളിയപ്പോൾ ഇടയ്ക്കുവച്ചു വടക്കുനിന്ന് ഒരു വഞ്ചി വരുന്നതു കണ്ടു. ആ വഞ്ചി അടുത്തു വന്നപ്പോൾ അതിലിരുന്നിരുന്ന ഒരു സോമയാജി (ചോമാതിരി) 'ഇന്നിടത്ത് ഇന്ന ചോമാതിരി ഇന്നു രാവിലെ മരിച്ചുപോയിരിക്കുന്നതിനാൽ അദ്ദേഹത്തിന്റെ പേരിലുള്ള പട്ടത്താനം എനിക്കാക്കിത്തരണം' എന്നു തിരുമനസ്സറിയിച്ചു. ഒരു ചോമാതിരി മരിച്ചാൽ ആ വർത്തമാനം ആദ്യം ചെന്ന് തിരുമനസ്സറിയിക്കുന്ന ആൾക്കാണ് മരിച്ച ആൾക്ക് പതിവുള്ള പണക്കിഴിയുടെ അവകാശം. അങ്ങനെ ആദ്യം ചെന്ന് അറിയിക്കുന്നതിന്റെ പേർ 'വീഴില്ലം പറയുക' എന്നാണ്. ചോമാതിരി വീഴില്ലം പറഞ്ഞയുടനെ തിരുമനസ്സുകൊണ്ട്, 'ആട്ടെ

അതങ്ങനെ ചെയ്യാം. ചോമാതിരി ഈ വഴി ഇനി തിരുവനന്തപുരത്തേക്കാണെങ്കിൽ എന്റെ ഈ ഓടിവഞ്ചിയിൽക്കയറി പോയ്ക്കോളൂ. എന്നാൽ വേഗത്തിലെത്താം. ഞാൻ ചോമാതിരിയുടെ വഞ്ചിയിലും പൊയ്ക്കൊള്ളാം' എന്ന് അരുളിച്ചെയ്യുകയും അപ്രകാരം പരസ്പരം വഞ്ചി മാറുകയും ചെയ്തിട്ടു വഞ്ചിക്കാരോട്, 'നാളേ ഉദിക്കുന്നതിനുമുമ്പേ നിങ്ങൾ ചോമാതിരിയെ കുലശേഖരപ്പെരുമാളു മെമ്പിലെത്തിക്കണം'എന്നുകൂടി അരുളിച്ചെയ്തയയ്ക്കുകയും തിരുമനസ്സുകൊണ്ടു ചോമാതിരിയുടെ വഞ്ചിയിൽത്തന്നെ എഴുന്നള്ളുകയും ചെയ്തു. അന്ന് അർദ്ധരാത്രിയായപ്പോൾ ഓടിവഞ്ചി 'ഇടവ' എന്ന സ്ഥലത്തെത്തി. അവിടെനിന്നു തിരുവനന്തപുരത്തേക്കു വഞ്ചിക്കു പോകുവാൻ അക്കാലത്തു മാർഗ്ഗമില്ലാതിരുന്നതിനാൽ വഞ്ചിക്കാർ ചോമാതിരിയെ കെട്ടിയെടുത്തും കൊണ്ട് ഓടി. ഒരു വിധത്തിൽ നേരം വെളുത്തപ്പോഴേക്കും അവർ ചോമാതിരിയെ തിരുവനന്തപുരത്തു വലിയ കൊട്ടാരത്തിലെത്തിച്ചു. മഹാരാജാവുതിരുമനസ്സുകൊണ്ടു പള്ളിക്കുറുപ്പുണർന്നു പുറത്തെഴുന്നള്ളിയ ഉടനെ ചോമാതിരി, 'ഇന്നിടത്ത് ഇന്ന ചോമാതിരി ഇന്നലെ രാവിലെ മരിച്ചിരിക്കുന്നു. അതിനാൽ അദ്ദേഹത്തിന്റെ പേരിലുള്ള പട്ടത്താനങ്ങൾ എന്റെ പേരിൽ പതിച്ചുതരുന്നതിനു കല്പനയുണ്ടാകണം' എന്നു തിരുമനസ്സറിയിച്ചു. അതു കേട്ടപ്പോൾ, ആറു ദിവസത്തെ വഴിക്കപ്പുറത്തുണ്ടായ ഒരു വർത്തമാനം അറുപതു നാഴിക കഴിയുന്നതിനു മുമ്പ് ഒരാൾ ഇവിടെ വന്നു പറയണമെങ്കിൽ ശക്തൻതിരുമനസ്സിലെ സഹായം കൂടാതെ സാധിക്കുകയില്ലെന്നു തിരുമനസ്സിൽ തോന്നുകയാൽ മഹാരാജാവു തിരുമനസ്സുകൊണ്ട് ചോമാതിരിയോട്, 'പോരുന്ന വഴിക്കു പെരുമ്പടപ്പിൽമൂപ്പിലെ കാണുകയുണ്ടായോ? എന്നു കല്പിച്ചു ചോദിച്ചു. ഉടനെ ചോമാതിരി, 'കണ്ടു; എന്നു മാത്രമല്ല, അവിടുന്ന് അവിടുത്തെ ഓടി വഞ്ചിയിൽക്കയറ്റി എന്നെ ഇന്ന് ഉദിക്കുന്നതിനു മുമ്പേ ഇവിടെയെത്തിക്കണമെന്നു വഞ്ചിക്കാരോടു പ്രത്യേകം ചട്ടംകെട്ടി അയയ്ക്കുകയും ചെയ്തു. അതുകൊണ്ടാണ് ഞാൻ ഇത്ര വേഗത്തിൽ ഇവിടെ എത്തിയത്. എങ്കിലും മൂത്രവിസർജ്ജനത്തിനു കരയ്ക്കിറക്കാതെ വഞ്ചിക്കാർ എന്നെ വളരെ ബുദ്ധിമുട്ടിച്ചു' എന്നറിയിച്ചു. അപ്പോൾ തിരുമനസ്സുകൊണ്ട്, 'ആട്ടെ, ചോമാതിരി ഇവിടെത്താമസിക്കു. ആ ബുദ്ധിമുട്ടിനിടയാകാതെ ഞാൻ അയച്ചുകൊള്ളാം. ചോമാതിരി പോകുമ്പോൾ പറഞ്ഞേ പോകാവൂ. ഇപ്പോൾ വന്നിട്ടുള്ള വഞ്ചിക്കാർ മടങ്ങിപ്പോയ്ക്കൊള്ളട്ടെ' എന്നു കല്പിക്കുകയാൽ ആ വഞ്ചിക്കാർ മടങ്ങിപ്പോവുകയും ചോമാതിരി തിരുവനന്തപുരത്തു താമസിക്കുകയും ചെയ്തു. നാലഞ്ചു ദിവസം കഴിഞ്ഞപ്പോൾ ചോമാതിരി യാത്രയറിയിച്ചു. ഉടനെ മഹാരാജാവു തിരുമനസ്സുകൊണ്ടു കല്പിച്ചു ചോമാതിരിയെ ഒരു വഞ്ചിയിൽക്കയറ്റി, പിറ്റേദിവസം അദ്ദേഹത്തെ തൃശ്ശിവപേരുരെത്തിക്കണമെന്നും വഴിക്കു കാണുന്ന കടവുകളിലെല്ലാമിറക്കി മൂത്രവിസർജ്ജനം കഴിപ്പിക്കണമെന്നും പ്രത്യേകം കല്പിചയച്ചു. കല്പനപ്രകാരം വഞ്ചിക്കാർ ചോമാതിരിയെയും കൊണ്ടു പുറപ്പെട്ടു. വഴിക്കു കടവുകണ്ട സ്ഥലങ്ങളിലെല്ലാം അവർ ചോമതിരിയെ കരണ്ടയ്ക്കിറക്കി മൂത്രമൊഴിപ്പിച്ചു. ചോമാതിരിക്കു മൂത്രവിസർജ്ജനം വേണ്ടെന്നു പറഞ്ഞാലും വഞ്ചിക്കാർ സമ്മതിക്കുകയില്ല. കല്പന ലംഘിക്കാൻ പാടില്ലെന്നു പറഞ്ഞ് അവർ ചോമാതിരിയെപ്പിടിച്ചു കരയ്ക്കിറക്കി മൂത്രമൊഴിപ്പിക്കാതെ ഒരു കടവും കടന്നുപോയില്ല. ഒട്ടും വേണ്ടെന്നു ചോമാതിരി പറഞ്ഞാലും വഞ്ചിക്കാർ

നിർബന്ധിച്ച് അദ്ദേഹത്തെക്കൊണ്ട് കുറച്ചെങ്കിലും മൂത്രമൊഴിപ്പിക്കും. അങ്ങനെ കൊണ്ടുപോയി അവർ അദ്ദേഹത്തെ പിറ്റേദിവസം തന്നെ തൃശ്ശിവപേരൂരെത്തിച്ചു. ചോമാതിരി ശക്തൻതിരുമനസ്സിലെ തിരുമുമ്പാകെ ചെന്നപ്പോൾ 'എന്താ ചോമാതിരീ, സുഖമായി പോയിപോന്നു, ഇല്ലേ' എന്നു കല്പിച്ചു ചോദിച്ചു. അപ്പോൾ ചോമാതിരി, 'അങ്ങോട്ടു പോയപ്പോൾ മൂത്രവിസർജ്ജനത്തിനു കരക്കിറക്കാതെയും ഇങ്ങോട്ടു പോന്നപ്പോൾ എനിക്കു വേണ്ടെങ്കിലും നിർബന്ധിച്ചും വഞ്ചിക്കാർ എന്നെ വളരെ ബുദ്ധിമുട്ടിച്ചു. അതല്ലാതെ വിശേഷമൊന്നുമുണ്ടായില്ല' എന്നു തിരുമനസ്സറിയിച്ചു. ഉടനെ തിരുമനസ്സുകൊണ്ട്,'ചോമാതിരിക്ക് ഒരു പ്രാവശ്യം കൂടി തിരുവനന്തപുരത്തോളം പോയിവരാമോ' എന്നു കല്പിച്ചു ചോദിച്ചു. അതിനു മറുപടിയായി ചോമാതിരി,'നിങ്ങൾ തമ്മിൽ മത്സരിക്കുന്നതിനൊക്കെ ബുദ്ധിമുട്ടാൻ ഞാൻവേണമോ? അതു കൂടാതെ കഴിച്ചാൽക്കൊള്ളാം' എന്നുണർത്തിച്ചു. ഉടനെ തിരുമനസ്സുകൊണ്ട്, 'ബുദ്ധിമുട്ടാണെന്നുണ്ടെങ്കിൽ വേണമെന്നില്ല' എന്നരുളിച്ചെയ്തു ചോമാതിരിയെ അയച്ചു.

ശക്തൻതിരുമനസ്സുകൊണ്ട് അവിടുത്തെ നൈത്യാരമ്മയ്ക്ക് ഒരു വീടു പണിയിച്ചു കൊടുത്തു. പുരപണി കുറ തീർന്നു പാലുകാച്ച് അടുത്തപ്പോൾ നൈത്യാരമ്മ, 'പാലുകാച്ചടിയന്തിരം ഒരുവിധം കേമമായും ഭംഗിയായും നടത്തിയാൽക്കൊള്ളാമെന്ന് അടിയന് ആഗ്രഹമുണ്ട്. ദേശക്കാരെയെല്ലാം ക്ഷണിച്ച് ഒരു സദ്യ നടത്തിയാൽക്കൊള്ളാമെന്നാണ് അടിയന്റെ ആഗ്രഹം' എന്നു തീരുമനസ്സറിയിച്ചു. ഉടനെ തിരുമനസ്സുകൊണ്ട്, 'അതിനെന്താ വിരോധം? ചുമ്മുവിന്റെ ഇഷ്ടംപോലെയാകാമല്ലോ. സദ്യയ്ക്ക് വേണ്ടുന്ന വട്ടങ്ങൾക്കു ചുമ്മുതന്നെ ഒരു വര്യോല എഴുതിത്തന്നേക്കു. അപ്രകാരമെല്ലാം ചട്ടംകെട്ടിയേക്കാം' എന്നരുളിച്ചെയ്തു. നൈത്യാരമ്മ വേണ്ടുന്ന സാമാനങ്ങൾക്കെല്ലാം ഒരു വര്യോല എഴുതിക്കൊടുക്കുകയും ആ വര്യോലപ്രകാരമെല്ലാം കല്പിച്ചു ചട്ടംകെട്ടി വട്ടംകൂട്ടിക്കുകയും ചെയ്തു. സദ്യയുടെ വട്ടമൊക്കെ വളരെ കേമമായിരുന്നു. അരിമാത്രം വര്യോലയിലെഴുതാൻ നൈത്യാരമ്മ മറന്നുപോയിരുന്നതിനാൽ അതുമാത്രമില്ലായിരുന്നു. അടിയന്തിരദിവസം കറിക്കുവെട്ടും ദേഹണ്ഡവുമെല്ലാം കഴിഞ്ഞു. സദ്യയ്ക്കു കല്പനപ്രകാരം ദേശക്കാരെയൊക്കെ ക്ഷണിച്ചിരുന്നതിനാൽ അവരെല്ലാവരും വന്നു. സദ്യയ്ക്ക് ഇലവയ്ക്കുകയും എല്ലാവരും ഉണ്ണാനിരിക്കുകയും സകല വിഭവങ്ങളും വിളമ്പുകയും ചെയ്തു. ചോറുമാത്രമില്ല. അപ്പോഴാണ് ചോറുണ്ടാക്കീട്ടില്ലെന്നു നൈത്യാരമ്മ അറിഞ്ഞത്. കല്പനപ്രകാരം വട്ടംകൂട്ടി നടത്തുന്ന അടിയന്തിരമാകയാൽ എല്ലാം മുറക്കു നടക്കുമെന്നു വിചാരിച്ച് നൈത്യാരമ്മ ഇടയ്ക്കൊന്നും അന്വേഷിച്ചിരുന്നില്ല. എല്ലാവരും ഉണ്ണാനിരുന്നുകഴിഞ്ഞിട്ടറിഞ്ഞാൽ പിന്നെ നിവൃത്തിയൊന്നുമില്ലല്ലോ. എല്ലാവരും ചോറു കൂടാതെ സദ്യയൂണും കഴിച്ചു പോയി. ഇതു നൈത്യാരമ്മയ്ക്കു വലിയ അപമാനത്തിനും കുണ്ഠിതത്തിനും കാരണമായി. നൈത്യാരമ്മ തിരുമുമ്പാകെച്ചെന്ന് ഇതിനെക്കുറിച്ചു വളരെ മനസ്താപത്തോടുകൂടി സങ്കടമറിയിച്ചു. അപ്പോൾ തിരുമനസ്സുകൊണ്ട്,

'ചുമ്മു വര്യോലയിൽ അരി എഴുതിയിരുന്നില്ലായിരിക്കും. അതാണ് ചോറില്ലാതെയിരുന്നത്. അത് ഇനി പറഞ്ഞതുകൊണ്ടു പ്രയോജനമൊന്നുമില്ലല്ലോ' എന്നരുളിച്ചെയ്തു.

പണ്ടു കൊച്ചിരാജ്യത്തു പണിക്കർ, കയ്മൾ, കർത്താവ് ഇങ്ങനെ പല

നാട്ടുവാഴികളുമുണ്ടായിരിന്നു. അവരെല്ലാവരും വലിയ ധനവാന്മാരും ഗർവ്വിഷ്ഠന്മാരുമായിരുന്നു. അവരിൽ ചിലർ മാത്രമേ രാജഭോഗം കൊടുത്തും രാജകല്പന അനുസരിച്ചും നടന്നിരുന്നുള്ളൂ. മിക്കവരും രാജഭോഗം കൊടുക്കാതെയും രാജകല്പന അനുസരിക്കാതെയും നടക്കുന്ന മുഷ്കരന്മാരായിരുന്നു. അപ്രകാരമുള്ള ധിക്കാരികളെയെല്ലാം ശക്തൻ തിരുമനസ്സുകൊണ്ട് പിടിച്ചമർത്തുകയും അവരുടെ സർവ്വസ്വവും കൊള്ളചെയ്തു കുത്തിവാരി അപഹരിക്കുകയും ചെയ്തു. എന്നാൽ രാജഭോഗം ശരിയായി കൊടുക്കുകയും കല്പനയനുസരിച്ചു നടക്കുകയും ചെയ്തിരുന്നവരെ തിരുമനസ്സുകൊണ്ടു വേണ്ടതുപോലെ രക്ഷിക്കുകയും സഹായിക്കുകയും ചെയ്തുകൊണ്ടിരുന്നു.

മേല്പറഞ്ഞ നാട്ടുവാഴികളുടെ കൂട്ടത്തിൽ 'മുരിയാടത്തു നമ്പ്യാർ' എന്നൊരാളുണ്ടായിരുന്നു. അയാൾ ജാതിയിൽ നായരായിരുന്നു. നമ്പ്യാർ എന്നുള്ളതു കല്പിച്ച് കൊടുത്ത ഒരു സ്ഥാനപ്പേരായിരുന്നു. അയാളുടെ ഭവനത്തിൽ സന്തതിയില്ലാതെ ഒടുക്കം ഒരു വൃദ്ധ മാത്രം ശേഷിച്ചു. അതിനാൽ ആ സ്ത്രീ തന്റെ കുടുംബത്തിലേക്കു ചിലരെ ദത്തെടുക്കണമെന്നു നിശ്ചയിക്കുകയും ആ വിവരം ശക്തൻതിരുമനസ്സിലെ അടുക്കൽ അറിയിക്കുകയും ചെയ്തു. ആ കുടുംബം ഏറ്റവും ധനപുഷ്ടിയുള്ളതായിരുന്നതിനാൽ അവരുടെ വസ്തുവകകളെല്ലാം കൈവശപ്പെടുത്തണമെന്നുള്ള ഉദ്ദേശ്യത്തോടുകൂടി ശക്തൻതിരുമനസ്സുകൊണ്ട് ആ സ്ത്രീയുടെ പേർക്ക്, 'ദത്തിനു വേണ്ടുന്നതെല്ലാം വട്ടംകൂട്ടി, ദിവസവും മുഹൂർത്തവും നിശ്ചയിച്ചു വിവരമറിയിച്ചാൽ ദത്തെടുക്കാനുള്ളവരെയും കൊണ്ടു ഞാനവിടെ വന്നുകൊള്ളും. ഞാൻ കൊണ്ടുവരുന്നവരെ അല്ലാതെ വേറെ ആരെയും ദത്തെടുത്തുപോകയുമരുത്'' എന്നൊരു കല്പനയയച്ചു.

ആ സ്ത്രീ അപ്രകാരം ദത്തിനു വേണ്ടുന്നതെലാം വട്ടംകൂട്ടി മുഹൂർത്തവും നിശ്ചയിച്ചു വിവരം തിരുമനസ്സറിയിച്ചു. മുഹൂർത്തസമയമായപ്പോൾ പുരുഷനും സ്ത്രീയുമായിട്ടുള്ള രണ്ടു കുട്ടികളെയുംകൊണ്ട് ശക്തൻതിരുമനസ്സുകൊണ്ട് ആ സ്ഥലത്തെഴുന്നള്ളി. ആ കുട്ടികൾ ഒരു തമ്പാന്റെ കോവികലത്തേതായിരുന്നു. കുട്ടികൾ തമ്പാന്റെ ജാതിയിലുള്ള വരാണെന്ന് അറിഞ്ഞപ്പോൾ ആ സ്ത്രീക്കു സീമാതീതമായ സന്തോഷമുണ്ടായി. ഉടനെ ദത്തിന്റെ ക്രിയകളും ചടങ്ങുകളുമൊക്കെ മുറയ്ക്കു നടത്തുകയും അവ കഴിഞ്ഞതിന്റെ ശേഷം സദ്യ ആരംഭിക്കുകയും ചെയ്തു. സദ്യ അതികേമമായിട്ടുണ്ടായിരുന്നു. അപ്പോൾത്തന്നെ ദത്തെടുക്കപ്പെട്ട കുട്ടികളെയും ഭക്ഷണത്തിനിരുത്തി. അവർക്ക് ആ വൃദ്ധ തന്നെ ചോറു വിളമ്പിക്കൊടുത്തു. അവർ ഉണ്ണാതെ വിഷാദഭാവത്തോടുകൂടിയിരുന്നതു കണ്ടിട്ട് വൃദ്ധ തിരുമുമ്പാകെച്ചെന്ന് 'അടിയന്റെ അവകാശികളാക്കി ദത്തെടുക്കപ്പെട്ടവർ അടിയൻ വിളമ്പിക്കൊടുത്ത അന്നം ഭക്ഷിക്കാതെയിരിക്കുന്നതെന്താണ്? ഇത് അടിയനു വളരെ സങ്കടകരമാണ്'' എന്നുണർത്തിച്ചു. ഉടനെ തിരുമനസ്സുകൊണ്ട് കുട്ടികളോടു, 'ആട്ടെ, ഊണുകഴിക്കുന്നതിനു വിരോധമില്ല. പിന്നീടു ഞാൻനോക്കിക്കൊള്ളാം' എന്ന് അരുളിച്ചെയ്യുകയും കുട്ടികൾ മനസ്സോടുകൂടിയല്ലെങ്കിലും ഭക്ഷണം കഴിക്കുകയും ചെയ്തു. ദത്തുസംബന്ധിച്ചുള്ള സദ്യ മുതലായവയെല്ലാം കഴിഞ്ഞതിന്റെ ശേഷം ആ കുട്ടികളെ അവിടെത്തന്നെ താമസിപ്പിച്ചിട്ടു തിരുമനസ്സുകൊണ്ടു കോവിലകത്തേക്കെഴുന്നള്ളി. കുറച്ചുകാലം കഴിഞ്ഞപ്പോൾ ആ സ്ത്രീ മരിക്കുകയും അവരുടെ ശേഷക്രിയകൾ ആ കുട്ടികളെക്കൊണ്ടുതന്നെ ചെയ്യിക്കുകയും ചെയ്തു.

അനന്തരം ശക്തൻതിരുമനസ്സുകൊണ്ട് വൈദികന്മാർ മുതലായവരെ വരുത്തി, നായരുടെ അന്നം ഭക്ഷിച്ച ഈ ക്ഷത്രിയക്കുട്ടികളെ ഏതു സ്ഥിതിയിലാണ് ഇരുത്തേണ്ടതെന്ന് ആലോചിച്ചു. കുട്ടികൾ കല്പനയെ നിരസിക്കാൻ നിവൃത്തിയില്ലാതെ വരുകയാൽ മനസ്സുകൂടാതെ ഭക്ഷിച്ചതാകയാൽ അവർക്കു ഭ്രഷ്ടു കല്പിക്കാൻ പാടില്ലെന്നും അവരെ ഒരു പ്രത്യേകജാതിക്കാരായി ഇരുത്തേണ്ടതാണെന്നും അവരുടെ ആചാരങ്ങളെല്ലാം ക്ഷത്രിയരെപ്പോലെ ആയിരിക്കേണ്ടതാണെന്നും ക്രിയാദികൾ മന്ത്രം കൂടാതെ ബ്രാഹ്മണർ നടത്തിക്കൊടുക്കേണ്ടതാണെന്നും ഉപനയനം പൂണൂലിടാതെ നടത്തണമെന്നും അവരെ ദേവാലയവും ബ്രാഹ്മണാലയവുമില്ലാത്തതായ ഒരു ദേശത്ത് ഒരു നദീതീരത്തു താമസിപ്പിക്കേണ്ടതാണെന്നും മഹാബ്രാഹ്മണർ കൂടിയാലോചിച്ചു വിധിച്ചു. അതിനാൽ തിരുമനസ്സുകൊണ്ട് 'മലയാറ്റൂർ' എന്ന ദേശത്ത് അവർക്കൊരു ഭവനം പണികഴിപ്പിച്ചു കൊടുക്കുകയും അവരെ അവിടെത്താമസിപ്പിക്കുകയും അവരുടെ ചിലവിനു പതിവായി സർക്കാരിൽനിന്നു കൊടുക്കുന്നതിനു കല്പിച്ച് ഏർപ്പാടുചെയ്യുകയും ചെയ്തു. ആ സ്ഥലത്ത് ആ കുട്ടികളുടെ വംശ്യന്മാർ ഇപ്പോഴും താമസിക്കുന്നുണ്ട്. അവരുടെ ചെലവിന് ഇപ്പോഴും കൊച്ചിസർക്കാരിൽനിന്നാണ് കൊടുത്തുവരുന്നത്. അവർ ആദ്യം തമ്പാക്കന്മാരായിരുന്നതിനാൽ അവരെ നായന്മാർ മുതലായവർ ഇപ്പോഴും വിളിച്ചുവരുന്നതു തമ്പാക്കന്മാരെന്നു തന്നെയാണ്. എന്നാൽ നമ്പ്യാരുടെ കുടുംബത്തിൽ ദത്തു കേറിയവരായതുകൊണ്ട് ബ്രാഹ്മണരും മറ്റും അവരെ ഇപ്പോഴും നമ്പ്യാന്മാരെന്നാണു പറഞ്ഞുവരുന്നത്. ആ കുടുംബത്തിൽ ഒടുക്കം ശേഷിച്ചിരുന്ന സ്ത്രീ മരിച്ചതിന്റെ ശേഷം അവരുടെ സർവ്വസ്വവും കൊച്ചിസർക്കാരിലേക്കു ചേർത്തു. പാത്രങ്ങളും പണ്ടങ്ങളുമെല്ലാം വരുത്തി തിരുമനസ്സുകൊണ്ട് ഊട്ടുവെയ്പിൽ വെയ്പ്പിച്ചു.

നമ്പ്യാരുടെ പാത്രങ്ങളിന്മേലും മറ്റും പേരു വെട്ടിയിരുന്നത് 'മുകുന്ദപുരം' എന്നായിരുന്നു. അങ്ങനെ പേരുവെട്ടീട്ടുള്ള പണ്ടങ്ങളും പാത്രങ്ങളും തൃപ്പൂണിത്തുറെ ഊട്ടുവെയ്പ്പിൽ ഇപ്പോഴും കാണുന്നുണ്ട്.

തിരുവനന്തപുരത്തെ മുറജപത്തിന്റെ വട്ടങ്ങളും കേമത്തങ്ങളും മറ്റും ചില നമ്പൂരിമാർ പറഞ്ഞുകേട്ടിട്ട് ശക്തൻതിരുമനസ്സുകൊണ്ട് അതൊക്കെ ഒന്നു പോയി കണ്ടും അനുഭവിച്ചും മനസ്സിലാക്കണമെന്നും നിശ്ചയിച്ച് ഒരു മുറജപക്കാലത്ത് അങ്ങോട്ടുപുറപ്പെട്ടു. പരിവാരങ്ങളൊന്നുംകൂടാതെ ഏറ്റവും ഗൂഢമായിട്ടായിരുന്നു ആ എഴുന്നള്ളത്ത്. ഒരു കട്യാവുഭാണ്ഡവും ഒരോലക്കുടയും ഒരു വടിയുമായി ഒരു നമ്പൂരിയുടെ മട്ടിലാണ് എഴുന്നള്ളിയത്. മുറജപകാലത്തു വഴിക്ക് ഓരോ സ്ഥലങ്ങളിലും നമ്പൂരിമാർക്കു ഭക്ഷണത്തിനു സർക്കാരിൽനിന്നു കേമമായി വട്ടംകൂട്ടിയിരിക്കുമല്ലോ. തിരുമനസ്സുകൊണ്ട് ആ സ്ഥലങ്ങളിലൊക്കെയിറങ്ങി നമ്പൂരിമാരുടെ കൂട്ടത്തിൽ അമൃതേത്തു കഴിച്ചുകൊണ്ടാണ് എഴുന്നെള്ളിയത്. എങ്കിലും ഈശ്വരാനുകൂല്യംകൊണ്ട് വഴിക്ക് അറിയുന്നവരാരും കണ്ടില്ല. അങ്ങനെ ക്രമേണ തിരുവനന്തപുരത്തെത്തി. പത്മതീർത്ഥത്തിൽ ഒരൊതുങ്ങിയ സ്ഥലത്തിറങ്ങി, കുടയും വടിയും ഭാണ്ഡവും കരയ്ക്കുവച്ചിട്ടു നീരാട്ടുകുളിയും നിത്യകർമ്മാനുഷ്ഠാനാദികളും കഴിച്ചു ശീവേലിപ്പുരയിൽച്ചെന്ന് അമൃതേത്തും കഴിച്ചു. അപ്പോഴും ആരും കണ്ടറിഞ്ഞില്ല. അമൃതേത്തു കഴിഞ്ഞു കൈ കഴുകാനായി നേരത്തെ നീരാട്ടുകുളി കഴിച്ച കടവിൽത്തന്നെ ചെന്നിറങ്ങി കൈ കഴുകി. ആ സമയം രാമവർമ്മ

മഹാരാജാവു തിരുമനസ്സുകൊണ്ടു കരുവേലപ്പുര മാളികയുടെ മുകളിലിരുന്നു കൊണ്ടു കാണുകയും കണ്ടയുടനെ ആളറിയുകയും ചെയ്തു. എങ്കിലും അവിടുന്ന് അപ്പോൾ അറിഞ്ഞതായി ഭാവിക്കുകയും ഒന്നും പ്രവർത്തിക്കുകയും ചെയ്തില്ല. രാത്രിയായപ്പോൾ പത്മതീർത്ഥക്കരയിലെല്ലാം കല്പനപ്രകാരം തീവെട്ടി (ദീപയഷ്ടി) കൊളുത്തിപ്പിടിക്കുകയും തിരുമനസ്സുകൊണ്ട് കരുവേലപ്പുര മാളികയുടെ മുകളിലേക്കെഴുന്നള്ളി നോക്കിക്കൊണ്ടിരിക്കുകയും ചെയ്തു. കുറച്ചുകഴിഞ്ഞപ്പോൾ നമ്പൂരിമാർ അത്താഴം കഴിഞ്ഞു കൈ കഴുകാനായി പത്മതീർത്ഥത്തിൽ വന്നിറങ്ങിത്തുടങ്ങി. ആ കൂട്ടത്തിൽ ശക്തൻതിരുമനസ്സുകൊണ്ടു കൈ കഴുകാനിറങ്ങിയത് രാവിലെ നീരാട്ടുകുളി കഴിച്ച കടവിൽത്തന്നെയായിരുന്നു. അപ്പോഴും അവിടുത്തെ തൃക്കയ്യിൽ ഓലക്കുടയും വടിയും കട്യാവുഭാണ്ഡവുമുണ്ടായിരുന്നു. അവിടുന്നു കടവിൽ വന്നിറങ്ങിയ ഉടനെ രാമവർമ്മമഹാരാജാവു തിരുമനസ്സുകൊണ്ടു രണ്ടു പട്ടക്കാരെ വിളിച്ച് 'വടക്കേക്കരയിലുള്ള ആ ഇട്ടുക്കുകടവിലിറങ്ങി കൈ കഴുകുന്ന ആ കട്യാവുഭാണ്ഡക്കാരനെ വിളിച്ച് ഇവിടെ കൊണ്ടുവരണം. ഞാൻപറഞ്ഞു എന്നു പറഞ്ഞാൽ അദ്ദേഹം വരും. നിങ്ങൾ ബലം പ്രയോഗിച്ചു കൊണ്ടുവരണമെന്നില്ല' എന്നു കല്പിച്ചയച്ചു. പട്ടാളക്കാർ ഓടിച്ചെന്ന് 'കരുവേലപ്പുരമാളികയിൽ ചെല്ലാൻ കല്പനയായിരിക്കുന്നു' എന്നു പറഞ്ഞു. 'അദ്ദേഹം ആളറിഞ്ഞുകഴിഞ്ഞു. ഇനി ഇവിടെ മടിക്കുകയും ഒളിക്കുകയും ചെയ്യുന്നതു യുക്തമല്ല' എന്നു വിചാരിച്ചു ശക്തൻ തിരുമനസ്സുകൊണ്ടു നേരെ കരുവേലപ്പുരമാളികയിലേക്കുതന്നെ എഴുന്നള്ളി. എഴുന്നള്ളത്തു കോവണിച്ചുവട്ടിലായപ്പോൾ രാമവർമ്മ മഹാരാജാവുതിരുമനസ്സുകൊണ്ട് താഴെ എഴുന്നള്ളി തൃക്കൈയ്ക്കു പിടിച്ച് മുകളിലേക്കു കൊണ്ടുപോയി. ആസനസൽക്കാരം ചെയ്തിതിരുത്തീട്ട് അവിടുന്നും ഒരു കസാലയിലിരിക്കുകയും ഉടനെ സംഭാഷണമാരംഭിക്കുകയും ചെയ്തു.

രാമവർമ്മ: ഇതെന്തൊരു നേരംപോക്കാണ്? ഈ ഗൂഢസഞ്ചാരത്തിന്റെ ഉദ്ദേശ്യമെന്താണ്?

ശക്തൻ: ഇങ്ങനെയായാലല്ലാതെ ഈ ഘോഷങ്ങളൊക്കെ വേണ്ടതുപോലെ കാണാനും മറ്റും സാധിക്കയില്ലല്ലോ. നമ്പൂരിമാരുടെ ബഹളങ്ങളും മറ്റും കാണുകയും ആ കൂട്ടത്തിൽച്ചെന്നു സദ്യയുണ്ടുനോക്കുകയും മറ്റും ചെയ്യുന്നതിന് ഇങ്ങനെയായാലല്ലാതെ സാധിക്കുമോ?

രാമവർമ്മ: അതില്ല. ഞാൻ അത് ഊഹിക്കാതിരുന്നില്ല. ഞാൻ രാവിലെതന്നെ അവിടുത്തെക്കണ്ടു. ആഗ്രഹം സാധിച്ചുകഴിയട്ടെ എന്നു വിചാരിച്ചാണ് ഇതുവരെ ക്ഷമിച്ചത്. ഇതൊക്കെ അവിടേക്കല്ലാതെ സാധിക്കയില്ല.

ശക്തൻ: ഈവക കളവുകൾ കണ്ടുപിടിക്കാൻ അവിടേക്കും.

രാമവർമ്മ: കൂടെ വേറെ ആരുണ്ട്?

ശക്തൻ: ഇതാ ഈ കുടയും വടിയും ഭാണ്ഡവും മാത്രം.

രാമവർമ്മ. അതും അത്ഭുതം തന്നെ. ഭൃത്യന്മാരാരും കൂടാതെ വേണ്ടുന്ന കാര്യങ്ങളൊക്കെ സ്വയമേവ സാധിക്കുന്ന അവിടുത്തെ, ജനങ്ങൾ ശക്തനെന്നു പറയുന്നതു യഥാർത്ഥംതന്നെ. ശക്തൻ എന്നു പോരാ, സർവ്വശക്തൻ എന്നുതന്നെ പറയേണ്ടതാണ്. ആട്ടെ, ആ വടിക്കകത്തു വാളായിരിക്കുമല്ലോ.

ശക്തൻ: അതങ്ങനെതന്നെ. അതും ഇല്ലാതെ തനിച്ചു സഞ്ചരിക്കുന്നതു

ചിലപ്പോൾ ആപൽക്കരമായി വന്നേക്കുമല്ലോ.

രാമവർമ്മ: എന്നെ അറിയിക്കാതെ മടങ്ങിപ്പോകണമെന്നായിരിക്കുമൊ വിചാരിച്ചത്?

ശക്തൻ: സാധിച്ചുവെങ്കിൽ അങ്ങനെ വേണമെന്നുതന്നെയായിരുന്നു വിചാരം. സാധിക്കുന്ന കാര്യം അസാധ്യമാണെന്നും വിചാരിക്കാതെയിരുന്നില്ല.

രാമവർമ്മ. ആട്ടെ. കാണാൻ സാധിച്ചുവല്ലോ; സന്തോഷമായി. ഇനി മുറജപം കഴിഞ്ഞിട്ട് പോയാൽ മതി.

ശക്തൻ: അതിനു നിവൃത്തിയില്ല. ഇന്നുതന്നെ തിരിയെ മടങ്ങണമെന്നാണ് വിചാരിച്ചത്. അതു തെറ്റിയല്ലോ. നാളെയെങ്കിലും പോകണം.

രാമവർമ്മ: ആട്ടെ,അതു നാളെ നിശ്ചയിക്കാം. ഇപ്പോൾ നമുക്കു കിടക്കാൻ ശ്രമിക്കാം. നേരം രാത്രി അധികമായി.

ഇങ്ങനെ സംഭാഷണം അവസാനിപ്പിച്ചതിന്റെ ശേഷം രണ്ടു തിരുമേനികളും പള്ളിക്കുറുപ്പിനെഴുന്നള്ളി.

കുലശേഖരപ്പെരുമാൾ തിരുമനസ്സിലെ നിർബന്ധം നിമിത്തം ശക്തൻ തിരുമനസ്സുകൊണ്ട് ആ പ്രാവശ്യവും നാലു ദിവസം തിരുവനന്തപുരത്ത് എഴുന്നള്ളിത്താമസിച്ചു. രാമവർമ്മമഹാരാജാവു തിരുമനസ്സുകൊണ്ടു വേണ്ടുന്ന ഭൃത്യന്മാരെയും മറ്റും ഏർപ്പെടുത്തിക്കൊടുത്തു. രാജപദവിയോടുകൂടിത്തന്നെയാണ് ശക്തൻതിരുമേനിയെ അവിടെ താമസിപ്പിച്ചിരുന്നത്. തിരിച്ചെഴുന്നള്ളിയ സമയം വഴിക്കു വേണ്ടുന്ന സൗകര്യങ്ങളെല്ലാം കല്പനപ്രകാരം ചട്ടം കെട്ടിയിരുന്നു എന്നുമാത്രമല്ല, തിരുവനന്തപുരത്തുനിന്നു ബോട്ടിൽക്കയറ്റിയാണ് തൃപ്പൂണിത്തുറെ എത്തിച്ചത്.

ശക്തൻതിരുമനസ്സുകൊണ്ട് ആരുമറിയാതെ തിരുവനന്തപുരത്തു വന്നു പോകണമെന്നു വിചാരിച്ചുവല്ലോ. അതിനു പകരമൊന്നു പറ്റിക്കണമെന്ന് രാമവർമ്മ മഹാരാജാവു തിരുമനസ്സുകൊണ്ടു നിശ്ചയിച്ചു. എന്നാൽ അത് ആരോടും കല്പിച്ചില്ലതാനും. ഒരിക്കൽ തിരുമനസ്സുകൊണ്ട് അഷ്ടമിദർശനത്തിനായി വൈക്കത്തെഴുന്നള്ളുകയും അവിടെ ഏതാനും ദിവസം താമസിക്കുകയും ചെയ്തു. അനന്തരം തിരിയെ എഴുന്നള്ളത്തു നിശ്ചയിച്ച് ഒരു ദിവസം അത്താഴമമൃതേത്തു കഴിഞ്ഞു ബോട്ടിലെഴുന്നള്ളി. ബോട്ടു നീക്കാറായപ്പോൾ തൃപ്പൂണിത്തുറയ്ക്കു പിടിക്കട്ടെ എന്നും നിശ്ശബ്ദമായിരിക്കണമെന്നും ബോട്ടു തൃപ്പൂണിത്തുറെ ക്ഷേത്രത്തിനു പടിഞ്ഞാറുവശത്തുള്ള തോട്ടുകടവിലടുക്കണമെന്നും കല്പിച്ചു. അപ്രകാരം ബോട്ട് അവിടെ അടുത്ത ഉടനെ തിരുമനസ്സുകൊണ്ട് ഒരു സാധാരണ മനുഷ്യനെപ്പോലെ ഒരു മുണ്ടും ഒരു തോർത്തുമുണ്ടും മാത്രമുടുത്തുകൊണ്ട് കരയ്ക്കിറങ്ങി നേരെ കിഴക്കോട്ടു കാൽനടയായി എഴുന്നള്ളി. അമ്പലക്കുളത്തിലെത്തി നീരാട്ടുകുളി കഴിച്ച്, ആ ഈറൻ തന്നെ ധരിച്ചുകൊണ്ട് അമ്പലത്തിലെഴുന്നള്ളി. ഒരു ശരപ്പൊളിമാലയും പതക്കവും നടയ്ക്കുവച്ചു സ്വാമിദർശനം കഴിച്ചു പുറത്തിറങ്ങി. ക്ഷണത്തിൽ ബോട്ടിലെഴുന്നള്ളി തിരിയെ എഴുന്നെള്ളുകയും ചെയ്തു. അപ്പോൾ അവിടെ ഉത്സവമായിരുന്നു എന്നുതന്നെയല്ല, അന്നു തൃക്കേട്ട പുറപ്പാടുമായിരുന്നു. വിളക്കിനെഴുന്നള്ളിച്ചു പടിഞ്ഞാറേ നടയിൽ മേളം പൊടിപൊടിച്ചിരുന്ന സമയത്താണ് തിരുമനസ്സുകൊണ്ട് സ്വാമിദർശനം കഴിച്ച് എഴുന്നള്ളിയത്. അതിനാൽ ആരും കണ്ടറിയുന്നതിനിടയായില്ല. തിരുമനസ്സുകൊണ്ട് തിരിയെ എഴുന്നള്ളി കുറച്ചു കഴിഞ്ഞപ്പോൾ അപരിചിതനായ ഒരാൾ അമ്പലത്തിൽ വന്നു വളരെ വില

പിടിപ്പുള്ളതായ ഒരു ശരപ്പൊളിമാലയും പതക്കവും നടയ്ക്കുവച്ച് സ്വാമിദർശനം കഴിച്ചു പോയതായി ശക്തൻതിരുമനസ്സിലേക്ക് അറിവുകിട്ടി. മാലയും പതക്കവും വരുത്തി പരിശോധിച്ചപ്പോൾ പതക്കത്തിന്റെ പുറകുവശത്ത് 'തിരുവിതാംകൂർ രാമവർമ്മ' എന്നു പേരുവെട്ടിയിരിക്കുന്നതായിക്കണ്ടു. ഉടനെ ആളുകളെ അയച്ച് അന്വേഷിച്ചപ്പോൾ കുറച്ചു സമയം മുമ്പേ പടിഞ്ഞാറെ ബോട്ടുകടവിൽ ഒരു ബോട്ട് അടുത്തു കിടന്നിരുന്നുവെന്നും അതു വിട്ടുപോയിട്ട് ഏകദേശം നാലു നാഴിക കഴിഞ്ഞിരിക്കുന്നുവെന്നും അറിവുകിട്ടി. ഈ വന്നുപോയത് ഇന്നാരാണെന്നും ഇതു തന്നെ പറ്റിക്കുകയാണ് ചെയ്തതെന്നും ശക്തൻതിരുമനസ്സുകൊണ്ടു മനസ്സിലാക്കിയെന്നുള്ളതു വിശേഷിച്ചു പറയണമെന്നില്ലല്ലോ. രാമവർമ്മമഹാരാജാവു തിരുമനസ്സുകൊണ്ട് പിറ്റേദിവസം രാവിലെ അമ്പലപ്പുഴെ എത്തുകയും ആ വഴി തിരുവനന്തപുരത്തിന് എഴുന്നള്ളുകയും ചെയ്തു.

രാമവർമ്മമഹാരാജാവു തിരുമനസ്സിലെ പ്രത്യേക പ്രീതിക്കു പാത്രീഭവിച്ചവരായി കേശവപിള്ള ദിവാൻജിയെ കൂടാതെ, കുഞ്ചിക്കുട്ടി, കുതിരപ്പക്ഷി, വൈക്കം പത്മനാഭപിള്ള ഇങ്ങനെ മൂന്നുപേരുകൂടിയുണ്ടായിരുന്നു എന്നു മാത്രമല്ല,പ്രസിദ്ധ മാന്ത്രികനായിരുന്ന തേവലശ്ശേരിനമ്പിയുടെ അടുക്കൽ ശിഷ്യപ്പെട്ട് ഉപദേശം വാങ്ങീട്ടുള്ള വലിയ മന്ത്രവാദികളുമായിരുന്നു. അവർക്കു ശത്രുക്കളുടെ ആയുധമേറ്റു മരണം സംഭവിക്കാതെയിരിക്കുന്നതിനായി തേവലശ്ശേരിനമ്പി അവരെ രക്ഷ ധരിപ്പിക്കുകയും ചെയ്തിരുന്നു. സ്വർണ്ണത്തകിടിൽ രക്ഷയെഴുതി അവരുടെ തുടകീറി തുടയ്ക്കകത്താണ് നമ്പി രക്ഷ സ്ഥാപിച്ചിരുന്നത്. അവരുടെ അത്ഭുത കർമ്മങ്ങളും മറ്റും വിവരിക്കുന്നതിന് ഓരോരുത്തരെക്കുറിച്ചും പ്രത്യേകം പ്രത്യേകം ഓരോ ഉപന്യാസങ്ങൾ വേണ്ടിയിരിക്കുന്നതിനാൽ അതിനായി ഇപ്പോൾ ഉദ്യമിക്കുന്നില്ല. ഇവിടെ പ്രകൃതം ശക്തൻതമ്പുരാൻ തിരുമനസ്സിലെ ചരിത്രമാണല്ലോ. അതിനാൽ ആ തിരുമേനിയുമായി കൂടിക്കാണാൻ സംഗതിയായിട്ടുള്ള കുഞ്ചിക്കുട്ടിയെക്കുറിച്ചുമാത്രം സ്വല്പം പറഞ്ഞുകൊള്ളുന്നു. കുഞ്ചിക്കുട്ടി തിരുവനന്തപുരത്തു വലിയ കൊട്ടാരം സർവ്വാധികാര്യക്കാരായിരുന്നതിനാൽ അദ്ദേഹത്തെ എല്ലാവരും സാധാരണയായി പറഞ്ഞുവന്നിരുന്നത് 'കുഞ്ചിക്കുട്ടി സർവ്വാധികാര്യക്കാർ' എന്നായിരുന്നു.

ഒരിക്കൽ കൊച്ചിയും തിരുവിതാംകൂറും തമ്മിൽച്ചേർന്നതായ അതിർത്തി സ്ഥലത്ത് ഒരാന കുഴിയിൽ വീണു. അതറിഞ്ഞ് ആ ആനയെ കുഴിയിൽ നിന്നു കയറ്റിക്കൊണ്ട് പോകാനായി കുഞ്ചിക്കുട്ടി സർവ്വാധികാര്യക്കാർ പോയിരുന്നു. കുഞ്ചിക്കുട്ടി സ്ഥലത്തെത്തിയപ്പോഴേക്കും കൊച്ചീസർക്കാരിൽനിന്നു താപ്പാനകളെയും മറ്റുംകൊണ്ട് ആളുകൾവന്ന് ആനയെ കുഴിയിൽനിന്നു കയറ്റി അതിർത്തി കടത്തിക്കഴിഞ്ഞിരുന്നു. കുഞ്ചിക്കുട്ടി അടുത്തുചെന്നു തന്റെ മന്ത്രശക്തികൊണ്ട് ആനയെ പുറകോട്ടു നടത്തി തിരിച്ചു കൊണ്ട് വന്ന് ആനക്കൂട്ടിലാക്കിയടച്ചു. ഇണക്കവും പരിചയവും വരാത്ത കാട്ടാനയെ പിടിക്കാനോ തടുക്കാനോ അതിന്റെ അടുക്കൽച്ചെല്ലാനോ ആർക്കും സാധ്യമല്ലല്ലോ. അതിനാൽ കൊച്ചിയിൽനിന്നു വന്നവർ ഒന്നും ചെയ്യാതെ നോക്കിക്കൊണ്ടു നിന്നതേയുള്ളു.

ഈ വർത്തമാനംകേട്ടു ശക്തൻതിരുമനസ്സുകൊണ്ടു തിരുവിതാംകൂർ മഹാരാജാവു തിരുമസ്സിലെപ്പേർക്ക് 'അവിടെ സർവ്വാധിയായിരിക്കുന്ന

കുഞ്ചിക്കുട്ടിയെ ഒന്നു കണ്ടാൽക്കൊള്ളാമെന്നുണ്ട്. അതിനാൽ സൗകര്യം പോലെ അവനെ ഇങ്ങോട്ടയച്ചാൽകൊള്ളാം' എന്നൊരു തിരുവെഴുത്തെഴുതിയയച്ചു. തിരുവെഴുത്തു കണ്ടയുടനെ മഹാരാജാവു തിരുമനസ്സുകൊണ്ടു സർവ്വാധികാര്യക്കാരെ തിരുമുൻപിൽ വരുത്തി, 'കുഞ്ചിക്കുട്ടിയെ ഒന്നു കാണാനായിട്ടു തൃപ്പൂണിത്തുറയ്ക്ക് അയച്ചാൽ കൊള്ളാമെന്നു പെരുമ്പടപ്പിൽ മൂപ്പിലെ എഴുത്തു വന്നിരിക്കുന്നു. എന്താ, ഒന്നു പോയിവരാൻ വയ്യേ' എന്നു കല്പിച്ചു ചോദിച്ചു. 'കല്പനയുണ്ടെങ്കിൽ വിടകൊള്ളാം' എന്നു സർവ്വാധികാര്യക്കാർ ഉണർത്തിക്കുകയും 'ആട്ടെ, ഒന്നു പോയി വരു. സൂക്ഷിച്ചു വേണം. അദ്ദേഹം ഒരു ശുദ്ധാത്മാവാണ്. എങ്കിലും മുൻകോപം കലശലാണ്. ദേഷ്യം വന്നാൽ എന്തും പ്രവർത്തിക്കും. അങ്ങനെയാണ് സ്വഭാവം. ആളറിഞ്ഞു പെരുമാറിക്കൊണ്ടാൽ മതി'എന്നു കല്പിക്കുകയും ചെയ്തു. സർവ്വാധികാര്യക്കാർ മഹാരാജാവു തിരുമേനിയെ വന്ദിച്ചുകൊണ്ട് അന്നുതന്നെ പുറപ്പെട്ടു. നാലാം ദിവസം തൃപ്പൂണിത്തുറെയെത്തി. സേവകന്മാർ മുഖാന്തരം അനുവാദം വാങ്ങിക്കൊണ്ടു തിരുമുൻപാകെചെന്നു. ആ സമയം ശക്തൻ തിരുമനസ്സുകൊണ്ട് കളിമാളികയുടെ വരാന്തയിൽ ഒരു കസാലയിൽ എഴുന്നള്ളിയിരിക്കുകയായിരുന്നു. തൃക്കൈയിൽ ഒരു വാളുമുണ്ടായിരുന്നു. സർവ്വാധികാര്യക്കാർ അടുത്തു ചെന്നു വന്ദിച്ചു. അപ്പോൾ ശക്തൻ തിരുമനസ്സുകൊണ്ട്, 'കുഞ്ചിക്കുട്ടിയെക്കുറിച്ച് ധാരാളമായി കേട്ടിട്ടുണ്ട്. കാണാൻ കഴിഞ്ഞിട്ടില്ല. ഒന്നു കണ്ടാൽ കൊള്ളാമെന്നു ഞാൻവിചാരിച്ചു തുടങ്ങീട്ടു വളരെ ദിവസമായി. ഇന്നു കണ്ടുവല്ലോ; സന്തോഷമായി.'

സർവ്വാധി: ഇവിടെ വിടകൊണ്ടു തൃപ്പാദം കണ്ടു വന്ദിച്ചാൽകൊള്ളാമെന്ന് അടിയനും വിചാരിക്കാറുണ്ട്. അതിനുള്ള വിധി ഇന്നേ അടിയനു ലഭിച്ചുള്ളു.

ശക്തൻ: (തൃക്കയ്യിലിരിക്കുന്ന വാൾ കാണിച്ചുകൊണ്ട്) കുഞ്ചിക്കുട്ടി ഇതു കണ്ടുവോ?

സർവ്വാധി: എറാൻ, ചെറുതായിട്ടൊന്ന് അടിയന്റെ കൈയിലുമുണ്ട്. (എന്നു പറഞ്ഞ് അരയിൽ ഒളിച്ചുവച്ചിരുന്ന അരവാളെടുത്തു കാണിച്ചു.)

ശക്തൻ: കാണട്ടെ, അതിങ്ങോട്ടൊന്നു തരു.

സർവ്വാധി: തൃക്കൈലിരിക്കുന്നതു ഇങ്ങോട്ടു കല്പിച്ചുതന്നാൽക്കൊള്ളാം.

(ശക്തൻതിരുമനസ്സുകൊണ്ടു തൃക്കൈയിലിരുന്ന വാൾ കല്പിച്ചു കൊടുക്കുകയും സർവ്വാധികാര്യക്കാർ താണു തൊഴുതിട്ടു രണ്ടു കൈയും നീട്ടി വാങ്ങുകയും ചെയ്തതിന്റെ ശേഷം)

ശക്തൻ: ഇനി അതിങ്ങോട്ടു തരുതോ?

സർവ്വാധി: നിവൃത്തിയില്ല. ഇതു തിരുവിതാംകൂർ മഹാരാജാവു തിരുമനസ്സുകൊണ്ട് അടിയനു കല്പിച്ച് തന്നിട്ടുള്ളതാണ്. ഇത് അടിയന്റെ ജീവനുള്ളപ്പോൾ താഴെ വയ്ക്കുകയോ മറ്റൊരാളുടെ കയ്യിൽ കൊടുക്കുകയോ ചെയ്യുകയില്ല.

ശക്തൻ: എന്നാൽ ഞാൻ തന്നത് ഇങ്ങോട്ടു തന്നേക്കു.

സർവ്വാധി: അടിയന് ഇവിടുത്തെക്കുറിച്ചും ഭക്തി ഒട്ടു കുറവില്ല. അവിടുന്ന്

അടിയനു കല്പിച്ചുതന്നത് അടിയൻ തിരിച്ചുതരുന്നതു മര്യാദയല്ലല്ലോ. അതും അടിയൻ അടിയന്റെ ജീവനുള്ളപ്പോൾ താഴെ വയ്ക്കുകയോ മറ്റൊരാളുടെ കൈയിൽ കൊടുക്കുകയോ ചെയ്കയില്ല. അടിയനു കല്പിച്ചുതന്നതു തിരിച്ചു വാങ്ങുന്നതു ഇവിടേക്കു യുക്തവുമല്ലല്ലോ.

ശക്തൻ: എടാ, സമർത്ഥാ! നീ കുഞ്ചിക്കുട്ടിയല്ല, ആനക്കുട്ടിയാണ്.

സർവ്വാധി: ഇവിടെ വിചാരിച്ചാൽ അടിയനെ ആനക്കുട്ടിയാക്കാനും പൂനക്കുട്ടിയാക്കാനും കഴിയും.

ശക്തൻ: ആട്ടെ, സന്തോഷമായി. കുലശേഖരപ്പെരുമാളുടെ ആളുകളെല്ലാം നമ്മുടെ സ്വന്തമാണ്. എന്ന് അരുളിച്ചെയ്യുകയും ഒരു കുത്തു പാവുമുണ്ടും ഒരു വീര ശൃംഖലയുംകൂടി സമ്മാനമായി കല്പിച്ചുകൊടുത്തു. സർവ്വാധികാര്യക്കാരെ അയയ്ക്കുകയും ചെയ്തു.

കുഴിയിൽ വീണ ആനയെ തിരിച്ചുകൊണ്ടുപോന്നതിനെക്കുറിച്ചു വല്ലതും കല്പിച്ചുചോദിക്കുമോ എന്നുള്ള വിചാരം സർവ്വാധികാര്യക്കാരുടെ മനസ്സിൽ സാമാന്യത്തിലധികമുണ്ടായിരുന്നു. ഈശ്വരകൃപകൊണ്ട് അതിനെപ്പറ്റി യാതൊന്നും കല്പിച്ചു ചോദിച്ചില്ല. തിരുമനസ്സിലെ ആയുധമേറ്റു മരിക്കാനിടയാവുകയില്ലെന്നുള്ള ധൈര്യമുണ്ടായിരുന്നുവെങ്കിലും തിരുമുൻപാകെനിന്നു പിരിഞ്ഞുപോന്നതിന്റെ ശേഷമേ സർവ്വാധികാര്യക്കാരുടെ മനസ്സിനു സമാധാനമുണ്ടായുള്ളൂ. സർവ്വാധികാര്യക്കാർ തൃപ്പൂണിത്തുറനിന്ന് അന്നുതന്നെ പുറപ്പെടുകയും യഥാകാലം തിരുവനന്തപുരത്തെത്തി തൃപ്പൂണിത്തുറെ ചെന്നിട്ടുണ്ടായ സംഗതികളെല്ലാം വിവരമായി തിരുമനസ്സറിയിക്കുകയും ചെയ്തു.

ശക്തൻതമ്പുരാൻ തിരുമനസ്സുകൊണ്ടു ചൊവ്വര എന്ന ദേശത്തു പുഴവക്കത്തായി ഒരു കോവിലകം പണികഴിപ്പിക്കുകയും ആ കോവിലകത്തിന്റെ തെക്കുവശം പുഴയായിരുന്നതിനാൽ ശേഷം മൂന്നു വശങ്ങളിലും കിടങ്ങുണ്ടാക്കിക്കുകയും അവിടെ ഒരു കൊടിമരം സ്ഥാപിച്ചു കൊടി ഉയർത്തിക്കുകയും ചെയ്തതിന്റെ ശേഷം ഏതാനും ദിവസം അവിടെ എഴുന്നള്ളിത്താമസിച്ചിരുന്നു. അക്കാലത്ത് ഒരു ശിവരാത്രിനാൾ തിരുമനസ്സുകൊണ്ട് ആ കോവിലത്തിന്റെ മുറ്റത്തിറങ്ങി ലാത്തികൊണ്ട് നിന്നപ്പോൾ ചില നമ്പൂരിമാർ ഒരു തോണിയിൽക്കയറി പുഴയിൽക്കൂടി പോകുന്നതു കണ്ടിട്ട്, 'ഇവിടെ ഒന്നിറങ്ങീട്ടു പോകണം'എന്നു വിളിച്ചരുളിച്ചെയ്തു. ഉടനെ നമ്പൂരിമാർ തോണി അവിടെ അടുപ്പിച്ചു കരയ്ക്കിറങ്ങി തിരുമുമ്പാകെച്ചെന്നു. ആ സമയത്ത് ഒരു മാപ്പിളയുടെ മൂക്കു തുളച്ചു കയറു കോർത്തുപിടിച്ചുകൊണ്ട് വാദ്യഘോഷങ്ങളോടുകൂടി രണ്ടു ഭടന്മാർ അവനെ തിരുമുമ്പാകെ കൊണ്ടുചെന്നു. ഉടനെ തിരുമനസ്സു കൊണ്ട് എന്തോ ഒരു ഭാഷയിൽ ഒരു വാക്ക് ആ ഭടന്മാരോട് അരുളിച്ചെയ്യുകയും അവർ ആ മാപ്പിളയെയുംകൊണ്ടു പോവുകയും ചെയ്തു. ഇതു കണ്ടപ്പോൾ ഇതിന്റെ കാരണവും ഉദ്ദേശ്യവുമൊന്നും മനസ്സിലാകായ്കയാൽ നമ്പൂരിമാർ വല്ലാതെ പരിഭ്രമിച്ചുവശായി. അതു കണ്ടപ്പോൾ തിരുമനസ്സുകൊണ്ട്,

'നിങ്ങൾ പരിഭ്രമിക്കുകയും അന്ധാളിക്കുകയും ഒന്നും വേണ്ടാ. നിങ്ങളെല്ലാവരുംകൂടി എങ്ങോട്ടായിട്ടാണ് പുറപ്പെട്ടിരിക്കുന്നത്? അതു പറയുക' എന്നു അരുളിച്ചെയ്തു. അപ്പോൾ നമ്പൂരിമാർ, 'ഇന്നു ശിവരാത്രിയാണല്ലോ, ഞങ്ങൾ ഉറക്കമൊഴിക്കാൻ ആലുവാ മണല്പുറത്തേക്കു പോവുകയാണ്'' എന്നുണർത്തിച്ചു. ഉടനെ തിരുമനസ്സുകൊണ്ട്, 'എന്നാൽ നിങ്ങൾക്ക് ഇപ്പോൾ പോകാം.

നാളെ രാവിലെ കുളിക്കാൻതക്കവണ്ണം നിങ്ങളെല്ലാവരും ഇവിടെ വരണം' എന്ന് അരുളിച്ചെയ്യുകയും 'അങ്ങനെയാവാം' എന്നു സമ്മതിച്ചു നമ്പൂരിമാർ അപ്പോൾത്തന്നെ തോണിയിൽക്കയറി പോവുകയും ചെയ്തു.

പിറ്റേദിവസം രാവിലെ തിരുമനസ്സിലെ നീരാട്ടുകുളിയും നിത്യ കർമ്മാനുഷ്ഠാനാദികളും കഴിഞ്ഞപ്പോഴേക്കും നമ്പൂരിമാരും ചൊവ്വരയെത്തി, കുളിയും മറ്റും കഴിച്ചുകൊണ്ടു തിരുമുമ്പാകെച്ചെന്നു. ഉടനെ തിരുമനസ്സുകൊണ്ട് അവർക്ക് ഓരോ പവൻ ദാനംചെയ്തു. പിന്നെ അവരുടെ ഭക്ഷണവും തിരുമനസ്സിലെ അമൃതേത്തും മറ്റും കഴിഞ്ഞതിന്റെ ശേഷം നമ്പൂരിമാർ വീണ്ടും തിരുമുമ്പാകെ ചെന്നപ്പോൾ 'ഇന്നലെ ഒരു മാപ്പിളയെപ്പിടിച്ച് ഇവിടെ കൊണ്ടുവന്നതു നിങ്ങളും കണ്ടുവല്ലോ. അവൻ ഇന്നലെ രാത്രി ഒരു പശുവിനെ അറുത്തതായിക്കേട്ടു. ഇങ്ങനെയുള്ള ദുഷ്കൃത്യം നമ്മുടെ രാജ്യത്തു നടക്കുകയാണെങ്കിൽ ഞാൻ ശിവരാത്രി വ്രതം അനുഷ്ഠിച്ചതുകൊണ്ട് എന്തു ഫലമാണുള്ളത്? അതിനാൽ അവനെ ഇന്നലെത്തന്നെ വെടിവച്ചു കൊല്ലിച്ചു. ഇന്നലെ ശിവരാത്രിയായിട്ട് ആ ദുഷ്കൃത്യം നടന്നതായി കേട്ടതിന്റെ ദോഷം തീരാനായിട്ടാണ് ഞാനിന്നു ദാനം ചെയ്തത്. ഇനി ബദ്ധപ്പാടു വല്ലതുമുണ്ടെങ്കിൽ നിങ്ങൾക്കു പോകാം. അതൊന്നുമില്ലെങ്കിൽ കുറച്ചുദിവസം ഇവിടെ ത്താമസിച്ചിട്ടു പോയാൽ മതി. ഇഷ്ടംപോലെയാവാം' എന്നരുളിച്ചെയ്യുകയും നമ്പൂരിമാർ അപ്പോൾത്തന്നെ യാത്രയറിയിച്ചുകൊണ്ടു പോവുകയും ചെയ്തു.

അതിന്റെ ശേഷം നാലു ദിവസം കഴിഞ്ഞപ്പോൾ തിരുവിതാംകൂർ രാമവർമ്മ മഹാരാജാവുതിരുമനസ്സുകൊണ്ടു നാടുനീങ്ങിയതായിക്കേട്ട് ശക്തൻ തിരുമനസ്സുകൊണ്ടു വളരെ വ്യസനിക്കുകയും 'എന്റെ വലതുകൈ പോയി' എന്നു സഗദ്ഗദം അരുളിച്ചെയുകയും ചെയ്തു. രാമവർമ്മ മഹാരാജാവു തിരുമനസ്സുകൊണ്ട് നാടു നീങ്ങിയത്, 'കൊല്ലം തൊള്ളായിരത്തില്പരമൊരെഴുപതും മൂന്നാമാം കുംഭമാസേ നല്ലേരാറാംദിനേ ചേർന്നിയലിന ബുധവാരത്തിൽ' ആണെന്നുള്ളതു പ്രസിദ്ധമാണല്ലോ.

തദനന്തരം ശക്തൻതിരുമനസ്സിലെ പ്രധാനശ്രമം കണ്ടുകൃഷിവസ്തുക്കളുണ്ടാക്കാനായിട്ടായിരുന്നു. തിരുമനസ്സുകൊണ്ട് ഓരോ സ്ഥലങ്ങളിലെഴുന്നള്ളി 'ഇന്നിടം മുതൽ ഇന്നിടംവരെ നമ്മുടെ തനതുവസ്തുക്കളാണ്'' എന്നരുളിച്ചെയ്യുകയും അവിടുന്നുകൂടി എഴുന്നള്ളിനിന്നു കന്നു പൂട്ടിക്കുകയും (ഉഴവു നടത്തിക്കുകയും) ചെയ്താല്പിന്നെ ആ വസ്തുക്കൾ ആരുടെ വകയായിരുന്നാലും തിരുമനസ്സിലെ വകയായി. അവയിൽ പിന്നെ ആർക്കും പ്രവേശിക്കാൻ പാടില്ല. ഇങ്ങനെയാണ് ശക്തൻ തിരുമനസ്സുകൊണ്ട് കണ്ടുകൃഷിവസ്തുക്കളുണ്ടാക്കിയത്. ചില പാവപ്പെട്ട വസ്തു ഉടമസ്ഥന്മാർക്കു കുറേശ്ശ വില കല്പിച്ചുകൊടുക്കയും ചെയ്തു. ഇങ്ങനെ തിരുമനസ്സുകൊണ്ട് മുന്നൂറ്ററുപത്തഞ്ചു കണ്ടുകൃഷിസ്ഥലങ്ങളും അവിടങ്ങളിലൊക്കെ ഓരോ കുളങ്ങളും തോപ്പുകളും ഉണ്ടാക്കിച്ചു.

ഒരിക്കൽ തിരുമനസ്സിലെ സേവകനായ ഒരാൾ തിരുമനസ്സിലെ അടുക്കൽ 'ഇവിടെ സർക്കാരിലേക്കു ധാരാളം മുതലെടുപ്പുണ്ടല്ലോ. പിന്നെ ഈ കണ്ടുകൃഷികൂടി ഉണ്ടാക്കുന്നതെന്തിനാണ്'' എന്നു ചോദിച്ചതിനു മറുപടിയായി തിരുമനസ്സുകൊണ്ട്, 'നമ്മുടെ അനന്തരവരൊക്കെ കേവലം ഭോഷന്മാരും കാര്യശേഷിയില്ലാത്ത വരുമാകയാൽ അവരുടെ കാലത്ത് ഈ രാജ്യം അന്യാധീനപ്പെട്ടുപോയേക്കാനെളുപ്പമാണ്. അങ്ങനെ വന്നാലും നമ്മുടെ

കുടുംബത്തിലുള്ളവർ പട്ടിണിയായിപ്പോകരുതെന്നു വിചാരിച്ച് ഇങ്ങനെ ചെയ്തതാണ്. പതിവായി ഓരോ കണ്ടുകൃഷി സ്ഥലങ്ങളിൽ നിന്നും നെല്ലും തോപ്പുകളിൽ നിന്നും കറിസ്സാമാനങ്ങളും നാളികേരം മുതലായവയും കിട്ടിക്കൊണ്ടിരുന്നാൽ അവർക്ക് പട്ടിണികൂടാതെ കഴിച്ചു കൂട്ടാമല്ലോ' എന്നരുളിച്ചെയ്തു. കണ്ടുകൃഷിയുണ്ടാക്കുന്നതിനു തിരുമനസ്സു കൊണ്ടു ജന്മികളായ ചില നമ്പൂരിമാരുടെ വസ്തുക്കൾകൂടി അപഹരിച്ചതിനാൽ അവർക്കു തിരുമനസ്സിലെപ്പേരിൽ വളരെ അതൃപ്തിയുണ്ടായി. എങ്കിലും തിരുമനസ്സുകൊണ്ട് അവരുടെ വിരോധത്തെ ഒട്ടും വകവച്ചില്ല.

ഒരിക്കൽ തിരുമനസ്സുകൊണ്ട് ഒരു ഡോലിയിൽക്കയറി തൃശ്ശിവപേരുരിൽനിന്നു പട്ടിക്കാട്ടേക്കു പുറപ്പെട്ടു. മൂർക്കാടെന്ന സ്ഥലത്തെത്തിയപ്പോൾ ആ ദിക്കിൽ താമസിച്ചിരുന്ന ഇരിങ്ങാലക്കുടക്കാരായ ചില നമ്പൂരിമാർ അടുത്തുചെന്ന് അസഭ്യം പറഞ്ഞു തിരുമേനിയെ അധിക്ഷേപിക്കുകയും ഡോലിയിലേക്കു ചെളി കുത്തിയെടുത്തെറിയുകയും ചെയ്യുകയാൽ തിരുമനസ്സുകൊണ്ട് ഏറ്റവും കുപിതനായി വാളുമെടുത്തുകൊണ്ടു ഡോലിയിൽനിന്നു ചാടിയിറങ്ങി നമ്പൂരിമാരുടെ നേരെ പാഞ്ഞുചെന്നു. അതു കണ്ട് എഴുന്നള്ളത്തോടുകൂടിയുണ്ടായിരുന്ന പട്ടപ്പുറത്തു കുഞ്ഞൻ തിരുമുല്പാട്, തിരുമനസ്സിലെ അരയ്ക്കു കെട്ടിപ്പിടിച്ചുകൊണ്ട്, 'പൊന്നു സ്വാമീ, ബ്രഹ്മഹത്യ ചെയ്യരുതേ' എന്നു പറഞ്ഞു. അപ്പോഴേക്കും നമ്പൂരിമാരെല്ലാം ഭയവിഹ്വലരായി ഓടിയൊളിച്ചുകഴിഞ്ഞു. അപ്പോൾ തിരുമനസ്സു കൊണ്ട്, 'ആട്ടെ, കുഞ്ഞനായിപ്പോയല്ലോ. അതുകൊണ്ടു ഞാൻ ക്ഷമിക്കുന്നു' എന്ന് അരുളിച്ചെയ്തിട്ടു വീണ്ടും ഡോലിയിൽക്കയറി എഴുന്നള്ളുകയും ചെയ്തു.

അതിനുശേഷം ശക്തൻതിരുമനസ്സുകൊണ്ടു കുറച്ചുകാലം തൃശ്ശിവപേരൂർ തന്നെ എഴുന്നള്ളിത്താമസിച്ചിരുന്നു. ആയിടയ്ക്ക് അനുജൻ തമ്പുരാക്കന്മാർ വടക്കുനിന്ന് ഒരു ജ്യോൽസ്യൻ വാര്യരെ ഗൂഢമായി തൃപ്പൂണിത്തുറെ വരുത്തി, 'ശക്തൻതിരുമനസ്സുകൊണ്ട് ഇനി എത്ര ജീവിച്ചിരിക്കുമെന്നു ഗണിച്ചുനോക്കി സൂക്ഷ്മംപറയണം' എന്നരുളി ച്ചെയ്തു. തിരുമനസ്സിലെ ജനനസമയം മുതലായതും പറഞ്ഞുകൊടുത്തു.

വാര്യർ ഗണിച്ചുനോക്കി തീർച്ചപ്പെടുത്തി. ഇന്നയാണ്ട് ഇന്നമാസം ഇത്രാം തീയതി, ഇന്ന സമയം ചരമഗതിയെ പ്രാപിക്കുമെന്ന് എഴുതിക്കൊടുത്തു. തമ്പുരാക്കന്മാർ സന്തോഷിച്ചു വാര്യർക്കു പല സമ്മാനങ്ങളും മറ്റും കൊടുത്ത് അയയ്ക്കുകയും ചെയ്തു. ഈ വർത്തമാനം ശക്തൻ തിരുമനസ്സുകൊണ്ട്, ചാരർ മുഖേന അറിയുകയും ആ വാര്യർ തൃശ്ശിവ പേരൂർകൂടി വടക്കോട്ടു കടന്നുപോകാനായി ചെന്ന സമയം ഭടന്മാരെക്കൊണ്ട് അയാളെ പിടിപ്പിച്ചു തിരുമുമ്പാകെ വരുത്തുകയും 'നീ തൃപ്പൂണിത്തുറെപ്പോയി, ഞാൻമരിക്കുന്നത് ഇന്ന ദിവസമാണെന്നു തീർച്ചപ്പെടുത്തി എഴുതിക്കൊടുത്തുവോ' എന്നു കല്പിച്ചു ചോദിക്കുകയും ചെയ്തു. വാര്യർ പേടിച്ചു വിറച്ചുകൊണ്ട് 'ഗണിച്ചിട്ടു കണ്ടപ്രകാരം അടിയൻ കുറിച്ചുകൊടുത്തു' എന്നുണർത്തിച്ചു. അപ്പോൾ തിരുമനസ്സുകൊണ്ട്'നീ നിശ്ചയിച്ചതു ശരിയാകുമെന്നു തോന്നുന്നില്ല. എന്നാൽ നീ ഇന്ന് അസ്തമിക്കുന്നതിനുമുമ്പു മരിക്കുമെന്നു ഞാൻ നിശ്ചയിച്ചിരിക്കുന്നു. അതിനു വ്യത്യാസം വരുകയുമില്ല' എന്ന് അരുളിച്ചെയ്തിട്ടു വലിയ കപ്പിത്താനെ തിരുമുമ്പാകെ വരുത്തി വാര്യരെ ചൂണ്ടിക്കാണിച്ചുകൊണ്ട് 'ഇവന്റെ കഥ ഇന്ന് അസ്തമിക്കുന്നതിനുമുമ്പ് കഴിച്ചേക്കണം. ഇവനെ നാലുപേർ കൂടി പിടിച്ചു

കെട്ടി അടിക്കട്ടെ' എന്നു കല്പിച്ചു. ഉടനെ നാലു രാജഭടന്മാർ വന്നു വാര്യരെ പിടിച്ചുകെട്ടി കൊണ്ടുപോയി വളരെ അടിക്കുകയും അസ്തമിക്കുന്നതിനുമുമ്പേ അയാളുടെ കഥ കഴിക്കുകയും ചെയ്തു.

അതിന്റെ ശേഷം തിരുമനസ്സുകൊണ്ടു വടക്കാഞ്ചേരിക്കോവിലകത്തെഴുന്നള്ളി ഏതാനും ദിവസം അവിടെത്താമസിച്ചു. അക്കാലത്ത് ഒരു ദിവസം അവണപ്പറമ്പു നമ്പൂരി തിരുമുമ്പാകെച്ചെന്ന് ഒരു ദിവസം തിരുമനസ്സിലേക്ക് ഒരു വിരുന്നമൃതേത്തു നടത്തിയാൽക്കൊള്ളാമെന്ന് ആഗ്രഹമുള്ളതിനാൽ ഒരു ദിവസം ഇല്ലത്തേക്കെഴുന്നള്ളിയാൽക്കൊള്ളാമെന്ന് തിരുമനസ്സറിയിച്ചു. തിരുമനസ്സ് അത് കല്പിച്ചനുവദിക്കുകയും ദിവസം നിശ്ചയിച്ച് പറഞ്ഞയയ്ക്കുകയും ചെയ്തു. നമ്പൂരി പോയി വിരുന്നമൃതേതിനു വേണ്ടുന്നതെല്ലാം വട്ടം കൂട്ടി. അദ്ദേഹം വലിയ ധനവാനായിരുന്നതിനാൽ വട്ടങ്ങളെല്ലാം ഏറ്റവും കേമമായിട്ടായിരുന്നു. തിരുമനസ്സുകൊണ്ട് നിശ്ചിതദിവസം പട്ടാളക്കാർ മുതലായ പരിവാരങ്ങളോടുകൂടി നമ്പൂരിയുടെ ഇല്ലത്തെഴുന്നള്ളി. അപ്പോൾ നമ്പൂരി വെള്ളയും കരിമ്പടവും വിരിച്ചു നിറപറയും വിളക്കുംവച്ച് എല്ലാം തയ്യാറാക്കിയിരുന്നു. തിരുമനസ്സുകൊണ്ട് അകത്തെഴുന്നള്ളി അവിടെ വിരിച്ചു തയ്യാറാക്കിയിരുന്ന കട്ടിലിൽ സ്വല്പസമയം എഴുന്നള്ളിയിരുന്നു വിശ്രമിക്കുകയും അവിടെയുള്ള നമ്പൂരിമാരോടും മറ്റും കുശലപ്രശ്നം ചെയ്യുകയും ചെയ്തതിന്റെശേഷം നീരാട്ടുകുളി, അമൃതേത്തു മുതലായവയും കഴിച്ചു. അമൃതേത്തു മുതൽ പട്ടാളക്കാർ മുതലായവരുടെ ഭക്ഷണംവരെയുള്ള സദ്യയുടെ വട്ടങ്ങളും മറ്റും കെങ്കേമമായിരുന്നു. കുതരികൾക്കൊക്കെ തിന്നുന്നതിനു നെൽക്കതിരു കൊയ്യിച്ചു വരുത്തിയാണ് കൊടുത്തത്. നിറപറവച്ചിരുന്നതു പറകളിൽ വീരരായൻ പണമിട്ടു നിറച്ചായിരുന്നു. ഇവ ആകപ്പാടെ കണ്ടിട്ട് തിരുമനസ്സിലേക്കു ഒട്ടും രസിച്ചില്ല. ഇത്രയൊന്നും ആവശ്യമില്ലായിരുന്നുവെന്നും നമ്പൂരിയുടെ ധനത്തിന്റെ തിളപ്പു കുറച്ചധികമാണെന്നും തിരുമനസ്സിൽ തോന്നി. എങ്കിലും അതിനെക്കുറിച്ച് ഒന്നും അരുളിച്ചെയ്തില്ല. അന്ന് അവിടെ എഴുന്നെള്ളിത്താമസിക്കുകയും അവിടെ എല്ലാവർക്കും സമ്മാനങ്ങൾ കല്പിച്ചുകൊടുക്കുകയും ചെയ്തിട്ടു പിറ്റേ ദിവസം രാവിലെ എഴുന്നള്ളത്തു പുറപ്പെടാനായി ഭാവിച്ചപ്പോൾ നമ്പൂരി തിരുമുമ്പാകെ ച്ചെന്ന്, 'നാലു ദിവസംകൂടി ഇവിടെ എഴുന്നള്ളിത്താമസിച്ചാൽ കൊള്ളമെന്നാഗ്രഹമുണ്ട്'എന്നു തിരുമനസ്സറിയിക്കുകയും 'അതിനിപ്പോൾ സൗകര്യമില്ല' എന്നരുളിചെയ്തിട്ട് അപ്പോൾത്തന്നെ എഴുന്നള്ളുകയും ചെയ്തു. അടുത്ത ദിവസംതന്നെ നമ്പൂരിയുടെ മിക്ക വസ്തുക്കളും കല്പന പ്രകാരം കണ്ടുകെട്ടി സർക്കാരിൽ ചേർക്കുകയും നമ്പൂരിയുടെ മുഷ്ക്ക് അതോടുകൂടി ശമിക്കുകയും ചെയ്തു.

പിന്നെ തിരുമനസ്സുകൊണ്ട് വടക്കാഞ്ചേരിയിൽനിന്നു വടക്കൻ ദിക്കുകളിലുള്ള പല സ്ഥലങ്ങളിൽ സഞ്ചരിച്ചതിന്റെ ശേഷം തൃശ്ശിവപേരൂർക്കും അവിടെ നിന്ന് എറണാകുളത്തേക്കും എഴുന്നള്ളി. എറണാകുളത്ത് എഴുന്നള്ളിത്താമസിച്ചിരുന്നപ്പോൾ ഒരു ദിവസം അമ്പലത്തിലെഴുന്നള്ളിയ സമയം താടിയും തലയും വളർത്തിയ ഒരു മൂത്തതിനെ അവിടെക്കണ്ടിട്ട് 'എന്താ, മൂത്തതിന് അമ്മയുടെ ദീക്ഷയാണോ' എന്നു കല്പിച്ചു ചോദിച്ചു. അപ്പോൾ മൂത്തത്, 'അതല്ല ഗർഭദീക്ഷയാണ്'' എന്നു തിരുമനസ്സറിയിച്ചു. അതുകേട്ട് തിരുമനസ്സുകൊണ്ട് ''ബ്രാഹ്മണരെപ്പോലെ നിങ്ങൾക്കും ഗർഭദീക്ഷ പതിവുണ്ടോ' എന്നു കല്പിച്ചു ചോദിച്ചതിന് മറുപടിയായി മൂത്തത്, 'ബ്രാഹ്മണാചാരങ്ങളിൽ

പകുതി ഞങ്ങൾക്കുമുണ്ട്'' എന്നു തിരുമനസ്സറിയിച്ചു. തിരുമനസ്സുകൊണ്ട് ക്ഷേത്രത്തിൽനിന്ന് കോവിലകത്ത് എഴുന്നള്ളിയ ഉടനെ മൂത്തതിനെ പിടിച്ചുകൊണ്ടുവരാൻ കല്പിക്കുകയും രാജഭടന്മാർ പോയി മൂത്തതിനെ പിടിച്ചു തിരുമുമ്പാകെ കൊണ്ടു ചെല്ലുകയും ചെയ്തു. കല്പനപ്രകാരം ഒരു ക്ഷൗരക്കാരനെയും അവിടെ വരുത്തി. 'മൂത്തതിനു ബ്രാഹ്മണാചാരങ്ങളിൽ പകുതിയുണ്ടെന്നല്ലേ പറഞ്ഞത്? അങ്ങനെയാണെങ്കിൽ താടിയും തലയും മുഴുവൻ വളർത്തീട്ടാവശ്യമില്ല അതിനാൽ ആപാദമസ്തകം ദേഹത്തിൽ പകുതി ഭാഗം ക്ഷൌരം ചെയ്യട്ടെ' എന്നരുളിച്ചെയ്യുകയും അപ്രകാരം ചെയ്യിച്ചു മൂത്തതിനെ വിട്ടയയ്ക്കുകയും ചെയ്തു.

അതിനുശേഷം തിരുമനസ്സുകൊണ്ട് എറണാകുളത്തും തൃപ്പൂണിത്തുറെയും മാറിമാറി എഴുന്നള്ളിതാമസിച്ചിരുന്നു. അക്കാലത്തു തിരു മനസ്സുകൊണ്ട് രാജ്യത്ത് അക്രമങ്ങൾ വല്ലതും നടക്കുന്നുണ്ടോ എന്നും തന്നെക്കുറിച്ചു ജനങ്ങൾ എന്തു പറയുന്നു എന്നും അറിയുന്നതിനായി രാത്രികാലങ്ങളിൽ ഗൂഢമായി പല സ്ഥലങ്ങളിലും സഞ്ചരിച്ചുകൊണ്ടിരുന്നു. ചിലപ്പോൾ തിരുമനസ്സിലെക്കൂടെ രണ്ടോ മൂന്നോ ഭൃത്യന്മാരുമുണ്ടായിരിക്കും. മിക്കപ്പോഴും അവിടുന്ന് ഏകാകിയായിട്ടുതന്നെയാണ് സഞ്ചരിക്കുക പതിവ്. എങ്ങനെയായാലും തൃക്കൈയിൽ ഒരു വാളില്ലാതെയിരിക്കാറില്ല.

ഒരു ദിവസം രാത്രിയിൽ തിരുമനസ്സുകൊണ്ട് ഏകാകിയായി 'എളംകുളം' എന്ന സ്ഥലത്തു ചെന്നപ്പോൾ ഒരു മാപ്പിള കൂടെക്കൂടെ പിന്നാക്കം തിരിഞ്ഞു നോക്കിക്കൊണ്ടു ഗൂഢമായിട്ടു പോകുന്നതു കണ്ടു. ഇവൻ വല്ല സ്ഥലത്തും കയറി മോഷണം നടത്താനോ മറ്റോ പോവുകയായിരിക്കണം. അങ്ങനെയാണെങ്കിൽ അതു കണ്ടുപിടിക്കണം, എന്നു വിചാരിച്ച് തിരുമനസ്സുകൊണ്ട് ഗൂഢമായിത്തന്നെ അവന്റെ പിന്നാലെക്കൂടി. ആ മാപ്പിളചെന്നുകയറിയത് ഒരു നമ്പൂരിയുടെ ഇല്ലത്തായിരുന്നു. അവൻ ഇല്ലത്തിന്റെ മുറ്റത്ത് ചെന്നപ്പോൾ അകത്തുനിന്ന് ഒരു വൃഷലി ഇറങ്ങി അവന്റെ അടുക്കൽച്ചെന്ന്, 'എല്ലാം ചട്ടംകെട്ടീട്ടുണ്ട്. അകത്തേക്കു കടക്കാം' എന്നു പറഞ്ഞ് അവനെ നാലുകെട്ടിനകത്തേക്കു കൂട്ടിക്കൊണ്ടുപോയി ഒരു മുറിക്കകത്താക്കീട്ട്, 'ആ കട്ടിലിൽ ക്കയറിക്കിടന്നോളൂ. കുഞ്ഞാത്തലെ ഇപ്പോൾ ഇങ്ങോട്ടയച്ചേക്കാം' എന്നു പറഞ്ഞ് പുറത്തേക്കു പോയി. മാപ്പിള അകത്തേക്കു കടന്നതിനോടുകൂടി ശക്തൻ തമ്പുരാൻ തിരുമനസ്സുകൊണ്ടും നാലുകെട്ടിനകത്തു കടന്നു വാൾ ഊരിപ്പിടിച്ചുകൊണ്ട് ഒരു കോണിൽ ഒളിച്ചിരുന്നു. അപ്പോൾ അവിടത്തെ അന്തർജ്ജനം അത്താഴം കഴിഞ്ഞ് ഒരു കോൽവിളക്കുമായി നാലുകെട്ടിലേക്ക് വന്നു. അപ്പോൾ വൃഷലി, 'നേരം പതിവിൽ വളരെയധികമായല്ലോ. ഇന്നു പള്ളിക്കുറുപ്പിന് ഇത്ര അമാന്തമെന്താണ്'' എന്നു ചോദിച്ചു. അതിനു മറുപടിയായി അന്തർജ്ജനം, 'നമ്പൂരി ഇവിടെയില്ലല്ലോ എന്നു വിചാരിച്ചിട്ടാണ്'' എന്നു പറഞ്ഞു. ഉടനെ ദാസി, 'ആട്ടെ, ഇനിയെങ്കിലും വേഗമാകട്ടെ. അടിയനു നിലംപൊത്താൻ വൈകി'എന്നു പറഞ്ഞപ്പോൾ അന്തർജ്ജനം 'എനിക്കിനി കിടക്കാൻ താമസമൊന്നുമില്ല'എന്നു പറഞ്ഞു കൊണ്ട് ശയനഗൃഹത്തിനകത്തേക്കു കടക്കാനായി ഭാവിച്ചപ്പോൾ കട്ടിലിൽ മാപ്പിള ഇരിക്കുന്നതുകണ്ട് ഭയപ്പെട്ട്, 'അയ്യോ, ഇതാരാണ് ഈശ്വരാ! ശക്തൻ രാജാവിന്റെ ശക്തി ഈ ദിക്കിൽ ഫലിക്കയില്ലായിരിക്കുമോ' എന്നു പറഞ്ഞുകൊണ്ട് പിന്നാക്കം മാറിയപ്പോൾ മാപ്പിള കട്ടിലിൽനിന്നെണീറ്റ് അന്തർജ്ജനത്തെ

ക്കടന്നു പിടിക്കാനായി അടുത്തു. അവൻ അന്തർജ്ജനത്തെ തൊട്ടു, തൊട്ടില്ല എന്നായപ്പോൾ ശക്തൻതിരുമനസ്സുകൊണ്ട് മാപ്പിളയെ പിടികൂടി. അവനെ തിരുമനസ്സുകൊണ്ട് പിടിച്ചുവലിച്ചു മുറ്റത്തുകൊണ്ടുപോയി വാൾകൊണ്ട് ചക്ക കൊത്തുന്നതുപോലെ കൊത്തിയരിഞ്ഞിട്ടു. പിന്നെ ദാസിയെ വിളിച്ച് 'നമ്പൂരി എവിടെയാണ് പോയിരിക്കുന്നതെ'ന്ന് കല്പിച്ചു ചോദിക്കുകയും 'തൃപ്പൂണിത്തുറ യ്ക്കാണ്'' എന്ന് അവൾ ഉണർത്തിക്കുകയും ചെയ്തു. ഉടനെ തിരുമനസ്സുകൊണ്ട്, 'നീ ചെയ്ത ദുഷ്കൃത്യം വിചാരിക്കുമ്പോൾ നിന്നെയും കൊല്ലേണ്ടതാണ്. എങ്കിലും നീയൊരു സ്ത്രീയായിപ്പോയല്ലോ. അതിനാൽ ഞാൻ കൊല്ലുന്നില്ല. എങ്കിലും നിന്നെ വെറുതെ വിട്ടയയ്ക്കുന്നുമില്ല' എന്നു അരുളിച്ചെയ്ത് അവളുടെ കൈകൾ രണ്ടും മുറിച്ചുകളഞ്ഞു. പിന്നെ തിരുമനസ്സു കൊണ്ട് സമീപസ്ഥന്മാരായ ചില നായന്മാരെയും അവരുടെ സ്ത്രീകളെയും അവിടെ വിളിച്ചുവരുത്തി, 'നമ്പൂരി ഇവിടെ വരുന്നതുവരെ നിങ്ങളെല്ലാവരും ഇവിടെ കാത്തു സൂക്ഷിച്ചു നിന്നുകൊള്ളണം' എന്നരുളിചെയ്തിട്ട് അപ്പോൾ തന്നെ തൃപ്പൂണിത്തുറയ്ക്ക് എഴുന്നള്ളുകയും ചെയ്തു.

പിറ്റേ ദിവസം രാവിലെ നമ്പൂരിയെ തിരുമുമ്പാകെ വരുത്തി, 'ഇന്നലെ രാത്രിയിൽ നമ്പൂരിയുടെ ഇല്ലത്തു ചില നേരമ്പോക്കുകളൊക്കെയുണ്ടായി. എങ്കിലും തരക്കേടൊന്നും പറ്റിയില്ല. ഏതായാലും നമ്പൂരി വേഗത്തിൽ ഇല്ലത്തേക്കു ചെല്ലേണ്ടതാവശ്യമാണ്'' എന്നരുളിച്ചെയ്തു. കുറച്ചു പണവും കൊടുത്തു നമ്പൂരിയെ വേഗത്തിലയച്ചു. പിന്നെ കുറച്ചു കാലം തിരുമനസ്സു കൊണ്ട് തൃപ്പൂണിത്തുറെത്തന്നെ എഴുന്നള്ളിത്താമസിച്ചു.

അനന്തരം തിരുമനസ്സുകൊണ്ട് ചൊവ്വരയ്ക്കെഴുന്നള്ളി. തിരുമനസ്സിലേക്ക് നായാട്ടിൽ വളരെ ഭ്രമമുണ്ടായിരുന്നതുകൊണ്ട് കുറച്ചു ദിവസം അവിടെത്തന്നെ എഴുന്നള്ളിത്താമസിച്ചു. അങ്ങനെ താമസിച്ചിരുന്ന കാലത്തു തിരുമനസ്സുകൊണ്ട് ഒരു ദിവസം ഒരു പീലിക്കുന്തവും ധരിച്ചുകൊണ്ട് നായാട്ടിനെഴുന്നള്ളി. ഒരു മലയിൽചെന്നപ്പോൾ ഒരു പന്നിയെ കാണുകയാൽ അതിനെ കൊല്ലുന്നതിനായി തിരുമനസ്സുകൊണ്ടു കുന്തവുമായി പാഞ്ഞടുത്തു. പന്നി ഭയപ്പെട്ട് ഓടിത്തുടങ്ങി. തിരുമനസ്സു കൊണ്ട് അതിനെ പിന്തുടർന്നു. അങ്ങനെ ചെന്നപ്പോൾ ഐനിക്കാട് എന്നില്ലപ്പേരായി ഒരു നമ്പൂരി ആ വഴിയേ വരുന്നതു കണ്ടിട്ട്''നമ്പൂരി, പിടിച്ചോളൂ, പിടിച്ചോളൂ, വിട്ടുകളയരുത്'' എന്ന് ഉറക്കെ വിളിച്ച് അരുളിച്ചെയ്തു. നമ്പൂരി അദ്ദേഹത്തിന്റെ കൈയിലുണ്ടായിരുന്ന കുട മലർത്തിയിട്ടു പന്നിയെ പൊത്തിപ്പിടിക്കുകയും തിരുമനസ്സു കൊണ്ട് ഓടിയെത്തി പന്നിയെ കുത്തിക്കൊല്ലുകയും ചെയ്തു. അതിനുശേഷം തിരുമനസ്സുകൊണ്ട് നമ്പൂരിയോട്, 'നമ്പൂരി എവിടെപ്പോകാനായിട്ടാണ് പുറപ്പെട്ടിരിക്കുന്നത്'' എന്നു കല്പിച്ച് ചോദിച്ചു.

നമ്പൂരി: ഇല്ലത്ത് വളരെ ദാരിദ്ര്യമാണ്. ഇന്നത്തെ ഉപജീവനത്തിനു തന്നെ അവിടെ യാതൊന്നുമില്ല. അതിനാൽ വല്ലവരോടും യാചിച്ച് കുറെ നെല്ലു വാങ്ങിക്കൊണ്ട് പോകണമെന്നു വിചാരിച്ചു പുറപ്പെട്ടിരിക്കുകയാണ്.

തിരുമനസ്സുകൊണ്ട്: ആട്ടെ, നമ്പൂരി ഇപ്പോൾ ഇല്ലത്തേക്കു തന്നെ മടങ്ങിപ്പോയ്ക്കോളൂ. ഇന്നത്തെ ചെലവിനുവേണ്ടുന്ന നെല്ല് അവിടെയെത്തിച്ചു കൊള്ളാം.

ഇതുകേട്ട് നമ്പൂരി അദ്ദേഹത്തിന്റെ ഇല്ലത്തേക്കു മടങ്ങിപ്പോയി. തിരുമനസ്സുകൊണ്ട് ഉടനെ ചൊവ്വര കോവിലകത്ത് എഴുന്നള്ളുകയും കണ്ടു കൃഷി

വകയിൽ നിന്ന് നാല്പതു പറ നെല്ല് ഉടനെ നമ്പൂരിയുടെ ഇല്ലത്ത് എത്തിച്ചു കൊടുക്കുന്നതിന് കല്പിക്കുകയും അവിടെയുണ്ടായിരുന്ന ഉദ്യോഗസ്ഥന്മാർ അപ്രകാരം എത്തിച്ചുകൊടുക്കുകയും ചെയ്തു. തിരുമനസ്സുകൊണ്ട് പിന്നെയും കുറച്ചുകാലംകൂടി ചൊവരെത്തന്നെ എഴുന്നള്ളിത്താമസിച്ചു. അക്കാലത്ത് തൃശ്ശിവപേരൂർ ബ്രഹ്മസ്വംമഠം അഗ്നിബാധയാൽ നശിച്ചുപോയിരിക്കുന്നു വെന്നും തന്നിമിത്തം വേദാദ്ധ്യയനം നടത്താൻ സ്ഥലമില്ലാതെ വന്നിരിക്കു ന്നുവെന്നും വാധ്യാൻ നമ്പൂരി ശക്തൻ തിരുമനസ്സിലെ അടുക്കൽ അറിയിച്ചു. അതിനു തിരുമനസ്സു കൊണ്ട്, 'ചൊവ്വരെവച്ച് ത്രിസന്ധ്യ നടത്താൻ നിശ്ച യിച്ചിരിക്കുന്നുവെന്നും അതിലേക്ക് വാധ്യാൻ നമ്പൂരിയും മറ്റുള്ള ബ്രാഹ്മണോ ത്തമന്മാരെല്ലാവരും ഉടനെ ചൊവ്വരെ ചെന്നുചേരണ'മെന്നുമാണ് മറുപടി അയച്ചത്. അപ്രകാരം വാധ്യാൻ നമ്പൂരി മുതലായവരെല്ലാം ചൊവ്വരെ ചെന്നു ചേരുകയും ഉടനെ ത്രിസന്ധ്യ തുടങ്ങുകയും ചെയ്തു. ത്രിസന്ധയ്ക്കു ബ്രാ ഹ്മണർ പതിവിലധികമുണ്ടായിരുന്നുവെങ്കിലും രണ്ടുനേരവുമുള്ള സദ്യയുടെ കേമത്തവും പതിവിൽ വളരെ അധികമായിരുന്നു.

ത്രിസന്ധ നടന്നുകൊണ്ടിരുന്ന കാലത്ത് ഒരു ദിവസം തിരുമനസ്സു കൊണ്ട് വലിയ കപ്പിത്താനെ തിരുമുമ്പാകെ വരുത്തി, 'ഇവിടെ പതിവായി വേദഘോഷവും മറ്റും നടന്നുകൊണ്ടിരിക്കുന്ന സ്ഥിതിക്കു ഈ ക്ഷേത്രത്തിനു സമീപം ഒരു പള്ളിയിരിക്കുന്നതു ഭംഗിയല്ല. അതിനാൽ അത് ഉടനെ പൊളി പ്പിച്ചു പുഴയിൽ തള്ളിക്കളയണം' എന്നു കല്പിച്ചു. കല്പന കേട്ട ക്ഷണത്തിൽ കപ്പിത്താൻ സൈന്യസമേതം ചെന്നു പള്ളിപൊളിക്കാനാരംഭിച്ചു. ഉടനെ പള്ളിയുടെ ഉടമസ്ഥരും കൈസ്ഥാനക്കാരും മറ്റുംകൂടി ഒരു പെട്ടി നിറച്ച് ഉറുപ്പികയുംകൊണ്ട് തിരുമുമ്പാകെ ചെന്ന് പെട്ടി തിരുമുൽക്കാഴ്ചവെച്ച് വന്ദിച്ചുകൊണ്ട് 'അടിയങ്ങളെ കല്പിച്ചു രക്ഷിക്കണം. അടിയങ്ങളുടെ പള്ളി വളരെ പുരാതനമായിട്ടുള്ളതാണ്. അത് പൊളിച്ചുകളയുന്നത് അടിയങ്ങൾ ക്കു വളരെ സങ്കടമായിട്ടുള്ളതാണ്. അത് പൊളിച്ചു കളയാതിരിക്കുവാൻ കല്പനയുണ്ടാകണം' എന്നു തിരുമനസ്സറിയിച്ചു. ഉടനെ തിരുമനസ്സുകൊണ്ട് വലിയ കപ്പിത്താനെ തിരുമുമ്പാകെ വരുത്തി,'ഇവരുടെ ആ പള്ളി വളരെ പുരാതനമായിട്ടുള്ളതാണെന്നും അതു പൊളിച്ചുകളയുന്നത് അവർക്കു സങ്ക ടമാണെന്നും പറയുന്നുവല്ലോ. അതിനാൽ ആ പള്ളി ഇപ്പോൾ പൊളിപ്പി ക്കണമെന്നില്ല' എന്നു കല്പിക്കുകയും കപ്പിത്താൻ സൈന്യങ്ങളേയും മറ്റും തിരിയെ വിളിച്ചുകൊണ്ടുപോവുകയും ചെയ്തു.

'ത്രിസന്ധ കഴിയുമ്പോഴേക്കും സർക്കാർ ചെലവിന്മേൽ തൃശ്ശിവ പേരൂർ ബ്രഹ്മസ്വംമഠം പണിതീർന്നിരിക്കണം' എന്നു കല്പന കൊടുത്തിരുന്നതി നാൽ അപ്രകാരം മഠത്തിന്റെ പണി തീർത്തിരുന്നു. ത്രിസന്ധ വളരെ ഭംഗിയായിട്ടു കഴിഞ്ഞുകൂടിയതിനാൽ തിരുമനസ്സുകൊണ്ടു സന്തോഷിച്ചു വാധ്യാൻനമ്പൂരിക്കും മറ്റും യഥായോഗ്യം സമ്മാനങ്ങൾ കല്പിച്ചു കൊടുത്തു സന്തോഷിപ്പിച്ച് അവരെ എല്ലാവരെയും തൃശ്ശിവപേരൂർക്കയയ്ക്കുകയും പിന്നെ അധികം താമസിയാതെ തിരുമനസ്സുകൊണ്ട് തൃപ്പൂണിത്തുറയ്ക്കെഴുന്നള്ളുകയും ചെയ്തു.

തിരുമനസ്സുകൊണ്ട് തൃപ്പൂണിത്തുറെ എഴുന്നള്ളിത്താമസിച്ചിരുന്ന ആ കാലത്ത് അന്നു തിരുവിതാംകൂർ നാടുവാണിരുന്ന ബാലരാമവർമ്മ മഹാരാജാവു തിരുമനസ്സുകൊണ്ട് വൈക്കത്തെഴുന്നള്ളിയിരിക്കുന്നതായി

അവിടേക്ക് അറിവു കിട്ടി. ബാലരാമവർമ്മ മഹാരാജാവ് തിരുമനസ്സുകൊണ്ട് മഹാശുദ്ധനും നിർമ്മല ഹൃദയനും പരമാർത്ഥിയും ആയിരുന്നതുകൊണ്ട് അവിടുത്തെ വൈക്കത്തുവച്ചു ക്ഷണിച്ചു തൃപ്പൂണിത്തുറെ കൊണ്ടുവന്ന് സൽക്കരിച്ചു സന്തോഷിപ്പിച്ചു കരപ്പുറം പന്തിരുകാതവും ആലങ്ങാട്ടും പറവൂരും ഉപായത്തിൽ വീണ്ടെടുക്കാമെന്നു വിചാരിച്ച് ശക്തൻ തിരുമനസ്സുകൊണ്ട് മഹാരാജാവു തിരുമനസ്സിലെ ക്ഷണിക്കുന്നതിനായി ഇളയതമ്പുരാനെയും പാലിയത്തു വലിയച്ചനെയും കൂടി വൈക്കത്തേക്കയച്ചു. ഇളയ തമ്പുരാനും പാലിയത്തച്ചനുംകൂടി വൈക്കത്തെത്തി മഹാരാജാവു തിരുമനസ്സിലെക്കണ്ടു ക്ഷണിച്ചിട്ട് 'ഇപ്പോൾ അതിനു സൗകര്യമില്ലാത്തതിനാൽ ഇനിയൊരവസരത്തിലാവാം' എന്നു കല്പിച്ചു മഹാരാജാവു തിരുമനസ്സുകൊണ്ട് അവരെ മടക്കിയയച്ചു. മഹാരാജാവു തിരുമനസ്സിലെ എഴുന്നള്ളത്തോടുകൂടി വേലുത്തമ്പി ദളവയുമുണ്ടായിരുന്നു. വേലുത്തമ്പിയും പാലിയത്തച്ചനും തമ്മിൽ ഏറ്റവും സ്നേഹവും വിശ്വാസവുമുണ്ടായിരുന്നു. വേലുത്തമ്പി പാലിയത്തച്ചനോടു ചോദിച്ച് ശക്തൻ തിരുമനസ്സിലെ അന്തർഗ്ഗതം മനസ്സിലാക്കുകയും അത് മഹാരാജാവു തിരുമനസ്സിലെ അറിയിക്കുകയും തൽക്കാലം തൃപ്പൂണിത്തുറയ്ക്ക് എഴുന്നള്ളരുതെന്നു പറഞ്ഞു വിരോധിക്കുകയും ചെയ്തതിനാലാണ് മഹാരാജാവു തിരുമനസ്സുകൊണ്ട് ക്ഷണം സ്വീകരിക്കാതെയും തൃപ്പൂണിത്തുറയ്ക്ക് എഴുന്നള്ളാതെയുമിരുന്നത്. മഹാരാജാവു തിരുമനസ്സ കൊണ്ട് എഴുന്നള്ളാതെയിരിക്കയില്ലെന്ന വിശ്വാസത്തോടു കൂടി ശക്തൻ തിരുമനസ്സുകൊണ്ട് വിരുന്നുസൽക്കാരത്തിനു വളരെ കേമമായി വട്ടം കൂട്ടുകയും ഇന്നസമയം എഴുന്നെള്ളത്തു തൃപ്പൂണിത്തുറെ എത്തുമെന്ന് നിശ്ചയിച്ച ആ സമയത്ത് മഹാരാജാവു തിരുമനസ്സിലെ എതിരേൽക്കാനായി പരിവാരസമേതം പടിഞ്ഞാറെ കോട്ടവാതിൽക്കൽ കാത്തുനില്ക്കുകയും ചെയ്തു. ആ സമയത്ത് ഇളയ തമ്പുരാൻ തിരുമനസ്സിലെ ബോട്ടു കടവിൽ വന്നടുത്തു. ബോട്ടിൽ മഹാരാജാവു തിരുമനസ്സിലെ കാണായ്കയാൽ ശക്തൻ തിരുമനസ്സുകൊണ്ട് വലിയ ഇച്ഛാഭംഗത്തോടുകൂടി 'എന്താ, കുലശേഖരപ്പെരുമാൾ കബളിപ്പിച്ചു, അല്ലേ' എന്നു കല്പിച്ചു ചോദിച്ചു. അപ്പോൾ ഇളയ തമ്പുരാൻ 'അദ്ദേഹത്തിന് ഇപ്പോൾ ഇങ്ങോട്ടു വരാൻ സൗകര്യമില്ലെന്നും ഇനിയൊരിക്കലാകാമെന്നുമാണ് പറഞ്ഞത്'' എന്നു തിരുമനസ്സറിയിച്ചു. ഉടനെ ശക്തൻ തിരുമനസ്സുകൊണ്ട് 'ഇതെല്ലാം ആ വേലുത്തമ്പിയുടെ കൗശലമാണ്. ആട്ടെ, അവൻ നോക്കിക്കോട്ടേ' എന്നു അരുളിചെയ്തിട്ട് തൃപ്പൂണിത്തുറയപ്പന്റെ നടയ്ക്കലെഴുന്നള്ളി നിന്നുകൊണ്ട് 'എന്റെ പൂർണ്ണ ത്രയീശ, നാല്പതു ദിവസത്തിനകം ആ വേലുത്തമ്പി എന്റെ കാൽക്കൽ വന്നു വീഴാൻ സംഗതിയാക്കിത്തരണേ' എന്നു പ്രാർത്ഥിക്കുകയും അപ്പോൾത്തന്നെ കളിക്കോട്ടയിലെക്കെഴുന്നള്ളുകയും ചെയ്തു. കളിക്കോട്ടയിലെഴുന്നള്ളിയിരുന്നുകൊണ്ട് പാലിയത്തച്ചനെ തിരുമുമ്പാകെ വരുത്തി വൈക്കത്തു പോയിട്ടുണ്ടായ സംഗതികളെപ്പറ്റി കല്പിച്ചു ചോദിക്കുകയും വലിയച്ചൻ എല്ലാം വിവരമായി തിരുമനസ്സറിയിക്കുകയും ചെയ്തു. തന്റെ അന്തർഗ്ഗതം ഇന്നതാണെന്നു വേലുത്തമ്പിക്കു അറിവുകൊടുത്തത് വലിയച്ചനാണെന്ന് തിരുമനസ്സിലേക്ക് ഊഹമുണ്ടായിരുന്നതുകൊണ്ടു പാലിയത്തച്ചൻ തിരുമുമ്പാകെ നിന്നിരുന്നതു കൈ ഭിത്തിയിന്മേൽ ചാരി വടക്കോട്ടു നോക്കിയായിരുന്നതിനാലും തിരുമനസ്സ കൊണ്ട് രണ്ടർത്ഥമായിട്ട്, 'മേനോൻ ഇപ്പോഴത്തേ നില തെക്കോട്ടു ചാരിയാണെന്നു തോന്നുന്നു'

എന്നരുളിച്ചെയ്തു. തിരുമനസ്സുകൊണ്ട് അരുളിച്ചെയ്തതിലുള്ള ഗൂഢാർത്ഥം മനസ്സിലാക്കിക്കൊണ്ട് വലിയച്ചൻ 'നില തെക്കോട്ടു ചാരിയാണെങ്കിലും ദ്രഷ്ടി വടക്കോട്ടു തന്നെയാണ്'' എന്നു മറുപടി ഉണർത്തിച്ചു. ഈ മറുപടി തിരുമനസ്സിലേക്ക് ഒട്ടും രസിച്ചില്ലെന്നു മാത്രമല്ല, തിരുമനസ്സിൽ കോപാഗ്നിയെ ജ്വലിപ്പിക്കുകയും ചെയ്തു.

അതിനാൽ തിരുമനസ്സുകൊണ്ട്, 'എടാ, സ്വാമിദ്രോഹീ! പൊയ്ക്കോ. ഇനിമേൽ നിന്നെ എന്റെ മുമ്പിൽ കാണരുത്'' എന്ന് അരുളിച്ചെയ്കയാൽ വലിയച്ചൻ പേടിച്ചുവിറച്ച് ഉടനെ തിരുമുമ്പിൽനിന്നു പോയി. പിന്നെ വലിയച്ചന്റെ താമസം മുള്ളൂർക്കരയായിരുന്നു. ശക്തൻ തിരുമനസ്സിലെ കാലം കഴിയുന്നതുവരെ വലിയച്ചൻ പിന്നെ അവിടെനിന്നു തെക്കോട്ട് ഒരിക്കലും കടന്നിട്ടില്ല.

വേലുത്തമ്പി എഴുന്നള്ളത്തോടുകൂടി തിരുവനന്തപുരത്തെത്തിയതിന്റെ ശേഷം പട്ടാളക്കാരുടെ ശമ്പളത്തിൽ സ്വല്പം കുറവുചെയ്കയും അവർക്കു ഉപദ്രവകരങ്ങളായ ചില നിയമങ്ങൾ ഏർപ്പെടുത്തുകയും മറ്റും ചെയ്യുകയാൽ പട്ടാളക്കാർ ആകപ്പാടെ ക്ഷോഭിച്ചുവശാവുകയും വേലുത്തമ്പിയെ കണ്ടാൽ വെടിവച്ചു കൊല്ലണമെന്ന് തീർച്ചപ്പെടുത്തുകയും ചെയ്തു. ഈ വിവരമറിഞ്ഞു വേലുത്തമ്പി ഭയപ്പെട്ടു തിരുവനന്തപുരത്തു നിന്നു ഗൂഢമായി ഒളിച്ചോടി തൃപ്പൂണിത്തുറെ എത്തുകയും ശക്തൻ തിരുമനസ്സിലെ കണ്ടാൽകൊള്ളാമെന്ന് അവിടുത്തെ ഇഷ്ടന്മാർ മുഖാന്തരം തിരുമനസ്സറിയിച്ച് അനുവാദം വാങ്ങിക്കൊണ്ടു തിരുമുൻപാകെ ചെന്ന് ഏതാനും വിൽക്കാശ്ശു തിരുമുൽക്കാഴ്ചവച്ചു തൃപ്പാദങ്ങളിൽ വീണു വന്ദിച്ചിട്ട് 'അടിയൻ എന്തെങ്കിലും അപരാധം ചെയ്തുപോയിട്ടുണ്ടെങ്കിൽ അവിടുന്ന് അതെല്ലാം സദയം ക്ഷമിച്ച് അടിയനു മാപ്പു തന്ന് രക്ഷിക്കണം' എന്ന് അപേക്ഷിക്കുകയും അവിടുത്തെ ശരണം പ്രാപിക്കാനുണ്ടായ കാരണം തിരുമനസ്സറിയിക്കുകയും ചെയ്തു. ഉടനെ ശക്തൻ തിരുമനസ്സു കൊണ്ട്, 'ആട്ടെ ഒട്ടും ഭയപ്പെടേണ്ടാ, കൊച്ചിയിപ്പോയി താമസിച്ചോളൂ' എന്ന് അരുളിച്ചെയ്യുകയും വേലുത്തമ്പിയെ കൊച്ചിക്കോവിലകത്തു പറഞ്ഞയച്ചു താമസിപ്പിക്കുകയും ചെയ്തു.

താൻ പൂർണ്ണത്രയീശന്റെ അടുക്കൽ പ്രാർത്ഥിച്ചതുപോലെതന്നെ നാല്പതു ദിവസത്തിനകം വേലുത്തമ്പി തന്റെ കാൽക്കൽ വന്നു വീഴാൻ സംഗതിയായതിനാൽ ശക്തൻതിരുമനസ്സുകൊണ്ട് വളരെ സന്തോഷിക്കുകയും വേലുത്തമ്പി തിരുമുൽക്കാഴ്ചവച്ച വിൽക്കാശ്ശുരുക്കി ഒരു തലയിൽക്കെട്ടു പണിയിച്ചു പൂർണ്ണത്രയീശനു നടയ്ക്കുവയ്ക്കുകയും ചെയ്തു.

ശക്തൻ തിരുമനസ്സുകൊണ്ട് പിന്നെ കുറച്ചു ദിവസംകൂടി തൃപ്പൂണിത്തുറെ താമസിച്ചതിന്റെ ശേഷം തൃശ്ശിവപേരൂർക്കെഴുന്നള്ളി. അവിടെ താമസിച്ചിരുന്ന കാലത്ത് തിരുമനസ്സിലേക്ക് ഒരു ശീലായ്മ ആരംഭിച്ചു. അതിനു പല ചികിത്സകൾ ചെയ്തുവെങ്കിലും അവയൊന്നും പിടിക്കാതെ ശീലായ്മ ക്രമേണ വർദ്ധിച്ചു തുടങ്ങി. ആ വിവരമറിഞ്ഞ് ഇളയതമ്പുരാൻ അവിടുത്തെ അനുജനോടുകൂടി തൃശ്ശിവപേരൂരെഴുന്നള്ളി. അവർ തിരുമുമ്പാകെ എഴുന്നള്ളിക്കണ്ട സമയം ശക്തൻ തിരുമനസ്സു കൊണ്ട്, 'എനിക്ക് ദീനം ക്രമേണ വർദ്ധിച്ചു വരുകയാണ്. ക്ഷീണവും സാമാന്യത്തിലധികമുണ്ട്. ഇനി ഇതു ഭേദമായി ഞാൻ സുഖമായിട്ടിരിക്കുമെന്നു തോന്നുന്നില്ല. അതിനാൽ നിങ്ങൾ ഇവിടെ

തന്നെ താമസിക്കണം, പൊയ്ക്കളയരുത്. എന്റെ കാലം കഴിഞ്ഞാൽ രാജ്യം മുറപോലെ രക്ഷിച്ചുകൊള്ളണം. വടക്കുന്നാഥക്ഷേത്രത്തിൽ യോഗിയാരെ അവരോധിക്കുക, ഇരിങ്ങാലക്കുട ക്ഷേത്രത്തിൽ തച്ചുടകയ്മളെ അവരോധിക്കുക, പാലിയത്തു മേനവനു മന്ത്രിസ്ഥാനം കൊടുക്കുക, ഇംഗ്ലീഷുകാരോടു മത്സരിച്ചു വെടിവയ്ക്കുക ഇങ്ങനെ നാലുകൂട്ടം കാര്യം ഒരിക്കലും ചെയ്യരുത്. ഇവ നാലും ചെയ്താൽ നമ്മുടെ രാജ്യം പൊയ്പ്പോകും' എന്ന് അരുളിച്ചെയ്യുകയും ആ അനുജൻ തമ്പുരാക്കന്മാരെ അവിടെത്തന്നെ താമസിപ്പിക്കുകയും ചെയ്തു.

അങ്ങനെയിരിക്കുമ്പോൾ ഒരു ദിവസം രാവിലെ ശക്തൻ തിരുമനസ്സുകൊണ്ട് അമൃതേത്തു കഴിച്ചുകൊണ്ടിരുന്ന സമയം ഇളയ തമ്പുരാക്കന്മാർ അവിടെ എഴുന്നള്ളുകയും അവർ രണ്ടുപേരുംകൂടി, 'ജ്യേഷ്ഠന്റെ അമൃതേത്തു കണ്ടിട്ട് രുചിക്ഷയം സാമാന്യത്തിലധികമുണ്ടെന്നു തോന്നുന്നുണ്ട്. വല്ലതിനും രുചി തോന്നുന്നുണ്ടെങ്കിൽ അരുളിച്ചെയ്താൽ അത്താഴമമൃതേത്തിനു തക്കവണ്ണം തയ്യാറാക്കാം' എന്നുണർത്തിച്ചു. അതുകേട്ടിട്ട് ശക്തൻ തിരുമനസ്സുകൊണ്ട് 'ഇവർ നമ്മുടെ കാലം കഴിഞ്ഞാല്പിന്നെ രാജ്യം ഭരിക്കേണ്ടുന്നവരാണല്ലോ. അവരുടെ കല്പനാശക്തി എത്രമാത്രമുണ്ടെന്നു ഒന്നു പരീക്ഷിക്കണം' എന്നു തിരുമനസ്സിൽ വിചാരിച്ചിട്ട്, 'എനിക്ക് ഒന്നിലും നല്ല രുചി തോന്നുന്നില്ല. എങ്കിലും ചക്ക കൂട്ടാൻ വച്ചാൽ കുറച്ചു കൂട്ടാമെന്നു തോന്നുന്നുണ്ട്'' എന്ന് അരുളിച്ചെയ്തു. ഉടനെ ഇളയ തമ്പുരാക്കന്മാർ, അതു വൈകുന്നേരത്തേക്കുണ്ടാക്കാം' എന്നുണർത്തിച്ചിട്ടു തിരുമുൻപാകെ നിന്ന് എഴുന്നള്ളി. ഉടനെ അവർ രണ്ടുപേരും 'എവിടെനിന്നെങ്കിലും എന്തു വിലകൊടുത്തിട്ടും വൈകുന്നേരത്തേക്കു ഒരു ചക്ക കൊണ്ടുവരണം' എന്നു കല്പിച്ചു പണവും കൊടുത്തു പല സ്ഥലങ്ങളിലേക്കും ആളുകളെ അയച്ചു. നേരം വൈകിയപ്പോഴേക്കും ചക്കയെങ്ങും കിട്ടിയില്ലെന്നു പറഞ്ഞ് ആ ആളുകളെല്ലാം മടങ്ങി വന്നു. ശക്തൻ തിരുമനസ്സു കൊണ്ട്, 'എന്താ ചക്ക കിട്ടിയില്ലായിരിക്കും, അല്ലേ' എന്നു കല്പിച്ച് ചോദിച്ചു. ഉടനെ തമ്പുരാക്കന്മാർ 'കന്നിമാസം കാലമാകയാൽ ചക്ക കിട്ടാൻ വളരെ പ്രയാസമായിട്ടാണിരിക്കുന്നത്. ഞങ്ങൾ പണവും കൊടുത്ത് പല സ്ഥലങ്ങളിൽ ആളുകളെ അയച്ച് അന്വേഷിപ്പിച്ചു. എങ്ങും കിട്ടിയില്ല. ഞങ്ങളുടെ അമാന്തം ഒട്ടുമില്ല. ഞങ്ങൾ കഴിയുന്നത്ര ശ്രമങ്ങളെല്ലാം ചെയ്തുനോക്കി. കാര്യം സാധിച്ചില്ല എന്നേ ഉള്ളൂ. എവിടെ നിന്നെങ്കിലും ഒരു ചക്കയെങ്കിലും വരുത്താനായിട്ടു നാളെയും ശ്രമിച്ചു നോക്കാം' എന്നുണർത്തിച്ചു. അപ്പോൾ ശക്തൻതിരുമനസ്സുകൊണ്ട്, 'അയ്യോ, കഷ്ടം! വിഡ്ഢികളേ! ഒരു ചക്ക വരുത്താൻപോലും ശേഷിയില്ലാത്ത നിങ്ങൾ ഇനി മേലാൽ ഒരു രാജ്യം ഭരിക്കുന്നതെങ്ങനെയാണ്?'എന്നരുളിച്ചെയ്തു.

അത്താഴമൃതേത്തു കഴിഞ്ഞതിന്റെ ശേഷം ശക്തൻതിരുമനസ്സു കൊണ്ട് വലിയ കപ്പിത്താനെ തിരുമുമ്പാകെ വരുത്തി, 'നാളെ രാവിലെ ബ്രാഹ്മണർക്കു പരക്കെ ഒരു സദ്യയും ചില ദാനങ്ങളും മറ്റും വേണമെന്നു നിശ്ചയിച്ചിരിക്കുന്നു. അതിനാൽ അതിനുവേണ്ടുന്നവയെല്ലാം നേരം വെളുക്കുന്നതിനു മുമ്പ് തയ്യാറാക്കിക്കൊടുക്കണം. സദ്യയ്ക്കു പ്രഥമൻ, എരിശ്ശേരി, ഉപ്പേരി, തോരൻ മുതലായവയെല്ലാം ചക്കകൊണ്ടുതന്നെ വേണമെന്നാണ് നിശ്ചയിച്ചിരിക്കുന്നത്'' എന്നരുളിച്ചെയ്തു. 'കല്പന പോലെയെല്ലാം തയ്യാറാക്കിക്കൊള്ളാം' എന്നുണർത്തിച്ചിട്ട് വലിയ കപ്പിത്താൻ അപ്പോൾത്തന്നെ തിരുമുമ്പാകെനിന്നു പോയി. നിശ്ചിത സമയത്തിനു മുമ്പുതന്നെ കപ്പിത്താൻ സകല സാധ

നങ്ങളും അവിടെ തയ്യാറാക്കി എത്തിച്ചുകൊടുത്തു. നേരം വെളുക്കുന്നതിനു മുമ്പു പഴുത്തതും പച്ചയുമായി അഞ്ഞൂറിലധികം ചക്ക അവിടെ വന്നുചേർന്നു. സദ്യയുടെ ആവശ്യം കഴിഞ്ഞിട്ടും പിന്നെയും വളരെ ചക്ക ശേഷിച്ചു കിടന്നിരുന്നു. സദ്യ ഏറ്റവും കെങ്കേമമായിയെന്നുള്ളതു പറയണമെന്നില്ലല്ലോ. ശക്തൻതിരുമനസ്സുകൊണ്ട് നമ്പൂരിമാർക്കു പരക്കെ പല വിധത്തിലുള്ള ദാനങ്ങളും ചെയ്തു.

പിന്നെയും ശീലായ്മ ക്രമേണ വർദ്ധിച്ചുകൊണ്ടുതന്നെയിരുന്നതിനാൽ ശക്തൻ തിരുമനസ്സുകൊണ്ടു പിന്നെയും പ്രതിദിനം പലവിധത്തിലുള്ള ദാനങ്ങൾ ചെയ്തുകൊണ്ടുതന്നെയിരുന്നു. കിം ബഹുനാ? 981ആമാണ്ടു കന്നിമാസം 12-ാം തീയതി ആ രാജകേസരി തൃശ്ശിവപേരൂർ വച്ചുതന്നെ കാലധർമ്മത്തെ പ്രാപിക്കുകയും ചെയ്തു.

തിരുമനസ്സിലെ പള്ളിശ്ശവം ദഹിപ്പിച്ചതു തൃശ്ശിവപേരൂർ കോവിലകത്തിന്റെ തെക്കുവശത്തുള്ള തോപ്പിലാണ്. ആ സ്ഥലത്തിനുചുറ്റും ചെറിയതായി ഒരു മതിൽ കെട്ടിച്ചിട്ടുള്ളത് ഇപ്പോഴും കാൺമാനുണ്ട്. അവിടെ അക്കാലം മുതൽ പതിവായി വിളക്കുവച്ചുവന്നിരുന്നത് ഇപ്പോഴും നടന്നുവരുന്നുണ്ട്. ആകെപ്പാടെ വിചാരിച്ചാൽ ശക്തൻതമ്പുരാൻ തിരു മനസ്സുകൊണ്ട് ഒരമാനുഷപ്രഭാവനായിരുന്നുവെന്നു തന്നെ പറയേണ്ടിയിരിക്കുന്നു.

അമ്മന്നൂർ പരമേശ്വരച്ചാക്യാർ

വേഷത്തിന്റെ ഭംഗികൊണ്ടും അഭിനയത്തിന്റെ തന്മയത്വം മുതലായ ഗുണങ്ങൾകൊണ്ടും അമ്മന്നൂർ പരമേശ്വരച്ചാക്യാരോടു തുല്യനായ ഒരു നടൻ ഇക്കാലത്തിലെന്നല്ല, അക്കാലത്തുമുണ്ടായിരുന്നില്ല. അദ്ദേഹത്തിന്റെ സ്ഥിരവാസം മൂഴിക്കുളത്തുള്ള സ്വഭവനത്തിലായിരുന്നുവെങ്കിലും തിരുവിതാംകൂർ, കൊച്ചി, മലബാർ ഈ മൂന്നു രാജ്യങ്ങളിലുമുള്ള രാജാക്കന്മാർ, പ്രഭുക്കൾ, ധനവാന്മാർ മുതലായവർ അദ്ദേഹത്തിന്റെ വേഷവും ആട്ടവും കാണാനായി ക്ഷണിച്ചുവരുത്തി കൂടെക്കൂടെ കൂടിയാട്ടങ്ങൾ നടത്തിക്കാറുണ്ടായിരുന്നു.

കൊല്ലം 1036ആമാണ്ടു നാടുനീങ്ങിയ മാർത്താണ്ഡവർമ്മ മഹാരാജാവ് ഇളയ തമ്പുരാനായിരുന്ന കാലത്ത് തന്റെ സേവകനും പള്ളിയറ വിചാരിപ്പുകാരനുമായിരുന്ന ഈശ്വരപിള്ളയെ ആട്ടമഭ്യസിപ്പിക്കാനായി ഈ ചാക്യാരെ തിരുവനന്തപുരത്തു വരുത്തി താമസിപ്പിച്ചിരുന്നുവെന്നും ഈശ്വരപിള്ള വിചാരിപ്പുകാർക്കു ആട്ടത്തിൽ (കഥകളിയിൽ) അസാമാന്യമായ പ്രസിദ്ധിയും കൈലാസോദ്ധരണം, സ്വർഗ്ഗ വർണ്ണന, സമുദ്രവർണ്ണന മുതലായവ അഭിനയിച്ചാടുന്നതിൽ അനന്യസാധാരണമായ സാമർത്ഥ്യവും ഗുണവും തന്മയത്വവും സിദ്ധിച്ചതിനുള്ള പ്രധാന കാരണം ആ ചാക്യാരുടെ ശിക്ഷാസാമർത്ഥ്യമാണെന്നുള്ളത് പ്രസിദ്ധമാണല്ലോ.

മാർത്താണ്ഡവർമ്മ മഹാരാജാവു തിരുമനസ്സുകൊണ്ട് ഇളയ തമ്പുരാനായിരുന്ന കാലത്തും തിരുവനന്തപുരത്തു പൂജപ്പുരക്കൊട്ടാരത്തിൽ (അന്ന് അവിടുന്ന് അവിടെയാണ് എഴുന്നള്ളിത്താമസിച്ചിരുന്നത്) എന്നും കഥകളി പതിവായിരുന്നു. ഒരു ദിവസം, കഥകളി കാണാൻ തിരുമനസ്സിലെ അടുക്കൽ പരമേശ്വരച്ചാക്യാരുമുണ്ടായിരുന്നു. അന്ന്, 'കാർത്തവീര്യാജ്ജുനവിജയ'മായിരുന്നു കഥ. രാവണന്റെ കൈലാസോദ്ധരണം കണ്ടിട്ട് തിരുമനസ്സുകൊണ്ട് ചാക്യാരോട് 'എന്താ ചാക്യാരേ, കൈലാസോദ്ധാരണം നന്നായോ' എന്നു കല്പിച്ചു ചോദിച്ചു. അതിനു മറുപടിയായി

ചാക്യാർ, 'തരക്കേടില്ല കൈലാസം കുറച്ചുകൂടി വലിയതാണെന്നാണ് ധരിച്ചിരുന്നത്' എന്നറിയിച്ചു. പിന്നെ അതിനെക്കുറിച്ച് ഒന്നും കല്പിച്ചില്ല പിറ്റേദിവസം ഉച്ചതിരിഞ്ഞസമയം ചാക്യാരെ കൊട്ടാരത്തിൽ വരുത്തി 'കൈലാസോദ്ധരണം ഒന്നാടിക്കണ്ടാൽക്കൊള്ളാം' എന്നു കല്പിച്ചു. വേഷം കെട്ടാതെയാടുന്ന കാര്യത്തിൽ കുറച്ചു മടിയുണ്ടായിരുന്നുവെങ്കിലും കല്പന അനുസരിക്കാതെയിരിക്കുന്നതു വിഹിതമല്ലല്ലോ എന്നു വിചാരിച്ച് ചാക്യാർ

ഉടനെ രണ്ടാംമുണ്ട് അരയിൽ മുറുക്കിക്കെട്ടിക്കൊണ്ട് ആട്ടം ആരംഭിച്ചു. താൻ തലേദിവസം പറഞ്ഞ വാക്കോർത്തു തന്നെ പരീക്ഷിക്കാനായിട്ടാണ് ഈ കല്പനയെന്നു മനസ്സിലായതിനാൽ ചാക്യാർ മനസ്സിരുത്തിയാണ് ആടിയത്. തലേദിവസം ദശമുഖന്റെ വേഷം കെട്ടിയാടിയ ആൾ മുതലായി കൊട്ടാരംവക കളിയോഗത്തിലുള്ള എല്ലാവരും സേവകന്മാരും അമ്മച്ചിയും അവിടെയുണ്ടായിരുന്നു. ചാക്യാരുടെ ആട്ടം വളരെ കേമമായി എന്നുള്ളതു പറയണമെന്നില്ലല്ലോ. ആട്ടംകണ്ടു തിരുമനസ്സുകൊണ്ട് മുതലായി എല്ലാവരും വളരെ സന്തോഷിക്കുകയും വിസ്മയിക്കുകയും ചെയ്തു. വിസ്മയാകുലയായ അമ്മച്ചി 'അമ്പമ്പോ! കൈലാസപർവ്വതം ഇത്ര വലിയതാണോ? ഇന്നലെ ആടിക്കണ്ടപ്പോൾ അത് ഏകദേശം നമ്മുടെ വേളിക്കുന്നിനോളമുണ്ടായിരിക്കുമെന്നേ തോന്നിയുള്ളൂ' എന്നു പറഞ്ഞു. തിരുമനസ്സുകൊണ്ട് ഉടനെ രത്നഖചിതമായി ഒരു മോതിരം ചാക്യാർക്കു കല്പിച്ച് സമ്മാനിക്കുകയും ആട്ടത്തിൽ അദ്വിതീയന്മാരാണെന്നു സ്വയമേവ അഭിമാനിച്ചിരുന്ന കൊട്ടാരംവക കഥകളിയോഗക്കാരെല്ലാം അപ്പോൾ 'സലജ്ജോഹ'മാടുകയും ചെയ്തു.

പരമേശ്വരച്ചാക്യാർ കല്പനപ്രകാരം തിരുവനന്തപുരത്തു താമസിച്ചിരുന്നപ്പോൾ ഒരു ദിവസം പകലെ വെയിലാറിയ സമയം കാറ്റുകൊള്ളാനായി കടല്പുറത്തേക്കു പുറപ്പെട്ടു. കടല്പുറത്തെത്തിയപ്പോൾ അവിടെ നാട്ടുകാരായിട്ടും യൂറോപ്യന്മാരായിട്ടും മറ്റും വളരെയാളുകൾ കാറ്റു കൊള്ളാനായി വന്നുകൂടിയിരുന്നു. അക്കൂട്ടത്തിൽ റസിഡണ്ടു സായ്പും മദാമ്മയും അവരുടെ വാത്സല്യഭാജനമായ ഒരു പട്ടിയുമുണ്ടായിരുന്നു. ആ പട്ടി സായ്പോ മദാമ്മയോ പറയാതെ ആരെയും കടിക്കാറില്ലെങ്കിലും വലിയ സിംഹത്താനെപ്പോലെ ഭയങ്കരമൂർത്തിയായ അവനെക്കണ്ടാൽ അപരിചിതന്മാരായ ഏവരും ഭയപ്പെട്ടുപോകുമായിരുന്നു. കടിക്കാനല്ലെങ്കിലും ആ പട്ടി കാണുന്നവരുടെയെല്ലാ മട്ടുക്കൽ മണത്തു മണത്തു ചെല്ലുക പതിവായിരുന്നു. ആ പതിവുപോലെ അതു ചാക്യാരുടെ അടുക്കലേക്കും ചെന്നു. ചാക്യാരു വല്ലാതെ ഭയപ്പെട്ട് 'പട്ടി, പട്ടി' എന്ന് ഉറക്കെ വിളിച്ചു പറഞ്ഞു. അനുവാദം കൂടാതെ അതു കടിക്കയില്ലെന്നു നിശ്ചയമുണ്ടായിരുന്നതിനാൽ പട്ടിയെ തിരിച്ചു വിളിക്കാതെ സായ്പും മദാമ്മയും ചാക്യാരുടെ പരിഭ്രമം കണ്ടു ചിരിച്ചുകൊണ്ടു നിന്നതേ ഉള്ളൂ. പിന്നെ ഗത്യന്തരമൊന്നുമില്ലെന്നുകണ്ട് ചാക്യാർ കുനിഞ്ഞ് അവിടെ നിന്ന് ഒരു കല്ലെടുത്തു പട്ടിയെ ലക്ഷ്യമാക്കി ഒരേറുകൊടുത്തതായി ഒന്നഭിനയിച്ചു. വാസ്തവത്തിൽ എറിഞ്ഞതായി നടിക്കുക മാത്രമേ ഉണ്ടായുള്ളൂ. എങ്കിലും ഏറുകൊണ്ടതായിത്തന്നെ തോന്നുകയാൽ പട്ടി ഉറക്കെ നിലവിളിച്ചും കൊണ്ട് അവിടെനിന്ന് ഓടിപ്പോയി. പട്ടിക്ക് ഏറുകൊണ്ടാതായിത്തന്നെ തോന്നുകയാൽ സായ്പും മദാമ്മയും അത്യന്തം കുപിതരായിത്തീർന്നു. ഈ അക്രമം പ്രവർത്തിച്ച ആൾ ആരാണെന്നു സായ്പു തന്റെ അടുക്കലുണ്ടായിരുന്ന ചിലരോടു ചോദിക്കുകയും ആ മനുഷ്യൻ കല്പനപ്രകാരം വന്നു താമസിക്കുന്ന ഒരു ചാക്യാരാണെന്നു മനസ്സിലാക്കുകയും ചെയ്തു. കല്പനപ്രകാരം വന്നു താമസിക്കുന്ന ആളാണെങ്കിൽ ഈ വിവരം തിരുമനസ്സറിയിക്കാതെ പ്രതിക്രിയചെയ്യുന്നതു വിഹിതമല്ലല്ലോ എന്നു വിചാരിച്ചു സായ്പും മദാമ്മയും കൊട്ടാരത്തിലേക്കു പുറപ്പെട്ടു. അപ്പോൾ തിരുമനസ്സുകൊണ്ട് കടൽക്കാറ്റു കൊള്ളുന്നതിനായി കടല്പുറത്തു ബംഗ്ലാവിൽ എഴുന്നള്ളീട്ടുണ്ടെന്നറിയുകയാൽ സായ്പും മദാമ്മയും അവിടെച്ചെന്നു വിവരം തിരുമനസ്സറിയിച്ചു. ഉടനെ

ചാക്യാരെ തിരുമുമ്പാകെ വരുത്തി കല്പിച്ച ചോദിച്ചപ്പോൾ ചാക്യാർ ഉണ്ടായ വാസ്തവമെല്ലാം തിരുമനസ്സറിയിച്ചു. എറിഞ്ഞില്ലെന്നു പറയുന്നതു ശുദ്ധമേ വ്യാജമാണെന്നും നാട്യം കണ്ടു തങ്ങളുടെ പട്ടി ഒരിക്കലും ഭയപ്പെടുകയില്ലെന്നും സായ്പും മദാമ്മയും വാദിച്ചു. 'ഇതിനെന്താണ് സമാധാന'മെന്നു കല്പിച്ച് ചോദിച്ചപ്പോൾ ചാക്യാർ, 'വാസ്തവം സായ്പിനെയും ബോദ്ധ്യപ്പെടുത്താമോ എന്നു നോക്കട്ടെ' എന്നു പറഞ്ഞു സ്വല്പം പിന്നോക്കം മാറി താണുനിന്ന് അവിടെ കരിങ്കല്ലുകൊണ്ടിട്ടിരുന്ന വലിയ നടക്കല്ലു വളരെ പ്രയാസപ്പെട്ടു കുലുക്കി ഇളക്കിയെടുത്തു സായ്പിന്റെ തലയിലേക്കിട്ടതായി ഒരു നാട്യം കാണിച്ചു. ആ കല്ലു തന്റെ തലയിൽ വീണു എന്നുതന്നെ തോന്നിപ്പോവുകയാൽ സായ്പ് 'അയ്യോ!' എന്ന് ഉറക്കെ നിലവിളിച്ചുകൊണ്ട് ഉടനെ അവിടെ മറിഞ്ഞുവീണു. കല്ല് സായ്പിന്റെ തലയിൽ വീണു എന്നുതന്നെ തോന്നിപ്പോവുകയാൽ മദാമ്മയും ഏറ്റവും പരവശയായിത്തീർന്നു. വീണിട്ടു വളരെ നേരം കഴിഞ്ഞതിന്റെ ശേഷമാണ് സായ്പിനു ബോധംവീണത്. ബോധംവീണ് എണീറ്റിരുന്നിട്ടും കുറച്ചു വെള്ളം കുടിക്കുകയും തണുത്തവെള്ളംകൊണ്ടു മുഖം കഴുകുകയും കുറച്ചുനേരം കാറ്റേൽക്കുകയും ചെയ്തതിന്റെ ശേഷമേ സായ്പിനു സംസാരിക്കാറായുള്ളൂ. സായ്പു പിന്നെയും തലയിൽ തപ്പിനോക്കി, കല്ലു തലയിൽ വീണില്ലെന്നു തീർച്ചപ്പെടുത്തിയശേഷം 'നമ്മുടെ പട്ടിക്കും ഏറു കൊണ്ടില്ലായിരിക്കും. ഇപ്രകാരം അഭിനയസാമർത്ഥ്യമുള്ള ഒരു നടനെ ഞാൻ യൂറോപ്പുരാജ്യങ്ങളിലെങ്ങും കണ്ടിട്ടില്ല. ഇവിടെ ഇങ്ങനെ ഒരു മഹാനുണ്ടായിത്തീർന്നതു കേരളത്തിന് ആകപ്പാടെ അഭിമാനകരംതന്നെ. വാസ്തവമറിയാതെ ഈ മഹാന്റെ പേരിൽ മഹാരാജാവിന്റെ അടുക്കൽ പരാതി അറിയിച്ചതിനെക്കുറിച്ചു ഞാൻ നിർവ്യാജം വ്യസനിക്കുകയും ചാക്യാരോടു മാപ്പു ചോദിക്കുകയും ചെയ്യുകൊള്ളുന്നു' എന്നു പറയുകയും ചാക്യാർക്കു പല സമ്മാനങ്ങൾ കൊടുക്കുകയും ചെയ്തു. അപ്പോഴേക്കും നേരം വൈകിയതിനാൽ എല്ലാവരും പരസ്പരം യാത്രപറഞ്ഞ് അവരവരുടെ വാസസ്ഥലങ്ങളിലേക്കു പുറപ്പെട്ടു. ആ സമയം മുമ്പ് ഓടിപ്പോയ പട്ടിയും അവിടെ വന്നുചേർന്നു. അപ്പോൾ സായ്പിനും മദാമ്മയ്ക്കും വളരെ സന്തോഷമായി എന്നുള്ളതു പറയണമെന്നില്ലല്ലോ.

പരമേശ്വരച്ചാക്യാരുടെ വാക്സാമർത്ഥ്യത്തെപ്പറ്റിയും പല ഐതിഹ്യങ്ങൾ കേട്ടിട്ടുണ്ട്. അതൊക്കെ ഇനിയൊരവസരത്തിൽ വിവരിക്കാമെന്നു വയ്ക്കാനല്ലാതെ ഇപ്പോൾ നിവൃത്തിയില്ല. അതിനാൽ ഇയ്യിടെ കൊച്ചി വലിയതമ്പുരാൻ തിരുമനസ്സിലെ തൃക്കയ്യിൽനിന്നു വീരശൃംഖല ലഭിച്ച പരമേശ്വരച്ചാക്യാരും ഈ പരമേശ്വരച്ചാക്യാരുടെ കുടുംബജാതനാണെന്നു കൂടി വായനക്കാരെ അറിയിച്ചുകൊണ്ട് വിരമിക്കുന്നു.

●

ചേരാനല്ലൂർ കുഞ്ചുക്കർത്താവ്

ചേരാനല്ലൂർ കർത്താവിന്റെ ഭവനം ഇപ്പോൾ കൊച്ചിസംസ്ഥാനത്ത് കണയന്നൂർ താലൂക്കിൽ ചേരാനല്ലൂർ ദേശത്താണ്. ഇടപ്പിള്ളി തീവണ്ടി സ്റ്റേഷനിൽനിന്നു രണ്ടുനാഴിക വടക്കുമാറിയാണ് ഈ ഭവനം. ഇവരെ സാധാരണയായി പറഞ്ഞുവരുന്നത് 'ചേരാനല്ലൂർ കർത്താവ്' എന്നാണെങ്കിലും ഇവരുടെ കുടുംബത്തേക്കുള്ള സ്ഥാനപ്പേര് 'കുന്നത്തു രാമക്കുമാരക്കൈമ്മൾ' എന്നാണ്.

പണ്ട് ഇവരുടെ തറവാട്ടു വരാപ്പുഴയായിരുന്നു. അവിടെയുണ്ടായിരുന്ന സ്ഥാനപ്പേര് 'പടിഞ്ഞാറ്റേടത്തു പടനായർ' എന്നായിരുന്നുവെന്നും ഇവരുടെ തറവാട്ടേക്കു കൊച്ചിരാജാവിന്റെ പടനായകസ്ഥാനമുണ്ടായിരുന്നതിനാലാണ് ഈ സ്ഥാനപ്പേരു സിദ്ധിച്ചതെന്നും ഒരു കേൾവിയുണ്ട്. ഇവർക്കു വാരാപ്പുഴെ ചില പുരയിടങ്ങളും മറ്റും അടുത്ത കാലംവരെ ഉണ്ടായിരുന്നു. അതിനാൽ ഈ കേൾവി കേവലം അടിസ്ഥാന രഹിതമാണെന്നു തോന്നുന്നില്ല.

എറണാകുളം ജില്ലയ്ക്ക് (കൊല്ലവർഷം 1100ൽ) ഇപ്പോൾ 'അഞ്ചിക്കയ്മൾ ജില്ല' എന്നാണല്ലോ പേരു പറഞ്ഞുവരുന്നത്. ആ സ്ഥലം അഞ്ചു കയ്മൾമാരുടെ വകയായിരുന്നു. അതിനാലാണ് ആ ജില്ലയ്ക്ക് ഈ പേരു സിദ്ധിച്ചത്. അ കയ്മൾമാർ അന്യംനിന്നുപോയപ്പോൾ അതിലൊരു കുടുംബം പടിഞ്ഞാറ്റേടത്തു പടനായരുടെ തറവാട്ടേക്കൊതുങ്ങി. അതിനാൽ എറണാകുളത്ത് ഇവരുടെ സ്ഥാനപ്പേരു 'ചെറുകാട്ട് ഇരവിക്കയ്മൾ' എന്നായിത്തീർന്നു. ഈ വക സംഗതികളെല്ലാം കൊണ്ടും മുമ്പ് ഇവരുടെ സ്ഥാനപ്പേരു കയ്മൾ എന്നായിരുന്നു എന്നും കർത്താവെന്നുള്ള സ്ഥാനം പിന്നീടുണ്ടായതാണെന്നും വിചാരിക്കേണ്ടിയിരിക്കുന്നു. കർത്താവെന്നും കയ്മൾ എന്നും പണിക്കരെന്നും കുറുപ്പെന്നും മറ്റുമുള്ള സ്ഥാനങ്ങൾ രാജാക്കന്മാർ കല്പിച്ചുകൊടുക്കുന്നതാണല്ലോ. ചേരാനല്ലൂർ കർത്താവിനു പണ്ടുണ്ടായിരുന്ന കയ്മൾ എന്ന സ്ഥാനം ഇടക്കാലത്ത് ഏതോ ഒരു രാജാവു ഭേദപ്പെടുത്തി കർത്താവെന്നാക്കിയതായിരിക്കാം.

മുകുന്ദപുരം താലൂക്കിലുള്ള 'കോടശ്ശേരിക്കർത്താവി'നെ ചിലർ 'തമ്പാൻ' എന്നും പറയാറുണ്ട്. അവിടെ ഒരു കവിതക്കാരൻ കർത്താവുണ്ടായിരുന്നുവല്ലോ. അദ്ദേഹത്തെ 'കോടശ്ശേരിക്കുഞ്ഞൻ തമ്പാൻ'എന്നാണു സാധാരണയായി പറഞ്ഞുവന്നിരുന്നത്. കോടശ്ശേരിക്കർത്താവിന്റെ കുടുംബത്തിലെ സ്ത്രീകളെ 'തമ്പായിമാർ' എന്നാണ് പറയുന്നത്. എന്നാൽ ചേരാനല്ലൂർ

കർത്താവിന്റെ സ്ത്രീകളെ പറയുന്നതു 'കുഞ്ഞമ്മമാർ' എന്നാണ്. ഇവരുടെ ഒരു ശാഖാകുടുംബം തിരുവിതാംകൂറിൽ മൂവാറ്റുപുഴത്താലൂക്കിൽ 'തൃക്കാരിയൂർ' ദേശത്തുമുണ്ട്. അവിടെയുള്ള സ്ത്രീകളെയും കുഞ്ഞമ്മമാർ എന്നുതന്നെയാണ് പറഞ്ഞുവരുന്നത്. തിരുവിതാംകൂറിൽ വേറെയുള്ള കർത്താക്കന്മാരുടെ സ്ത്രീകളെയും പറഞ്ഞുവരുന്നത് കുഞ്ഞമ്മമാർ എന്നുതന്നെയാണ്. തിരുവിതാംകൂറിൽ കയ്മൾ എന്ന സ്ഥാനപ്പേരായിരുന്ന ചില കുടുംബക്കാർ ഈയിടെ കർത്താവെന്ന് പേരുവച്ച് എഴുത്തുകുത്തുകൾ തുടങ്ങിയിരിക്കുന്നതായിക്കാണുന്നുണ്ട്. ഈ പേരുമാറ്റം അവർ സ്വയമേവ ചെയ്തതാണ്. രാജകല്പന പ്രകാരവും മറ്റുമല്ല.

മേല്പറഞ്ഞപ്രകാരം പലവിധത്തിലുള്ള സ്ഥാനമാനങ്ങളോടുകൂടി ചേരാനല്ലൂർ കുന്നത്തുകുടുംബത്തിൽ ജനിച്ച ആളാണ് നമ്മുടെ കഥാനായകനായ കുഞ്ചുക്കർത്താവ്. ഇദ്ദേഹത്തിന്റെ ജനനമരണങ്ങൾ ഏതേതാണ്ടുകളിലായിരുന്നു എന്നറിയുന്നതിനു മാർഗ്ഗമൊന്നും കാണുന്നില്ല. എങ്കിലും അദ്ദേഹം ജീവിച്ചിരുന്നത് ഏകദേശം ഇരുനൂറു കൊല്ലങ്ങൾക്കു മുൻപായിരുന്നു എന്നുള്ളതിനു ചില ലക്ഷ്യങ്ങളുണ്ട്.

കുഞ്ചുക്കർത്താവു ചെറുപ്പത്തിൽതന്നെ സ്വദേശം വിട്ടുപോയി. ഏതാനുംകാലം പരദേശങ്ങളിൽ സഞ്ചരിക്കുകയും താമസിക്കുകയും ചെയ്തിരുന്നു. ആ ദിക്കുകളിൽനിന്ന് അദ്ദേഹം മന്ത്രവാദം, വൈദ്യം, പാട്ട്, വീണവായന, ഇന്ദ്രജാലം മുതലായ പല വിദ്യകളിൽ അനിതരസാധാരണമായ പാണ്ഡിത്യം സമ്പാദിച്ചുകൊണ്ടാണ് സ്വദേശത്തു തിരിച്ചെത്തിയത്. സ്വദേശത്തു വന്നതിന്റെ ശേഷവും അദ്ദേഹം ഉപയോഗിച്ചിരുന്ന വേഷഭൂഷാദികളെല്ലാം പരദേശീയംതന്നെയായിരുന്നു.

കുഞ്ചുക്കർത്താവിനു പല വിദ്യകൾ അറിയാമായിരുന്നുവെങ്കിലും അദ്ദേഹം അധികമായി പ്രയോഗിച്ചിരുന്നത് ഇന്ദ്രജാലമാണ്. അതിനാൽ ആ വിഷയത്തിലാണ് അധികം പ്രസിദ്ധിയുണ്ടായത്. അദ്ദേഹം ഹനുമാനെ സ്സേവിച്ചു പ്രത്യക്ഷമാക്കിയിരുന്നതിനാൽ ഏതൊരു കാര്യം സാധിക്കുന്നതിനും അദ്ദേഹത്തിനു യാതൊരു പ്രയാസവുമുണ്ടായിരുന്നില്ല. വിശേഷിച്ച് അദ്ദേഹം ചില കുട്ടിച്ചാത്തന്മാരെയും സേവിച്ചു വശംവദന്മാരാക്കിയിരുന്നു. കുഞ്ചുക്കർത്താവു പരദേശത്തുനിന്നു മടങ്ങിവന്നു കുറച്ചുകാലം കഴിഞ്ഞപ്പോൾ തറവാട്ടിൽ മൂപ്പുസ്ഥാനം ലഭിച്ചു. എങ്കിലും അദ്ദേഹം കുടുംബകാര്യങ്ങളൊന്നും അന്വേഷിച്ചിരുന്നില്ല. അവയെല്ലാം അനന്തരവരെക്കൊണ്ടു നടത്തിക്കുകയാണ് ചെയ്തിരുന്നത്. അദ്ദേഹം മിക്കപ്പോഴും താമസിച്ചിരുന്നതു രാജസന്നിധിയിലാണ്. ചിലപ്പോൾ മാത്രമേ സ്വഗൃഹത്തിൽ താമസിച്ചിരുന്നുള്ളൂ.

കൊച്ചീസംസ്ഥാനത്തു വടുതലപ്പുഴയ്ക്കു വടക്കുള്ള നികുതി മുഴുവനും പിരിച്ചു സർക്കാരിലടയ്ക്കുന്നതിന് ചേരാനല്ലൂർക്കർത്താവിനെ കല്പനപ്രകാരം അധികാരപ്പെടുത്തിയിരുന്നു. വളരെക്കാലം അവർ ആ ജോലി ശരിയായി നടത്തിക്കൊണ്ടിരിക്കുകയും ചെയ്തു. ആ ഏർപ്പാട് ഭേദപ്പെടുത്തിയത് 1074ാമാണ്ടാണ്.

ഒരാണ്ടിൽ നികുതി അടച്ചുതീർക്കാതെയിരുന്നതിനാൽ സർക്കാരിൽനിന്ന് കർത്താവിന്റെ അടുക്കൽ ആളെ അയച്ചു. അപ്പോൾ കുഞ്ചുക്കർത്താവു ഗൃഹത്തിലുണ്ടായിരുന്നു തറവാട്ടുകാര്യങ്ങളന്വേഷിക്കുകയും നികുതി പിരിച്ചു സർക്കാരിലടയ്ക്കുകയും മറ്റും ചെയ്തിരുന്ന അനന്തരവൻ അപ്പോൾ അവി

ടെയുണ്ടായിരുന്നില്ല. പുറത്ത് എവിടെയോ പോയിരിക്കുകയായിരുന്നു. അതിനാൽ കുഞ്ചുക്കർത്താവ് ആ വന്ന ആളോട് 'അനന്തരവൻ ഇപ്പോൾ ഇവിടെയില്ല. അയാൾ എന്തോ കാര്യമായി പുറത്തെവിടെയോ പോയിരിക്കുകയാണ്. എന്റെ കൈവശം പണമൊന്നുമില്ല. അതിനാൽ നാളെ വരണം. അപ്പോഴേക്കും അനന്തരവൻ വരുമായിരിക്കാം. അയാൾ വന്നില്ലെങ്കിലും നാളത്തേക്കു പണമുണ്ടാക്കിത്തരാം' എന്നു പറഞ്ഞു. വന്നയാൾ അതു കേട്ടു അപ്പോൾ മടങ്ങിപ്പോവുകയും അടുത്ത ദിവസം വീണ്ടും വരുകയും ചെയ്തു. അന്നും കാര്യാന്വേഷണക്കാരനായ അനന്തരവൻ കർത്താവു വന്നിട്ടില്ലായിരുന്നു. എങ്കിലും താൻ പറഞ്ഞിരുന്നപോലെ ചെയ്യാതിരിക്കുന്നതു വിഹിതമല്ലല്ലോ എന്നു വിചാരിച്ച് കുഞ്ചുക്കർത്താവ് അകത്തുനിന്ന് ഒരു പെട്ടിയെടുത്തുകൊണ്ടു വന്നു തുറന്ന് സർക്കാരിലേക്കു ചെല്ലുവാനുണ്ടായിരുന്ന സംഖ്യ മുഴുവനും അതിൽനിന്ന് എണ്ണിക്കൊടുത്തു. അതു മുഴുവനും അക്കാലത്തു കൊച്ചീരാജ്യത്തു നടപ്പുണ്ടായിരുന്ന ഇരട്ടിപ്പുത്തനായിരുന്നു. മുഴുവനും എണ്ണിക്കഴിഞ്ഞപ്പോൾ 'പുത്തനെക്കുറിച്ചു വല്ല സംശയവുമുണ്ടെങ്കിൽ വെട്ടിമുറിച്ചോ ഉരുക്കിയോ നോക്കിക്കൊള്ളണം' എന്നു കുഞ്ചുക്കർത്താവു പറഞ്ഞു. വന്നിരുന്ന ആൾ വേണ്ടുന്ന പരിശോധനയെല്ലാം കഴിഞ്ഞതിന്റെ ശേഷം 'എല്ലാം നല്ല പുത്തൻതന്നെയാണ്. സംശയമൊന്നുമില്ല' എന്നു പറഞ്ഞ് പുത്തനെല്ലാം വാരിക്കെട്ടിക്കൊണ്ടുപോയി. അയാൾ പോയി കുറച്ചുസമയം കഴിഞ്ഞപ്പോൾ അനന്തരവൻ കർത്താവു വന്നു. അപ്പോൾ അദ്ദേഹത്തോടു നികുതിവക പണത്തിനു സർക്കാരിൽനിന്ന് ആളെ അയച്ചിരുന്നുവെന്നും താൻ പണമുണ്ടാക്കിക്കൊടുത്തയച്ചു എന്നും കുഞ്ചുക്കർത്താവു പറഞ്ഞു. ഇതു കേട്ടപ്പോൾത്തന്നെ അനന്തരവൻ കർത്താവു വല്ലാതെ ഭയപ്പെട്ടു. കാരണവരുടെ കൈവശം പണമുണ്ടായിരുന്നില്ലെന്ന് അനന്തരവന് അറിയാമായിരുന്നു. പിന്നെ പണമുണ്ടാക്കിക്കൊടുത്തയച്ചത് ഇന്ദ്രജാലംകൊണ്ടായിരിക്കണമല്ലോ. അതിനാൽ അനന്തരവൻകർത്താവ് 'അയ്യോ! ഇതു വേണ്ടായിരുന്നു. സർക്കാരിനെ വഞ്ചിക്കുന്നതു വിഹിതമല്ലല്ലോ. എന്നു മാത്രമല്ല, സംഗതി വെളിപ്പെടുമ്പോൾ നമ്മൾ ശിക്ഷ അനുഭവിക്കേണ്ടതായും വന്നേക്കാം' എന്നു പറയുകയും പണവുംകൊണ്ടു ക്ഷണത്തിൽ എറണാകുളത്തേക്കു പോവുകയും ചെയ്തു. എറണാകുളത്തെത്തി പണം ഏറ്റുവാങ്ങേണ്ടുന്ന ഉദ്യോഗസ്ഥന്മാരുടെ അടുക്കൽച്ചെന്നു 'നികുതി വക പണം ഹാജരാക്കിയിരിക്കുന്നു. ഇത് ഏറ്റുവാങ്ങി രസീതു തരണം' എന്നു പറഞ്ഞപ്പോൾ ഉദ്യോഗസ്ഥന്മാർ 'നികുതിവക പണമെല്ലാം ഇവിടെ അടച്ചുതീർന്നിരിക്കുന്നു' എന്നു പറഞ്ഞു. അപ്പോൾ കർത്താവ്, 'കാരണവർ കൊടുത്തയച്ച അപ്പണം വേറൊരിനമാണ്. അതിനാൽ അതു മടക്കിത്തരുകയും ഞാൻ കൊണ്ടുവന്നിരിക്കുന്ന പണം ഏറ്റുവാങ്ങി പ്രമാണം തരുകയും ചെയ്യണ'മെന്നും നിർബന്ധിച്ചു. അതിനാൽ ആ ഉദ്യോഗസ്ഥന്മാർ അങ്ങനെ സമ്മതിച്ചു. കാരണവർ കൊടുത്തയച്ച പണം എടുത്തു കൊണ്ടുവന്ന് എണ്ണിയേല്പിക്കുന്നതിനായി അഴിച്ചു നോക്കിയപ്പോൾ അതു മുഴുവനും ഇരട്ടിപ്പുത്തന്റെ വലിപ്പത്തിൽ വൃത്താകാരമായി മുറിച്ച ഓലക്കഷണങ്ങളായിരുന്നു. അതു കണ്ട് എല്ലാവരും വിസ്മയിക്കുകയും നികുതിവക പണം ഏറ്റുവാങ്ങിക്കൊണ്ട് അതിനുള്ള രസീതും കൊടുത്തയയ്ക്കുകയും ചെയ്തു. കുഞ്ചുക്കർത്താവു പരദേശത്തിനിന്നു മടങ്ങി വന്നിട്ട് ആദ്യം പ്രയോഗിച്ച വിദ്യ ഇതായിരുന്നു. ഇതു കഴിഞ്ഞപ്പോഴേക്കും അദ്ദേഹത്തിന്റെ പ്രസിദ്ധി സർവത്ര പരന്നു.

ഒരിക്കൽ തൃപ്പൂണിത്തുറെനിന്നും ചില കൊച്ചുതമ്പുരാക്കന്മാർ കർത്താവിന്റെ ഭവനത്തിൽ! എഴുന്നള്ളുകയും ചില വിദ്യകൾ! കണ്ടാൽക്കൊള്ളാമെന്നു കുഞ്ചുക്കർത്താവിനോട് ആവശ്യപ്പെടുകയും ചെയ്തു. കുഞ്ചുക്കർത്താവു നാലു തോക്കെടുത്തു നിറച്ചു നാലു ഭൃത്യന്മാരെ വിളിച്ച് ഓരോ തോക്കുവീതം അവരുടെ കയ്യിൽകൊടുത്ത് അവിടെയുള്ള കുളത്തിന്റെ നാലു കരയിലും നിറുത്തീട്ട്, 'ഞാൻ ഈ കുളത്തിൽ മുങ്ങിയാൽ പൊങ്ങിവരുന്ന സമയം നിങ്ങൾ എന്നെ വെടിവയ്ക്കണം' എന്നു പറഞ്ഞു. ഭൃത്യന്മാർ അരയും തലയും മുറുക്കി വെടിവയ്ക്കാനായി സന്നദ്ധരായിക്കഴിഞ്ഞു എന്നു കണ്ടപ്പോൾ കർത്താവു കുളത്തിലിറങ്ങി മധ്യഭാഗത്തു ചെന്നു മുങ്ങി. കൊച്ചുതമ്പുരാക്കന്മാരും ഭൃത്യന്മാരും നോക്കിക്കൊണ്ടു നിന്നു. ഏകദേശം മൂന്നേമുക്കാൽ നാഴിക കഴിഞ്ഞപ്പോൾ കുഞ്ചുക്കർത്താവിന്റെ തല വെള്ളത്തിനു മുകളിൽ കണ്ടു. ഉടനെ ഭൃത്യന്മാർ വെടിവെക്കുകയും കുഞ്ചുക്കർത്താവിന്റെ തല പൊട്ടിച്ചിതറുകയും കുളത്തിലെ വെള്ളം രക്തമയമായിത്തീരുകയും കുറച്ചുസമയം കഴിഞ്ഞപ്പോൾ! കുഞ്ചുക്കർത്താവിന്റെ മൃതശരീരം വെള്ളത്തിനു മീതെ പൊങ്ങിവരുകയും ചെയ്തു. ഇതെല്ലാം കണ്ടു കൊച്ചുതമ്പുരാക്കന്മാർ വല്ലാതെ ഭയപ്പെടുകയും 'കർത്താവ് ഇങ്ങനെ മരിച്ചതിന്റെ കാരണമെന്തായിരിക്കും? കാരണമെന്തായാലും വലിയ കഷ്ടമായിപ്പോയി. കർത്താവിന്റെ വിദ്യ കാണാൻ വന്നിട്ട് നമുക്കു മരണം കാണാനാണല്ലോ സംഗതിയായത്. കർത്താവു പറഞ്ഞിട്ടാണെങ്കിലും ഈ ഭൃത്യന്മാർ വെടിവച്ചതു ന്യായമായില്ല. വെടിവയ്ക്കുന്ന സമയം കർത്താവു വെള്ളത്തിൽ മുങ്ങിക്കളയും. വെടി കൊള്ളാനിടയാവുകയില്ല എന്നാണ് വിചാരിച്ചത്. അല്ലെങ്കിൽ വെടിവെയ്ക്കാൻ സമ്മതിക്കയില്ലായിരുന്നു. അഥവാ കർത്താവിന് അബദ്ധം പറ്റിപ്പോയതല്ലയോ? വെടി വരുമ്പോഴേക്കും മുങ്ങിക്കളയാമെന്നായിരിക്കും വിദ്വാൻ വിചാരിച്ചിരുന്നത്. വെടിയുണ്ടയുടെ വേഗംകൊണ്ട് അതിനിടകിട്ടിയില്ലായിരിക്കും. എങ്ങനെയായാലും കാര്യം വലിയ കഷ്ടമായി' എന്നും മറ്റും അരുളിച്ചെയ്യുകയും ചെയ്തു. അപ്പോഴേക്കും കുഞ്ചുക്കർത്താവിന്റെ മൃതശരീരം വെള്ളത്തിൽത്താണു. ഉടനെ അദ്ദേഹത്തിന്റെ മാളികയിൽ ഒരു വീണ വായന കേട്ടുതുടങ്ങി. അപ്പോൾ ആ വെടിക്കാരായ ഭൃത്യന്മാർ കൊച്ചുതമ്പുരാക്കന്മാരുടെ അടുക്കൽചെന്ന് 'ഈ കഷ്ടസംഭവം തൃക്കൺപാർത്തതിനാൽ തിരുമനസ്സിലുണ്ടായിരുന്ന അസ്വാസ്ഥ്യം ആ മാളികയിലെഴുന്നള്ളി വീണവായന കുറച്ചുകേട്ടാൽത്തീരും' എന്നറിയിച്ചു. ഉടനെ കൊച്ചുതമ്പുരാക്കന്മാർ മാളികയിലെഴുന്നള്ളി. അപ്പോൾ അവിടെ വീണ വായിച്ചുകൊണ്ടിരുന്നത് കുഞ്ചുക്കർത്താവായിരുന്നു. കർത്താവിനെക്കണ്ടപ്പോൾ ആ തമ്പുരാക്കന്മാർക്കുണ്ടായ സന്തോഷവും വിസ്മയവും എത്രമാത്രമായിരുന്നു എന്നു പറയാൻ പ്രയാസം. അവർ കരുതിക്കൊണ്ട് വന്നിരുന്ന സമ്മാനങ്ങളെല്ലാം കൊടുത്തു കർത്താവിനെ അത്യന്തം ബഹുമാനിച്ചതിന്റെ ശേഷം മടങ്ങിയെഴുന്നള്ളുകയും ചെയ്തു.

ഒരു ദിവസം കുഞ്ചുക്കർത്താവും ഒരു നമ്പൂരിയുംകൂടി ചതുരംഗംവച്ചുകൊണ്ടിരുന്നപ്പോൾ കർത്താവിന്റെ ചില സ്നേഹിതന്മാർ അവിടെച്ചെന്ന്, 'ഞങ്ങൾ വഞ്ചികളിക്കാനായി പുറപ്പെട്ടിരിക്കുകയാണ്. യജമാനൻകൂടെ വരണം' എന്നു പറഞ്ഞു. ചതുരംഗത്തിലുള്ള രസംകൊണ്ട് കർത്താവ്, 'ഞാൻ വരുന്നില്ല നിങ്ങൾ പോയി വഞ്ചികളിക്കുവിൻ; ഞങ്ങൾ ചതുരംഗം കളിക്കാം എന്നും പറഞ്ഞു. അതു കേട്ട് ആ സ്നേഹിതന്മാർ സമ്മതിക്കാതെ വീണ്ടും

നിർബന്ധിക്കുകയാൽ കർത്താവ് നമ്പൂരിയോട്, 'ഞാൻപോയി ക്ഷണത്തിൽ മടങ്ങി വന്നേക്കാം. അവിടുന്ന് ഇവിടെത്തന്നെ ഇരിക്കണം. പൊയ്ക്കളയരുത്' എന്ന് പറഞ്ഞിട്ട് അവരോട്ടുകൂടിപ്പോയി. ഉടനെ എല്ലാവരുംകൂടിച്ചെന്നു തോണിയിൽ കയറി സ്വല്പസമയം കഴിഞ്ഞപ്പോൾ തോണിയുടെ കളി തുടങ്ങി. കൊമ്പത്തിരുന്ന കർത്താവ് എങ്ങനെയോ തെറിച്ച് വെള്ളത്തിൽ വീഴുകയും ഉടനെ താണുപോവുകയും ചെയ്തു. വഞ്ചിയിലുണ്ടായിരുന്ന കൂട്ടുകാർക്കു പരിഭ്രമമായി. ചിലർ വെള്ളത്തിൽ ചാടി മുങ്ങിത്തപ്പിനോക്കി. കർത്താവിന്റെ മൃതശരീരം പോലും എങ്ങും കണ്ടില്ല. പിന്നെ വലക്കാരെ വരുത്തി വലവീശിച്ചുനോക്കി. എന്നിട്ടും കണ്ടില്ല. കർത്താവിന്റെ ശവംപോലും കണ്ടുകിട്ടുന്ന കാര്യം അസാദ്ധ്യമെന്നു തീർച്ചയാവുകയാൽ അവരെല്ലാവരും ഏറ്റവും വിഷാദത്തോട്ടുകൂടി കളി മതിയാക്കി കരയ്ക്കു കയറി. ഈ വർത്തമാനം കർത്താവിന്റെ ഗൃഹത്തിലറിയിക്കാതിരിക്കുന്നതു ശരിയല്ലല്ലോ എന്നു വിചാരിച്ച് അവരെല്ലാവരും കൂടി അങ്ങോട്ടു നടന്നു.

അവർ അവിടെച്ചെന്നപ്പോൾ കർത്താവും നമ്പൂരിയുംകൂടി യഥാപൂർവ്വം ചതുരംഗം വച്ചുകൊണ്ടിരിക്കുന്നതു കണ്ട് അവർ അത്ഭുതപ്പെട്ടു. 'യജമാനൻ! ഞങ്ങളെ ഇങ്ങനെ വ്യസനിപ്പിച്ചതു വലിയ കഷ്ടമായിപ്പോയി' എന്ന് അവർ പറഞ്ഞപ്പോൾ 'നിങ്ങൾ ഞങ്ങളുടെ ചതുരംഗായോധനമൂർദ്ധ്വമാക്കാൻ ശ്രമിച്ചതു കഷ്ടമായിപ്പോയി' എന്നു കർത്താവു പറഞ്ഞു.

കുഞ്ചുക്കർത്താവിന്റെ അത്ഭുതകർമ്മങ്ങളെക്കുറിച്ച് പരദേശത്തു കേൾക്കുകയാൽ അവിടെനിന്നു കെങ്കേമനായ ഒരിന്ദ്രജാലക്കാരൻ ഇദ്ദേഹത്തെ പരീക്ഷിക്കാനായി ഇങ്ങോട്ടു പുറപ്പെട്ടു. അയാൾ എറണാകുളത്തെത്തി, അടുത്ത ദിവസം കായലിൽവച്ച് ഒരു കളി നടത്താൻ നിശ്ചയിച്ചിരിക്കുന്നതായി ഒരു പരസ്യം പ്രസിദ്ധപ്പെടുത്തി. നിശ്ചിതസമയമായപ്പോഴേക്കും എറണാകുളത്തുള്ള കായൽക്കരയിൽ അസംഖ്യമാളുകൾ കൂടി. കൊച്ചീവലിയതമ്പുരാൻ തിരുമനസ്സുകൊണ്ടും പരിവാരസമേതം അവിടെ എഴുന്നള്ളി. അക്കൂട്ടത്തിൽ കുഞ്ചുക്കർത്താവുമുണ്ടായിരുന്നു. ആ പരദേശി വന്നിരിക്കുന്നതു കുഞ്ചുക്കർത്താവിനെ പരീക്ഷിക്കാനാണെന്ന് ആർക്കും അറിയാൻ പാടില്ലായിരുന്നു. അയാൾ ആ പരമാർത്ഥം ആരോടും പറഞ്ഞുമില്ല. എങ്കിലും കുഞ്ചുക്കർത്താവ് ഈ വാസ്തവം ഊഹിക്കാതിരുന്നില്ല. സമയമായപ്പോൾ ആ ഐന്ദ്രജാലികൻ ചില സാമാനങ്ങൾ കെട്ടിയെടുത്തുകൊണ്ട് ഒരു മെതിയടിയിൽക്കയറി വെള്ളതിന്റെ മീതെ നടന്നു കായലിലേക്കു പോയി. കരയിൽനിന്ന് ഏകദേശം നൂറടി അകലെച്ചെന്ന് അവിടെ വെള്ളത്തിനുമീതെ ഒരു കരിമ്പടം വിരിച്ച് അതിൽ 'പേനക്കത്തികൾ പേനയും പെനിസിലും പിച്ചാത്തി പിഞ്ഞാണവും ചീനത്തുശിയുമുണ്ടനൂലു ചരടും തീപ്പെട്ടി കാല്പെട്ടിയും' മറ്റും നിരത്തിവച്ച് 'ഓടിവരുവിൻ, ഓടിവരുവിൻ, സാമാനം മെച്ചം, വില സഹായം ഇപ്പോൾ തീർന്നുപോകും' എന്നും മറ്റും വിളിച്ചു പറഞ്ഞുകൊണ്ടിരുന്നു. 'കുഞ്ചുക്കർത്താവിനു വായുസ്തംഭം, ജലസ്തംഭം മുതലായവ അറിയാമെങ്കിൽ വെള്ളത്തിന്റെ മീതെ നടന്നുചെല്ലും. അങ്ങനെ ചെന്നില്ലെങ്കിൽ അദ്ദേഹത്തിന് ആവക വിദ്യകൾ അറിഞ്ഞു കൂടന്നു തീർച്ചപ്പെടുത്തുകയും ചെയ്യാമല്ലോ' എന്നു വിചാരിച്ചാണ് ആ പരദേശി ഇങ്ങനെ വിളിച്ചുപറഞ്ഞുകൊണിരുന്നത്. അയാൾ സാഹങ്കാരം ഇങ്ങനെ വിളിച്ചുപറയുന്നതു കേട്ടപ്പോൾ വലിയതമ്പുരാൻ തിരുമനസ്സുകൊണ്ടു കുഞ്ചുക്കർത്താവിനെ അടുക്കൽ

വിളിച്ച് 'എന്താ, അവിടെച്ചെന്നു വല്ലതും വാങ്ങിക്കൊണ്ടുവരാൻ വയ്യേ' എന്നു കല്പിച്ചു ചോദിച്ചു. 'കല്പനയുണ്ടെങ്കിൽ പരീക്ഷിച്ചു നോക്കാം' എന്നു കർത്താവു മറുപടി അറിയിച്ചപ്പോൾ 'ആട്ടെ, ഒന്നു പരീക്ഷിച്ചു നോക്കു' എന്നു വീണ്ടും കല്പിച്ചു. ഉടനെ കുഞ്ചുക്കർത്താവ് ഒരു വലിയ വെള്ളക്കുതിരയുടെ പുറത്തു കയറി വെള്ളത്തിനുമീതെ ഓടിച്ച് അങ്ങോട്ടു ചെന്നു. അപ്പോഴേക്കും കരിമ്പടവും കച്ചവടസ്സാമാനങ്ങളും കച്ചവടക്കാരനും എല്ലാം വെള്ളത്തിൽ താണുകഴിഞ്ഞു. കായലിൽക്കിടന്നു മുങ്ങിയും പൊങ്ങിയും വെള്ളംകുടിച്ചു മരിക്കാൻ തുടങ്ങിയ ആ പരദേശികനെ കുഞ്ചുക്കർത്താവും പിടിച്ചുവലിച്ചു തന്റെ കുതിരയുടെ പുറത്തു കയറ്റിയിരുത്തിക്കൊണ്ട് കുതിരയെ തിരിയെ ഓടിച്ചു കരയ്ക്കെത്തീട്ട് ആ പരദേശിയോട് 'എന്താ, പരീക്ഷ ഒട്ടു മതിയായോ' എന്നു ചോദിച്ചു. അപ്പോൾ ആ പരദേശി തൊഴുതുകൊണ്ട് 'അബദ്ധം പിണഞ്ഞുപോയി. ക്ഷമിക്കണം. എന്റെ പ്രാണരക്ഷചെയ്തതിനായി പ്രത്യേകം വന്ദനംപറഞ്ഞുകൊള്ളുന്നു. ഇനി എന്റെ ജീവനുള്ളപ്പോൾ ഞാൻ യജമാനനെ പരീക്ഷിക്കാൻ പുറപ്പെടുകയില്ല' എന്നു പറഞ്ഞു സത്യം ചെയ്തു ലജ്ജാവനമ്രമുഖനായി അവിടെനിന്നു മടങ്ങി പരദേശത്തേക്കുതന്നെ പോയി.

ആ വേനൽക്കാലത്തു വഴിപോക്കരായും മറ്റുമുള്ള അനവധിയാളുകൾ കർത്താവിന്റെ മാളികയിൽ വന്നുകൂടി. അവർ വെയിലുകൊണ്ട് പരവശന്മാരായിട്ടാണ് അവിടെക്കയറിയത്. ദാഹം കലശലായിട്ടുണ്ടായിരുന്നതിനാൽ കുടിക്കാൻ വെള്ളം വേണമെന്ന് അവർ കുഞ്ചുക്കർത്താവിനോട് പറഞ്ഞു. 'എന്തു വെള്ളമാണു വേണ്ടത്' എന്നു കർത്താവു ചോദിച്ചപ്പോൾ കരിക്കായാൽകൊള്ളാം; അല്ലെങ്കിൽ ഇവിടുത്തെ സൗകര്യം പോലെ എന്തു വെള്ളമായാലും വിരോധമില്ല' എന്നവർ പറഞ്ഞു. അപ്പോൾ കർത്താവ്, 'കരിക്കുതന്നെ ആവാം, ഇവിടെ സൗകര്യക്കുറവൊന്നുമില്ല. പക്ഷേ തെങ്ങിന്മേൽക്കയറാൻ ഇപ്പോൾ ഇവിടെ നമ്മുടെ ഭൃത്യന്മാരാരുമില്ല എന്നൊരു തരക്കേടു മാത്രമേ ഉള്ളൂ. വാലിയക്കാരെ ഒക്കെ ഓരോ കാര്യങ്ങൾക്കായി ഓരോ സ്ഥലങ്ങളിലേക്കു പറഞ്ഞയച്ചിരിക്കുകയാണ്. അതുകൊണ്ട് വിരോധമൊന്നുമില്ല. തെങ്ങിന്മേൽക്കയറാൻ എനിക്കുമറിയാം. നല്ല പരിചയമില്ല എന്നേ ഉള്ളൂ' എന്നു പറഞ്ഞ് കർത്താവു തന്നെ ചെന്ന് ഒരു തെങ്ങിന്മേൽ നിന്നു മറ്റൊരു തെങ്ങിന്മേലേക്കു ചാടി. അതിന്മേൽനിന്നും ഒരു കരിക്കു പറിച്ചിട്ട് പിന്നൊരു തെങ്ങിന്മേലേക്കു ചാടി. അങ്ങനെ ഓരോ കരിക്കുവീതം പറിച്ചുകൊണ്ട് അദ്ദേഹം ഒരു കുരങ്ങനെപ്പോലെ അവിടെയുണ്ടായിരുന്ന തെങ്ങിന്മേലൊക്കെ ചാടി നടന്നു. അവിടെ കൂടിയിരുന്നവർ ഇതു കണ്ട് അത്യന്തം വിസ്മയിച്ചു. എങ്കിലും ഒടുക്കം ചാട്ടം പിഴച്ചു കർത്താവു നിലത്തു വീണു. അതുകണ്ടു പരിഭ്രമിച്ച് അവിടെയുണ്ടായിരുന്നവരെല്ലാം ഓടിച്ചെന്നു നോക്കിയപ്പോൾ അദ്ദേഹത്തിനു ബോധമില്ലായിരുന്നു. അത്യന്തം വിവശനായിരിക്കുന്നതു കണ്ട് അദ്ദേഹം അപ്പോൾത്തന്നെ മരിച്ചുപോകുമെന്ന് എല്ലാവരും തീർച്ചപ്പെടുത്തി. കർത്താവിന്റെ അവശത കണ്ടപ്പോൾ വെള്ളം കുടിക്കണമെന്നു വിചാരിച്ച കാര്യം എല്ലാവരും മറന്നു. അവർ ഏറ്റവും വിഷണ്ണന്മാരായിത്തീർന്നു. അവരെല്ലാവരും ഇതികർത്തവ്യതാമൂഢന്മാരായി അങ്ങനെ നിന്നപ്പോൾ കർത്താവ് വായ് തുറന്ന് കാണിച്ചു. അതു കണ്ടിട്ട് 'അദ്ദേഹത്തിനു വെള്ളം കുടിക്കണമെന്നുണ്ടായിരിക്കും; അതുകൊണ്ടായിരിക്കും വായ് പൊളിച്ചുകാണിക്കുന്നത്. ആരെങ്കിലും ചെന്ന് ഒരു കരിക്കു

ക്ഷണത്തിൽ ചെത്തിക്കൊണ്ടു വരണം' എന്ന് ഒരാൾ പറഞ്ഞു. ഉടനെ ചിലർ കരിക്ക ചെത്തിക്കൊണ്ടുവരുവാനായി ഓടിപ്പോയി. അപ്പോൾ ഒരു ചെത്തിയ കരിക്കുംകൊണ്ട് കുഞ്ചുക്കർത്താവു അവിടെ വന്നു. തെങ്ങിൽ നിന്ന വീണ് അവശനായിക്കിടന്നിരുന്ന കുഞ്ചുക്കർത്താവു തൽക്ഷണം അദൃശ്യനായി ത്തീരുകയും ചെയ്തു. ആ സമയം അവിടെയുണ്ടായിരുന്ന ജനങ്ങൾക്കുണ്ടായ വിസ്മയം വാചാമഗോചരമെന്നല്ലാതെ മറ്റൊന്നും പറയാനില്ല. കർത്താവു തെങ്ങിന്മേലെല്ലാം ചാടി നടന്നതു ഹനുമാന്റെ അനുഗ്രഹംകൊണ്ടും താഴെ വീണ് മരിക്കാൻ തുടങ്ങിയതായിക്കാണിച്ച ഇന്ദ്രജാലവിദ്യകൊണ്ടുമായിരു ന്നു എന്നുള്ളതു വിശേഷിച്ച പറയണമെന്നില്ലല്ലോ. കർത്താവു തെങ്ങിന്മേൽ ചാടിനടക്കുന്നതു കണ്ടപ്പോൾ ജനങ്ങൾക്കുണ്ടായ വിസ്മയം അവശനായിക്കി ടന്നിരുന്ന അദ്ദേഹത്തെ സ്വസ്ഥശരീരനായിക്കണ്ടപ്പോൾ ശതഗുണീഭവിച്ചു. കരിക്ക ചെത്തിക്കുടിച്ച ദാഹം തീർത്തതിന്റെ ശേഷം വീണ്ടും എല്ലാവരും മാളികയിൽക്കൂടി. അപ്പോൾ കുഞ്ചുക്കർത്താവ്, 'വെള്ളംകുടി കഴിഞ്ഞുവല്ലോ, ഇനി ഒന്നു മുറുക്കിയാൽക്കൊള്ളാമെന്നുണ്ടായിരിക്കും, ഇല്ലേ? ആവശ്യമുള്ള വർക്കൊക്കെ മുറുക്കാം' എന്നു പറഞ്ഞു മുറുക്കപ്പെട്ടി തുറന്നുവെച്ചു. അതിൽ മുറുക്കാനുള്ളതൊന്നുമുണ്ടായിരുന്നില്ല. അപ്പോൾ ഒരാൾ 'ഈ പെട്ടിയിൽ മുറുക്കാനുള്ളതൊന്നുമില്ലല്ലോ' എന്നു പറഞ്ഞു. ഉടനെ കർത്താവ് 'ഒന്നുമി ല്ലെങ്കിൽ എല്ലാമിപ്പോൾ വരുത്താമല്ലോ' എന്നു പറഞ്ഞു. അതുകേട്ട് ആ ജനക്കൂട്ടത്തിൽ ഒരാൾ 'ഞങ്ങൾക്കുവേണ്ടി അങ്ങനെ ബുദ്ധിമുട്ടണമെന്നില്ല. ഇവിടെയിപ്പോൾ വാലിയക്കാരാരും ഇല്ലാതെയിരിക്കുന്നതുകൊണ്ടു മുറുക്ക സാമാനങ്ങൾ വാങ്ങാനും യജമാനൻതന്നെ പോകണമായിരിക്കുമല്ലോ' എന്നു പറഞ്ഞു. 'നിങ്ങൾ അതൊക്കെ എന്തിനറിയുന്നു? നിങ്ങൾ വേണമെ ങ്കിൽ മുറുക്കിക്കൊള്ളണം. അപ്പം തിന്നുന്നവൻ കുഴിയെണ്ണുന്നതെന്തിനാണ്' എന്നു കർത്താവു പറഞ്ഞപ്പോഴേക്കും എവിടെ നിന്നോ എന്തോ മുറുക്കാനുള്ള സാധനങ്ങളെല്ലാം പെട്ടിയിൽ നിറഞ്ഞുകഴിഞ്ഞു. ഒന്നാന്തരം വെറ്റില അടയ്ക്ക, പുകയില, നൂറ്, ഏലത്തിരി, ഗ്രാമ്പൂവ്, വാൽമുളക്, ജാതിക്ക, ജാതിപത്രി മുതലായവയെല്ലാം കണ്ട് ആ ജനങ്ങൾ പൂർവ്വാധികം വിസ്മയിക്കുകയും ആവശ്യമുള്ളവരൊക്കെ മുറുക്കിയതിന്റെ ശേഷം എല്ലാവരും കർത്താവിനെ വന്ദിച്ചു യാത്ര പറഞ്ഞു പോവുകയും ചെയ്തു.

വിശേഷിച്ച വല്ലവരുമുള്ളപ്പോൾ ഒരു സാധനവും കുഞ്ചുക്കർത്താവു വാലി യക്കാരെയും മറ്റും പറഞ്ഞയച്ചു വരുത്തുക പതിവില്ല. ആവശ്യമുള്ളതെല്ലാം താനേ അവിടെ വന്നുകൊള്ളും. അങ്ങനെയാണ് പതിവ്. ഈ സാമാനങ്ങ ളെല്ലാം ആവശ്യംപോലെ കൊണ്ടുവന്നു കൊടുക്കുന്നതു കുഞ്ചുക്കർത്താവു സേവിച്ചു പ്രത്യക്ഷമാക്കിട്ടുള്ള കുട്ടിച്ചാത്തന്മാരാണെന്നുള്ളതു വിശേഷിച്ചു പറയണമെന്നില്ലല്ലോ.

കുഞ്ചുക്കർത്താവിന്റെ അത്ഭുതകർമ്മങ്ങൾ ഇങ്ങനെ ഇനിയും വളരെ പ്പറയാനുണ്ട്. അവ മിക്കവാറും കൈപ്പുഴത്തമ്പാന്റെ വിദ്യകളെ അനുക രിക്കുന്നവയാകയാലും ലേഖനദൈർഘ്യത്തെ ഭയപ്പെട്ടും ഇനി അധികം വിസ്തരിക്കുന്നില്ല. ദേവാസുരയുദ്ധത്തിൽ സഹായിക്കുന്നതിനു ചെല്ലാനായിട്ടു ക്ഷണക്കത്തു നൂലിന്മേൽക്കെട്ടി ആകാശമാർഗ്ഗത്തിങ്കിൽ നിന്നു ദേവേന്ദ്രൻ കൈപ്പുഴത്തമ്പാന്റെ പേർക്കയയ്ക്കാറുള്ളതുപോലെ കുഞ്ചുക്കർത്താവിന്റെ പേർക്കും അയയ്ക്കാറുണ്ട്. തമ്പാനെപ്പോലെ കർത്താവും നൂലിന്മേൽ പിടി

ച്ചതന്നെ സ്വർഗ്ഗത്തിലേക്കു കയറിപ്പോവുകയും മറ്റും പലപ്പോഴും ഉണ്ടായിട്ടുമുണ്ട്. തമ്പാൻ തിരുവിതാംകൂർ മഹാരാജാവിന്റെ തിരുമുമ്പിൽവച്ചാണെന്നും കർത്താവും കൊച്ചി വലിയ തമ്പുരാന്റെ തിരുമുമ്പിൽവച്ചാണെന്നും മാത്രമേ വ്യത്യാസമുള്ളൂ. രണ്ടു പേർ കാണിച്ചതാണെങ്കിലും ഒരുപോലെയുള്ള രണ്ടു സംഗതികൾ പ്രത്യേകം പ്രത്യേകം വിവരിക്കുന്നത് അനാവശ്യമാണല്ലോ.

കുഞ്ചുക്കർത്താവു വൈദ്യം വകയായും മന്ത്രവാദം വകയായും ഇന്ദ്രജാലം വകയായും അസ്ത്രശാസ്ത്രപ്രയോഗങ്ങൾ സംബന്ധിച്ചുള്ളവയായും സേവാമാർഗ്ഗങ്ങൾ വിവരിക്കുന്നവയായും മറ്റും അനേകം ഗ്രന്ഥങ്ങൾ! പരദേശത്തുനിന്നു സമ്പാദിച്ചുകൊണ്ടുവന്നു സ്വഗൃഹത്തിൽ! സൂക്ഷിച്ചുവച്ചിരുന്നു. അദ്ദേഹം അവിടെയില്ലാതെയിരിക്കുന്ന സമയങ്ങളിൽ അനന്തരവന്മാരിൽ ചിലർ ആ ഗ്രന്ഥങ്ങളെടുത്തുനോക്കി സ്വകാര്യമായി ചില വിദ്യകൾ പഠിച്ചുതുടങ്ങി. കുറച്ചുകാലത്തേക്കു കുഞ്ചുക്കർത്താവ് അനന്തരവരുടെ ഈ കളവ് അറിഞ്ഞില്ല. കുറച്ച് കഴിഞ്ഞപ്പോൾ ഇതറിയുന്നതിനു ചില കാരണങ്ങളുണ്ടായി.

ചേരാനല്ലൂർ കർത്താവിന്റെ ഗൃഹമിരിക്കുന്ന പുരയിടത്തിന്റെ കിഴക്കുവശം കുമ്പളം, വെള്ളരി, മത്ത മുതലായവ കൃഷിചെയ്യുന്നതിനു കൊള്ളാവുന്ന സ്ഥലമാണ്. അവിടെ ആണ്ടുതോറും പതിവായി മേല്പറഞ്ഞ കൃഷി ചെയ്യാറുണ്ടായിരുന്നു. കുഞ്ചുക്കർത്താവ് അവിടെയുള്ളപ്പോൾ അദ്ദേഹം കാലത്തെ എഴുന്നേറ്റ് അവിടെച്ചെന്ന് നോക്കി കുമ്പളം, മത്ത മുതലായവയുടെ ഫലപുഷ്ടി കണ്ടാനന്ദിക്കുക പതിവായിരുന്നു. ആ പതിവനുസരിച്ച് അദ്ദേഹം ഒരു ദിവസം കാലത്തു ചെന്നു നോക്കിയപ്പോൾ ഒരു കുമ്പളങ്ങയിന്മേൽ രൂപാവട്ടത്തിൽ മറുപുറം തുളഞ്ഞതായ ഒരു ദ്വാരം കണ്ടു. ഇതെന്തെന്നു സംശയിച്ചു പരിശോധിച്ചപ്പോൾ എല്ലാത്തിന്മേലും അങ്ങനെ ഓരോ ദ്വാരം വീതം കാണുകയാൽ അനന്തരവരെ വിളിച്ച് ഇതിന്റെ കാരണമെന്തെന്നു ചോദിച്ചു. അപ്പോൾ ഒരനന്തരവൻ, 'ഞാൻ അസ്ത്രശാസ്ത്രഗ്രന്ഥമെടുത്തു നോക്കിയപ്പോൾ ഒരു പ്രയോഗം കണ്ടു. ആ വിദ്യ ഫലിക്കുമോ എന്നു പരീക്ഷിച്ചു നോക്കുവാനായി തെങ്ങിന്റെ ഈർക്കിൽകൊണ്ട് ഒരസ്ത്രമുണ്ടാക്കി പ്രയോഗിച്ചതാണ്. ഞാൻ ഒന്നിന്മേൽ മാത്രമേ എയ്തുനോക്കിയുള്ളൂ' എന്നു പറഞ്ഞു. അതു കേട്ടു കുഞ്ചുക്കർത്താവ്, 'ഗുരൂപദേശം കൂടാതെ ഗ്രന്ഥത്തിൽ കാണുന്നവ പ്രയോഗിച്ചുതുടങ്ങിയാൽ അനർത്ഥങ്ങളുണ്ടായേക്കും, അതിനാൽ അങ്ങനെ ചെയ്യരുത്'' എന്നുമാത്രം മറുപടി പറഞ്ഞു.

വേറൊരനന്തരവൻ സേവാക്രമഗ്രന്ഥമെടുത്തു നോക്കി ചില മന്ത്രങ്ങൾ പഠിച്ചു കൊണ്ടു ഹനുമാനെ സേവ തുടങ്ങി. ഒടുക്കം അയാൾക്കു ഭ്രാന്തുപിടിച്ചു. അതുകൂടെയായപ്പോൾ കുഞ്ചുക്കർത്താവ് 'ഈ ഗ്രന്ഥങ്ങൾ ഇവിടെ വച്ചിരുന്നാൽ ഇനി ഇതിനേക്കാൾ വലിയ അനർഥങ്ങളും ഉണ്ടായേക്കും' എന്നു വിചാരിച്ച് അവയെല്ലാമെടുത്തു ചുട്ടുനശിപ്പിച്ചുകളഞ്ഞു. ആ ഭ്രാന്തുപിടിച്ച ആളുടെ ബാധയെ പിടിച്ചു ചിറ്റൂർ ക്ഷേത്രത്തിന്റെ മുൻവശത്തുള്ള ആൽത്തറയ്ക്കൽ കുടിയിരുത്തുകയും ചെയ്തു.

ചേരാനല്ലൂർ കർത്താവിന്റെ വകയായി ചിറ്റൂർ എന്ന ദേശത്ത് ഒരു ക്ഷേത്രമുണ്ട്. ഗുരുവായൂരപ്പനെത്തന്നെയാണ് അവിടെ പ്രതിഷ്ഠിച്ചിരിക്കുന്നത്. ചേരാനല്ലൂർ കർത്താവിനുണ്ടായിട്ടുള്ള ശ്രേയസ്സുകൾക്കൊക്കെ പ്രധാന കാരണം ആ സ്വാമിയാണ്. കുഞ്ചുക്കർത്താവ് ആ ക്ഷേത്രത്തിൽ മൂന്നുപ്രാവശ്യം അതി

നിഷ്ഠയോടുകൂടി സംവത്സരഭജനം നടത്തീട്ടുണ്ട്. മൂന്നാമത്തെ സംവത്സരഭജനം കഴിഞ്ഞതില്പിന്നെയാണ് അദ്ദേഹത്തിന്റെ കീർത്തി ലോകത്തിൽ സർവ്വത്ര വ്യാപിച്ചത്. ഇനി ആ ക്ഷേത്രമുണ്ടായത് എങ്ങനെയെന്നുകൂടി പറഞ്ഞിട്ട് ഈ ഉപന്യാസം അവസാനിപ്പിക്കാമെന്നു വിചാരിക്കുന്നു.

ഇളമുറക്കാരനായിരുന്ന ഒരു ചേരാനല്ലൂർ കർത്താവ് ഗുരുവായൂർ ചെന്നു ഭക്തിപൂർവ്വം സ്വാമിയെ ഭജിച്ചു താമസിച്ചിരുന്നു. അങ്ങനെ പത്തുപന്ത്രണ്ടു കൊല്ലം കഴിഞ്ഞപ്പോൾ കാരണവർ മരിച്ചുപോവുകയാൽ ഈ കർത്താവിനു തറവാട്ടിൽ മൂപ്പായി.

തറവാട്ടിൽ മൂത്തയാൾ നടത്തേണ്ടതായ അനേകം കാര്യങ്ങളുള്ളതിനാൽ അദ്ദേഹം തറവാട്ടിൽ വന്നു താമസിക്കണമെന്നു പറഞ്ഞ് ആളുകൾ ചെന്നു. അപ്പോൾ അദ്ദേഹത്തിനു ഗുരുവായൂരപ്പന്റെ സന്നിധിയിൽനിന്ന് വിട്ടുപിരിയുന്ന കാര്യം ഏറ്റവും വ്യസനകരമായിത്തീർന്നു. തറവാടിൽ വന്നു താമസിക്കാതെയിരിക്കാൻ നിവൃത്തിയില്ലാതെയും വന്നു. അതിനാൽ അദ്ദേഹം വല്ലാതെ വിഷണ്ണനായി ഭവിച്ചു. 'എന്റെ ഗുരുവായൂരപ്പാ! ഞാനെന്താണ് ചെയ്യേണ്ടത്? അവിടുന്നു തന്നെ ഇതിനൊരു നിവൃത്തിയുണ്ടാക്കിത്തരണം' എന്നു വിചാരിച്ചുകൊണ്ടു രാത്രിയിൽ കിടന്നുറങ്ങിയപ്പോൾ കർത്താവിന് ഒരു സ്വപ്നമുണ്ടായി. 'നീ ഒട്ടും വ്യസനിക്കേണ്ട; നാളെത്തന്നെ സ്വഗൃഹത്തിലേക്കു പൊയ്ക്കൊള്ളുക. ഞാൻ അവിടെ വന്നു കൊള്ളാം. അവിടെ ഒരു നല്ല സ്ഥലം നോക്കി ക്ഷേത്രം പണിയിക്കുകയും സുമുഹൂർത്തത്തിൽ പ്രതിഷ്ഠ നടത്തിക്കുകയും ചെയ്യണം. എന്റെ സാന്നിദ്ധ്യം അവിടെയുണ്ടായിരിക്കും. പ്രതിഷ്ഠയ്ക്കു സമയമാകുമ്പോൾ അവിടെ വരുന്ന തന്ത്രിയെക്കൊണ്ടു പ്രതിഷ്ഠ നടത്തിക്കണം. മുൻകൂട്ടി ആരോടും പറയണമെന്നില്ല' എന്നൊരാൾ അടുക്കൽചെന്നു പറഞ്ഞതായിട്ടാണ് കർത്താവ് സ്വപ്നം കണ്ടത്. ഇതു ഗുരുവായൂരപ്പൻ അരുളിച്ചെയ്തതുതന്നെയാണെന്നു വിശ്വസിച്ചു കർത്താവു പിറ്റേദിവസംതന്നെ സ്വദേശത്തേക്കു പോന്നു.

കർത്താവു സ്വഗൃഹത്തിലെത്തി താമസം തുടങ്ങീട്ട് അധികം താമസിയാതെ തന്നെ സ്ഥലം നോക്കി നിശ്ചയിച്ചു ക്ഷേത്രംപണി നടത്തിക്കുകയും പ്രതിഷ്ഠിക്കാനുള്ള വിഗ്രഹമുണ്ടാക്കിച്ചു വയ്ക്കുകയും മുഹൂർത്തം നോക്കിച്ചു നിശ്ചയിക്കുകയും പ്രതിഷ്ഠയ്ക്കു വേണ്ടുന്ന ഉപകരണങ്ങളെല്ലാം ശേഖരിക്കുകയും ചെയ്തു, തന്ത്രി വരാനായി കാത്തിരുന്നു.

അക്കാലത്തു ചേന്നാസ്സുനമ്പൂരിപ്പാട്ടിലേക്കും ഒരു സ്വപ്നമുണ്ടായി. 'ചേരാനല്ലൂർ കർത്താവു ചിറ്റൂർ ദേശത്ത് ഒരു ക്ഷേത്രം പണിയിച്ച്, പ്രതിഷ്ഠയ്ക്കെല്ലാം വട്ടംകൂട്ടി വച്ചുകൊണ്ടിരിക്കുന്നു. മുഹൂർത്തം ഇന്നപ്പോഴാണ്. അതിനു തക്കവണ്ണം അവിടെച്ചെന്നു പ്രതിഷ്ഠ നടത്തണം' എന്നായിരുന്നു സ്വപ്നം. അതനുസരിച്ചു നമ്പൂരിപ്പാട് അവിടെയെത്തുകയും നിശ്ചിതമുഹൂർത്തത്തിൽത്തന്നെ പ്രതിഷ്ഠ നടത്തുകയും ചെയ്തു. കർത്താവു തന്ത്രിക്കു ദക്ഷിണചെയ്തത് ഒരു പൊൻകിണ്ണം നിറയെ വിൽക്കാശായിരുന്നു. കിണ്ണം നിറയെ വിൽക്കാശു കൊണ്ടു ചെന്നു തന്ത്രിയുടെ മുൻപിൽ ചൊരിഞ്ഞിട്ടു കിണ്ണം തിരിയെ കൊണ്ടു പോന്നു. തന്ത്രി കർത്താവിനോട് 'എല്ലാം വളരെ ഭംഗിയായി. ഈ ക്ഷേത്രത്തിൽ ഗുരുവായൂരപ്പന്റെ സാന്നിദ്ധ്യം എന്നും വേണ്ടതുപോലെ ഉണ്ടായിരിക്കും' എന്നു സന്തോഷസമേതം പറഞ്ഞ് അനുഗ്രഹിച്ചു. അപ്പോൾ കർത്താവ്

'ഈ ക്ഷേത്രം കാലക്രമേണ ഗുരുവായൂർ ക്ഷേത്രത്തെ അതിശയിക്കും, ഇല്ലേ? എന്നു ചോദിച്ചു? 'അതില്ല, അതിലൊരുപടി താഴെയായിരിക്കയേ ഉള്ളൂ' എന്നു തന്ത്രി പറഞ്ഞപ്പോൾ, 'അതെന്തു കൊണ്ടാണ്? എന്നു കർത്താവു ചോദിച്ചു. അപ്പോൾ തന്ത്രി, 'ആ പൊൻകിണ്ണത്തോടു കൂടിതന്നെ ദക്ഷിണ ചെയ്തിരുന്നുവെങ്കിൽ കർത്താവു വിചാരിച്ചതു പോലെതന്നെ ആകാമായിരുന്നു. അങ്ങനെ ചെയ്തില്ലല്ലോ. അതു കൊണ്ടാണ്'' എന്നു പറഞ്ഞു. കർത്താവ് ആ പൊൻകിണ്ണംകൂടി എടുത്തു കൊണ്ടു ചെന്നു കൊടുത്തു. തന്ത്രി അതു സ്വീകരിച്ചില്ല. 'എനിക്കു മനസ്സോടുകൂടി തന്നതു മതി. അതിലധികം ആവശ്യമില്ല' എന്നു പറഞ്ഞു തന്ത്രി നമ്പൂരിപ്പാടു പോവുകയും ചെയ്തു. ഇപ്രകാരമാണ് ആ ക്ഷേത്രത്തിന്റെ ഉത്ഭവം. ഇവിടത്തെ ദേവനെ ചേരാനല്ലൂർ കർത്താക്കന്മാർ അവരുടെ കുലപരദേവതയായി ഇപ്പോഴും ആചരിച്ചു വരുന്നുമുണ്ട്.

●

കൊട്ടാരക്കരഗ്ഗോശാല

തിരുവിതാംകൂറിൽ കൊല്ലം ഡിവിഷനിൽച്ചേർന്ന കൊട്ടാരക്കര താലൂക്കിൽ കൊട്ടാരക്കര എന്ന ദേശത്ത് ഒരു ശിവക്ഷേത്രമുണ്ട്. ഈ ക്ഷേത്രം പണ്ടു കൊട്ടാരക്കര (ഇളയിടത്തു സ്വരൂപം) രാജാവിന്റെ വകയായിരുന്നു. ആ സ്വരൂപത്തിലെ രാജാക്കന്മാർ ഈ ശിവനെ അവരുടെ പരദേവതയായിട്ടാണ് ആചരിക്കുകയും ആദരിക്കുകയും ചെയ്തുവന്നിരുന്നത്. കൊട്ടാരക്കര ദേശം തിരുവിതാംകൂർ സർക്കാർ വകയായിത്തീർന്നു. ആ ക്ഷേത്രത്തിന്റെ തെക്കുവശത്തു മതിൽക്കകത്തായി ഒരു ഗോശാല ഇപ്പോഴും കാണ്മാനുണ്ട്. അതിന്റെ ഉത്ഭവത്തെപ്പറ്റിയാണ് ഇവിടെ പറയാൻ ഭാവിക്കുന്നത്.

പണ്ടു ബ്രിട്ടിഷുമലബാർകാരനായ ഒരു നമ്പൂരി അനപത്യത നിമിത്തം വളരെ ദുഃഖിച്ച് അനേകം സൽക്കർമങ്ങളും ദാനധർമങ്ങളും ക്ഷേത്രങ്ങളിൽ വഴിപാടുകളും മറ്റും നടത്തിയതിന്റെ ഫലമായി ഒരു പുത്രസന്താനമുണ്ടായി. അപ്പോൾ ആ മാതാപിതാക്കന്മാർ വളരെ സന്തോഷിച്ചുവെങ്കിലും ആ സന്തോഷം അധിക നാളത്തേക്കു നീണ്ടുനിന്നില്ല. ഉണ്ണിയുടെ ജാതകഫലം ചിന്തിച്ചതിൽ അദ്ദേഹം ഇരുപതാമത്തെ വയസ്സിൽ വിഷഭയമുണ്ടായി മരിക്കുമെന്നു സമർത്ഥന്മാരായ അനേകം ജ്യോത്സ്യന്മാർ ഐകകണ്ഠ്യേന അഭിപ്രായപ്പെട്ടു. അതിനാൽ മാതാപിതാക്കന്മാർക്കു സന്തോഷത്തിലധികം സന്താപമുണ്ടായിത്തീർന്നു. 'ഇതിനെക്കാൾ നല്ലത് ഉണ്ണി ഉണ്ടാകാതെയിരിക്കുകതന്നെയായിരുന്നു' എന്നു അവർക്ക് തോന്നി. എങ്കിലും ആ ഉണ്ണി ക്രമേണ വളർന്നുവരുകയും അദ്ദേഹത്തിന്റെ ഉപനയനം, സമാവർത്തനം മുതലായവ യഥാകാലം അച്ഛൻനമ്പൂരി നടത്തുകയും ചെയ്തു. യഥാക്രമം വേദാധ്യയനവും വിദ്യാഭ്യാസവും ചെയ്യിക്കുകയാൽ പതിനാറു വയസ്സു കഴിഞ്ഞപ്പോഴേക്കും ആ ബ്രാഹ്മണകുമാരൻ നല്ല വേദജ്ഞനും വിദ്വാനുമായിത്തീർന്നു. ആകൃതികൊണ്ടും പ്രകൃതികൊണ്ടും മനോഹരനായ ആ ഉണ്ണിനമ്പൂരിയുടെ പ്രായത്തെ അതിക്രമിച്ചുള്ള വളർച്ചയും ദേഹപുഷ്ടിയും കണ്ടു മാതാപിതാക്കന്മാർ 'ഇവൻ അല്പായുസ്സായിട്ടു പോകാൻതന്നെ ഉണ്ടായവനാണ്'' എന്നു വിചാരിച്ചു പ്രതിദിനം ദുഃഖിച്ചുകൊണ്ടിരുന്നു. മാതാപിതാക്കന്മാർ സദാ ദുഃഖിച്ചു കൊണ്ടിരുന്നതിന്റെ കാരണം ആ ഉണ്ണിനമ്പൂരി കാലക്രമേണ മനസ്സിലാക്കുകയും 'ഇതുകൊണ്ടു വിഷാദിക്കാനൊന്നുമില്ല. പതിനാറാമത്തെ വയസ്സിൽ മരിക്കാതെ മാർക്കണ്ഡേയനെ രക്ഷിച്ച ഈശ്വരൻ എന്നെയും രക്ഷിക്കാൻ കഴിയും' എന്നു മനസ്സിൽ ദൃഢമായി നിശ്ചയിക്കുകയും അക്കാ

ലംമുതൽ അദ്ദേഹം വലിയ ഈശ്വരഭക്തനായിത്തീരുകയും ചെയ്തു.

അനന്തരം ആ ഉണ്ണിനമ്പൂരി ഇല്ലത്തുനിന്നിറങ്ങി, കേരളത്തിലുള്ള മഹാക്ഷേത്രങ്ങളിലെല്ലാം ചെന്നു സ്വാമി ദർശനം ചെയ്തുകൊണ്ടു സഞ്ചരിച്ചു. അങ്ങനെ ക്രമേണ അദ്ദേഹം ആറന്മുളെച്ചെന്നു ചേർന്നു. ആറന്മുളബ്ഭഗവാനെ ഭജിച്ചുകൊണ്ട് അദ്ദേഹം അവിടെ ഒരു മണ്ഡലം (നാല്പത്തൊന്നു ദിവസം) താമസിച്ചു. നാല്പത്തൊന്നാം ദിവസം രാത്രിയിൽ അദ്ദേഹം അമ്പലത്തിൽ കിടന്ന് ഉറങ്ങിയ സമയം ഒരാൾ അദ്ദേഹത്തിന്റെ അടുക്കൽച്ചെന്ന് 'അങ്ങേക്ക് ഇപ്പോൾ ഇരുപതാമത്തെ വയസ്സായിരിക്കുന്നു. ഇവിടെത്താമസിച്ചാൽ ഫലസിദ്ധി ഉണ്ടാവുകയില്ല. ഇളയിടത്തു (കൊട്ടാരക്കര) മഹാദേവനെ ഭജിച്ചുകൊണ്ട് അവിടെച്ചെന്നു താമസിക്കുക. ആ മഹാദേവൻ അങ്ങയുടെ ആപത്തൊഴിച്ച് രക്ഷിക്കും' എന്നു പറഞ്ഞതായി അദ്ദേഹത്തിനു തോന്നി. അദ്ദേഹം പെട്ടെന്നു കണ്ണു തുറന്നു നോക്കിയപ്പോൾ അവിടെയെങ്ങും ആരെയും കണ്ടില്ല. ഇതു കരുണാനിധിയായ തിരുവാറന്മുളയപ്പൻതന്നെ അരുളിച്ചെയ്തതാണെന്നു വിശ്വസിച്ചുകൊണ്ട് അദ്ദേഹം അടുത്ത ദിവസംതന്നെ അവിടെനിന്നു പുറപ്പെട്ടു കൊട്ടാരക്കരയെത്തി ഇളയിടത്തു മഹാദേവനെ ഭജിച്ചു തുടങ്ങി.

അങ്ങനെ നാല്പതു ദിവസം കഴിഞ്ഞതിന്റെ ശേഷം ഒരു ദിവസം വൈകുന്നേരം ആ നമ്പൂരി സന്ധ്യാവന്ദനത്തിനായി അമ്പലത്തിൽനിന്നിറങ്ങി കുളത്തിലേക്കു പോയപ്പോൾ എവിടെനിന്നോ ഒരു കൃഷ്ണസർപ്പം ചീറ്റിക്കൊണ്ട് അദ്ദേഹത്തിന്റെ പിന്നാലെ ചെന്നു. അതു കണ്ടു നമ്പൂരി, 'ഓ! നമ്മുടെ ജാതകഫലമനുഭവിക്കാനുള്ള കാലമായിരിക്കുമോ? ഇതിനെത്തടുക്കാൻ മഹാദേവനു ശക്തിയില്ലെങ്കിൽ അനുഭവിക്കുകതന്നെ. സർപ്പഭൂഷണനായ സർവേശ്വരൻ ഒരു സർപ്പത്തെത്തടുക്കാൻ നിവൃത്തിയില്ലാതെ വരുകയില്ല' എന്നു വിചാരിച്ചുകൊണ്ട് കുളത്തിലിറങ്ങി സന്ധ്യാ വന്ദനവും ജപവുമെല്ലാം നടത്തി. സർപ്പം കുളക്കടവിൽ കരയ്ക്കു ചെന്നു നിന്നു. നമ്പൂരി മറ്റൊരു വഴിയെ കരയ്ക്കു കയറി, അമ്പലത്തിലെത്തി പ്രദക്ഷിണം വച്ചു തുടങ്ങി. അപ്പോൾ സർപ്പം അവിടെയുമെത്തി അദ്ദേഹത്തെ പിൻതുടർന്നു. സർപ്പം ഏറ്റവുമടുത്തപ്പോൾ നമ്പൂരി നടയിൽ ചെന്നു സാഷ്ടാംഗമായി നമസ്കരിച്ചുകൊണ്ട് അവിടെക്കിടന്നു. അപ്പോൾ ദീപാരാധനയ്ക്കു നട അടച്ചിരിക്കുകയായിരുന്നു. സർപ്പം നമ്പൂരിയെ തൊട്ടു തൊട്ടില്ല എന്ന സ്ഥിതിയിലായപ്പോൾ എവിടെനിന്നോ ഒരു പരുന്തു വന്ന് ആ സർപ്പത്തെ റാഞ്ചി (പെട്ടെന്നു കൊത്തിയെടുത്തു) കൊണ്ടു പോയി. ദീപാരാധനയ്ക്കു നട തുറന്നപ്പോൾ നമ്പൂരി എണീറ്റു. അപ്പോൾ സർപ്പത്തെ അവിടെയെങ്ങും കണ്ടില്ല. സർപ്പത്തെ പരുന്തു കൊന്ന് അമ്പലത്തിന്റെ മതിൽക്കു പുറത്തു പടിഞ്ഞാറുവശത്തായി ഒരു സ്ഥലത്തു കൊണ്ടുപോയി ഇട്ടതായി ജനങ്ങൾ പറഞ്ഞ് അദ്ദേഹം കേൾക്കുകയും മഹാദേവന്റെ കൃപകൊണ്ട് തന്റെ ആപത്ത് ഇങ്ങനെ ഒഴിഞ്ഞു എന്നു വിശ്വസിക്കുകയും ചെയ്തു.

അടുത്ത ദിവസംതന്നെ നമ്പൂരി സ്വദേശത്തേക്കു പുറപ്പെടുകയും ഇല്ലത്തെത്തി വിവരം മാതാപിതാക്കന്മാരെ അറിയിക്കുകയും അവർ അത്യന്തം സന്തോഷിക്കുകയും ചെയ്തു. അനന്തരം നമ്പൂരി ഏതാനും പണവുംകൊണ്ടു വീണ്ടും കൊട്ടാരക്കരെ എത്തുകയും രാജാവിന്റെ അനുവാദപ്രകാരം കരിങ്കല്പണികളോടുകൂടി മഹാദേവക്ഷേത്രം ജീർണ്ണോദ്ധാരണം ചെയ്യിക്കുക

യും അതിന്റെ തെക്കുവശത്തു കരിങ്കല്ലുകൊണ്ടു തന്നെ പുത്തനായി ഒരു ഗോശാല പണിയിക്കുകയും ചെയ്തു. ആ ഗോശാല തറമുതൽ മുഴുവനും, മുകളിലത്തെ മേച്ചിൽക്കൂടിയും, കരിങ്കല്ലു കൊണ്ടാണ് പണി കഴിപ്പിച്ചിട്ടുള്ളത്. ഗോശാലയുടെ വടക്കുവശമൊഴിച്ചു മൂന്നു വശങ്ങളും കരിങ്കല്ലുകൊണ്ടുതന്നെ ഭിത്തി കെട്ടി അടവാക്കീട്ടുണ്ട്. ഈ ഗോശാല പണിയിച്ചത് കൊല്ലം 900ാം മാണ്ടിടയ്ക്കാണെന്നാണ് കേൾവി. അതിന് ഇപ്പോഴും യാതൊരു കേടും സംഭവിച്ചിട്ടില്ല. സർപ്പം ചത്തുവീണ സ്ഥലത്ത് ആ നമ്പൂരി ഒരു നാഗപ്രതിഷ്ഠ നടത്തിക്കുകയും അവിടം കാലക്രമേണ ഒരു സർപ്പക്കാവായിത്തീരുകയും ചെയ്തു. ആ സർപ്പക്കാവ് ഇപ്പോൾ അവിടെ കാൺമാനുണ്ട്.

മേല്പറഞ്ഞ ഗോശാല ഇപ്പോൾ വലിയ ഉപയോഗമൊന്നുമില്ലാതെയാണ് കിടക്കുന്നത്. എങ്കിലും ഉടമസ്ഥന്മാർക്കു പിടികൊടുക്കാതെ രാത്രികാലങ്ങളിൽ കണ്ടവരുടെ വിളവിൽ കയറി തിന്നു നശിപ്പിച്ചു നടക്കുന്ന ചില കന്നുകാലികൾ ചിലപ്പോൾ ഇപ്പോഴും അവിടെച്ചെന്നു കിടക്കാറുണ്ട്. അതിനാൽ ആ ശാല പണിയിച്ച ആളുടെ ഉദ്ദേശം കേവലം നിഷ്ഫലമായിപ്പോയി എന്നു പറയാൻപാടില്ല. ഇതു പണിയിച്ച നമ്പൂരിയുടെ ഇല്ലപ്പേര് 'പറമ്പിൽ' എന്നാണെന്നു ചിലരും 'പറമ്പൂര്' എന്നാണെന്നു മറ്റു ചിലരും പറയുന്നു. ഈ ഗോശാല കൊല്ലം 1092ാംമാണ്ടിടയ്ക്കു് പുരാതന സാധനാന്വേഷിയായ മിസ്റ്റർ ഗോപീനാഥറാവു സന്ദർശിക്കുകയും പഴമപരിചയമുള്ള ചില വൃദ്ധന്മാരോട് ഇതിനെപ്പറ്റി ചോദിച്ചു ചില വിവരങ്ങൾ അറിയുകയും ചെയ്തിട്ടുണ്ട്.

●

തേവലശ്ശേരി നമ്പി

തേവലശ്ശേരി നമ്പിയുടെ ഭവനം തിരുവിതാംകൂറിൽ പ്രസിദ്ധപ്പെട്ട ചെങ്ങന്നൂർ ക്ഷേത്രത്തിൽനിന്നു സ്വല്പം തെക്കു മാറിയായിരുന്നു. ആ കുടുംബക്കാരെ 'തേവലശ്ശേരിത്താൻ' എന്നും പറഞ്ഞിരുന്നു. ഇവർ അമ്പലവാസി വർഗ്ഗത്തിലുൾപ്പെട്ട ഒരു ജാതിക്കാരാണ്. ഇവർക്ക് പാരമ്പര്യമായിട്ടുള്ള കുലവിദ്യ മന്ത്രവാദമായിരുന്നു. ഇവരുടെ കുടുംബവകയായി ആറന്മുള വടക്കേക്കര നെട്ടുംപ്രയാർ എന്ന ദേശത്ത് ഏതാനും സ്ഥാവരവസ്തുക്കളും ഒരു കളരിയുമുണ്ട്. ആ കളരിയിൽ പ്രതിഷ്ഠിക്കപ്പെട്ടിരിക്കുന്ന മൂർത്തി ഭദ്രകാളിയാണ്. തേവലശ്ശേരി നമ്പിയുടെ ഗൃഹത്തിലുണ്ടാകുന്ന പുരുഷന്മാരെല്ലാവരും ഉപനയനവും സമാവർത്തനവും കഴിഞ്ഞാൽ അവിടെച്ചെന്ന് ഒരു സംവൽസരകാലം ഭജിച്ചു പാർക്കുക മുമ്പിനാലെ ഉള്ള പതിവാണ്. അക്കാലത്താണ് അവർ മന്ത്രവാദം പഠിക്കുകയും മന്ത്രദീക്ഷ നിർവ്വഹിക്കുകയും മന്ത്രസിദ്ധി വരുത്തുകയും പതിവ്. ആ കാലത്ത് അവരെ മന്ത്രവാദഗ്രന്ഥങ്ങൾ നോക്കിക്കുന്നതിന്നും പഠിപ്പിക്കുന്നതിനും ഉപദേശിക്കുന്നതിനും മറ്റുമായി ഗൃഹത്തിൽനിന്നു വയോവൃദ്ധന്മാരും വിദ്യാവൃദ്ധന്മാരുമായിട്ടുള്ളവരിൽ ഒരാൾ കൂടി അവിടെ ചെന്നു പാർക്കുകയും പതിവാണ്. ഇങ്ങനെ ആ സംവത്സരഭജനം കഴിഞ്ഞതിനു ശേഷം മാത്രമേ അവർ മന്ത്രവാദം ചെയ്തുതുടങ്ങാറുള്ളൂ.

തേവലശ്ശേരി കുടുംബത്തിൽ ഒടുവിൽ അവശേഷിച്ചിരുന്ന ആളായ ദാമോദരൻ നമ്പിയെക്കുറിച്ചാണ് ഇവിടെ വിവരിക്കാൻ ഭാവിക്കുന്നത്. ഇദ്ദേഹം പൂർവ്വാചാരപ്രകാരം നെട്ടുമ്പ്രയാറ്റുകളരിയിൽ സംവൽസരഭജനവും മന്ത്രദീക്ഷയും നിർവിഘ്നം നിർവ്വഹിക്കുകയും മന്ത്രസിദ്ധി വരുത്തുകയും മന്ത്രവാദം സംബന്ധിച്ച് മന്ത്രസാരം, യന്ത്രസാരം, പ്രപഞ്ചസാരം, പ്രയോഗസാരം, ശാരദാതിലകം മുതലായ അനേകം ഗ്രന്ഥങ്ങൾനോക്കിപ്പഠിച്ചു ഹൃദിസ്ഥമാക്കുകയും പൂർവ്വികന്മാരോട് ഉപദേശവും അനുഗ്രഹവും വാങ്ങുകയും ചെയ്തിരുന്നതു കൂടാതെ സംസ്കൃതഭാഷയിൽ അപാരമായ പാണ്ഡിത്യവും സമ്പാദിച്ചിരുന്നു. ഇദ്ദേഹം മന്ത്രവാദം സംബന്ധിച്ച് പ്രവർത്തിച്ചിട്ടുള്ള കർമ്മങ്ങൾക്ക് അവസാനമില്ല. അദ്ദേഹത്തിന്റെ പ്രസിദ്ധി ഭൂലോകത്തിൽ സർവത്ര പ്രസരിച്ചിരുന്നു. രണ്ടാം ഭാഗത്തിൽ നാലേക്കാട്ടുപിള്ളമാരെക്കുറിച്ചു വിവരിച്ചിട്ടുള്ള 12ആം ഉപന്യാസത്തിൽ യോഗീശ്വരൻ രാമൻപിള്ളയുടെ ഭാര്യയെ ബാധിച്ചിരുന്ന ഗന്ധർവനെ ഒഴിച്ചതായി പറയപ്പെട്ടിരിക്കുന്ന 'തേവലശ്ശേരിത്താൻ' ഈ മഹാൻ തന്നെയാണെന്നു വായനക്കാർ മനസ്സിലാക്കിക്കൊള്ളേണ്ടതാണ്.

ദാമോദരൻനമ്പിയുടെജനനം 930മാണ്ടാണെന്നാണ് കേട്ടിട്ടുള്ളത്. ഇദ്ദേഹത്തിന്ന മന്ത്രവാദത്തിൽ മാത്രമല്ല, വൈദ്യം, ഇന്ദ്രജാലം മുതലായവയിലും അസാമാന്യമായ പാണ്ഡിത്യം ഉണ്ടായിരുന്നു. ഇദ്ദേഹം നെടുംപ്രയാറ്റുകളരിയിലെ സംവൽസരഭജനം നിർവഹിച്ചതിന്റെ ശേഷം മൂന്നു സംവത്സരക്കാലം മൗനവ്രതമായി സ്വഗൃഹത്തിൽ നിലവറയിലിരുന്നു ഭഗവതിയെ സേവിച്ചു. അക്കാലത്ത് അദ്ദേഹത്തിന്റെ കുളി ഏഴരനാഴിക വെളുക്കാനുള്ളപ്പോഴും, അസ്തമിച്ചു പത്തു നാഴിക രാച്ചെന്നതിന്ന ശേഷവുമായിരുന്നു പതിവ്. ഈ മൂന്ന് സംവത്സരക്കാലത്തിനിടക്ക് അദ്ദേഹം സ്വന്തം ജ്യേഷ്ഠനെയും അമ്മയെയുമല്ലാതെ മറ്റാരെയും ദർശിക്കുകപോലുമുണ്ടായിട്ടില്ല. ഈ മൂന്നു സംവത്സരത്തെ മൗനവ്രതാനുഷ്ഠാനം കഴിഞ്ഞതിന്റെശേഷം ഇദ്ദേഹം നാല്പത്തൊന്നുദിവസം ചെങ്ങന്നൂർ ക്ഷേത്രത്തിൽ പടിഞ്ഞാറെ നടയിലും ഭജനം നടത്തി. ഇത്രയുമൊക്കെ സാധിച്ചതിന്റെ ശേഷം പതിനെട്ടാമത്തെ വയസ്സിലാണ് അദ്ദേഹം മന്ത്രവാദം ചെയ്തു തുടങ്ങിയത്.

ഈ തേവലശ്ശേരി നമ്പി മന്ത്രവാദം ചെയ്തുതുടങ്ങിയ കാലത്ത് പരദേശത്തു നിന്ന് ഒരു സ്ത്രീ അച്ചൻകോവിലിൽ വന്നു ശാസ്താവിന്റെ ക്ഷേത്രത്തിൽ ഭജനമിരിക്കുന്നുണ്ടായിരുന്നു. ഒരു ബാധയുടെ ഉപദ്രവം ഒഴിക്കാനായിട്ടാണ് അവർ അവിടെ വന്നു ഭജനം തുടങ്ങിയത്. അവിടെ ഒരു സംവത്സരം ഭജിച്ചിട്ടും ബാധ ഒഴിഞ്ഞു പോകായ്കയാൽ ആ സ്ത്രീയുടെ ഉടമസ്ഥന്മാർ പിന്നെ മന്ത്രവാദികളെ അന്വേഷിച്ചു തുടങ്ങി. അപ്പോൾ തേവലശ്ശേരി നമ്പി വലിയ മന്ത്രവാദിയാണെന്നും അദ്ദേഹം ഏതു ബാധയെയും ഒഴിപ്പിക്കുമെന്നും മറ്റും ചിലർ പറഞ്ഞറിയുകയാൽ അവർ ആ സ്ത്രീയെയും കൊണ്ട് ചെങ്ങന്നൂർക്ക് പുറപ്പെട്ടു. അവർ നമ്പിയെക്കണ്ട് വിവരം പറഞ്ഞപ്പോൾ, 'ആട്ടെ പന്ത്രണ്ടു ദിവസം ചെങ്ങന്നൂർ പടിഞ്ഞാറെ നടയിൽ ഭജനമിരിക്കട്ടെ. അതുകഴിഞ്ഞിട്ടു പിന്നെ എന്തെങ്കിലും വേണമെങ്കിൽ ചെയ്യാം' എന്നാണു അദ്ദേഹം പറഞ്ഞത്. അതിനാൽ ആ സ്ത്രീയെ പടിഞ്ഞാറെ നടയിൽ കൊണ്ടുപോയി ഭജനമിരുത്തി. ഭജനമായിപ്പാർത്ത പന്ത്രണ്ടു ദിവസവും ആ സ്ത്രീ സദാ ചിരിച്ചു കൊണ്ടുതന്നെ ഇരുന്നിരുന്നു. സന്ധ്യാസമയത്ത് നമ്പി പതിവായി തൊഴാൻ ചെല്ലുമ്പോൾ ആ സ്ത്രീ അദ്ദേഹത്തിന്റെ നേരെ നോക്കി കണ്ണുരുട്ടുകയും പതിവായിരുന്നു. പന്ത്രണ്ടാം ദിവസം സന്ധ്യയ്ക്ക് നമ്പി തൊഴാൻ ചെന്നപ്പോൾ ആ സ്ത്രീ പതിവിലധികം രൂക്ഷതയോടുകൂടി നമ്പിയുടെ നേരെ തുറിച്ചുനോക്കുകയും വിശേഷാൽ ചില ഗോഷ്ടികൾ കാണിക്കുകയും ചെയ്തു. ഉടനെ നമ്പി ശാന്തിക്കാരനെ വിളിച്ച്, 'ഇന്നിന്ന മന്ത്രങ്ങൾകൊണ്ട് ഇത്രയിത്ര ഉരുവീതം പുഷ്പാഞ്ജലി ചെയ്യണം. അതു കഴിയുമ്പോഴേക്കും ഞാനൊന്നു പോയി വരാം' എന്ന് പറഞ്ഞു ചട്ടം കെട്ടീട്ട് അവിടെനിന്നു പോയി. നമ്പി സ്വഗൃഹത്തിൽച്ചെന്നു നിലവറയിലിറങ്ങി ചില മന്ത്രങ്ങൾ ജപിച്ചുകൊണ്ട് അവിടെ മൂന്നേമുക്കാൽ നാഴിക ഇരുന്നതിന്റെ ശേഷം താൻ പതിവായി വച്ചു പൂജിച്ചിരുന്ന ചൂരൽവടിയുമെടുത്തുകൊണ്ട് വീണ്ടും അമ്പലത്തിലെത്തി. നമ്പിയെക്കണ്ടപ്പോൾ ആ സ്ത്രീ പിന്നെയും തുറിച്ചു നോക്കുകയും ഗോഷ്ടികൾകാട്ടുകയും 'എന്താ വടി കൊണ്ടുവന്നിരിക്കുന്നത്? എന്നെ അടിച്ചോടിക്കാമെന്ന് വിചാരിച്ചായിരിക്കും, അല്ലേ? എന്നാൽ അടികൊള്ളുന്നതും ഓടുന്നതുമാരാണെന്ന് ഒടുക്കം നമുക്കറിയാം' എന്നും മറ്റും പറയുകയും ചെയ്തു തുടങ്ങി. നമ്പി അതൊന്നും കണ്ടതായിട്ടും കേട്ടതായിട്ടും ഭാവിക്കാതെ

അമ്പലത്തിനകത്തേക്ക് ചെന്നു. അപ്പോഴേക്കും പുഷ്പാഞ്ജലി കഴിഞ്ഞിരുന്നതിനാൽ പ്രസാദം (പുഷ്പാഞ്ജലി കഴിച്ച പൂവ്) വാങ്ങിക്കൊണ്ടു പുറത്തിറങ്ങി അമ്പലത്തിനു മൂന്നു പ്രദക്ഷിണംവച്ചു പടിഞ്ഞാറെനടയിലെത്തി. ആ സ്ത്രീ അപ്പോഴും ഗോഷ്ടികൾ കാട്ടുകയും മറ്റും ചെയ്യുന്നുണ്ടായിരുന്നു. നമ്പി പുഷ്പാഞ്ജലി പ്രസാദം ആ സ്ത്രീയുടെ ശിരസ്സിലിട്ടിട്ടു ചൂരൽവടി അവരുടെ കയ്യിൽകൊടുത്തു്. അവൾ തുള്ളിക്കൊണ്ട് ആ വടി വാങ്ങി തന്നെത്താൻ അടി തുടങ്ങി. അങ്ങനെ കുറച്ചു കഴിഞ്ഞപ്പോൾ ആ സ്ത്രീ, 'അയ്യോ ഞാൻ പൊയ്ക്കൊള്ളാമേ. എന്റെ അമ്മ എന്നോടിങ്ങനെ ചെയ്യുമെന്ന് ഞാൻവിചാരിച്ചിരുന്നില്ല. എനിക്ക് നിവൃത്തിയില്ലാതെയായിരിക്കുന്നു. അതിനാൽ ഞാൻ ഇനിയൊരിക്കലും ഈ ദേഹത്തെ ബാധിക്കയില്ലെന്നു സത്യം ചെയ്തു ഒഴിഞ്ഞുപോയ്ക്കൊള്ളാം' എന്ന് വിളിച്ചുപറഞ്ഞു തുടങ്ങി. ഉടനെ നമ്പി സത്യവാചകം പറഞ്ഞുകൊടുക്കുകയും ബാധ അപ്രകാരം സത്യം ചെയ്തു ഒഴിഞ്ഞുപോവുകയും സ്ത്രീ സ്വസ്ഥതയെ പ്രാപിക്കുകയും ചെയ്തു. ആ സ്ത്രീയുടെ ഭർത്താവ് അമ്പലത്തിൽ അനേകം വഴിപാടുകൾ നടത്തുകയും നമ്പിക്കു പട്ടുകളും മുണ്ടുകളും പണവും മറ്റുമായി അസംഖ്യം സമ്മാനങ്ങൾ കൊടുക്കുകയും മറ്റും ചെയ്തിട്ട് സ്ത്രീയെയും കൊണ്ട് പരിവാരസമേതം സ്വദേശത്തേക്കു മടങ്ങിപ്പോയി. നമ്പി പട്ടും പണവുമെല്ലാം ചെങ്ങന്നൂർ ഭഗവതിക്ക് വഴിപാടായി നടയ്ക്കു വച്ചിട്ട് മുണ്ടുകൾമാത്രം സ്വഗൃഹത്തിലേക്കു കൊണ്ടുപോവുകയും ചെയ്തു. ഈ മന്ത്രവാദം കഴിഞ്ഞപ്പോൾ നമ്പിയുടെ കീർത്തി പരദേശങ്ങളിലും പൂർവാധികം വ്യാപിച്ചു.

മന്ത്രവാദം സംബന്ധിച്ചു മോഹനം, സ്തംഭനം, ബന്ധനം, മാരണം, വിദ്വേഷണം, വശീകരണം, ആകർഷണം, ഉച്ചാടനം മുതലായ പ്രയോഗങ്ങളെല്ലാം നമ്പിക്കറിയാമായിരുന്നു. എന്നല്ല, അദേഹത്തിന് അറിഞ്ഞുകൂടാത്തതായി ഒന്നും തന്നെയില്ലായിരുന്നു എന്നു തീർച്ചയായും പറയാം. യക്ഷി, ഗന്ധർവൻ മുതലായവരെ വരുത്തി അദ്ദേഹം പലരെയും പ്രത്യക്ഷമാക്കി കാണിച്ചിട്ടുണ്ട്. അദ്ദേഹം ഒന്നാന്തരം വൈദ്യനും അദ്വിതീയനായ വിഷവൈദ്യനുമായിരുന്നു. സിംഹവ്യാഘ്രാദികളായ ക്രൂരമൃഗങ്ങളെപ്പോലും ആജ്ഞാനുസാരികളാക്കുന്നതിനുള്ള ശക്തി അദ്ദേഹത്തിനുണ്ടായിരുന്നു. ദാമോദരൻനമ്പിയുടെ അത്ഭുത പ്രവർത്തനങ്ങൾക്ക് ഒരു കയ്യും കണക്കുമില്ല. വന്ധ്യകളെന്നു തീർച്ചപ്പെടുത്തപ്പെട്ടവരും വയോവൃദ്ധകളുമായ അനേകം സ്ത്രീകൾ നമ്പിയുടെ ചികിത്സയും മന്ത്രവാദവും കൊണ്ട് ഗർഭം ധരിക്കുകയും പ്രസവിക്കുകയും ചെയ്തിട്ടുണ്ട്. മരിച്ചവരെ ജീവിപ്പിച്ചു കുറച്ചു ദൂരം നടത്താനും രണ്ടും മൂന്നും വാക്കുകൾ സംസാരിപ്പിക്കാനും കൂടി അദ്ദേഹത്തിനു കഴിയുമായിരുന്നു. ആകെപ്പാടെ വിചാരിച്ചാൽ നമ്പി അമാനുഷപ്രഭാവനായ ഒരു ദിവ്യനായിരുന്നു എന്നു തന്നെ പറയണ്ടിയിരിക്കുന്നു.

അത്യാവശ്യകാര്യങ്ങൾക്കായിട്ടല്ലാതെ നമ്പി സ്വഗൃഹത്തിലെ നിലവറവിട്ടു പുറത്തിറങ്ങാറില്ല. വെള്ളിയാഴ്ചയും ചൊവ്വാഴ്ചയും രാവിലെ നെടുംപ്രയാറ്റുകളരിയിൽ പോയി വന്ദിക്കുകയും പ്രതിദിനവും കാലത്തും വൈകുന്നേരവും ചെങ്ങന്നൂർ പടിഞ്ഞാറെ നടയിൽചെന്ന് തൊഴുകയും അദ്ദേഹം ആജീവനാന്തം പതിവായി നടത്തിയിരുന്നു. മന്ത്രവാദത്തിനും മറ്റുമായി ദൂരസ്ഥലങ്ങളിൽ പോയാലും ഈ പതിവ് അദ്ദേഹം മുടക്കാറില്ല. എട്ടും പത്തും ദിവസത്തെ വഴിക്കപ്പുറത്തുള്ള സ്ഥലങ്ങളിലിപ്പോയി അദ്ദേഹം പത്തും പതിനഞ്ചും ദിവസം

വീതം ചിലപ്പോൾ താമസിക്കാറുണ്ട്. അക്കാലങ്ങളിലും ചൊവ്വാഴ്ചയും വെള്ളിയാഴ്ചയും രാവിലെ കളരിയിലും കാലത്തും വൈകുന്നേരവും ചെങ്ങന്നൂർ പടിഞ്ഞാറെ നടയിലും അദ്ദേഹത്തെ പതിവായി കണ്ടിരുന്നു. ഇത് സാധാരണ മനുഷ്യർക്ക് സാധ്യമല്ലാത്ത കാര്യമാണല്ലോ.

മുൻകാലങ്ങളിൽ അടയ്ക്കാ കവു(കഴു)ങ്ങിന്മേൽ പഴുത്തു നിന്നാൽ സർക്കാരിലേക്ക് പറിപ്പിച്ചെടുക്കുകയല്ലാതെ കുട്ടികൾ പറിച്ചെടുത്തുകൂടാ എന്നൊരേർപ്പാടുണ്ടായിരുന്നു. ഒരിക്കൽ നമ്പിയുടെ പുരയിടത്തിൽ വളരെ അടയ്ക്കാ പഴുത്തുനില്ക്കുന്നതായി അറിഞ്ഞു പാർവത്യകാർ, മുന്നിലക്കാരൻ, ചേരുമാനക്കാരൻ മുതലായവർ പഴുക്കാ പറിപ്പിക്കുന്നതിനായി അവിടെ ചെന്നു. കവുങ്ങിന്മേൽ കയറുന്നതിനു വേറെ ആരെയും കിട്ടായ്കയാൽ ചേരുമാനക്കാരൻതന്നെ കയറിത്തുടങ്ങി. അപ്പോൾ നമ്പി നിലവറയിൽ തേവാരം കഴിച്ചുകൊണ്ടിരിക്കുകയായിരുന്നു. അതിനാൽ നമ്പിയുടെ അമ്മ നിലവറവാതിൽക്കൽച്ചെന്ന്, 'നമ്മുടെ പഴുക്കാപ്പാക്കെല്ലാം പറിച്ചു കൊണ്ടുപോകുവാൻ സർക്കാരാളുകൾ വന്നിരിക്കുന്നു. ചേരുമാനക്കാരൻ അടക്കാമരത്തിന്മേൽ കയറിത്തുടങ്ങി' എന്നു പറഞ്ഞു. അതുകേട്ട് നമ്പി ഒരു തിരിയും കൊളുത്തിയെടുത്ത് ഒരു കിണ്ടി വെള്ളവും കൊണ്ടു നിലവറക്കു പുറത്തുവന്നു. നടുമുറ്റത്തിറങ്ങി തിരിമേല്പോട്ട് എറിയുകയും വെള്ളം നടുമുറ്റത്ത് ഒഴിക്കുകയും ചെയ്തിട്ട് അമ്മയോട്, 'അവർ കയറുകയോ ഇറങ്ങുകയോ എന്തെങ്കിലും ചെയ്യട്ടെ. അമ്മ സ്വസ്ഥമായി ഇരിക്കണം. നമുക്കുള്ളതൊന്നും ആരും കൊണ്ടുപോവുകയില്ല' എന്നു പറയുകയും പിന്നെയും നിലവറയിൽത്തന്നെ പോയി ഇരിക്കുകയും ചെയ്തു. ചേരുമാനക്കാരൻ അടക്കാമരത്തിന്റെ മധ്യത്തിലായപ്പോൾ അതിന്റെ അഗ്രഭാഗത്തു തീ കത്തുന്നതു കണ്ടു ഭയപ്പെട്ടു കീഴ്പ്പോട്ടിറങ്ങിത്തുടങ്ങി. അപ്പോൾ അടിയിൽ വെള്ളം പൊങ്ങിവരുന്നതായിക്കണ്ടു. വെള്ളത്തിലിറങ്ങിയാൽ നീന്തി എവിടെയെങ്കിലും ചെന്നു രക്ഷപ്രാപിക്കാമെന്നു വിചാരിച്ച് കീഴ്പ്പോട്ടുതന്നെ ഇറങ്ങിനിലത്തുവന്നപ്പോൾ മുകളിൽ തീയും താഴെ വെള്ളവും കാണ്മാനില്ലായിരുന്നു. 'ഇതു നമ്പിയുടെ ജാലവിദ്യകൊണ്ട് വെറുതെ തോന്നിയതാണ്. പഴുക്കാക്കുല പറിക്കുകതന്നെവേണം' എന്നു പറഞ്ഞു അയാൾ പിന്നെയും കയറിത്തുടങ്ങി. അപ്പോഴും യഥാപൂർവം മുകളിൽ തീ കത്തുന്നതും താഴെ വെള്ളം പോങ്ങിവരുന്നതും പൊങ്ങിവരുന്നതും കണ്ട് അയാൾ പിന്നെയും താഴെയിറങ്ങി. ഇങ്ങനെ നാലഞ്ചു പ്രാവശ്യം കയറുകയും ഇറങ്ങുകയും ചെയ്തിട്ട് ഒടുക്കം, 'ആശാന്റെ (ആ ദിക്കുകാർ നമ്പിയെ ആശാനെന്നാണ് പറഞ്ഞുവന്നിരുന്നത്) പഴുക്കാ നമുക്കു വേണ്ടാ' എന്നു പറഞ്ഞു അവർ മടങ്ങിപ്പോയി. അതില്പിന്നെ പഴുക്കാ പറിക്കാൻ അവിടെ ആരും ചെല്ലാറില്ല.

പണ്ട് റാന്നിക്കർത്താവ് ദേശാധിപത്യമുള്ള ഒരിടപ്രഭുവായിരുന്നു. ആ ദേശത്തു കുഴിയിൽ വീഴുന്ന ആനകളുടെ ഉടമസ്ഥാവകാശം കർത്താവിനായിരുന്നു. അതിനാൽ കർത്താവ് തന്റെ മലകളിൽ ആനക്കുഴികളുണ്ടാക്കിക്കയും ആനകളെ പിടിക്കുകയും പതിവായിരുന്നു. ഒരാണ്ടിൽ കുഴിയിൽ വീഴേണ്ടുന്ന കാലത്ത് വീഴാതെയിരുന്നതിനാൽ അതിന്റെ കാരണമറിയുന്നതിനായി കർത്താവ് പ്രശ്നംവെപ്പിച്ചു നോക്കിച്ചു. അപ്പോൾ അച്ചൻകോവിൽ ശാസ്താവിന്റെ വിരോധം കൊണ്ടാണ് ആന കുഴിയിൽ വീഴാത്തതെന്നു പ്രശ്നക്കാരൻ വിധിച്ചു. ഈ വിരോധം തീരുന്നതിനു ചില പ്രതിവിധികൾ നിശ്ചയിച്ച്

അയാൾ ഒരു ചാർത്തും എഴുതിക്കൊടുത്തു. ആ ചാർത്തിൻപ്രകാരമുള്ള പ്രതിവിധികളെല്ലാം ചെയ്തിട്ട് ആ ആണ്ടിൽ ആനകളെ പിടിക്കുന്ന കാര്യം അസാദ്ധ്യമായിരുന്നതിനാൽ കർത്താവിനു വളരെ മനസ്താപമുണ്ടായി. അങ്ങനെയിരുന്ന കാലത്ത് സമീപമൊരു സ്ഥലത്ത് മന്ത്രവാദത്തിനായി തേവലശ്ശേരി നമ്പി വന്നിട്ടുണ്ടെന്നു കേട്ട് കർത്താവും അവിടെച്ചെന്ന് നമ്പിയെക്കണ്ട് വിവരമെല്ലാം പറഞ്ഞു. അപ്പോൾ നമ്പി, 'ഇതിനെക്കുറിച്ച് ഒട്ടും കുണ്ഠിതം വേണ്ടാ. കാര്യം ഞാൻസാധിപ്പിച്ചു തന്നുകൊള്ളാം. അങ്ങേക്ക് ഒമ്പതു കുഴികളല്ലേ ഉള്ളത്? അവയിലെല്ലാം ഇന്നു രാത്രിയിൽത്തന്നെ ആന വീഴും. നാളെ രാവിലെ ചെന്നു നോക്കിയാൽ കാണാം' എന്നു പറഞ്ഞു. ഇതു കേട്ടിട്ടു കർത്താവിനു നല്ല വിശ്വാസമായില്ല. 'അച്ചൻകോവിൽ ശാസ്താവിന്റെ വിരോധം നമ്പിയുടെ ഈ വാക്കുകൊണ്ടു തീരുമോ' എന്നു സംശയിച്ചുകൊണ്ടു കർത്താവ് പോയി അത്താഴം കഴിച്ചു കിടന്നുറങ്ങി. പിറ്റേദിവസം രാവിലെ കർത്താവു നല്ല വിശ്വാസത്തോടു കൂടിയല്ലെങ്കിലും മലയിൽചെന്നു കുഴികളിൽ നോക്കിയപ്പോൾ ഒമ്പതു കുഴികളിലും ഓരോ ആന വീതം വീണിട്ടുണ്ടായിരുന്നു. പക്ഷേ, ഒമ്പതും പിടിയാനകളായിരുന്നു. അതിനാൽ കർത്താവിന്റെ കുണ്ഠിതം മുഴുവനും വിട്ടുമാറിയില്ല. ആ ആനകളെ കുഴിയിൽ നിന്നു കയറ്റി കൂടുകളിലാക്കി അടക്കാൻ ഏർപ്പാടു ചെയ്തിട്ട് കർത്താവ് ചെന്നു പിന്നെയും നമ്പിയെ കണ്ടു. 'എന്താ, കുഴികളിലൊക്കെ ആനകൾ വീണില്ലേ' എന്നു നമ്പി ചോദിച്ചു. 'ആനകൾ വീണു പക്ഷേ, എല്ലാം പിടിയാനകളാണ്. രണ്ടു മൂന്നെണ്ണമെങ്കിലും കൊമ്പനായിരുന്നില്ലല്ലോ എന്നുള്ള മനസ്താപമേയുള്ളൂ' എന്നു കർത്താവു പറഞ്ഞു. അപ്പോൾ നമ്പി, 'ഓ അതു സാരമില്ല. ഇന്ന് രാത്രിയിൽ വീഴുന്നതെല്ലാം കൊമ്പനായിരിക്കും; എന്നാൽ പോരേ?അങ്ങു പോയി കുഴികൾക്ക് അറ്റകുറ്റം വല്ലതും വന്നിട്ടുണ്ടെങ്കിൽ തീർത്ത് എല്ലാം ശരിയാക്കിയിട്ടുവിക്കണം' എന്നു പറഞ്ഞു കർത്താവിനെ അയച്ചു. കർത്താവു പോയി കുഴികളെല്ലാം അറ്റകുറ്റങ്ങൾ തീർത്തു ശരിയാക്കിയിട്ടുവിക്കുകയും ചെയ്തു.

അന്നു രാത്രിയിൽ കർത്താവു കിടന്നുറങ്ങിയപ്പോൾ ഒരു സ്വപ്നം കണ്ടു. 'കുഴികളിലെല്ലാം ആനകൾ വീണിട്ടുണ്ട്. എല്ലാം കൊമ്പനാണ്. എങ്കിലും അഞ്ചാമത്തെ കുഴിയിൽവീണിരിക്കുന്ന ആ ആനയെ തേവലശ്ശേരിനമ്പി കൂടി വരാതെ കുഴിയിൽനിന്നു കരക്കു കയറ്റരുത്. അല്ലെങ്കിൽ ആപത്തുണ്ടാകും' എന്നായിരുന്നു സ്വപ്നത്തിന്റെ സാരം. പിറ്റേദിവസം രാവിലെ കർത്താവു മലയിൽച്ചെന്നു കുഴികളിൽ നോക്കിയപ്പോൾ എല്ലാ കുഴികളിലും ആനകൾ വീണിട്ടുണ്ടായിരുന്നു. എല്ലാം കൊമ്പനാനകളുമായിരുന്നു. അപ്പോൾ കർത്താവിനുണ്ടായ സന്തോഷം എത്രമാത്രമെന്നു പറയാൻപ്രയാസം. ഉടനെ താപ്പാനകളെയും മറ്റും വരുത്തി. നാല് കുഴികളിലെ ആനകളെ കയറ്റി കൂടുകളിലാക്കിയടച്ചു. അഞ്ചാമത്തെക്കുഴിയിലെ ആനയെക്കയറ്റാൻ നമ്പിയെക്കൂടി വരുത്തീട്ടാവാമെന്നു വിചാരിച്ചു കർത്താവു നമ്പി വന്നിരുന്ന സ്ഥലത്തേക്ക് പോയി. അവിടെ ചെന്നന്വേഷിച്ചപ്പോൾ നമ്പി ഒരു മന്ത്രവാദത്തിനായി പോയി എന്നും അവിടെ നിന്നു രണ്ടുമൂന്നാളുകൾ വന്നു നാലഞ്ചുദിവസം മുമ്പു മുതൽക്കുതന്നെ നിർബന്ധിച്ചുകൊണ്ടു കൂടിയിട്ടുണ്ടായിരുന്നുവെന്നും അറിയുകയാൽ കർത്താവു ഇച്ഛാഭംഗത്തോടുകൂടി മടങ്ങിപ്പോന്നു. അദ്ദേഹം അഞ്ചാമത്തെ കുഴിയുടെ സമീപത്തു ചെന്നു സൂക്ഷിച്ചുനോക്കിയപ്പോൾ മറ്റുള്ള

ആനകളൊക്കെ പോയാലും ആ കുഴിയിൽ വീണിരിക്കുന്ന ആനയെ ഏതുവിധത്തിലും ക്ഷണത്തിൽ കുഴിയിൽനിന്നു കയറ്റി കൂട്ടിലാക്കി അടക്കണമെന്ന് അദ്ദേഹത്തിനു തോന്നി. സകല ലക്ഷണങ്ങളും പൂർണമായിത്തികഞ്ഞ ഒരൊന്നാന്തരം കൊമ്പനായിരുന്നു ആ കുഴിയിൽവീണിരുന്നത്. അഴകുകൊണ്ടും പുഷ്ടികൊണ്ടും ലക്ഷണങ്ങൾകൊണ്ടും മറ്റും ഇത്രയും യോഗ്യത തികഞ്ഞ ഒരാനയെ കർത്താവ് അതിനുമുമ്പ് ഒരിക്കലും ഒരിടത്തും കണ്ടിട്ടുണ്ടായിരുന്നില്ല. അതിനാൽ ഉടൻ ആ ആനയെ കുഴിയിൽനിന്നു കയറ്റാനുള്ള ശ്രമം തുടങ്ങി. ആ സമയം അതിഭയങ്കരമൂർത്തിയായ ഒരു വലിയ വ്യാഘ്രം പെട്ടെന്നു കാട്ടിൽനിന്നു ചാടിയിറങ്ങിവന്നു. കർത്താവിനെ കടിച്ചെടുത്തുകൊണ്ട് കാട്ടിലേക്കുതന്നെ കയറിപ്പോയി. അപ്പോൾ അവിടെയുണ്ടായിരുന്ന വേലക്കാരും മറ്റും ഭയം കൊണ്ടും പരിഭ്രമം കൊണ്ടും വ്യസനം കൊണ്ടും വിവശന്മാരായിത്തീർന്നുവെന്നുള്ളതു വിശേഷിച്ചു പറയണമെന്നില്ലല്ലോ. എല്ലാവരും അവിടെനിന്നു നാലുവഴിക്കുമായി ക്ഷണത്തിൽ ഓടിപ്പോയി.

ഇനി നമ്പി മന്ത്രവാദത്തിനു പോയ സ്ഥലത്തെ കഥ പറയാം. അവിടെ ഒരു സ്ത്രീക്ക് ഒരു ഗന്ധർവന്റെ ഉപദ്രവമായിരുന്നു. അനേകം മന്ത്രവാദികൾ ആ ഗന്ധർവനെ ഒഴിവാക്കാനായി പഠിച്ച വിദ്യകളെല്ലാം പ്രയോഗിച്ചുനോക്കി. ഒന്നുകൊണ്ടും ഒരു ഫലവുമുണ്ടായില്ല. അക്കാലത്ത് "ഉശകാരാവുത്തർ" എന്നു പ്രസിദ്ധനായ ഒരു മാന്ത്രികൻ തൊടുപുഴെ ഉണ്ടായിരുന്നു. മേല്പറഞ്ഞ ഗന്ധർവബാധിതയായ സ്ത്രീയുടെ വീട്ടിനു സമീപം ഉശകാരാവുത്തരുടെ ചാർച്ചക്കാരനായ ഒരു മുഹമ്മദീയൻ താമസിച്ചിരുന്നു. അവൻ മുഖാന്തരം രാവുത്തരെയും അവിടെക്കൊണ്ടു പോയി മന്ത്രവാദം ചെയ്യിച്ചു. രാവുത്തർ പഠിച്ച വിദ്യകളെല്ലാം പ്രയോഗിച്ചുനോക്കീട്ടും ഗന്ധർവനെ ഒഴിക്കാൻകഴിഞ്ഞില്ല. ഇനി വേറെ വല്ല മന്ത്രവാദികളും വന്നു ഈ ഗന്ധർവനെ ഒഴിക്കുകയാണെങ്കിൽ അതു തനിക്കു കുറച്ചിലായിത്തീരുമല്ലോ എന്നു വിചാരിച്ച് ആരു വിചാരിച്ചാലും ആ ഗന്ധർവനെ ഒഴിക്കാൻകഴിയാത്തവിധത്തിൽ ചില പ്രയോഗങ്ങൾ കൂടി ചെയ്യുകയും ഇനി ഈ വീട്ടുകാർ വല്ല മന്ത്രവാദികളെയും ഇവിടെ വരുത്തുന്നതായാൽ ഉടനെ ആ വിവരം തന്നെ അറിയിക്കണമെന്നു തന്റെ ചാർച്ചക്കാരനോടു പറഞ്ഞു ചട്ടംകെട്ടുകയും ചെയ്തിട്ടാണ് ഒടുക്കം രാവുത്തർ അവിടെനിന്നു മടങ്ങിപ്പോന്നത്. രാവുത്തരുടെ ഈ ഗൂഢപ്രയോഗങ്ങൾ ആരും അറിഞ്ഞുമില്ല. ഇങ്ങനെയിരുന്ന സമയത്താണ് ആ സ്ത്രീയുടെ ഉടമസ്ഥന്മാർ തേവലശ്ശേരി നമ്പിയെ അവിടെ കൂട്ടിക്കൊണ്ടുപോയത്. നമ്പിയെക്കൊണ്ടുവരാൻ ആൾ പോകുന്നു എന്നു കേട്ട ക്ഷണത്തിൽ രാവുത്തരുടെ ചാർച്ചക്കാരനായ മുഹമ്മദീയൻ വിവരം രാവുത്തരെ അറിയിക്കുകയും നമ്പി അവിടെ എത്തുന്നതിനു മുമ്പുതന്നെ രാവുത്തർ ആ ചാർച്ചക്കാരന്റെ വീട്ടിലെത്തി താമസം തുടങ്ങുകയും ചെയ്തിരുന്നു. ഈ വിവരമൊന്നും അറിയാതെ നമ്പി അവിടെച്ചെന്നു ചേർന്നു. നമ്പി സൗന്ദര്യവും ദേഹപുഷ്ടിയും വസ്ത്രാഭരണാദ്യലങ്കാരപ്രൗഢിയും മെരട്ടും തട്ടിപ്പും ജാടയുമൊന്നുമില്ലാത്ത ആളായിരുന്നതിനാൽ അദ്ദേഹത്തെക്കണ്ടിട്ട് ആ ദിക്കുകാർക്ക് അത്ര ബഹുമാനമുണ്ടായില്ല. 'ഉശകരാവുത്തർ മുതലായ യോഗ്യന്മാർ വിചാരിച്ചിട്ട് ഒഴിക്കാൻ കഴിയാത്ത ഗന്ധർവനെ ഈ ശോങ്കിയാണോ ഇനി ഒഴിക്കാൻപോകുന്നത്? ഇയാളെ ഇവിടെ വലിച്ചുകൊണ്ടു വന്നതുതന്നെ കേവലം അനാവശ്യവും വിഡ്ഢിത്തവുമായിപ്പോയി' എന്നും മറ്റും ചിലർ കുറേശ്ശെ പറയുകയും ചെയ്തു.

അതൊക്കെ കുറേശ്ശെ നമ്പിയും കേട്ടു. എങ്കിലും അദ്ദേഹം അതൊന്നും കേട്ടതായി നടിച്ചില്ല. അന്യന്മാർ ഇങ്ങനെയൊക്കെ പറയുകയും വിചാരിക്കുകയും ചെയ്തുവെങ്കിലും ആ സ്ത്രീയുടെ ഭർത്താവ് മുതലായവർ നമ്പിയെ സാദരം സ്വീകരിക്കുകയും അദ്ദേഹത്തിനു ഭക്ഷണത്തിനും മറ്റും വെടിപ്പായി ഏർപ്പാടു ചെയ്തുകൊടുക്കുകയും ഈ ഗന്ധർവന്റെ ഉപദ്രവം നിമിത്തമുണ്ടായിട്ടുള്ള കഷ്ടനഷ്ടങ്ങളെക്കുറിച്ചും ഈ ബാധ ഒഴിക്കുന്നതിനായി ഓരോ മന്ത്രവാദികളെ വരുത്തി മന്ത്രവാദങ്ങൾ ചെയ്യിച്ച വിവരവും വിസ്തരിച്ചു പറയുകയും ഏതുവിധവും ഈ ഉപദ്രവം ഒഴിച്ചുകൊടുക്കണമെന്ന് അപേക്ഷിക്കുകയും ചെയ്തു. നമ്പി, 'പല യോഗ്യന്മാർ പരീക്ഷിച്ചിട്ടു സാധിക്കാത്തകാര്യം സാധിക്കാമെന്നു ഞാൻ ഉറപ്പു പറയുന്നില്ല. എന്നാൽ കഴിയുന്നതു ഞാനും ചെയ്തു നോക്കാമെന്നു മാത്രമേ പറയാൻ നിവൃത്തിയുള്ളൂ. എങ്കിലും ഭഗവതിയുടെ കാരുണ്യംകൊണ്ടു സാധിക്കാതെ വരുകയില്ലെന്നാണ് എന്റെ വിശ്വാസം. ഞാൻ ഒരു മന്ത്രവാദത്തിനു ചെന്നിട്ടു ബാധയൊഴിയാതെ ഇതുവരെ ഉണ്ടായിട്ടില്ല. അതിനാൽ ഇതും ഒഴിയുമെന്നുതന്നെ വിചാരിക്കാം' എന്നു പറയുകയും വേണ്ടുന്ന ഉപകരണങ്ങൾക്കും മറ്റും ഒരു ചാർത്തെഴുതി കൊടുക്കുകയും ചെയ്തു. നമ്പിയുടെ മന്ത്രവാദത്തിനു അധികമായിട്ട് ഉപകരണങ്ങളൊന്നും പതിവില്ല. നമ്പി ആദ്യംതന്നെ പത്മമിട്ടു വിളക്കുവച്ചു ഭഗവതിക്ക് ഒരു പൂജ കഴിക്കും. പിന്നെ ഉമിച്ചാരം കൊണ്ട് ഒരു ചക്രം വരച്ചുവച്ച് അതിൽ പിണിയാളെ ഇരുത്തും. പിണിയാളുടെ അടുക്കൽ ഒരു ചൂരൽവടിയും ജപിച്ചു വയ്ക്കും. ഇത്രയും ചെയ്തിട്ട് നമ്പി കിടന്നുറങ്ങും. കുറച്ചു കഴിയുമ്പോൾ പിണിയാൾ തുള്ളി, ചൂരൽവടിയെടുത്തു തന്നെത്താൻ അടിച്ചുതുടങ്ങും. അങ്ങനെ കുറച്ചുനേരം കഴിയുമ്പോൾ തുള്ളുന്നയാൾ 'അയ്യോ ഞാൻപൊയ്ക്കോള്ളാമേ' എന്നു വിളിച്ചു പറഞ്ഞു തുടങ്ങും. അപ്പോൾ നമ്പി എണീറ്റു പിണിയാളെക്കൊണ്ട് പൊന്നും വിളക്കും പിടിപ്പിച്ചു സത്യം ചെയ്യിക്കും. ബാധ ഒഴിഞ്ഞു പോകുകയും ചെയ്യും. ഇത്രയുമല്ലാതെ നമ്പിയുടെ മന്ത്രവാദത്തിനു വലിയ വട്ടങ്ങളൊന്നും പതിവില്ല. എന്നാൽ ഇവിടെ അങ്ങനെയായാൽ പോരെന്ന് അദ്ദേഹം നിശ്ചയിച്ചു. തന്നെ കണ്ടിട്ടുതന്നെ പുച്ഛം തോന്നിയിരിക്കുന്നവർക്കു നിസ്സാരമായ ചാർത്തുകൂടി കണ്ടാൽ ആക്ഷേപമധികമാകും എന്നു വിചാരിച്ചു നമ്പി കേമമായിട്ടാണ് ചാർത്തെഴുതിക്കൊടുത്തത്. എങ്കിലും ഉച്ചയായപ്പോഴേക്കും സകലവും ആ വീട്ടുകാർ തയ്യാറാക്കിക്കൊടുത്തു. മുറ്റത്തു കുത്തിമറച്ചു കെട്ടി വിതാനിച്ച് അലങ്കരിച്ച പന്തലിൽനമ്പി പഞ്ചവർണപ്പൊടികൾ കൊണ്ടു ഗന്ധർവന്റെ ഒരു കളം (രൂപം) എഴുതി. ജീവനുണ്ടെന്നു തോന്നത്തക്കവണ്ണം രസികനായ കളം കണ്ടപ്പോൾ നമ്പി നിസ്സാരനല്ലെന്നു ജനങ്ങൾക്കു തോന്നിത്തുടങ്ങി. കളം എഴുതിത്തീർന്നതിന്റെ ശേഷം അദ്ദേഹം പൂജയ്ക്കുള്ള പത്മമിടുകയും പിണിയാളെ ഇരുത്താനുള്ള ചക്രം വരക്കുകയും കളത്തിനടുക്കൽ സുരഭിലകസുമങ്ങൾ കൊണ്ട് ഒരു പൂപ്പട കൂട്ടുകയും ചെയ്തു. അപ്പോഴേക്കും നേരം വൈകിത്തുടങ്ങിയതിനാൽ 'ഇനി ശേഷമെല്ലാം സന്ധ്യാവന്ദനം കഴിഞ്ഞു വന്നിട്ടാവാം' എന്നു പറഞ്ഞു നമ്പി പുറത്തേക്കിറങ്ങിപ്പോയി. നാലഞ്ചുനാഴിക കഴിഞ്ഞിട്ടും നമ്പി മടങ്ങി വരായ്കയാൽ ചിലർ, 'കഴിഞ്ഞു അയാളുടെ മന്ത്രവാദം. ഇത്രയേ ഉള്ളൂ. സാധു ഇവിടെ വന്നപ്പോഴാണ് ഇവിടെ സൂത്രം കൊണ്ടൊന്നും കാര്യം പറ്റുകയില്ലെന്നും വലിയ കേമന്മാരൊക്കെ വിചാരിച്ചിട്ടു നടക്കാത്ത കാര്യമാണിതെന്നും മനസ്സിലാക്കിയത്. അയാൾ

ഒളിച്ചപോയതാണ്. അയാൾ വരാനായിട്ട് ഇനി കാത്തിരിക്കണമെന്നില്ല' എന്നും മറ്റും പറഞ്ഞുതുടങ്ങി.

ഇങ്ങനെ ഓരോരുത്തർ ഓരോന്നു പറഞ്ഞുകൊണ്ടിരുന്നപ്പോൾ നമ്പി വന്നുചേർന്നു. ഉടനെ അദ്ദേഹം ഭഗവതിയുടെ പൂജ ആരംഭിച്ചു. അപ്പോഴേക്കും നമ്പിയുടെ മന്ത്രവാദം കാണാനായി അസംഖ്യം ആളുകൾ അവിടെ വന്നുകൂടി. അക്കൂട്ടത്തിൽ ഉശകാരാവുത്തരുമുണ്ടായിരുന്നു. പിണിയാൾ തുള്ളാതിരിക്കുന്നതിനും തുള്ളിയാലും ബാധ ഒഴിയാതിരിക്കുന്നതിനുമായി ചില പ്രയോഗങ്ങൾ രാവുത്തർ മുമ്പേ തന്നെ ചെയ്തിരുന്നതുകൂടാതെ അപ്പോഴും ചിലതൊക്കെക്കൂടി ചെയ്തിട്ടാണ് അക്കൂട്ടത്തിൽ വന്നുകൂടിയത്. പൂജ കഴിഞ്ഞപ്പോൾ പിണിയാളെക്കൊണ്ടു വന്നു ചക്രത്തിലിരുത്തി. നമ്പി ഉടനെ പൂജയ്ക്കു പുഷ്പാഞ്ജലി ചെയ്തതിൽനിന്നു കുറെ പൂവും അക്ഷതവും (നെല്ലുമരിയും) കൂടിയെടുത്തു ജപിച്ചു പിണിയാളുടെ ശിരസ്സിലിട്ടു. നമ്പി പൂവും അക്ഷതവും ജപിച്ചിട്ടാൽ ഏതു ബാധയും ഉടനെ തുള്ളുകയാണ് പതിവ്. എങ്കിലും ഈ പിണിയാൾതുള്ളിയില്ല. അപ്പോൾത്തന്നെ അതിന്റെ കാരണം ഏകദേശം ഊഹിച്ചുകൊണ്ട് നമ്പി, 'ഈ കൂട്ടത്തിൽ മന്ത്രവാദിയായിട്ടാരെങ്കിലുമുണ്ടോ?' എന്നു വിളിച്ചു ചോദിച്ചു. അപ്പോൾ അക്കൂട്ടത്തിൽനിന്നും ഒരാൾ 'ഇല്ല' എന്നുത്തരം പറഞ്ഞു. അത് രാവുത്തരായിരുന്നു. ആ ആൾ ഇന്നാരാണെന്നു വ്യക്തമായിട്ടറിഞ്ഞില്ലെങ്കിലും ഈ പറഞ്ഞ ആളാണ് തന്റെ പ്രതിയോഗി എന്ന് ആ ശബ്ദം കൊണ്ടു തീർച്ചപ്പെടുത്തിക്കൊണ്ട് നമ്പി, 'ഒടുക്കം നിങ്ങളൊരു മന്ത്രവാദിയാണെന്നു വന്നേക്കാം' എന്ന് പറഞ്ഞിട്ട് അദ്ദേഹം ഒരു കഷണം ഓലയെടുത്തു അതിൽ ഒരു മന്ത്രമെഴുതുകയും അത് ശകലം ശകലമായി കീറി മേല്പോട്ടെറിയുകയും ചെയ്തു. അപ്പോൾ അവിടെ അടുത്തുനിന്നിരുന്ന കരിമ്പനയുടെ ചുവട്ടിൽ കിടന്നിരുന്ന വള്ളി തുള്ളിത്തുള്ളി കരിമ്പനയുടെ അഗ്രഭാഗം വരെ കയറുകയും ഉടനെ പനപൊട്ടിക്കീറി ഇഞ്ചനാരുപോലെയായി നിലത്തുവീഴുകയും ചെയ്തു. ആ വള്ളി നമ്പിയെ അകപ്പെടുത്താനായി രാവുത്തർ എന്തോ പ്രയോഗമൊപ്പിച്ചു ഇട്ടിരുന്നതായിരുന്നു എന്നു വിശേഷിച്ചു പറയണമെന്നില്ലല്ലോ. ഇത്രയും കഴിഞ്ഞപ്പോൾ രാവുത്തർ അവിടെനിന്നു പൊയ്ക്കളഞ്ഞു. കുറച്ചുസമയം കഴിഞ്ഞപ്പോൾ നമ്പിയുടെ വയർ വല്ലാതെ വീർത്തുതുടങ്ങി. അതു വർദ്ധിച്ചുവർദ്ധിച്ച് അദ്ദേഹം ഇരിക്കാനും ശ്വാസോച്ഛ്വാസം ചെയ്യാനും വയ്യാതെ ഏറ്റവും വിവശനായിത്തീർന്നു. ഉടനെ നമ്പി ഒരു നാരായമെടുത്തുകൊണ്ട് പുറത്തേക്കിറങ്ങി, ആ നാരായം ജപിച്ച് ഒരു വാഴയിന്മേൽഒരു കുത്തുകൊടുത്തു, നാരായം കൊണ്ട ദ്വാരത്തിലൂടെ ഉടനെ വെള്ളം പ്രവഹിച്ചുതുടങ്ങി. അങ്ങനെ കുറെ വെള്ളം വാഴയിൽനിന്നു പോയപ്പോൾ നമ്പിയുടെ വയറൊട്ടുകയും അദ്ദേഹം യഥാപൂർവം സ്വസ്ഥശരീരനായിത്തീരുകയും ചെയ്തു. നമ്പിക്ക് ഈ അസ്വാസ്ഥ്യമുണ്ടായിത്തീർന്നതും രാവുത്തരുടെ ദുഷ്പ്രയോഗം കൊണ്ടാണെന്നുള്ളത് സ്പഷ്ടമാണല്ലോ. നമ്പിയെ അകപ്പെടുത്താനും അപമാനിച്ചയയ്ക്കാനുമായി രാവുത്തർ ഇങ്ങനെ പലതും പ്രയോഗിച്ചുനോക്കി. നമ്പി ഉടനുടൻ പ്രതിവിധികൾ ചെയ്തുകൊണ്ടിരുന്നതിനാൽ അദ്ദേഹത്തിനു ഒന്നും പറ്റിയില്ല. തന്റെ വിദ്യകളൊന്നും നമ്പിയുടെ അടുക്കൽ ഫലിക്കയില്ലെന്നു തീർച്ചയായപ്പോൾ രാവുത്തർ പിന്നെയും ജനക്കൂട്ടത്തിൽ വന്നു നിന്നു. അപ്പോൾ രാവുത്തരെ ഒന്ന് പറ്റിക്കണമെന്നും ആളെ അറിയിക്കാതെ ഒളിച്ചുവന്നു നില്ക്കുന്ന അയാളെക്കൊണ്ടുതന്നെ അയാളുടെ

പേരു വിളിച്ചുപറയിക്കണമെന്നും നിശ്ചയിച്ച് നമ്പി കുറച്ചു ഭസ്മമെടുത്തു ജപിച്ച് ആൾക്കൂട്ടത്തിലേക്ക് ഊതിപ്പറപ്പിച്ചു. ആ ഭസ്മം ആരുടെയെല്ലാം ദേഹത്തിൽ പതിച്ചുവോ, അവരൊക്കെ ഉടനെ തുള്ളിത്തുടങ്ങി. ആ കൂട്ടത്തിൽ രാവുത്തരുമുണ്ടായിരുന്നു. ആ തുള്ളലിനിടയ്ക്കു നമ്പി ഗന്ധർവ്വന്റെ കളത്തിങ്കലും ഒരു പൂജ കഴിച്ചു. രാവുത്തരുടെ തുള്ളൽ മുറുകിയപ്പോഴേക്കും മറ്റുള്ളവരുടെ തുള്ളലെല്ലാം ശമിച്ചു. വലിയ തടിയനും കുടവയറനുമായിരുന്ന രാവുത്തർ രണ്ടുമൂന്നു നാഴിക നേരം ചാടിത്തുള്ളിയപ്പോഴേക്കും വിയർത്തൊലിച്ച് ഏറ്റവും പരവശനായിത്തീർന്നു. ഒരു നിവൃത്തിയുമില്ലെന്നായപ്പോൾ രാവുത്തർ, 'അയ്യോ, എന്നെ രക്ഷിക്കണേ, ഞാൻ ഉശകാരാവുത്തരാണേ, അങ്ങയുടെ യോഗ്യത അറിയാതെയും എന്റെ അഹമ്മതിയും കഥയില്ലായ്മയും കൊണ്ടും അങ്ങയുടെ മന്ത്രവാദം ഫലിക്കാതെയിരിക്കുന്നതിനും പിണിയാൾ തുള്ളാതിരിക്കുന്നതിനും അങ്ങേക്കു ജീവഹാനി സംഭവിക്കുന്നതിനും ഞാൻ ചിലതൊക്കെ ചെയ്തുപോയി. അവയെല്ലാം വിഫലീഭവിക്കുകയും ചെയ്തു. എന്റെ തെറ്റുകളെല്ലാം ക്ഷമിച്ച് അവിടുന്നെന്നെ സദയം രക്ഷിക്കണം. ഇനിയും എന്നെ ഇങ്ങനെ തുള്ളിക്കുകയാണെങ്കിൽ ഞാൻ ഇവിടെത്തന്നെ വീണു മരിച്ചുപോകും. ഇനി ഞാൻഒരുകാലത്തും ഒരിടത്തും മന്ത്രവാദസംബന്ധമായി യാതൊന്നും ചെയ്യുകയില്ലെന്നു സത്യം ചെയ്യണമെങ്കിൽ അതും ചെയ്യാം. എന്നാലും എന്നെ കൊല്ലാതെ വിട്ടയയ്ക്കണമേ' എന്നു വിളിച്ചുപറഞ്ഞു. അതു കേട്ട് നമ്പി, 'ഉശകാ രാവുത്തരോ? എന്നാൽ ഇവിടെ അടുത്തുവരാമല്ലോ' എന്നു പറഞ്ഞു. ഉടനെ രാവുത്തരുടെ തുള്ളൽ നിന്നു. അടുത്തുചെന്നപ്പോൾ നമ്പി 'രാവുത്തർ അവിടെ ഇരിക്കുക. ഉശകാ രാവുത്തരെന്ന് ഞാൻകേട്ടിട്ടേ ഉണ്ടായിരുന്നുള്ളൂ. ഇന്നു കാണാനുള്ള ഭാഗ്യവും സിദ്ധിച്ചുവല്ലോ. വളരെ സന്തോഷമായി. രാവുത്തർ ഇവിടെയുള്ള സ്ഥിതിക്ക് ഈ ഗന്ധർവ്വനെ ഒഴിവാക്കാൻ രാവുത്തർതന്നെ വേണം' എന്നു വീണ്ടും പറഞ്ഞു. ഇത് കേട്ടിട്ട് ഇരിക്കാതെ വന്ദിച്ചുകൊണ്ട് രാവുത്തർ, 'അവിടുന്ന് ഇനിയും എന്നെ അപമാനിക്കാൻ തുടങ്ങുന്നതു സങ്കടമാണ്. ഞാൻ പഠിച്ച വിദ്യകളെല്ലാം പ്രയോഗിച്ചിട്ട് ഒഴിയാത്ത ഈ ഗന്ധർവ്വനെ ഒഴിക്കാൻ ഞാൻ ശക്തനല്ല. എന്നു മാത്രമല്ല, ഇത് ഒരിക്കലും ഒഴിയാതെയിരിക്കത്തക്കവണ്ണം ഞാൻ ചിലതൊക്കെ ചെയ്തുപോയിട്ടുമുണ്ട്.'

നമ്പി:അതു സാരമില്ല. അങ്ങനെവല്ലതും ചെയ്തിട്ടുണ്ടെങ്കിൽ അതിനു പരിഹാരം ചെയ്താൽമതിയല്ലോ.

രാവുത്തർ: പരിഹാരമില്ലാത്ത പ്രവൃത്തികളാണ് ഞാൻചെയ്തു പോയിട്ടുള്ളത്.

നമ്പി: പരിഹാരമില്ലാത്ത പ്രവൃത്തി ഒന്നുമില്ല.

രാവുത്തർ: അവിടുന്നു വിചാരിച്ചാൽ എല്ലാത്തിനും പരിഹാരമുണ്ടാകും. എനിക്ക് അവിടുത്തെപ്പോലെ പഠിത്തവും പരിചയവും പാരമ്പര്യവുമില്ല. നിത്യവൃത്തിക്കു ഗതിയില്ലാത്ത ഞാൻ കാടുകേറി നടന്നപ്പോൾ ഒരാളിൽനിന്ന് ഒരു ഗ്രന്ഥം കിട്ടാനിടയായി. അതിൽനോക്കി ഞാൻ ചിലതൊക്കെ പ്രയോഗിക്കുകയും ചിലതൊക്കെ ഫലിക്കുകയും തന്നിമിത്തം ദൈവഗത്യാ പേര് കിട്ടുകയും ചെയ്തു എന്നല്ലാതെ എനിക്കു വാസ്തവത്തിൽ വലിയ പഠിപ്പൊന്നുമില്ല.

നമ്പി: അതൊന്നുമല്ല, രാവുത്തരെക്കുറിച്ചു ഞാൻ നല്ലപോലെ കേട്ടുമനസ്സിലാക്കിയിട്ടുണ്ട്. രാവുത്തർ ഒരു ഒന്നാന്തരം മന്ത്രവാദിയാണെന്ന്

എനിക്കറിയാം. ഇതാ ഈ പൂവ് ആ പിണിയാളുടെ ശിരസ്സിലിടുക.

എന്നു പറഞ്ഞു നമ്പി ഗന്ധർവനെ പൂജിച്ച പൂവു കുറച്ചെടുത്ത് രാവുത്തരുടെ കയ്യിൽകൊടുത്തു. അതു വാങ്ങി പിണിയാളുടെ ശിരസ്സിലിട്ടു. പിണിയാൾ തുള്ളിത്തുടങ്ങി. നമ്പിയുടെ ആജ്ഞപ്രകാരം രാവുത്തർ പിണിയാളെക്കൊണ്ടു പൊന്നും വിളക്കും പിടിപ്പിച്ചു സത്യം ചെയ്യിച്ചു. ഗന്ധർവ്വൻ ഒഴിഞ്ഞുപോവുകയും ചെയ്തു. ആ വീട്ടുകാർ പണമായും പണ്ടങ്ങളായും നമ്പിക്കു വളരെ സമ്മാനങ്ങൾകൊടുത്തു. നമ്പി അവയെല്ലാം കയ്യിൽ വാങ്ങീട്ട് 'വാസ്തവത്തിൽ ഒടുവിൽ ഗന്ധർവ്വനെ ഒഴിച്ചതു രാവുത്തരാകുകയാൽ ഇവയ്ക്കൊക്കെ അർഹൻ രാവുത്തരാണ്'' എന്ന് പറഞ്ഞ് അവയെല്ലാം രാവുത്തർക്കു കൊടുത്തു. രാവുത്തർ അവ വാങ്ങാൻ വളരെ മടിച്ചു. ഒടുക്കം നമ്പിയുടെ നിർബന്ധം കൊണ്ട് മനസ്സില്ലാമനസ്സോടെ അവയെല്ലാം രാവുത്തർ വാങ്ങി. എങ്കിലും എന്നെങ്കിലും നമ്പിയെ അകപ്പെടുത്തണമെന്നു തന്നെയായിരുന്നു പിന്നെയും അയാളുടെ വിചാരം.

മന്ത്രവാദമെല്ലാം കഴിഞ്ഞയുടനെ നമ്പി സ്വദേശത്തേക്ക് പുറപ്പെട്ടു. നമ്പി ഒരിക്കലും വാലിയക്കാരെ കൊണ്ടുനടക്കാറില്ല. വാലിയക്കാർക്കു പകരം അദ്ദേഹം ചില സേവാമൂർത്തികളെയാണ് ഉപയോഗപ്പെടുത്തുക പതിവ്. ഈ യാത്രയും അങ്ങനെത്തന്നെയായിരുന്നു. രാത്രിയായിരുന്ന തിനാൽ ചില മൂർത്തികൾ വിളക്കുമായി മുൻപേ നടന്നു. പിന്നാലെ നമ്പിയും പോയി. നമ്പി ചെങ്കോട്ട, തെങ്കാശി മുതലായ കിഴക്കൻ ദിക്കുകളിലേക്കു പോവുകയും മടങ്ങി വരുകയും ചെയ്യുന്നത് അച്ചൻകോവിൽ വഴിക്കാണ് പതിവ്. അതിനാൽ ഈ പ്രാവശ്യവും ആ വഴിക്കു തന്നെയാണ് പോയത്. രാത്രി ഏകദേശം ഒരുമണിയായപ്പോൾ അദ്ദേഹം അച്ചൻകോവിലിനു സ്വല്പം കിഴക്കുവന്നു. ആ സമയത്തു കറുത്ത് തടിച്ചു കുറ്റനായ ഒരു പാണ്ടിപ്പിള്ള കാട്ടിൽനിന്ന് ഇറങ്ങിവന്ന്, 'ഈ അസമയത്ത് ഇതിലേ കടന്നുപോകുന്നതാരാണ്'' എന്നു ചോദിച്ചു. നമ്പി മറുപടി ഒന്നും പറഞ്ഞില്ല. അപ്പോൾ ആ പാണ്ടിപ്പിള്ള, 'ഓഹോ, മനസ്സിലായി. അച്ചൻകോവിലിലയ്യപ്പനെ ജയിച്ചു റാന്നിക്കാർത്താവിന്റെ കുഴികളില് ആനകളെ വീഴിച്ചുകൊടുത്ത ആളാണ്, അല്ലേ? കർത്താവിനെ അയ്യപ്പന്റെ കാട്ടുനായ്ക്കൾ പിടിച്ചുകൊണ്ടുപോയി. ഇത് അയ്യപ്പന്റെ കാട്ടുനായ്ക്കൾ ധാരാളമുള്ള ദിക്കാണ്, സൂക്ഷിച്ചു നടക്കണം' എന്നു വീണ്ടും പറഞ്ഞു. അതിനും നമ്പി മറുപടി യാതൊന്നും പറഞ്ഞില്ല. എങ്കിലും നമ്പി അയാളുടെ നേരെ തിരിഞ്ഞുനിന്ന് ഒരാകർഷണവും ബന്ധനവും ഒരുമിച്ചു കഴിച്ചുകൊണ്ടു പിന്നെയും നടന്നുതുടങ്ങി. നമ്പിയുടെ പിന്നാലെ പിള്ളയും നടന്നു. കുറച്ചു കഴിഞ്ഞപ്പോൾ 'ഹേ, അങ്ങെന്തിനാണ് എന്റെ കഴുത്തിൽ കയറിട്ടുകെട്ടി വലിച്ചുകൊണ്ടുപോകുന്നത്? എന്നെ വിട്ടയയ്ക്കണം. ഞാൻ അച്ചൻകോവിൽ അമ്പലത്തിൽ വിളക്കുവെപ്പുകാരനാണ്. ഭൈരവൻപിള്ള എന്നാണ് എന്റെ പേര്. എന്നെ വിട്ടയച്ചില്ലെങ്കിൽ ഞാൻ പോകും.'

നമ്പി: പോകാനായി നിങ്ങൾ പല വിദ്യകൾ പ്രയോഗിച്ചു നോക്കിയല്ലോ. എന്നിട്ട് എന്താ പോകാഞ്ഞത്? ഇനി ചിലതൊക്കെക്കൂടി വിചാരിച്ചിട്ടുണ്ടല്ലോ. അവ കൂടിക്കഴിയട്ടെ. ഞാൻ നിങ്ങളുടെ കഴുത്തിൽ കയറിട്ടു കെട്ടിവലിക്കുന്നില്ല.

ഭൈരവൻപിള്ള: അങ്ങേക്കു കെട്ടിവലിക്കാൻ കയറും മറ്റും വേണമെന്നില്ലല്ലോ.

ഇങ്ങനെ പറഞ്ഞുകൊണ്ടു കുറച്ചുകൂടി നടന്നപ്പോൾ അസംഖ്യം വ്യാഘ്രങ്ങൾ വഴിയിൽ നിരന്നുനില്ക്കുന്നതായി കണ്ടു. ഇവയോടു നമ്പി മടങ്ങും, അപ്പോൾ തനിക്കു പോകാൻ മാർഗമുണ്ടാകും എന്നു ഭൈരവൻപിള്ളയും ഇവയെക്കൂടി കൊണ്ടുപോകണം എന്നു നമ്പിയും നിശ്ചയിച്ചു. വ്യാഘ്രങ്ങളെ കണ്ടിട്ടു നമ്പിക്കു സ്വല്പം പോലും ഭയവും കൂസലുമുണ്ടായില്ല. അദ്ദേഹം അവയുടെ അടുക്കൽക്കൂടി കടന്നുപോയി. നമ്പിയെ കണ്ട ക്ഷണത്തിൽ ഒരു വലിയ കടുവാ കാട്ടിലേക്ക് ഓടിപ്പോയി. ശേഷിച്ചുണ്ടായിരുന്നവ നമ്പിയുടെ പിന്നാലെ നടന്നുതുടങ്ങി. അവയുടെ പിന്നാലെ ഭൈരവൻപിള്ളയും നടന്നു.

അടുത്ത ദിവസം സന്ധ്യയ്ക്കു മുമ്പായി നമ്പി വ്യാഘ്രങ്ങളോടും ഭൈരവൻ പിള്ളയോടും കൂടി റാന്നിയിൽ കർത്താവിന്റെ ഗൃഹത്തിലെത്തി. അപ്പോൾ അവിടെയുണ്ടായിരുന്നവരെല്ലാം കടുവാ പിടിച്ചുകൊണ്ടുപോയ കാരണവരുടെ പുല ആചരിച്ചുകൊണ്ടിരിക്കുകയായിരുന്നു. അവിടെയുണ്ടായിരുന്ന കർത്താക്കന്മാർ കാരണവരുടെ മരണവൃത്താന്തം വിവരിച്ചു നമ്പിയോടു പറഞ്ഞുകൊണ്ടിരുന്ന അവസരത്തിൽ മുമ്പു നമ്പിയെ കണ്ട ക്ഷണത്തിൽ കാട്ടിലേക്കു കയറിപ്പോയ കടുവായുടെ കഴുത്തിൽക്കയറി, കാരണവൻ കർത്താവും അവിടെ എത്തി. അപ്പോൾ മുമ്പേ അവിടെ വന്നുനിന്നിരുന്ന വ്യാഘ്രങ്ങളെല്ലാം അവിടെനിന്ന് ഓടിപ്പോയി. അതു നമ്പി അവയെ ഉച്ചാടനം ചെയ്തിട്ടാണെന്നുള്ളത് പറയണമെന്നില്ലല്ലോ. ഇവയെല്ലാം കണ്ട് അവിടെയുണ്ടായിരുന്നവരെല്ലാം ഭയാത്ഭുതപരവശന്മാരായിത്തീർന്നു. ആ സമയത്തും ഭൈരവൻപിള്ള നമ്പിയോട് 'ഇനിയെങ്കിലും എന്നെക്കൂടെ വിട്ടയയ്ക്കണേ' എന്നപേക്ഷിച്ചു. അതിനു മറുപടിയായി നമ്പി, 'എന്റെ മനസ്സോടുകൂടി ഇപ്പോൾ ഞാൻ നിങ്ങളെ വിട്ടയയ്ക്കുകയില്ല പോകാമെങ്കിൽ പൊയ്ക്കൊള്ളണം"എന്നാണു പറഞ്ഞത്. അപ്പോൾ കാരണവൻ കർത്താവ് ഭൈരവൻപിള്ളയെ കണ്ടിട്ട്, 'എന്നെ കടുവാ പിടിച്ചു കാട്ടിൽക്കൊണ്ടുപോയി താമസിച്ചിരുന്നപ്പോൾ എനിക്കു ഭക്ഷണവും മറ്റും തന്ന് എന്നെ രക്ഷിച്ചത് ഈ ഭൈരവൻപിള്ള തന്നെയാണല്ലോ. ഇദ്ദേഹം ഈ കടുവാക്കൂട്ടത്തിന്റെ ഒരു മേലാവാണ്'എന്നു പറഞ്ഞു. യൂഥത്തലവനായ ആ വലിയ കടുവാ ഭൈരവൻപിള്ളയുടെ പാദങ്ങളെ നക്കുകയും നമസ്കരിക്കുകയും മറ്റും ചെയ്ത് അദ്ദേഹത്തെ അസാമാന്യമായി ബഹുമാനിക്കുന്നതും അപ്പോൾ എല്ലാവരും കണ്ടു .

അനന്തരം നമ്പി കർത്താവിനോട്, 'ഇനി ഈയാണ്ടിൽ ആനകളെ പിടിക്കാൻ ശ്രമിക്കേണ്ടാ, നാലാമത്തെ കുഴിയിൽ വീണുകിട്ടിയ ആ കൊമ്പനെ അച്ചൻകോവിൽ ശാസ്താവിനു വഴിപാടായി അയച്ചുകൊടുത്തേക്കണം. ഞാൻ ഇപ്പോൾത്തന്നെ പോകുന്നു' എന്നു പറഞ്ഞു യാത്രയായി. 'ഇപ്പോൾത്തന്നെ പോകുന്നതു വലിയ സങ്കടമാണ്. രണ്ടുദിവസമെങ്കിലും ഇവിടെ താമസിച്ചിട്ടു പോയാൽമതി' എന്നും മറ്റും കർത്താക്കന്മാർ ലൗകികം പറഞ്ഞു. എങ്കിലും നമ്പി അതൊന്നും അനുവദിച്ചില്ല. അദ്ദേഹം ഭൈരവൻപിള്ളയെ ആ വലിയ കടുവയുടെ കഴുത്തിൽക്കയറ്റി ഇരുത്തുകയും പിൻഭാഗത്തു താനും കയറിയിരിക്കുകയും ചെയ്തിട്ട്, 'സന്ധ്യാവന്ദനത്തിനു അമാന്തം വരാത്തവിധത്തിൽ ചെങ്ങന്നൂരെത്തിക്കണം' എന്ന് കടുവായോട് പറഞ്ഞു. ഉടനെ കടുവായാത്രയാവുകയും നിശ്ചിതസമയത്തിനു മുൻപേതന്നെ ചെങ്ങന്നൂരെത്തുകയും ചെയ്തു. അനന്തരം നമ്പി ഒരു മണിയെടുത്തു

ജപിച്ച കട്ടുവായുടെ കഴുത്തിൽ കെട്ടീട്ട് 'നിനക്ക് ഞാൻ മണികണ്ഠൻ എന്നു പേരിട്ടിരിക്കുന്നു. ഇനിയും ഞാൻ വിചാരിക്കുന്ന സമയം എന്റെ അടുക്കൽവരണം. ഇപ്പോൾ നിനക്കു പോകാം' എന്നു കട്ടുവായോട് പറയുകയും കട്ടുവാ നമ്പിയെയും ഭൈരവൻപിള്ളയേയും നമസ്കരിച്ചിട്ടു പോവുകയും ചെയ്തു. ആ സമയത്ത് ഭൈരവൻപിള്ള, ഇനിയെങ്കിലും എന്നെ വിട്ടയയ്ക്കണേ' എന്ന് നമ്പിയോടപേക്ഷിച്ചു. 'നിങ്ങളെ അത്രയെളുപ്പത്തിൽ വിട്ടയയ്ക്കുകയില്ല' എന്നു നമ്പി അപ്പോഴും മറുപടി പറഞ്ഞു. അതിന്റെശേഷം നമ്പി കുളിയും നിത്യകർമ്മാനുഷ്ഠാനാദികളും അത്താഴവും കഴിക്കുകയും ഭൈരവൻപിള്ളയെ ഊണു കഴിപ്പിക്കുകയും ചെയ്തിട്ട് അവർ രണ്ടുപേരും ഒരു മുറിക്കകത്തു ചെന്നുകിടന്നു. അപ്പോൾ, ഭൈരവൻപിള്ള, 'എന്നെ വെറുതെ ഇങ്ങനെ താമസിപ്പിക്കുന്നതെന്തിനാണ്? വിട്ടയയ്ക്കുന്നതിന് എന്താണ് വിരോധം?' എന്നു ചോദിച്ചു .

നമ്പി: 'വിരോധമൊന്നുമില്ല. കുറച്ചു ദിവസം ഇവിടെ താമസിച്ചിട്ടു വിട്ടയച്ചേക്കാം.'

ഭൈരവൻപിള്ള: ഇനിയും കുറച്ചുദിവസംകൂടി എന്നെ ഇവിടെ താമസിപ്പിക്കണമെന്നു വിചാരിക്കുന്ന പക്ഷം എനിക്കൊരാഗ്രഹമുണ്ട്; അതുംകൂടി സാധിപ്പിച്ചുതന്നാൽ കൊള്ളാം.

നമ്പി: ആഗ്രഹമെന്താണ്?

ഭൈരവൻപിള്ള: നിങ്ങളിൽനിന്നു കുറച്ചു മന്ത്രവാദം പഠിച്ചാൽ കൊള്ളാമെന്നാണ് എന്റെ ആഗ്രഹം.

നമ്പി: നിങ്ങൾ എന്നെക്കാൾ വലിയ മന്ത്രവാദിയും ശാസ്ത്രജ്ഞനുമാണെന്ന് എനിക്കറിയാം. പക്ഷേ, നിങ്ങൾക്കു രണ്ടു ദോഷങ്ങളുണ്ട്; അവ രണ്ടും ഉപേക്ഷിച്ചാൽ പിന്നെ നിങ്ങളെപ്പോലെ യോഗ്യനായ ഒരു മന്ത്രവാദി ലോകത്തിൽ വേറെ ഉണ്ടായിരിക്കയില്ല.

ഭൈരവൻപിള്ള: ആ ദോഷങ്ങൾ എന്തെല്ലാമാണ്?

നമ്പി: ചില ബാധകൾ തുള്ളുമ്പോൾ നിങ്ങളെ ആണും പെണ്ണും തിരിച്ചറിയാത്തവന്റെ മകൻ എന്നും മറ്റും പറയും. അത് കേൾക്കുമ്പോൾ നിങ്ങൾക്കു ലജ്ജയുണ്ടാകുന്നു. അതൊരു ദോഷമാണ്. പിന്നെ നിങ്ങൾക്ക് ആശ്രിതന്മാരിൽ അനുകമ്പയില്ല. അത് സർവ്വപ്രധാനമായ വലിയ ദോഷമാണ്.

ഭൈരവൻപിള്ള: ആശ്രിതന്മാരിൽ അനുകമ്പയില്ലാതെ ഞാൻ എന്താണു പ്രവർത്തിച്ചിട്ടുള്ളത്?

നമ്പി: റാന്നിക്കർത്താവു നിങ്ങളുടെ ഒരു ആശ്രിതനല്ലേ? അദ്ദേഹം എന്തോ തരാമെന്നു പറഞ്ഞിരുന്നത് ആ അവധിദിവസംതന്നെ തരാതെയിരുന്നതുകൊണ്ടല്ലേ അദേഹത്തിന്റെ കുഴികളിൽ ആനകൾ വീഴാതെയാക്കിയത്? എന്നാൽ അദ്ദേഹം അത് അവധിദിവസം തരാതെയിരുന്നതെന്തുകൊണ്ടാണെന്നും അവധി തെറ്റിയാലും അദ്ദേഹം തരുന്ന ആളാണെന്നും നിങ്ങൾ വിചാരിക്കാതെയിരുന്നതെന്താണ്? ആ അവധി ദിവസം അദ്ദേഹത്തിനു അമ്മ മരിച്ച പുലയല്ലായിരുന്നുവോ? പിന്നെ എന്റെ മന്ത്രശക്തികൊണ്ട് ഞാൻ കുഴിയിൽ വീഴിച്ച കൊമ്പനാനകളിൽ നാലെണ്ണത്തിനെ കുഴികളിൽ നിന്നു കയറ്റിയതിന്റെ ശേഷം അഞ്ചാമത്തെ കുഴിയിൽ നിന്നു കർത്താവിനെയെടുപ്പിച്ചുകൊണ്ടുപോയി വലിയ ലഹള ഉണ്ടാക്കിത്തീർത്തതെന്തിനാണ് ?

ഭൈരവൻപിള്ള: ആ ഒൻപതാനകളിൽ വാസ്തവത്തിൽ നല്ല

ലക്ഷണങ്ങളോടുകൂടിയ നാലെണ്ണമേ ഉണ്ടായിരുന്നുള്ളൂ. ശേഷമുണ്ടായിരുന്ന അഞ്ചാനകളും കണ്ടാൽ നല്ല ലക്ഷണയുക്തങ്ങളാണെന്നു തോന്നത്തക്കവയായിരുന്നെങ്കിലും വാസ്തവത്തിൽ അവ വിലക്ഷണങ്ങളായിരുന്നു. ആ ആനകളെ കയറ്റിക്കൊണ്ടു പോയിരുന്നുവെങ്കിൽ കർത്താവിന്റെ ഐശ്വര്യം നിശ്ശേഷം നശിക്കുകയും അദ്ദേഹത്തിന് അനേകമനർത്ഥങ്ങൾ ഉണ്ടായിത്തീരുകയും ചെയ്യുമായിരുന്നു. അങ്ങനെ വരരുതെന്നു വിചാരിച്ചാണ് ഞാൻഎന്റെ കാട്ടുനായയെ അയയ്ക്കുകയും മറ്റും ചെയ്തത്.

നമ്പി: ശരി, എന്നാൽ ഞാനിങ്ങോട്ടു പോന്നപ്പോൾ നിങ്ങൾ എന്റെ പിന്നാലെ വന്നതെന്തിനാണ്?

ഭൈരവൻപിള്ള: എന്റെ കാട്ടുനായ്ക്കളെ നിങ്ങൾ ഉപദ്രവിക്കാതിരിക്കാനായിട്ടും കർത്താവിന്റെ കാര്യം പറയാനായിട്ടുമാണ്.

നമ്പി: ശരി. നിങ്ങളിൽനിന്ന് അറിയാനുണ്ടായിരുന്നതെല്ലാം ഇപ്പോൾ ഞാനറിഞ്ഞു കഴിഞ്ഞിരിക്കുന്നു. അതിനാൽ ഇനി നിങ്ങൾക്കു പോകാം.

ഭൈരവൻപിള്ള: ഞാനാരാണെന്നുള്ളതും നിങ്ങൾ അറിഞ്ഞുവല്ലോ.

നമ്പി: ഓഹോ. അത് ആദ്യം പാണ്ടിപ്പിള്ളയുടെ വേഷത്തിൽ കണ്ടപ്പോൾ ത്തന്നെ മനസ്സിലാക്കി.

ഭൈരവൻപിള്ള: എന്നാൽ എനിക്കിനി ചില സംഗതികൾ കൂടി പറയാനുണ്ട്. മുൻകാലങ്ങളിൽ പരദേശങ്ങളിലുള്ളവർക്ക് വല്ല ബാധോപദ്രവമോ മറ്റോ ഉണ്ടായാൽ എന്റെ സന്നിധിയിൽവന്ന് എന്നെ ഭജിക്കുകയും ശരണം പ്രാപിക്കുകയും ഞാൻ അവരുടെ ഉപദ്രവങ്ങൾ നീക്കി സുഖപ്പെടുത്തി അയയ്ക്കുകയുമായിരുന്നു പതിവ്. നിങ്ങൾ പരദേശങ്ങളിലും പോയി മന്ത്രവാദം ചെയ്തുതുടങ്ങിയതില്പിന്നെ എന്റെ അടുക്കൽ ആരും വരാതെയായിരിക്കുന്നു, അതിനാൽ എനിക്കു മുമ്പുണ്ടായിക്കൊണ്ടിരുന്ന ആദായം ഇപ്പോൾ നിന്നുപോയിരിക്കുന്നതുകൊണ്ട് മേലാൽ നിങ്ങൾ പരദേശങ്ങളില്പ്പോയി മന്ത്രവാദം ചെയ്കയില്ലെന്നു തീർച്ചപ്പെടുത്തണം. പരദേശികൾക്കു ബാധോപദ്രവമോ മറ്റോ ഉണ്ടായാൽ അവർ എന്റെ സന്നിധിയിൽ വരണമെന്നും അതു ധനുമാസത്തിൽ എന്റെ ഉത്സവകാലത്തായിരിക്കണമെന്നും വ്യവസ്ഥചെയ്യുകയും അക്കാലത്തു നിങ്ങളും അവിടെ ഉണ്ടായിരിക്കുകയും വേണം. അക്കാലത്ത് അവർക്കു വേണ്ടുന്ന മന്ത്രവാദം എന്റെ സന്നിധിയിൽവച്ചു നിങ്ങൾതന്നെ ചെയ്യുന്നതിനു വിരോധമില്ല. പരദേശികൾക്കു നിങ്ങൾ മന്ത്രവാദം ചെയ്യുന്നത് എന്റെസന്നിധിയിൽവച്ചും ഉത്സവകാലത്തുമായിരിക്കണമെന്നു മാത്രമേ എനിക്ക് നിർബന്ധമുള്ളൂ. അങ്ങനെയായാൽ അതും ഉത്സവത്തിന്റെ ആഘോഷങ്ങളിലൊന്നായിത്തീരുമല്ലോ. നിങ്ങൾ ആണ്ടുതോറും ധനുമാസം ഒന്നാം തിയ്യതി രാവിലെ അവിടെയെത്തുകയും ഉത്സവം കഴിയുന്നതുവരെ അവിടെത്താമസിക്കുകയും വേണം. നിങ്ങളെ അങ്ങോട്ട് കൊണ്ടുവരുന്നതിനു നമ്മുടെ മണികണ്ഠനെ ഞാനിവിടെ അയച്ചുകൊള്ളാം. നിങ്ങളെ ഞാനും എന്റെ ആശാനായി സ്വീകരിച്ചിരിക്കുന്നു. അതിനാൽ നിങ്ങൾ അവിടെ വന്നാൽവേണ്ടുന്ന ആചാരോപചാരങ്ങളൊക്കെ ചെയ്യുന്നതിനു ഞാൻഏർപ്പാടു ചെയ്തുകൊള്ളാം.

ഭൈരവൻപിള്ള പറഞ്ഞതെല്ലാം നമ്പി പൂർണ്ണമായി സമ്മതിക്കുകയും

ഭൈരവൻപിള്ള അപ്പോൾത്തന്നെ അവിടെനിന്നു പോവുകയും ചെയ്തു. ഈ ഭൈരവൻപിള്ള സാക്ഷാൽ അച്ചൻകോവിൽ ശാസ്താവായിരുന്നു എന്നുള്ള വാസ്തവം ഇപ്പോൾ വായനക്കാർ ഊഹിച്ചറിഞ്ഞിരിക്കുമെന്നു വിശ്വസിക്കുന്നു.

ആ ആണ്ടിൽ ധനുമാസം ഒന്നാം തിയ്യതിയുടെ തലേദിവസം രാത്രിയിൽ അച്ചൻകോവിൽ ദേവസ്വക്കാർക്ക് ഒരു സ്വപ്നമുണ്ടായി. 'നാളെ രാവിലെ തേവലശ്ശേരി നമ്പി ഇവിടെ വരും. അദ്ദേഹം എന്റെയും ഗുരുവാണ്. അതിനാൽ നിങ്ങൾ അദ്ദേഹത്തെ സാദരം എതിരേൽക്കുകയും സബഹുമാനം ആചാരോപചാരങ്ങൾ ചെയ്യുകയും വേണം. ബലിക്കല്പുരയുടെ വടക്കേപ്പടിയിൽ വെള്ളയും കരിമ്പടവും വിരിച്ച് അദ്ദേഹത്തെ ഇരുത്തണം. അവിടെ ഒരു ചങ്ങലവട്ടക കൊളുത്തിവയ്ക്കുകയും വേണം. അദ്ദേഹം ഇവിടെത്താമസിക്കുന്ന ദിവസങ്ങളിലെല്ലാം തന്ത്രിയുടെ പതിവുപോലെ അരിക്കോപ്പുകളും പകർച്ചയും കൊടുക്കണം. അദ്ദേഹത്തിന്റെ പരിവാരങ്ങളെയും യഥായോഗ്യം ആദരിക്കണം' എന്നായിരുന്നു സ്വപ്നം. ധനുമാസം ഒന്നാം തിയ്യതിയുടെ തലേദിവസം വൈകുന്നേരം മണികണ്ഠൻ നമ്പിയുടെ അടുക്കൽ എത്തുകയും നമ്പി മണികണ്ഠന്റെ കഴുത്തിൽകയറി പരിവാരസമേതം പുറപ്പെട്ടു ധനുമാസം ഒന്നാം തിയ്യതി രാവിലെ അച്ചൻകോവിലിൽ ചെന്നുചേരുകയും ദേവസ്വക്കാർ സ്വപ്നപ്രകാരമെല്ലാം അദ്ദേഹത്തെ എതിരേറ്റ് സൽക്കരിക്കുകയും ചെയ്തു.

അച്ചൻകോവിലിൽ പ്രധാനമായിട്ടുള്ള നടവരവു നെയ്യാണ്. അതവിടെ ധാരാളമായി വരുകയും ചെയ്യും. എങ്കിലും വിളക്കിനും മറ്റും ഉപയോഗിക്കുകയല്ലാതെ അത് ആരും കൂട്ടി ഊണുകഴിക്കാറില്ല. അവിടെ നെയ്യുകൂട്ടിയൂണ് കഴിച്ചാൽ മാത്ര കഴിയുമ്പോൾ പനി തുടങ്ങുമെന്നുള്ള കാര്യം തീർച്ചയാണ്. അതുകൊണ്ട് അവിടെ തന്ത്രിക്കുപോലും പകർച്ചയ്ക്കു നെയ്യ് കൊടുക്കാറില്ല. എങ്കിലും തേവലശ്ശേരി നമ്പിക്കു പകർച്ച കൂട്ടത്തിൽ ഒരു തുടം നെയ്യുകൂടി കൊടുക്കുകയും അദ്ദേഹം അതുകൂട്ടി ഉണ്ണുകയും ചെയ്തു. നമ്പിക്ക് അതുകൊണ്ട് പനിയെന്നല്ല, യാതൊരു സുഖക്കേടും ഉണ്ടായിട്ടില്ല. ഇതറിഞ്ഞപ്പോൾ തന്ത്രിക്ക് അപരിമിതമായ കുണ്ഠിതമുണ്ടായി. നെയ്യുകൂട്ടിയിട്ട് നമ്പിക്ക് സുഖക്കേടൊന്നും ഉണ്ടാകാതെയിരുന്നതു ശാസ്താവിന്റെ കരുണകൊണ്ടായിരിക്കണമെന്നും താൻ തന്ത്രിയായിരിക്കുന്ന സ്ഥിതിക്ക് തന്നെക്കുറിച്ചുള്ളതിലധികം കരുണ ശാസ്താവിനു മറ്റൊരാളുടെ പേരിലുണ്ടാകുന്നതു തനിക്കു കുറച്ചിലാ ണല്ലോ എന്നും മറ്റുമായിരുന്നു അദ്ദേഹത്തിന്റെ വിചാരം. അദ്ദേഹത്തിന് നെയ്യു കൂട്ടി ഉണ്ണണമെങ്കിൽ അവിടെ ഒരു പ്രയാസവുമുണ്ടായിരുന്നില്ല. എങ്കിലും പനി വന്നെങ്കിലോ എന്നുള്ള ഭയം നിമിത്തം അദ്ദേഹത്തിന് അതിനു ധൈര്യമുണ്ടായില്ല. ഏതെങ്കിലും ഇതിനൊരു തീർച്ചയുണ്ടായിട്ടല്ലാതെ ഇനി ഊണു കഴിക്കുകയില്ല'എന്നു നിശ്ചയിച്ച് അദ്ദേഹം പിറ്റേദിവസം ഉച്ചതിരിയുന്നതുവരെ ഉണ്ണാതെയിരുന്നു. തന്ത്രി ഉണ്ണാതെ താനുണ്ണുന്നത് വിഹിതമല്ലല്ലോ എന്നു വിചാരിച്ചു നമ്പിയും ഊണുകഴിച്ചില്ല. ഉച്ചതിരിഞ്ഞപ്പോൾ ശ്രീകോവിലിനകത്തുനിന്ന് 'നമ്പിക്ക് ഒരു തുടം കൊട്ടു, താഴമണ്ണിന് ഒരു തുടം ചുട്ടു' എന്നൊരശരീരി വാക്കുണ്ടായി. ഇത് ശാസ്താവിന്റെ കല്പനയാണെന്ന് അവിടെയുണ്ടായിരുന്ന സകലരും വിശ്വസിച്ചു. എങ്കിലും ഇതിന്റെ അർത്ഥമെന്തെന്ന് സംശയിച്ച് ചിലർ നമ്പിയോടു ചോദിച്ചു. അപ്പോൾ നമ്പി, 'ഇതിന്റെ അർത്ഥം എനിക്ക് ഒരു തുടം നെയ്യു

തരണമെന്നും താഴമൺപോറ്റി (ഇദ്ദേഹമാണ് ഇവിടുത്തെ തന്ത്രി) നെയ്യു രുടത്തിലെടുത്ത് ചൂടുപിടിപ്പിച്ചു കൂട്ടിക്കൊള്ളണമെന്നുമാണ്" എന്നു പറഞ്ഞു. തന്ത്രി അപ്രകാരം നെയ്യു കൂട്ടിയുണ്ടു. അദ്ദേഹത്തിനു പനി വന്നുമില്ല. പിന്നെ അതു പതിവായിത്തീർന്നു.

തേവലശ്ശേരി നമ്പി അദ്ദേഹത്തിന്റെ ജീവാവസാനം വരെ ധനുമാസം ഒന്നാം തിയ്യതിതോറും അച്ചൻകോവിലിൽ എത്തി ഉത്സവം കഴിയുന്നതു വരെ അവിടെ താമസിക്കുകയും അക്കാലത്തു ബാധോപദ്രവക്കാരായും മറ്റും അനേകം പരദേശികൾ അവിടെ വരുകയും നമ്പി അവിടെവച്ചു മന്ത്രവാദം ചെയ്തു അവരുടെ ബാധകളെയും മറ്റും ഒഴിച്ചു സുഖപ്പെടുത്തി അയയ്ക്കുകയും ചെയ്തുകൊണ്ടിരുന്നു. അതിനാൽ അക്കാലത്തു വഴിപാടുകളായും മറ്റും ദേവസ്വത്തിലേക്കുള്ള വരവു വളരെ വർദ്ധിച്ചു. നമ്പി വിചാരിക്കുന്ന കാര്യങ്ങളെല്ലാം അച്ചൻകോവിൽ ശാസ്താവു സാധിപ്പിച്ചു കൊടുത്തുകൊണ്ടുമിരുന്നു.

കൊല്ലം 'തൊള്ളായിരത്തിലപ്പുറമൊരെഴുപതും മൂന്നുമാം കുംഭമാസേ' നാട് നീങ്ങിയ കാർത്തികതിരുനാൾ രാമവർമ്മമഹാരാജാവു തിരുമനസ്സുകൊണ്ട് ഒരിക്കൽ മസൂരി ബാധിതനായിത്തീർന്നു. അപ്പോൾ തേവലശ്ശേരി നമ്പി മസൂരികാരോഗം ആകർഷിച്ചു മാറ്റുമെന്നുള്ളതു പ്രസിദ്ധമായിരുന്നതിനാൽ കല്പന പ്രകാരം ആൾ വന്നു നമ്പിയെ തിരുവനന്തപുരത്തു കൊണ്ടുപോയി. രോഗം ഏറ്റവും കടുത്തവകയായിരുന്നതിനാൽ തിരുമനസ്സുകൊണ്ട് അത്യന്തം അവശനായി കിടപ്പുതന്നെയായിരുന്നു. നമ്പി ആ രോഗം ആകർഷിച്ചു തന്റെ ദേഹത്തിന്മേലാക്കി. ഉടനെ തിരുമനസ്സിലെ ദേഹത്തിന്മേലുണ്ടായിരുന്ന കുരുക്കളെല്ലാം കാണാതെയായിത്തീരുകയും തിരുമനസ്സിലേക്കു വളരെ സുഖം തോന്നുകയാൽ അവിടുന്ന് എഴുന്നേറ്റിരിക്കുകയും ചെയ്തു. എങ്കിലും നമ്പിയുടെ ദേഹത്തി ലെല്ലാം തൽക്ഷണം കുരുക്കൾ കാണപ്പെടുകയും നമ്പി ഏറ്റവും പരവശ നായി അവിടെത്തന്നെ വീഴുകയും ചെയ്തു. അപ്പോൾ നമ്പിയുടെ ആകൃതി കണ്ടിട്ടു തിരുമനസ്സിലേക്കു തന്നെ ഭയം തോന്നി. ഉടനെ 'ഇത് എനിക്കും തനിക്കുമരുത്" എന്നു കല്പിച്ചു. അപ്പോൾനമ്പി, 'പിന്നെ ആർക്കാകാമെന്നുകൂടി കല്പിക്കണം' എന്നറിയിച്ചു. തിരുമനസ്സുകൊണ്ട് സ്വല്പം ആലോചിച്ചിട്ട്, 'ഇവിടെനിന്ന് ഏകദേശം നാലഞ്ചു നാഴിക ദൂരം കിഴക്കു വഴിയരികിലായിട്ട് ഒരു കാവിൻകൂട്ടമുണ്ട്. അവിടെ രണ്ടു വലിയ പാലകൾ നില്ക്കുന്നുണ്ട്. അവയിൽ അനേകം ദുർദേവതമാർ വന്നുവാസമായിട്ടുണ്ട്. ആ ദേവതമാരുടെ ഉപദ്രവം നിമിത്തം പകൽസമയത്ത് പോലും ആ വഴിയെ ജനങ്ങൾക്കു സഞ്ചരിക്കാൻ നിവൃത്തിയില്ലാതായിരിക്കുന്നു. ഈ രോഗം ആകർഷിച്ച് ആ പാലകളിൽ ആക്കിയാൽ അവ നശിക്കുകയും അപ്പോൾ ആ ദുർദ്ദേവതമാർ അവിടം വിട്ടുപോവുകയും ആ വഴി ജനങ്ങൾക്കു സഞ്ചാരയോഗ്യമായിത്തീരുകയും ചെയ്യുന്നതാകയാൽ അതൊരു വലിയ ഉപകാരമായിരിക്കും. അതുകൊണ്ട് അങ്ങനെ ചെയ്താൽ കൊള്ളാം' എന്നരുളിച്ചെയ്തു. അപ്പോൾ നമ്പി, 'എന്നാൽ എന്നെ ആ സ്ഥലത്തേക്കു കൊണ്ടുപോകുന്നതിനുകൂടി കല്പനയുണ്ടാകണം. എനിക്കു നടന്നുപോകാൻ നിവൃത്തിയില്ലാതായിരിക്കുന്നു' എന്നറിയിച്ചു. ഉടനെ കല്പനപ്രകാരം ഏതാനുമാളുകൾവന്നു നമ്പിയെ ഒരു മഞ്ചലി ലാക്കിയെടുത്ത് ആ സ്ഥലത്തു കൊണ്ടുപോവുകയും നമ്പി ആ മസൂരി രോഗത്തെ തന്റെ ദേഹത്തിൽനിന്ന് ആകർഷിച്ച് ആ പാലകളിലാക്കുകയും ആ പാലകൾ ഏഴു ദിവസംകൊ

ണ്ട് ഉണങ്ങിയൊടിഞ്ഞു നിലംപതിക്കു കയും ദുർദേവതമാരെല്ലാം അവിടം വിട്ടു പോവുകയും ആ വഴി ജനങ്ങൾക്കു സഞ്ചാരയോഗ്യമായിത്തീരുകയും നമ്പി സ്വസ്ഥശരീരനായി തിരിയെ തിരുവനന്തപുരത്തെത്തുകയും ചെയ്തു. അപ്പോഴേക്കു തിരുമനസ്സിലേക്കു ക്ഷീണവും മറ്റും തീർന്നു സുഖമാവുകയും ചെയ്തിരുന്നു. തിരുമനസ്സുകൊണ്ട് സന്തോഷിച്ചു നമ്പിക്കു പല സമ്മാനങ്ങൾ കല്പിച്ചുകൊടുത്തതു കൂടാതെ കല്പന പ്രകാരം ഏതാനും വസ്തുക്കൾ കരമൊഴിവായി പതിച്ചുകൊടുക്കുകയും ചെയ്തു.

ഈ നമ്പി പ്രസിദ്ധ യുദ്ധവിദഗ്ദ്ധന്മാരായിരുന്ന കുഞ്ചിക്കുട്ടിപ്പിള്ള സർവാധി കാര്യക്കാർ, കുതിരപ്പക്ഷി, വൈക്കം പത്മനാഭപിള്ള എന്നിവർക്കു ചില ഉപദേശങ്ങൾ കൊടുക്കുകയും ശത്രുക്കളുടെ ആയുധം കൊണ്ടു മരിക്കാതെയിരിക്കുന്നതിനായി ചില മന്ത്രങ്ങൾ ധരിപ്പിക്കുകയും ചെയ്തിരുന്നു. വേലുത്തമ്പിദളവാ അവസാനകാലത്തു രക്ഷാമാർഗ്ഗമൊന്നുമില്ലാതായപ്പോൾ വിവരം നമ്പിയെ ഗ്രഹിപ്പിക്കുകയും തേവലശ്ശേരിയിൽ ചെന്നാൽ രക്ഷിച്ചുകൊള്ളാമെന്നു നമ്പി തമ്പിയെ അറിയിക്കുകയും ചെയ്തിരുന്നു. ദുഷ്കാലശക്തി നിമിത്തം തമ്പിക്ക് അവിടെച്ചെന്നു ചേരാൻ സാധിക്കായ്കയാലാണ് ഒടുക്കം ആത്മഹത്യ ചെയ്യേണ്ടതായി വന്നത്. ഈ തേവലശ്ശേരി നമ്പിയുടെ കാലത്തുതന്നെ 'താമരശ്ശേരിനമ്പി' എന്നു പ്രസിദ്ധനായിട്ട് ഒരു മന്ത്രവാദി ആറന്മുളെയുണ്ടായിരുന്നു. താമരശ്ശേരിനമ്പി തേവലശ്ശേരി നമ്പിയുടെ സജാതീയനായിരുന്നുവെങ്കിലും അദ്ദേഹത്തിനു തേവലശ്ശേരി നമ്പിയെക്കുറിച്ചു പുച്ഛമായിരുന്നു. തന്നെ ജയിക്കത്തക്കവണ്ണമുള്ള യോഗ്യത തേവലശ്ശേരിക്കില്ലെന്നായിരുന്നു താമരശ്ശേരിയുടെ വിചാരം. അങ്ങനെ അദ്ദേഹം ചിലപ്പോൾ ചിലരോടു പ്രസംഗവശാൽ കുറേശ്ശെ പറയാറുമുണ്ടായിരുന്നു. ഇതിനെക്കുറിച്ചു തേവലശ്ശേരി നമ്പിയും അറിയാതെയിരുന്നില്ല. 'തേവലശ്ശേരിയുമായി നേരിട്ടു കാണാനിടയാക്കരുത്.നേരിട്ടു കണ്ടാൽനാശമുണ്ടാകും' എന്ന് ആരോ തന്റെ അടുക്കൽ വന്നു പറഞ്ഞതായി താമരശ്ശേരി നമ്പി കൂടെക്കൂടെ സ്വപ്നം കാണാറുണ്ടായിരുന്നു. നേരിട്ടു കണ്ടാൽ നാശമുണ്ടാകുന്നതു തേവലശ്ശേരിക്കാണെന്നാണ് താമരശ്ശേരി നമ്പി ഈ സ്വപ്നം കൊണ്ടു മനസ്സിലാക്കിയത്. തേവലശ്ശേരിയേക്കാൾ യോഗ്യത തനിക്കുണ്ടെന്നുള്ള വിചാരം മനസ്സിലിരിക്കുമ്പോൾ അദ്ദേഹത്തിന് അങ്ങനെയല്ലാതെ തോന്നാൻതരമില്ലല്ലോ.

തേവലശ്ശേരി നമ്പി അന്യദേശങ്ങളിലേപ്പാഴും സ്വദേശത്തുവച്ചും മന്ത്രവാദ സംബന്ധമായി പ്രതിദിനമെന്നപോലെ ഓരോ അത്ഭുതങ്ങൾ പ്രവർത്തിച്ചുകൊണ്ടിരുന്നതിനാൽ അദ്ദേഹത്തിന്റെ കീർത്തി വർദ്ധിച്ചു വർദ്ധിച്ചു ഭൂലോകത്തിൽ സർവ്വത്ര വ്യാപിച്ചു. അതിനാൽ മന്ത്രവാദത്തിനായി താമരശ്ശേരി നമ്പിയുടെ അടുക്കൽ ആരും ചെല്ലാതെയും അദ്ദേഹത്തെ ആരും എങ്ങും കൊണ്ടുപോകാതെയുമായി. അപ്പോൾ താമരശ്ശേരി നമ്പിക്കു തേവലശ്ശേരി നമ്പിയെക്കുറിച്ചുള്ള അസൂയ സഹിക്കവയ്യാതായിത്തീർന്നു. തേവലശ്ശേരി നമ്പി ജീവിച്ചിരിക്കുന്ന കാലത്തു തന്റെ കീർത്തിക്ക് പ്രചാരമുണ്ടാകുന്ന കാര്യം അസാദ്ധ്യമാണെന്ന് തോന്നുകയാൽ ഏതുവിധവും തേവലശ്ശേരി നമ്പിയുടെ കഥ കഴിക്കണമെന്നു താമരശ്ശേരി നമ്പി തീർച്ചപ്പെടുത്തി. നേരിട്ടു കണ്ടാൽനാശമുണ്ടാകുമെന്നു സ്വപ്നമുണ്ടായിട്ടുണ്ടല്ലോ. അതിനാൽനേരിട്ടു കാണ്മാൻ മാർഗമുണ്ടാക്കണമെന്നു തന്നെ അദ്ദേഹമുറച്ചു. അതിനെന്താണ് വഴിയെന്നാലോചിച്ചപ്പോൾ തേവലശ്ശേരി നമ്പി ചൊവ്വാഴ്ചയും വെള്ളിയാഴ്ചയും

വെളുപ്പാൻകാലത്തു പതിവായി നെടുംപ്രയാറ്റു കളരിയിലേക്കു പോകാറുണ്ടെന്നും അത് ആറ്റിലൂടെയാണ് പതിവെന്നും അറിവ് കിട്ടി. അതിനാൽ അടുത്ത വെള്ളിയാഴ്ച വെളുപ്പാൻകാലത്തു ജലമാർഗ്ഗമായി ഒന്നു യാത്ര ചെയ്യണമെന്നു താമരശ്ശേരി നമ്പി നിശ്ചയിച്ചു. ഈ വിവരമെല്ലാം തേവലശ്ശേരി നമ്പി എങ്ങനെയോ മനസ്സിലാക്കുകയും ചെയ്തു. എങ്കിലും അദ്ദേഹത്തിന് അതുകൊണ്ടു ക്ലേശലൊന്നുമുണ്ടായില്ല. അദ്ദേഹം പതിവുപോലെ വെള്ളിയാഴ്ച വെളുപ്പാൻകാലത്തു നെടുംപ്രയാറ്റേക്ക് പുറപ്പെട്ടു. തേവലശ്ശേരി നമ്പി ഒരരകല്ല് (അമ്മി) എടുത്തിട്ട് അതിന്മേൽക്കയറി, അതിന്റെ തലയ്ക്കൽ ഒരു പന്തവും കൊളുത്തിക്കുത്തിക്കൊണ്ടാണ് ആറ്റിൽക്കൂടി കിഴക്കോട്ടു പുറപ്പെട്ടത്. ആ സമയത്തുതന്നെ താമരശ്ശേരി നമ്പി കിഴക്കുനിന്നു പടിഞ്ഞാട്ടും പുറപ്പെട്ടു. താമരശ്ശേരി നമ്പി ഒരു തുളസിനില വെള്ളത്തിലിട്ട് അതിന്മേൽക്കയറിയാണ് പുറപ്പെട്ടത്. താമരശ്ശേരി നമ്പി 'അത്തിമൂട്' എന്ന സ്ഥലത്തായപ്പോൾ പടിഞ്ഞാറ് അസാമാന്യമായ ഒരു തേജസ്സു കണ്ടു. സൂക്ഷിച്ചു നോക്കിയപ്പോൾ തേവലശ്ശേരി നമ്പിയുടെ വരവാണെന്ന് അദ്ദേഹത്തിനു മനസ്സിലായി. ആ സമയം 'ഒഴിഞ്ഞുപോയ്ക്കൊള്ളണം; അല്ലെങ്കിൽ ആപത്തുണ്ടാകും' എന്ന് ആരോ വിളിച്ചു പറഞ്ഞതായി താമരശ്ശേരി നമ്പിക്കു തോന്നി. ആ ദുർന്നിരീക്ഷ്യമായ തേജസ്സു കാണുകയും മേല്പറഞ്ഞ വാക്കുകൾകേൾക്കുകയും ചെയ്തപ്പോൾതാമരശ്ശേരി നമ്പിയുടെ ഹൃദയം വല്ലാതെ ഭയപരവശമായിത്തീർന്നു. എങ്കിലും അദ്ദേഹം പിന്നെയും മുമ്പോട്ടുതന്നെ പോയി. അപ്പോഴേക്കും തേവലശ്ശേരി നമ്പി വന്നടുത്തു കഴിഞ്ഞു. തേവലശ്ശേരി നമ്പിയുടെ മുഖത്ത് അപ്പോൾ അതിഭയങ്കരമായ ഒരു തേജസ്സു ജ്വലിച്ചുകൊണ്ടിരുന്നു. ആ മുഖം കണ്ടപ്പോൾ താമരശ്ശേരി നമ്പിയുടെ ഭയം ശതഗുണീഭവിച്ചു. അപ്പോൾ തേവലശ്ശേരി നമ്പി, 'ഇത് ഒടുവിലത്തെ കാഴ്ചയാണ്' എന്നു പറയുകയും താമരശ്ശേരി നമ്പിയുടെ തുളസിനിലക്ക് തീപിടിച്ച് അത് ഭസ്മമായിപ്പോവുകയും നമ്പി അവിടെയുണ്ടായിരുന്ന ഒരു നീർച്ചുഴിയിൽ അകപ്പെട്ടു താണുപോവുകയും ചെയ്തു. തേവലശ്ശേരി നമ്പി നേരെ കിഴക്കോട്ടു ചെന്നു നെടുംപ്രയാറ്റു കളരിയിലെത്തി. വന്ദിച്ചിട്ടുതിരിയെപ്പോയി ചെങ്ങന്നൂർ പടിഞ്ഞാറെ നടയിലും ദർശനം കഴിച്ചു സ്വഗൃഹത്തിലേക്കു പോവുകയും ചെയ്തു.

വെളുപ്പാൻകാലത്തു വെള്ളത്തിൽ മുങ്ങിപ്പോയ താമരശ്ശേരി നമ്പി പിറ്റേ ദിവസം ആറേഴുനാഴിക പുലർന്നപ്പോഴേക്കും ഒരു വിധത്തിൽ ആറന്മുള ക്ഷേത്രത്തിനു വടക്കുവശത്തുള്ള കടവിലെത്തി. അപ്പോൾ അദ്ദേഹത്തിനു വലിയ തരക്കേടൊന്നും പറ്റിയിരുന്നില്ല. കരയ്ക്കുകയറി സ്വല്പം നടന്നപ്പോഴേക്കും അദ്ദേഹം ബോധംകെട്ടു നിലത്തുവീണു. അതു കണ്ടു ചിലർക്കൂടി എടുത്ത് അദ്ദേഹത്തെ അദ്ദേഹത്തിന്റെ ഗൃഹത്തിൽ കൊണ്ടുചെന്നാക്കി. ഉടനെ പനി തുടങ്ങുകയും മൂന്നാം ദിവസം ദേഹത്തിൽ സർവ്വത്ര മസൂരിക്കുരു പുറപ്പെടുകയും പന്ത്രണ്ടാം ദിവസം അദ്ദേഹം മരിക്കുകയും അതോടുകൂടി ആ കുടുംബം അവസാനിക്കുകയും ചെയ്തു.

സാധാരണ മന്ത്രവാദികൾ കൈവിഷം ഛർദ്ധിപ്പിച്ചും മറ്റുമാണല്ലോ കളയുക പതിവ്. എന്നാൽതേവലശ്ശേരി നമ്പി അങ്ങനെയൊന്നുമല്ല ചെയ്യാറുള്ളത്. കൈവിഷം ഭക്ഷിച്ചിട്ടുള്ളവർ അതു കളയുന്നതിനായി അദ്ദേഹത്തിന്റെ അടുക്കൽചെന്നാൽഒരു കരിക്കുചെത്തി തുളച്ചു വലിയ ദ്വാരമുണ്ടാക്കീട്ട് അത് ആ വിഷം ഭക്ഷിച്ചിട്ടുള്ള ആളുടെ വയറോടു ചേർത്തു പിടിച്ചുകൊണ്ടു

അദ്ദേഹം ഒരു മന്ത്രം ജപിക്കും. അത് കഴിഞ്ഞ് കരിക്കെട്ടുത്തു നോക്കിയാൽ കൈവിഷം ഏതു സാധനത്തിലാണ് അകത്ത് ചേർന്നിട്ടുള്ളതെന്നു വെച്ചാൽ ആ സാധനം ആ കരിക്കിൻവെള്ളത്തിൽ കാണും. അതോടുകൂടി കൈവിഷം ഭക്ഷിച്ച ആൾക്കു സുഖമാകുകയും ചെയ്യും. ഇങ്ങനെയാണ് നമ്പിയുടെ പതിവ്.

തേവലശ്ശേരി നമ്പി ഒന്നാന്തരം വിഷവൈദ്യനുമായിരുന്നു. ഒരു ദിവസം രാത്രിയിൽ അദ്ദേഹവും ഒരു വിഷവൈദ്യനും കൂടി ഒരു സ്ഥലത്തേക്കു പോയപ്പോൾ മധ്യേമാർഗ്ഗം ഒരാൾകൂടെ വന്നുകൂടി. അയാളുടെ തലയിൽ ഒരു പാത്രവും അതിൽ കുറച്ചു പായസവുമുണ്ടായിരുന്നു. മൂന്നുപേരും കൂടി കുറച്ചുദൂരം പോയപ്പോൾ ആ പായസം തലയിൽ വച്ചുകൊണ്ടുപോയ ആളുടെ കാലിന്മേൽ ഒരു പാമ്പു കടിച്ചു. ഉടനെ അയാൾ, 'അയ്യോ, ആശാനെ എന്റെ കാലിന്മേൽ ഏതാണ്ടു കടിച്ചുവലോ' എന്നു പറഞ്ഞു . അത് കേട്ടു നമ്പി, 'ഓ, അതു സാരമില്ല. വിഷം ഇപ്പോൾ ഇറക്കിക്കളയാം' എന്നു പറഞ്ഞു അവിടെയിരുന്ന് ഒരു മന്ത്രം ജപിച്ചു വിഷമിറക്കിത്തുടങ്ങി. വിഷം സ്വല്പമിറങ്ങിയെങ്കിലും വീണ്ടും മേല്പോട്ടു കേറിത്തുടങ്ങി. അപ്പോൾ വിഷബാധിതൻ, 'അയ്യോ, ആശാനേ വിഷം മേല്പോട്ടു കേറുകയാണെന്നാണല്ലോ തോന്നുന്നത്. ആദ്യം എന്റെ പാദത്തിന്മേലായിരുന്നു വേദന. അതിപ്പോൾ മുട്ടിന്മേലായിരിക്കുന്നു' എന്നു പറഞ്ഞു. ഇത് കേട്ടപ്പോൾ, കൂടെയുണ്ടായിരുന്ന വിഷവൈദ്യൻ തന്നെ പരീക്ഷിക്കാനോ അപമാനിക്കാനോ ആയിട്ട് എന്തോ കശൗലം പ്രയോഗിക്കുന്നുണ്ടെന്നു നമ്പി തീർച്ചയാക്കി. 'എന്നാൽ മേല്പോട്ടുതന്നെ കേറട്ടെ' എന്ന് അദ്ദേഹം നിശ്ചയിക്കുകയും ചെയ്തു. വിഷം മുറയ്ക്ക് മേല്പോട്ടു കേറിക്കൊണ്ടിരുന്നു. 'ഇപ്പോൾ വേദനയെവിടെയാണ്, ഇപ്പോൾ എവിടെയാണ്' എന്നിങ്ങനെ നമ്പി കൂടെക്കൂടെ ചോദിച്ചുകൊണ്ടും സർപ്പദഷ്ടനായ ആൾ, 'ഇപ്പോൾ വയറ്റിൽ, ഇപ്പോൾ നഞ്ചിൽ, ഇപ്പോൾ നെറ്റിയിൽ' എന്നിങ്ങനെ പറഞ്ഞുകൊണ്ടുമിരുന്നു. ഒടുക്കം ദഷ്ടൻ, 'ഇപ്പോൾ വേദന ഉച്ചി(നിറുക)യിലായിരിക്കുന്നു' എന്നു പറഞ്ഞപ്പോൾ നമ്പി 'എന്നാൽ തലയിലിരിക്കുന്നതു ദൂരെക്കളഞ്ഞേക്കൂ' എന്നു പറഞ്ഞു. ദഷ്ടൻ തലയിലിരുന്ന പായസം ദൂരെ കളയുകയും ചെയ്തു. അപ്പോൾ നമ്പി, 'ഇപ്പോൾ എവിടെയെങ്കിലും വേദന തോന്നുന്നുണ്ടോ' എന്നു ചോദിച്ചു. 'ഇല്ല സുഖമായി' എന്നു ദഷ്ടൻ പറഞ്ഞു. ഉടനെ നമ്പി, 'എന്നാൽ പോയ്ക്കോളൂ. ഇനി ഭയപ്പെടാനൊന്നുമില്ല. വിഷമിറങ്ങിപ്പോയി' എന്നു പറയുകയും ദഷ്ടൻ അവിടെനിന്നു പോവുകയും ചെയ്തു. അപ്പോൾ ആ വിഷവൈദ്യൻ നമ്പിയോട്, 'തലയിലിരുന്നതു ദൂരെക്കളയാൻ പറഞ്ഞതെന്തിനാണ്' എന്നു ചോദിച്ചു.

നമ്പി: വിഷം ശിരസ്സിലായി എന്നറിഞ്ഞപ്പോൾ ഞാനത് അവിടെനിന്ന് ആകർഷിച്ച് ആ പായസത്തിലാക്കി. പിന്നെ ആ പായസം ആരെങ്കിലും ഭക്ഷിച്ചാൽ മരിച്ചു പോകുമല്ലോ. അതുകൊണ്ടാണ് അതു ദൂരെക്കളഞ്ഞേക്കാൻ പറഞ്ഞത്.

വൈദ്യൻ: അതു ഞാൻ വിചാരിച്ചില്ല. വിഷം ശിരസ്സിൽ കയറിയാൽ പിന്നെ ഇറക്കാൻ സാധിക്കയില്ലല്ലോ, ദഷ്ടൻ മരിക്കുകയും ചെയ്യും എന്നായിരുന്നു എന്റെ വിചാരം.

നമ്പി: ഒന്നു വിചാരിച്ചാൽ അവസാനംവരെ വിചാരിക്കുകയും ഒന്നും ചെയ്താൽ അവസാനംവരെ ചെയ്യുകയും ചെയ്യാത്തവരെയാണ് ജനങ്ങൾ

മുറിവൈദ്യന്മാർ' എന്നു പറയുന്നത്.

ഇതു കേട്ടു വിഷവൈദ്യൻ ഏറ്റവും ലജ്ജിക്കുകയും, 'എല്ലാംകൊണ്ടും ആശാനോടു മടക്കംതന്നെ. ശിരസ്സിൽക്കയറിയ വിഷം അവിടെനിന്ന് ആകർഷിച്ചെടുത്തുകളയുക എന്നൊരു വിദ്യയുണ്ടെന്നു ഞാനിതുവരെ അറിയുകയും വിചാരിക്കുകയും ചെയ്തിരുന്നില്ല' എന്നു പറയുകയും ചെയ്തിട്ടു പോയി.

തേവലശ്ശേരി നമ്പിയുടെ ഗൃഹത്തിനു സമീപംതന്നെ ഒരു പോറ്റിയുടെ മഠത്തിൽ ഒരു പുത്തൻ തിരുവാതിരയ്ക്ക് (വേളി കഴിച്ചുകൂടി വച്ചിട്ട് ആദ്യത്തെ ധനുമാസത്തിൽ തിരുവാതിരയ്ക്ക്) സ്വജനങ്ങളുടെ മഠങ്ങളിൽനിന്നും ദേശക്കാരുടെ വീടുകളിൽനിന്നും സ്ത്രീകളാരും പോകരുതെന്നു വേറൊരു പോറ്റി വിരോധിച്ചു. അദ്ദേഹം ഒരു പ്രബലനായിരുന്നതിനാൽ അത് എല്ലാവരും സമ്മതിക്കുകയും ചെയ്തു. പുത്തൻ തിരുവാതിരയ്ക്ക് സ്ത്രീകൾ ധാരാളമായി കൂടുകയും തിരുവാതിര കളിക്കുകയുമാണല്ലോ പ്രധാനമായിട്ടു വേണ്ടത്. അതിനു സ്ത്രീകളാരും ചെല്ലുകയില്ലെന്നറിഞ്ഞപ്പോൾ പുത്തൻതിരുവാതിര നടത്തേണ്ടുന്ന മഠത്തിലെ പോറ്റിമാർക്കും അന്തർജ്ജനങ്ങൾക്കും വലിയ കുണ്ഠിതമായി. ഈ വിരോധിച്ച പോറ്റി അടിയന്തിരക്കാരൻപോറ്റിയുടെ ഒരു ചാർച്ചക്കാരനായിരിക്കുന്നു. ഈ അടിയന്തിരക്കാരൻ തിരുവാതിര ഏതെല്ലാം പ്രകാരമാണ് ആഘോഷിക്കേണ്ടതെന്ന് ആ ചാർച്ചക്കാരനുമായി ആലോചിക്കാതെയാണ് നിശ്ചയിച്ചത്. അത് ചാർച്ചക്കാരൻ പോറ്റിക്കു രസിച്ചില്ല. അതുകൊണ്ടാണ് അദ്ദേഹം എല്ലാവരെയും വിരോധിച്ചത്. എന്നാൽ ഈ അടിയന്തിരക്കാരൻ പോറ്റി ചെന്നു മറ്റേ പോറ്റിയോട് ഒന്നു പറഞ്ഞാൽ എല്ലാവരെയും പറഞ്ഞയച്ചേക്കാം എന്ന് അദ്ദേഹത്തിനു സമ്മതമുണ്ടായിരുന്നു. എങ്കിലും അത് അടിയന്തിരക്കാരൻ പോറ്റിക്കു സമ്മതമായില്ല. 'എന്തെല്ലാം ദോഷങ്ങൾ വന്നാലും അയാളെ ചെന്ന് ആശ്രയിക്കാൻ കഴികയില്ല' എന്നായിരുന്നു അടിയന്തിരക്കാരന്റെ വിചാരം. അതിനാൽ അദ്ദേഹം തേവലശ്ശേരി നമ്പിയുടെ അടുക്കൽ ചെന്നു വിവരമെല്ലാം ഗ്രഹിപ്പിക്കുകയും ഇതിലേക്ക് എന്തെങ്കിലും നിവൃത്തിയുണ്ടാക്കിക്കൊടുക്കണമെന്ന് അപേക്ഷിക്കുകയും ചെയ്തു. അതു കേട്ടു നമ്പി, 'ആട്ടെ പൊയ്ക്കൊള്ളൂ. കളി തുടങ്ങാനുള്ള സമയമാകുമ്പോൾ കളിക്കു വേണ്ടുന്നവരെല്ലാം അവിടെയുണ്ടായിരിക്കും 'എന്നു പറഞ്ഞ് അദ്ദേഹത്തെ സമാധാനപ്പെടുത്തിയയച്ചു. നമ്പി പറഞ്ഞതുപോലെതന്നെ കളി തുടങ്ങാനുള്ള സമയമായപ്പോഴേക്കും ആ ദിക്കിലുണ്ടായിരുന്ന അന്തർജനങ്ങളും ദേശക്കാരുടെ വീടുകളിലെ സ്ത്രീജനങ്ങളും എല്ലാം അവിടെയെത്തുകയും ഉടനെ തിരുവാതിരകളി തുടങ്ങുകയും ചെയ്തു. പാട്ടുകേട്ട് അവിടെ അടുത്തുള്ള ഒരു മഠത്തിലെ ഒരു പോറ്റി അവിടെ ചെന്നു നോക്കിയപ്പോൾ ആ ദിക്കിലുള്ള സ്ത്രീജനങ്ങളെല്ലാം അവിടെ കളിക്കുന്നതായി കണ്ടു. എന്നുമാത്രമല്ല, കളിയിൽ പ്രാധാന്യം വഹിച്ചിരുന്നത് ആരും പോകരുതെന്നു വിരോധിച്ച പോറ്റിയുടെ അന്തർജ്ജനവുമായിരുന്നു. ഇതുകണ്ട്, ആ പോറ്റി ആ വിരോധിച്ച പോറ്റിയുടെ മഠത്തിലെത്തി അദ്ദേഹത്തെ കണ്ട്, 'ഹേ, അങ്ങു നല്ല ചതിവാണല്ലോ പറ്റിച്ചത്. പുത്തൻ തിരുവാതിരയ്ക്ക് ആരും പോകരുതെന്ന് അങ്ങു പറഞ്ഞതനുസരിച്ചാണല്ലോ ഞങ്ങളുടെ മഠത്തിൽനിന്ന് അന്തർജ്ജനങ്ങളാരും പോകാതിരിക്കുന്നത്. ഇവിടെനിന്നു അന്തർജ്ജനങ്ങളെയൊക്കെ പറഞ്ഞയയ്ക്കുകയും ചെയ്തു. ആ മഠക്കാർക്കു ഞങ്ങളോടു വെറുതേ വിരോധമുണ്ടാക്കിത്തീർക്കാനല്ലേ അങ്ങ്

ഈ വിദ്യ പ്രയോഗിച്ചത്? ഇതൊട്ടും മര്യാദയായില്ല' എന്നും മറ്റും പറഞ്ഞു. അപ്പോൾ ആ മഠത്തിലെ അന്തർജ്ജനങ്ങളെല്ലാവരും അവിടെത്തന്നെ ഉണ്ടായിരുന്നതിനാൽ ആ പോറ്റി, 'താനെന്താണ് അസംബന്ധം പറയുന്നത്'' ഇവിടെയുള്ളവരൊക്കെ ഇവിടെത്തന്നെയുണ്ട്. അവരാരും എങ്ങുംപോയി ട്ടില്ല' എന്നു പറഞ്ഞു. 'അസംബന്ധമല്ല ഹേ ഇവിടുത്തെ അന്തർജ്ജനം അവിടെ തിരുവാതിര കളിക്കുന്നതു സത്യമായിട്ട് എന്റെ കണ്ണുകൊണ്ട് ഞാൻകണ്ടതാണ്'' എന്നു മറ്റേ പോറ്റി പറഞ്ഞു. അപ്പോൾ ആ മഠത്തിലെ പോറ്റി താനറിയാതെ അന്തർജ്ജനങ്ങൾ പുത്തൻ തിരുവാതിര സ്ഥലത്തു പോവുകയും ക്ഷണത്തിൽ തിരികെ പോരുകയും ചെയ്തതായിരിക്കുമോ എന്നു സംശയിച്ച് അന്തർജ്ജനങ്ങളോടു ചോദിച്ചിട്ട് അവരാരും അന്നേദി വസം മഠത്തിൽനിന്നു പുറത്തിറങ്ങിയിട്ടില്ലെന്നു സത്യം ചെയ്തു പറഞ്ഞു. ആകെപ്പാടെ പോറ്റിമാർക്കു വലിയ സംശയമായിത്തീർന്നു. 'എന്നാൽ നമുക്കു ആ തിരുവാതിരക്കളി നടക്കുന്ന സ്ഥലത്തുപോയി അന്വേഷിക്കാം' എന്നു പറഞ്ഞു പോറ്റിമാർ രണ്ടുപേരും കൂടി അങ്ങോട്ടുപോയി. അവിടെച്ചെന്നു നോക്കിയപ്പോൾ രണ്ടുപേരുടെ അന്തർജ്ജനങ്ങളും അവിടെ തിരുവാതിര കളിക്കുന്നുണ്ടായിരുന്നു. അവർ! തിരിയെ അവരുടെ മഠത്തിൽ ചെന്നപ്പോൾ അവരുടെ അന്തർജ്ജനങ്ങൾ എങ്ങും പോയിരുന്നില്ല. ആ രണ്ടു സ്ഥലത്തുമു ണ്ടായിരുന്നു. ആ പോറ്റിമാർ പിന്നെ മറ്റു മഠങ്ങളിലും വീടുകളിലും പോയി അന്വേഷിച്ചു. ആരും എങ്ങും പോയിരുന്നില്ല. എല്ലാവരും അവരവരുടെ ഗൃഹങ്ങളിൽത്തന്നെ ഉണ്ടായിരുന്നു. വീണ്ടും പുത്തൻതിരുവാതിര സ്ഥലത്തു ചെന്നു നോക്കിയപ്പോൾ സ്വദേശത്തുള്ള സകല സ്ഥലങ്ങളിലെ അന്തർ ജ്ജനങ്ങളും മറ്റുള്ള സ്ത്രീജനങ്ങളും അവിടെ തിരുവാതിര കളിക്കുന്നതായി ട്ടു കണ്ടു. ആകെപ്പാടെ ആ പോറ്റിമാർ അത്ഭുതപരവശന്മാരായിത്തീർന്നു. അവർ ഈ വിവരം ആ ദിക്കിലുള്ള മറ്റു ജനങ്ങളെയും അറിയിച്ചു. എല്ലാവരും അവരവരുടെ ഗൃഹങ്ങളിലുള്ള സ്ത്രീകൾ അവരവരുടെ ഗൃഹങ്ങളിലും തിരു വാതിരകളി സ്ഥലത്തും സ്ഥിതിചെയ്യുന്നതായി കണ്ടു വിസ്മയിച്ചു. ഒടുക്കം ഇതു തേവലശ്ശേരിനമ്പി തന്റെ ഇന്ദ്രജാലവിദ്യകൊണ്ടു ജനങ്ങളെ ഭ്രമിപ്പി ക്കുന്നതാണെന്നറിഞ്ഞ് എല്ലാവരും സമാധാനപ്പെട്ടു.

ഒരിക്കൽ വിടനും രസികനുമായ ഒരു നമ്പൂരി തേവലശ്ശേരി നമ്പിയോട്, 'യക്ഷികളുടെ ധ്യാനം പലവിധത്തിൽ കാണുന്നുണ്ട്. ആ ധ്യാനപ്രകാരം അവരെ കാണാൻ സാധിക്കുമോ? എന്നു ചോദിച്ചു.

നമ്പി: യക്ഷികളെ കാണാൻ സാധിക്കും. അവരുടെ സൗന്ദര്യം കണ്ടു ഭ്രമിച്ചാൽ അപകടമായിത്തീരുകയും ചെയ്യും.

നമ്പൂരി: എനിക്ക് അങ്ങനെയൊരു ഭ്രമവും മറ്റുമുണ്ടാകുകയില്ല. സാധിക്കുമെ ങ്കിൽ ഒരു യക്ഷിയെ കാണിച്ചുതന്നാൽ കൊള്ളാം.

നമ്പി: ഒന്നെന്നു വെയ്ക്കണ്ട, ധാരാളം കാണിച്ചുതരാം. ഇന്നു പത്തുനാഴിക ഇരുട്ടുമ്പോൾ കാണാം, പ്രതീക്ഷിച്ചിരുന്നുകൊള്ളുക. അപകടത്തിൽ ചാടാതെ പ്രത്യേകം സൂക്ഷിച്ചുകൊള്ളണം.

നമ്പൂരി അത്താഴം കഴിഞ്ഞു ശയനഗൃഹത്തിലെത്തി കാത്തിരുന്നു. ഏകദേശം പത്തുനാഴിക രാത്രിയായപ്പോൾ ചില സുരഭിലകുസുമങ്ങളുടെ യും കളഭം, കസ്തൂരി മുതലായവയുടെയും സൗരഭ്യം വരുന്നതായി നമ്പൂരിക്കു

തോന്നി. ഉടനെ സർവാംഗ സുന്ദരിയും നവയൗവന യുക്തയുമായ ഒരു സ്ത്രീ വാതിൽ തുറന്നു മുറിക്കത്തേക്കു കടന്നു വരുന്നത് അദ്ദേഹം കണ്ടു. അപ്പോൾ തന്നെ അദ്ദേഹം കാമപരവശനായിത്തീർന്നു. സ്വല്പം കഴിഞ്ഞപ്പോൾ ലാവണ്യസമ്പൂർണ്ണകളായ അനേകം യുവതികൾ പിന്നാലെ പിന്നാലെയായി അവിടെ ചെന്നു കയറി നമ്പൂരി ഇരുന്നിരുന്ന കട്ടിലിനു ചുറ്റും ചെന്നു നില്പായി. അദ്ദേഹം വല്ലാതെ കുഴങ്ങി. എന്താണ് ചെയ്യേണ്ടതെന്നറിയാതെ വിഷമിച്ചു. ഒടുക്കം അദ്ദേഹം വളരെ പ്രയാസപ്പെട്ട്, ആദ്യം വന്ന സ്ത്രീയോട്, 'ഇവരൊക്കെ എന്തിനാണ് വന്നത്? ഇത്ര വളരെ ആളുകൾ ഇവിടെ ആവശ്യമില്ല. ഇവിടെ നീ മാത്രം മതി. മറ്റവരെയൊക്കെ പറഞ്ഞയയ്ക്കുക' എന്നു പറഞ്ഞു. നമ്പൂരി ഇത്രയും പറഞ്ഞുകഴിഞ്ഞപ്പോഴേക്കും പിന്നാലെ വന്ന സ്ത്രീകളെല്ലാം അദൃശ്യകളായിത്തീർന്നു. ആദ്യം വന്ന സ്ത്രീ മാത്രം പിന്നെയും അവിടെത്തന്നെ നിന്നിരുന്നു. അപ്പോൾ നമ്പൂരി, 'ഈ കട്ടിലിൽ ഇരിക്കുക' എന്നു പറഞ്ഞ് ആ സ്ത്രീയെ പിടിച്ചിരുത്താനായി കൈ നീട്ടി. ആ സമയം ആ സ്ത്രീയുടെ മുഖഭാവം പെട്ടെന്നു മാറുകയും അവൾ അതിഭയങ്കരാകൃതിയായിത്തീരുകയും ഉറക്കെ അട്ടഹസിച്ചുകൊണ്ട് കൈനിവർത്തി നമ്പൂരിയുടെ ചെകിടത്ത് ഒരു അടിവച്ചുകൊടുത്തിട്ട് അവിടെനിന്ന് ഇറങ്ങിപ്പോവുകയും ചെയ്തു. നമ്പൂരി അടികൊണ്ട ക്ഷണത്തിൽ ബോധരഹിതനായി നിലത്തുവീണു. നേരത്തോടുനേരം കഴിഞ്ഞിട്ടേ അദ്ദേഹത്തിനു ബോധം വീണുള്ളൂ. ബോധം വീണ് എഴുന്നേറ്റപ്പോൾ അദ്ദേഹത്തിന്റെ വായിൽ പല്ലൊന്നുമുണ്ടായിരുന്നില്ല. പല്ലെല്ലാം നിലത്തു കിടന്നിരുന്നു. എന്നാൽ രക്തം ഒരു തുള്ളിപോലും പോയിരുന്നില്ല. ബോധം വീണു കുറച്ചു കഴിഞ്ഞപ്പോഴാണ് നമ്പി പറഞ്ഞിരുന്നതു നമ്പൂരി ഓർത്തത്. ആ സ്ത്രീകളെ കണ്ടപ്പോൾ അദ്ദേഹത്തിന്റെ ബുദ്ധി വല്ലാതെ ഭ്രമിച്ചുപോയതിനാൽ നമ്പി പറഞ്ഞി രുന്നതും മറ്റും അദ്ദേഹം ഓർത്തില്ല. 'പ്രായസ്സമാപന്നവിപത്തികാലേ ധിയോപി പുംസാം മലിനാ ഭവന്തി' എന്നുണ്ടല്ലോ.

ഒരിക്കൽ മണ്ണടിക്കാവിൽഭഗവതിയുടെ സങ്കേതത്തിലുൾപ്പെട്ട ഒരു ഗൃഹത്തിൽ ഒരു സ്ത്രീക്കു ചില ബാധോപദ്രവങ്ങൾ ഉണ്ടായിത്തീർന്നു. ഈ ഉപദ്രവങ്ങൾ നിമിത്തം ഗർഭം ധരിക്കാതെയും ഈ സ്ത്രീ പ്രസവിച്ചിട്ടല്ലാതെ ആ ഗൃഹത്തിൽ സന്താനമുണ്ടാകുന്നതിനു വേറെ മാർഗ്ഗം ഇല്ലാതെയും ഇരുന്നു. ആ സങ്കേതത്തിൽ ഉൾപ്പെട്ട സ്ഥലങ്ങളിൽ എവിടെയെങ്കിലും ആർക്കെങ്കിലും ബാധോപദ്രവങ്ങളുണ്ടായാൽ കാവിൽ ചെന്നു ഭഗവതിയെ ഭജിച്ചു പാർക്കുകയും കാമ്പിത്താൻ തുള്ളി ഭസ്മമിട്ടു ബാധകളെ ഒഴിക്കുകയുമല്ലാതെ അവിടെ ആരും മന്ത്രവാദികളെക്കൊണ്ടു ഒന്നു ചെയ്യിക്കുകയും മന്ത്രവാദികൾ അവിടെ ചെന്ന് എന്തെങ്കിലും ചെയ്യുകയും പതിവില്ല. അതിനാൽ മേല്പറഞ്ഞ വീട്ടുകാർ ഈ സ്ത്രീയെ കീഴ്മര്യാദപ്രകാരം കാവിൽക്കൊണ്ടുചെന്നു ഭജനമിരുത്തി. പന്ത്രണ്ടു ദിവസത്തെ ഭജനം കഴിഞ്ഞപ്പോൾ കാമ്പിത്താൻ തുള്ളിഭസ്മമിട്ട് ഓരോ ബാധകളെ പ്രത്യേകം പ്രത്യേകം സത്യം ചെയിച്ച് ഒഴിച്ചു. ഒടുക്കം ഒരു ബാധ മാത്രം ശേഷിച്ചു. അതൊരു ഗന്ധർവ്വനായിരുന്നു. കാമ്പിത്താൻ വളരെ ശ്രമിച്ചിട്ടും ആ ഗന്ധർവൻ ഒഴിഞ്ഞുപോയില്ല. ഒടുക്കം ആ സ്ത്രീ തുള്ളി, 'ഞാനൊരു ഗന്ധർവ്വനാണ്. ഞാൻഈ ദേഹവും കൊണ്ടല്ലാതെ ഒഴിഞ്ഞുപോവുകയില്ല. എന്നെ ഒഴിച്ചുവിടാനായി ആരും ശ്രമിക്കേണ്ടാ. തേവലശ്ശേരി നമ്പി വന്നാലും എന്നെ ഒഴിച്ചുവിടാൻ സാധിക്കയില്ല' എന്നു പറഞ്ഞു. അപ്പോൾ തുള്ളികൊണ്ടു നിന്ന കാമ്പിത്താൻ, 'എന്നാൽ

തേവലശ്ശേരിയിൽത്തന്നെ കൊണ്ടു പോകണം. നമ്പി ഈ ഗന്ധർവനെ ഒഴിച്ചുവിടും' എന്നു കല്പിച്ചു. ആ സ്ത്രീയുടെ വീട്ടുകാർ ആ വിവരം നമ്പിയെ അറിയിച്ചപ്പോൾ, ' ആ സ്ത്രീയെ ഇവിടെ കൊണ്ടുവരേണ്ടാ. ഇവിടെവച്ചു ഗന്ധർ വനെ ഒഴിക്കുന്ന കാര്യം അസാധ്യമാണ്, വേണമെങ്കിൽ ഞാനവിടെ വന്നു ശ്രമിച്ചുനോക്കാം' എന്നാണ് നമ്പി പറഞ്ഞത്. അപ്പോൾ ആ വീട്ടുകാർക്കു വലിയ സംശയമായി. മണ്ണടികാവിൽ ഭഗവതിയുടെ സങ്കേതത്തിൽവെച്ച് ആരെക്കൊണ്ടും മന്ത്രവാദം ചെയ്യിക്കാറില്ലല്ലോ. ആ സ്ഥിതിക്കു നമ്പിയെ അവിടെക്കൊണ്ടുപോയി മന്ത്രവാദം ചെയ്യിക്കുന്നതു ഭഗവതിക്കു ഹിതമാകുമോ എന്നായിരുന്നു അവരുടെ സംശയം. ഇതിനെക്കുറിച്ചു കല്പന കേൾക്കുന്ന തിനായി അവർ കാവിൽചെന്നു മുട്ടുപാടിരുന്നു. അപ്പോൾ കാമ്പിത്താൻ തുള്ളി, 'എന്റെ സങ്കേതത്തിൽവച്ചു തേവലശ്ശേരി എന്തുചെയ്യുന്നതും എനിക്കു സമ്മതവും സന്തോഷവുമാണ്. മറ്റൊരു മന്ത്രവാദി ഇവിടെ വന്ന് ഒന്നും ചെയ്യാൻ പാടില്ലെന്നുമാത്രമേ എനിക്കു നിർബന്ധമുള്ളൂ' എന്നു കല്പിച്ചു. ആ വീട്ടുകാർ ഈ വിവരവും നമ്പിയെ അറിയിച്ചു. അപ്പോൾ അദ്ദേഹം ഒരു ചാർത്തെഴുതിക്കൊടുക്കുകയും ദിവസം നിശ്ചയിച്ചു പറഞ്ഞയയ്ക്കുകയും ചെയ്തു. വീട്ടുകാർ ചാർത്തിൻപ്രകാരമുള്ള ഉപകരണങ്ങളെല്ലാം ശേഖരിച്ചുവച്ചു. നിശ്ചിത ദിവസം വെളുപ്പാൻകാലത്തു നമ്പി അവിടെയെത്തി. പ്രായാധിക്യം കൊണ്ടു നടക്കാൻ പ്രയാസമായിരുന്നതിനാൽ മണികണ്ഠന്റെ കഴുത്തിൽ കയറിയാണ് അദ്ദേഹം അവിടെ എത്തിയത്. ചെന്നയുടനെ കുളിയും നിത്യ കർമ്മാനുഷ്ഠാനാദികളും കഴിച്ചു നമ്പി കാവിലെത്തി ഭഗവതിയെ സേവിച്ചു കൊണ്ട് അവിടെയിരുന്നു. അന്നു പകലും രാത്രിയും മുഴുവൻ ക്ഷേത്രോപ വാസമായി അവിടെത്തന്നെ ഇരുന്നതേയുള്ളൂ. അന്നു ജലപാനംപോലും അദ്ദേഹം കഴിച്ചില്ല. ഭഗവതിക്കു വഴിപാടായി ഒരു കൂട്ടുപായസനിവേദ്യവും പുഷ്പാഞ്ജലിയും നടത്തിക്കുകയും ചെയ്തു.

പിറ്റേദിവസം വെളുപ്പാൻകാലത്തെ കുളിയും നിത്യകർമ്മാദികളും കഴിച്ചു നമ്പി മന്ത്രവാദത്തിനു നിശ്ചയിച്ചിരുന്ന സ്ഥലത്തെത്തി. ആ വീട്ടുകാരുടെ വക ഒരു മഠത്തിൽവച്ചാണ് മന്ത്രവാദം നടത്താൻ നിശ്ചയിച്ചിരുന്നത്. നമ്പി അവിടെ ചെന്നയുടനെ ഒരു ത്രികാലപൂജയ്ക്കു പത്മമിട്ടു വിളക്കുവച്ചു. പൂജ ആരംഭിക്കുകയും അഷ്ടദ്രവ്യം കൂട്ടി ഒരു ഗണപതിഹോമം കഴിക്കുക യും ചെയ്തു. ഉച്ചപ്പൂജയായപ്പോൾ ആ സ്ത്രീ തുള്ളി, 'എന്നെ ഒഴിച്ചുവിടാനായി ശ്രമിക്കരുത്. ഞാൻഈ ശരീരത്തോടു കൂടിയല്ലാതെ ഒഴിഞ്ഞുപോവുകയില്ല. അങ്ങനെയല്ലാതെ എന്നെ ഒഴിച്ചാൽ ഞാൻശപിക്കും' എന്നു മറ്റും പറഞ്ഞുതു ടങ്ങി. നമ്പി അതൊന്നും കേട്ടതായി ഭാവിക്കപോലും ചെയ്തില്ല. ഉച്ചപൂജയും പുഷ്പാഞ്ജലിയും കഴിഞ്ഞപ്പോൾ നമ്പി വീട്ടുകാരോട്, 'വൈകുന്നേരത്തെ പൂജയ്ക്ക് നിവേദ്യത്തിനു മുപ്പത്താറിടങ്ങഴിപ്പാലും മുപ്പത്താറു പലം പഞ്ച സാരയും കൂടി വേണം' എന്നു പറഞ്ഞു. അപ്പോൾ വീട്ടുകാർ, 'അതൊക്കെ ഉണ്ടാക്കും. അവിടുന്ന് ഊണു കഴിക്കണം. ഇന്നലെത്തന്നെ ആഹാരമൊ ന്നും കഴിച്ചിട്ടില്ലല്ലോ. ഭക്ഷണത്തിനു വേണ്ടതെലാം ബ്രാഹ്മണരെക്കൊ ണ്ടു തയ്യാറാക്കിച്ചിട്ടുണ്ട്. അവിടുന്ന് ഈ വയസ്സുകാലത്ത് ഇവിടെ വന്നു പട്ടിണി കിടക്കുന്നതു ഞങ്ങൾക്കു വലിയ സങ്കടമാണ്'' എന്നു പറഞ്ഞു. നമ്പി അതിന്, 'ഞാൻ ഉണ്ണാനായിട്ടല്ലല്ലോ ഇവിടെ വന്നിരിക്കുന്നത്. നിങ്ങൾ എന്നെ വരുത്തുകയും ഞാനിവിടെ വരുകയും ചെയ്തിരിക്കുന്നതിന്റെ ഉദ്ദേശ്യം

സാധിച്ചല്ലാതെ ഞാൻ ഊണു കഴിക്കയില്ല' എന്നാണ് മറുപടി പറഞ്ഞത്. അദ്ദേഹം ആഹാരമൊന്നും കഴിക്കാതെ തന്നെ ജപിച്ചുകൊണ്ടിരുന്നു. നേരം വൈകിയപ്പോൾ നമ്പി പോയിക്കുളിച്ചു. സന്ധ്യാവന്ദനാദികളെല്ലാം കഴിച്ചു വന്നു. പൂജയ്ക്കു ആദ്യം നിശ്ചയിച്ചിരുന്ന നിവേദ്യങ്ങളും മൂപ്പത്താറിടങ്ങഴി പാൽകാച്ചി പഞ്ചസാരയിട്ട് അതും തയ്യാറാക്കിവച്ചു. പൂജയ്ക്കു വിളക്കു വച്ചിരുന്ന മുറിയുടെ വാതിൽക്കൽ പുറത്തായി ഉമിച്ചാരംകൊണ്ടു ഒരു ചക്രം വരച്ച് അതിൽ പിണിയാളെ (ബാധോപദ്രവ മുള്ള സ്ത്രീയെ) ഇരുത്തീട്ട് അദ്ദേഹം മുറിക്കകത്തു കയറി വാതിലടച്ചി രുന്നു പൂജ തുടങ്ങി. ഏകദേശം ഏഴര നാഴികയിരുട്ടിയപ്പോഴേക്കും പൂജയും പുഷ്പാഞ്ജലിയും കഴിഞ്ഞു നമ്പി മുറിയുടെ വാതിൽ തുറന്നു. ഉടനെ അദ്ദേഹം കുറെ തീർത്ഥവും പ്രസാദവും അക്ഷതവുംകൂടിയെടുത്തു ഭയങ്കരമായ ഒരു ഹുങ്കാരത്തോടുകൂടി പിണിയാളുടെ മുഖത്തെക്കെറിഞ്ഞു. ഉടനെ പിണിയാൾ തുള്ളിത്തുടങ്ങി. അപ്പോഴേക്കും കാവിൽനിന്നു കാമ്പിത്താനും തുള്ളിക്കൊണ്ട് അവിടെയെത്തി. പിണിയാൾ (ഗന്ധർവൻ) അപ്പോൾ, 'അയ്യോ എനിക്കു ദാഹിക്കുന്നു' എന്നു പറഞ്ഞു. നമ്പി, കാച്ചി പഞ്ചസാരയിട്ടുവച്ചിരുന്ന പാലെടുത്തു പിണിയാളുടെ അടുക്കൽ വച്ചുകൊടുത്തു. പിണിയാൾ ആ മുപ്പത്താറിടങ്ങഴി പാൽ മുഴുവനും കുടിച്ചുകഴിഞ്ഞപ്പോൾ, 'ഇപ്പോൾ ഇതുമതി, തൃപ്തിയായി, സന്തോഷമായി. എങ്കിലും ഞാൻഈ ദേഹത്തെ വിട്ടൊഴിഞ്ഞു പോവുകയില്ല. അതിനായിട്ടു നിർബന്ധിക്കുകയുമരുത്'' എന്നു പറഞ്ഞു. അപ്പോൾ കാമ്പിത്താൻ, 'എന്റെ നമ്പിയെ പരീക്ഷിക്കേണ്ടാ. ക്ഷണത്തിൽ ഈ ദേഹത്തിൽനിന്നു ഒഴിഞ്ഞുപോവുകയാണ് നല്ലത്. അല്ലെങ്കിൽ നമ്പി ഉപദ്രവിക്കും. ഒടുക്കം സന്താപത്തോടും അപമാനത്തോടും കൂടി പോകേണ്ടതായി വരും. ഇപ്പോളാണെങ്കിൽ സന്തോഷത്തോടും ബഹുമാനത്തോടുംകൂടി പോകാം' എന്നു കല്പിച്ചു. ഉടനെ പിണിയാൾ (ഗന്ധർവൻ) 'നമ്പി അത്ര യോഗ്യനോ?' എന്നാൽ അതൊന്നറിയണമല്ലോ' എന്നു പറഞ്ഞിട്ടു മന്ത്രസാരം, യന്ത്രസാരം, പ്രയോഗസാരം, പ്രപഞ്ചസാരം മുതലായവയിലുള്ള ചില ഗൂഢാർത്ഥങ്ങളെപ്പറ്റി നമ്പിയോടു ചോദ്യം തുടങ്ങി. ഗന്ധർവന്റെ ചോദ്യങ്ങൾക്കെല്ലാം നമ്പി ശരിയായിട്ടുത്തരം പറഞ്ഞു. അപ്പോൾ ഗന്ധർവൻ, 'ഇത്രയും പഠിപ്പും മറ്റു യോഗ്യതകളും തികഞ്ഞ ഒരു മന്ത്രവാദി ഒരഞ്ഞൂറു സംവൽസരത്തിനിപ്പുറം ഭൂലോകത്തിലുണ്ടായിട്ടില്ലെന്നുള്ളതിനു സംശയമില്ല. ഇപ്രകാരം യോഗ്യനായിരിക്കുന്ന ഇദ്ദേഹവുമായി പിണങ്ങേണ്ടതായിവന്നിരിക്കുന്നതിൽ എനിക്കു വളരെ മനസ്താപമുണ്ട്. അതിനാൽ ഇദ്ദേഹം എന്നെ ഉപദ്രവിച്ചോടിക്കാനുദ്യമിക്കാതെ മടങ്ങിപ്പോവുകായാണു വേണ്ടത്. അഥവാ എന്നെ ഉപദ്രവിക്കാൻ തന്നെ ഭാവിക്കുകയാണെങ്കിൽ ഞാൻശപിക്കും. ഈ ദേഹത്തെവിട്ടു ഞാൻ പോകുകയുമില്ല' എന്നു പറഞ്ഞതിന്റെ ശേഷം കർണ്ണാനന്ദകരമാകും വണ്ണം ചില ദിവ്യരാഗങ്ങൾ ആലപിക്കുകയും മനോഹരങ്ങളായ ചില ഗീതങ്ങൾ പാടുകയും ഇടയ്ക്കിടെ പുഞ്ചിരിയിടുകയും മറ്റും ചെയ്തു തുടങ്ങി.

നമ്പി: ഈവക വിദ്യകൾ കൊണ്ടു വിരണ്ടുപോകുന്നവനല്ല ഞാൻ. എനിക്കു ശാപത്തെക്കുറിച്ചും മറ്റും ലേശംപോലും ഭയമില്ല. ഈശ്വരവിധിപോലെയല്ലാതെ ഒന്നും വരുകയില്ലെന്നു എനിക്കു നല്ല നിശ്ചയമുണ്ട്. എന്റെ ശിരസ്സിലെഴുത്തിനെ മാറ്റാൻ ഇനി ആരു വിചാരിച്ചാലും സാധിക്കുകയില്ലല്ലോ.

അതിനാൽ വേഗത്തിൽ ഈ ദേഹത്തെ വിട്ടു പൊയ്ക്കൊള്ളുകയാണു നല്ലത്. മനസ്സോടുകൂടി പോകാത്ത പക്ഷം ഞാനയയ്ക്കും.

ഗന്ധർവൻ: അയ്യോ ഇതു സങ്കടമാണ്. ഞാൻപോകണമെന്നു നിർബന്ധമാണെങ്കിൽ ഒരു മൂന്നു സംവൽസരത്തെ അവധി എനിക്കുതരണം. മൂന്നു സംവൽസരം കഴിഞ്ഞാൽ ഈ ദേഹം വിട്ട് ഞാൻ പൊയ്ക്കൊള്ളാം; അതിനനുവദിക്കണം.

നമ്പി: അനുവദിക്കയില്ല; മൂന്നു സംവൽസരമെന്നല്ല, മൂന്നു നാഴികപോലും ഇനി ഈ ദേഹത്തിലിരിക്കാൻ പാടില്ല.എന്നു പറഞ്ഞു നമ്പി ഉമിചാരംകൊണ്ട് അവിടെ ഒരു ചക്രം വരചിട്ട് ഒരു ചൂരൽ വടിയെടുത്തു ജപിച്ച് ആ ചക്രത്തിൽ മൂന്നടി അടിച്ചു. അപ്പോൾ ഗന്ധർവൻ, 'അയ്യോ ഞാൻപൊയ്ക്കൊള്ളാമേ. അങ്ങയുടെ മന്ത്രശക്തിയെ തടുക്കുന്നതിനു സഹിക്കുന്നതിനും ഞാൻശക്തനല്ല. നിർബന്ധപൂർവ്വം എന്നെ ഇങ്ങനെ ദണ്ഡിപ്പിച്ചയയ്ക്കുന്നതുകൊണ്ട് അങ്ങേക്കു സന്തതിയുണ്ടാവാതെ പോട്ടെ; അങ്ങയുടെ വംശം അങ്ങയുടെ കാലാവസാനത്തോടുകൂടി നശിച്ചു പോട്ടെ; എന്നു പറഞ്ഞു.

നമ്പി: ഈ ശാപം ഒരനുഗ്രഹമാണെന്നാണ് ഞാൻവിചാരിക്കുന്നത്. ഇതുവരെ ഞാൻവിവാഹം കഴിച്ചിട്ടില്ല. എനിക്കിപ്പോൾ വയസ്സ് എഴുപത്തഞ്ചായിരിക്കുന്നു. ഇതുവരെ നിത്യബ്രഹ്മചാരിയായി ജീവിച്ച ഞാൻഇനി വിവാഹം കഴിക്കണമെന്നോ സന്തതിയുണ്ടാകണമെന്നോ വിചാരിച്ചു എന്നു വരുന്നതല്ലല്ലോ. എന്റെ കുടുംബത്തിൽ ഇപ്പോൾ ഞാനല്ലാതെ ആരുമില്ലതാനും. അതിനാൽ വിചാരിച്ചിരിക്കാത്ത ആപത്തൊന്നും ഈ ശാപംകൊണ്ട് എനിക്കുണ്ടായിട്ടില്ല ഇനി സത്യം ചെയ്ത് ഒഴിഞ്ഞു പോയ്ക്കൊള്ളുക. പോകുന്നില്ലെങ്കിൽ ഇനിയും ഞാൻ ചില വിദ്യകൾ കൂടി പ്രയോഗിക്കും.

ഗന്ധർവൻ: അയ്യോ വേണ്ടാ, ഞാൻപൊയ്ക്കൊള്ളാം. ഞാൻ ഇതാ ഈ ദേഹത്തിൽനിന്നു വിട്ടുമാറുന്നു. ഇനി ഒരു കാലത്തും ഞാൻ ഈ ദേശത്തെയും ഈ കുടുംബത്തെയും ബാധിക്കുകയില്ലെന്നു മാത്രമല്ല, ഈ ദേശത്തു കടക്കുകപോലും ചെയ്കയില്ല ഇതു സത്യം, സത്യം, സത്യം.

സത്യം ചെയ്തുകഴിഞ്ഞതോടുകൂടി പിണിയാൾ പിന്നാക്കം മലർന്നുവീണു. ഉടനെ ആ ഗൃഹത്തിലുണ്ടായിരുന്ന പടിപ്പുരയും പുറത്തേക്കു മറിഞ്ഞുവീണു. അതു ഗന്ധർവൻ പോയ പോക്കിനു തട്ടിയിട്ടതാണെന്നുള്ളതു പറയേണ്ടതില്ലല്ലോ. ഗന്ധർവൻ പോയപ്പോൾ കാമ്പിത്താന്റെ തുള്ളലും നിന്നു. ആ വീട്ടുകാർ നമ്പിക്ക് ആയിരം പണം ദക്ഷിണയും മറ്റനേകം സമ്മാനങ്ങളും കൊടുത്തു. ആ പണം മുഴുവനും നമ്പി മണ്ണടിക്കാവിൽ ഭഗവതിക്കു വഴിപാടായി കാമ്പിത്താനെ ഏല്പിച്ചുകൊടുത്തിട്ടു മണികണ്ഠന്റെ കഴുത്തിൽക്കയറി അപ്പോൾ ത്തന്നെ സ്വദേശത്തേക്കു മടങ്ങുകയും ചെയ്തു. ഗന്ധർവൻ ബാധിച്ച സ്ത്രീക്കു ബാധ ഒഴിഞ്ഞതിന്റെ ശേഷം രണ്ടുമൂന്നു ദിവസത്തേക്കു വലിയ ക്ഷീണമുണ്ടായിരുന്നു. ക്രമേണ അതു ഭേദമാവുകയും ആ സ്ത്രീ ഗർഭം ധരിച്ചു പ്രസവിച്ചു കാലക്രമേണ ആ ഗൃഹത്തിൽ ധാരാളം സന്തതികളുണ്ടാവുകയും ചെയ്തു. നമ്പിയുടെ കാലം കഴിയുന്നതുവരെ ആ വീട്ടുകാർ അദ്ദേഹത്തെ ഈശ്വര

നിർവിശേഷമായി ബഹുമാനിച്ചുകൊണ്ടിരുന്നു.

തേവലശ്ശേരി നമ്പിയോടു മൽസരിച്ചു ജയിക്കാനായി അനേകം മന്ത്രവാദികൾ ഉദ്യമിച്ചിട്ടുണ്ട്. അവരെല്ലാവരും തോറ്റ് ഒടുക്കം അദ്ദേഹത്തിന്റെ ശിഷ്യന്മാരായിത്തീരുകയാണ് ചെയ്തിട്ടുള്ളത്. ആവക കഥകളും നമ്പിയുടെ അത്ഭുതകർമ്മങ്ങളും പറഞ്ഞവസാനിപ്പിക്കാൻ ആരാലും കഴിയുന്നതല്ല. അതിനാൽ അതിനായിത്തുനിയുന്നില്ല. അദ്ദേഹത്തിന്റെ അവസാനത്തെക്കുറിച്ചുകൂടി പറഞ്ഞിട്ട് ഈ ഉപന്യാസം സമാപിക്കാമെന്നേ വിചാരിക്കുന്നുള്ളൂ.

ഒരിക്കൽ ഒരു നമ്പൂരി ഉശകാരാവുത്തരുടെ അടുക്കൽച്ചെന്നു ഒരു കാര്യം സാധിപ്പിച്ചുകൊടുക്കണമെന്ന് ആവശ്യപ്പെട്ടു. അതിലേക്ക് ഇന്നതു പ്രതിഫലം കിട്ടണമെന്നു രാവുത്തർ പറഞ്ഞതിനെ നമ്പൂരി സമ്മതിക്കുകയും ചെയ്തു. എങ്കിലും രാവുത്തർ വളരെ ശ്രമപ്പെട്ടിട്ടും അതു സാധിപ്പിച്ചുകൊടുക്കാൻ കഴിഞ്ഞില്ല. അതിനാൽ നമ്പൂരി ഇച്ഛാഭംഗത്തോടു കൂടി അവിടെനിന്നു പിരിയുകയും വിവരം തേവലശ്ശേരി നമ്പിയെ അറിയിക്കുകയും നമ്പി പ്രതിഫലേച്ഛകൂടാതെ കാര്യം നിഷ്പ്രയാസമായി നമ്പൂരിക്കു പെട്ടെന്നു സാധിപ്പിച്ചുകൊടുക്കുകയും ചെയ്തു. രാവുത്തർ പൂർവവൈരം നിമിത്തം നമ്പിയെ അകപ്പെടുത്താനായി ചില ഗൂഢപ്രയോഗങ്ങൾ ചെയ്തുകൊണ്ടാണിരുന്നിരുന്നത്. പക്ഷേ, നമ്പിയുടെ മുൻകരുതലുകൾകൊണ്ട് അതൊന്നും ഫലിച്ചിരുന്നില്ല. അങ്ങനെയിരുന്നപ്പോളാണ് ഈ സംഗതിയുണ്ടായത്. ഇതു കേട്ടപ്പോൾ രാവുത്തർക്കുണ്ടായിരുന്ന വൈരം ദ്വിഗുണീഭവിച്ചു. ഏതുവിധവും നമ്പിയെ താമസിയാതെ അപായപ്പെടുത്തണമെന്ന് അയാൾ അപ്പോൾ തീർച്ചപ്പെടുത്തുകയും അതിനൊരുപായം കണ്ടുപിടിക്കുകയും അതു തയ്യാറാക്കിവയ്ക്കുകയും ചെയ്തു. അങ്ങനെയിരിക്കുന്ന കാലത്തു രാവുത്തരും പണ്ടത്തെ നമ്പൂരിയും തമ്മിൽ കാണുന്നതിനിടയായി. അപ്പോൾ പ്രസംഗവശാൽ നമ്പൂരി 'രാവുത്തരു വിചാരിച്ചിട്ടു സാധിക്കാത്ത കാര്യം തേവലശ്ശേരി നമ്പി എനിക്കു സാധിച്ചുതന്നു' എന്നു പറഞ്ഞു. രാവുത്തർ അതു മുമ്പേ തന്നെ അറിഞ്ഞിരുന്നുവെങ്കിലും അതു പറയാതെയും ഭാവിക്കാതെയും അപ്പോൾ മാത്രമേ അറിഞ്ഞുള്ളൂ എന്നുള്ള ഭാവത്തിൽ അത്ഭുതവും സന്തോഷവും നടിച്ചുകൊണ്ട്, 'അതുവ്വോ സന്തോഷമായി, തേവലശ്ശേരി നമ്പി സാമാന്യനല്ല. അദ്ദേഹത്തെപ്പോലെ സമർത്ഥനായിട്ട് ഒരു മന്ത്രവാദി ഇപ്പോൾ ഭൂലോകത്തിലില്ല. അവിടെക്കു ആ കാര്യം സാധിപ്പിച്ചുതന്നതിൽ എനിക്കുള്ള അപാരമായ സന്തോഷത്തെ കാണിക്കുന്നതിനായി ഞാൻ തരുന്ന സമ്മാനം അവിടുന്നുതന്നെ നമ്പിക്കു കൊണ്ടുചെന്നു കൊടുത്തു ഞാൻതന്നയച്ചതെന്നു പറയണം' എന്നു പറഞ്ഞ്, അയാളുടെ കൈവിരലിന്മേൽ കിടന്നിരുന്ന ഒരു സ്വർണ്ണമോതിരമൂരി കൊടുത്തിട്ട്, 'എന്റെ കാര്യം സാധിപ്പിച്ചുതന്നതിൽ ഉശകാരാവുത്തർക്കുള്ള സന്തോഷത്തെ പ്രദർശിപ്പിക്കാനായി ഇതു രാവുത്തർ തന്നയച്ചതാണ്'' എന്നു പറഞ്ഞു. അതു കേട്ടപ്പോൾത്തന്നെ ഇതു തന്നെ അകപ്പെടുത്താനുള്ള വിദ്യയാണെന്നു നമ്പിക്കു മനസ്സിലായി. അതു കയ്യിൽ വാങ്ങിപ്പോയതിനാൽ പിന്നെ പരിഹാരമൊന്നുമില്ലാതെയിരുന്നതുകൊണ്ട്, 'ഇത് ഈശ്വരവിധി തന്നെ' എന്ന് അദ്ദേഹം തീർച്ചപ്പെടുത്തി. എങ്കിലും തനിക്ക് അബദ്ധം പറ്റിപ്പോയി എന്നുള്ള വിവരം ഭാവിക്കുകയും പറയുകയും ചെയ്യാതെ അദ്ദേഹം ഒരു സന്തോഷഭാവത്തിൽ നമ്പൂരിയോട്, 'രാവുത്തരിൽ നിന്ന് ഒരു സമ്മാനം കിട്ടാനിടയായതുകൊണ്ട് എനിക്കു വളരെ സന്തോ

ഷമുണ്ട്. അത് ഇവിടെക്കിട്ടിയ വിവരത്തിന്ന ഞാനൊരെഴുത്തു തരാം അത് അങ്ങുതന്നെ കൊണ്ടുചെന്ന രാവുത്തർക്കുകൊടുക്കണം' എന്ന പറഞ്ഞു നമ്പി ഒരോലക്കഷണമെടുത്ത് അതിൽ, 'ഇത് എന്നെങ്കിലുമുണ്ടാകുമെന്ന ഞാൻ വിചാരിച്ചിരുന്നതാണ്. ഇതുവരെ കർമ്മവും കാലവുംകൂടി ഒത്തുവന്നില്ല. ഇപ്പോൾ രണ്ടുമൊത്തു. ആട്ടെ, വിരോധമില്ല. എനിക്ക് നാല്പത്തൊന്നാണെങ്കിൽ നിനക്കു പന്ത്രണ്ട്' എന്നെഴുതി നമ്പൂരിയുടെ കയ്യിൽ കൊടുത്തു. നമ്പൂരി അതു കൊണ്ടു ചെന്ന് രാവുത്തർക്കും കൊടുത്തു. അതിന്റെ പന്ത്രണ്ടാംദിവസം രാവുത്തരും മോതിരം കയ്യിൽ വാങ്ങിയതിന്റെ നാല്പത്തൊന്നാംദിവസം നമ്പിയും മരിച്ചു. അപ്പോൾ നമ്പിക്കു പ്രായം എഴുപത്തേഴു വയസ്സായിരുന്നു. അദ്ദേഹത്തോടുകൂടിത്തന്നെ അദ്ദേഹത്തിന്റെ വംശവും തീർന്നു എന്നുള്ളതു പറയണമെന്നില്ലല്ലോ.

●

ചില ഈശ്വരന്മാരുടെ പിണക്കം

ടിപ്പുസുൽത്താന്റെ ആക്രമണകാലത്തു ഗുരുവായൂരപ്പനെ അവിടെ നിന്ന് ഇളക്കിയെടുത്ത് അമ്പലപ്പുഴെയും പിന്നീട് മാവേലിക്കരെയും എഴുന്നള്ളിച്ചു കുടിയിരുത്തിയിരുന്ന എന്നുള്ളതു പ്രസിദ്ധമാണല്ലോ. ഗുരുവായൂരപ്പനും അമ്പലപ്പുഴെ കൃഷ്ണസ്വാമിയും വാസ്തവത്തിൽ ആൾ ഒന്നുതന്നെയാണെങ്കിലും അവർ രണ്ടുപേരുംകൂടി അമ്പലപ്പുഴെ താമസിച്ചിരുന്ന കാലത്തു പല പിണക്കങ്ങളും മൽസരങ്ങളുമുണ്ടായിട്ടുള്ളതായി അനേകം ഐതിഹ്യങ്ങളുണ്ട്.

ഗുരുവായൂരപ്പന്റെ പ്രീതിക്കായി നടത്തുന്ന നമസ്കാരസ്സദ്യകൾക്കുള്ള കാളൻ മുതലായ സാധനങ്ങൾ വയ്ക്കുന്ന ഓട്ടുപാത്രങ്ങളിൽത്തന്നെ കിടക്കുകയല്ലാതെ, മറ്റു പാത്രങ്ങളിൽ പകരുക പതിവില്ലെന്നും എന്നാൽ ആ സാധനങ്ങൾക്കു കിളാവുചുവ ഉണ്ടാകാറില്ലെന്നുമുള്ളതു പ്രസിദ്ധമാണല്ലോ. എങ്കിലും ഗുരുവായൂരപ്പൻ അമ്പലപ്പുഴെ താമസിച്ചിരുന്ന കാലത്ത് നമസ്കാരത്തിനായി വച്ചുണ്ടാക്കുന്ന കാളനും മറ്റും കിളാവു ചുവകൊണ്ടു മനുഷ്യർക്കു ഉപയോഗിക്കാൻ നിവൃത്തിയില്ലാതായിത്തീർന്നു. ഇതിങ്ങനെ ആക്കിത്തീർത്തതു ഗുരുവായൂരപ്പനോട്ടുള്ള സ്പർദ്ധ നിമിത്തം അമ്പലപ്പുഴെ കൃഷ്ണസ്വാമിയാണെന്നുള്ളതു വിശേഷിച്ചു പറയണമെന്നില്ലല്ലോ. ഇതിനുപകരം ഗുരുവായൂരപ്പനും ചിലതു പ്രവർത്തിക്കാതിരുന്നില്ല.

അമ്പലപ്പുഴെ കൃഷ്ണസ്വാമിക്കു പ്രതിദിനം മുപ്പത്താറു പറ പാൽകൊണ്ടു പഞ്ചസാരപ്പായസം പതിവുണ്ടായിരുന്നു. അതിൽ ഗുരുവായൂരപ്പൻ അട്ടയും മറ്റും കാണിച്ചു നിവേദ്യത്തിനു കൊള്ളാത്ത വിധത്തിലാക്കിത്തീർത്തുതുടങ്ങി. ഇങ്ങനെ ഇവർ തമ്മിലുള്ള സ്പർദ്ധയും മത്സരവും നിമിത്തം രണ്ടുപേർക്കും പൂജാനിവേദ്യാദികൾ നടത്താൻ നിവൃത്തിയില്ലാതെ വന്നതിനാൽ ഗുരുവായൂരപ്പനെ ടിപ്പുസുൽത്താന്റെ ഉപദ്രവം ശമിക്കുന്നതുവരെ മാവേലിക്കരെ കൊണ്ടുപോയി ഇരുത്തേണ്ടതായിവന്നു. ഗുരുവായൂരപ്പനെ കുടിയിരുത്തിയിരുന്ന സ്ഥലവും അവിടുത്തെ വകയായി ഒരു കിണറും ഇപ്പോഴും അമ്പലപ്പുഴെ കാണ്മാനുണ്ട്.

ഇപ്രകാരം തന്നെ വൈക്കത്തപ്പനും ഏറ്റുമാനൂർ ദേവനും തമ്മിലും ചില പിണക്കങ്ങളുണ്ടായിട്ടുണ്ട്. 973ാംമാണ്ടു നാടുനീങ്ങിയ രാമവർമ്മ മഹാരാജാവു തിരുമനസ്സുകൊണ്ട് വൈക്കത്തപ്പനു വഴിപാടായി ഏഴര (ഏഴു വലിയതും ഒന്നു ചെറിയതും) പൊന്നാനകളെ (പ്ലാവുകൊണ്ടു പണിയിച്ചു സ്വർണ്ണത്ത

കിട്ടുകൊണ്ട് പൊതിയിച്ചു) തിരുവനന്തപുരത്തുനിന്ന് വൈക്കത്തേക്ക് കൊടുത്തയച്ചു. കല്പനപ്രകാരം ഹരിക്കാരന്മാർ പൊന്നാനകളെ വിരുത്തിക്കാരെക്കൊണ്ട് എടുപ്പിച്ചു കൊണ്ട് കരമാർഗ്ഗമായി പുറപ്പെട്ട് ഒരു ദിവസം ഏറ്റുമാനൂർ വന്നുചേർന്നു. പൊന്നാനകളെ ക്ഷേത്രത്തിന്റെ പടിഞ്ഞാറെ ഗോപുരത്തറയിലിറക്കിവച്ചു നട കാവൽക്കാരെ ഏല്പിച്ചിട്ട് ഹരിക്കാരന്മാരും ചുമട്ടുകാരും കുളിക്കാനുമുണ്ണാനു പോയി. അവർ കുളിയും ഭക്ഷണവും കഴിഞ്ഞു വന്നു നോക്കിയപ്പോൾ പൊന്നാനകളുടെ തലയിൽ ഓരോ വലിയ സർപ്പങ്ങളിരിക്കുന്നതായി കണ്ടു. ആരെങ്കിലും അടുത്തു ചെന്നാൽ ആ ഭയങ്കര സർപ്പങ്ങൾ ഫണങ്ങൾ വിടർത്തിക്കൊണ്ട് ചീറ്റിത്തുടങ്ങും. അതിനാൽ എല്ലാവരും ഭയപ്പെട്ടു മാറിയതല്ലാതെ അടുത്തു ചെല്ലുന്നതിന് ആർക്കും ധൈര്യമുണ്ടായില്ല. പിന്നെ ഇതിനെപ്പറ്റി പ്രശ്നംവെപ്പിച്ചു നോക്കിയതിൽ, ഈ ആനകളെ താൻ വിട്ടയയ്ക്കുകയില്ലെന്നും ഇവ തനിക്കു വേണമെന്നുമാണ് ഏറ്റുമാനൂർ ദേവന്റെ അഭിപ്രായമെന്നു കാണുകയും ആ വിവരം തിരുമനസ്സറിയിക്കുന്നതിന് എഴുതി അയയ്ക്കുകയും പ്രശ്നത്തിൽ കണ്ടതുപോലെ തന്നെ മഹാരാജാവു തിരുമനസ്സിലേക്കു ഒരു ദർശനമുണ്ടാകുകയും ചെയ്തു. അതിനാൽ ആ പൊന്നാനകളെ ഏറ്റുമാനൂർ ദേവന്റെ ഭണ്ഡാരത്തിൽ എടുത്തുവച്ചുകൊള്ളുന്നതിനു കല്പിച്ചനുവദിച്ചു. ഇപ്പോഴും ഏറ്റുമാനൂർ ഭണ്ഡാരത്തിലിരിക്കുന്നവയും ഉത്സവകാലങ്ങളിൽ എഴുന്നള്ളത്തോടുകൂടി കൊണ്ട് നടക്കുന്നവയുമായ പൊന്നാനകൾ അവിടെ വന്നുചേർന്നതിപ്രകാരമാണ്.

വൈക്കത്തപ്പനു വഴിപാടായി നിശ്ചയിച്ച് ഉണ്ടാക്കിച്ചയച്ചവയായ പൊന്നാനകളെ ഏറ്റുമാനൂർ ദേവൻ ഇടയ്ക്കുവച്ച് തട്ടിയെടുത്തതിനാൽ വീണ്ടും ഏഴരപൊന്നാനകളെ ഉണ്ടാക്കിച്ചു വൈക്കത്തേക്കയയ്ക്കണമെന്ന് മഹാരാജാവു തിരുമനസ്സുകൊണ്ട് കല്പിച്ചു നിശ്ചയിച്ചു. അപ്പോൾ ഒരു ദിവസം രാത്രിയിൽ തിരുമനസ്സിലേക്കു ഒരു ദർശനമുണ്ടായി. അതിന്റെ സാരം തനിക്കു പൊന്നാനയും മറ്റും വേണമെന്നില്ലെന്നും അതിന്റെ വില ചെലവാക്കി ഒരു സഹസ്രകലശം നടത്തിയാൽ മതിയെന്നുമായിരുന്നു. ഇതു വൈക്കത്തപ്പന്റെ കല്പനയാണെന്നു വിശ്വസിച്ചു മഹാരാജാവ് തിരുമനസ്സുകൊണ്ട് അപ്രകാരംതന്നെ അതികേമമായി വൈക്കത്ത് ഒരു സഹസ്രകലശം നടത്തിക്കുകയും ചെയ്തു. വൈക്കത്തപ്പനും ഏറ്റുമാനൂർ ദേവനും തമ്മിൽ ഇപ്പോഴും പിണക്കമാണെന്നാണ് ജനങ്ങളുടെ വിശ്വാസം. അതിനാൽ വൈക്കത്ത് അഷ്ടമി ദർശനത്തിന് ഇപ്പോഴും ഏറ്റുമാനൂർ ദേശക്കാരാരും പോകാറില്ല.

ആറന്മുള ദേവനും ശബരിമലശാസ്താവും തമ്മിലും പിണക്കമാണെന്നാണ് ജനങ്ങളുടെ വിശ്വാസം. അതിനാൽ ആറന്മുളക്കാർ ശബരിമലയ്ക്കു പോകാറില്ല. പണ്ടൊരിക്കൽ ആറന്മുളക്കാരായ ചിലർ ശബരിമലയ്ക്കുപോകുന്നതിനു നിശ്ചയിച്ച് 'നോയമ്പു' തുടങ്ങി. അപ്പോൾ അവർക്കു ആറന്മുളദേവൻ സ്വപ്നത്തിൽ പ്രത്യക്ഷമായി 'എന്റെ ജനങ്ങൾ മല ചവിട്ടണമെന്നില്ല; സകലകാര്യസിദ്ധിക്കും എന്നെ സേവിച്ചുകൊണ്ടാൽ മതി' എന്നരുളിച്ചെയ്തു. എങ്കിലും അവർ അതിനെ വകവയ്ക്കാതെ യഥാകാലം ശബരിമലയ്ക്കു പോയി. ശബരിമലയ്ക്ക് പോകുന്നവർ 'ശരണമയ്യപ്പോ' എന്നും 'അയ്യപ്പസ്വാമിയേ ശരണം' എന്നും മറ്റും വിളിച്ചുപറഞ്ഞു കൊണ്ടാണല്ലോ പോകുക പതിവ്. എന്നാൽ ആറന്മുളക്കാർ 'ആറന്മുള സ്വാമിയേ ശരണം' എന്നു വിളിച്ചുകൊണ്ടാണ് പോയത്. അവർ അയ്യപ്പസ്വാമിയുടെ നായ്ക്കൾ ശബരിമലയ്ക്കു സമീപമായപ്പോൾ (കടുവാകൾ)

വായും പൊളിച്ചുകൊണ്ട് അവരുടെ നേരെ പാഞ്ഞുചെന്നു. അതുകണ്ട് ആറന്മുളക്കാർ ഭയപരവശന്മാരായി പൂർവാധികമുറക്കെ ആറന്മുളസ്വാമിയെ വിളിച്ചുതുടങ്ങി. അപ്പോൾ ആ വ്യാഘ്രങ്ങളുടെ വായിൽ അമ്പുകൾ വന്നു തറയ്ക്കുകയും അവ മടങ്ങിപ്പോവുകയും ചെയ്തു. ആ സമയം ശബരിമല ശാസ്താവിന്റെ വെളിപാടുണ്ടായി (വെളിച്ചപ്പാടു തുള്ളി) 'ആറന്മുളക്കാർ എന്റെ നടയിൽ വരാൻ പാടില്ല' എന്നു കല്പിക്കുകയും ആറന്മുളക്കാർ അവിടെ ദർശനം കഴിക്കാതെ മടങ്ങിപ്പോവുകയും ചെയ്തു. അക്കാലം മുതൽക്കാണ് ആറന്മുളക്കാർ ശബരിമലയ്ക്കു പോകാതെയായത്. ആറന്മുള ദേവൻ മഹാവിഷ്ണുവിന്റെ ഒരവതാരമായ അർജ്ജുനനാണെന്നാണല്ലോ സങ്കല്പം. അതിനാൽ ശബരിമലയയ്യപ്പന്റെ നായ്ക്കളുടെ നേരെ ശരമയച്ചത് ആ ദേവൻ തന്നെയാണെന്നാണ് വിശ്വാസം.

ഇങ്ങനെ കേരളത്തിൽ പ്രതിഷ്ഠിക്കപ്പെട്ടിട്ടുള്ള അനേകം ദേവന്മാർ തമ്മിൽ പല പിണക്കങ്ങളുമുണ്ടായിട്ടുള്ളതിനും ഇപ്പോഴും പിണക്കമാണെന്നുള്ളതിനും വളരെ ഐതിഹ്യങ്ങളുണ്ട്. ഇവയെല്ലാം മനുഷ്യരുടെ സങ്കല്പത്തിൽനിന്നുണ്ടായിട്ടുള്ളവയായിരിക്കാനല്ലാതെ കാരണമില്ലല്ലോ.

പറങ്ങോട്ടു നമ്പൂരി

ബ്രിട്ടിഷ്മലബാറിൽ 'പറങ്ങോട്' എന്നില്ലപ്പേരായി ഒരു നമ്പൂരിയുണ്ടായിരുന്നു. അദ്ദേഹം സകല വേദശാസ്ത്രങ്ങളും പുരാണേതിഹാസാദികളും ഗ്രഹിച്ചിട്ടുള്ള ഒരു വിദ്വാനും പ്രകൃത്യാ വിരക്തനും ഈശ്വരഭക്തനമായിരുന്നു. ഐഹികസുഖങ്ങളെല്ലാമുപേക്ഷിച്ച് അദ്ദേഹം കുറച്ചുകാലം ഈശ്വരനെ സേവിച്ചുകൊണ്ട് സ്വഗൃഹത്തിൽത്തന്നെ താമസിച്ചതിന്റെ ശേഷം അർഥപുത്രമിത്രകളത്രാദികളെ എല്ലാമുപേക്ഷിച്ചു വളരെക്കാലം അന്യദേശങ്ങളിൽ സഞ്ചരിച്ചുകൊണ്ടിരുന്നു. അങ്ങനെ പോയിപ്പോയി ഒടുവിൽ അദ്ദേഹം ഒരു വലിയ വനാന്തരത്തിൽ ചെന്നുചേർന്നു. അപ്പോഴേക്കും അദ്ദേഹം ക്ഷുല്പിപാസാദികൾകൊണ്ട് ഏറ്റവും പരവശനായിത്തീർന്നു. അതിനാൽ ഭക്ഷണപാനീയങ്ങളന്വേഷിച്ചു കൊണ്ട് അദ്ദേഹം ആ വനാന്തരത്തിൽ ചുറ്റിസഞ്ചരിച്ചു. അപ്പോൾ ദൈവഗത്യാ ഒരു മുനിവരാശ്രമം കണ്ടെത്തുകയും അവിടെ തപസ്സു ചെയ്തുകൊണ്ടിരുന്ന മഹർഷിശ്രേഷ്ഠന്റെ അടുക്കൽചെന്നു തനിക്കു വിശപ്പും ദാഹവും ദുസ്സഹമായിത്തീർന്നിരിക്കുന്നുവെന്നും അവയെ ശമിപ്പിക്കുന്നതിനു വല്ലതും തരണമെന്നും യാചിക്കുകയും ചെയ്തു. അതുകേട്ട് ആ മഹർഷിശ്രേഷ്ഠൻ ചില ഭക്ഷണസാധനങ്ങളും മറ്റും കൊടുത്ത് ആ നമ്പൂരിയെ സംതൃപ്തനാക്കിയതിന്റെ ശേഷം, 'അങ്ങ് ആരാണ്? എന്തിനായിട്ടാണ് ഇവിടെ വന്നത്'' എന്നും മറ്റും ചോദിച്ചു. അപ്പോൾ നമ്പൂരി താനൊരു ബ്രാഹ്മണനാണെന്നും മറ്റുമുള്ള പരമാർത്ഥമെല്ലാം മഹർഷിയെ ഗ്രഹിപ്പിച്ചു. ഉടനെ മഹർഷി, 'അങ്ങു വേദാധ്യയനം ചെയ്തിട്ടില്ലേ' എന്നു ചോദിച്ചു. 'ഉണ്ട്'' എന്നു നമ്പൂരി പറഞ്ഞപ്പോൾ മഹർഷി. 'എന്നാൽ അങ്ങേക്കു ക്ഷുല്പിപാസാദികളുടെ ബാധയുണ്ടാകാനിടയില്ലല്ലോ. ആട്ടെ, വേദം മുഴുവനും അങ്ങു പഠിച്ചപ്രകാരം ഒന്നു ചൊല്ലിക്കേൾക്കട്ടെ' എന്നു പറഞ്ഞു. അതു കേട്ടു നമ്പൂരി വേദം മുഴുവനും താൻ പഠിച്ചിരുന്നതുപോലെ ചൊല്ലിക്കേൾപ്പിച്ചു. അപ്പോൾ മഹർഷി, 'ഇതുമുഴുവനും പിഴയാണ്; ഇതെല്ലാം മറന്നാൽ അങ്ങേക്കു ഞാൻവേദമുപദേശിച്ചുതരാം. ഇതു മറക്കുന്നതിനു കുറച്ചു ദിവസം വടക്കോട്ടു തിരിഞ്ഞിരുന്ന് ഉരുവിട്ടാൽ മതി.' എന്നു പറഞ്ഞു. അപ്രകാരം നമ്പൂരി വടക്കോട്ടു തിരിഞ്ഞിരുന്ന് ഏതാനും ദിവസം വേദം ഉരുവിടുകയും അപ്പോഴേക്കും അദ്ദേഹം പഠിച്ചിരുന്നതെല്ലാം മറക്കുകയും ചെയ്തു. പിന്നെ ആ മഹർഷിശ്രേഷ്ഠൻ വേദം ആദിമുതൽ അവസാനം വരെ നമ്പൂരിക്ക് ഉപദേശിക്കുകയും വേദത്തിൽ ഇന്നിന്ന മന്ത്രങ്ങൾ ജപിച്ചുകൊണ്ടാൽ വിശപ്പും ദാഹവും ഉണ്ടാവുകയില്ലെന്നു പറഞ്ഞുകൊടുക്കുകയും

ചെയ്തു. പിന്നെ നമ്പൂരി അപ്രകാരം ക്ഷുല്പിപാസാദികളെ അടക്കിക്കൊണ്ടും യോഗാഭ്യാസം ചെയ്തുകൊണ്ടും ആ മഹർഷിയുടെ അടുക്കൽ താമസിച്ചു.

അങ്ങനെയിരിക്കുമ്പോൾ ഒരു ദിവസം രണ്ടു ദിവ്യപുരുഷന്മാർ അവിടെ വരുകയും മഹർഷിയെക്കണ്ട് എന്തോ ചിലതെല്ലാം പറഞ്ഞു പോവുകയും ചെയ്തു. അവരും മഹർഷിയുമായി ഉണ്ടായ സംഭാഷണമെല്ലാം കേട്ടുവെങ്കിലും അതു മനുഷ്യഭാഷയിൽ അല്ലായിരുന്നതിനാൽ നമ്പൂരിക്ക് കാര്യമൊന്നും മനസ്സിലായില്ല. അതിനാൽ അദ്ദേഹം മഹർഷിയോട് ആ വന്ന ദിവ്യപുരുഷന്മാരാരായിരുന്നുവെന്നും അവർ പറഞ്ഞതെന്തായിരുന്നുവെന്നും മറ്റും ചോദിച്ചു. അപ്പോൾ മഹർഷി, 'ആ ദിവ്യന്മാർ കൈലാസവാസികളായ രണ്ടു ശിവഭൃത്യന്മാരാണ്. ഇന്നു ശ്രീപാർവതിക്കു സോമവാരവ്രതമാകയാൽ കാൽകഴുകിച്ചൂട്ടിനു ഞാൻകൂടി ചെല്ലണമെന്നു ദേവി അരുളിച്ചെയ്തിരിക്കുന്നു എന്നാണ് അവർ പറഞ്ഞത്'' എന്നു പറഞ്ഞു. അതു കേട്ടപ്പോൾ തനിക്കും കൂടി കൈലാസത്തിങ്കൽ പോയാൽക്കൊള്ളാമെന്നുള്ള ആഗ്രഹം കലശലായിത്തീരുകയാൽ നമ്പൂരി തന്നെക്കൂടി കൊണ്ടുപോകണമെന്നു മഹർഷിയോടപേക്ഷിച്ചു. അപ്പോൾ മഹർഷി, 'അങ്ങ് അതിനിപ്പോൾ ശക്തനായിട്ടില്ല. ഇവിടെത്താമസിച്ചാൽ കുറച്ചുകാലം കഴിയുമ്പോൾ അങ്ങും അതിന് ശക്തനായിത്തീരുമായിരിക്കാം. അപ്പോൾ അതിനായിട്ടാഗ്രഹിച്ചാൽ മതി' എന്നു പറഞ്ഞു. അതൊന്നും സമ്മതിക്കാതെ നമ്പൂരി പിന്നെയും നിർബന്ധിക്കുകയാൽ ഒടുവിൽ മഹർഷി നമ്പൂരിയുടെ ഇഷ്ടംപോലെ ചെയ്യാമെന്നു സമ്മതിക്കുകയും എന്നാൽ കൈലാസത്തിൽച്ചെന്നാൽ അങ്ങുമിങ്ങുമൊക്കെ നോക്കുകയോ വല്ലതും സംസാരിക്കുകയോ ചെയ്യരുതെന്നും ഒന്നും മിണ്ടാതെ തല കുമ്പിട്ടു നിലത്തുതന്നെ നോക്കിക്കൊണ്ട് ഇരുന്നുകൊള്ളണമെന്നും മഹർഷി പറയുകയും അപ്രകാരമായിക്കൊള്ളാമെന്നു നമ്പൂരി സമ്മതിക്കുകയും ചെയ്തു. പോകാനുള്ള സമയമായപ്പോൾ മഹർഷി തന്റെ കൈയ്ക്കു പിടിച്ചുകൊണ്ട് കണ്ണടയ്ക്കാൻ നമ്പൂരിയോടു പറഞ്ഞു. നമ്പൂരി അപ്രകാരം ചെയ്യുകയും അരനിമിഷംകൊണ്ട് രണ്ടുപേരും കൈലാസത്തിങ്കലെത്തുകയും ചെയ്തു. അപ്പോൾ കാൽ കഴുകിച്ചൂട്ടിനായി അവിടെ അസംഖ്യം മഹർഷിമാർ എത്തീട്ടുണ്ടായിരുന്നു. അവരെയൊക്കെ കാൽ കഴുകിച്ചത് ശ്രീപരമേശ്വരനായിരുന്നു. ആ കൂട്ടത്തിൽ പറങ്ങോട്ടു നമ്പൂരിയെയും ഭഗവാൻ കാൽകഴുകിച്ചു. ഉടനെ എല്ലാവരും ഉണ്ണാനിരുന്നു. അപ്പോഴേക്കും അവർക്കു കുടിക്കു നീർ വീഴ്ത്താനായി ശ്രീപാർവതിയുടെ പുറപ്പാടായി. ദേവിയുടെ കാൽച്ചിലമ്പിന്റെ മഞ്ജുളനാദം കേട്ടുതുടങ്ങിയപ്പോൾത്തന്നെ നമ്പൂരിയുടെ മനസ്സിളകിത്തുടങ്ങി. ശ്രീപാർവ്വതി ഓരോരുത്തർക്കും മുറയ്ക്കു കുടിക്കു നീർവീഴ്ത്തി. ക്രമേണ നമ്പൂരിയുടെ അടുക്കൽ വന്നുചേർന്നു. അദ്ദേഹത്തിനു കുടിക്കു നീർവീഴ്ത്തിയ സമയം അദ്ദേഹം കുനിഞ്ഞിരിക്കുകയായിരുന്നു. എങ്കിലും ശ്രീപാർവ്വതിയുടെ പാദങ്ങൾ അദ്ദേഹം സ്പഷ്ടമായിക്കണ്ടു. 'ഈ പാദങ്ങൾ തന്നെ ഇത്ര മനോഹരങ്ങളായിരിക്കുന്ന സ്ഥിതിക്ക് ഈ ദേവിയുടെ മുഖം എത്രമാത്രം സുന്ദരമായിരിക്കും! എന്തൊക്കെയായാലും അതൊന്നു കാണാതെ കഴിയുകയില്ല' എന്നു വിചാരിച്ച് നമ്പൂരി പതുക്കെയൊന്നു തലയുയർത്താൻ ഭാവിച്ചു.

അപ്പോൾ ദേവിയുടെ സമീപത്തു നിന്നിരുന്ന നന്ദികേശ്വരന്റെ ഒരു ഹുങ്കാരം കേൾക്കപ്പെടുകയും നമ്പൂരി ബോധരഹിതനായി അവിടെ നിന്നു തെറിച്ചുപോവുകയും ചെയ്തു.

പിറ്റേ ദിവസം പ്രഭാതമായപ്പോൾ നമ്പൂരിക്കു ബോധം വീണു. അദ്ദേഹം കണ്ണുതുറന്നു നോക്കിയപ്പോൾ താൻ കിടക്കുന്നത് ഒരു കുളത്തിലാണെന്ന് അദ്ദേഹത്തിനു മനസ്സിലായി. എങ്കിലും ഈ ദേശം ഏതാണെന്നും മറ്റും അദ്ദേഹത്തിനറിയാൻ പാടില്ലായിരുന്നു. അപ്പോൾ ഒരു വൃഷലി ചില പാത്രങ്ങൾ തേച്ചു മുക്കുന്നതിനായി ആ കുളത്തിൽ വന്നു. അവളോടു ചോദിച്ചപ്പോൾ ആ കുളം പൂമുള്ളിമനയ്ക്കലെ വകയാണെന്നും മറ്റും പറയുകയും നമ്പൂരി അവിടെ മുമ്പു പലപ്പോഴും പോയിരുന്നതു കൊണ്ട് അതു വാസ്തവം തന്നെയാണെന്നു മനസ്സിലാവുകയും ചെയ്തു. നമ്പൂരിക്കു സന്ധിബന്ധങ്ങളെല്ലാം തളർന്നിരുന്നുവെങ്കിലും അദ്ദേഹം ഒരു വിധം അവിടെ നിന്ന് കരയ്ക്കു കയറി. ആ സമയം പൂമുള്ളി മനയ്ക്കൽ അതികലശലായി ഒരു കരച്ചിലുംപിഴിച്ചിലും അലയും മുറയുമെല്ലാം കേൾക്കുകയാൽ അതിന്റെ കാരണമെന്തെന്ന് അദ്ദേഹം ആ വൃഷലിയോടു ചോദിച്ചു. അപ്പോൾ അവൾ, 'മനയ്ക്കലെ വലിയ തിരുമനസ്സിലേക്കു വളരെ മോഹിച്ചിരുന്നുണ്ടായ ഏകപുത്രൻ ഇന്നലെ രാത്രിയിൽ പെട്ടെന്നുണ്ടായ എന്തോ സുഖക്കേടുനിമിത്തം മരിച്ചുപോയി. ആ തങ്കക്കുട്ടപോലെയിരുന്ന ഓമനക്കുട്ടനു മൂന്നു വയസ്സുമാത്രമേ പ്രായമായിരുന്നുള്ളൂ. അതിന്റെ ശവം ഇപ്പോൾ ദഹിപ്പിക്കാനെടുത്തുകൊണ്ടു പോവുകയാണ്. അതിന്റെ കോലാഹലമാണ് ഈ കേൾക്കുന്നത്'' എന്നു പറഞ്ഞു.

ഇതു കേട്ട മാത്രയിൽ നമ്പൂരി മനയ്ക്കലേക്കു ചെന്നു. ആ സമയം വലിയ നമ്പൂരിപ്പാട്ടീന്നു തന്റെ ഏകപുത്രന്റെ മൃതശരീരം ദഹിപ്പിക്കാനായി എടുത്തു ചിതയിങ്കലേക്കു കൊണ്ടുപോവുകയായിരുന്നു. നമ്പൂരി അടുത്തുചെന്ന്, 'ഹേ! അവിടുന്ന് ഒട്ടും വ്യസനിക്കേണ്ടാ, ഉണ്ണിയെ ഞാനിപ്പോൾ ജീവിപ്പിച്ചുതരാം. അതിനെ അവിടെ കിടത്തണം' എന്നു പറഞ്ഞു. ഇതു കേട്ടിട്ട് നമ്പൂരിപ്പാട്ടിലേക്ക് ഒട്ടും വിശ്വാസമുണ്ടായില്ല. എങ്കിലും മോഹാധിക്യം നിമിത്തം ആ മൃതശരീരത്തെ അവിടെക്കിടത്തി. നമ്പൂരി കുറച്ചു വെള്ളം കൈയിലെടുത്തു കണ്ണടച്ചു എന്തോ ഒരു മന്ത്രം ജപിച്ച് ഉണ്ണിയുടെ മുഖത്ത് തളിച്ചു. ഉണ്ണി ഉടനെ കണ്ണുതുറന്നു. നമ്പൂരി പിന്നെയും രണ്ടു പ്രാവശ്യം കൂടി വെള്ളം ജപിച്ചു തളിച്ചു. അപ്പോൾ മരിച്ചുകിടന്നിരുന്ന ഉണ്ണി സ്വസ്ഥശരീരനായി എണീറ്റ് 'അച്ഛാ ' എന്നു വിളിച്ചുകൊണ്ട് നമ്പൂരിപ്പാട്ടിലെ അടുക്കലേക്ക് ചെന്നു. അപ്പോൾ നമ്പൂരിപ്പാട്ടിലേക്കും അവിടെക്കൂടിയിരുന്ന ജനങ്ങൾക്കും മറ്റുമുണ്ടായ സന്തോഷവും അത്ഭുതവും എത്രമാത്രമെന്നു പറയാൻ പ്രയാസം.

പറങ്ങോട്ടു നമ്പൂരി നമ്പൂരിപ്പാട്ടിലേക്കു പരിചിതനായിരുന്നു. എങ്കിലും അപ്പോൾ ജടയും മുടിയുമൊക്കെ ധരിച്ചും മരവുരി ഉടുത്തും മറ്റുമിരുന്നതുകൊണ്ടും കണ്ടിട്ടും വളരെക്കാലമായിരുന്നതിനാലും അദ്ദേഹം ഇന്നാളാണെന്നു നമ്പൂരിപ്പാട്ടിലേക്കു തത്ക്കാലം മനസ്സിലായില്ല. പിന്നെ നമ്പൂരിപ്പാട്ടിന്നു ചോദിക്കുകയാൽ നമ്പൂരി തന്റെ ചരിത്രങ്ങളെല്ലാം നമ്പൂരിപ്പാട്ടിലെ ഗ്രഹിപ്പിച്ചു. അപ്പോൾ നമ്പൂരിപ്പാട്ടിലേക്കു നമ്പൂരിയുടെ മുഖച്ഛായ ഓർമ്മയിൽ വരുകയും അദ്ദേഹം പറഞ്ഞതെല്ലാം ശരിയെന്നു വിശ്വസിക്കുകയും ചെയ്തു.

പറങ്ങോട്ടുനമ്പൂരിക്ക് ആഭിജാത്യം സ്വല്പം കുറവായിരുന്നു. എങ്കിലും അദ്ദേഹത്തിന്റെ യോഗ്യതയും ദിവ്യത്വവും വിചാരിച്ചു നമ്പൂരിപ്പാട്ടീന്ന് അദ്ദേഹത്തിനു തന്റെ പുരോഹിതസ്ഥാനം കൊടുത്തു തന്റെ കൂടെത്തന്നെ ആജീവനാന്തം താമസിപ്പിച്ചു.

●

പാക്കിൽ ശാസ്താവ്

പാക്കിൽ ശാസ്താവിന്റെ ക്ഷേത്രം തിരുവിതാംകൂറിൽ കോട്ടയം താലൂക്കിൽ നാട്ടകം പകുതിയിലാണ്. ഈ ക്ഷേത്രം പണ്ട് ഏറ്റവും പ്രസിദ്ധവും പ്രാധാന്യവുമുള്ളതായിരുന്നു. ഇതിനു പുരാതനത്വവും ഒട്ടും കുറവില്ല.

ശ്രീ പരശുരാമൻ കേരളത്തിന്റെ രക്ഷയ്ക്കായിട്ട് കിഴക്കു മലകളിലും പടിഞ്ഞാറു സമുദ്രതീരങ്ങളിലുമായി പല സ്ഥലങ്ങളിൽ ശാസ്താവിനെ പ്രതിഷ്ഠിച്ചിട്ടുണ്ടെന്നുള്ളതു പ്രസിദ്ധമാണല്ലോ. പാക്കിൽശാസ്താവും ആ കൂട്ടത്തിലുള്ളതായി വിചാരിക്കാം. എന്നാൽ സ്വല്പം ഭേദമില്ലെന്നുമില്ല.

ഒരിക്കൽ ബ്രഹ്മാവു തന്റെ ഹേമകുണ്ഡത്തിൽനിന്ന് ഉദ്ഭൂതമായ ഒരു ശാസ്തൃവിഗ്രഹം അഗ്നിദേവന്റെ കയിൽ കൊടുത്ത്, 'ഇതു പരശുരാമന്റെ കയ്യിൽ കൊടുത്ത്, ഇതിനെ യഥോചിതം എവിടെയെങ്കിലും ഒരു നല്ല സ്ഥലത്തു പ്രതിഷ്ഠിക്കാൻ പറയണം' എന്നു പറഞ്ഞയച്ചു. അഗ്നിദേവൻ അപ്രകാരം ചെയുകയാൽ പരശുരാമൻ ആ വിഗ്രഹവും കൊണ്ട് പുറപ്പെട്ട് 'പാക്ക്' എന്നു പറഞ്ഞുവരുന്ന ആ സ്ഥലത്തു വന്നപ്പോൾ ഈ സ്ഥലം കൊള്ളാമെന്നു തോന്നുകയാൽ ആ ബിംബം അവിടെ പ്രതിഷ്ഠിച്ചു. എങ്കിലും അത് അവിടെ ഉറയ്ക്കാതെ ഇളകി ഉദ്ഗമിച്ചുകൊണ്ടിരുന്നു. പല പ്രാവശ്യം പിടിച്ചിരുത്തീട്ടും ബിംബമവിടെ ഇരിക്കായ്കയാൽ പരശുരാമൻ ഏറ്റവും വിഷണ്ണനായിത്തീർന്നു. ആ സമയം ദൈവഗത്യാ സാക്ഷാൽ പാക്കനാരും ഭാര്യയും കൂടി അവിടെ വന്നുചേർന്നു. പാക്കനാരെ കണ്ടപ്പോൾ പരശുരാമൻ പരമാർത്ഥമെല്ലാം പറഞ്ഞു. ഉടനെ പാക്കനാർ ആ ബിംബത്തിന്മേല്പിടിച്ച് കീഴ്പ്പോട്ട് അമർത്തിക്കൊണ്ട് 'ഇവിടെപ്പാർക്ക്' എന്നു പറഞ്ഞു. അതോടുകൂടി ബിംബം അവിടെ ഉറച്ചു. പാക്കനാർ 'പാർക്ക്' എന്നു പറഞ്ഞതിനാൽ ആ ദേശത്തിനു 'പാർക്ക്' എന്നു തന്നെ പേരു സിദ്ധിച്ചു. അതു കാലക്രമേണ 'പാക്ക്' എന്നായിത്തീർന്നു. ഇപ്രകാരമൊക്കെയാണ് പാക്കിൽ ശാസ്താവിന്റെ ആഗമം. അതിനാൽ ഈ ശാസ്താവിനെ പ്രതിഷ്ഠിച്ചതു പരശുരാമനാണെന്നും പാക്കനാരാണെന്നും അഗ്നിദേവനാണെന്നും ഓരോരുത്തർ ഓരോവിധം പറയുന്നു. പ്രതിഷ്ഠ കഴിഞ്ഞു പരശുരാമൻ പോയതിന്റെ ശേഷം ശാസ്താവ് ദിവ്യനായ പാക്കനാർക്കു പ്രത്യക്ഷീഭവിക്കുകയും 'പാക്കനാരെ ആണ്ടിലൊരിക്കലെങ്കിലും ഇവിടെ കണ്ടാൽ കൊള്ളാമെന്നുണ്ട്' എന്നരുളിച്ചെയ്കയും അങ്ങനെയാകാമെന്നു പാക്കനാർ സമ്മതിക്കുകയും ചെയ്തു. പാക്കനാർ മുറം വിറ്റുകൊണ്ട് സഞ്ചരിച്ചിരുന്ന അവസരത്തിലാണ് അവിടെച്ചെന്നിരുന്നത്.

അതുപോലെ പാക്കനാർ പിന്നെയും ആണ്ടുതോറും കർക്കടക സംക്രാന്തി നാൾ അവിടെ ചെന്നിരുന്നു. പാക്കനാരുടെ മുറക്കച്ചവടം പ്രസിദ്ധമാണല്ലോ. പാക്കനാർ പതിവായി കർക്കടകസംക്രാന്തിനാൾ പാക്കിൽചെന്നിരുന്ന തിന്റെ സ്മാരകമായി ഇപ്പോഴും അവിടെ കർക്കടക സംക്രാന്തിതോറും ജനങ്ങൾ കൂടി ഒരു കച്ചവടം നടത്തിവരുന്നുണ്ട്. അതിനു 'സംക്രാന്തിവാണിഭം' എന്നാണ് പേരു പറഞ്ഞുവരുന്നത്. ആ ദിവസം അവിടെ പലജാതിക്കാരായി അസംഖ്യം ആളുകൾ കൂടുകയും കച്ചവടത്തിനായി അനേകം സാമാനങ്ങൾ കൊണ്ടുവരുകയും ചെയ്യുന്നുണ്ട്. എന്നാൽ വരുന്നവരിൽ അധികം പേരും പറയറും പുലയരും സാമാനങ്ങളിൽ അധികവും കുട്ട, മുറം മുതലായവയുമായിരിക്കും.

പ്രതിഷ്ഠാനന്തരം പരശുരാമൻ തദ്ദേശവാസികളായ ജനങ്ങളെ അവിടെ വരുത്തി ഈ ശാസ്താവിനെ എല്ലാവരും ദേശപരദേവതയായി ആദരിക്കുകയും ആചരിക്കുകയും ചെയ്യണമെന്നു ഉപദേശിച്ചു. അതനുസരിച്ചു ജനങ്ങൾ കൂടി അവിടെ ഉപായത്തിൽ ഒരമ്പലം പണി കഴിപ്പിക്കുകയും സമീപസ്ഥനായ അയർക്കാട്ടു നമ്പൂരിയെക്കൊണ്ട് കലശം നടത്തിക്കുകയും ചെയ്തു. ആ ദേവന് ആദ്യം നിവേദ്യം കഴിച്ചതു നാഴിയരിവച്ച് അതിന്റെ മുകളിൽ ഒരു ഉരുട്ടം വെണ്ണയും വച്ചാണ്. അതിനാൽ അങ്ങനെയുള്ള നിവേദ്യം ആ ദേവനു വളരെ പ്രധാനവും പ്രിയതരവുമായിത്തീർന്നു. അങ്ങനെ വഴിപാടായിട്ട് ഇപ്പോഴും പലരും അവിടെ നടത്തിവരുന്നുണ്ട്. അതിനു നാഴിയരിയും വെണ്ണയും എന്നാണ് പേരു പറഞ്ഞുവരുന്നത്.

ദേശക്കാർക്കൂടി ഉപായത്തിൽ ആദ്യം പണികഴിപ്പിച്ച ഈ ക്ഷേത്രത്തിനു പിന്നീടു വേണ്ടുന്ന പുഷ്ടിയൊക്കെ വരുത്തിയതു തെക്കുംകൂർ രാജാവാണ്. ഒരു കാലത്തു നാടുവാണിരുന്ന തെക്കുംകൂർ രാജാവ് ആണ്ടുതോറും മകര സംക്രാന്തിക്ക് ശബരിമല ക്ഷേത്രത്തില്പോയി സ്വാമിദർശനം കഴിച്ചുവന്നിരുന്നു. ആ തമ്പുരാനു പ്രായാധിക്യം കൊണ്ടുള്ള ക്ഷീണം നിമിത്തം അതു ദുഷ്കരമായിത്തുടങ്ങിയതിനാൽ ഒരാണ്ടിൽ അവിടെച്ചെന്നിരുന്നപ്പോൾ നടയിൽ തൊഴുതുകൊണ്ടുനിന്ന് 'എന്റെ സ്വാമിൻ! ഇവിടെ വന്നു ദർശനം കഴിച്ചുപോകാൻ ഞാൻ ശക്തനല്ലാതെയായിത്തീർന്നിരിക്കുന്നു. ഇതു മുടങ്ങീട്ടു ജീവിച്ചിരിക്കുകയെന്നുള്ളത് എനിക്കു പരമസങ്കടമാണ്. അതിനാൽ ഇതിന് എന്തെങ്കിലും നിവൃത്തിയുണ്ടാക്കിത്തരണേ' എന്നു ഭക്തിപൂർവം പ്രാർത്ഥിച്ചു. അന്നു രാത്രിയിൽ തമ്പുരാൻ കിടന്നുറങ്ങിയിരുന്ന സമയം ഒരാൾ അടുക്കൽ ച്ചെന്ന്, 'ഇവിടെ വന്ന് എന്നെ ദർശിക്കുന്നതിന് നിവൃത്തിയില്ലാത്തവർ എന്റെ കിഴക്കേ നടയിൽ വന്ന് എന്നെക്കണ്ടാലും മതി. പാക്കിൽ പാർക്കുന്നതും ഞാൻതന്നെയാണ്" എന്നു പറഞ്ഞതായി അദ്ദേഹത്തിനുതോന്നി. ഉണർന്ന് ഉടനെ കണ്ണുതുറന്നു നോക്കിയപ്പോൾ അവിടെയെങ്ങും ആരെയും കണ്ടില്ല. അതിനാൽ ഇത് കരുണാനിധിയായ ശബരിമലശാസ്താവു തന്റെ പ്രാർത്ഥനയെ കൈക്കൊണ്ട് അരുളിച്ചെയ്തതാണെന്നു തന്നെ തമ്പുരാൻ വിശ്വസിച്ചു.

തമ്പുരാൻ ശബരിമലയിൽനിന്ന് തിരിയെ രാജധാനിയിൽ എത്തിയതിന്റെ ശേഷം ഒട്ടും താമസിയാതെ പാക്കിൽ ശാസ്താവിന്റെ അമ്പലം, നാലമ്പലം, ബലിക്കല്പുരം, വാതിൽമാടം മുതലായവയോടുകൂടി ഭംഗിയായി പണിയിക്കുന്നതിനു കല്പന കൊടുത്തു. രണ്ടുമൂന്നു മാസംകൊണ്ട് അമ്പലം

പണിയും പരിവാര പ്രതിഷ്ഠയും കലശവും നടത്തിക്കുകയും ഉത്സവം മുതലായ ആട്ടവിശേഷങ്ങൾക്കും മാസവിശേഷങ്ങൾക്കും നിത്യനിദാനം മുതലായതിനും പതിവുകൾ നിശ്ചയിക്കുകയും അവയ്ക്കെല്ലാം വേണ്ടിടത്തോളം വസ്തുവകകൾ ദേവസ്വംപേരിൽ പതിച്ചുകൊടുക്കുകയും ചെയ്തു. ആകെപ്പാടെ പാക്കിൽ ക്ഷേത്രം ഒരു മഹാക്ഷേത്രമാക്കിത്തീർത്തു എന്നു പറഞ്ഞാൽ മതിയല്ലോ. ക്ഷേത്രം പണി കഴിഞ്ഞിട്ട് അന്നു കലശം നടത്തിച്ചതും അയർക്കാട്ടു നമ്പൂരിയെക്കൊണ്ടുതന്നെയാണ് അതിനാൽ ആ നമ്പൂരി ആ ക്ഷേത്രത്തിലെ തന്ത്രിയായിത്തീർന്നു. ഇപ്പോഴും അവിടെ തന്ത്രി അദ്ദേഹം തന്നെ. അക്കാലം മുതൽ തെക്കുംകൂർ രാജാക്കന്മാർ പാക്കിൽ ശാസ്താവിനെ അവരുടെ ഒരു പരദേവതയായി ആചരിച്ചുതുടങ്ങുകയും ചെയ്തു. അവർ അക്കാലത്തു മാസത്തിലൊരിക്കലെങ്കിലും അവിടെപ്പോയി സ്വാമിദർശനം കഴിക്കാതെയിരിക്കാറില്ല. അന്നു രാജധാനി കോട്ടയത്തു തളിയിലായിരുന്നതിനാൽ പാക്കിൽ ക്ഷേത്രത്തിലേക്കു നാലഞ്ചു നാഴികയിലധികം ദൂരമുണ്ടായിരുന്നില്ല. അതിനാൽ അങ്ങോട്ടു കൂടെക്കൂടെ പ്പോകുന്നതിനു സൗകര്യവുമുണ്ടായിരുന്നു.

പെരുമാക്കന്മാരുടെ ഭരണാനന്തരം കേരളരാജ്യം പല ഖണ്ഡങ്ങളായി ഭാഗിച്ചു ചില രാജാക്കന്മാരും ഇടപ്രഭുക്കന്മാരും പ്രത്യേകം പ്രത്യേകം ഭരിച്ചുതുടങ്ങിയപ്പോൾ അവർ തമ്മിൽ കൂടെക്കൂടെ യുദ്ധമുണ്ടാവുക സാധാരണമായിത്തീർന്നു. അതിനാൽ അവർക്കെല്ലാവർക്കും പ്രത്യേകം പ്രത്യേകം സൈന്യങ്ങളെ ശേഖരിക്കേണ്ടത് അത്യാവശ്യമായും വന്നുകൂടി. തെക്കുംകൂർ രാജാവും ഇക്കൂട്ടത്തിൽ പ്രാധനപ്പെട്ട ഒരിടപ്രഭുവായിരുന്നതിനാൽ അദ്ദേഹത്തിനു ഒരു സൈന്യശേഖരം വേണ്ടിവന്നു. അതിനാൽ അദ്ദേഹം രാജ്യത്തുള്ള ഓരോ കരകളിലും ഓരോരുത്തരെ ആശാന്മാരായി നിശ്ചയിക്കുകയും അവർക്കെല്ലാം ചില സ്ഥാനമാനങ്ങളും മറ്റും കല്പിച്ചു കൊടുക്കുകയും ആ ആശാന്മാർ ഓരോ കരകളിലും കളരികൾ കെട്ടി നാട്ടുകാരായ പുരുഷന്മാരെയല്ലാം ആയോധനവിദ്യ അഭ്യസിപ്പിക്കണമെന്ന് ഏർപ്പാടു ചെയ്യുകയും അങ്ങനെ അവിടേക്കു ധാരാളം സൈന്യങ്ങളുണ്ടാ യിത്തീരുകയും ചെയ്തു. എന്നു മാത്രമല്ല, ഇപ്രകാരം യുദ്ധം അഭ്യസിക്കപ്പെട്ടുന്നവർക്കു ആണ്ടിലൊരിക്കൽ ഒരു പരീക്ഷ നടത്തണമെന്നും ആ പരീക്ഷ നടത്തുന്നതു പാക്കിൽ ശാസ്താവിന്റെ സന്നിധിയിൽവച്ചു വേണമെന്നും നിശ്ചയിച്ചു.

ആണ്ടുതോറും വിജയദശമിക്കു വിദ്യാംരംഭം കഴിഞ്ഞിട്ട് രാജാവ് ഒരു നല്ല ദിവസം നിശ്ചയിച്ച് പ്രസിദ്ധപ്പെടുത്തും. ആ ദിവസം രാജ്യത്തുള്ള സകല കരകളിൽനിന്നും ആശാന്മാർ അവരവരുടെ ശിഷ്യന്മാരോടുകൂടി പാക്കിൽ വന്നുചേരും. അപ്പോൾ രാജാവും അവിടെയെത്തും. പിന്നെ പോരാളികളായിട്ടുള്ളവരെ യഥായോഗ്യം രണ്ടുഭാഗമായി തിരിച്ചു നിർത്തും. അവർ തെക്കും വടക്കുമായി പിരിഞ്ഞ് അണിനിരക്കും. എല്ലാവരും സന്നദ്ധരായി നിന്നു കഴിയുമ്പോൾ യുദ്ധം തുടങ്ങുന്നതിന് രാജാവ് കല്പനകൊടുക്കും. ഉടനെ യുദ്ധമാരംഭിക്കുകയും ചെയ്യും. ഇങ്ങനെയൊക്കെയായിരുന്നു ഇതിന്റെ പതിവ്. ഈ പരീക്ഷായുദ്ധത്തിന് പാക്കിൽ പട എന്നാണ് പേരു പറഞ്ഞുവന്നിരുന്നത്. ഈ യുദ്ധത്തിനായി പാക്കിൽ ക്ഷേത്രത്തിനുസമീപം മതിൽക്കുപുറത്തായിട്ട് ഏതാനും സ്ഥലം ഒഴിച്ചിട്ടിരുന്നു. ആ സ്ഥലത്തിന് 'പടനിലം' എന്നാണ് നാമകരണം ചെയ്തിരിക്കുന്നത്. ഈ യുദ്ധത്തിൽ ജയിക്കുന്നവർക്കു സൈന്യത്തിൽ ചില സ്ഥാനങ്ങളും ചില സമ്മാനങ്ങളും മറ്റും രാജാവു കല്പിച്ചു

കൊട്ടുക്കകയും ചെയ്തിരുന്നു. യുദ്ധത്തിൽ ജയിക്കുന്നതിനു പ്രധാനമായി സഹായിക്കുന്ന ദേവന്മാർ വേട്ടയ്ക്കൊരു മകനും ശാസ്താവുമാണെന്നാണല്ലോ വച്ചിരിക്കുന്നത്. അതിനാൽ തെക്കുംകൂർ രാജാവും രാജ്യവാസികളും മാത്ര മല്ല, മറ്റു ചില രാജാക്കന്മാരും കോയിത്തമ്പുരാക്കന്മാരും കൂടി പാക്കിൽ ശാസ്താവിനെ ഒരു പരദേവതയായിട്ടാണ് ആചരിച്ചുവരുന്നത്. നാട്ടുരാജാ ക്കന്മാർ തമ്മിൽ യുദ്ധമില്ലാതായപ്പോൾ മുതൽ അതിനൊക്കെ സ്വല്പം കുറവു വന്നു തുടങ്ങി. എങ്കിലും, പള്ളം, ലക്ഷ്മീപുരം, അനന്തപുരം, പാലിയക്കര, ഗ്രാമം മുതലായ കോയിത്തമ്പുരാക്കന്മാരുടെ കൊട്ടാരങ്ങളിലും മറ്റും കൊച്ചു തമ്പുരാക്കന്മാരുടെ അന്നപ്രാശനവും കൊച്ചുതമ്പുരാട്ടിമാരുടെ പള്ളിക്കെട്ടു കഴിഞ്ഞാൽ പാക്കിൽ കൊണ്ടുചെന്നു ദർശനം കഴിപ്പിച്ചു കൊണ്ടുപോവുക ഇപ്പോഴും പതിവുണ്ട്.

ശബരിമലശാസ്താവും പാക്കിൽ ശാസ്താവും ഒന്നുതന്നെയെന്നാണ് ജനങ്ങ ളുടെ വിശ്വാസം. ശബരിമലയ്ക്കു പോകുവാൻ സാധിക്കാത്തവരും മറ്റുമായി അനേകം ജനങ്ങൾ മകരസംക്രാന്തിക്കു പാക്കിൽ പോയി ദർശനം കഴിക്കുക ഇപ്പോഴും പതിവാണ്.

പാക്കിൽ ശാസ്താവിനു മുൻകാലങ്ങളിൽ ഇപ്രകാരമെല്ലാം പ്രസിദ്ധിയും പ്രാധാന്യവും ഉണ്ടായിരുന്നുവെങ്കിലും തെക്കുംകൂർ രാജ്യം തിരുവിതാംകൂറിൽ ചേർന്നതോടുകൂടി അതിനൊക്കെ വളരെ ഭേദഗതിവന്നുപോയി. എങ്കിലും ദേവസാന്നിദ്ധ്യത്തിന് ഇപ്പോഴും അവിടെ യാതൊരു മാറ്റവും വന്നിട്ടില്ല. ആ ദേശക്കാർ ഇപ്പോഴും ആ ശാസ്താവിനെ തങ്ങളുടെ ദേശപരദേവതയാ യിട്ടുതന്നെ ആചരിച്ചുവരുന്നുണ്ട്. ആണ്ടു തോറുമുള്ള ഉത്സവത്തിനു സർക്കാ രിൽനിന്നു സ്വല്പം നെല്ലും പണവും പതിച്ചുവച്ചിട്ടുണ്ടെങ്കിലും പോരാത്തതെ ല്ലാം ചെലവുചെയ്തു ഉത്സവം കേമമാക്കുന്നതും അഹസ്സുകൾ നടത്തുന്നതും ഇപ്പോഴും ദേശക്കാർ തന്നെയാണ്. പാക്കിൽ ശാസ്താവിന്റെ മാഹാത്മ്യങ്ങൾ പറയുകയാണെങ്കിൽ വളരെയുണ്ട്. വിസ്തരഭയത്താൽ അതിനായി ഇപ്പോൾ തുനിയുന്നില്ല.

●

കൊടുങ്ങല്ലൂർ വസൂരിമാല

മേലെഴുതിയിരിക്കുന്ന പേർ കൊടുങ്ങല്ലൂർ വെളിച്ചപ്പാട് എന്നു പറഞ്ഞു ഭിക്ഷയ്ക്കു നടക്കുന്നവർ പറഞ്ഞെങ്കിലും കേട്ടിട്ടില്ലാത്തവർ കേരളത്തിൽ അധികമുണ്ടെന്നു തോന്നുന്നില്ല. എന്നാൽ അതാരാണെന്നും ആ മൂർത്തിയുടെ ഉത്ഭവം ഏതു പ്രകാരമാണെന്നും മറ്റും അറിഞ്ഞിട്ടുള്ളവർ ചുരുക്കമാണെന്നാണ് തോന്നുന്നത്. അതിനാൽ വസൂരിമാലയുടെ ഒരു വിവരണം അനാവശ്യമാവുകയില്ലെന്നു കേവലം വിശ്വസിക്കുന്നു.

ത്രൈലോക്യകണ്ടകനായി ദാരുകൻ എന്നൊരസുരനുണ്ടായിരുന്നു എന്നും അവനെ നിഗ്രഹിക്കുന്നതിനായി ശ്രീപരമേശ്വരന്റെ മൂന്നാം തൃക്കണ്ണിൽനിന്നു ഭദ്രകാളി അവതരിക്കുകയും ആ ദേവി യുദ്ധത്തിൽ അവനെ കൊല്ലുകയും ചെയ്തുവെന്നും മറ്റുമുള്ള കഥ മാർക്കണ്ഡേയപുരാണത്തിൽ അന്തർഭൂതമായ ഭദ്രോല്പത്തിപ്രകരണം വായിച്ചു മറ്റും എല്ലാവരും അറിഞ്ഞിരിക്കുമല്ലോ. ആ ദാരുകാസുരന്റെ ഭാര്യ മയാസുരന്റെ പുത്രിയായ മനോദരി എന്ന സുന്ദരിയായിരുന്നു. ദാരുകൻ ഭദ്രകാളിയുമായുള്ള യുദ്ധത്തിൽ മരിച്ചുപോകുമെന്ന് ഏകദേശം തീർച്ചയായപ്പോൾ മനോദരി കൈലാസസമീപത്തിങ്കൽ ചെന്നു ശ്രീപരമേശ്വരനെക്കുറിച്ച് അതികഠിനമായ തപസ്സുതുടങ്ങി. അവൾ വളരെക്കാലം തപസ്സുചെയ്തിട്ടും ഭഗവാൻ പ്രസാദിക്കുകയോ അവൾക്കു വല്ല വരവും കൊടുക്കുകയോ ചെയ്തില്ല. അതിനാൽ ശ്രീപാർവ്വതി 'അല്ലയോ ഭഗവാനേ! പ്രാണനാഥാ! ഈ സ്ത്രീ ഭഗവാനെക്കുറിച്ച് വളരെ നാളായല്ലോ അതികഠിനമായ തപസ്സു ചെയ്യുന്നു. അവിടുന്ന് പ്രസാദിച്ച് അവളുടെ അഭീഷ്ടങ്ങളെക്കൊടുത്തയയ്ക്കാത്തതെന്താണ്?' എന്നു ചോദിച്ചു. ശ്രീപരമേശ്വരൻ: ' അല്ലയോ ഭദ്രേ! പ്രാണപ്രിയേ! ഇവൾ ഏറ്റവും ദുഷ്ടയാണ്. ഇവളുടെ ഭർത്താവായ ദാരുകാസുരനു ബ്രഹ്മാവു വേണ്ടുന്ന വരങ്ങളെല്ലാം കൊടുക്കുക നിമിത്തം അവൻ ത്രൈലോക്യവാസികളെ എത്രമാത്രം ഉപദ്രവിച്ചു എന്നുള്ളത് ഭവതിക്കുമറിയാമല്ലോ.

ഇവളുടെ ഇഷ്ടപ്രകാരമുള്ള വരം ഞാൻ കൊടുക്കുകയാണെങ്കിൽ ഇവളും ലോകോപദ്രവകാരിണിയായിത്തീരും. അതിനാലാണ് ഞാൻഇവൾക്കു വരമൊന്നും കൊടുക്കാതെയിരിക്കുന്നത്. ദാരുകനെ ഇപ്പോൾ നമ്മുടെ പുത്രിയായ ഭദ്രകാളി നിഗ്രഹിച്ചിരിക്കും.

അവന്റെ ഉപദ്രവം തീർന്നപ്പോഴേക്കും മറ്റൊരു ഉപദ്രവം ഉണ്ടാക്കിവച്ചു എന്നു വരുത്തുന്നതു കഷ്ടമാണല്ലോ. ശ്രീപാർവതി, 'അതൊക്കെ ശരിതന്നെ.

എങ്കിലും ആശ്രയിക്കുന്നവരെ അനുഗ്രഹിക്കാതിരിക്കുന്നതും കഷ്ടമാണല്ലോ. ഇവളുടെ ഭർത്താവിനെ നമ്മുടെ പുത്രി നിഗ്രഹിച്ചുവെങ്കിൽ ഇവളിപ്പോൾ അനാഥയായ ഒരു വിധവയായിതീർന്നിരിക്കുന്നു. ഇവളെ അവിടുന്ന് അനുഗ്രഹിക്കാത്തപക്ഷം ഇവൾക്കു ഇനി ആരാണ് ഒരു ശരണം? അതിനാൽ എന്തെല്ലാമായാലും അവിടുന്നു ഇവളെ അനുഗ്രഹിച്ചയയ്ക്കണം' എന്നു പറഞ്ഞു. ഇപ്രകാരം ശ്രീ പാർവതിയുടെ നിർബന്ധം നിമിത്തം ഭഗവാൻ ശ്രീപരമേശ്വരൻ തന്റെ ദേഹത്തിലെ വിയർപ്പുവെള്ളം വടിച്ചെടുത്തു കൊടുത്തിട്, 'നീ ഇതു കൊണ്ടുപോയി മനുഷ്യരുടെ ദേഹത്തിൽ തളിക്കുക. നിനക്കു വേണ്ടുന്നതെല്ലാം മനുഷ്യർ തരും' എന്നരുളിച്ചെയ്തു മനോദരിയെ അയച്ചു.

മനോദരി ഇപ്രകാരം ഭഗവാന്റെ അനുഗ്രഹം വാങ്ങിക്കൊണ്ടു കൈലാസത്തിങ്കൽ പുറപ്പെട്ടു. മദ്ധ്യേമാർഗ്ഗം അവൾ ഭദ്രകാളിയെക്കണ്ടു. ഭദ്രകാളി ദാരുകനെ കൊന്ന് അവന്റെ ശിരസ്സു മുറിച്ചെടുത്ത് ഇടതുകൈയിൽ വഹിച്ചു കൊണ്ടും വേതാളിയുടെ കഴുത്തിൽ കയറി ഭൂതപ്രേതപിശാചാദികളൊടുംകൂടി ജയഭേരി മുഴക്കിച്ചുകൊണ്ടും ആർത്തുവിളിച്ചുകൊണ്ടും കൈലാസത്തിങ്കലേക്കുള്ള വരവായിരുന്നു. ഈ ഘോഷയാത്ര കണ്ടിട്ട് മനോദരിക്ക് ഒട്ടു രസിച്ചില്ലെന്നല്ല വളരെ വ്യസനമുണ്ടാകുകയും ചെയ്തു. ഈ ദുഷ്ട എന്റെ ഭർത്താവിനെ കൊന്നവളല്ലോ. അതിനാൽ ഇത് ആദ്യം ഇവളിൽത്തന്നെ പ്രയോഗിക്കാം എന്നു വിചാരിച്ചു മനോദരി ശ്രീപരമേശ്വരൻ കൊടുത്ത വിയർപ്പുവെള്ളത്തിൽ നിന്ന് സ്വല്പമെടുത്തു ഭദ്രകാളിയുടെ ദേഹത്തിൽ തളിച്ചു. ഉടനെ ഭഗവതിയുടെ ദേഹത്തിലെല്ലാം കുരുക്കൾ പുറപ്പെട്ടു. തലവേദന പനി മുതലായ സുഖക്കേടുകൾ കൊണ്ടു ദേവി ഏറ്റവും പരവശയായിത്തീർന്നു. അതിനാൽ ഭഗവതി ഒരുവിധം വാഹനത്തിൽ നിന്നിറങ്ങി വഴിയിൽത്തന്നെ കിടപ്പായി. ഉടനെ ഭൂതഗണങ്ങളിൽ ചിലർ ഓടിച്ചെന്നു വിവരം ശ്രീപരമേശ്വരന്റെ അടുക്കൽ ഉണർത്തിച്ചു. അതുകേട്ടു ഭഗവാൻ ഏറ്റവും കോപത്തോടു വ്യസനത്തോടും കൂടി ആസനത്തിങ്കൽ നിന്ന് എണീറ്റു. അപ്പോൾ ഭഗവാന്റെ ചെവിയിൽനിന്ന് ഒരു ഭയങ്കരമൂർത്തി ഉത്ഭവിച്ചു. ഉടനെ ഭഗവാൻ ആ തനുജനെ അടുക്കൽ വിളിച്ചു. 'അല്ലയോ വത്സാ, ഞാൻനിനക്കു ഘണ്ടാകർണ്ണൻ എന്നു പേരിട്ടിരിക്കുന്നു. നീ ക്ഷണത്തിൽ പോയി നിന്റെ സഹോദരിയുടെ അവശത തീർത്തു വരണം. അവൾ ഏറ്റവും പരവശയായി വഴിയിൽ കിടക്കുന്നു എന്നരുളിച്ചെയ്തു.

ഉടനെ ഘണ്ടാകർണ്ണൻ ശ്രീ പരമേശ്വരന്റെ പാദങ്ങളിൽ വീണു നമസ്കരിച്ച് അനുഗ്രഹവും വാങ്ങിക്കൊണ്ട് പുറപ്പെട്ടു. കുറെ ദൂരം ചെന്നപ്പോൾ പരവശയായി വഴിയിൽ കിടന്നിരുന്ന ഭദ്രകാളിയെ കണ്ടിട്ട് ആ ശിവപുത്രൻ ഭദ്രകാളിയുടെ പാദം മുതൽ നക്കി കുരുക്കളെല്ലാം തിന്നൊടുക്കി. ഒടുക്കം മുഖത്തു നക്കാനായി ഭാവിച്ചപ്പോൾ ഭദ്രകാളിമുഖം തിരിച്ചുകൊണ്ട് 'നീ എന്റെ സഹോദരനാണല്ലോ. മുഖത്തോടുമുഖം ചേർക്കുക ശരിയായിട്ടുള്ളതല്ല. അതിനാൽ മുഖത്തുള്ള കുരുക്കൾ എന്നും എനിക്ക് ഭൂഷണമായിരിക്കട്ടെ. ശേഷമുണ്ടായിരുന്നതെല്ലാം പോയപ്പോൾത്തന്നെ എനിക്കു സുഖമായിക്കഴിഞ്ഞു.' എന്നരുളിച്ചെയ്തു. ഉടനെ ഭഗവതി ചുഴലവും നോക്കിയപ്പോൾ പേടിച്ചുവിറച്ചു ദൂരെ മാറി നോക്കിക്കൊണ്ടു നിന്നിരുന്ന മനോദരിയെ കണ്ടിട്ട് അവളെ പിടിച്ചുകൊണ്ടുവരുന്നതിനു ഘണ്ടാകർണ്ണനോട് കല്പിച്ചു. ഘണ്ടാകർണ്ണൻ മനോദരിയെ പിടിച്ചു ഭദ്രകാളിയുടെ അടുക്കൽ കൊണ്ടുചെന്നു. ദേവി തന്റെ വാൾ കൊണ്ട് അവളുടെ കണ്ണും ചെവിയും കാലും ഛേദിച്ചി

ട്ട്, 'നീ ഇനി കണ്ടും, കേട്ടും ഓടിയും ചെന്നു മനുഷ്യരെ ഉപദ്രവിക്കരുത്. നിന്റെ മനോദരിയെന്നുള്ള പേരിനെ മാറ്റി നിനക്കു ഞാൻ 'വസൂരി' എന്നു പേരിട്ടിരിക്കുന്നു. ഇനി നീ എന്നും എന്റെ ആജ്ഞാകാരണിയായി പാർത്തുകൊള്ളുക' എന്നരുളിച്ചെയ്യുകയും അവളെക്കൂടി തന്റെ ഭൃതഗണങ്ങളുടെ കൂട്ടത്തിൽ കൈലാസത്തിങ്കലേക്ക് കൊണ്ടുപോവുകയും ചെയ്തു.

ഇപ്രകാരമാണ് വസൂരിമാല എന്ന ദേവത ഉണ്ടായിത്തീർന്നത്. ആ ദേവത ബാധിച്ചിട്ടാണ് വസൂരി അല്ലെങ്കിൽ മസൂരി എന്ന വ്യാധിയുണ്ടാകുന്നതെന്നും ഭദ്രകാളിക്കു വിരോധമുണ്ടാകുന്ന കാലങ്ങളിൽ ആ ദേവി പറഞ്ഞയച്ചിട്ടാണ് ഈ ദേവത മനുഷ്യരെ ബാധിക്കുന്നതെന്നുമാണ് ചിലരുടെ വിശ്വാസം. വസൂരിമാലയ്ക്ക് കണ്ണും ചെവിയും കാലുമില്ലല്ലോ. അതിനാൽ ആ ദേവത മണം പിടിച്ചും നിരങ്ങിയും ചെന്നാണ് മനുഷ്യരെ ബാധിക്കുന്നതെന്നും അതുകൊണ്ടാണ് അടുത്ത സ്ഥലങ്ങളിൽ വസൂരിയുള്ളപ്പോൾ കടുകു വറുക്കുകയും പപ്പടം കാച്ചുകയും മറ്റും ചെയ്യരുതെന്നു പറയുന്നതെന്നും ചിലർ പറയുന്നു.

പ്രശ്നക്കാർ പറയുന്നത് വസൂരി, ചൊവ്വാസംബന്ധമായ ഒരു രോഗമാണെന്നും ചൊവ്വയുടെ വിരോധംകൊണ്ടാണ് അതുണ്ടാകുന്നതെന്നുമാണല്ലോ. ചൊവ്വാ എന്ന ഗ്രഹത്തെക്കൊണ്ടു നിർദ്ദേശിക്കുന്നതും ഭദ്രകാളിയെ ആണല്ലോ. എന്നാൽ വൈദ്യന്മാർ പറയുന്നത് വസൂരിയും ത്രിദോഷങ്ങൾ കോപിച്ചിട്ടുണ്ടാകുന്ന മറ്റു രോഗങ്ങളെപ്പോലെ തന്നെ ഒന്നാണെന്നാണ്. രോഗങ്ങൾ എല്ലാം തന്നെ പകരുന്നതാണെന്നും നേത്രത്വഗ്രോഗങ്ങൾക്കു വിശേഷിച്ചും പകരാനുള്ള ശക്തിയുണ്ടെന്നുമാണല്ലോ വൈദ്യശാസ്ത്രം ഘോഷിക്കുന്നത്. വസൂരിയും ത്വക് രോഗങ്ങളുടെ കൂട്ടത്തിലുള്ളതാകയാൽ പകരുന്നതിനെളുപ്പമുണ്ടെന്നേ അതിനൊരു വിശേഷമുള്ളു എന്നാണ് വൈദ്യന്മാർ പറയുന്നത്. എന്നാൽ വസൂരി ദീനത്തിനു സാധാരണ വൈദ്യന്മാർ ചികിത്സിക്കാറില്ല. വസൂരിക്കു ചികിത്സിക്കുന്ന വൈദ്യന്മാർ പ്രത്യേകമൊരു കൂട്ടക്കാരാണ്. അഷ്ടാംഗഹൃദയവും മറ്റും അവർ പഠിക്കാറുമില്ല. അവരുടെ ശാസ്ത്രവും വേറെയാണ്. 'വസൂരിപടലം'എന്നും മറ്റും അവർക്കു പ്രത്യേകം ചില വൈദ്യശാസ്ത്രഗ്രന്ഥങ്ങളുണ്ട്. അവയിൽ പറയുന്ന പ്രകാരമാണ് അവർ ചികിത്സിക്കുന്നത്. എന്നാൽ വസൂരി ഉണ്ടാകാതെയിരിക്കാനും ഉണ്ടായാൽ അതിന്റെ ശമനത്തിനായിട്ടും ഭദ്രകാളിയെ സേവിക്കുകയാണ് വേണ്ടതെന്നു മിക്കവരും സമ്മതിക്കുന്നുമുണ്ട്. അതു യുക്തവും തന്നെ. 'ആപദി കിം കരണീയം' എന്ന ചോദ്യത്തിനു 'സ്മരണീയം ചരണയുഗളമംബായാഃ' എന്നാണല്ലോ കാക്കശ്ശേരി ഭട്ടതിരി ഉത്തരം പറഞ്ഞിരിക്കുന്നത്.

●

തൃപ്പൂണിത്തുറക്ഷേത്രത്തിലെ ഉത്സവങ്ങൾ

സന്താനഗോപാലമൂർത്തിയായ തൃപ്പൂണിത്തുറയപ്പന്റെ ക്ഷേത്രത്തിൽ ചിങ്ങം, വൃശ്ചികം, കുംഭം ഈ മാസങ്ങളിലായി ആണ്ടുതോറും മൂന്ന് ഉത്സവങ്ങൾ വീതമാണ് നടത്തിവരുന്നത്. ഇവയിൽ പ്രസിദ്ധിയും പ്രാധാന്യവും കേമത്തവുമെല്ലാം വൃശ്ചികമാസത്തിലെ ഉത്സവത്തിനാണ്. 'തൃപ്പൂണിത്തുറയപ്പന്റെ ഉത്സവം' എന്നുള്ള പേരും ആ ഉത്സവത്തിനു മാത്രമേ ഉള്ളൂ. ആ ഉത്സവം മുമ്പിനാലേ ഉള്ളതാണ്. മറ്റുള്ള ഉത്സവങ്ങൾ രണ്ടും മുമ്പിനാലേ ഉള്ളവയല്ല. അവ ഇടക്കാലത്ത് ചില കാരണങ്ങളാൽ ഉണ്ടായിട്ടുള്ളവയാണ്.

ചിങ്ങമാസത്തിലെ ഉത്സവത്തിന് 'മൂശാരിയുടെ ഉത്സവം' എന്നാണ് പേരു പറയുന്നത്. അ ഉത്സവത്തിന് അങ്ങനെ പേരുവാരാനുള്ള കാരണം താഴെപ്പറയുന്നു.

പണ്ടൊരിക്കൽ തൃപ്പൂണിത്തുറയപ്പന്റെ ബിംബത്തിനു കേടു സംഭവിക്കുകയാൽ ബിംബം മാറി പ്രതിഷ്ഠിക്കേണ്ടതായിവന്നു. അതിലേക്ക് ഒരു ബിംബം വാർക്കുന്നതിനായി ഒരു മൂശാരിയെ ഏല്പിച്ചു. പഞ്ചലോഹങ്ങൾ (സ്വർണ്ണം, വെള്ളി, ചെമ്പ്, പിച്ചള, ഇരുമ്പ്) ചേർത്താണ് ബിംബം വാർക്കുവാൻ ഏർപ്പാട് ചെയ്തത്. മൂശാരി ലോഹങ്ങളെല്ലാം കൂട്ടിയുരുക്കി വാർത്തിട്ട് എല്ലാ ലോഹങ്ങളും ഒരുപോലെ ഉരുകിച്ചേർന്നില്ല. രണ്ടുമൂന്നു പ്രാവശ്യം ഉരുക്കി വാർത്തിട്ടും ശരിയാകായ്കയാൽ മൂശാരി വല്ലാതെ വിഷണ്ണനായിത്തീർന്നു. ഒടുക്കം അദ്ദേഹം ഭക്തിപൂർവ്വം ഭഗവാനെ ദൃഢമായി സ്മരിച്ച്, 'കൂടുകൂടെന്റെ തൃപ്പൂണിത്തുറയപ്പാ!' എന്നു പറഞ്ഞുകൊണ്ട് വാർത്തപ്പോൾ എല്ലാം ശരിയായി കൂടിച്ചേരുകയും ആ ബിംബത്തിൽ ആ മൂശാരിയും കൂടിച്ചേർന്നു പോവുകയും ചെയ്തു. അങ്ങനെ ഭഗവൽക്തനായ ആ മൂശാരിക്ക് സായൂജ്യം സിദ്ധിച്ചതിന്റെ സ്മാരകമായി ഒരുത്സവംകൂടിത്തുടങ്ങി. അതിനാൽ ആ ഉത്സവത്തെ 'മൂശാരിയുടെ ഉത്സവം' എന്ന് ഇപ്പോൾ പറഞ്ഞുപോരുന്നു.

ഇനി കുംഭമാസത്തിൽ ഉത്സവമുണ്ടായതിന്റെ കാരണം പറയാം.

കുംഭമാസത്തിലെ ഉത്സവത്തിനു 'നങ്ങ(കന്യ)പ്പെണ്ണിന്റെ ഉത്സവം' എന്നാണ് പേരു പറഞ്ഞുവരുന്നത്. പണ്ടൊരിക്കൽ ഏകാദശി (ഉദയമ്പേരൂർ) വടക്കേടത്തു നമ്പൂരിയുടെ ഇല്ലത്ത് അന്തർജനം പ്രസവിച്ച് ഒരു പെൺകുട്ടിയുണ്ടായി. ആദ്യമായിട്ടുണ്ടായ ആ കുട്ടിയിൽ അതിന്റെ മാതാപിതാക്കന്മാർക്ക് അപരിമിതമായ വാത്സല്യമുണ്ടായിരുന്നു. ചില നമ്പൂരിമാർക്ക് പെൺകുട്ടികളെക്കുറിച്ച് വാത്സല്യമുണ്ടായിരിക്കാറില്ല. അവരെ വിവാഹം

കഴിച്ചുകൊടുക്കാനുള്ള ബുദ്ധിമുട്ടു വിചാരിച്ചിട്ടോ എന്തോ, 'കന്യാപിതൃത്വം ബഹു ദുഃഖഹേതുഃ' എന്നാണ് അവർ വിചാരിക്കുകയും പറയുകയും ചെയ്യുന്നു. അതു മനുഷ്യത്വമല്ലെന്നാണ് ചിലരുടെ അഭിപ്രായം. ചിലർക്ക് ആൺകുട്ടികളെക്കുറിച്ചുള്ളതിലധികം വാത്സല്യം പെൺകുട്ടികളെക്കുറിച്ചായിട്ടും കാണുന്നുണ്ട്. 'പ്രായശോ മാനവാനാം മകളരിൽ മുകളേറും പക്ഷപാതാതിരേകം' എന്നുണ്ടല്ലോ. വടക്കേടത്തു നമ്പൂരിയും ഇക്കൂട്ടത്തിലുള്ള ആളായിരുന്നു.

ആ പെൺകുട്ടിക്ക് ജാതകവശാൽ പന്ത്രണ്ടു വയസ്സു കഴിയുന്നതു വരെ വലിയ ഗ്രഹപ്പിഴയാണെന്നും തദ്ദോഷപരിഹാരാർത്ഥം ആ കാലം കഴിയുന്നതുവരെ കുട്ടിയെ പതിവായി തൃപ്പൂണിത്തുറ ക്ഷേത്രത്തിൽ കൊണ്ടുപോയി സ്വാമിദർശനം കഴിപ്പിക്കണമെന്നുമുണ്ടായ ജ്യോൽസ്യവിധിപ്രകാരം ആ കുട്ടിയെ ആറാം മാസത്തിൽ അതിന്റെ അന്നപ്രാശനം കഴിഞ്ഞപ്പോൾ മുതൽ പതിവായി തൃപ്പൂണിത്തുറെക്കൊണ്ടു പോയി തൊഴീച്ചിരുന്നു. അങ്ങനെ ശൈശവകാലം മുതൽ ശീലിച്ചുവന്നതിനാൽ കൗമാരക്കാലമായപ്പോൾ ആ കുട്ടിക്ക് തൃപ്പൂണിത്തുറെ സ്വാമിദർശനത്തിനു പോകുന്ന കാര്യത്തിൽ വളരെ സന്തോഷവും ശ്രദ്ധയും നിർബന്ധവുമുണ്ടായിത്തീർന്നു. ഒടുക്കം ആ കന്യക തൃപ്പൂണിത്തുറയപ്പനെ ത്തൊഴാതെ ജലപാനം കഴിക്കയില്ലെന്ന് തീർച്ചപ്പെടുത്തുകയും നിർവിഘ്നം അത് അങ്ങനെതന്നെ നടത്തിക്കൊണ്ടിരിക്കുകയും ചെയ്തു.

അങ്ങനെ ആ കന്യകയ്ക്കു പന്ത്രണ്ടു വയസ്സു കഴിഞ്ഞു. അതുവരെ ആ ബ്രാഹ്മണകുമാരിക്ക് യാതൊരു സുഖക്കേടുമുണ്ടായിരുന്നില്ല. ഇതിനിടയ്ക്ക് അച്ഛൻനമ്പൂരിക്ക് ആണായിട്ടും പെണ്ണായിട്ടും മൂന്നുനാലു കുട്ടികൾ കൂടിയുണ്ടാവുകയും എലാം തൃപ്പൂണിത്തുറയപ്പന്റെ കാരുണ്യംകൊണ്ടെന്ന് വിശ്വസിച്ച് ആ ബ്രാഹ്മണകുടുംബക്കാർ സന്തോഷിച്ചുകൊണ്ടിരിക്കുകയും ചെയ്തു. ജ്യോത്സ്യന്മാർ പറഞ്ഞിരുന്ന കാലാവധി കഴിഞ്ഞുകൂടിയതിനാൽ ഇനി ഈ കന്യകയ്ക്കു ആപത്തൊന്നുമുണ്ടാവുകയില്ലെന്ന് അവിടെയെല്ലാവരും തീർച്ചയാക്കി. എങ്കിലും കന്യക തന്റെ സ്വാമിദർശനം പിന്നെയും വിഘ്നം കൂടാതെ നടത്തിക്കൊണ്ടുതന്നെയിരുന്നു.

അങ്ങനെയിരിക്കുന്ന കാലത്ത് കന്യകയെ വിവാഹം കഴിച്ചുകൊടുക്കണമെന്ന് ആവശ്യപ്പെട്ടുകൊണ്ട് ഒരു നമ്പൂരി വന്നുചേർന്നു. അദ്ദേഹം സമ്പത്തുകൊണ്ടും സൗന്ദര്യംകൊണ്ടും ആഭിജാത്യംകൊണ്ടും എന്നു വേണ്ടാ, എല്ലാംകൊണ്ടും ഈ കന്യകയ്ക്കു അനുരൂപനായിരുന്നതിനാൽ അച്ഛൻനമ്പൂരി ജ്യോത്സ്യന്മാരെ വരുത്തി, വധൂവരന്മാരുടെ ജാതകങ്ങൾ നോക്കിക്കുകയും ജാതകം ചേരുമെന്നു ജ്യോത്സ്യന്മാർ സമ്മതിക്കുകയും കാര്യം തീർച്ചപ്പെടുത്തി വിവാഹത്തിനു മുഹൂർത്തം നിശ്ചയിക്കുകയും ചെയ്തു.

ഈ വർത്തമാനമറിഞ്ഞപ്പോൾ ആ കന്യകയ്ക്കുണ്ടായ വ്യസനം അതിദുസ്സഹമായിരുന്നു. വേളി കഴിക്കാൻ വന്ന നമ്പൂരി ദൂരസ്ഥനാകയാൽ തന്റെ മാതാപിതാക്കന്മാരെ പിരിഞ്ഞുപോകണമല്ലോ എന്നു വിചാരിച്ചല്ല ആ പെൺകിടാവു ദുഃഖിച്ചത്. അതിനെക്കുറിച്ച് ആ സാധുശീല ഓർത്തോ എന്നുതന്നെ സംശയമാണ്. വേളി നിശ്ചയിച്ചു എന്നറിഞ്ഞപ്പോൾതന്നെ തന്റെ സ്വാമിദർശനം മുടങ്ങുമല്ലോ എന്നുള്ള വിചാരമാണ് ആ പെൺകുട്ടിക്കുണ്ടായത്. അതു നിമിത്തമുണ്ടായ ദുസ്സഹദുഃഖം മനസ്സിലൊതുക്കിക്കൊണ്ട്

ആ കന്യക തന്റെ പതിവു പിന്നെയും മുട്ടിക്കാതെ നടത്തിക്കൊണ്ടിരുന്നു.

ആ കന്യക വേളിയുടെ തലേദിവസം തൊഴാനായി നടയിൽ ചെന്ന സമയം വ്യസനം സഹിക്കവയാതെ പൊട്ടിക്കരഞ്ഞുകൊണ്ട്, 'എന്റെ തൃപ്പൂണിത്തുറയപ്പാ, ഞാനിനി എന്നാണ് എന്റെ സ്വാമിയെക്കണ്ടു തൊഴുന്നത്? നാളെക്കാലത്ത് എന്റെ വേളിയായി. അതു കഴിഞ്ഞാലുടനെ എന്നെക്കൊണ്ടുപോവുകയും ചെയ്യും. എന്റെ തൊഴലും മുട്ടും. പിന്നെ ഞാൻ ജീവിച്ചിരിക്കുന്നതെന്തിനാണ്? എന്റെ സ്വാമിദർശനം മുടങ്ങീട്ടു ജീവിച്ചിരിക്കുന്നതിനെക്കാൾ നല്ലതു മരിക്കുകതന്നെയാണ്. എന്റെ ഭഗവാനേ, ഇതിനൊരു നിവൃത്തിയുണ്ടാക്കിത്തരണേ' എന്നിങ്ങനെ മനസ്സിൽ വിചാരിച്ചു ഭക്തിയോടുകൂടി തൊഴുതുംകൊണ്ടു നിന്നു. ആ സമയം തൃപ്പൂണിത്തുറെയപ്പൻ കൈനീട്ടി തന്നെ ശ്രീകോവിലകത്തേക്കു വിളിക്കുന്നതായി നങ്ങയ്ക്കു (കന്യകയ്ക്കു) തോന്നി. ഉടനെ ആ പെൺകിടാവ് അകത്തേക്കു കയറിച്ചെല്ലുകയും ആ വിഗ്രഹം കൈനീട്ടി ആ കന്യകയെപ്പിടിച്ച് തന്റെ മാറോടണയ്ക്കുകയും ആ സമയമുണ്ടായ പരമാനന്ദത്തോടുകൂടി കന്യക ആ ബിംബത്തെ മുറുകെ കെട്ടിപ്പിടിക്കുകയും ആ ബിംബത്തോടുചേർന്ന് അദൃശ്യയായി ഭവിക്കുകയും ചെയ്തു. ദേവസായൂജ്യം സിദ്ധിച്ച ആ കന്യകയുടെ വളകൾ, മോതിരങ്ങൾ മുതലായ ആഭരണങ്ങൾ ബിംബത്തിന്റെ പീഠത്തിന്മേൽ കിടന്നിരുന്നതു ശാന്തിക്കാരൻ എടുത്തു ദേവസ്വത്തിലേല്പിച്ചു. അവ ഇപ്പോഴും അവിടെ ഭണ്ഡാരത്തിലിരിക്കുന്നുണ്ടെന്നാണ് അറിയുന്നത്.

ആ കന്യകയുടെ (നങ്ങപ്പെണ്ണിന്റെ) സ്മാരകമായി നടത്തിവരുന്നതാകയാലാണ് കുംഭമാസത്തിലെ ഉത്സവത്തിനു 'നങ്ങപ്പെണ്ണിന്റെ ഉത്സവം' എന്നു നാമം സിദ്ധിച്ചത്. ഈ ഉത്സവകാല ഒരു ദിവസം വടക്കേടത്തു നമ്പൂരിയുടെ ഇലത്തു തൃപ്പൂണിത്തുറയപ്പനെ എഴുന്നള്ളിച്ചുകൊണ്ട് പോവുക ഇപ്പോഴും പതിവുണ്ട്. ആ ദിവസം ആ ഇലത്തു കേമമായി സദ്യ നടത്തുകയും ഇല്ലത്തുള്ളവർ തൃപ്പൂണിത്തുറയപ്പനെ മോതിരമിട്ടുവിക്കുക, തൃപ്പൂണിത്തുറയപ്പന്റെ വകയായി ആ ഇല്ലത്തുള്ളവർക്കൊക്കെ ഓണപ്പുടവ കൊടുക്കുക മുതലായി അനേകം ചടങ്ങുകൾ ഈ ഉത്സവം സംബന്ധിച്ചു ഇപ്പോഴും നടന്നുവരുന്ന സ്ഥിതിക്ക് ഈ ഐതിഹ്യം കേവലം അടിസ്ഥാനരഹിതമാണെന്നു വിചാരിക്കാൻ പാടില്ലല്ലോ.

●

ആറന്മുളമാഹാത്മ്യം

തിരുവിതാംകൂർ സംസ്ഥാനത്തു തിരുവല്ലാത്താലൂക്കിലുള്ള ആറന്മുള ക്ഷേത്രം ഏറ്റവും പുരാതനവും പ്രസിദ്ധവുമായിട്ടുള്ളതാണ്. ഇവിടെ പ്രതിഷ്ഠിക്കപ്പെട്ടിരിക്കുന്ന ദേവൻ പാർത്ഥസാരഥിയായ ശ്രീകൃഷ്ണസ്വാമി യാകുന്നു. സ്വാമിയെ ഇവിടെ പ്രതിഷ്ഠിച്ചത് മധ്യമ പാണ്ഡവനായ അർജ്ജു നനാണെന്നാണ് കേൾവി. ഇവിടെ ഭഗവാന്റെചൈതന്യവും മാഹത്മ്യവും അത്യുത്ഭുതമാകുംവണ്ണം സർവദാ വിളങ്ങിക്കൊണ്ടിരിക്കുന്നു.

ബാല്യത്തിൽ അമ്പാടിയിൽ താമസിച്ചിരുന്ന കാലത്തു ഗോപാലബാ ലന്മാരോടുകൂടി കളിച്ചു നടന്നിരുന്ന ആളായതുകൊണ്ടോ എന്തോ ആറന്മുള ഭഗവാനു കുട്ടികളെയും കുട്ടികളുടെ കളികളെയും കുറിച്ചു വളരെ പ്രതിപത്തിയു ള്ളതായിക്കാണുന്നുണ്ട്. ആറന്മുള ദേവനു വഴിപാടെന്നു സങ്കല്പിച്ചു കുട്ടികൾക്ക് തേച്ചുകളിക്കാൻ എണ്ണയും അവർ തേച്ചുകളിച്ചുവരുമ്പോൾ ചതുർവിധ വിഭവ ങ്ങളോടുകൂടി ഭക്ഷണവും മുണ്ടും മറ്റും കൊടുത്താൽ ദേവൻ പ്രസാദിക്കുകയും ഈ വഴിപാടു നടത്തുന്നവർ വിചാരിക്കുന്ന കാര്യം സാധിപ്പിച്ചുകൊടുക്കുകയും ചെയ്യും. ഇപ്രകാരം കുട്ടികൾക്കു ഭക്ഷണം കൊടുക്കുന്നതിന് 'ആറന്മുളയൂട്ട്' എന്നാണ് പേരു പറഞ്ഞുവരുന്നത്. ഈ വഴിപാടു തിരുവിതാംകൂർ സംസ്ഥാ നത്ത് സർവത്ര നടത്തി വരുന്നുണ്ട്. ഇതിന് ഇത്ര കുട്ടികൾ വേണമെന്നില്ല. ചിലർ പന്ത്രണ്ടു കുട്ടികൾക്കും ചിലർ മുപ്പത്താറു കുട്ടികൾക്കും ധനവാന്മാ രണെങ്കിൽ നൂറ്റെട്ടും അതിലധികവും കുട്ടികൾക്കും സദ്യ നടത്തുന്നുണ്ട്. സന്താനാർത്ഥമായും കുട്ടികൾക്കുണ്ടാകുന്ന ദീനങ്ങൾ ഭേദമാകുന്നതിനും മറ്റുമാണ് സാധാരണയായി ആറന്മുളയൂട്ടുനടത്തുന്നത്. ആറന്മുളയൂട്ട് ഇന്ന ജാതിയിലുള്ള കുട്ടികൾക്കേ ആകാവൂ എന്നില്ല. ഏതു ജാതിയിലുള്ള കുട്ടി കൾക്കും ഭക്ഷണം കൊടുക്കുന്നത് ആറന്മുളദേവനു പ്രീതികരമാണ്.

ആറന്മുളദേശത്തു കുട്ടികൾ ആണ്ടുതോറും ധനുമാസം ആദ്യം മുതൽ അവസാനം വരെ ആ ദിക്കിലുള്ള പറമ്പുകളിലും തോട്ടങ്ങളിലുംവീഴുന്ന തണങ്ങു (അടയ്ക്കാമരത്തിന്റെ ഓല) കളെല്ലാം പെറുക്കിശേഖരിക്കുക പതിവാണ്. ആറന്മുള അടയ്ക്കാമരം വളരെയുള്ള പ്രദേശമാകയാൽ തണങ്ങു ധാരാളമുണ്ടായിരിക്കും. മുപ്പതും നാല്പതും ബാലന്മാർ കൂട്ടം കൂടി ഒരുവക അസഭ്യപ്പാട്ടുകൾ പാടുകയും തെറിപറയുകയും ചെയ്തുകൊണ്ടാണ് തണങ്ങു പെറുക്കാൻ പോകുന്നത്. എന്നു മാത്രമല്ല, അവർ ഓരോ സ്ഥലത്തും ചെന്നാൽ പല വിധത്തിലുള്ള ഉപദ്രവങ്ങൾ ചെയ്യുകയും പതിവാണ്. എന്നാൽ ആരും അവരെ വിരോധിക്കയും ശാസിക്കുകയും ചെയ്യാറില്ല. അങ്ങനെ വല്ലതും

ആരെങ്കിലും ചെയ്താൽ അവരോടു ദൈവകോപവും തന്നിമിത്തം അവർക്കുപല വിധത്തിലുള്ള ആപത്തുകളുമുണ്ടാകുമെന്നുള്ളതു തീർച്ചയാണ്. പണ്ടൊരിക്കൽ തണ്ണങ്ങു പെറുക്കാൻ ചെന്ന കുട്ടികളോടു ചില വീട്ടുകാർ അസഭ്യം പറയുകയും പാട്ടുകയും കലശൽകൂട്ടുകയും മറ്റുമരുതെന്നു പറഞ്ഞു വിരോധിക്കുകയാൽ അവർക്കു ദേവവിരോധമുണ്ടാവുകയും ഒടുക്കമവർ ആറന്മുള നടയിൽ വിളിച്ചുചൊല്ലി പ്രായച്ഛിത്തം ചെയ്യേണ്ടതായി വരുകയും ചെയ്തിട്ടുണ്ട്. അങ്ങനെ പലർക്കുമുണ്ടായതില്പിന്നെയാണ് തണ്ണങ്ങു പെറുക്കാൻ ചെല്ലുന്ന കുട്ടികളോടു ആരുമൊന്നുംപറയാതെയായത്. കുട്ടികൾ പെറിക്കിയുണക്കി ശേഖരിക്കുന്ന തണ്ണങ്ങെല്ലാം അവർ മകരസംക്രാന്തിയുടെ തലേദിവസം നടയിൽ കൊണ്ടുചെന്നു കമ്പക്കാലുകൾ നാട്ടി അവയിൽവച്ചു കെട്ടി തീ കൊളുത്തും. ശ്രീകോവിലകത്തുനിന്നു കെടാ വിളക്കിലെ ദീപം പകർന്ന പൊർക്കൊലിൽ കുടുംബത്തിലെ കാരണവർ ആണ് കമ്പത്തിന് തീ കൊളുത്തുന്നത്. ആർപ്പ്, വായ്ക്കുരവ, വാദ്യഘോഷം മുതലായ ആഡംബരങ്ങളോടുകൂടി കൊണ്ടുവന്നാണ് ഈ കമ്പത്തിന് തീ കൊളുത്തുന്നത്. ഇത് ദേവന് ഏറ്റവും പ്രീതികരമായിട്ടുള്ളതാണ്. ഇതു കാണുന്നതിന് ആണ്ടുതോറും ആ ദിവസം അവിടെ അസംഖ്യമാളുകൾ കൂടും. ഇതും ഇപ്പോഴും പതിവായി നടന്നുവരുന്നുണ്ട്.

ആറന്മുളക്ഷേത്രം പമ്പാനദിയുടെ തീരത്താണല്ലോ. ആ ക്ഷേത്രക്കടവിൽ അസംഖ്യം മത്സ്യങ്ങളുണ്ട്. അവയെ 'തിരുമക്കൾ' എന്നാണ് പറഞ്ഞുവരുന്നത്. ദേവന്റെ തിരുമക്കളാകയാൽ അവയെ ആരും വല വീശിയും മറ്റും പിടിക്കാറില്ല. അവയെ പിടിക്കുകയോ ഉപദ്രവിക്കുകയോ ചെയ്യുന്നവർക്കും ദേവകോപംനിമിത്തം പലവിധത്തിലുള്ള അനർത്ഥങ്ങളുണ്ടാകും. ആ മത്സ്യങ്ങൾക്കു തേങ്ങാ ചിരവി അരിയും കൂട്ടിയിളക്കി ഇട്ടുകൊടുക്കുന്നത് അവിടെ ദേവപ്രീതികരമായ ഒരു പഴിപാടാണ്. അഭീഷ്ടസിദ്ധിക്കായി പലരും ഈ വഴിപാട് ഇപ്പോഴും നടത്തിവരുന്നുണ്ട്. ചില സ്ത്രീകൾ പ്രസവിച്ചാൽ മുലയിൽ പാൽ ചുരുക്കമായിരിക്കുമല്ലോ. അങ്ങനെ വന്നാൽ തിരുമക്കൾക്കു മേല്പറഞ്ഞ പ്രകാരം അരി കൊടുത്താൽ മതി മുലയിൽ പാൽ ധാരാളമായിട്ടുണ്ടാകും. കുട്ടികൾ കുടിക്കുന്നതിന് അമ്മമാരുടെ മുലയിൽ പാലുണ്ടാവാൻ ഇവിടെ വേറൊരു വഴിപാടുകൂടിയുണ്ട്. അതു മഞ്ചാടിക്കുരു ശേഖരിച്ചു കൊണ്ടുചെന്നു നടയിൽ കൂട്ടുകയെന്നുള്ളതാണ്. ഇങ്ങനെ ചെയ്താലും തള്ളമാരുടെ മുലയിൽ ധാരാളമായി പാലുണ്ടാകും.

ആറന്മുളക്ഷേത്രം പണ്ട് ഊരാളന്മാരുടെ (ഊരാൺമക്കാരുടെ) വകയായിരുന്നു. അക്കാലത്തു ദേവസ്വം വകയായി പല സ്ഥലങ്ങളിൽ മഠങ്ങളും നെല്പുരകളുമുണ്ടായിരുന്നു. ദേവസ്വം വക നെല്ലല്ലാം പിരിച്ച് ആ നെല്പുരകളിലാണ് ഇട്ടു സൂക്ഷിച്ചു വന്നിരുന്നത്. ചിങ്ങമാസത്തിൽ ഓണത്തിനു മുൻപു വരുന്ന പൂരാടത്തുനാൾ ആ നെല്പുരകളിലെല്ലാം അഗതികൾക്കു നെല്ലു കൊടുക്കുക പതിവായിരുന്നു. ആ ദിവസം നെല്ലു വാങ്ങുവാനായി അനേകമഗതികൾ നെല്പുരകളിലെല്ലാമെത്തുക പതിവാണ്. ഓണത്തിന് നെല്ലില്ലാഞ്ഞിട് ആ ദേശത്താരും പട്ടിണിയായിപ്പോയി എന്നു വരരുതെന്നാണ് ദേവന്റെ വിചാരം. പണ്ടൊരിക്കൽ പതിവുപോലെ ഓണത്തിനു നെല്ലു കൊടുത്തയച്ചപ്പോൾ നെല്ലു വാങ്ങുന്നതിനായി 'നാരങ്ങാനം' എന്ന സ്ഥലത്തുള്ള നെല്പുരയിൽച്ചെന്ന ഒരു ചണ്ഡാലിക്കു നെല്ലളവുകാർ നെല്ലു കൊടുത്തില്ല. ശേഷമെല്ലാ

വർക്കും നെല്ലുകൊടുത്തു. വയോവൃദ്ധയും രോഗിണിയും അഗതിയുമായിരുന്ന ആ ചണ്ഡാലിയെ ദുഷ്ടന്മാരായ നെല്ലളവുകാർ കണ്ടിട്ടും കണ്ടില്ലെന്നു ഭാവിച്ചു പൊയ്ക്കളഞ്ഞു. നെല്ലു കിട്ടും കിട്ടുമെന്നു ഭാവിച്ചു സന്ധ്യവരെ ആ പാവപ്പെട്ട ചണ്ഡാലി അവിടെ കാത്തുനിന്നു. സന്ധ്യയായപ്പോൾ അതികലശലായ മഴ തുടങ്ങി. മഴക്കാറുകൊണ്ട് ചന്ദ്രബിംബം മൂടിപ്പോയതിനാൽ വലിയ ഇരുട്ടും വന്നു. ഒരു വിധത്തിലും പോകാൻ നിവൃത്തി യില്ലാതെ മഴ നനഞ്ഞുകൊണ്ട് ആ പാവപ്പെട്ട വയോവൃദ്ധ അവിടെത്തന്നെ കിടന്നു. അവളന്നു ജലപാനം പോലും കഴിച്ചിട്ടുമില്ലായിരുന്നു. വിശപ്പുകൊണ്ടും തണുപ്പുകൊണ്ടും പരവശയായിത്തീർന്ന ആ ചണ്ഡാലി പിറ്റേദിവസം നേരം വെളുക്കുന്നതിന് മുൻപ് അവിടെക്കിടന്നുതന്നെ മരിച്ചു. ഇതുനിമിത്തം അതികഠിനമായ ദേവകോപം സംഭവിക്കുകയും ഊരാള ന്മാർക്കും കാരാളന്മാർക്കുംമെല്ലാം പലവിധത്തിലുള്ള അനർത്ഥങ്ങളുണ്ടായിത്തുടങ്ങുകയും ചെയ്തു. അവർ ഇതിന്റെ കാരണമറിയുന്നതിനായി പ്രശ്നം വെപ്പിച്ചു നോക്കിച്ചതിൽ പാവപ്പെട ചണ്ഡാലിക്കു നെല്ലു കൊടുക്കാതെ പട്ടിണിക്കിട്ടു കൊന്നതിലുണ്ടായ ദേവകോപമാണ് അനർഥകാരണമെന്നു കണ്ടു. ഈ ദോഷശാന്തിക്കു ഊരാളന്മാരുടെയും കാരാളന്മാരുടെയും ഗൃഹത്തിൽനിന്ന് ഓരോരുത്തർ എന്നും ആണ്ടു തോറും ചിങ്ങമാസത്തിൽ തിരുവോണദിവസം ഉപവാസമായി ക്ഷേത്രത്തിൽ താമസിക്കുകയല്ലാതെ വേറെ യാതൊരു പ്രതിവിധിയുമില്ലെന്നു പ്രശ്നക്കാരൻ വിധിക്കുകയും ചെയ്തു. ഈ വിധിപ്രകാരം ഇപ്പോഴും അവിടെ നടന്നുവരുന്നുണ്ട്. ക്ഷേത്രം സർക്കാരിൽ ചേർത്തതിനോടുകൂടി ഓണത്തിന്റെ നെല്ലളവ് മുതലായ പതിവുകളും ഭേദപ്പെട്ടുപോയെങ്കിലും അവിടെ ഊരാൺമയും കാരാൺമയുമുണ്ടായിരുന്നവരുടെ ഗൃഹങ്ങളിൽ നിന്നു ഓരോരുത്തർ ചിങ്ങമാസത്തിൽ തിരുവോണത്തുന്നാൾ ക്ഷേത്രോപവാസം ചെയ്തില്ലെങ്കിൽ അവർക്കു ദേവകോപം നിമിത്തം അനർഥങ്ങളുണ്ടാകുമെന്നുള്ളതു തീർച്ചയായിട്ടുള്ളതാകയാൽ അവർ ഇപ്പോഴും ആപതിവിനെ ഭേദപ്പെടുത്തീട്ടില്ല.

ചിങ്ങമാസത്തിൽ തിരുവോണദിവസം ആറന്മുളക്ഷേത്രത്തിൽ അതികേമമായി സദ്യ പതിവുണ്ട്. ആ ദിവസം അവിടെ ചെല്ലുന്നവർക്കെല്ലാം ജാതിമതഭേദം കൂടാതെ നാനാവിഭവങ്ങളോടുകൂടി ഭക്ഷണം കൊടുക്കുക പതിവാണ്. ഈ സദ്യയ്ക്കുള്ള സാധനങ്ങളെലാം 'കാട്ടൂർ' എന്ന സ്ഥലത്തുള്ള ദേവസ്വം വക മഠത്തിൽ ശേഖരിച്ചു വയ്ക്കുകയും അവിടെ നിന്ന് അവയെല്ലാം വലിയ കെട്ടുവള്ള (വഞ്ചി) ങ്ങളിലാക്കി ഉത്രാടത്തുനാൾ രാത്രിയിൽ പുറപ്പെട്ടു തിരുവോണദിവസം അരുണോദയമാകുമ്പോൾ ആറന്മുളക്ഷേത്രക്കാവിലടുക്കുകയുമാണ് പതിവ്. സദ്യസാമാനങ്ങളും കൊണ്ടുള്ള വരവു വളരെ കേമമാണ്. സാമാനവള്ളങ്ങൾ കൂടാതെ അവയ്ക്ക് അകമ്പടിയായി ഏതാനും കളിവള്ളങ്ങളുമുണ്ടായിരിക്കും. കളി വള്ളങ്ങളിലെല്ലാം ആളുകൾ കയറി വഞ്ചിപ്പാട്ടു പാടി കളിച്ചും വാദ്യഘോഷങ്ങളോടും ആർപ്പുവിളി, വായ്ക്കുരവ മുതാലയവയോടും കൂടിയുള്ള ആ വരവു കാണാൻ ക്ഷേത്രനടയിലും സമീപപ്രദേശങ്ങളിലും അസംഖ്യമാളുകൾ കൂടുക പതിവാണ്.

പണ്ടൊരിക്കൽ പതിവുപോലെ തിരുവോണത്തിന്റെ തലേദിവസം രാത്രിയിൽ സാമാനങ്ങൾ കെട്ടുവള്ളങ്ങളിലാക്കിക്കൊണ്ട് ആഘോഷസമേതം കാട്ടൂരു നിന്നു പുറപ്പെട്ടു. ഏതാനും വഴി വന്നപ്പോൾ സാമാന വള്ളങ്ങൾ മദ്ധ്യേമാർഗ്ഗം ഒരു സ്ഥലത്ത് കരയ്ക്കടുത്ത് ഉറച്ചു. വളരെ ആളുകൾ കൂടി പലവി

ധത്തിൽ ശ്രമിച്ചു നോക്കീട്ടും ആ വള്ളങ്ങളെ അവിടെ നിന്ന് ഇറക്കാൻ കഴിഞ്ഞില്ല. ഒരു നിവൃത്തിയുമില്ലെന്നായപ്പോൾ അവിടെ അടുത്തുണ്ടായിരുന്ന ഒരു ദൈവജ്ഞനെക്കൊണ്ട് പ്രശ്നംവെപ്പിച്ചുനോക്കിച്ചു. അപ്പോൾ വള്ളങ്ങളടുത്തിരിക്കുന്ന സ്ഥലത്തിനു സമീപം ഒരു വീട്ടിലുള്ളവർ ഗതികേടുനിമിത്തം തലേദിവസംതന്നെ ആഹാരമൊന്നും കഴിക്കാതെ 'ആറന്മുളയപ്പൻതന്നെ ശരണം' എന്നു പറഞ്ഞുകൊണ്ട് പട്ടിണി കിടക്കുന്നുണ്ടെന്നും അവർക്ക് ആഹാരത്തിനു വല്ലതും കൊടുത്താൽ വള്ളങ്ങളിളകുമെന്നും പ്രശ്നക്കാരൻ വിധിച്ചു. ഉടനെ അരി കൊടുക്കാമെന്നു പറഞ്ഞ് ആ വീട്ടുകാരെ വിളിച്ചു. അവർഅരിവാങ്ങുന്നതിനു ഒരു കൊച്ചു മുറവുംകൊണ്ടു വരുകയും ആ മുറം നിറച്ച് അരി കൊടുക്കുകയും തത്ക്ഷണം വള്ളങ്ങളിളകുകയാൽ വേഗത്തിലപ്പോന്നു ക്ഷേത്രക്കടവിലടുക്കുകയും ചെയ്തു. പിന്നെ ആണ്ടുതോറും സാമാനങ്ങൾ വള്ളത്തിൽ കയറ്റിക്കൊണ്ട് അവിടെ വരുമ്പോൾ ആ വീട്ടുകാരെ വിളിക്കുകയും അവരൊരു മുറവുംകൊണ്ടു വരുകയും കൊണ്ടുവരുന്ന മുറം നിറച്ച് അരി കൊടുക്കുകയും പതിവായി. കൊണ്ടുചെല്ലുന്ന മുറം നിറച്ച് അരി കിട്ടുമെന്നു കണ്ടപ്പോൾ അത്യാഗ്രഹികളായ ആ വീട്ടുകാർ മുറത്തിന്റെ വലിപ്പം കൂട്ടിത്തുടങ്ങി. ഈ അരി വാങ്ങുന്നതിനായിത്തന്നെ അവർ പ്രത്യേകം പറഞ്ഞു വലിയ മുറമുണ്ടാക്കിച്ച് ആ മുറവും കൊണ്ട് അരി വാങ്ങാൻ വരുക പതിവായി. അങ്ങനെ കുറെ കഴിഞ്ഞപ്പോൾ അവരുടെ മേൽ ദേവകോപമുണ്ടാവുകയും അവർ ക്രമേണ നശിച്ച് അന്യംനിന്നു പോവുകയും ചെയ്തു. എങ്കിലും ചിങ്ങമാസത്തിൽ ഉത്രാടത്തുന്നാൾ സാമാനവള്ളങ്ങൾ ആ സ്ഥാനത്തു വരുമ്പോൾ ഈ പൂർവവൃത്താന്തത്തിന്റെ സ്മാരകമായി മൂന്നു മുഷ്ടി അരി വാരി അവിടെയിടുക ഇപ്പോഴും നടന്നുവരുന്നുണ്ട്.

ആറന്മുള വള്ളം (വഞ്ചി) കളി പ്രാധാനവും പ്രസിദ്ധവുമാണല്ലോ. ഇതു ദേവന് ഏറ്റവും സന്തോഷകരമായിട്ടുള്ളതാണ്. അവിടെ പതിവായിവള്ളംകളി നടത്തുന്നതു ചിങ്ങമാസത്തിൽ തിരുവോണം മുതൽ ഉത്രട്ടാതി വരെയാണ്. ഉത്രട്ടാതി തിരുവാറന്മുളയപ്പന്റെ തിരുനാളാണെന്നാണ് വച്ചിരിക്കുന്നത്. ആ ദിവസത്തെ ആ ദേശത്തുള്ളവർ തിരുവോണത്തെക്കൾ പ്രധാനമായി ആചരിക്കുന്നുണ്ട്. പ്രധാനമായിട്ടുള്ള വള്ളംകളിയും അന്നാണ്. വള്ളംകളി നടത്തുന്നത് അവിടെയുള്ള കര(ദേശ)ക്കാരാകുന്നു. ആറന്മുളദേവന്റെ സങ്കേതത്തിലുൾപ്പെട്ടതായി അനേകം കരകളുണ്ട്. ആ കരക്കാർക്ക് ഓരോരുത്തർക്കും ഈ വള്ളംകളിയിലുള്ള വാശിയും മത്സരവും ഒട്ടും ചില്ലറയല്ല. അവരവരുടെ കളി കേമമാകണമെന്നുള്ള വിചാരം എല്ലാവർക്കുമുണ്ട്. ഇതിലേക്ക് ആ ദേശക്കാർ ഓരോരുത്തരും പ്രത്യേകം പ്രത്യേകം വള്ളങ്ങളുണ്ടാക്കിച്ചിട്ടുണ്ട്. ഓരോരുത്തരും മത്സരിച്ചു വള്ളത്തിനു നീളം കൂട്ടിക്കൂട്ടി ഇപ്പോൾ അവിടെ മൂപ്പത്തിയാറേകാൽ കോൽവരെ നീളമുള്ള വള്ളങ്ങൾ ധാരാളമായിരിക്കുന്നു. വള്ളങ്ങൾ ചുണ്ടൻ, ചുരുളൻ, ഓടി, പരുന്തുവാലൻ ഇങ്ങനെ പലവകയുണ്ടല്ലോ. അവയിൽ ആറന്മുളെ കളിക്കുന്നതിനായി ഉപയോഗിക്കുന്നതു ചുണ്ടൻ വള്ളമാണ്. ഇപ്പോൾ അവിടെ ദേശക്കരുടെ വകയായി നാല്പതിൽക്കുറയാതെ കളിവള്ളങ്ങളുണ്ട്. അവ എല്ലാംകൂടി ചേർന്നു കളിക്കുക ഉത്രാട്ടാതിനാൾ മാത്രമേയുള്ളൂ. തിരുവോണം മുതൽ ദിവസംതോറും രണ്ടും നാലും വള്ളങ്ങൾ കൂടിക്കൂടി ഉത്രട്ടാതിനാൾ എല്ലാം വന്നുകൂടും. ആദ്യമായി വരുന്ന വള്ളങ്ങൾ 'നാറാണത്തു മണല്പുറം'

എന്നു പറയുന്ന സ്ഥലത്തു വന്നടുത്തുകിടക്കും. എല്ലാ വള്ളങ്ങളും അവിടെ വന്നുചേർന്നാൽ കളി തുടങ്ങും. പത്തുനാല്പതു വള്ളങ്ങൾ ഒരുമിച്ചുനിരന്നു കൊട്ടും ഘോഷവും കൊടി, കുട മുതലായവയും പാട്ടും ആർപ്പുവിളിയുമായുള്ള ആ വള്ളംകളി നയനാനന്ദകരമായ ഒരു കാഴ്ച തന്നെയാണ്. നയ്മ്പുകാരും അമരക്കാരും പാട്ടുകാരും വാദ്യക്കാരും മറ്റുമായി ഓരോ വള്ളത്തിലും ഏകദേശം എഴുപത്തഞ്ചുപേരോളം കാണും. ചിങ്ങമാസത്തിൽ പതിവുള്ള ഈ വള്ളംകളി കൂടാതെ ചിലരുടെ പേർക്കു വഴിപാടായിട്ടും അവിടെ ചിലപ്പോൾ വള്ളംകളി ഉണ്ടാകാറുണ്ട്. അതിനു രണ്ടോ നാലോ വള്ളങ്ങളല്ലാതെ ഉണ്ടായിരിക്കാറില്ല. വഴിപാടു കളിയുടെ ചെലവെല്ലാം വഴിപാടുകാരൻ തന്നെ വഹിക്കണമല്ലോ. വള്ളം കളിക്കാർക്കു കെങ്കേമമായി സദ്യ നടത്തുകയും മറ്റും വേണ്ടതാകയാൽ വള്ളങ്ങളധികമായാൽ ചെലവു ദുർവഹമായിത്തീരുമെന്നു വിചാരിച്ചു സാമാന്യക്കാർ വള്ളത്തിന്റെ എണ്ണം കൂട്ടാൻ ആഗ്രഹിക്കുകയില്ല. രണ്ടോനാലോ വള്ളങ്ങൾകൊണ്ട് കളി നടത്തിക്കാൻതന്നെ ഒരുവിധം ധനികന്മാർക്കേ സാധിക്കുകയുള്ളു.

ആറന്മുളദേവന്റെ വള്ളംകളിക്കാർക്കു സദ്യ കഴിക്കുന്നതും സ്വാമിക്കു വഴിപാടു തന്നെ. വള്ളംകളിക്കാർക്കുള്ള സദ്യയ്ക്കു 'വള്ളസദ്യ' എന്നാണ് പേരു പറഞ്ഞുവരുന്നത്. സന്താനാർത്ഥമായും രോഗശമനത്തിനായും മറ്റും ഈ വഴിപാട് പലരും നടത്തുന്നുണ്ട്. അന്യദേശക്കാർ വള്ളസദ്യ നടത്തുന്നതിന്റെ മുറ താഴെപ്പറയും പ്രകാരമാണ്. ആദ്യംതന്നെ ഏതു കരക്കാരുടെ വള്ളക്കാർക്കാണ് സദ്യ നടത്തുന്നതെന്നും എത്ര വള്ളങ്ങൾ വരുത്തി സദ്യ നടത്തണമെന്നും നിശ്ചയിക്കണം. പിന്നെ ആ നിശ്ചയിക്കപ്പെടുന്ന കരയിലെ പ്രധാനന്റെ പേർക്കു വിവരത്തിന് എഴുതിയയയ്ക്കണം. അതിൽ സദ്യ നടത്താൻ നിശ്ചയിച്ചിരിക്കുന്നത് ഇന്ന മാസം ഇത്രാം തീയതിയാണെന്നും ഇത്ര വള്ളം വരണമെന്നും വിവരിച്ചിരിക്കുകയും വേണം. കരനാഥന്റെ മറുപടി കിട്ടിയാൽ സദ്യയ്ക്കു വട്ടംകൂട്ടാം. നിശ്ചിതദിവസം രാവിലെ ക്ഷണിക്കപ്പെട്ടിട്ടുള്ളിടത്തോളം വള്ളങ്ങളിൽ നിറച്ച് ആളുകൾ കയറി കൊടി, കുട, തഴ മുതലായ ആഡംബരങ്ങളോടും വാദ്യഘോഷങ്ങളോടുംകൂടി പാടിക്കളിച്ചു വഴിപാടുകാരന്റെ ഗൃഹത്തിൽ വന്നുചേരും. ആ സമയം വഴിപാടുകാരൻ അവിടെ നിറപറയും വിളക്കുംവച്ചു കാത്തുനിന്നു വള്ളക്കാരെ എതിരേറ്റിരുത്തി, മുറുക്കാനും മറ്റും കൊടുത്തു സൽക്കരിക്കണം. അവർ മുറുക്കി രസിച്ചുകുറച്ചു നേരമിരുന്നു വിശ്രമിച്ചുകഴിഞ്ഞാൽ എല്ലാവർക്കും തേച്ചുകുളിക്കാൻ എണ്ണയുമിഞ്ചയും മറ്റും കൊടുക്കണം. അവർ തേച്ചുകുളി കഴിഞ്ഞുവന്നാലുടനെ സദ്യയ്ക്കു ഇല വയ്ക്കണം. സദ്യയുടെ വട്ടം ഉപായത്തിലൊന്നു മായാല്പോരാ. കാളൻ, ഓലൻ, എരിശ്ശേരി മുതലായ മലയാളക്കറികളും, പരിപ്പ്, പച്ചടി, കൂട്ടുകറി, സാമ്പാർ മുതലായ പരദേശക്കറികളും അപ്പം, വട എള്ളുണ്ട, ബോളി മുതലായവയും പപ്പടം (ചെറിയതും, വലിയതും) പഴം നുറുക്ക്, പഞ്ചസാര മുതലായവയും ധാരാളമായിട്ടെടുത്തു വിലക്കണം. നാലുകൂട്ടം പ്രഥമൻ, എട്ടുകൂട്ടമുപ്പേരി, അത്രയും ഉപ്പിലിട്ടവ, ഉറത്തൈര്, മോര് മുതലായവയും ധാരാളമുണ്ടായിരിക്കണം. ഒന്നിനും ലോപം പാടില്ല. സദ്യ വള്ളക്കാർക്കു മാത്രം കൊടുത്താൽ പോരാ. ഉണ്ണാനായി വരുന്നവർക്കെല്ലാവർക്കും കൊടുക്കണം. എല്ലാവർക്കും സകലവിഭവങ്ങളും ധാരാളമായിട്ടുണ്ടായിരിക്കുകയും വേണം. അങ്ങനെയാണ് വള്ളസദ്യയുടെ പതിവ്. സദ്യ കഴിയുമ്പോൾ

എല്ലാവർക്കും ചന്ദനം, പനീനീർ മുതലായവയും മുറുക്കാനും കൊടുക്കണം. വള്ളക്കാർ മുറുക്കി രസിച്ചു വെടികളും പറഞ്ഞു സ്വല്പനേരം ഇരുന്നതിന്റെ ശേഷം വഴിപാടുകാരന്റെ അഭീഷ്ടം ആറന്മുളയപ്പൻ സാധിപ്പിച്ചുകൊടുക്കട്ടെ എന്നു ആശീർവദിച്ചിട്ടു യാത്രയാകും. ആ സമയം അവർക്കു വഴിക്കു തിന്നുന്നതിനു ധാരാളമായി വെറ്റില പുകയിലയും അവിൽ നനച്ചതും ചുമടു കെട്ടി വള്ളത്തിൽവച്ചു കൊടുക്കണം. കരക്കാരിൽ പ്രധാനന്മാർക്കു ചില സമ്മാനങ്ങളും കൊടുക്കണം. ഇങ്ങനെ അവരെ സന്തോഷിപ്പിച്ചു വള്ളക്കടവുവരെ അനുയാത്രയായിച്ചെന്നു യാത്ര പറഞ്ഞയക്കണം. ഇങ്ങനെയെല്ലാമാണ് വള്ള സദ്യയുടെ മുറ. ഈ വഴിപാട് ഇപ്പോഴും പലർ നടത്തുന്നുണ്ട്. അവർ വിചാരിക്കുന്ന കാര്യം ഭഗവാൻ സാധിപ്പിച്ചു കൊടുക്കുന്നുമുണ്ട്.

ഉത്രട്ടാതിനാൾ വള്ളങ്ങളെല്ലാം നാറാണത്തു മണല്പുറത്തു ചെന്നു ചേർന്നതിന്റെ ശേഷമാണ് കളി തുടങ്ങുന്നതെന്നു മുമ്പു പറഞ്ഞിട്ടുണ്ടല്ലോ. ഒരാണ്ടിൽ വള്ളങ്ങളെല്ലം നാറണത്തു മണല്പുറത്തു ചെന്നു ചേർന്ന സമയം അക്കാലത്തു തിരുവല്ലാ തഹശീൽദാരായിരുന്ന കേശവ പിള്ള അവർകൾ അവിടെച്ചെന്ന് അവിടെ കൂടിയിരുന്ന ജനങ്ങളോട് 'ആറന്മുള ഭഗവാന്റെ സങ്കേതത്തിലുള്ള സകല കരകളിലെ ജനങ്ങളും ഇവിടെ കൂടീട്ടുണ്ടലോ. നിങ്ങളെ എല്ലാവരേയും കൂടെക്കണ്ട് ഒരു കാര്യം അപേക്ഷിക്കുന്നതിനായിട്ടാണ് ഞാൻ വന്നിരിക്കുന്നത്. കാര്യം മറ്റൊന്നുമല്ല. നമ്മുടെ ഭഗവാന്റെ അമ്പലം ചെമ്പിടുവിച്ചാൽക്കൊള്ളാമെന്നു ഞാൻ വിചാരിക്കുന്നു. അതിലേക്കു നിങ്ങളെല്ലാവരും യഥാശക്തി ധനസഹായം ചെയണമെന്നുള്ളതാണ് എന്റെ അപേക്ഷ' എന്നു പറഞ്ഞു. ഇതു കേട്ട് ജനക്കൂട്ടത്തിൽ നിന്ന് ഒരാൾ 'അങ്ങുന്നിന്റെ ഈ ഉദ്യമം കേവലം അനാവശ്യവും ഒരു വക ഭോഷത്വവുമാണ്. ഇതു ഒരിക്കലും നടക്കുന്നതുമല്ല. സർക്കാർ വക ക്ഷേത്രം ചെമ്പിടുവിക്കുന്നതിനു ജനങ്ങളെ ഉപദ്രവിച്ചു പണമുണ്ടാക്കീട്ടു വേണമെന്നുണ്ടോ? സർക്കാരില്പണം ധാരാളമുണ്ടല്ലോ. ഇതിലേക്ക് ജനങ്ങൾ ധനസഹായം ചെയ്യുന്നത് ആരറിയാനാണ്? ഇത് ഉറക്കത്തിൽ കാൽ തിരുമ്മുന്നതുപോലെയാണല്ലോ. ഇതിലേക്കു ആരുമൊന്നും തരുമെന്നു തോന്നുന്നില്ല. ജനോപദ്രവം ചെയ്കയെന്നുള്ളത് ഒരു സർക്കാരുദ്യോഗസ്ഥനു യോഗ്യമായിട്ടുള്ളതാണോ? അങ്ങുന്നിതിനു പുറപ്പെട്ടത് ഒട്ടും ശരിയായില്ല' എന്നു പറഞ്ഞു. ഇതു കേട്ട് തഹശീൽദാർ വല്ലതെ വിഷണ്ണനായിത്തീർന്നു. അപ്പോഴേക്കും ആ മറുപടി പറഞ്ഞയാൾ ബോധരഹിതനായി ഏറ്റവും പാരവശ്യത്തോടുകൂടി വെട്ടിയിട്ട മരം പോലെ പെട്ടെന്നു നിലംപതിച്ചു. എല്ലാവരും പരിഭ്രമിച്ച് അടുത്തുചെന്ന് അയാളൊടു സുഖക്കേടെന്താണെന്നു ചോദിച്ചിട്ട് അയാൾക്കു നാവിളക്കി സംസാരിക്കാൻ വഹിയായിരുന്നു. അയാളുടെനാക്ക് സ്തംഭിച്ചുപോയിരുന്നു. അപ്പോൾ അവിടെയുണ്ടായിരുന്ന മറ്റു ജനങ്ങൾ താഹശീൽദാരോട്, 'ഈ ഏഭ്യൻ കഥയിലായ്കകൊണ്ട് ഇങ്ങനെയൊക്കെ പറഞ്ഞതാണ്. അതുകൊണ്ട് അങ്ങത്തേക്ക് ഞങ്ങളോടു പരിഭവം തോന്നരുത്. സ്വാമി കാര്യത്തിനായി യഥാശക്തി ധനസഹായം ചെയ്യുവാൻ ഞങ്ങളെല്ലാവരും സന്നദ്ധരാണ് എന്നു പറയുകയും ചിലർ ഏതാനും സംഖ്യ അപ്പോൾതന്നെ കൊടുക്കുകയും തഹശീൽദാർ കിട്ടി യതു വാങ്ങിക്കൊണ്ടു മടങ്ങിപ്പോവുകയും ചെയ്തു. ആ ബോധരഹിതനായ ആളെ ചിലർ കൂടി ഒരു വള്ളത്തിലാക്കി അയാളുടെ വീട്ടിൽ കൊണ്ടുചെന്നാക്കി.

വള്ളംകളി കഴിഞ്ഞതിന്റെ ശേഷം എല്ലാവരുംകൂടി ആ സുഖക്കേടുപിടി പെട്ട ആളുടെ വീട്ടിലെത്തി. അപ്പോഴും അയാൾ ബോധരഹിതനായിത്തന്നെ കിടന്നിരുന്നു. വൈദ്യന്മാർ പഠിച്ച വിദ്യകളെല്ലാം പ്രയോഗിച്ചു നോക്കിയിട്ടും ഒരു ഫലവുമുണ്ടായില്ല. അതിനാൽ ഒരു പ്രശ്നക്കാരനെ വരുത്തി പ്രശ്നംവെപ്പി ച്ചു നോക്കിച്ചു. അപ്പോൾ പ്രശ്നക്കാരൻ ഈ സുഖക്കേട് ആറന്മുളഭഗവാന്റെ കോപം നിമിത്തമുണ്ടായിട്ടുള്ളതാണെന്നും സ്വാമിഭക്തനായ തഹശീൽ ദ്ദാരെ ആക്ഷേപിച്ചതിലാണ് സ്വാമിക്ക് അധികം വിരോധമുണ്ടായിട്ടുള്ള തെന്നും അതിനാൽ ആ വീട്ടിൽനിന്നും ചിലർ ചെന്നു തഹശീൽദാരവർ കളുടെ അടുക്കൽ ക്ഷമായാചനം ചെയ്യുകയും അമ്പലം ചെമ്പിടുവിക്കുന്ന വകയ്ക്കു തക്കതായ ഒരു സംഖ്യ അവിടെ കൊടുക്കുകയും ഭഗവാന്റെ നടയിൽ വിളിച്ചുചൊല്ലി പ്രായച്ഛിത്തം ചെയ്യുകയും ചെയ്താലല്ലാതെ ഈ സുഖക്കേടു ഭേദപ്പെടുകയില്ലെന്നും വിധിച്ചു. ഉടനെ പ്രശ്നവിധിപ്രകാരമെല്ലാം ചെയ്തു. അപ്പോൾ സുഖക്കേടുകാരനു ബോധം വീണു. എങ്കിലും അയാൾക്കു സംസാ രിക്കാറായില്ല. അധികം താമസിയാതെ അയാൾ മരിച്ചുപോവുകയും ചെയ്തു. ഈ വർത്തമാനം കേട്ടു ജനങ്ങൾക്കു ഭഗവാനെക്കുറിച്ചു ഭയവും ഭക്തിയും പൂർവ്വാധികം വർദ്ധിക്കുകയാൽ ചോദിക്കാതെതന്നെ ചെമ്പുമേച്ചിൽവക യ്ക്കു എല്ലാവരും യഥാശക്തി ഓരോ സംഖ്യ തഹശീൽദാരദ്ദേഹത്തിന്റെ അടുക്കൽ കൊണ്ടുചെന്നു കൊടുത്തു. അദ്ദേഹം നാലമ്പലത്തിനു ചെമ്പിടു വിക്കണമെന്നേ വിചാരിച്ചിരുന്നുള്ളൂ. അതു കഴിഞ്ഞിട് പിന്നെയും പണം വളരെ അധികമുണ്ടായിരുന്നതിനാൽ വിളക്കുമാടത്തിനുകൂടി അദ്ദേഹം ചെമ്പിടുവിച്ചു. ഇപ്രകാരമാണ് ആറന്മുള ക്ഷേത്രം ചെമ്പിടുവിച്ചത്. ഭഗവാന്റെ മാഹാത്മ്യവിശേഷം ഇനിയും ഇങ്ങനെ വളരെ പറയാനുണ്ട്.

ഒരിക്കൽ ഒരു നായർക്കു നാഭിക്കു താഴെയായി ഒരു മുഴയുണ്ടായി. അതു ക്രമേണ വളർന്നു ഒരു സഞ്ചിപോലെ തൂങ്ങി. അത് അയാൾക്കു ഏറ്റവും ഉപദ്രവകരമായിത്തീർന്നു. 'ഈ മുഴയോളം വലിപ്പത്തിൽ സ്വർണ്ണംകൊ ണ്ട് ഒരു കുമിളയുണ്ടാക്കിച്ച് ആറന്മുള ഭഗവാന് നടയ്ക്കു വയ്ക്കുകയും അവിടെ നാല്പത്തൊന്നു ദിവസം ഭജിക്കുകയും ചെയ്താൽ ഈ മുഴ പോകും' എന്നു ചിലർ പറയുകയാൽ അതു വിശ്വസിച്ച് നായർ ആറന്മുളെച്ചെന്ന് ഭക്തി പൂർവം ഭജനം തുടങ്ങി. അക്കാലത്ത് ആറന്മുള മതിൽക്കകത്ത് ഒരു കല (മാൻ) ഉണ്ടായിരുന്നു. അത് കുട്ടിയായിരുന്നപ്പോൾ ഒരാൾ കൊണ്ടുചെന്ന് വഴിപാടായി നടയ്ക്കു കെട്ടിയതായിരുന്നു. അതു ക്രമേണ വളരുകയും വലിയ കൊമ്പുകളും മറ്റും ഉണ്ടായിത്തീരുകയും ചെയ്തിരുന്നു. എങ്കിലും അത് ആരെയും ഉപദ്രവിക്കാറില്ല. ദേവസ്വത്തിൽനിന്നു അതിനു തീറ്റക്ക് ചിലതൊക്കെ കൊടുപ്പിച്ചിരുന്നതുകൂടാതെ അവിടെ ദർശനത്തിനായും ഭജനത്തിനായും മറ്റുംചെല്ലുന്നവരും ആ കലയ്ക്കു തിന്നാൻ എന്തെങ്കിലും കൊടുക്കുക പതിവാ യിരുന്നു. ഒരു ദിവസം ആ ഭജനക്കാരൻ നായർ ഭഗവന്നാമങ്ങൾ ജപിച്ചു കൊണ്ട് ക്ഷേത്രപ്രദക്ഷിണം ചെയ്തുകൊണ്ടിരുന്ന സമയം ആ കല അടുത്തു ചെല്ലുകയും അതു ചാടി നായരുടെ നാഭിക്കു താഴെയായി ഒരു കുത്തുവച്ചു കൊടുക്കുകയും ചെയ്തു. കുത്തുകൊണ്ട ക്ഷണത്തിൽ നായർ ബോധരഹി തനായി നിലത്തുവീണു. ഉടനെ ചിലർകൂടി അയാളെ എടുത്തു മതിൽക്കു പുറത്തുകൊണ്ടു പോയിക്കിടത്തി. അപ്പോൾ രക്തം ഇടമുറിയാതെ പ്രവഹി ച്ചുതുടങ്ങി. അവിടെ ഉണ്ടായിരുന്നവർ പരിശോധിച്ച പ്പോൾ മുഴ കലയുടെ

കൊമ്പുകൊണ്ട് പൊട്ടിക്കീറിയിരിക്കുന്നതായി കണ്ടു. ഉടനെ ചിലർ ഒരു വൈദ്യനെ വരുത്തികാണിച്ച് 'ഇനി ഇതിനെന്താണ് ചെയ്യേണ്ടത്? എന്നു ചോദിച്ചു. വൈദ്യൻ മുറിവു പരിശോധിച്ചിട്ട് 'ഇത് ആ കല ഭഗവാന്റെ കല്പനപ്രകാരം ചെയ്തുതന്നെയാണ്. ഭഗവാന്റെ കലയ്ക്കും ശസ്ത്രക്രിയ അറിയാമെന്നാണ് തോന്നുന്നത്. ഈ കുത്തു സ്വല്പം മാറിയായിരുന്നു കൊണ്ടിരുന്നതെങ്കിൽ രോഗിയുടെ കഥ അപ്പോൾത്തന്നെ കഴിയുമായിരുന്നു. ഭഗവാൻ ചെയ്തതിനു ശേഷം ചെയ്യാൻ ഞാൻ ശക്തനല്ല. ഇനി വേണ്ടുന്നതു ആറന്മുളയപ്പൻതന്നെ ചെയ്തുകൊള്ളും. ഇങ്ങനെ രക്തം കുറെ പോയാല്പിന്നെ മുഴകാണുകയില്ല. പിന്നെ മുറിവുണങ്ങിയാൽ മതിയല്ലോ. അത് ഭഗവത് കൃപകൊണ്ട് ക്രമേണ ശരിയായിക്കൊള്ളും' എന്നു പറഞ്ഞിട്ട് വൈദ്യൻപോയി. പിന്നെ മൂന്നു ദിവസത്തേക്കു രക്തം ഒലിച്ചുകൊണ്ടുതന്നെയിരുന്നു. അപ്പോഴേക്കും മുഴ കാൺമാനില്ലാതെയായി. ചികിത്സയൊന്നും കൂടാതെ തന്നെ ക്രമേണ മുറിവുണങ്ങി. നായർ പൂർണ്ണസുഖത്തെ പ്രാപിച്ചു. അനന്തരം ആ നായർ സ്വർണ്ണക്കുമിളയുണ്ടാക്കിച്ചു നടയ്ക്കുവയ്ക്കുകയും വേറെയും ചില വഴിപാടുകൾ നടത്തി ഭജനം കാലംകൂടി മടങ്ങിപ്പോവുകയും ചെയ്തു.

ഒരാൾ മറ്റൊരാൾക്കു കൊടുക്കാനുണ്ടായിരുന്ന മുതൽ കൊടുക്കാനില്ലെന്ന് ആറന്മുള നടയിൽ കള്ളസത്യം ചെയ്തിട്ട് ഉടൻ അയാളുടെ നാക്കിറങ്ങിപ്പോവുകയാൽ സംസാരിക്കാൻ വയ്യാതെയാവുകയും അന്നുതന്നെ അയാൾ മരിച്ചുപോവുകയും ചെയ്തത് ഈ അടുത്ത കാലത്താണ്. ഇതു കണ്ടറിഞ്ഞവരിൽച്ചിലർ ഇപ്പോഴും ജീവിച്ചിരിക്കുന്നുണ്ട്. ഗുരുവായൂരപ്പനും അമ്പലപ്പുഴ കൃഷ്ണസ്വാമിയും തമ്മിലും വൈക്കത്തപ്പനും ഏറ്റുമാനൂർ ദേവനും തമ്മിലും മറ്റും പണ്ടു ചില പിണക്കവും മത്സരവുമൊക്കെ ഉണ്ടായിട്ടുണ്ടെന്നുള്ളതു പ്രസിദ്ധമാണല്ലോ. അതുപോലെ ചില സംഗതികൾ ഇവിടെയുമുണ്ടായിട്ടുണ്ട്. ആറന്മുളക്കാരൻ ഒരുനായർ കവിയൂരുള്ള ഒരു വീട്ടിൽ ഒരു സ്ത്രീയ്ക്കു സംബന്ധം ചെയ്തിരുന്നു. ആ നായർ അയാളുടെ വീട്ടിൽനിന്ന് ഒരു പൂവൻവാഴക്കന്നു കവിയൂർ ഭാര്യഗൃഹത്തിൽ കൊണ്ട് ചെന്ന് അവരുടെ പറമ്പിൽ നല്ലവളക്കൂറുള്ള സ്ഥലം നോക്കി കുഴിച്ചുവെച്ചു. പിന്നെയും നല്ലപോലെവളമിട്ടു ശുശ്രൂഷിച്ചതിനാൽ വാഴ യഥാകാലം കുലച്ചു വലിയ കുലയുണ്ടായി. കായ്ക്കു മൂപ്പായപ്പോൾ, 'ഈ കുല വെട്ടിപ്പഴുപ്പിച്ചു കൊണ്ടുപോയി ആറന്മുളഭഗവാനു നിവേദിക്കണം' എന്നു നായർ പറഞ്ഞു. അപ്പോൾ ഭാര്യ 'ആ കുല വെട്ടേണ്ട; അതവിടെ നിന്നു പഴുക്കട്ടെ. പഴുത്തിട്ടു വെട്ടി കവിയൂർദേവനു നിവേദിപ്പിക്കണം' എന്നു പറഞ്ഞു. ഇങ്ങനെ അവർ രണ്ടുപേരും തമ്മിൽവലിയ വാദമായി. കുല ആരും വെട്ടാതെ അവിടെ നിന്നു പഴുത്തുതുടങ്ങി. ഒരു പടല പഴുത്തപ്പോൾ ഒരു ദിവസം എവിടെ നിന്നോ ഒരു കുരങ്ങു വന്നു പഴുത്ത കായ് തിന്നു തുടങ്ങി. അത് കണ്ട് നായർ കൊഴിയും കല്ലുമെടുത്തെറിഞ്ഞ് കുരങ്ങിനെ ഓടിച്ചു. കുരങ്ങു വാഴയിൽനിന്നു ചാടിയപ്പോൾ ചാട്ടം പിഴച്ച് ഒരു കുറ്റിയിന്മേൽ വീണു വയറു കീറിപ്പോയതിനാൽ ഉടനെ മരിച്ചു. അപ്പോൾ ഭാര്യ, 'ആ കുല ആറന്മുളയ്ക്കു കൊണ്ടുപോകണമെന്നു പറഞ്ഞതു കൊണ്ട് കവിയൂർ ദേവൻ തന്റെ ഹനുമാനെ പറഞ്ഞയച്ച് ആ കുല കടിപ്പിച്ച് അശുദ്ധപ്പെടുത്തിയത് കണ്ടില്ലേ! ഇനി ആ കുല ആറന്മുളയ്ക്കു കൊണ്ടുപോകുന്നത് എനിക്കൊന്നു കാണണം.' അതുകേട്ട്, 'തനിക്ക് നിവേദിക്കാനായി നിശ്ചയിക്കപ്പെട്ടിരുന്ന വാഴയ്ക്കു ശുദ്ധം മാറ്റിയ കുരങ്ങിനെ ആറന്മുളയപ്പൻ ഉടനെ

നിഗ്രഹിച്ചതും കണ്ടില്ലേ? ആറന്മുളയപ്പനോടു കളിച്ചാൽ ഇങ്ങനെയിരിക്കും. ആറന്മുള ദേവൻ വല്ലാത്തയാളെന്ന നീയും മനസ്സിലാക്കിക്കൊള്ളണം.' എന്ന ഭർത്താവും പറഞ്ഞു. ആറന്മുളനിന്ന ചിലർ പണ്ടൊരിക്കൽ ശബരിമലയ്ക്കു പോയി. ശബരിമലയ്ക്കു പോകുന്നവർ 'സ്വാമിയെ ശരണമയപ്പാ' എന്ന വിളിച്ചു കൊണ്ടാണല്ലോ പോവുക പതിവ്. 'സ്വാമിയെ ശരണമാറന്മുളയപ്പോ'എന്ന വിളിചുകൊണ്ടാണ് ആറന്മുളക്കാർ പോയത്. അഴുത എന്ന സ്ഥലത്തുവച്ച് അയ്യപ്പന്റെ വെളിചപ്പാടായി ഒരാൾ തുള്ളി, 'എന്റെ നാമം വിളിക്കാതെ എന്റെ മല കേറുന്നവരെല്ലാം എന്റെ നായ്ക്കൾക്കു (വ്യാഘ്രങ്ങൾക്കു) ഇരയാകും' എന്ന കല്പിച്ചു. എന്നിട്ടും ആറന്മുളക്കാർ അവരുടെ ദേവനെ വിളിച്ചുകൊണ്ടു തന്നെ പോയി. അങ്ങനെപോയി വലിയ വനത്തിലായപ്പോൾ ഒട്ടുവളരെ വ്യാഘ്രങ്ങൾ വായും പൊളിച്ചുകൊണ്ട് ആറന്മുളക്കരുടെ നേരെ ചാടിച്ചെന്നു. അപ്പോൾ എവിടെനിന്നോ തുരുതുരെ അമ്പുകൾ ചെന്ന വ്യാഘ്രങ്ങളുടെ വായിലും ദേഹത്തിലുമെല്ലാം പതിച്ചുതുടങ്ങി. ഉടനെ വ്യാഘ്രങ്ങളെല്ലാമോടി കാട്ടുകയറി. എങ്കിലും അന്ന രാത്രിയിൽ ആറന്മുളക്കാർ കിടന്നുറങ്ങിയ സമയം 'നിങ്ങളാരും മലകേറരുത്. നാളെത്തന്നെ തിരിയെപ്പോരണം' എന്ന് ഒരാൾ അവരുടെഅടുക്കൽചെന്ന പറഞ്ഞതായി അവർക്കെല്ലാവർക്കും സ്വപ്നമുണ്ടായി. ഇപ്രകാരം സ്വപ്നം കാണിച്ചതും ശരം പ്രയോഗിച്ച് വ്യാഘ്രങ്ങളെ ഓടിച്ചതും തിരുവാറന്മുളയപ്പനാണെന്ന വിശേഷിച്ചു പറയണമെന്നില്ലല്ലോ. സ്വപ്നം കണ്ടതിന്റെ പിറ്റേ ദിവസംതന്നെ ആറന്മുളക്കാർ തിരിയെപ്പോന്നു. അക്കാലം മുതൽ ആറന്മുളക്കാർ ശബരിമലയ്ക്കു പോകാതെയായി.ഇപ്പോഴും ആ ദേശക്കാരാരും ശബരിമലയ്ക്കു പോകാറില്ല.

ആറന്മുള ദേവന്റെ ഭണ്ഡാരത്തിൽ തിരുവാഭരണങ്ങളായിട്ടും പണങ്ങളായിട്ടും മറ്റും വളരെ മുതലുകളിരിപ്പുണ്ടെന്നറിഞ്ഞ് അവ തട്ടിക്കൊണ്ടു പോകാനായി പണ്ടൊരിക്കൽ ഒട്ടുവളരെ തുലുക്കന്മാർ ആയുധപാണികളായി അവിടെ ചെന്ന കേറി. തിരുവാഭരണങ്ങളും മറ്റും പെറുക്കിയെടുത്തു ഭാണ്ഡംകെട്ടിക്കൊണ്ട് അവർ യാത്രയായ സമയം സംഖ്യയില്ലാതെ ശരങ്ങൾ വന്ന് അവരുടെ ദേഹത്തിൽ തറച്ചു തുടങ്ങി. ശരങ്ങളയയ്ക്കുന്നത് ആരാണെന്ന് നോക്കീട്ട് അവിടെയെങ്ങും ആരേയും കാൺമാനില്ലായിരുന്നു. നിവൃത്തിയില്ലാതെയായപ്പോൾ തുലുക്കപ്പടകൾ അവിടെ നിന്നെടുത്ത മുതലുകളും അവരുടെ ആയുധങ്ങളും അവിടെതന്നെ വലിച്ചെറിഞ്ഞിട്ട് ആറ്റുകടവിലേക്ക് ഓടി. അവർ ആ കടവിനടുത്തുള്ള ഇടവഴിയിൽച്ചെന്നപ്പോൾ അവിടെ രണ്ടു വശത്തുമുണ്ടായിരുന്ന പാറകൾ കൂട്ടിയടുത്ത്അവർക്കു മുമ്പോട്ടും പുറകോട്ടും പോകാൻ പാടില്ലാത്തവിധത്തിലാക്കുകയും അസംഖ്യം തുലുക്കന്മാരെ അവിടെയിട്ടു ഞെക്കിഞെരുക്കിക്കൊല്ലുകയും ചെയ്തു. അവരിൽ ചിലർ മാത്രം ചത്തില്ല. എങ്കിലും അവരും 'ചാകാതെ ചത്തു' എന്നുള്ള വിധത്തിൽ ഏറ്റവും പരവശന്മാരായി ത്തീർന്നു. അങ്ങനെ ശേഷിച്ചവർ 'ഇനി ഒരു കാലത്തും ഞങ്ങളും ഞങ്ങളുടെ ജാതിക്കാരും ആറന്മുളദേശത്തു കയറി മോഷ്ടിക്കുകയോ മറ്റുപദ്രവങ്ങൾ ചെയുകയോ ചെയ്കയില്ല പടച്ചവനാണ് സത്യം'എന്ന് സത്യം ചെയ്ത് അവിടെ നിന്ന് പോയിപ്പിഴച്ചു. അതില്പിന്നെ ഇക്കാലം വരെ ആറന്മുള ദേശത്തു തുലുക്കന്മാരുടെ ഉപദ്രവമുണ്ടായിട്ടില്ല. അന്നവർ എറിഞ്ഞുകളഞ്ഞ വാളുകളെല്ലാം പെറുക്കിയെടുത്തു ക്ഷേത്രമാളികയുടെ മുകളിൽ സൂക്ഷിച്ചിട്ടുണ്ടായിരുന്നു. അവയിൽ ഏതാനുമൊക്കെ തുരുമ്പുപിടിച്ചു കേട്ടുവന്നു

പോവുകയും ഒട്ടുവളരെയെണ്ണം ലേലം ചെയ്തു വില്ക്കുകയും ചെയ്തുവെങ്കിലും ശേഷമുള്ള വാളുകൾ ഇപ്പോഴുമവിടെ ബലിക്കല്പുരയുടെ മുകളിൽ സൂക്ഷിച്ചുവച്ചിട്ടുണ്ട്. ഇത്ര വളരെ വാളുകൾ ഉണ്ടായിരുന്നതുകൊണ്ടുതന്നെ അന്നു കൊള്ളയ്ക്കുവന്നിരുന്ന തുലുക്കന്മാരുടെ സംഖ്യ ഒട്ടും ചില്ലറയല്ലായിരുന്നു എന്നു തീർച്ചയാക്കാം.

ആറന്മുള ക്ഷേത്രത്തിൽ എല്ലാക്കാലത്തും ഭജനക്കാർ ധാരാളമുണ്ടായിരിക്കും. അവിടെ ദർശനത്തിനായി വരുന്നവരെല്ലാം യഥാശക്തി ഭജനക്കാർക്കു വല്ലതും കൊടുക്കുക പതിവാണ്. ഭജനക്കാർക്കു വല്ലതും കൊടുക്കുന്നതു സ്വാമിക്കു സന്തോഷവും ഒന്നും കൊടുക്കാതെയിരിക്കുന്നതു വലിയ വിരോധവുമാണ്. ഭജനക്കാർക്ക് ഒന്നും കൊടുക്കാത്തവർക്കു ദേവകോപവും തന്നിമിത്തം പലവിധത്തിലുള്ള അനർത്ഥങ്ങളുമുണ്ടാകുമെന്നുള്ളതു നിശ്ചയമാണ്. ചിലർ ഭജനക്കാർക്കു ചതുർവിധ വിഭവങ്ങളോടു കൂടി ഭക്ഷണവും പണവും കൊടുത്ത് അവരെക്കൊണ്ടു ശയനപ്രദക്ഷിണം നടത്തിക്ക പതിവാകുന്നു. അതും അവിടെ ദേവപ്രീതികരമായ വഴിപാടാണ്.

ഉത്സവകാലങ്ങളിൽ ശീവേലിസമയത്തും കുട, കൊടി, തഴ മുതലായവ എടുത്തുകൊണ്ടുനടക്കുന്നവർക്കു പലഹാരങ്ങൾ, അവില്പൊതി മുതലായവ കൊടുക്കുന്നതും അവിടെ വഴിപാടുതന്നെ. അവിടെ ക്ഷേത്രത്തിന്റെ പ്രധാന നടയിൽ വെളിയിൽനിന്നു മതിൽക്കകത്തു കയറാൻ പതിനെട്ടു കല്പടികൾ ഉണ്ട്. അതിനു 'പതിനെട്ടാംപടി' എന്നാണ് പേരു പറഞ്ഞുവരുന്നത്. ഉത്സവകാലത്തു ചിലർ ദേവപ്രീതിക്കായി പഴക്കുലകൾ കൊണ്ടുവന്നു പതിനെട്ടാംപടിയുടെ മുകളിൽ നിന്നു കൊണ്ട് കുലുക്കും. അപ്പോൾ പഴം എടുക്കുന്നതിനായി പതിനെട്ടാം പടിയുടെ താഴത്തു കുട്ടികളായും അഗതികളായും അസംഖ്യം ജനങ്ങൾ കൂടും. അങ്ങനെ പലർക്കും തിന്നുന്നതിനായി പഴക്കുലകൾ കുലുക്കുന്നതും അവിടെ ഒരു വഴിപാടാണ്. ഇങ്ങനെ ആറന്മുള ദേവന്റെ മാഹാത്മ്യങ്ങൾ, അവിടെയുള്ള വിശേഷങ്ങൾ മുതലായവ പറയുകയാണെങ്കിൽ ഇനിയും വളരെയുണ്ട്. ഈ വക സംഗതികൾ വിശ്വസിക്കുന്നവർ ഇപ്പോൾ വളരെ കുറഞ്ഞുപോയിരിക്കുന്നതുകൊണ്ടും വിശ്വസിക്കുന്നവർക്കു ആറന്മുള ഭഗവാന്റെ മാഹത്മ്യം ഒട്ടും ചില്ലറയല്ലെന്നു മനസ്സിലാക്കുന്നതിന് ഇത്രയും പറഞ്ഞതുകൊണ്ടു മതിയാകുന്നതിനാലും ഇനി അധികം വിസ്തരിക്കുന്നില്ല.

●

കോന്നിയിൽ കൊച്ചയ്യപ്പൻ

കോന്നിയിൽ കൊച്ചയ്യപ്പനെന്നു പ്രസിദ്ധനായിരുന്ന താപ്പാനയെക്കുറിച്ചു കേട്ടിട്ടില്ലാത്തവരായി തിരുവിതാംകൂർ രാജ്യത്തും അടുത്തപ്രദേശങ്ങളിലും അധികമാളുകൾ ഉണ്ടായിരിക്കുമെന്നു തോന്നുന്നില്ല. ഈ ആന ചരിഞ്ഞു (മരിച്ചു) പോയിട്ട് ഇപ്പോൾ പതിനാലു കൊല്ലത്തിലധികംകാലമായിട്ടില്ലാത്തതിനാൽ ഇവനെ (ഈ ആനയുടെ സ്വഭാവം വിചാരിക്കുമ്പോൾ ഇതിനെ എന്നല്ല 'ഇവനെ' എന്നുതന്നെ പറയേണ്ടിയിരിക്കുന്നു.) കണ്ടിട്ടുള്ളവരായിട്ടു തന്നെ ഇപ്പോൾ അനേകംപേർ ജീവിച്ചിരിക്കുന്നുണ്ട് എന്നുള്ളതിനു സംശയമില്ല. ഈ ആന ആദ്യം റാന്നിയിൽ കർത്താവിന്റെ വകയായിരുന്നു. പ്രസിദ്ധ മാന്ത്രികനായിരുന്ന തേവലശ്ശേരി ദാമോദരൻ നമ്പി പറഞ്ഞതനുസരിച്ച് കർത്താവ് ഈ ആനയെ 990മാണ്ട് അച്ചൻകോവിൽ ശാസ്താവിനു വഴിപാടായി നടയ്ക്കിരുത്തി. നടയ്ക്കിരുത്തിയ സമയത്താണ് ഈ ആനയ്ക്കു കൊച്ചയപ്പൻ എന്നു പേരിട്ടത്. അന്ന് ഈ ആനയ്ക്ക് ഏഴു വയസ്സു മാത്രമേ പ്രായമുണ്ടായിരുന്നുള്ളു. നടയ്ക്കിരുത്തിയപ്പോൾ ആന ദേവസ്വംവകയായി ത്തീർന്നുവെങ്കിലും അവിടെ നിറുത്തിയിരുന്നാൽ ആനയ്ക്ക് രക്ഷ മതിയാവുകയില്ലെന്നു വിചാരിച്ചും ആ ആനയെക്കുറിച്ചുണ്ടായിരുന്ന വാത്സല്യംകൊണ്ടും കർത്താവ് ആനയെ അപ്പോൾ തന്നെ ദേവസ്വക്കാരോട് ഏറ്റുവാങ്ങി റാന്നിയിൽത്തന്നെ കൊണ്ടുവന്നു നിറുത്തി രക്ഷിച്ചു വളർത്തിവന്നു. അക്കാലത്തു കൊച്ചയ്യപ്പനു ചങ്ങല ഇടുകയോ അവനെ തളയ്ക്കുകയോ ചെയ്തിരുന്നില്ല. അവനു കൊടുക്കുന്നതു തിന്നുകൊണ്ട് കർത്താവിന്റെ വാസസ്ഥലത്തുതന്നെ മുറ്റത്തും പറമ്പിലുമായി കളിച്ചുനടന്നാണ് കൊച്ചയ്യപ്പൻ വളർന്നത്. എന്നാലവൻ മനുഷ്യരെ ഉപദ്രവിക്കുകയോ പറമ്പിലുള്ള തെങ്ങിൻതൈവാഴ മുതലായവ നശിപ്പിക്കുകയോ യാതൊന്നും ചെയ്തിരുന്നില്ല. കേവലം മനുഷ്യബാലനെപ്പോലെയാണ് കൊച്ചയപ്പൻ അവിടെ താമസിച്ചിരുന്നത്. കൊച്ചയപ്പനു കർത്താവിന്റെ ഗൃഹത്തിലുള്ള സ്ത്രീപുരുഷന്മാരോടു വളരെ സ്നേഹവും കുട്ടികളെക്കുറിച്ചു പ്രത്യേകം വാത്സല്യവുമുണ്ടായിരുന്നു. അവിടെയുള്ളവർക്കു കൊച്ചയപ്പനെക്കുറിച്ചുള്ള സ്നേഹവും അളവറ്റതായിരുന്നു. ആ കുടുംബാംഗങ്ങളിൽ ആരെങ്കിലും 'കൊച്ചയ്യപ്പാ!' എന്നു വിളിച്ചാൽ അവൻ അപ്പോൾ അവിടെയെത്തും. കർത്താവിന്റെ ഗൃഹത്തിലുള്ള കുട്ടികളെ കളിപ്പിക്കുന്നതിനു കൊച്ചയപ്പനും കൊച്ചയ്യപ്പന്റെ അടുക്കൽച്ചെന്നു കളിക്കുന്നതിന് അവിടുത്തെ കുട്ടികൾക്കും വളരെ സന്തോഷവും ഉത്സാഹവുമുണ്ടായിരുന്നു. കുട്ടികളെ കൊച്ചയപ്പന്റെ അടുക്കലാക്കിയാൽ വേണ്ടതുപോലെ സൂക്ഷിച്ചുകൊള്ളുമെ

ന്നുള്ള വിശ്വാസം അവിടെയുള്ള അമ്മമാർക്കും മറ്റുമുണ്ടായിരുന്നതിനാൽ അവർ അതിനനുവദിക്കുകയും നടക്കാറായ കുട്ടികളെല്ലാം കൊച്ചയപ്പന്റെ അടുക്കൽ ചെന്നു കളിക്കുകയും ചെയ്തിരുന്നു.

കൊച്ചയപ്പനെ ഇടവും വലവും പഠിപ്പിച്ച് ഇണക്കി, കൂട്ടിൽനിന്നിറക്കി കർത്താവിന്റെ വാസസ്ഥലത്തു കൊണ്ടുവന്ന ദിവസം മുതൽ കാരണവരു കർത്താവ് നെയ്യും പരിപ്പും കൂട്ടിക്കുഴച്ച് ഒരുരുളച്ചോറു കൊച്ചയപ്പനു കൊടുക്കാതെ ഊണു കഴിക്കാറില്ല. അതു കണ്ട് അവിടെയുള്ളവരെല്ലാവരും കൊച്ചയപ്പന് ഒരുരുളച്ചോറുവീതം പതിവായി കൊടുത്തുതുടങ്ങി. എന്നാൽ കാരണവരുകർത്താവ് ഉരുളക്കൊടുക്കുന്ന തിനുമുമ്പ് ആരെങ്കിലും ഉരുള കൊണ്ടുചെന്നാൽ കൊച്ചയപ്പൻ വാങ്ങുകയില്ലെന്നുള്ളതു തീർച്ചയാണ്. കാരണവരുകർത്താവിന്റെ ഉരുള വാങ്ങിത്തിന്നുകഴിഞ്ഞാൽ പിന്നെ ആരു കൊണ്ടുചെന്നു കൊടുത്താലും അവൻ വാങ്ങിക്കൊള്ളും. പിന്നെ നിർബ ന്ധമൊന്നുമില്ല.

കൊച്ചയപ്പൻ കർത്താവിന്റെ വാസസ്ഥലത്തു താമസിച്ചിരുന്നപ്പോൾ അവന് ആനക്കാരന്മാരുണ്ടായിരുന്നില്ല. അവനു തീറ്റി, തെങ്ങോല മുതലായവ ആരെക്കൊണ്ടെങ്കിലും കർത്താവു വെട്ടിച്ചുകൊടുക്കും. അവൻ തീറ്റി കഴിഞ്ഞാൽ മുററത്തോ പറമ്പിലോ എവിടെയെങ്കിലും യഥേഷ്ടം പോയിക്കിടന്നുകൊള്ളും; അങ്ങനെയാണ് പതിവ്. അക്കാലത്തു കർത്താ വിന്റെ ഗൃഹത്തിൽ ദാസ്യപ്രവൃത്തികൾക്കായി ചക്കിയെന്നും വിക്കിയെന്നും പേരായിട്ടുള്ള രണ്ടു സ്ത്രീകൾ താമസിച്ചിരുന്നു. കൊച്ചയ്യപ്പന്റെ ശുശ്രൂഷയ്ക്കായി ആ സ്ത്രീകളെയാണ് കർത്താവു നിയമിച്ചിരുന്നത്. അവർ പതിവായി കൊച്ച യ്യപ്പനെ പുഴയിൽക്കൊണ്ടുപോയി കുളിപ്പിച്ചുകൊണ്ടുവരണം അതല്ലാതെ വിശേഷിച്ചൊന്നും ആനയെസ്സംബന്ധിച്ച് അവർ ചെയ്യേണ്ടതായിട്ടുണ്ടാ യിരുന്നില്ല. അങ്ങനെ കുറച്ചുകാലം കഴിഞ്ഞപ്പോൾ ചക്കിയും വിക്കിയും പെട്ടെന്നു മരിച്ചുപോയി.

അപ്പോൾ കൊച്ചയപ്പനുണ്ടായ സങ്കടം എത്രമാത്രമെന്നു പറയാൻ പ്രയാസം. വിക്കിക്ക് മക്കളും മറ്റുമുണ്ടായിരുന്നില്ല. ചക്കിക്ക് ഒരു മകളുണ്ടാ യിരുന്നു. ചക്കി മരിച്ചതിന്റെ ശേഷം കർത്താവു കൊച്ചയപ്പനെ കുളിപ്പിക്കു ന്നതിനു ചക്കിയുടെ മകളെ നിയമിച്ചു.

അങ്ങനെ കുറച്ചു കാലംകൂടി കഴിഞ്ഞപ്പോൾ കാരണവരുകർത്താവും മരിച്ചു. അപ്പോൾ കൊച്ചയപ്പനുണ്ടായ സങ്കടം കേവലം ദുസ്സഹംതന്നെയാ യിരുന്നു. കർത്താവു മരിച്ചിട്ടു മൂന്നുദിവസത്തേക്ക് കൊച്ചയപ്പൻ എന്തെങ്കിലും തിന്നുകയാകട്ടെ, വെള്ളം കുടിക്കുകയാകട്ടെ, ഉറങ്ങുകയാകട്ടെ ചെയ്തില്ല. അഹോരാത്രം കരഞ്ഞു കൊണ്ടുതന്നെ അവൻ കഴിച്ചുകൂട്ടി.

കാരണവരുകർത്താവു മരിച്ചതു സംബന്ധിച്ചുള്ള അടിയന്തിരങ്ങളെല്ലാം കഴിഞ്ഞതിന്റെ ശേഷം പതിനേഴാം ദിവസം പിന്നത്തെ കാരണവരുകർ ത്താവും തളത്തിൽച്ചെന്ന് ഉണ്ണാനിരുന്നപ്പോൾ മുൻപതിവു വിചാരിച്ചു കൊച്ചയ്യപ്പൻ തളത്തിന്റെ വാതിൽക്കൽ ഹാജരായി നിന്നു. എന്നാൽ ആ കാരണവരുടെ സ്വഭാവം കഴിഞ്ഞുപോയ കാരണവരുടെ സ്വഭാവംപോലെ അല്ലാതെയിരുന്നതിനാൽ അദ്ദേഹം കൊച്ചയ്യപ്പന് ഉരുള കൊടുത്തില്ല. അപ്പോൾ കൊച്ചയപ്പന് അസാമാന്യമായ കുണ്ഠിതമുണ്ടായി.എങ്കിലും

അവിടെ ശേഷമുണ്ടായിരുന്നവരെല്ലാം പതിവുപോലെ ഉരുളകൊടുത്തതി നാൽ കൊച്ചയപ്പൻ ഒരുവിധം സമാധാനപ്പെട്ടു. എന്നാൽ ആ സമാധാനവും അധികദിവസത്തേക്കു നീണ്ടുനിന്നില്ല. അവിടെ ശേഷമുള്ളവരെല്ലാം ആനയ്ക്ക് ഉരുളകൊടുക്കുന്നുണ്ടെന്നു രണ്ടുമൂന്നുദിവസം കഴിഞ്ഞപ്പോൾ പുതിയ കാരണ വരറിയുകയും അതിനെക്കുറിച്ച് അദ്ദേഹം കോപിച്ച് എല്ലാവരെയും ശാസി ക്കുകയും ചെയ്തു. ആനയ്ക്ക് തിന്നാൻതെങ്ങോലയോ മറ്റൊ അല്ലാതെ ചോറു കൊടുക്കുന്നത് അനാവശ്യമാണെന്നായിരുന്നു അദ്ദേഹത്തിന്റെ അഭിപ്രായം. എന്നുമാത്രമല്ല, ആനയ്ക്കു കുട്ടിപ്രായം കഴിഞ്ഞിരിക്കുന്നതിനാൽ ഇനി അതിന് ഒരാനക്കാരനെ നിയമിക്കുകയും ചങ്ങലയിട്ടു പണിയിച്ചു തുടങ്ങുകയും ചെയ്യ ണമെന്നുകൂടി അദ്ദേഹം അഭിപ്രായപ്പെട്ടു. ഇതൊന്നുമറിയാതെ കൊച്ചയ പ്പൻ പിറ്റേ ദിവസം പതിവു പോലെ ഉരുളയ്ക്കായി അടുക്കളവാതിൽക്കൽ ഹാജരായി. അപ്പോൾ അവിടത്തെ വലിയമ്മ കൊച്ചയപ്പനോട്, 'എന്റെ മകനേ, ഈയിടെ കാലമൊക്കെ മാറിപ്പോയി, വലിയമ്മ, നിനക്കു ചോറു തരരുതെന്നാണ് ഇപ്പോഴത്തെ കാരണവരുടെ കല്പന. അദ്ദേഹം പറയുന്ന തിനെ അനുസരിക്കാതെയിരിക്കാൻ ഞങ്ങൾക്കു നിവൃത്തിയില്ലല്ലോ. നിനക്കു ചോറു തരരുതെന്നു മാത്രമല്ല. ചങ്ങലയിട്ടു നിന്നെ ഇനി പണിക്കയയ്ക്കണ മെന്നുകൂടി അദ്ദേഹം നിശ്ചയിച്ചിരിക്കുന്നു. ഞങ്ങൾക്കൊക്കെ ഇതു വലിയ സങ്കടമായിട്ടുള്ള കാര്യമാണ്. എങ്കിലും എന്തു ചെയ്യാം? എല്ലാം സഹിക്കു കയല്ലാതെ നിവൃത്തിയില്ലല്ലോ' എന്നു പറഞ്ഞു. ഇതു കേട്ടു കൊച്ചയ്യപ്പൻക ണ്ണീരൊലിപ്പിച്ച് കരഞ്ഞുകൊണ്ടു സ്വല്പനേരം വിചാരമഗ്നനായി അവിടെ നിന്നു. ആ സമയം അവിടത്തെ ഒരു ചെറിയ കുഞ്ഞമ്മ കുറെചോറെടുത്തു കുഴച്ചുരുട്ടി കൊച്ചയപ്പനു കൊണ്ടുചെന്നു കൊടുത്തു. എങ്കിലും അവൻ അതു വാങ്ങിയില്ല. പിന്നെ അവൻ എല്ലാവരോടും യാത്ര പറയുന്ന ഭാവത്തിൽ തുമ്പിക്കൈകൊണ്ടു ചില ആംഗ്യങ്ങൾ കാണിക്കുകയും ദീനസ്വരങ്ങൾ പുറപ്പെടുവിക്കുകയും ചെയ്തിട്ടു കണ്ണിരൊലിപ്പിച്ചു കൊണ്ട് അവിടെനിന്ന് ഇറങ്ങിപ്പോയി. കൊച്ചയ്യപ്പന്റെ ആ യാത്ര കണ്ട് അവിടെയുണ്ടായിരുന്ന എല്ലാവരും ആബാലവൃദ്ധം പൊട്ടിക്കരഞ്ഞുപോയി.

കൊച്ചയപ്പൻ നേരെ ചെന്ന് ആറ്റിലിറങ്ങി നാലു നാഴിക പകലാകുന്നതു വരെ വെള്ളത്തിൽത്തന്നെ കിടന്നു. നാലു നാഴിക പകലെ ചക്കിയുടെമകൾ കുളിക്കാനായി ആറ്റുകടവിൽ ചെന്നു. ആ സമയം കൊച്ചയപ്പൻഅവിടെനിന്ന് എഴുന്നേറ്റു പോയി ആറ്റുവക്കത്തു നിന്നിരുന്ന ഒരില്ലിക്കൂട്ടംകുത്തി മറിച്ചിട്ടു. അപ്പോൾ അതിന്റെ ചുവട്ടിൽ മണ്ണിനിടയിൽ ഇരുന്നിരുന്ന ഒരു ചെപ്പുകുടം ഉരുണ്ട് ആറ്റിലേക്കു വീണു. കൊച്ചയപ്പൻ ആ ചെപ്പുകുടമെടുത്തു ചക്കിയുടെ മകൾക്കു കൊടുക്കുകയും യാത്ര പറയുന്ന ഭാവത്തിൽ തുമ്പിക്കൈകൊണ്ടു ചില ആംഗ്യങ്ങൾ കാണിക്കുകയും ചില ദീനസ്വരങ്ങൾ പുറപ്പെടുവിക്കുക യും പിന്നെ കർത്താവിന്റെ ഗൃഹത്തിലേക്കു നോക്കി കരയുകയും ചെയ്തിട്ട് അവിടെനിന്നു പോവുകയും ചെയ്തു. ആ ചെപ്പുകുടം നിറച്ചു രാശിയായിരു ന്നു. പിറ്റേദിവസം രാവിലെ കൊച്ചയപ്പൻ അച്ചൻകോവിൽ ശാസ്താവിന്റെ നടയിലെത്തി. ശാന്തിക്കാരൻ കൊച്ചയ്യപ്പനെ കണ്ടപ്പോൾ അറിയുകയാൽ കുറെ ചോറുകൊണ്ടുചെന്നു കൊടുത്തു. കൊച്ചയപ്പൻ അതു വാങ്ങിതിന്നിട്ടു കാട്ടിൽക്കയറി കണ്ടതൊക്കെ പറിച്ചു തിന്നുതുടങ്ങി. അന്നുമുതൽകൊച്ചയ പ്പൻ കാട്ടിൽനിന്നു തീറ്റി നടത്തുകയും കണ്ടെത്തുന്ന തടാകങ്ങളിലും മറ്റും

ഇറങ്ങി വെള്ളം കുടിക്കുകയും രാത്രിയാകുമ്പോൾ അമ്പലത്തിന്റെ തിരുമുറ്റത്തു ചെന്നു കിടന്നുറങ്ങുകയും പതിവാക്കി.

അങ്ങനെ കുറച്ചുദിവസം കഴിഞ്ഞപ്പോൾ ദേവസ്വക്കാർ കൊച്ചയപ്പനെ രക്ഷിക്കുന്നതിന് ഒരാനക്കാരനെ നിയമിക്കുകയും വിവരം മേലാവിലേക്കു എഴുതിയയ്ക്കുകയും ചെയ്തു. അപ്പോൾ കൊച്ചയപ്പന്റെ കഥകളെല്ലാം മഹാരാജാവു തിരുമനസ്സുകൊണ്ടു കല്പിച്ചറിയുകയും ഈ ആനയെകോന്നിയിൽ താപ്പനകളുടെ കൂട്ടത്തിൽ നിറുത്തി വേണ്ടതുപോലെ രക്ഷിച്ചു കൊള്ളണമെന്നു കല്പനയുണ്ടാവുകയും ചെയ്തു. അക്കാലത്ത് നാടുവാണിരുന്നത് കൊല്ലം 1022ആമാണ്ടു നാടു നീങ്ങിയ രാമവർമ്മമഹാരാജാവു തിരുമനസ്സുകൊണ്ടായിരുന്നു. കല്പനപ്രകാരം കൊച്ചയപ്പൻകോന്നിയിലെത്തി താമസമായി. കുറച്ചുകാലം കഴിഞ്ഞപ്പോൾ പത്തനാപുരം തിരുമൂലംപിള്ള എന്നൊരു പാണ്ടിപ്പിള്ള അവന്റെ രക്ഷകനായിനിയമിക്കപ്പെട്ടു.

തിരുമൂലംപിള്ളയുടെ ശിക്ഷാസാമർത്ഥ്യംകൊണ്ടും കോന്നിയിലുണ്ടായിരുന്ന മറ്റു താപ്പാനകളുടെ സഹവാസംകൊണ്ടും മറ്റും കൊച്ചയപ്പൻ കാലക്രമേണ ഒരു താപ്പാനയായിത്തീർന്നു. എന്നുമാത്രമല്ല കുഴിയിൽ വീഴുന്ന ആനകളെ കരയ്ക്ക് കയറ്റി കൂട്ടിലാക്കി അടയ്ക്കുന്നതിനു കൊച്ചയ്യപ്പനെപോലെ ബുദ്ധിയും സാമർത്ഥ്യവുമുള്ള ഒരു താപ്പാന തിരുവിതാംകൂറിൽ വേറെയില്ലെന്നുള്ള പ്രസിദ്ധി അവൻ അചിരേണ സമ്പാദിക്കുകയും ചെയ്തു.

ഏറെത്താമസിയാതെ പത്മനാഭൻ എന്ന പ്രസിദ്ധനായ ഒരു താപ്പാന കൂടി കോന്നിയിൽ വന്നുചേർന്നു. കുറച്ചുദിവസത്തെ സഹവാസം കൊണ്ടു കൊച്ചയപ്പനും പത്മനാഭനും പരസ്പരം അത്യന്തം സ്നേഹാകുലന്മാരായിത്തീർന്നു. അവർ രണ്ടുപേരും കൂടെ കൂടിയാൽ എത്ര വലിയ കാട്ടാനയായാലും കുഴിയിൽനിന്നു കരയ്ക്കു കയറ്റി കൂട്ടിൽക്കൊണ്ടുചെന്ന് അടയ്ക്കുന്നതിന് അവർക്ക് യാതൊരു പ്രയാസവുമുണ്ടായിരുന്നില്ല.

അങ്ങനെയിരിക്കുന്ന കാലത്തു സർക്കാരിൽനിന്ന് ആനകളെ കുഴിയിൽ വീഴിച്ചു പിടിക്കുകയെന്നുള്ള ഏർപ്പാടു വേണ്ടെന്നുവയ്ക്കുകയും ആനകളെ പിടിക്കുന്നതിനു കോന്നിയിൽനിന്നു പത്തുപന്ത്രണ്ടുനാഴിക കിഴക്കു 'മുണ്ടവൻപുഴി' എന്ന സ്ഥലത്ത് ഒരു കൊപ്പമുണ്ടാക്കുകയും ചെയ്തു. കൊപ്പത്തിൽ കാട്ടാനകൾ വന്നു കയറുന്നതു കൂട്ടത്തോടെ ആണല്ലോ. കാട്ടാനകൾ കൊപ്പത്തിൽ കയറി കഴിഞ്ഞാൽ താപ്പാനകളെ അതിലേക്കു വിടുകയും താപ്പാനകൾ കാട്ടാനകളെ ഓടിച്ചു പിള്ളക്കൊപ്പ (വലിയ കൊപ്പത്തിനകത്തുള്ള ചെറിയ കൊപ്പ)ത്തിലാക്കുകയും അവിടെ വച്ചു വടങ്ങളിട്ടു കെട്ടുകയും പിന്നെ താപ്പാനകൾ ഇടത്തുവശത്തും വലത്തുവശത്തും നിന്നു വടങ്ങളിൽ പിടിച്ചുവലിച്ചു കാട്ടാനകളെ ഓരോന്നോരോന്നായി കൊണ്ടു പോയി കൂട്ടിലാക്കി അടയ്ക്കുകയുമാണല്ലോ പതിവ്. അങ്ങനെയായപ്പോൾ താപ്പാനകളുടെ ആവശ്യം അധികപ്പെടുകയും കൊച്ചയപ്പൻ, പത്മനാഭൻ മുതലായി മുമ്പവിടെ ഉണ്ടായിരുന്ന താപ്പനകളെകൊണ്ടു മതിയാകാതെ വരുകയും ചെയ്യുകയാൽ 'മഞ്ഞപ്രത്തിരുനീലകണ്ഠൻ ' മുതലായ ചില താപ്പാനകളെക്കൂടി അവിടെ വരുത്തി. മഞ്ഞപ്രത്തിരുനീലകണ്ഠനും ഒരോന്നാന്തരം താപ്പാന തന്നെയായിരുന്നു. എങ്കിലും കൊച്ചയപ്പന്റെ സ്വഭാവവും തിരുനീല കണ്ഠന്റെ സ്വഭാവവും തമ്മിൽ വളരെ അന്തരമുണ്ടായിരുന്നു. കൊച്ചയപ്പൻ തന്റെ പിടിയിലമർത്തിക്കൊണ്ടുപോയി

ക്കൂട്ടിലാക്കി അടയ്ക്കും. തിരുനീലകണ്ഠൻ തന്റെ പിടിയിലമരാത്ത ആനകളെ ഉടനെ കുത്തിക്കൊല്ലും. ഇതാണ് അവർ തമ്മിലുള്ള പ്രധാന വ്യത്യാസം. അങ്ങനെ മഞ്ഞപ്ര തിരുനീലകണ്ഠൻ അനേകം നല്ല ആനകളെ കുത്തിക്കൊല്ലുകയും തന്നിമിത്തം സർക്കാരിലേക്കു വളരെ നഷ്ടം സംഭവിക്കുകയും ചെയ്തിട്ടുണ്ട്. ഇതുനിമിത്തവും മറ്റു ചില കാരണങ്ങളാലും സർക്കാരിൽ നിന്നു കൊപ്പം വേണ്ടെന്നുവയ്ക്കുകയും പൂർവസ്ഥിതിയിൽ ആനകളെകുഴികളിൽ വീഴിച്ചുപിടിച്ചാൽ മതിയെന്നു തീർച്ചപ്പെടുത്തുകയും ചെയ്തു.

അക്കാലത്തു നേരം വൈകുമ്പോൾ കൊച്ചയപ്പനെയും പത്മനാഭനെയും ചങ്ങലയെടുത്തു കാട്ടിലേക്കു വിട്ടയയ്ക്കുക പതിവായിരുന്നു. അവർ രണ്ടുപേരു കൂടി കാട്ടിൽക്കയറി കണ്ടതൊക്കെ ഒടിച്ചും പറിച്ചും തിന്നു വയറു നിറയ്ക്കുകയും ഉറക്കം വരുമ്പോൾ യഥേഷ്ടം എവിടെയെങ്കിലും കിടന്നുറങ്ങുകയും നേരം വെളുക്കുമ്പോൾ ആനക്കാരുടെ വാസസ്ഥലത്തു ഹാജരാവുകയും ചെയ്തിരുന്നു. ഒരു ദിവസം പതിവുപോലെ രണ്ടാനകളും ഒരുമിച്ചു കാട്ടിലേക്കു പോയിട്ടു കൊച്ചയപ്പൻതിന്നുതിന്നു വടക്കോട്ടും പത്മനാഭൻ തെക്കോട്ടും പോയതിനാൽ അവർതമ്മിൽ പിരിയാനിടയായി. കുറച്ചുദൂരം പോയതിന്റെ ശേഷം പത്മനാഭൻ കൊച്ചയപ്പൻ വരുന്നുണ്ടോ എന്നു നാലുപുറത്തേക്കും നോക്കി. അപ്പോൾമുൻവശത്തു കുറച്ചു ദൂരെയായി ഒരാന നില്ക്കുന്നതുകണ്ട് അതു കൊച്ചയപ്പനാണെന്നു വിചാരിച്ചു പത്മനാഭൻ ചെന്നടുത്തപ്പോൾ ആ കാട്ടാന ചാടിയൊരുകുത്തുകൊടുത്തു. പത്മനാഭൻ കൊമ്പുകൊണ്ടു തട്ടിക്കളഞ്ഞതിനാൽ കുത്തു കൊണ്ടില്ല. അപ്പോൾ കാട്ടനയ്ക്കു ദേഷ്യം കലശലായി. ആ ആന പത്മനാഭനെ കുത്താനായി വീണ്ടും ചാടിച്ചെന്നു. അപ്പോൾ പത്മനാഭനും കോപാന്ധനായിത്തീരുകയാൽ ആ കുത്തും കൊള്ളാതെ കൊമ്പുകൊണ്ടു തട്ടിക്കളഞ്ഞിട്ടു കാട്ടാനയെ കുത്താനായി പത്മനാഭൻ ചാടിവീണു. കാട്ടാനയും കുത്തുകൊള്ളാതെ കൊമ്പുകൊണ്ടു തട്ടിക്കളഞ്ഞു. ഇങ്ങനെ ആ രണ്ടാനകളും ബാലിസുഗ്രീവന്മാരെപ്പോലെ അതിഭയങ്കരമായ യുദ്ധം പൊടിപൊടിച്ചുതുടങ്ങി. പിറ്റേ ദിവസം നേരം വെളുത്തിട്ടും ആ ആനകളുടെ യുദ്ധം അവസാനിച്ചില്ല. നേരം വെളുത്ത പ്പോൾ കൊച്ചയപ്പൻ പതിവുപോലെ ആനക്കാരന്മാരുടെ വാസസ്ഥലത്തെത്തി. അപ്പോൾ പത്മനാഭനെ അവിടെ കാണാഞ്ഞിട്ടു കൊച്ചയ്യപ്പനു വലിയ വിചാരമായി. നേരം രാത്രിയായിട്ടും പത്മനാഭൻ വന്നുചേർന്നില്ല. ഒരുവിധത്തിൽ രാത്രി കഴിച്ചുകൂട്ടീട്ടു നേരം വെളുത്തപ്പൊൾ കൊച്ചയപ്പൻപത്മനാഭനെ അന്വേഷിക്കാനായി കാട്ടിലേക്കു യാത്രയായി. അവന്റെ പിന്നാലെ ചില താപ്പനകളോടുകൂടി തിരുമൂലംപിള്ള മുതലായ ആനക്കാരും പോയി. കുറെ ദൂരം ചെന്നപ്പോൾ ഒരു കാൽനാഴിക അകലെയായി രണ്ടാനകളുടെ അമർച്ചയും കൊമ്പുകൾ കൂട്ടിയിടിക്കുന്ന ശബ്ദങ്ങളും കേട്ടുതുടങ്ങി. അപ്പോൾത്തന്നെ കൊച്ചയ്യപ്പനും തിരുമൂലംപിള്ള മുതലായവരും സംഗതി മനസ്സിലാക്കി. ഉടനെ തിരുമൂലംപിള്ള ഒരുതാപ്പനയുടെ ചങ്ങലയഴിച്ചു കൊച്ചയപ്പന്റെ മുമ്പിൽ ഇട്ടുകൊടുത്തു.

കൊച്ചയ്യപ്പൻ ആ ചങ്ങലെ നാലായിട്ടു മടക്കിയെടുത്തുകൊണ്ടു നടന്നുതുടങ്ങി. പിന്നാലെ മറ്റുള്ളവരും ചെന്നു. അങ്ങനെ കുറച്ചുദൂരംകൂടിചെന്നപ്പോൾ പത്മനാഭനും ഒരു വലിയ കാട്ടാനയും തമ്മിൽ യുദ്ധം ചെയ്തുകൊണ്ടു നില്ക്കുന്നത് അവർ സ്പഷ്ടമായി കണ്ടു. കാട്ടാന ചാടി പത്മനാഭനെ കുത്തുകയും പത്മനാഭൻ കൊമ്പുകൊണ്ടു തട്ടുകയുംചെയ്ത സമയം കൊച്ചയ്യപ്പൻ ഓടിച്ചെന്നു

കൈയിലുണ്ടായിരുന്ന ചങ്ങല കൊണ്ടു കാട്ടാനയുടെ ഒരു മർമ്മസ്ഥാനത്ത് ഊക്കോടുകൂടി ഒരടികൊടുത്തു. അടികൊണ്ട ക്ഷണത്തിൽ കാട്ടാന മരണവേദനയോടുകൂടി മൂന്നുവട്ടം ചുറ്റി നിലംപതിച്ചു. അതോടുകൂടി ആ കാട്ടാനയുടെ കഥയും കഴിഞ്ഞു. പിന്നെ എല്ലാവരുംകൂടി കാട്ടിൽനിന്നു തിരികെപ്പോരുകയുംചെയ്തു. അതില്പിന്നെ കൊച്ചയപ്പനെക്കൂടാതെ പത്മനാഭൻ തനിച്ച് ഒരുകാര്യത്തിനും ഒരു സ്ഥലത്തും പോകാറില്ല.

ഒരിക്കൽ കുഴിയിൽ വീണ ഒരു കാട്ടനയെ കുഴിയിൽ നിന്നുകയറ്റാനായി വടങ്ങളിട്ടു കെട്ടിയശേഷം പുറകിലത്തെ വടം ഒരു മരത്തിന്മേൽ കെട്ടീട്ടു കഴുത്തിനു കെട്ടിയിരുന്ന വടങ്ങളിൽ വലതുവശത്തെ വടം കൊച്ചയപ്പനും ഇടത്തുവശത്തെ വടം മറ്റൊരു താപ്പാനയും പിടിച്ചു. പിന്നെ കുഴിയുടെ മുകളിലിട്ടിരുന്ന തടികൾ മഞ്ഞപ്രത്തിരുനീലകണ്ഠന്റെ തുമ്പിക്കൈയിന്മേൽ കൊള്ളുന്നതിനിടയായി. തന്നിമിത്തം തിരുനീലകണ്ഠനു സ്വല്പം വേദനയുണ്ടാവുകയും അവൻ കോപാന്ധനായിത്തീരുകയും ഊക്കോടുകൂടി ചാടി പത്മനാഭന്റെ പാർശ്വഭാഗത്ത് ഒരു കുത്തു കൊടുക്കുകയും പത്മനാഭൻ തത്ക്ഷണം മറിഞ്ഞുവീണു ചാവുകയും ചെയ്തു. അതു കണ്ടപ്പോൾ കൊച്ചയപ്പന്റെ വിധം ആകെപ്പാടെ ഒന്നു മാറി.അപ്പോൾ തിരുമൂലംപിള്ള 'മകനേ! ചതിക്കരുതേ; വടം വിട്ടുകളയല്ലേ' എന്നു കൊച്ചയപ്പനോടു പറയുകയും 'തിരുനീലകണ്ഠനെ മാറ്റിക്കൊള്ളണം' എന്ന ആ ആനയുടെ ആനക്കാരനോട് ആംഗ്യംകാണിക്കുകയും ചെയ്തു. കൊച്ചയ്യപ്പൻ തിരുമൂലംപിള്ളയുടെ വാക്കിനെ അനുസരിക്കാതെയിരിക്കാൻ നിവൃത്തിയില്ലായ്കകൊണ്ട് അത്യന്തം കോപത്തോടു ദുസ്സഹമായ ദുഃഖത്തോടും വടംപിടിച്ചു കൊണ്ടുപോയി കാട്ടാനയെ കൂട്ടിലാക്കി അടച്ചതിന്റെ ശേഷം തിരുനീലകണ്ഠൻ നിന്നിരുന്ന സ്ഥലത്തേക്കു അതിവേഗത്തിൽ ഓടിയെത്തി. അപ്പോൾ തിരുനീലകണ്ഠനെഅവിടെയെങ്ങും കാണായ്കയാൽ കൊമ്പിന്റെ തരിപ്പു തീർക്കാനായി അവിടെ നിന്നിരുന്ന് ഒരു തേക്കുമരത്തിന്മേൽ ഊക്കോടും കോപത്തോടുംകൂടി ഒരു കുത്തു കൊടുത്തു. കുത്തുകൊണ്ടു മരം തുളഞ്ഞു കൊച്ചയപ്പന്റെ കൊമ്പു മറുവശത്തു ചെന്നു. പിന്നെ കൊച്ചയപ്പൻ കൊമ്പ് ഊരിയെടുത്തുകൊണ്ടു തിരുമൂലംപിള്ളയുടെ വാസസ്ഥലത്തേക്കു പോയി. കൊച്ചയപ്പൻ കുത്തിത്തുളച്ച തേക്കുമരം ഇപ്പോഴും അവിടെ നില്ക്കുന്നുണ്ടത്രേ. ആ സമയം തിരുനീലകണ്ഠനെ കണ്ടിരുന്നുവെങ്കിൽ കൊച്ചയ്യപ്പൻഅവന്റെ കഥ കഴിക്കുമായിരുന്നു എന്നുള്ളതിനു സംശയമില്ല. ആ സമയത്തെന്നല്ല പിന്നെ ഒരിക്കലും കൊച്ചയ്യപ്പനു മഞ്ഞപ്രത്തിരുനീലകണ്ഠനെ കാണുന്നതിന് ഇട കൊടുത്തിട്ടില്ല. തിരുനീലകണ്ഠനെ ഉടനെ അരിപ്പാട്ടു ക്ഷേത്രത്തിൽ എഴുന്നള്ളിപ്പിനായി അങ്ങോട്ടയച്ച് അവിടെ നിറുത്തുകയും സാക്ഷാൽ വൈക്കത്തു തിരുനീലകണ്ഠൻ കഴിഞ്ഞതിന്റെ ശേഷം അങ്ങോട്ടയയ്ക്കുകയും അവനു പകരം കോന്നിയിലേക്കു താപ്പാനായി വലിയ ബാലകൃഷ്ണൻ എന്നു പ്രസിദ്ധപ്പെട്ട ആനയെ നിയമിക്കുകയും ചെയ്തു. കൊച്ചയ്യപ്പൻ തിരുമൂലംപിള്ളയുടെവാസസ്ഥലത്തു ചെന്നിട്ട് ഏഴു ദിവസത്തേക്കു വെള്ളം കുടിക്കുകപോലും ചെയ്യാതെ രാപകൽ ഒരുപോലെ കരഞ്ഞുകൊണ്ട് അവിടെ ഒരു സ്ഥലത്തുകിടന്നു. പിന്നെ തിരുമൂലംപിള്ളയുടെ സാന്ത്വനവാക്കുകൾകൊണ്ട് ഒരുവിധം സമാശ്വസിച്ചു കുറേശ്ശേ തീറ്റി തിന്നുകയും വെള്ളം കുടിക്കാൻതുടങ്ങുകയും ക്രമേണ പൂർവസ്ഥിതിയെ പ്രാപിക്കുകയും ചെയ്തു. 'വല്ല ദുഃഖമെന്നാലും കാലം ചെല്ലുമ്പോൾ കുറഞ്ഞുപോം' എന്നുണ്ടല്ലോ.

വലിയ ബാലകൃഷ്ണൻ എന്ന പ്രസിദ്ധപ്പെട്ട താപ്പന കോന്നിയിൽവന്നു ചേർന്നതിന്റെ ശേഷം കുറച്ചു കാലത്തേക്കു ആനകളെ കുഴിയിൽനിന്നു കയറ്റി ക്കൂട്ടിലാക്കി അടയ്ക്കുകയെന്നുള്ള കാര്യം ആ ആനയും കൊച്ചയ്യപ്പനും കൂടിയാണ് നിർവ്വഹിച്ചു പോന്നു. കൊച്ചയ്യപ്പനു വലിയ ബാലകൃഷ്ണനെക്കു റിച്ച് പത്മനാഭനെക്കുറിച്ചുണ്ടായിരുന്നിടത്തോളം സ്നേഹമുണ്ടായിരുന്നില്ല. എങ്കിലും വിരോധവുമുണ്ടായിരുന്നില്ല.

അങ്ങനെയിരുന്നപ്പോൾ ഒരു വലിയ കാട്ടാന കുഴിയിൽ വീണു. അതിനെ വടങ്ങളിട്ടു കെട്ടി കുഴിയിൽനിന്നു കയറ്റി കഴുത്തിൽ കെട്ടിയിരുന്ന വടങ്ങളിൽ ഇടത്തുവശത്തേതു കൊച്ചയപ്പനും വലത്തുവശത്തേതു ബാലകൃഷ്ണനും കടി ച്ചുപിടിച്ചുകൊണ്ട് ക്കൂട്ടിലേക്കു പുറപ്പെട്ടു. അപ്പോൾആ കാട്ടാന കാട്ടിലേക്കു പാഞ്ഞു തുടങ്ങി. ഈ രണ്ടാനകൾ പിടിച്ചിട്ടും ആ കാട്ടാന നിന്നില്ല. കുറച്ചു കഴിഞ്ഞപ്പോൾ വലിയ കാടായി. കാട്ടാനയെ തിരിച്ചുകൊണ്ടുവരുവാൻ സാധിക്കയില്ലെന്നു കണ്ടപ്പോൾ ബാലകൃഷ്ണൻവടം വിട്ടുകളയുകയും പിൻതി രിഞ്ഞ് ഓടിപ്പോവുകയും ചെയ്തു. എങ്കിലും കൊച്ചയ്യപ്പൻ വിട്ടില്ല. ആ കാട്ടാന കാട്ടിൽക്കൂടി കൊച്ചയ്യപ്പനെയും വലിച്ചുകൊണ്ടു നടന്നു. കുറച്ചുകഴിഞ്ഞപ്പോൾ നേരം വൈകിത്തുടങ്ങി. അപ്പോൾ തിരുമൂലംപിള്ള 'മകനേ! നേരം വൈകി ത്തുടങ്ങി. രാത്രിയിൽ നമ്മൾ കാട്ടിലകപ്പെടാൽ ഈ ആനയുടെ ക്കൂട്ടാനകൾ വന്നു നമ്മുടെ കഥ കഴിക്കും. അതിനാൽ നേരമിരുട്ടുന്നതിനു മുമ്പു നമുക്കു തിരിച്ചു പോകാനുള്ള മാർഗ്ഗം നോക്കണം' എന്നു പറഞ്ഞു. ഉടനെ കൊച്ച യപ്പൻ തലതാഴ്ത്തി വടത്തിന്മേൽ ചവിട്ടിപ്പിടിച്ചുകൊണ്ട് കൊമ്പുകൊണ്ടു വടത്തിന്മേൽ ഒരു തട കൊടുത്തു. അപ്പോൾ കാട്ടാനയുടെ തല പെട്ടെന്നു താഴുകയും കൊമ്പു നിലത്തു മുട്ടുകയും ചെയ്തു. അത്തരത്തിന് കൊച്ചയപ്പൻ കാട്ടാനയുടെ പാർശ്വഭാഗത്ത് ഊക്കോടുകൂടി ഒരു കുത്തും അതോടുകൂടി ഒരു തള്ളും കൊടുത്തു. മലപോലെയിരുന്ന കാട്ടാന തത്ക്ഷണം മറിഞ്ഞുവീണ് ചാകുകയും കൊച്ചയപ്പനും തിരുമൂലംപിള്ളയും അപ്പോൾത്തന്നെ തിരികെ വാസസ്ഥലത്തേക്കു പോരുകയും ചെയ്തു. അതില്പിന്നെ കൊച്ചയ്യപ്പൻ വലിയ ബാലകൃഷ്ണനോടുകൂടി യാതൊന്നിനും പോയിരുന്നില്ല.

കൊന്നിയിൽ താപ്പാനകളുടെ ക്കൂട്ടത്തിൽ കല്യാണി എന്നു പേരായിട്ട് ഒരു പിടിയാനയും ഉണ്ടായിരുന്നു. അതിന്റെ ആനക്കാരൻ ഗോവിന്ദപിള്ള എന്നൊരാളായിരുന്നു. അയാൾ കൊച്ചയപ്പന്റെ ആനക്കാരനാകണമെന്നാ ഗ്രഹിച്ച് അതിലേക്കു ചില ശുപാർശകൾ ചെയ്തു കൊണ്ടിരുന്നു. അനേ കകാലത്തെ ഉത്സാഹവും ശുപാർശയും കൊണ്ടൊടുക്കം അതു സാധിച്ചു. തിരുമൂലംപിള്ളയെ കല്യാണിയുടെ ആനക്കാരനായും ഗോവിന്ദപിള്ളയെ കൊച്ചയ്യപ്പന്റെ ആനക്കാരനായും നിയമിച്ച് മേലാവിൽനിന്ന് ഉത്തരവു വന്നു. തിരുമൂലംപിള്ളയ്ക്കും കൊച്ചയ്യപ്പനും ഇത് ഏറ്റവും സങ്കടകരമായിരു ന്നു. എങ്കിലും നിവൃത്തിയിലായ്കയാൽ അവരതു സമ്മതിച്ചു. കൊച്ചയപ്പനു ഗോവിന്ദപിള്ളയോട് വിരോധമൊന്നും ഉണ്ടായിരുന്നില്ല. എങ്കിലും അയാൾ പറയുന്നതുപോലെയൊന്നും അവൻ ചെയ്തിരുന്നില്ല. അതിനാൽ കാര്യം നടപ്പില്ലാതെയായിത്തീർന്നു. അതറിഞ്ഞു മേലാവിൽനിന്നു രണ്ടാനക്കാരെ യും യഥാപൂർവ്വം ഒരു മാസത്തിനകം മാറ്റി നിയമിക്കുകയും കാര്യങ്ങളെല്ലാം മുറയ്ക്ക് മുമ്പിലത്തെപ്പോലെ നടന്നുതുടങ്ങുകയും ചെയ്തു.

പത്മനാഭൻ മരിച്ചതിന്റെശേഷം തിരുമൂലംപിള്ള പകലത്തെ പണി

കഴിഞ്ഞു തന്റെ വാസസ്ഥലത്തേക്കു പോകുമ്പോൾ കൊച്ചയപ്പനെ കൂടെ കൊണ്ടുപോയി തീറ്റ കൊടുത്ത് അവിടെ നിറുത്തുകയാണ് പതിവ്. കൊച്ച യ്യപ്പൻ ചെറുപ്പത്തിൽ റാന്നിയിൽ കർത്താവിന്റെ വാസസ്ഥലത്ത് എപ്ര കാരമോ അപ്രകാരംതന്നെയാണ് തിരുമൂലംപിള്ളയുടെ വാസസ്ഥലത്തു താമസിച്ചിരുന്നത്. തിരുമൂലംപിള്ളയുടെ മക്കളും കൊച്ചയപ്പന്റെ അടുക്കൽ ചെന്നു കളിക്കുകയും അവൻ അവരെ കളിപ്പിക്കുകയും ചെയ്തിരുന്നു. കുട്ടികൾ ചെന്നു കൊച്ചയപ്പന്റെ ചെവികളിലും തുമ്പിക്കയ്യിന്മേലും വാലിന്മേലും പിടിച്ചു തൂങ്ങിയാലും അവൻ അവരെ ഉപദ്രവിക്കാറില്ല. ചിലപ്പോൾ കുട്ടികളുടെ ഉപദ്രവംകൊണ്ടു വേദന ഉണ്ടായാൽ കൊച്ചയ്യപ്പൻ അവരുടെ ചെവിക്കും തുടയ്ക്കും തുമ്പിക്കയ്യിന്റെഅഗ്രംകൊണ്ടും പിടിച്ചു തിരുമ്മും. എന്നാൽ കുട്ടി കൾക്കു അതുകൊണ്ട് വലിയ വേദന ഉണ്ടാകാറുമില്ല.

തിരുമൂലംപിള്ളയ്ക്ക് ഒരിക്കലും കൊച്ചയ്യപ്പനെ അടിക്കേണ്ടിവന്നിട്ടില്ല. തിരുമൂലംപിള്ള പറയുന്നവ മാത്രമല്ല മനസ്സിൽ വിചാരിക്കുന്നവകൂടി കൊച്ച യപ്പൻ അറിഞ്ഞു വേണ്ടതുപോലെ ചെയ്യും. പിന്നെ അവനെ അടിക്കുന്നതെ ന്തിനാണ്? ഇന്ന സ്ഥലത്തു കുഴിയിൽ ഒരാന വീണിട്ടുണ്ട്; അതിനെക്കയ റ്റാൻ നമുക്ക് അങ്ങോട്ടു പോകണം എന്നോ, അല്ലെങ്കിൽ ഇന്ന സ്ഥലത്ത് ഉത്സവമാണ്; അവിടെ എഴുന്നള്ളിപ്പിനു പോകണമെന്നോ പറഞ്ഞ് തിരു മൂലംപിള്ള പുറത്തുയറിക്കിടന്നുറങ്ങിയാൽ കൊച്ചയപ്പൻ മുമ്പു പോയിട്ടുള്ള സ്ഥലമാണെങ്കിൽ അവൻ അവിടെ എത്തിക്കൊള്ളും.ഇടയ്ക്കു വഴിക്കു സംശയം തോന്നിയാൽ അവിടെനിന്നു പതുക്കെ തിരുമൂലംപിള്ളയെ ഉണർത്തും. അയാൾ വഴി പറഞ്ഞുകൊടുത്താൽഅവൻ പിന്നേയും നടന്നുതുടങ്ങുകയും വേണ്ടുന്ന സ്ഥലത്തു ചെന്നുചേരുകയും ചെയ്യും. അങ്ങനെയാണ് പതിവ്. ഒരു കൊല്ലം ആറന്മുളക്ഷേത്രത്തിൽ ഉത്സവക്കാലത്ത് എഴുന്നള്ളിപ്പിനായി കൊച്ചയ്യപ്പനെ കൊണ്ടുപോയിരുന്നു. അവിടെ എണ്ണയ്ക്കാട്ടു കൊട്ടാരംവക ഒരു കൊമ്പനാനയും വന്നിരുന്നു. ആ ആനയ്ക്കു വെടിക്കെട്ടിനെക്കുറിച്ചു വളരെ ഭയമുണ്ടായിരുന്നു. വെടിയുടെ ശബ്ദം കേട്ടാൽ ആ ആന കൂക്കിവിളിച്ചുകൊണ്ട് ഓടും. അങ്ങനെയാണ് അതിന്റെ പതിവ്. അതിനാൽ ആ ആണ്ടിൽ പള്ളി വേട്ടനാൾ വെടിക്കെട്ട് ഇറക്കിയെഴുന്നള്ളിച്ചതിന്റെ ശേഷമായിരുന്നു. ഇറക്കി യെഴുന്നള്ളിച്ചതിന്റെ ശേഷം കൊച്ചയപ്പനെ മതിൽക്കകത്തു പടിഞ്ഞാറെ ഗോപുരത്തിനു വടക്കു വശത്തും കൊട്ടാരംവക ആനയെ കിഴക്കെ ഗോപുര ത്തിനു തെക്കു വശത്തും കൊണ്ടു ചെന്നു നിറുത്തി. കൊച്ചയ്യപ്പനു വെടിക്കെട്ടു കേട്ടാൽ ഒരിളക്കവുമില്ല; അവൻ ജനങ്ങളെ ഉപദ്രവിക്കയുമില്ല. അതിനാൽ തിരുമൂലംപിള്ള അവന്റെയടുക്കൽ നില്ക്കാതെ ദൂരെമാറി വെടിക്കെട്ടുകാണാൻ തയ്യാറായി നിന്നു. കൊട്ടാരം വക ആനയുടെ അടുക്കൽ തോട്ടി, കുന്തം മുതലായ ആയുധങ്ങളോടുകൂടി രണ്ടാനക്കാരന്മാർ നിന്നിരുന്നു.

ആനയ്ക്കു കയ്യിനു വിലങ്ങുമിട്ടു. ഉടനെ വെടിക്കെട്ട് ആരംഭിച്ച്. കമ്പക്കോട്ട പൊട്ടിത്തുടങ്ങിയപ്പോൾ കൊട്ടാരംവക ആന അത്യുച്ചത്തിൽ ഒന്നുകൂകി. അപ്പോൾ മതിൽക്കകത്ത് അസംഖ്യം ജനങ്ങളുണ്ടായിരുന്നതിനാൽ അവിടെയുണ്ടായിരുന്ന ബഹളവും കോലാഹലവും ഇന്ന പ്രകാരമാണെ ന്നു പറയാൻ പ്രയാസംതന്നെ. കൊട്ടാരംവക ആനയുടെ ശബ്ദം കേട്ടക്ഷ ണത്തിൽ കൊച്ചയ്യപ്പൻ കിഴക്കെ നടയിലെത്തി ആ ആനയെ പിടികൂടി അതിന് ഇളകാൻ പാടില്ലാത്തവിധത്തിൽ അവിടെ നിറുത്തി വെടിക്കെട്ടു

കഴിഞ്ഞു ജനങ്ങളെല്ലാം പിരിഞ്ഞതിന്റെ ശേഷമേ കൊച്ചയ്യപ്പൻ പിടിച്ച പിടി വിട്ടുള്ളൂ.

കൊച്ചയപ്പനും ചോറുവകയ്ക്കു സർക്കാരിൽനിന്ന് പ്രതിദിനം രണ്ടുപറ അഞ്ചിടങ്ങഴി അരി പതിവുവച്ചിട്ടുണ്ടായിരുന്നു. ആ അരി തിരുമൂലംപിള്ളയെ ഏല്പിച്ചുകൊടുക്കയാണ് പതിവ്. കോന്നിയിൽ കാട്ടുതീറ്റി ധാരാളമായിട്ടുണ്ടായിരുന്നതുകൊണ്ട് തിരുമൂലംപിള്ള തെങ്ങോല മുതലായവ ധാരാളമായി കൊടുത്തിരുന്നതിനാലും കൊച്ചയ്യപ്പൻ ഒരു പറ അരിയുടെ ചോറിലധികം തിന്നാറില്ല. ശേഷമുള്ള അരി തിരുമൂലംപിള്ള എടുക്കുകയാണ് പതിവ്. തിരുമൂലംപിള്ളയുടെ വീട്ടിൽ ഭാര്യയും മക്കളും മറ്റുമായി അനേകം പേരുണ്ടായിരുന്നു. അയാൾക്കുള്ള ശമ്പളംകൊണ്ട് എല്ലാവർക്കുംകൂടി ചെലവിന് മതിയാവുകയില്ലായിരുന്നു. പിന്നെ അയാൾ ഈ അരികൊണ്ടുകൂടിയാണ് കുടുംബം പുലർത്തിപ്പോന്നിരുന്നത്. ഈ പരമാർത്ഥമറിഞ്ഞു കല്യാണിയുടെ ആനക്കാരനായ ഗോവിന്ദപിള്ള പേരും ഒപ്പും കൂടാതെ കൺസർവേറ്റർ സായ്പിന്റെ പേർക്ക് ഒരു കള്ളഹർജി എഴുതിയയച്ചു. ആ ഹർജിയിൽ കൊച്ചയ്യപ്പൻ ഒരു പറയരിയുടെ ചോറിലധികം തിന്നുകയില്ലെന്നും ശേഷമുള്ള അരി തിരുമൂലംപിള്ള അന്യായമായി അപഹരിക്കുകയാണെന്നും മറ്റും വിവരിച്ചിരുന്നു. ഹർജി കിട്ടീട്ടു മുന്നറിവുകൊടുക്കാതെ ഉടനെ പുറപ്പെട്ടു സായ്പ് കോന്നിയിലെത്തി. കാലത്ത് ആറുമണിക്കാണ് സായ്പ് അവിടെ എത്തിയത്. ഉടൻതിരുമൂലംപിള്ളയെ വിളിച്ചു കൊച്ചയ്യപ്പനു ചോറ് തന്നെക്കാൺകെ അരി അളന്നിട്ടു വച്ചുകൊടുക്കണമെന്നു സായ്പ് ചട്ടംകെട്ടി. അപ്രകാരം തിരുമൂലംപിള്ള സായ്പിന്റെ മുമ്പിൽവച്ചുതന്നെ ഇരുപത്തഞ്ചിടങ്ങഴി അരി അളന്നിട്ടുവച്ചു കൊച്ചയപ്പനു ചോറു കൊടുത്തു. അതിനിടയ്ക്ക് തിരുമൂലംപിള്ള കൊച്ചയപ്പന്റെ ചെവിയിൽ 'മകനേ! ചതിക്കരുതേ; എന്റെ കുഞ്ഞുകുട്ടികൾക്കു പട്ടിണിയാക്കല്ലേ' എന്നു സായ്പ്പ് കേൾക്കാതെ സ്വകാര്യമായി പറഞ്ഞു. കൊച്ചയപ്പൻ അതു കേട്ടു കാര്യം മനസ്സിലായി എന്നുള്ള ഭാവത്തിൽ തല കുലുക്കുകയും ചെയ്തു. കൊച്ചയപ്പൻ ആ ചോറു മുഴുവനും തിന്നതിന്റെ ശേഷം വിശപ്പടങ്ങിയില്ല എന്നുള്ള ഭാവത്തിൽ സായ്പിന്റെ മുമ്പിൽ ചെന്നുനിന്ന് ഉറക്കെ നിലവിളിച്ചു. സായ്പ് അഞ്ചെട്ടു പഴക്കുലകൂടി വരുത്തി കൊച്ചയപ്പനു കൊടുത്തു. അവൻ അതുമെല്ലാം വാങ്ങിത്തിന്നു. എന്നിട്ടും നല്ല തൃപ്തിയായ ഭാവമുണ്ടായിരുന്നില്ല. പിന്നെ സായ്പ് തിരുമൂലംപിള്ളയെ വിളിച്ചു കൊച്ചയ്യപ്പനെക്കൊണ്ടുപോയി അവനു വയർ നിറയത്തക്കവണ്ണം തെങ്ങോലയോ മറ്റോ കൊടുക്കാൻ ചട്ടംകെട്ടിയയച്ചു. അന്നുതന്നെ സായ്പ് അദ്ദേഹത്തിനു കിട്ടിയ ഹർജി തിരുമൂലംപിള്ളയുടെ വിരോധികളാരോ അയച്ച കള്ളഹർജിയാണെന്നു തീർച്ചപ്പെടുത്തുകയും കൊച്ചയ്യപ്പന് അഞ്ചിടങ്ങഴി അരി കൂട്ടി പ്രതിദിനം മൂന്നു പറ അരിയുടെ ചോറുവീതം കൊടുക്കുന്നതിനും അതിനുള്ള അരി യഥാപൂർവ്വം തിരുമൂലം പിള്ളയെത്തന്നെ ഏല്പിച്ചുകൊടുക്കുന്നതിനും ഏർപ്പാടുചെയ്യുകയും ചെയ്തു. അതിനാൽ ഗോവിന്ദപിള്ള ചെയ്ത ഉപദ്രവം തിരുമൂലംപിള്ളയ്ക്ക് ഉപകാരമായിത്തീർന്നു.

അങ്ങനെ കുറച്ചുകാലം കഴിഞ്ഞപ്പോൾ വൈക്കത്തു ക്ഷേത്രത്തിൽ എഴുന്നള്ളിപ്പിനു തക്കതായ ആനയൊന്നും ഇല്ലാതെ വരുകയാൽകൊച്ചയ്യപ്പനെ അവിടെ അയച്ചു നിറുത്തണമെന്ന് ഉത്തരവു വരുകയും അതനുസരിച്ച് അവനെ അങ്ങോട്ടയയ്ക്കുകയും ചെയ്തു. അക്കൊല്ലംകോന്നിയിൽ തക്കതായ

താപ്പാന ഇല്ലാതെയിരുന്നതുകൊണ്ട് കുഴിയിൽവീണ ആനകളിൽ മിക്കവയും കയറിപ്പൊയ്ക്കളയുകയും പിടിച്ചവയെത്തന്നെ കൂട്ടിലാക്കിയടയ്ക്കാൻ വളരെ പ്രയാസം നേരിടുകയും ചെയ്യുകയാൽ ആ വിവരങ്ങളെല്ലാം സായ്പ് എഴുതി അയയ്ക്കുകയും കൊച്ചയ്യപ്പനെ തിരിയെ കോന്നിയിൽത്തന്നെ വരുത്തി നിറുത്തിക്കൊള്ളുന്നതിന് ഉത്തരവുണ്ടാകയും ചെയ്തു. അതനുസരിച്ചു കൊച്ചയപ്പൻപിന്നെയും കോന്നിയിൽത്തന്നെ വന്നു ചേർന്നു. കൊച്ചയപ്പൻ കൊപ്പത്തിൽനിന്നു പിടിച്ചു കൂട്ടിലാക്കി അടച്ചിട്ടുള്ള ആനകൾക്കു കണക്കില്ല. അവൻ കുഴികളിൽനിന്നുതന്നെ എഴുനൂറിലധികം ആനയെ കയറ്റി കൂട്ടിലാക്കി അടച്ചിട്ടുണ്ട്. അവൻ അധികം ആനകളെ കൊന്നിട്ടുമില്ല. കൊച്ചയപ്പൻ ഒരു കാട്ടാനയെ ചങ്ങലകൊണ്ട് അടിച്ചും മറ്റൊന്നിനെ കുത്തിയും ഇങ്ങനെ രണ്ടാനകളെ കൊന്നിട്ടുള്ളതായി മുമ്പു പറഞ്ഞിട്ടുണ്ടല്ലോ. അതു കൂടാതെ അവൻ ഒരാനയെക്കൂടി കൊന്നിട്ടുണ്ട്. ഒരിക്കൽ കോന്നിയിലുള്ള ആനക്കൂട്ടുകളിൽ സ്ഥലം മതിയാകാതെ വരുകയാൽ പത്തനാപുരത്തും ചില ആനക്കൂട്ടുകളുണ്ടാക്കി. കൊച്ചയ്യപ്പനും മറ്റൊരു താപ്പാനയും കൂടി ഒരു കാട്ടാനയെ കുഴിയിൽനിന്നു കയറ്റിക്കൊണ്ടുവന്ന് പത്തനാപുരത്തുള്ള കൂട്ടിലേക്ക് അടയ്ക്കാനായി പുറപ്പെട്ടു. ആ കാട്ടാന വലിയ പിണക്കക്കാരനായിരുന്നു. അതിനെകൊണ്ടുപോകാനുള്ള പ്രയാസംകൊണ്ടും വല്ല പ്രകാരവും കൂട്ടിലാക്കി അടച്ചാലും പിന്നീടു നാശങ്ങളുണ്ടാക്കിത്തീർത്തേക്കുമെന്നു തോന്നിയതിനാലും പിടിവിട്ടാൽ തന്നെതന്നെ അവൻ കുത്തിക്കൊന്നേക്കുമെന്നുള്ള ഭയം നിമിത്തവും കൊച്ചയ്യപ്പൻ ആ കാട്ടാനയെ വഴിക്കു വച്ചു കുത്തിക്കൊന്നുകളഞ്ഞു. അതു തിരുമൂലംപിള്ളയുടെ സമ്മതപ്രകാരമായിരുന്നു. കൊച്ചയപ്പനും കൂട്ടാനയും വിഷമിക്കുന്നു എന്നു കണ്ടപ്പോൾ 'എന്നാൽ കാച്ചിക്കള മകനേ!' എന്നു തിരുമൂലംപിള്ള പറഞ്ഞിട്ടാണ് കൊച്ചയപ്പൻ കുത്തിയത്. തിരുമൂലംപിള്ള പറയാതെ കൊച്ചയപ്പൻ സ്വമേധയാ അങ്ങനെയൊന്നും ചെയ്യാറില്ല.

ഇക്കഴിഞ്ഞ 1099ാമാണ്ടു കർക്കടമാസത്തിൽ നാടുനീങ്ങിയ ശ്രീമൂലം തിരുനാൾ മഹാരാജവു തിരുമനസ്സുകൊണ്ട് ഒരിക്കൽ കൊല്ലത്ത് എഴുന്നള്ളിയിരുന്ന സമയം കൊച്ചയ്യപ്പനെ കാണുന്നതിനു കല്പിച്ചാവശ്യപ്പെട്ടപ്രകാരം എഴുതിച്ചെല്ലുകയാൽ തിരുമൂലംപിള്ള അവനെ കൊല്ലത്തുകൊണ്ടുചെന്നു തിരുമുമ്പാകെ ഹാജരാക്കി. തിരുമുമ്പാകെച്ചെന്ന ഉടനെ തുമ്പിക്കയ്യിൽ മടക്കിപ്പിടിച്ചിരുന്ന ഒരു കടലാസ് തിരുമുമ്പാകെ വച്ചിട്ടു മുട്ടുകുത്തി തലകുനിച്ചു നമസ്കരിച്ചു. ഉടനെ എഴുന്നേറ്റു തിരുമുമ്പാകെനിന്നു. തിരുമനസ്സുകൊണ്ട് ആ കടലാസു തൃക്കയ്യിലെടുത്തു തൃക്കൺപാർത്തു. അത് ഒരു ഹർജിയായിരുന്നു. അതിന്റെ സാരം. 'അടിയന് ആകാമായിരുന്ന കാലത്തെല്ലാം തിരുമനസ്സിലെ ഗവർമ്മെണ്ടിലേക്ക് നഷ്ടം നേരിടാത്ത വിധത്തിലും ആദായമുണ്ടാകത്തക്ക വണ്ണവും മടിയും വ്യാജവും കൂടാതെ യഥാശക്തി അടിയൻ വേലചെയ്തിട്ടുണ്ട്. ഇപ്പോൾ അടിയനു പ്രായാധിക്യം നിമിത്തമുള്ള ക്ഷീണംകൊണ്ടു വേലചെയ്‌വാൻ നിവൃത്തിയില്ലാതെ ആയിരിക്കുന്നു. അതിനാൽ വേല വിടുർത്തി പെൻഷൻ തരുന്നതിനു സദയം കല്പനയുണ്ടാകണമെന്നു സവിനയം അപേക്ഷിച്ചുകൊള്ളുന്നു.' എന്നായിരുന്നു. കൊച്ചയപ്പന് ഇത് എഴുതിക്കൊടുത്തത് ആരാണെന്നും മറ്റും അന്വേഷിക്കാതെ തന്നെ തിരുമനസ്സുകൊണ്ട് അവനു പെൻഷൻ കൊടുക്കാൻ സസന്തോഷം കല്പിച്ചനുവദിച്ചു. കൊച്ചയ്യപ്പനെ

ക്കൊണ്ടു മേലാൽ യാതൊരു വേലയും ചെയ്യിച്ചുപോകരുതെന്നും അവനു പതിവുള്ള ചോറും മറ്റു തീറ്റികളും ശരിയായി കൊടുത്തുകൊള്ളണമെന്നും അവനെ മേലാൽ ആറന്മുളെ നിറുത്തി രക്ഷിച്ചുകൊള്ളണമെന്നും രണ്ടുനേരവും ആറ്റിൽ കൊണ്ടുപോയി കുളിപ്പിക്കണമെന്നും ചോറു കൊടുക്കുന്നതിനും മറ്റും നേരനീക്കം വരുത്തരുതെന്നും മറ്റുമായിരുന്നുകല്പന. ഇങ്ങനെ ഒരു കല്പന തിരുവിതാംകൂറിൽ മറ്റൊരാനയെക്കുറിച്ചും ഉണ്ടായിട്ടുള്ളതായി കേട്ടു കേൾവിപോലുമില്ല. ഈ കല്പന ഉണ്ടായ കാലംമുതൽ കൊച്ചയപ്പന്റെ താമസം ആറന്മുളയായിരുന്നു.

അവിടെവച്ചുതന്നെ അവൻ വിശേഷിച്ചു യാതൊരു കാരണവും കൂടാതെ അനായാസേന ചരമഗതിയെ പ്രാപിക്കുകയും ചെയ്തു. അത് കൊല്ലം 1086-ാം ആണ്ടു കുംഭമാസത്തിൽ കൊച്ചയപ്പന്റെ 103-ാമത്തെ വയസ്സിലായിരുന്നു. കൊച്ചയ്യപ്പനെക്കുറിച്ച് ഇനിയും പല കഥകൾ പറയാനുണ്ട്. പക്ഷേ, ഇക്കാലത്തുള്ള ചില ചെറുപ്പക്കാർക്ക് അവയെല്ലാം ഒരുവക അതിശയോക്തികളാണെന്നു തോന്നിയേക്കാമെന്നു വിചാരിച്ചാണ് അധികം വിസ്തരിക്കാതെ ചുരുക്കത്തിൽ പറഞ്ഞു തീർത്തത്. കൊച്ചയപ്പൻകുഴിയിൽ വീണ കാലം മുതൽ കണക്കാക്കുകയാണെങ്കിൽ അവന് അനേകം ആനക്കാരന്മാരുണ്ടായിട്ടുണ്ടെന്നും പറയാം. എങ്കിലും അവന്റെ അമ്പതാമത്തെ വയസ്സുമുതൽ അവസാനകാലംവരെ അവന്റെ രക്ഷകനായി ഇരുന്നിട്ടുള്ളതു തിരുമൂലം പിള്ളതന്നെയാണ്.

●

ഊരകത്ത് അമ്മതിരുവടി

ഊരകത്ത് അമ്മതിരുവടിക്ഷേത്രത്തിൽ പണ്ടൊരു കാലത്തു വാഴപ്പിള്ളി മേനോന്മാരിൽ ഒരാൾക്ക് ആദ്യം നടകാവലും പിന്നീടു കണക്കെഴുത്തുമുണ്ടായിരുന്നു. കാലക്രമേണ ഊരാളന്മാരായ നമ്പൂരിമാരും മേനവനും തമ്മിൽ വലിയ പിണക്കമായിത്തീർന്നു. അതിനാൽ മേനോൻ ദേവസ്വംവക കണക്കുകളും ഗ്രന്ഥവരികളും മറ്റും ചുട്ടുനശിപ്പിച്ചുകളഞ്ഞു. തന്നിമിത്തം ഇപ്പോൾ ക്ഷേത്രസംബന്ധമായ പഴയ ചരിത്രമറിയുന്നതിനു രേഖാപ്രമാണമൊന്നും ഇല്ലാതെയാണിരിക്കുന്നത്. ഇതിനാൽ ഇതെഴുതുന്നത് പഴമപരിചയമുള്ള വയോവൃദ്ധന്മാരിൽനിന്നു ലഭിച്ചിട്ടുള്ള കേട്ടു കേൾവിയെമാത്രം അടിസ്ഥാനപ്പെടുത്തിയാണ്.

അമ്മതിരുവടിക്ഷേത്രത്തിൽ സ്ഥാന(കാരയ്മ)ക്കണക്ക് ഇപ്പോഴും വാഴപ്പിള്ള മേനോന്റെ തറവാട്ടിൽ അന്നന്നു മൂപ്പായിട്ടുള്ള ആൾ ഒരു ഓലക്കണക്കുകെട്ട് എടുത്തുകൊണ്ട് എഴുന്നള്ളത്തിനു മുൻപിൽ നടക്കുക ഇപ്പോഴും പതിവുണ്ട്. അതിലേക്കു ദേവസ്വത്തിൽനിന്നു ചില അനുഭവങ്ങൾ അവർക്കു ഇപ്പോഴും കൊടുത്തുവരുന്നുണ്ട്. ആ തറവാട്ടിൽ അന്നന്നു മൂപ്പായിട്ടുള്ള മേനവനെ മുൻകാലങ്ങളിൽ എല്ലാവരും 'കാക്കുന്ന മേനോൻ' എന്നാണ് പറഞ്ഞുവന്നിരുന്നത്. അതു ലോപിച്ച് 'കാക്കര മേനോൻ' എന്നായിരിക്കുന്നു.

അമ്മതിരുവടിയുടെ സാക്ഷാൽ തിരുനാമധേയം 'തിരുവലയന്നൂർ ഭഗവതി' എന്നാണ്. പ്രസിദ്ധനായിരുന്ന 'മഴമംഗലത്തു നമ്പൂരി'യുടെ ഭാഷാനൈഷധ ചമ്പുവിൽ,

'അൻപതൊന്നക്ഷരാളീ കലിതതനുലതേ,
വേദമാകുന്ന ശാഖി
ക്കൊമ്പത്തൻപോടു പൂക്കും കുസുമതതിയിലേ-
ത്തുന്ന പൂന്തേൻകുഴമ്പേ!
ചെമ്പൊൽത്താർ ബാണഡംഭപ്രശമനസുകൃതോ-
പാത്തസൗഭാഗ്യലക്ഷ്മീ
സമ്പത്തേ കുമ്പിടുന്നേൻ കഴലിണ വലയാ-
ധീശ്വരീ, വിശ്വനാഥേ!'

എന്ന ആദ്യശ്ലോകം ഈ ദേവിയെക്കുറിച്ചാണ്. മഴമംഗലത്തു നമ്പൂരിയുടെ

ഇല്ലം ഊരകത്തായിരുന്നു എന്നുള്ളതു പ്രസിദ്ധമാണല്ലോ. ഈ ഭഗവതിക്കു ഈ തിരുനാമധേയം സിദ്ധിച്ചതിന്റെ കാരണം താഴെപ്പറയുന്ന സംഗതികൾക്കൊണ്ടു സ്പഷ്ടമാകുന്നതാണ്.

കേരളത്തിലെ അറുപത്തിനാലു ഗ്രാമങ്ങളിലൊന്നായ പെരുമനം ഗ്രാമത്തിലുൾപ്പെട്ട തൃശ്ശിവപേരൂർനിന്ന് ഏകദേശം ഏഴു നാഴിക തെക്കാണ് പ്രസ്തുത ക്ഷേത്രം സ്ഥിതിചെയ്യുന്നത്. ശ്രീപരശുരാമൻ പരദേശത്തുനിന്ന് ആദ്യം കേരളത്തിൽ കൊണ്ടുവന്ന ബ്രാഹ്മണർ തിരിച്ചു പൊയ്ക്കളഞ്ഞതിനാൽ രണ്ടാമതു കൊണ്ടുവന്നവരും അപ്രകാരം പോകാതെയിരിക്കുന്നതിനായി അവരുടെ ശിഖ പിൻഭാഗത്തുനിന്നു മുൻഭാഗത്തത്താക്കുകയും ആചാരങ്ങൾ മിക്കവാറും മാറ്റുകയും അവർക്കു നമ്പൂരിമാരെന്നു സംജ്ഞകല്പിച്ചു കേരളത്തിൽ സ്ഥിരതാമസമാക്കിക്കുകയും ചെയ്തിട്ടു മദ്ധ്യകേരളമായ തൃശ്ശിവപേരൂർവച്ച് അന്തർദ്ധാനം ചെയ്തതിന്റെ ശേഷം നമ്പൂരിമാർ എല്ലാവരും കൂടി കേരളത്തിന്റെ സർവ്വ സമ്പദ്സമൃദ്ധ്യർത്ഥം കാഞ്ചീപുരത്തുപോയി കാമാക്ഷിയമ്മനെ സേവിച്ചു പ്രത്യക്ഷീകരിച്ചു കൊണ്ടുവന്നു കേരളത്തിൽ പ്രതിഷ്ഠിക്കണമെന്നു നിശ്ചയിക്കുകയും അതിനായി 'തിരുവലയന്നൂർ'ഭട്ടതിരിയെയും അദ്ദേഹത്തിനു സഹായത്തിനായി 'കീഴോട്ടുകര' നമ്പൂരിപ്പാടിനെയും 'കോമരത്തു' മേനവനെയും തിരഞ്ഞെടുത്ത് അയയ്ക്കുകയും ചെയ്തു. അവർ മൂന്നുപേരും കാഞ്ചീപുരത്തു പോയി ഭക്തിപൂർവ്വം ഭജിക്കുകയാൽ അമ്മൻ പ്രത്യക്ഷമായി 'നിങ്ങളുടെ അഭീഷ്ടമെന്താണ്' എന്നു ചോദിച്ചപ്പോൾ 'അമ്മൻ ഞങ്ങളോട്ടുകൂടി കേരളത്തിലേക്കു പോരണം' എന്ന് അവർ സവിനയം അപേക്ഷിക്കുകയും ദേവി അപ്രകാരം സമ്മതിക്കുകയും ചെയ്തു.

അവർ മൂന്നുപേരും സസന്തോഷം സ്വദേശത്തു മടങ്ങിയെത്തി. സ്വഗൃഹത്തിൽ ചെന്ന് അവരുടെ കൈയിലുണ്ടായിരുന്ന ഓലക്കുട ഓരോ സ്ഥലത്തുവച്ചിട്ട് പോയി കുളി മുതലായവ കഴിച്ചു തിരിച്ചുവന്നു കുടയെടുത്തപ്പോൾ അത് എടുക്കാൻ വയ്യായിരുന്നു. അതിന്റെ കാരണമെന്തെന്നു പ്രശ്നംവെപ്പിച്ചു നോക്കിയപ്പോൾ ആ കുടകളിൽ ദേവി ഇളകൊണ്ടിരുന്നതിനാലാണ് അവ ഇളകാത്തതെന്നു കണ്ടു. അതിനാൽ ആ സ്ഥലങ്ങളിൽവച്ചുതന്നെ ദേവിയെ പൂജിച്ചുകൊണ്ടിരുന്നു.

അങ്ങനെ കുറച്ചുകാലം കഴിഞ്ഞതിന്റെ ശേഷം ഒരു ദിവസം തിരുവലയന്നൂർ ഭട്ടതിരിക്ക് ഒരു സ്വപ്നമുണ്ടായി. അദ്ദേഹത്തിന്റെ ഇല്ലത്തിന്റെ പടിഞ്ഞാറ്റി ശ്രീകോവിലാക്കി ക്ഷേത്രം പണിയിച്ചു ദേവിയെ അവിടെ കുടിയിരുത്തണമെന്നും ഇല്ലത്തെ വക സകലസ്വത്തുക്കളും ദേവിക്കായി വെച്ചൊഴിയുകയും ദേവസ്വകാര്യങ്ങൾ അന്വേഷിക്കുന്നതിനുള്ള അധികാരം കൊച്ചിരാജാവിനെ ഏല്പിക്കുകയും ചെയ്യണമെന്നും ഇത്രയും ചെയ്തതിന്റെ ശേഷം ഭട്ടതിരി വടക്കോട്ടു പോയ്ക്കൊള്ളണമെന്നും ഒരു ദിവസത്തെ വഴി വടക്കോട്ടു ചെല്ലുമ്പോൾ ഇവിടെ ഇപ്പോൾ ഉള്ളതിലിരട്ടി സ്വത്തുക്കളും മറ്റും അവിടെ കിട്ടുമെന്നും ഇളങ്കുന്നിന്റെ വടക്കെ താഴ്‌വരയിൽ പാതാളാഞ്ജനംകൊണ്ടുള്ള ഒരു ബിംബം കിടക്കുന്നുണ്ടെന്നും ആ ബിംബമെടുത്തു ദേവിയെ അതിന്മേലാവാഹിച്ചു പ്രതിഷ്ഠ നടത്തിച്ചുകൊള്ളണമെന്നും ആരോ അദ്ദേഹത്തിന്റെ അടുക്കൽ ചെന്നു പറഞ്ഞതായിട്ടായിരുന്നു സ്വപ്നം. അദ്ദേഹം

ഉണർന്നു കണ്ണുതുറന്നു നോക്കിയപ്പോൾ അവിടെയെങ്ങും ആരെയും കണ്ടില്ല. എങ്കിലും ഇതു ദേവിതന്നെ തന്നോടരുളിച്ചെയ്തതാണെന്ന് അദ്ദേഹം വിശ്വസിച്ചു. അടുത്ത ദിവസം രാവിലെ പുറപ്പെട്ട ഭട്ടതിരി ഇളങ്കുന്നിന്റെ താഴ്‌വരയിൽ ചെന്നു നോക്കിയപ്പോൾ സ്വപ്നത്തിൽ കണ്ടതുപോലെ പാതാളാഞ്ജനം കൊണ്ടുള്ള ഒരു ദേവീവിഗ്രഹം കണ്ടെത്തി. അപ്പോൾ അദ്ദേഹത്തിന്റെ വിശ്വാസം കുറച്ചുകൂടി ദൃഢീഭവിച്ചു. ഉടനെ അദ്ദേഹം ആ വിഗ്രഹം അവിടെനിന്നെടുപ്പിച്ചു കൊണ്ടുവന്നു ജലാധിവാസം ചെയ്യിക്കുകയും സ്വപ്നത്തിൽ കണ്ടതുപോലെതന്നെ ക്ഷേത്രം പണിയിക്കുകയും ഒരു സുമുഹൂർത്തത്തിൽ പ്രതിഷ്ഠയും കലശവും നടത്തിക്കുകയും സകല സ്വത്തുക്കളും ദേവിക്കായി വച്ചൊഴിയുകയും ദേവസ്വകാര്യാന്വേഷണം കൊച്ചിരാജാവിനെ ഏല്പിക്കുകയും ചെയ്തതിന്റെ ശേഷം വടക്കോട്ടു പോയി. ഒരു ദിവസം വൈകുന്നേരം ഒരില്ലത്തെത്തി കുളിയും സന്ധ്യാ വന്ദനവും അത്താഴവും കഴിച്ച് അവിടെത്താമസിച്ചു. അക്കാലത്ത് ആ ഇല്ലത്തെ ഗൃഹസ്ഥൻ അനപത്യതകൊണ്ടു വിഷണ്ണനും വാർദ്ധക്യം കൊണ്ടു വിവശനുമായിത്തീരുകയാൽ കൊള്ളാവുന്ന ഒരില്ലത്തുനിന്നു ചിലരെ അവിടെ ദത്തെടുത്ത് അവകാശപ്പെടുത്തണമെന്നു വിചാരിച്ചു കൊണ്ടിരിക്കുകയായിരുന്നു. ഭട്ടതിരിയുമായി കുറച്ചുനേരം സംഭാഷണം ചെയ്തുകഴിഞ്ഞപ്പോൾ അദ്ദേഹത്തെത്തന്നെ ദത്തെടുത്താൽക്കൊള്ളാമെന്നു ഗൃഹസ്ഥനു തോന്നുകയും ആ വിവരം ഭട്ടതിരിയോടു പറയുകയും ഭട്ടതിരി തനിക്കുണ്ടായ സ്വപ്നത്തെക്കുറിച്ചുകൂടി ഓർത്തിട്ടു ഗൃഹസ്ഥന്റെ അഭിപ്രായപ്രകാരം ചെയ്യുന്നതിനു പൂർണ്ണമായി സമ്മതിക്കുകയും അചിരേണ ഭട്ടതിരിയെ സകുടുംബം ആ ഇല്ലത്തേക്കു ദത്തെടുക്കുകയും ചെയ്തു. ആ ഇല്ലത്തേക്ക് ഭട്ടതിരിയുടെ ഇല്ലത്തേക്കുണ്ടായിരുന്നതിൽ ഇരട്ടിയിലധികം സ്വത്തുണ്ടായിരുന്നു. ഈ ഇല്ലമാണ് പ്രസിദ്ധമായ സാക്ഷാൽ 'പൂമുള്ളിമന' എന്നുകൂടി പറഞ്ഞാൽ അവിടെ ധനപുഷ്ടിക്ക് ഇപ്പോഴും യാതൊരു കുറവും വന്നിട്ടില്ലെന്നു എല്ലാവർക്കും അറിയാമല്ലോ. ഇപ്പോൾ പൂമുള്ളിമനയ്ക്കലുള്ളവരെല്ലാം തിരുവലയന്നൂർ ഭട്ടതിരിയുടെ സന്താനപരമ്പരയിലുൾപ്പെട്ടവരാണെന്ന് ഇനി വിശേഷിച്ചു പറയണമെന്നില്ലല്ലോ. ഇപ്പോഴും അമ്മ തിരുവടി ക്ഷേത്രത്തിൽ പൂമുള്ളിനമ്പൂരിപ്പാട്ടിലേക്കും തന്ത്രിക്കും മേൽശാന്തിക്കുമല്ലാതെ അകത്തു കടന്നു പൂജ കഴിക്കാൻ പാടില്ലെന്നാണ് വച്ചിരിക്കുന്നത്. ദേവിയെ സേവിച്ചുകൊണ്ടു വരുകയും തന്റെ ഇല്ലംതന്നെ ക്ഷേത്രമാക്കി പ്രതിഷ്ഠ നടത്തുകയും ചെയ്തത് തിരുവലയന്നൂർ ഭട്ടതിരി ആയതുകൊണ്ടാണ് ഊരകത്ത് അമ്മ തിരുവടിക്കു 'തിരുവലയന്നൂർ ഭഗവതി' എന്നുള്ള തിരുനാമം സിദ്ധിച്ചതെന്ന് ഇനി പ്രത്യേകം പറയണമെന്നു തോന്നുന്നില്ല. ദേവിക്കു പ്രതിദിനം അഭിഷേകം കഴിഞ്ഞാലുടനെയുള്ള നിവേദ്യം ഇപ്പോഴും പൂമുള്ളി മനയ്ക്കലെ വകയായിട്ടാണ് നടത്തിപ്പോരുന്നത്.

ഊരകത്ത് അമ്മതിരുവടിക്ഷേത്രത്തിന്റെ മതിൽക്കകത്തു കിഴക്കേ പടിഞ്ഞാറുവശത്തായി കരിങ്കൽത്തറയോടുകൂടി പ്രദക്ഷിണവഴിക്കു ഇപ്പോൾ ഒരു പിലാവു നില്ക്കുന്ന സ്ഥലം പണ്ടു തിരുവലയന്നൂർ ഭട്ടതിരി യുടെ ഇല്ലത്തിന്റെ മുറ്റമായിരുന്നു. ആ സ്ഥലതായിരുന്നു ഭട്ടതിരി കാഞ്ചീപുരത്തുനിന്നു മടങ്ങി വന്നപ്പോൾ ഓലക്കുടവച്ചത്. ആ സ്ഥലത്തിന് ഇപ്പോൾ ശ്രീമൂലസ്ഥാനം

എന്നാണ് പേർ പറഞ്ഞു വരുന്നത്. ശ്രീമൂല സ്ഥാനത്തും പതിവായി പൂജയും ജനങ്ങൾ വന്ദിക്കുകയും ഇപ്പോഴും നടന്നുവരുന്നുണ്ട്. അവിടെ എന്തെങ്കിലും കാരണവശാൽ അശുദ്ധി ബാധിച്ചാൽ ശ്രീകോവിലിനകത്തു ബിംബത്തിങ്കലും പുണ്യാഹം വേണം. ദേവി കാഞ്ചീപുരത്തുനിന്ന് കേരളത്തിലേക്ക് പോന്നത് ഓലക്കുടയിന്മേൽ അധിവസിച്ചുകൊണ്ടായിരുന്നതിനാൽ അമ്മതിരുവടിക്ക് ഇപ്പോഴും ഓലക്കുട പ്രധാനമാണ്. മൂന്നുനേരവും ശീവേലിക്ക് അവിടെ ഇപ്പോഴും ഓലക്കുടതന്നെയാണ് പിടിക്കുക പതിവ്. പൂരത്തിനും മറ്റും പുറത്തേക്കെഴുന്നള്ളിക്കുന്ന ദിവസങ്ങളിൽ ആനപ്പുറത്തു പിടിക്കുന്നതിനുള്ള പട്ടുകുടയും അവിടെ ഉണ്ടാക്കുന്നത് ഉള്ളിൽ ഓലക്കുടക്കൂടി ചേർത്താണ്.

അമ്മതിരുവടിക്ഷേത്രം ഒരു മഹാക്ഷേത്രമായിട്ടാണ് ഇപ്പോഴുമിരിക്കുന്നത്. ഇവിടെ പതിവായി അഞ്ചു പൂജ, മൂന്നു ശീവേലി, നവകം, പഞ്ചഗവ്യം മുതലായവയെല്ലാം ഇപ്പോഴും നടന്നുവരുന്നുണ്ട്.

ദേവി കാർത്ത്യായനി(കന്യക)യാകയാൽ ഇവിടെ സുഗന്ധമുള്ള പുഷ്പങ്ങൾ പൂജയ്ക്കും, മറ്റും ഉപയോഗിക്കാൻ പാടില്ലെന്നു മാത്രമല്ല, പൂരം മുതലായവയ്ക്കു വെടി, വെടിക്കെട്ട് മുതലായ കരിമരുന്നുപ്രയോഗങ്ങളും പതിവില്ല.

അമ്മതിരുവടിയുടെ ക്ഷേത്രസങ്കേതത്തിനകത്തു നായന്മാരിൽ താഴ്ന്ന ജാതിക്കാർ കുടിപ്പാർക്കുകയോ മദ്യം, മാംസം മുതലായവ ക്രയവിക്രയങ്ങൾ ചെയ്യുകയോ പാടില്ല. നായന്മാർ മുതലായ ജാതിക്കാർക്കുതന്നെയും പുരയ്ക്ക് ഓട്ടുമേയിക്കാനോ നാലുകോടി (മൂല)കളും ചേർത്തിണക്കി പടിപ്പുര പണിയിക്കാനോ അടിയന്തിരങ്ങൾക്ക് അപ്രകാരം പന്തൽ (കൊട്ടിൽ) കെട്ടിക്കുവാനോ അർഹതയില്ല. പുരയ്ക്ക് ഓടിട്ടുവിക്കുന്നതിനു കല്യാണത്തിന് ആനപ്പുറത്തു മുല്ല കൊണ്ടുവരുവാനും വലിയ പപ്പടം, പഞ്ചസാര മുതലായവയോടുകൂടി സദ്യ കഴിക്കുന്നതിനും ദേവസ്വത്തിലെ അനുവാദത്തോടുകൂടി വലിയ തമ്പുരാൻ തിരുമനസ്സിലെ തീട്ടൂരം വേണം. പുരയ്ക്ക് ഓടിട്ടുവിക്കുന്നതിനു ദേവസ്വത്തിലെ അനുവാദം കിട്ടണമെങ്കിൽ ദേവിയുടെ നടയിൽ ഒരു നൂറ്റൊന്നു പണം കെട്ടി വയ്ക്കണം (ഒരു പണത്തിന് നാലണ ഏഴുപൈ).

കീഴോട്ടുകര നമ്പൂരിപ്പാട്ടും കോമരത്തു മേനവനും കൊണ്ടുവന്ന ഭഗവതിമാരെ അവരും ഓരോ സ്ഥലത്തു പ്രതിഷ്ഠിപ്പിച്ചു. നമ്പൂരിപ്പാട്ടു ഭഗവതിയെ പ്രതിഷ്ഠിപ്പിച്ച സ്ഥലത്തിനു പിഷാരിക്കലെന്നും മേനവൻ പ്രതിഷ്ഠിപ്പിച്ച സ്ഥലത്തിന് 'പലിശ്ശേരി'യെന്നുമാണ് പേരു പറഞ്ഞു വരുന്നത്. മൂന്നുപേരും (ഭട്ടതിരിയും നമ്പൂതിരിപ്പാട്ടും മേനവനും) ഒരു ഭഗവതിയെത്തന്നെയാണ് സേവിച്ചുകൊണ്ട് വന്നത്. എങ്കിലും പ്രതിഷ്ഠാസമയത്തെ ധ്യാനഭേദംകൊണ്ടോ എന്തോ, മേനവന്റെ ഭഗവതി ഭദ്രകാളിയായിത്തീർന്നു. അവിടെ ഇപ്പോഴും പൂജ നടത്തിവരുന്നതു ഭദ്രകാളിയായിട്ടുതന്നെയാണ്. ഭഗവതിയെ പുറത്തേക്കെഴുന്നള്ളിക്കുന്ന സമയങ്ങളിൽ ഒരു വാളുമെടുത്തുകൊണ്ടു കോമരത്തുമേനോൻ അകമ്പടി സേവിക്കുക ഇപ്പോഴും പതിവുണ്ട്.

ആണ്ടുതോറും തുലമാസത്തിൽ അമാവാസിദിവസം അമ്മതിരുവടിയെ പുറത്തേക്കെഴുന്നള്ളിക്കുകയും കിഴക്കുവശത്തുള്ള മമ്പിള്ളിക്കുളത്തിൽ ആറാട്ടും പതിവുണ്ട്. ആ ദിവസംമാത്രമേ പുറത്തേക്കു കിഴക്കേ ഗോപുരത്തിൽക്കൂടി എഴുന്നള്ളിക്കാറുള്ളൂ. പുറത്തേക്കെഴുന്നള്ളിക്കുക പതിവുള്ള മറ്റു

ദിവസങ്ങളിൽ പടിഞ്ഞാറെ ഗോപുരത്തിൽക്കൂടിയാണ് പതിവ്. ഇതിനു പറഞ്ഞുവരുന്ന കാരണം താഴെക്കാണുന്ന പ്രകാരമാണ്.

പണ്ടൊരിക്കൽ കൊടുങ്ങല്ലൂർ ഭഗവതി ലോകരക്ഷാർത്ഥം ദേശ സഞ്ചാരം ചെയ്ത കൂട്ടത്തിൽ ഒരു ദിവസം ഇവിടെ വന്നുചേരുകയും അമ്മതിരുവടിയെ ക്കാണുകയും രണ്ടു പേരും തമ്മിൽ സഖ്യം സിദ്ധിക്കുകയും അമ്മതിരുവടി കൊടുങ്ങല്ലൂർ ഭഗവതി തന്റെ അടുക്കൽത്തന്നെ ഇരിക്കണമെന്ന് ആവശ്യപ്പെടുകയും കിഴക്കെ ഗോപുരത്തിന്റെ മുകളിൽ ഇരുന്നുകൊള്ളുന്നതിന് അനുവദിക്കുകയും അതനുസരിച്ച് കൊടുങ്ങല്ലൂർ ഭഗവതി അന്നുമുതൽ കിഴക്കെ ഗോപുരത്തിന്റെ മുകളിൽ വാസമാവുകയും ചെയ്തു. അതിനാൽ അമ്മതിരുവടിയെ അതിലേ എഴുന്നള്ളിച്ചാൽ കൊടുങ്ങല്ലൂർ ഭഗവതിയുടെ കാൽക്കീഴിൽക്കൂടിയാകുമല്ലോ. അതുകൊണ്ടാണ് അതിലെ എഴുന്നള്ളിപ്പ് വേണ്ടെന്നു വച്ചത്. തുലാമാസത്തിൽ അമാവാസി ദിവസം സമുദ്രസ്നാനം ചെയ്യുന്നതിനായി കൊടുങ്ങല്ലൂർ ഭഗവതി തലേദിവസം രാത്രിയിൽത്തന്നെ ഇവിടെനിന്നു പോകും. പിന്നെ അമാവാസിനാൾ സമുദ്രസ്നാനവും മറ്റും കഴിഞ്ഞേ മടങ്ങി വരുകയുള്ളൂ. കൊടുങ്ങല്ലൂർ ഭഗവതി അവിടെയില്ലാത്ത സമയത്ത് അതിലെ എഴുന്നള്ളിക്കുന്നതിനു വിരോധമില്ലല്ലോ. അതുകൊണ്ടാണ് അന്നുമാത്രം അതിലെ എഴുന്നള്ളിക്കാമെന്നു വച്ചിരിക്കുന്നത്. ഇപ്പോഴും ഇവിടെ ക്ഷേത്രത്തിൽ ദർശനത്തിനായി വരുന്ന ജനങ്ങൾ കൊടുങ്ങല്ലൂർ ഭഗവതിയെ ധ്യാനിച്ച് കിഴക്കെ ഗോപുരത്തിന്റെ മുകളിലേക്കും തൊഴുക പതിവുണ്ട്.

ഇനി ഭഗവതി ആറാടുന്നതായ മമ്പിള്ളിക്കുളത്തിന്റെ ഉത്ഭവത്തെക്കുറിച്ചുകൂടി സ്വല്പം പറയേണ്ടിയിരിക്കുന്നു. മമ്പിള്ളി എന്നത് ഒരു നമ്പൂരിയുടെ ഇല്ലപ്പേരാണ്. വലിയ ചിറപോലെ വലിപ്പമുള്ളതായ ഈ കുളം ഒരു ദിവസംകൊണ്ടു കുത്തിച്ചതാണെന്നാണ് പറയുന്നത്.

പണ്ടൊരുകാലത്തു കൊച്ചി രാജകുടുംബത്തിൽ പുരുഷസന്താനം ചുരുക്കമായിത്തീർന്നു. അതിനാൽ അക്കാലത്തു ഗർഭിണിയായിത്തീർന്ന ഒരു തമ്പുരാട്ടി താൻ പ്രസവിച്ചുണ്ടാകുന്നത് ഒരു പുരുഷസന്താനമായിരിക്കണമെന്നുള്ള പ്രാർത്ഥനയോടുകൂടി ഊരകത്ത് അമ്മതിരുവടി ക്ഷേത്രത്തിൽ ഭജനമിരുന്നിരുന്നു. ആ ഭജനക്കാലത്ത് ഒരു ദിവസം തമ്പുരാട്ടി കാലും മുഖവും കഴുകുന്നതിനായി ക്ഷേത്രക്കുളത്തിൽ ചെന്നിറങ്ങിയ സമയം മമ്പിള്ളിയില്ലത്തെ ബ്രഹ്മചാരിയായ ഒരുണ്ണി ആ കുളക്കടവിൽ നില്ക്കുന്നുണ്ടായിരുന്നു. കുസൃതിക്കാരനായ ആ ഉണ്ണി തമ്പുരാട്ടിയുടെ മേൽമുണ്ടിന്മേൽ ചെളിവെള്ളം തട്ടിത്തെറിപ്പിച്ചു. തമ്പുരാട്ടിക്ക് ആ ഉണ്ണിയുടെ നേരെ സാമാന്യത്തിലധികം ദേഷ്യം തോന്നിയെങ്കിലും ഒന്നും മിണ്ടാതെ കയറിപ്പോവുകയും ആ മുണ്ടിലെ ചെളി കളയാതെ അത് അപ്രകാരം തന്നെ സൂക്ഷിച്ചുവയ്ക്കുകയും ഭജനം കാലംകൂടിയതിന്റെ ശേഷം തമ്പുരാട്ടി കോവിലകത്തേക്കു തിരിച്ചെഴുന്നള്ളുകയും യഥാകാലം ഒരു പുരുഷപ്രജയെ പ്രസവിക്കുകയും ചെയ്തു. ഭാഗ്യവാനായിരുന്ന ആ രാജകുമാരനു പതിനെട്ടാമത്തെ തിരുവയസ്സിൽത്തന്നെ രാജാധികാരം സിദ്ധിച്ചു. രാജ്യഭാരമേറ്റിട്ട് ആദ്യം വന്ന ആട്ടത്തിരുന്നാൾ ദിവസം അമ്മതമ്പുരാട്ടി സൂക്ഷിച്ചു വച്ചിരുന്ന ആ ചെളിപുരണ്ട മേൽമുണ്ട് അപ്രകാരംതന്നെ ഉടുത്തുകൊണ്ടു തമ്പുരാനു ചോറു വിളമ്പിക്കൊടുത്തു! ആ

മുണ്ടു കണ്ടിട്ടു തമ്പുരാൻ അതങ്ങനെയാവാനുള്ള കാരണം കല്പിച്ചു ചോദിക്കു കയും തമ്പുരാട്ടി വിവരമെല്ലാം ധരിപ്പിക്കുകയും ചെയ്തു. അമൃതേത്തു കഴിഞ്ഞു പുറത്തെഴുന്നള്ളിയ ഉടനെ തമ്പുരാൻ ദിവാൻജിയെ തിരുമുമ്പാകെ വരുത്തി 'നാളെ രാവിലെ എനിക്കു കുളി മമ്പിള്ളി നമ്പൂരിയുടെ ഇല്ലമിരിക്കുന്ന സ്ഥല ത്താണ്. അതിനു വേണ്ടതുപോലെ ചട്ടംകെട്ടിക്കൊള്ളണം' എന്നു കല്പിച്ചു. കല്പന പ്രകാരം ദിവാൻജി അന്നുതന്നെ വേണ്ടുന്ന ആളുകളെ ശേഖരിച്ചു നമ്പൂരിയുടെ ഇല്ലം പൊളിച്ചു മാറ്റിക്കുകയും അതിരുന്ന സ്ഥലത്തു വലിയ ചിറപോലെ ഒരു കുളംകുഴപ്പിച്ചു പിറ്റേദിവസം നേരം വെളുക്കുന്നതിനു മുമ്പ് പുണ്യാഹം കഴിപ്പിച്ചു ശുദ്ധമാക്കിക്കുകയും രാവിലെ തമ്പുരാനെഴുന്നെള്ളി അവിടെ നീരാട്ടുകുളി കഴിക്കുകയും ചെയ്തു. ഇപ്രകാരമാണ് മാമ്പിള്ളിക്കുള ത്തിന്റെ ഉത്ഭവം.

അമ്മതിരുവടി ക്ഷേത്രത്തിൽ ആണ്ടുതോറും വൃശ്ചികമാസം ഒന്നാംതീ യ്യതി മുതൽ നാല്പത്തൊന്നുദിവസത്തെ വാരവും കാർത്തികനാൾ വിളക്കും പതിവുണ്ട്. കാർത്തികനാളത്തെ സദ്യയുടെയും മറ്റും ചിലവും കൊച്ചി സർക്കാ രിൽനിന്നാണ് ചെയ്തു വന്നത്.

പ്രസിദ്ധമായ ആറാട്ടുപുഴപ്പൂരം മീനമാസത്തിലാണ്. അതു സംബന്ധി ച്ചു രോഹിണിനാൾ ശുദ്ധികലശം മുതലായവ കഴിച്ചു മകയിരത്തുന്നാൾ കൊടിയേറും. എട്ടാം ദിവസം ഉത്രത്തുന്നാളാണ് പ്രധാനമായ ആറാട്ട്. അത് ഒരോ ദിവസം ഓരോ ദിക്കിലാണ്. അവയിൽ മകയിരം തിരുവാതിര ഈ ദിവസങ്ങളിലെ ആറാട്ടു മമ്പിള്ളിക്കുളത്തിലാണ് പതിവ്.

ആറാട്ടുപുഴപ്പൂരത്തിനു നാല്പത്തൊന്നു ക്ഷേത്രങ്ങളിൽനിന്ന് എഴുന്നള്ളി ച്ചു വരും. ആ ക്ഷേത്രങ്ങളിലെല്ലാം മകയിരുത്തുന്നാൾ കൊടിയേറ്റും ഉത്ര ത്തുന്നാൾ ആറാട്ടുമാണ് പതിവ്. പൂരത്തുന്നാൾ ആറാട്ടുപുഴെ എഴുന്നള്ളിച്ചു വന്നാൽ ഉത്രത്തുന്നാൾ കാലത്ത് ആറാട്ടു കഴിഞ്ഞിട്ടാണ് എല്ലാ ദേവന്മാരെ യും തിരിച്ചെഴുന്നള്ളിക്കുന്നത്. എല്ലാ ദേവന്മാരുടെയും ആറാട്ട് ആറാട്ടുപുഴ പുഴക്കടവിൽതന്നെയാണ്. ഈ സ്ഥലത്തിന് 'ആറാട്ടുപുഴ' എന്നു നാമം സിദ്ധിച്ചതിന്റെ കാരണം ഇതു തന്നെയായിരിക്കണം. ഇവിടെ നാല്പത്തൊ ന്നു ക്ഷേത്രങ്ങളിൽ നിന്നും എഴുന്നള്ളിച്ചു വരുന്നുണ്ടെങ്കിലും അവയിൽ പ്രാധാന്യം അമ്മതിരുവടിക്കുതന്നെയാണ്. ഇവിടെ എഴുന്നള്ളിച്ചുവരുന്ന സകല ദേവന്മാർക്കും ഉത്രത്തുന്നാൾ കാലത്തു പുഴക്കടവിൽ ആറാട്ടു കഴി ഞ്ഞാലുള്ള നിവേദ്യത്തിനും മറ്റും വേണ്ടുന്നതെല്ലാം അമ്മതിരുവടി (ദേവസ്വ ത്തിൽ നിന്ന്) ആണ് കൊടുക്കുന്നത്. എന്നാൽ പ്രഭുത്വം കൊണ്ടു തൃപ്രയാറ്റു ദേവനും (ശ്രീരാമസ്വാമിയും) മത്സരം നിമിത്തം ചേർപ്പിൽ ഭഗവതിയും മാത്രം അതൊന്നും സ്വീകരിക്കാറില്ല. അമ്മതിരുവടിയും ചേർപ്പിൽ ഭഗവതിയും തമ്മിലുള്ള മത്സരത്തിന്റെ കാരണം പിന്നാലെ പ്രസ്താവിക്കാം.

പെരുമനം ഗ്രാമത്തിലുള്ള നമ്പൂതിരിമാർ തമ്മിൽ കിടമത്സരം നിമിത്തം മുൻകാലങ്ങളിൽ മിക്കപ്പോഴും കലഹിച്ചുകൊണ്ടിരിക്കുക പതിവായിരുന്നു. പെരുമനം ക്ഷേത്രത്തിൽ ഉത്സവമില്ലാതെയായിപ്പോയതു തന്നെ ഇവരുടെ മത്സരം നിമിത്തമാണ്. അവിടെ പണ്ട് ഉത്സവമുണ്ടായിരുന്നു. അവിടെയും മകയിരുത്തുന്നാൾ കൊടിയേറ്റും ഉത്രത്തുന്നാൾ ആറാട്ടുമായിട്ടാണ് ഉൽസവം

നടന്നിരുന്നത്. നമ്പൂതിരിമാർ തമ്മിലുള്ള മത്സരവും വഴക്കും ലഹളയും നിമിത്തം അതു നിന്നു പോയി. പിന്നെ കുറച്ചു കാലത്തേക്ക് അവിടെ ഉത്സവമെന്നല്ല യാതൊരാഘോഷവുമില്ലായിരുന്നു. പതിവായിട്ടുള്ള പൂജ മുതലായവപോലും ശരിയായി നടക്കാതെയായിത്തീർന്നു. അങ്ങനെ കഴിഞ്ഞതിന്റെ ശേഷം യോഗക്കാരിൽ പകുതി യിലധികമാളുകൾ യോജിച്ച് ഉത്സവവും മറ്റുമില്ലെങ്കിലും ആണ്ടിലൊരിക്കൽ ഒരാഘോഷം നടത്തണമെന്നും പൂരം ആറാട്ടുപുഴെ പ്രധാനമാകയാൽ അതു പൂയത്തുന്നാൾ മതിയെന്നും അതിനും പെരുമനത്തപ്പനെ പുറത്തേക്കെഴുന്നള്ളിക്കേണ്ടെന്നും ആ ദിവസം ഗ്രാമത്തിലുള്ള മറ്റു ദേവന്മാരെയെല്ലാമെഴുന്നെള്ളിച്ച് ഇവിടെ കൊണ്ടുവരുകയും ആ എഴുന്നള്ളിപ്പു കഴിവുള്ളിടത്തോളം കേമമാക്കുകയും ചെയ്താൽ മതിയെന്നും നിശ്ചയിക്കുകയും അങ്ങനെ നടപ്പാക്കുകയും ചെയ്തു. അതാണ് ഇപ്പോഴത്തെ പെരുമനത്തുപൂരം.

യോഗക്കാരുടെ മത്സരം നിമിത്തം പെരുമനത്തുക്ഷേത്രത്തിൽ പ്രതിദിനമുള്ള ഉച്ചപൂജയും ആണ്ടുതോറുമുള്ള കൂടിയാട്ടവും മറ്റും ചിലപ്പോൾ മുട്ടാനിടവരുകയാൽ അവ മുട്ടാതെ നടത്തുന്നതിലേക്കു യോജിച്ച യോഗക്കാർക്കൂടി പറവൂർ രാജാവിനെ ചുമതലപ്പെടുത്തുകയും ആ വകയ്ക്ക് ഒട്ടുവളരെ നിലംപുരയിടങ്ങൾ ദേവസ്വത്തിൽനിന്ന് ആ രാജാവിനു വിട്ടുകൊടുക്കുകയും ചെയ്തു. പറവൂർദേശം തിരുവിതാംകൂറി ലേക്ക് ഒതുങ്ങിയപ്പോൾ ആ വക വസ്തുക്കളും തിരുവിതാംകൂർ ഗവർമ്മെണ്ടിന്റെ അധീനതയിലായി. അതുകൊണ്ടാണ് കൊച്ചീരാജ്യത്തിരിക്കുന്ന പെരുമനത്തു ക്ഷേത്രത്തിൽ ഉച്ചപ്പൂജ, കൂടിയാട്ടം മുതലായവ ഇപ്പോഴും തിരുവിതാംകൂർ ഗവർമ്മെണ്ടിൽ നിന്ന് നടത്തിപ്പോരുന്നത്.

ഇത്രയുമൊക്കെയായിട്ടും യോഗക്കാരുടെ മത്സരവും പിണക്കവും പൂർണ്ണമായിട്ടു ശമിച്ചില്ല. പെരുമനം ഗ്രാമത്തിൽ പ്രധാനന്മാരും പ്രബലന്മാരുമായ അവണാ മനയ്ക്കൽ നമ്പൂരിപ്പാട്ടും ചിറ്റൂർ മനയ്ക്കൽ നമ്പൂരി പ്പാട്ടും തമ്മിലാണ് ഒടുക്കം വലിയ പിണക്കമുണ്ടായത്. പെരുമന ക്ഷേത്രത്തിലെ സംഗതികളെല്ലാം മേല്പറഞ്ഞ പ്രകാരം ഒരുവിധമവസാനിപ്പിച്ചതിന്റെ ശേഷം ചിറ്റൂർ നമ്പൂരിപ്പാട് അമ്മതിരുവടിയുടെ നേരെ തിരിഞ്ഞു. ഏതുവിധവും ആ ക്ഷേത്രം നാമാവശേഷമാക്കണമെന്നായിരുന്നു അദ്ദേഹത്തിന്റെ ഉദ്ദേശ്യം. അതിനായി അദ്ദേഹം പല വിദ്യകൾ പ്രയോഗിച്ചു നോക്കി. അവണാമനയ്ക്കൽ നമ്പൂരിപ്പാട് അവയെല്ലാം സൂക്ഷ്മാവലോകനത്തോടുകൂടി തടഞ്ഞുകൊണ്ടിരുന്നതിനാൽ അമ്മതിരുവടി ദേവസ്വത്തിലേക്ക് വലിയ തരക്കേടൊന്നും പറ്റിയില്ല. അവണാമനയ്ക്കൽ നമ്പൂരി പ്പാടിലേക്ക് അമ്മ തിരുവടിയുടെ ആനുകൂല്യവും സജ്ജനങ്ങളുടെ സഹായവും ധാരാളമായിട്ടുണ്ടായിരുന്നു. ചിറ്റൂർ നമ്പൂരിപ്പാട്ടിലേക്ക് അവ രണ്ടും വളരെ കുറവായിരുന്നു. അതിനാലാണ് അദ്ദേഹത്തിന്റെ ഉദ്ദേശം ശരിയായി ഫലിക്കാതിരുന്നത്.

അമ്മതിരുവടിയെ പെരുമനത്തു പൂരത്തിന് എഴുന്നള്ളിച്ചുകൊണ്ടു പോകുന്ന സമയം ചില അപകടങ്ങൾ പറ്റിക്കുന്നതിനായി ചിറ്റൂർ നമ്പൂരിപ്പാട്ടു ഗൂഢമായി ചില ആലോചനകളും ചട്ടംകെട്ടുകളും ചെയ്തിരുന്നു. അവണാമന നമ്പൂരിപ്പാട് ആ വിവരം തന്റെ ചാരന്മാർ മുഖാന്തിരമറിഞ്ഞ് അമ്മതിരു

വടിയെ പെരുമനത്തേക്കു എഴുന്നള്ളിക്കുമ്പോൾ സ്വന്തം ചാത്തംകുടത്തു ശാസ്താവിനെക്കൂടെ എഴുന്നള്ളിച്ചുകൊണ്ടു പോകുന്നതിനും ആ എഴുന്നള്ള ത്തോട്ടുകൂടി അനേകം അകമ്പടിക്കാരും പോകുന്നതിനും ശട്ടംകെട്ടുകയും ക്ഷേത്രപ്രദക്ഷിണത്തിനായി അമ്മ തിരുവടിയെ പെരുമനത്തു മതിൽക്ക കത്തേക്ക് എഴുന്നെള്ളിക്കുമ്പോൾ ശാസ്താവു മുമ്പിലായിരിക്കണമെന്നും ഉപദേശിക്കുകയും ചെയ്തയച്ചു. അതിനാൽ ചിറ്റൂർ നമ്പൂരിപ്പാട്ടിലെ ആ ഉദ്ദേ ശ്യവും ഫലിച്ചില്ല. ഇപ്പോൾ ദേവസ്വം ബോർഡിൽനിന്ന് അകമ്പടിക്കാരി ല്ലെങ്കിലും പെരുമനത്തുപൂരത്തിന് അമ്മതിരുവടിയെ എഴുന്നള്ളിക്കുമ്പോൾ അവണാമന നമ്പൂരിപ്പാട് ഇപ്പോഴും തന്റെ ചാത്തംകുടത്തു ശാസ്താവിനെ ക്കൂടി എഴുന്നള്ളിച്ചയയ്ക്കാറുണ്ട്. മതിൽ ക്കകത്തേക്കെഴുന്നള്ളിക്കുമ്പോൾ ശാസ്താവു മുൻപിലും തിരിച്ചെഴുന്നള്ളി ക്കുമ്പോൾ ഭഗവതി മുമ്പിലുമായിട്ടാണ് ഇപ്പോഴും പതിവ്. അമ്മതിരുവടിക്ക് അപകടമൊന്നും പറ്റാതെയിരിക്കു ന്നതിന് അവണാമന നമ്പൂരിപ്പാട് സദാ വേണ്ടുന്ന മുൻകരുതലുകളെല്ലാം ചെയ്തു കൊണ്ടിരുന്നുവെങ്കിലും സ്വല്പമായ ഒരു നഷ്ടം പറ്റാതെയിരുന്നില്ല. ഒരു തവണ പെരുമനത്തുപൂരത്തിന് തെക്കെ ഗോപുരത്തിൽക്കൂടി അമ്മതി രുവടിയെ മതിൽക്കകത്തേക്കെഴുന്നള്ളിച്ചപ്പോൾ ചിലർ ഗോപുരത്തിന്റെ മുകളിലിരുന്നു തോട്ടിയിട്ടു കുടയുടെ പൊൻമകുടം വലിച്ചെടുത്തുകൊണ്ട് പോയ്ക്കളഞ്ഞു. ഇത് ചെയ്തത് ചിറ്റൂർ നമ്പൂരിപ്പാട്ടിലെ ആജ്ഞാകാരന്മാരാ യിക്കുമല്ലോ. ഏതെങ്കിലും അക്കാലം മുതൽ അമ്മതിരുവടിയെ പെരുമനത്തു മതിൽക്കകത്തേക്കു ആ ഗോപുരത്തിൽക്കൂടി എഴുന്നള്ളിക്കാറില്ല.

ഇതൊന്നുകൊണ്ടും ചിറ്റൂർ നമ്പൂരിപ്പാട്ടിലേക്കു തൃപ്തിയായില്ല. ഒടുക്കം അദ്ദേഹം അമ്മതിരുവടിക്ഷേത്രത്തിലെ തന്ത്രിയായിരുന്ന പടിഞ്ഞാറേടത്തു ഭട്ടതിരിയെ സ്വാധീനപ്പെടുത്തി, ദേവിയെ പൂവും നീരും കൂട്ടി ആവാഹിച്ചു ശംഖിലാക്കി ചിറ്റൂർ മനയ്ക്കൽ കൊണ്ടുചെന്നു കൊടുക്കുന്നതിനു പറഞ്ഞു ചട്ടം കെട്ടി. തന്ത്രി അപ്രകാരം ദേവിയെ ആവാഹിച്ചുകൊണ്ട് മതിൽക്കു പുറത്തു വടക്കുകിഴക്കെ മൂലവരെ ചെന്നപ്പോൾ ശംഖ് അദ്ദേഹത്തിന്റെ കൈയിൽ നിന്ന് നിലത്തു വീഴുകയും അതിൽനിന്ന് ദുർന്നിരീക്ഷ്യമായ ഒരു തേജസ്സ് പുറപ്പെട്ട് അമ്പലത്തിനകത്തേക്കു പോകുന്നതായി കാണപ്പെടുകയും ചെയ്തു. അന്നുമുതൽ ദർശനത്തിനായി അവിടെ വരുന്നവരെല്ലാം ശംഖ് നിലത്തു വീണതായ ആ സ്ഥാനത്തു മതിലിന്മേൽ തൊട്ടു തലയിൽ വയ്ക്കുക പതിവായി. അത് ഇപ്പോഴും നടന്നുവരുന്നുണ്ട്. ചിറ്റൂർ നമ്പൂരിപ്പാട്ടിലെ വാക്കു കേട്ടു കപട തന്ത്രം പ്രയോഗിച്ച തന്ത്രിയെ യോഗക്കാരും മറ്റും കൂടിയാലോചിച്ച് അന്നുത ന്നെ മാറ്റുകയും തന്ത്രത്തിന് അവിടെ വേറെ ആളെ നിയമിക്കുകയും ചെയ്തു. ഇത്രയുമായപ്പോഴേക്കും ചിറ്റൂർ നമ്പൂരിപ്പാട്ടിലേക്ക് ഒട്ടു തൃപ്തിയാവുകയും തന്റെ ഉദ്ദേശ്യം ഫലിക്കയില്ലെന്നു പൂർണ്ണബോധം വരുകയും അതിനാലദ്ദേഹം സ്വന്തമായി ഒരു ക്ഷേത്രം പണിയിച്ച് അവിടെ യും ഭഗവതിയെ പ്രതിഷ്ഠി പ്പിക്കുകയും പൂരം മുതലായ ആഘോഷങ്ങൾ നടത്തിത്തുടങ്ങുകയും ചെയ്തു. ഇപ്രകാരമുണ്ടായതാണ് ചേർപ്പിൽ ഭഗവതി. ഈ സ്ഥിതിക്ക് ആ ഭഗവ തിക്ക് അമ്മതിരുവടിയോട് മത്സരമുണ്ടായത് ഒരത്ഭുതമല്ലല്ലോ. എന്നാൽ മനുഷ്യർ തമ്മിലല്ലാതെ ദേവിമാർ തമ്മിൽ മത്സരമുണ്ടാവനിടയില്ലാത്ത

തിനാൽ ഇതു മനുഷ്യസങ്കല്പം മാത്രമാണെന്നു വരാനേ തരമുള്ളൂ. ആറാട്ടുപുഴപ്പൂരത്തിനു ചേർപ്പിൽ ഭഗവതിയുടെ എഴുന്നള്ളത്ത് അമ്മതിരുവടിയുടെ എഴുന്നള്ളത്തിനേക്കാൾ മോടിപിടിപ്പിച്ചു കേമമാക്കണമെന്നു വിചാരിച്ച് ഇപ്പോഴും മത്സരബുദ്ധിയോടുകൂടി ഉത്സാഹിക്കുന്നത് തത്പക്ഷപാതികളായ മനുഷ്യരാണല്ലോ. ആറാട്ടുപുഴപ്പൂരതിനു നാല്പത്തൊന്നു ക്ഷേത്രങ്ങളിൽനിന്ന് എഴുന്നള്ളിച്ചുവരുമെന്നു പറഞ്ഞിട്ടുണ്ടല്ലോ. അവയിൽ തൃപ്രയാറ്റു ശ്രീരാമസ്വാമിയുടെയും ഊരകത്ത് അമ്മതിരുവടിയുടെയും ചേർപ്പിൽ ഭഗവതിയുടെയും എഴുന്നള്ളത്തുകളാണ് അധികം കേമമായും മോടിയോടു കൂടിയും ഇപ്പോഴും നടന്നുവരുന്നത്. അമ്മതിരുവടിയുടെ എഴുന്നള്ളത്തിന് ഇരുപത്തൊമ്പത് ആനകളാണ് പതിവ്. ചേർപ്പിൽ ഭഗവതിയുടെ എഴുന്നള്ള ത്തിന് ഒരിക്കലും അതിൽ കുറയാറില്ല. ചില കൊല്ലങ്ങളിൽ ഉണ്ടായിരിക്കാറുണ്ട്. എഴുപതില്പരം ഒന്നാന്തരം അതിലധികവും കൊമ്പനാനകളോടും മുൻവശത്തു നാലു വരിയായി അസംഖ്യം ദീപയഷ്ടി (തീവട്ടി)കളോടുംകൂടി നടുവിൽ തൃപ്രയാറ്റുദേവനും ഇടത്തുവശത്ത് ഊരകത്ത് അമ്മതിരുവടിയും വലത്തുവശത്ത് ചേർപ്പിൽഭഗവതിയുമായി ആറാട്ടുപുഴപ്പാടത്തുള്ള ആ എഴുന്നള്ളത്തു കാഴ്ചക്കാർക്കു നേത്രോത്സവം തന്നെയാണ്. ആ എഴുന്നള്ളത്തിന്റെ ഭംഗി മുഴുവനും അനുഭവഗോചരമാകണമെങ്കിൽ സ്വല്പം ദൂരത്തുനിന്നു നോക്കണം. ആനകളുടെ ആധിക്യവും മേളത്തിന്റെ തകർപ്പുംകൊണ്ടു ഗംഭീരവും വെടിക്കെട്ടു മുതലായവയുടെ രാഹിത്യം കൊണ്ടു പ്രശാന്തരമണീയവുമായ ആ എഴുന്നള്ളത്തു കാണുന്നതിനു ദേവന്മാരും വരുന്നുണ്ടെന്നുള്ള കേൾവി കേവലം അതിശയോക്തിയല്ലെന്ന് ഇതു കാണുന്നവർക്കു തോന്നിപ്പോകുമെന്നുള്ളതിനു സംശയമില്ല. അതിനുള്ള മുഖ്യകാരണവും അമ്മതിരുവടിയുടെ മാഹാത്മ്യം തന്നെയാണ്.

പണ്ടു കീഴോട്ടുകരമനയ്ക്കലെ ഒരു കന്യക പതിവായി അമ്മതിരുവടിയുടെ ക്ഷേത്രത്തിൽ ചെന്നു ദർശനംകഴിച്ചിരുന്നു. അങ്ങനെ കുറച്ചുകാലം കഴിഞ്ഞപ്പോൾ കന്യകയ്ക്ക് യൗവനാരംഭമായി. അപ്പോൾ അച്ഛൻനമ്പൂരിപ്പാടു ദൂരസ്ഥനായ ഒരു നമ്പൂരിക്കു പുത്രിയെ വേളി കഴിപ്പിച്ചുകൊടുക്കുന്നതിനു തീർച്ചയാക്കി മുഹൂർത്തം നിശ്ചയിക്കുകയും വേണ്ടതെല്ലാം വട്ടംകൂട്ടുകയും വേണ്ടുന്നവരെയൊക്കെ ക്ഷണിക്കുകയും ചെയ്തു. മുഹൂർത്തദിവസത്തിന്റെ തലേദിവസം തന്നെ വരനായി നിശ്ചയിക്കപ്പെട്ട നമ്പൂരിയും ക്രിയാദികൾക്കു വേണ്ടുന്നവരും ഓതിക്കോൻ മുതലായവരും മറ്റും വന്നുചേർന്നു. മുഹൂർത്തം ഒരു ദിവസം രാത്രിയിലായിരുന്നു. അന്നുകാലത്തു കന്യക പതിവുപോലെ കുളിച്ച് അമ്മതിരുവടി ക്ഷേത്രത്തിലെത്തി ദർശനത്തിനായി നടയിൽ ചെന്ന സമയം 'എന്റെ ദേവീ, ഞാനിനി ഇവിടെ വന്നു ദർശനം കഴിക്കുന്നത് ഏതു കാലത്തായിരിക്കും? എനിക്കിനി സംഗതിവരുമോ എന്നുതന്നെ സംശയമാണ്. ഒരു ദിവസമെങ്കിലും ഇവിടെ വന്നു ദർശനം കഴിക്കാതെ ജിവിച്ചിരിക്കുന്നതിനെക്കാൾ നല്ലതു മരിക്കുകതന്നെയാണെന്നാണ് എനിക്കു തോന്നുന്നത്. അതിനാൽ ഞാൻ ഇന്നുതന്നെ മരിക്കുന്നതിനു സകരുണം ദേവി എന്നെ അനുഗ്രഹിക്കണം' എന്നു പ്രാർത്ഥിച്ചു കരഞ്ഞുകൊണ്ടു തൊഴുതു. അപ്പോൾ ദേവി, 'ഒട്ടും വ്യസനിക്കേണ്ട. ഇങ്ങോട്ടു പോരൂ' എന്നു

അരുളിച്ചെയ്തു തൃക്കൈകൾ തന്റെ നേരെ നീട്ടിയതായി കന്യകയ്ക്ക് തോന്നി. ഉടനെ കന്യക ശ്രീകോവിലകത്തേക്ക് ഓടിച്ചെന്നു. ദേവിയുടെ ബിംബത്തിന്മേൽ മുറുകെ കെട്ടിപ്പിടിക്കുകയും അവിടെ ഐക്യം പ്രാപിക്കുകയും ചെയ്തു. അക്കാലംമുതൽ കീഴോട്ടുകര മനയ്ക്കൽനിന്ന് അന്തർജ്ജനങ്ങളും കന്യകമാരും അമ്മതിരുവടിക്ഷേത്രത്തിൽ വന്നു ദർശനം കഴിക്കാതെയായി. അങ്ങനെ കുറച്ചുകാലം കഴിഞ്ഞതിന്റെ ശേഷം അന്തർജ്ജനങ്ങൾക്കു ദർശനത്തിനായി അമ്മതിരുവടിയെ ആണ്ടിലൊരിക്കൽ മനയ്ക്കലെഴുന്നള്ളിക്കണമെന്നു നമ്പൂരീപ്പാട്ടു ദേവസ്വത്തിലപേക്ഷിക്കുകയും പൂരം സംബന്ധിച്ചു കൊടിയേറിയാൽ ആറാട്ടിനു മുൻപായി ഒരു ദിവസം മനയ്ക്കലേക്ക് എഴുന്നള്ളിക്കാമെന്നു ദേവസ്വക്കാർ സമ്മതിക്കുകയും അപ്രകാരം എഴുന്നള്ളിച്ചു തുടങ്ങുകയും ചെയ്തു. ആണ്ടുതോറും കൊടിയേറിയാൽ ആറാട്ടിനു മുൻപായി ഒരു ദിവസം അമ്മതിരുവടിയെ കീഴോട്ടുകര മനയ്ക്കലെഴുന്നള്ളിച്ച് ഇറക്കിപ്പൂജയും മറ്റും ഇപ്പോഴും പതിവുണ്ട്. ഇറക്കിയെഴുന്നള്ളിച്ചു തന്ത്രിയുടെ പൂജ കഴിഞ്ഞാൽ തിടമ്പു കിഴക്കിനിയിൽ എഴുന്നെള്ളിച്ചുവച്ചിട്ടു തന്ത്രി മാറിനില്ക്കും. പിന്നെ അവിടെ അന്തർജ്ജനങ്ങൾ വന്നു പൂജാനിവേദ്യാദി കളും ദർശനവും മറ്റും കഴിച്ചതിന്റെ ശേഷമാണ് തിരിച്ചെഴുന്നള്ളിക്കുന്നത്. തന്ത്രിയുടെ പൂജാനിവേദ്യാദികളെക്കാൾ ദേവിക്ക് സന്തോഷാവഹങ്ങളായിട്ടുള്ളത് അന്തർജ്ജനങ്ങളുടെ നിവേദ്യാദികളാണെന്നാണ് അവരുടെ വിശ്വാസം.

ശീവേലിക്കെഴുന്നള്ളിക്കുന്നതു ശാന്തിക്കാരൻ ബലിക്കല്ലുകളിന്മേൽ തൂവിക്കോണ്ടു പോകുന്നതിനു പിന്നിലായിട്ടാണല്ലോ പതിവ്. എന്നാൽ അമ്മതിരുവടിക്ഷേത്രത്തിൽ അത്താഴശ്ശീവേലിക്കുള്ള പതിവ് ദേവിയെ മുൻപേ എഴുന്നള്ളിക്കുകയും ശാന്തിക്കാരൻ അതിന്റെ പിന്നാലെ നടന്നു തൂവുകയുമാണ്. ഇവിടെ ഇങ്ങനെയായത് ഇടക്കാലത്താണ്. അതിന് കേട്ടിട്ടുള്ള കാരണം താഴെച്ചേർക്കുന്നു:

പണ്ടൊരു ഗന്ധർവൻ തിരുവഞ്ചിക്കുളത്തു ദീപാരാധനയ്ക്കും ഊരകത്ത് ക്ഷേത്രത്തിൽ അത്താഴശ്ശീവേലിക്കും തൃശ്ശിവപേരൂർ വടക്കുന്നാഥക്ഷേത്രത്തിൽ തൃപ്പുകയ്ക്കും പതിവായി ദർശനം നടത്തിവന്നിരുന്നു. ഒരു ദിവസം ആ ഗന്ധർവ്വൻ തിരുവഞ്ചിക്കുളത്തുള്ള ദീപാരാധനയ്ക്കു തൊഴുതിട്ട് ഊരകത്തെത്തിയെപ്പോഴേക്കും അവിടെ അത്താഴശ്ശീവേലിക്ക് എഴുന്നള്ളിച്ചിരിക്കുന്നതായി കണ്ടു. തനിക്കു പതിവുള്ള പ്രദക്ഷിണവും നമസ്കാരവുമെല്ലാം മുഴുവനാകുന്നതിനു മുമ്പ് ശീവേലി കഴിഞ്ഞു നടയടച്ചുപോയെങ്കിലോ എന്നു വിചാരിച്ച് ആ ഗന്ധർവ്വൻ എഴുന്നള്ളത്തിന് മുൻപു തൂവിക്കൊണ്ടുപോയ മേശ്ശാന്തിക്കാരനെ തടുത്തുനിർത്തി ഭയപ്പെടുത്തി. അതിനാൽ ആ ശാന്തിക്കാരൻ ബോധരഹിതനായി കുറച്ചു നേരം സ്തംഭിച്ചുനിന്നുപോയി. ദേവിയെ എഴുന്നള്ളിച്ച് അടുക്കൽ കൊണ്ടുചെന്നതിന്റെ ശേഷമേ അദ്ദേഹത്തിനു ബോധം വീണുള്ളൂ. ദേവി അടുത്തുണ്ടായാൽ ആരെയും ഭയപ്പെടുത്താൻ ഗന്ധർവ്വനും മറ്റും വിചാരിച്ചാൽ സാധിക്കയില്ലല്ലോ. അതിനാൽ അക്കാലംമുതൽ അവിടെ അത്താഴശ്ശീവേലിക്ക് അമ്മതിരുവടിയെ എഴുന്നള്ളിച്ചു കൊടിമരത്തറയുടെ വടക്കുവശത്തു നിർത്തിയതിനുശേഷം മേശ്ശാന്തിക്കാരൻ വന്നു തൂവിത്തുടങ്ങിയാൽ മതിയെന്നു നിശ്ചയിച്ചു. അതിനാൽ ഇപ്പോഴും

അപ്രകാരം തന്നെ നടന്നുവരുന്നു.

ഈ ഐതിഹ്യംകൊണ്ടു ദേവയോനികൾപോലും പതിവായി വന്ന് അമ്മ തിരുവടിയെ വന്ദിക്കുന്നുണ്ടെന്നു സ്പഷ്ടമാകുന്നുണ്ടല്ലോ. അതു നമുക്കിപ്പോൾ പ്രത്യക്ഷമായിരിക്കുന്നുണ്ടെങ്കിലും ഇവിടെ സന്തതിക്കായിട്ടും സമ്പത്തിനായിട്ടും വിദ്യയ്ക്കായിട്ടും മറ്റും അനേകമാളുകൾ വന്ന് ഇപ്പോഴും ദേവിയെ ഭജിക്കുകയും എല്ലാവർക്കും അഭീഷ്ടസിദ്ധിയുണ്ടാവുകയും ചെയ്യുന്നുണ്ടെന്നുള്ളത് എല്ലാവർക്കും അനുഭവസിദ്ധമായിട്ടുള്ളതാണ്.

'സേവിക്കുന്ന ജനാവലിക്കു സതതം ഭാവിപ്പതെല്ലാം കൊടു-
ത്തീ വിശ്വത്തിനു കല്പവല്ലീസമയായ് ഭൂവിൽ പ്രസിദ്ധ്യാ പരം
ശ്രീവിങ്ങും വലയാലയത്തിലമരും ദേവിക്കെഴും പാദമുൾ-
പ്പൂവിൽച്ചേർത്തു നമിക്കിലാർക്കുമുടനിങ്ങാവിർഭവിക്കും ശുഭം.'

●

www.ingramcontent.com/pod-product-compliance
Lightning Source LLC
LaVergne TN
LVHW060559051026
849519LV00002B/412